கொம்மை
(மறு குரலில் மகாபாரதம்)

கொம்மை

(மறு குரலில் மகாபாரதம்)

பூமணி

டிஸ்கவரி புக் பேலஸ் பப்ளிகேஷன்ஸ்
எண்: 9, பிளாட் எண்: 1080A, ரோஹிணி பிளாட்ஸ்
முனுசாமி சாலை, கே.கே.நகர் மேற்கு,
சென்னை - 600 078. பேச: 99404 46650

கொம்மை (நாவல்)
ஆசிரியர்: பூமணி©

Kommai
Author: Poomani©

First Edition: Jan - 2018
Second Short Edition: Nov - 2023
Pages: 600
ISBN: 978-93-86555-33-5
₹ 555

Publisher • *Sales Rights*

Discovery Publications
No. 9, Plot,1080A, Rohini Flats,
Munusamy Salai,
K.K.Nagar West, Chennai - 78.
Tamilnadu, India.
Mobile: +91 99404 46650

Discovery Book Palace (P) Ltd
No. 1055-B, Munusamy Salai,
K.K.Nagar West,
Chennai-600 078.
Ph: (044) 4855 7525
Mobile: +91 87545 07070

discoverybookpalace@gmail.com / www.discoverybookpalace.com

இந்த நூலில் பிரசுரமாகியுள்ள எந்த ஒரு பகுதியையும் எழுத்துபூர்வமான முன்-அனுமதி பெறாமல் எடுத்தாள்வதோ, மறுபிரசுரம் செய்வதோ, மொழியாக்கம் செய்வதோ, ஊடகங்களில் மறுபதிப்புச் செய்வதோ, காப்புரிமைச் சட்டப்படி தடை செய்யப்பட்டுள்ளது. இந்த நூலிலிருந்து சில பகுதிகளை மேற்கோள்காட்டி நூல்அறிமுகம் செய்யலாம்.

உங்கள் மொபைல் போனிலிருந்து ஸ்கேன் செய்து 'டிஸ்கவரி புக் பேலஸ்' மொபைல் ஆப்பை டவுன்லோடு செய்து, புத்தகங்களை வாங்குங்கள்.

ஆதிக்கத்தால்
அலைக்கழியும் அபலைகளுக்கு...

பூமணி

(1947)

தூத்துக்குடி மாவட்டம் கோவில்பட்டியருகே ஆண்டிபட்டி என்னும் சிற்றூரில் பிறந்தவர். தந்தை முகம் அறியாமல் தாயின் அரவணைப்பில் வளர்ந்தவர். விவசாயக் குடும்பம். கல்லூரிப் பருவத்திலேயே இலக்கியத் தளத்தில் எட்டுவைத்தவர். பலரைப்போல் கவிதையில் தொடங்கி சிறுகதை நாவல் கட்டுரை மொழிபெயர்ப்பு திரைப்படம் எனத் தளத்தை விரித்துக்கொண்டவர்.

தமிழ்ச் சிறுகதைகளுக்கும் நாவல்களுக்கும் சொந்த முகம் கொடுத்தவர்கள் என்று சிலரை வரிசைப்படுத்தினால் அதில் இவருக்கும் இடமுண்டு. மொழிவளம் நிறைந்த இவரது புனைவுகளில் மண்மீதான ரசனையும் பிரியமும் அமுங்கி அடித்தட்டு மக்களின் குரல்கள் ஓங்கியொலிப்பதைக் கேட்கலாம்.

சின்னத் திரைக்காகச் சில கதைகளையும் பேனாமுள் தயாரிப்புப் பற்றிய ஆவணப்படத்தையும் எழுதி இயக்கியுள்ளார். தேசிய திரைப்பட வளர்ச்சிக் கழகத்துக்காக தீப்பெட்டித் தொழிலில் குழந்தை உழைப்பை மையமாகக் கொண்டு ‘கருவேலம் பூக்கள்’ என்ற திரைப்படத்தை எழுதி இயக்கியுள்ளார். அது தமிழக அரசு விருது பெற்றது. சர்வேதசத் திரைப்பட விழாக்களில் கலந்துகொண்டது.

இவர் சாகித்ய அகாடமி விருது உட்பட பல விருதுகளைப் பெற்றவர். இவரது நூல்கள் ஆங்கிலம் இந்தி வங்காளம் பிரெஞ்சு மொழியில் பெயர்க்கப்பட்டுள்ளன.

தமிழக அரசின் கூட்டுறவுத் துறையில் அதிகாரியாகப் பணியாற்றி ஓய்வுபெற்ற இவர் தற்போது கோவில்பட்டியில் வசித்து வருகிறார்.

கொம்மை
(பொருள்)

வட்டம்	கொத்தளம்
பெருமை	அடுப்புக்குமிழ்
திரட்சி	கதவுக்குடுமி
இளமுலை (கொம்மை முலை)	அழுக்குத் துணியிடும் பெட்டி
இளமை	கை குவித்துக் கொட்டுகை
அழகு	கொம்மட்டி
மார்பு	புரட்டாசியில் விதைத்து
வலிமை	மார்கழியில் அறுவடை
மேடு	செய்யும் கம்புவகை
வீடு	பதர்

(பருத்த கொங்கையைச் சுட்டும் அடைமொழி)
(தானியத்தை உதிர்த்த பின்னர் கதிரில் எஞ்சியிருக்கும் பதர்.
அதாவது சூழ் முற்றிய கதிர்கள் தானிய மணிகளை உதிர்த்த பின்னர்
வெறுங்கூடாக எஞ்சியிருப்பதே கொம்மை.)

என் குரல்

மகாபாரதம் என்னும் மாபெரும் காவியத்தில் இன்னும் உயிர்ப்புடன் உலவும் அபலைப் பெண்களின் அவலத்தை முன்வைத்து மறுகுரலில் மக்கள் மொழியில் ஒரு பெரும் புதினம் புனைய வேண்டுமென்பது என் வாழ்நாள் கனவுகளில் ஒன்று. அது இப்போதுதான் நனவாகியிருக்கிறது. புனைவுச் சூழலில் அல்லாடி அதை விட்டு வெளியேற நாற்பது மாதங்கள் ஓடிவிட்டன.

மகாபாரதம் ஒரு மகாசமுத்திரம். அதில் அலையாடும் பெண்களை அணுகப் பேரச்சம். அவர்களுடன் உரையாட மலைப்பு. அனைவரையும் ஒருங்கிணைத்து எப்படியும் புதினத்தைப் புனைந்தாக வேண்டும். இந்த உந்துதலின் தெம்பில் சமுத்திரத்தில் குதித்துவிட்டேன். நீந்திக் கரையேறுவேனோ, முங்கித் தரைசேருவேனோ. நிச்சயமில்லாத தவிப்பு.

தீவிரப் போராட்டத்தில் அலைமோதி ஒருவழியாகக் கரையொதுங்கிவிட்டேன். கரைசேர்த்த பாரதப் பெண்களுக்கு நெஞ்சார்ந்த நன்றி.

பாரதப் பெண்கள் பலதரப்பட்டவர்கள். காலங் காலமாகப் போகப் பொருளாகவும் கேளிக்கைச் சாதனமாகவும் நித்திய கன்னியாக வாழ்ந்துவரும் தேவதை கங்காதேவி. அரசனைக் கைப்பிடித்து அரசியாகி ஒரே ஒரு வாரிசைக் கொடுத்துவிட்டு வாழ்க்கை ஒப்பந்தத்தை முறித்துக்கொண்டவள். வாரிசின் பெயர் தேவவிரதன் என்ற பீஷ்மன். பிள்ளைக்குத் தாயாகவும் தாய்க்குத் தாயாகவும் வாழ்ந்து முடிக்கவியலாத சோகம் அவளுக்கு. காலமெல்லாம் நித்திய கன்னியாகவே வாழ்ந்தாகவேண்டிய சாபக்கேடு. அது பேரவலம்.

யமுனையில் படகோட்டிச் சேவைசெய்த மச்சர் குலப் பெண் சத்தியவதி. பராசர முனிவனுக்குத் தீவுத்திட்டில் வியாசனைக் கன்னிகாபுத்திரனாகப் பெற்றுத் தந்தவள். பின்னர் முதிய மன்னனின் அரண்மனைக் கிளியானவள். மன்னன் அவளுக்கு இரு புதல்வர்களைத் தந்துவிட்டுக் கண்ணைமூடுகிறான். புதல்வர்களின் வாழ்க்கையும் சுகப்படவில்லை. அறுதலிக் கோலத்திலும் மருமக்கள் நியோகச் சூல் மூலம் வியாசனுக்கு வாரிசுகளைப் பெற்றுத் தரவேண்டிய நிர்ப்பந்தம்.

ஆணாதிக்கத்தால் அலைக்கழிக்கப்பட்டு வாழ்க்கையைத் தொலைத்தவள் அம்பை. கொடுமைக்கெதிராகச் சவால்விட்டு மறுபிறவியெடுத்துப் பழிதீர்த்துக்கொண்டவள்.

தன்னை செயற்கைக் குருடாக்கிக்கொண்டு இயற்கைக் குருட்டுக் கணவனைக் கைப்பிடித்தவள் காந்தாரி. நூறு புதல்வர்களைப் பறிகொடுத்தவள். சோகத்தில் நெருப்பை நாடிப்போய் வெந்து நீந்தவள்.

இளம்பருவத்தில் முனிவனுக்கு அந்தரங்கத் தொண்டு செய்தது முதல் குருதேசத்தின் ராணியாக உயர்ந்தது வரை சகல அவலங்களுக்கிடையிலும் வைராக்கியமாக வாழ்ந்துமுடித்தவள் குந்தி.

விலைக்கு வாங்கப்பட்ட சூதர் குலப் பெண் மாதுரி. குந்திக்கு அடுத்து மன்னனுக்கு இரண்டாந் தாரமானவள். எந்தச் சுகமுமின்றி சொற்ப காலமே வாழ்ந்து கணவனுடன் தன்னையும் மாய்த்துக்கொண்டவள்.

பாண்டவ இளவரசனைக் கண்டதும் காமுறும் அரக்கர் குலப் பெண் இடும்பி. அவனை முறையாகக் கைப்பிடிக்காமலே இல்லறம் நடத்தி ஒரு வாரிசையும் பெற்றுக்கொண்டவள். அரச குடும்பத்தால் கைவிடப்பட்டு சோகத்தைச் சுமந்துகொண்டே காலங்கழித்தவள்.

சூதாட்டத்தில் கணவனால் பணயம் வைக்கப்பட்டுத் தோற்கப்படும் பாஞ்சாலி, சபை நடுவே எதிரிகளால் துகிலுரியப்படுகிறாள். கொடுமை கண்டு பொறுக்காத அவள் எரிமலையாய் வெடித்துச் சூளுரைக்கிறாள். பின்னர் வனவாசத்தில் அனுபவிக்கும் இன்னல்கள் ஏராளம்.

பாண்டவ இளவரசனுடன் கொண்ட ஒருநாள் சுகத்தை மனசில் பொத்தி வைத்துக்கொண்டு, அவனுக்குப் பிறந்த புத்திரனை ஆசையாக வளர்த்துவரும் நாகர் குலப் பெண் உலுபி.

இளவரசனால் கைவிடப்பட்ட அவள் மகனை அநியாயமாக போருக்குப் பலி கொடுக்கிறாள்.

இவர்களைப் போல் இன்னும் எத்தனையோ அபலைகள் மனசில் நிழலாடுகின்றனர். இவர்கள் சேர்ந்திசைக்கும் ஓலம் சதா அலையோசையாக ஒலித்துக்கொண்டேயிருக்கிறது.

மகாபாரதத்தில் சூத்திரதாரியாக இயங்கும் கிருஷ்ணனை எனக்கு ரெம்பப் பிடிக்கும். அவனது தீம்புகள் எனக்கு ரெம்ப ரெம்ப ருசிக்கும்.

மனிதனாக அவதரித்த கிருஷ்ணன் எனக்குச் சேக்காளி. உற்ற நண்பன். விளையாட்டுத் தோழன். அன்பான அண்ணன் வழிகாட்டி இன்னும் என்னென்னமோ...

கிருஷ்ணனுடன் ஆடு, மாடு மேய்த்தேன். ஆற்று மணலில் ஆடிப் பாடினேன். ஆலமரத்தடியில் கிட்டிக்குச்சு விளையாடினேன். ஆயர்பாடியில் வெண்ணெய் திருடினேன். பச்சைக் குதிரை சுமந்தேன். பூவரச இலையில் புல்லாங்குழல் செய்து ஊதினேன். வில்லம்பினால் விலங்குகளை வேட்டையாடி வேகவைத்து உண்டு பசியாறினேன்.

கிருஷ்ணன் முரண்பாடுகளால் கட்டமைக்கப்பட்ட முழு மனிதன். எப்படி வாழவேண்டும் வாழக்கூடாது என்பதற்கு எடுத்துக்காட்டாகத் திகழ்ந்தவன். திகழ்பவன். ஒருவிதத்தில் வெள்ளந்தியானவன். இன்னொருவிதத்தில் சூதுவாதும் வினயமும் நிறைந்தவன். திட்டமிட்டுச் செயல்படுகிறவன். அழுபவன். சிரிப்பவன். அழுதுகொண்டே சிரிப்பவன். சாதுவானவன். கோவக்காரன். வெற்றிதான் அவனது தாரக மந்திரம். அன்பால் அரவணைப்பவன். ஆயுதத்தால் சங்கரிப்பவன். பலரைக் காதலிப்பவன். பலரால் காதலிக்கப்படுபவன். மன்னிப்பவன். தண்டிப்பவன்....

.....இப்படி இயல்பான எதார்த்தமான மனிதனாக வாழ்ந்து முடித்த கிருஷ்ணனை, மரணத்தை மகிழ்ச்சியுடன் ஏற்றுக்கொண்ட கோகுலக்கண்ணனை மனமாற நேசிக்கிறேன். மதித்து வணங்குகிறேன்.

கிருஷ்ணனை முன்னிட்டு எவரது மத உணர்வையோ, ஆன்மீக உணர்வையோ புண்படுத்தும் நோக்கம் எனக்கு எள்ளளவும் கிடையாது. சொல்லப்போனால், அவனது மனித நேயத்தையும் மேன்மையையும் மகிமைப்படுத்தும் முயற்சிதான் இந்தப் புனைவு.

மனிதனாக அவதரித்த கிருஷ்ணனை பக்தி என்ற ஒற்றைக் கோட்பாட்டுக்குள் அடைத்துத் தனிமையில் நிறுத்திவைக்காமல் திறந்த மனசுடன் எல்லா உணர்வுகளும்கொண்ட இயல்பான மனிதனாகச் சாதாரண மக்களின் மனங்களில் உலவவிட்டு அணுக்கமான உறவை வளர்த்துக்கொள்வதே அவனுக்குச் செய்யவேண்டிய நியாயமான கடமையெனக் கருதுகிறேன். காலத்தின் கட்டாயமும் அதுதானே.

பல ஆளுமைகள் மகா சமுத்திரத்தில் தமது கையளவுக்கேற்ப மணல் அள்ளி தமக்கு உகந்த வடிவங்களில் சிற்பங்கள் சமைத்துள்ளனர். அச்சிற்பிகள் நினைவில் உலவுகின்றனர். தமிழில் வில்லிபுத்தூரார், பாரதியார், சித்பவானந்தர், ராஜாஜி, வ.ஜோதி, எஸ்.ராமகிருஷ்ணன், ஜெயமோகன், பிரபஞ்சன், தேவகாந்தன், அ.கா.பெருமாள், அருணன், எஸ்.விஜயராஜ். பிறமொழிகளில் ஐராவதி கார்வே, எம்.டி.வாசுதேவன் நாயர், பாலகிருஷ்ணன், எஸ்.எல்.பைரப்பா, யார்லகட்ட லட்சுமிபிரசாத் கால்கூட்(சமரேஷ் பாசு) பிரதீபா ராய், தேவ்தத் பட்நாயக், குர்சரண் தாஸ், தேவ் பிரசாத் இவர்கள் பாய்ச்சியுள்ள வெளிச்சத்தில் நானும் என் பங்குக்குக் கையளவு மணல் அள்ளி எனக்கு உகந்த வடிவத்தில், எனக்குக் கைவந்த மக்கள் மொழியில் என்னால் இயன்ற அளவுக்குச் சிற்பம் வடிக்க முயன்றிருக்கிறேன். எனக்கு ஒளிதந்த வழிகாட்டிய இவர்களனைவருக்கும் நன்றிகூறக் கடமைப்பட்டிருக்கிறேன்.

எனக்கு வலது கையாக இருந்து என் வார்த்தைகளை உள்வாங்கிக் கோர்த்து கணினியில் வார்த்து வரிகளாக்கி வடிவமைத்துக் கொடுத்துத் துணைபுரிந்த என் உதவியாளர் ரோசிக்கு மிக்க நன்றி.

புதினம் பற்றி அவ்வப்போது கருத்துகளைப் பகிர்ந்துகொண்ட தேவதச்சனையும் நன்றியுடன் நினைத்துப்பார்க்கிறேன்.

இந்நூலை மிகுந்த அக்கறையுடனும் உற்சாகத்துடனும் வெளியிட முன்வந்த நண்பர் வேடியப்பனை நன்றியுடன் பாராட்டியாகணும்.

* * *

1

தரையில் படர்ந்த வானமாகத் தண்ணீர் கரையின்றித் ததும்பிக்கிடந்தது. எங்கெங்கு காணினும் நிச்சலனமான நீர்க்கோலம். இருளடைந்த சூனிய வெளி. அமைதி தவழும் ஆகாயம்.

பெரும் பிரளயத்தின் கடும் விளைவுகள் பேராழிச் சீற்றத்தின் சீரழிவைச் செப்பின.

பூமியைத் தவிர இதர உலகங்களுக்குப் பாதிப்பில்லை. பூமியோ அலைவாய்க்குள் சிக்காமல் உருண்டு புரண்டு அசுரர்களின் பாதாள உலகத்துக்கப்பால் அடியாழத்தில் புதைந்துபோனது. அதில் வாழ்ந்த அனைத்து உயிரினங்களும் போக்கிடமின்றித் தவித்துப் போராடித் தோற்று நீரில் அமிழ்ந்தும் மிதந்தும் கருவற்றுப்போயின.

பரமனுக்கு விசாரம். எப்படியும் பூமியை மீட்டுவந்து பழைய நிலையில் நிறுத்தியாகணும். மீண்டும் அது இயங்கணும். உயிரினங்கள் உருவாகிப் பரவசத்தில் உலவணும். பசுங்கோளமாகப் பூமாதேவி அலகு சாய்த்துச் சுழலும் அழகே தனி.

பரமனின் சிந்தனையில் பூமாதேவியே நிறைந்திருந்தாள்.

அவன் நீருக்குள் அளைந்தளைந்து அதல பாதாளமடைந்து அங்கே யோக நித்திரையில் அயர்ந்துவிட்டான்.

காலச்சக்தி தூண்டவே மோனம் கலைந்தது. அகவெளி திறந்தது.

அவனது நாபிக்கமலத்திலிருந்து கற்றையொளி பீச்சிப் பிரகாசித்தது. ஒளி நடுவே பூத சூட்சுமங்கள் வெளிப்பட்டன. சில கணங்களில் அவை தாமரைமலராக உருக்கொண்டன. பசுந்தண்டில் விரிந்த இளஞ்சிவப்பு மலரில் அவன் அந்தர்யாமியாகிப் பிரவேசித்தான்.

மலரிலிருந்து பிறிதொரு சொருபம் தோன்றியது. அது பிரமன். தானே முளைத்த சுயம்பு. நாற்புறமும் தெரியுமாறு பிரமனுக்கு நான்கு முகங்கள் தோன்றின. புறவெளி துலாம்பரமாகியது.

நான்முகனுக்கோர் ஐயம். தாமரை மலர் எங்கிருந்து வந்தது. நான் யார். தெரிந்தாகணும். தெளிந்தாகணும். அடியாதாரமின்றித் தாமரை மலர்ந்திருக்க வாய்ப்பில்லை. முயன்று அதன் மூலத்தைக் கண்டுபிடித்துவிடலாம்.

தாமரைத்தண்டு வழியே நீருக்குள் மூழ்கி வெகு ஆழத்தில் நீந்தி முட்டிமோதி நிலைகொள்ளாமல் நெடுநேரம் தேடினான். பரமன் யோக நித்திரைகொண்ட இடம் தென்பட்டது. அங்கே அவனது சக்கரம் மட்டுமே இருந்தது.

இனி என்ன செய்வது. பரமன் இருக்குமிடம் தெரியவில்லையே. மீண்டும் தாமரை மலருக்கே திரும்பினான்.

சுவாசங்களை அடக்கி ஒருநிலைப்படுத்தித் தியானத்தில் அமர்ந்தான். தவக்கோலத்தில் காலம் கரைந்தது. யோகத்தால் ஞானம் விருத்தியடைந்தது. என்ன ஆச்சரியம். தேடிக் காண முடியாத பரம்பொருள் தன்னுள்ளத்திலேயே லயித்திருப்பதை உணர்ந்தான்.

வெள்ள நீர் உறுத்தாமலிருக்க வெள்ளை அரவணையில் பரமன் கள்ள நித்திரைகொள்ளும் கண்கொள்ளாக் காட்சி அகவெளியில் படலமிட்டது. அந்தத் திவ்வியச் சொருபத்தை மனங்குளிரத் தரிசித்தான்.

பரமனின் நாபிக்குழியில் முளைத்து விரிந்த தாமரைமலரையும் அதில் தன்னையும் கண்டுகொண்டான். பரவசத்தில் உள்ளும் புறமும் உடல் நடுங்கும் சிலிர்ப்பு.

“பரம்பொருளே காரண காரியமில்லாம என்னப் படச்சிருக்க மாட்டீர். நான் செய்யவேண்டிய கடமையென்ன. தனியாக்கெடந்து தவிச்சுக்குட்ருக்கென் அய்யனே ஆணையிடும்.”

அங்கே பரமன் ஒளிப்பிழம்பாகத் தோன்றினான். தாமரைமலர் சங்கு சக்கரம் கதாயுதம் ஏந்தியவாறு நான்கு கைகள். பொன்னாக

மின்னும் புத்தாடை. தலையில் தகதகக்கும் தங்கக் கிரீடம். காதில் குலுங்கும் குண்டலம். மார்பில் தவழும் மலர்மாலை. சுருண்ட கேசம். மாறாத புன்னகை. பரமனின் பரிபூரணச் சொருபம் பரவசத்தில் ஆழ்த்தியது. பிரமன் மெய்மறந்து நின்றான்.

பரமன் கட்டளையிட்டான்.

“பிரமனே நல்லாக் கேட்டுக்கோ. நீ என் சரீரத்துலருந்து உதிச்சவன். என்னோட அம்சம்.”

“அது என் பாக்கியம் பரம்பொருளே.”

“சகல சொருபங்களையும் நீ படைக்கணும்.”

“அப்படியே செய்றென் பகவானே.”

“எனக்குள்ள இருக்கிறவர்களையும் ஒன்னோட சிருஷ்டியில வெளிப்படுத்து.”

“ஆகட்டும் அய்யனே.”

ஒளிப்பிழம்பு உயரப் பறந்து மங்கி மறைந்தது.

2

பிரமன் மனசில் சிருஷ்டிச் சிந்தனையே ஓடியது. பலப்பல கற்பனைகள். புதுப்புதுச்

சிருஷ்டிகள்...... அடடா பூமியை மறந்துவிட்டேனே. பூமியில்தானே அனைத்தையும் படைத்து உலவவிடணும். என்ன செய்வது. அது ஆழத்தில் மூழ்கிக்கிடக்கிறதே. என்னால் நிச்சயம் வெளிக்கொணர முடியாது. பரமனிடந்தான் மன்றாடணும்.

பரமனை எண்ணித் தியானித்தான். அப்போது அவன் மூக்கு விடைத்து ஒரு துவாரம் விரிந்தது. அதனுள்ளிருந்து ஒரு பன்றிக்குட்டி முண்டிமுண்டி வெளியேறியது. கட்டை விரலளவு உருவம்.

பன்றிக்குட்டி படிப்படியாக வளர்ந்து மதயானையளவுக்குப் பேருருவெடுத்து உறுமியது. அச்சுறுத்தும் பிரமாண்டத் தோற்றம்.

திடீரென ஒரு குரல் உச்சந் தொட்டது. வராகம் உறுமலுடன் கர்ணகடூரமாகக் கூக்குரலிட்டுக்கொண்டு நாசி நுகர்வில் பூமியைத் தேடி நீராழத்துக்குப் பயணித்தது.

பிரமனுக்குத் தெம்பு. வராக அவதாரம் பூண்டுள்ள பரமனிருக்கப் பயமில்லை. வராகம் எப்படியும் பூமியைக் கொண்டுவந்து சேர்த்துவிடும். ஆவலுடன் எதிர்பார்த்துக் காத்திருந்தான்.

பரமன் ஒருவழியாகப் பூமியைத் தேடிக் கண்டுபிடித்துவிட்டான். அந்தக் களிப்பில் சில காலம் பூமாதேவியுடன் தங்கியிருந்தான். பிரமனின் முகம் மறந்துவிட்டது. அச்சமயத்தில் பூமாதேவி பரமனுக்கு ஒரு பிள்ளை பெற்றுக்கொண்டாள். இயல்புக்கு மாறாக அவன் அசுரக் குணங்கொண்டு வளர்ந்தான். பெயர் நரகாசுரன்.

மகன் அசுரனாக இருப்பதில் தேவிக்குக் கவலை. அவனுக்கு எந்த நேரத்தில் என்ன ஆபத்து நேருமோ. அதை உறுதிப்படுத்துவதுபோல் அவன் குணங்களும் நடவடிக்கைகளும் இருந்தன. விசாரத்தில் பரமனிடம் வேண்டினாள்.

“பரம்பொருளே எனக்கொரு வரம் வேணும்.”

“என்ன வரம். சொல் தேவி.”

“நம்ம பிள்ளைக்கு மரணம் சம்பவிக்கக்கூடாது.”

“அப்படி வரமளிக்க முடியாது தேவி.”

“ஏன் பகவானே. என் நெஞ்சம் கலங்குதே.”

“மத்தவங்களால அவனுக்கு மரணம் சம்பவிக்காது. அப்படியொரு வரந் தரட்டுமா.”

“அப்படின்னாஞ்.”

“என்னால மட்டுமே அவன் அழிவான். அது அவன் விதி.”

அவளுக்குச் சிறு நம்பிக்கை. சொந்த மகனைச் சங்கரிக்க மனசு வராது.

“அப்படியே வரமருளும் அய்யனே.”

வரம் கிடைத்தது. அப்போதைக்குத் தேவி ஆறுதலடைந்தாள். இருப்பினும் தன் மகனுக்கு அழிவுக்காலம் நெருங்குவதாகவே அஞ்சினாள். அவனோ அதைப் பற்றிக் கவலைப்பட்டதாகத் தெரியவில்லை.

பிரமனின் நினைவு வரவே பரமன் மீண்டும் வராகமானான். புதைந்து கிடந்த பூமியைக் கொம்புகளால் நெம்பி ஏந்தித் தூக்கியவாறு வாரகம் மேலே எழும்பி வந்துகொண்டிருந்தது. பாதாள உலகத்தை நெருங்கும்போது ஏழு பாதாளச் சிற்றுலகங்களைச் சேர்ந்த அசுரர்கள் பெருங்கூட்டமாகத் திரண்டு அதை வழிமறித்தனர்.

"அற்பப் பன்றியே ஒனக்கு அம்புட்டுத் திமிரா. எங்களுக்குச் சொந்தமான பூமிய நீ எப்படித் திருடீட்டுப் போகலாம்."

வராகம் கருமமே கண்ணாயிருந்தது. சிறு முனங்கல்கூட இல்லை.

"திருட்டு முழி முழிக்கிறதப் பாரு. அதப் புடிச்சு நசுக்கிக் கொல்லுங்கடா."

"நெஞ்சில பயமிருந்தா இப்படிச் செய்வயா."

"அதான. கொழுப்பாக்கும்."

அசுரர் கூட்டம் எதிர்த்துத் தாக்கியது. வராகம் ஒரு கொம்பைக் கொண்டே அவர்களைக் குத்தித் தூக்கிக் கீழே வீசியெறிந்து வதைத்துக் கொன்றது. எஞ்சியோர் அஞ்சியோடினர்.

வராகத்தின் இன்னொரு கொம்பில் ஊசலாடிக்கொண்டிருந்த பூமாதேவி பதறினாள். வராகம் அனைத்துத் தடைகளையும் தகர்த்துக்கொண்டு மேலே வந்துவிட்டது.

பரமன் சுய உருவெடுத்துத் தனது மாயையால் பூமியை நீரில் மிதக்கவைத்தான். அது ஆடாமல் அசையாமலிருக்க அங்குமிங்கும் மலைகளை நட்டிச் சமநிலைப்படுத்தினான். பூமாதேவி மகிழ்ந்தாள். பரமன் விடைபெற்றான்.

"வரட்டுமா தேவி. புத்திரனப் பத்தரமாப் பாத்துக்கோ."

3

நீரரிப்பில் பூமியின் மேற்பகுதி முற்றும் சிதைந்திருந்தது. தாவரங்கள் வேராழம்வரை அழுகி அழிந்துவிட்டன. அவை உயிர்த்திருந்த சுவடுகூடத் தெரியவில்லை.

பூமியின் மூளிக்கோலம் நெருடியது. அதைச் சீரமைத்துச் செழுமைப்படுத்தணும். அதுதான் முதல் வேலை.

பிரமன் சிருஷ்டியில் இறங்கினான். அவன் உடலிலிருந்து செடிகொடி புல்பூண்டு புதர் எனச் சகல தாவரங்களும் தோன்றின. பின்னிப் பிணைந்து வளர்ந்தன. பூமி பைங்கோளமாகப் புதுப் பொலிவுற்றது.

பல்வேறு விலங்கினங்கள் தோன்றின. சிங்கம் கரடி புலி குதிரை கழுதை ஆடு மாடு பூனை பாம்பு.... இன்னும் பலப்பல புள்ளினங்கள் பிறந்து பறந்து பூமிக்குத் தோரணமிட்டன.

பிரமனின் அங்கங்களிலிருந்து நவப் பிரசாதிகள் தோன்றினர். கண்களில் மரிசி. இதயத்தில் பிருகு. தலையில் ஆங்கிரசன். அபானத்தில் கத்துரு. வியானத்தில் புலகன். உதானத்தில் புலஸ்தியன். பிராணத்தில் தட்சன். சமானத்தில் வசிட்டன். சுரோத்திரத்தில் அத்திரி.

தொண்டையிலிருந்து அசுரர் உதித்தனர். பிரமன் அவ்வுடலை விட்டகன்றான். இருளாயிற்று. சத்துவ குணத்தில் பிறிதொரு உடலெடுத்தான். அதில் தேவர் பிறந்தனர். பகலாயிற்று.

மற்றுமொரு உடலெடுத்தான். அதில் பித்துருக்கள் தோன்றினர். சந்தியா காலமாயிற்று.

அடுத்தெடுத்த உடலில் மனிதர் பிறந்தனர். சந்திரிகையாயிற்று.

மேலும் பல உடலெடுத்துப் பூத பிரேத பைசாசர்களைப் படைத்தான்.

அடுத்தது சிருஷ்டிச் சுற்று. நால்வருணர் தோன்றினர். முகத்தில் வேதியர். தோளில் சத்திரியர். தொடையில் வணிகர். காலடியில் சூத்திரர். பின்னர் அசுரர் தோன்றினர். கந்தர்வர் உதித்தனர்.

சிருஷ்டியில் உதவும் பொருட்டு மனசிலிருந்து நான்கு குமாரரைப் பெற்றான். சனகன் சனந்தனன் சனாதனன் சனத்குமாரன். தந்தைக்கு உதவாத் தனயர். தத்துவத்தில் நாட்டங்கொண்ட தவசியர். சுய விருப்பப்படி வளர்ந்தனர்.

சிருஷ்டி முற்றுப்பெறவில்லை. தன்னுடலை இரண்டாகப் பிளந்தான். அவை ஆணும் பெண்ணுமாக இரு உருவங்களாயின. ஆணுருவம் சுயம்புவ மனு பெண் சதரூபை. கணவன் மனைவி.

அவர்களுக்கு இரு பெண்கள். பிரசூதி ஆகுதி. பிரஜாபதியுடன் இணைந்து ஆகுதி அஞ்ஞன் என்ற குமாரனையும் தட்சிணை என்ற குமாரியையும் பெற்றாள்.

பிரசூதி தட்சனை மணந்தாள். அவள் பதினாறு பெண்களைப் பெற்றாள். எமனுக்குப் பதிமூன்று. அக்கினிக்கு ஒன்று. பிதுர் தேவருக்கு ஒன்று. ருத்திரனுக்கு ஒன்று.

சிருஷ்டிக்கப்பட்ட மாந்தர் தேவர் அனைவரும் அவரவர் இணையருடன் கூடிச் சந்ததிகளைப் பெருக்கினர். உற்பத்திச் சுழற்சி தடங்கலின்றித் தொடர்ந்தது.

வனங்களை உடையாக அணிந்த பூமி மிக்க வனப்புடன் காணப்பட்டது. அடர்மழையும் தொடர்மழையும் காலத்துக்கேற்பப் பெய்து பூமியை வளங்கொழிக்கச்செய்தது.

காற்று வீசியது. வெயில் காய்ந்தது. இருளும் ஒளியுமாகக் காலம் சுழன்றது.

பூமியில் நதிகள் ஓடின. மலைகள் முண்டி முளைத்தன. தாவரங்கள் மலர்கள் சிரித்தன. காய் கனிகள் விளைந்தன. பூமியை நாற்புறமும் உப்புக் கடல் சூழ்ந்திருந்தது. நீர்வாழ் உயிரினங்கள் பல்கிப் பெருகின.

பூமிக்கோளம் தன்னியல்பில் சுழன்றுகொண்டேயிருந்தது.

4

தந்தை பிரமனுக்குத் தெரியாமல் சனகாதி முனிவர்கள் கூடிப் பேசினர்.

“அண்ணா ஒலகங்களச் சுத்திப்பாக்கணும்னு ஆசையாருக்கு.”

“எனக்குந்தாண்டா. வெளையாட்டுப் பருவம் அடிக்கடி மனசுக்குள்ள வந்துவந்து போகுது.”

“சின்ன வயசில வெளையாடுனதெல்லாம் மறக்க முடியுமா.”

“அதெப்படி முடியும். அந்த ஆவலத் தீத்தாகணும்.”

மூத்தவன் அனுமதித்தான்.

“ஓங்க ஆர்வத்துக்கு அணைப்போட முடியாது. பெறப்புடுங்க.”

அவனும் அப்போதே இளம்பிராயத்து அனுபவங்களை அசைபோட ஆரம்பித்தான். அடேயப்பா எத்தனையெத்தனை இன்ப விளையாட்டுக்கள். பாட்டுக்கள். கணத்தில் கால்கள் கற்ற ஆடல்கள். தம்பியர் சொல்வது சரிதான். எல்லாம் காவி கமண்டலத்துக்குள் அடங்கிவிட்டன.

“பாலகர்களாகவே உருவெடுத்துப் போகணும்.”

“அப்பத்தான் யாராலயும் அடையாளங் காண முடியாது.”

முனிவர்களின் இன்ப உலா ஆரம்பமாகியது. ஆடையணியாத கோலத்தில் பாலகர்களாகி ஆகாய மார்க்கத்தில் உலகங்களைச் சுற்றிவரத் திட்டமிட்டிருந்தனர்.

முதலில் வானுலகத்திலிருந்து பூலோகத்துக்கு இறங்கி அதுக்குக் கீழமைந்திருந்த புவர்லோகத்தைப் பார்வையிட்டனர். அது ஏழு சிற்றுலகங்களாகப் பிரிந்திருந்தது. அதலம் விதலம் சுதலம் தராதலம் ரசாதலம் மகாதலம் பாதாளம்.

பொதுவாக அனைத்து உலகங்களிலும் அசுரர்களே வசித்துவந்தனர். ஒவ்வொன்றும் அசுரர் இனத் தலைவனின் நிருவாகத்தில் இயங்கின. மக்கள் மகிழ்ச்சியுடன் வாழ்ந்தனர். அவர்கள் அளித்த விருந்தில் சனகாதி முனிவர்கள் திணறிப்போயினர். அவ்வுலகத்தின் பசுமை நிறைந்த இயற்கையழகுக்கு எதுவும் ஈடாகாது.

முனிவர்கள் அசுரர்களிடம் பிரியாவிடைபெற்றுப் பூலோகம் வந்தனர். புவர்லோகத்தைப் போன்றே பூலோகத்தின் இயற்கையழகு மிளிர்ந்தது. நிலப்பகுதிகளில் மனிதர்களும் நீர்ப்பகுதிகளில் நாகர்களும் வனப்பகுதிகளில் அரக்கர்களும் வனவாசிகளும் குடியிருந்தனர்.

பொதுவாக மனிதர்களுக்கும் நாகர்களுக்குமிடையே சுமுகமான உறவு நிலவியது. மண உறவுகூட உண்டு.

வனவாசிகளுக்கிடையே இணக்கமான உறவு இல்லை. அடிக்கடி முரணிக்கொண்டனர். மனிதர்களும் நாகர்களும் அவர்களை அனுசரித்து வாழ்ந்தனர்.

பூமி பல தேசங்களாகப் பிரிந்து கிடந்தது. அவற்றை மன்னர்கள் ஆண்டுவந்தனர். பொருளுக்காகவும் அதிகாரத்துக்காகவும் அவர்கள் அடிக்கடி போரிட்டுக்கொண்டனர்.

சனகாதி முனிவர்களின் பயணம் பூலோகத்திலிருந்து வானுலகை நோக்கித் தொடர்ந்தது. மேகங்கள் அவர்களை வணங்கி வழிவிட்டன.

முதலில் நரகத்துக்குள் அடியெடுத்து வைத்தனர். அது பாவிகள் வந்தடையும் பரந்த உலகம். அதன் அதிபதி எமதருமன். தோரணங்களால் அலங்கரிக்கப்பட்ட எமபுரியில் இருந்துகொண்டு நரகத்தை ஆண்டுவந்தான். பாவிகள் இழைத்த பாவத்துக்கேற்பத் தண்டனையை நிர்ணயித்துச் சொர்க்கத்துக்கோ நரகத்துக்கோ கொண்டுவந்து சேர்ப்பது அவன் பொறுப்பு. அவனுக்குத் துணையாகச் சித்திரகுப்தன் பிறப்பு இறப்புக் கணக்குகளை எழுதிப் பேணிவந்தான்.

நரகத்திலுள்ள திவ்விய மண்டபத்தில் ஆடலும் பாடலுமாகக் கேளிக்கைகள் கேட்ட வண்ணமிருந்தன. எமன் சையமணி எனும் பட்டணத்தில் வாழ்ந்தான். அவனுக்கு வாகனம் எருமைக்கடா. அவன் தண்டம் பாசம் குடாரம் சுரிகை ஆகிய ஆயுதங்களைத் தாங்கியிருந்தான். அவனது தேவியின் பெயர் சாமளை இன்னொரு பெயர் கன்னி. அவனுக்கு அவுதும்பரன் சண்டாமிருகன் சம்பரன் சார்த்தூலன் என்னும் நான்கு தூதுவர்கள்.

நரகம் மாபெரும் உலகமாகக் காட்சியளித்தது. கண்ணுக்கெட்டாத தொலைவுவரை பல பகுதிகளாகப் பரந்துகிடந்தது. ஒவ்வொரு பகுதியிலும் குற்றவாளிகளுக்குத் தண்டனை அரங்கேறிக்கொண்டிருந்தது. மூத்த முனி தம்பியருக்கு விளக்கிக்கொண்டே நடந்தான்.

“எல்லா ஒலகங்களவிட நரகந்தான் பெரிசு. நெருக்கடியான ஒலகம்.”

“பாவிகளோட எண்ணிக்க அதிகம்னு சொல்லு.”

“சந்தேகமே இல்ல. குற்றவாளிகளக் கொண்டுவந்து குமிச்சிருவாங்க. செஞ்ச பாவத்துக்குத் தக்கபடி தண்டன கெடைக்கும். அததுக்குத் தனித்தனி எடம். எமதர்மன் இன்னதுக்கு இன்ன தண்டனன்னு உத்தரவுபோட்ருவான். அந்தப்படி தூதுவங்க குற்றவாளிகள எனம் பிரிச்சுக் கொண்டுவந்து சேத்துருவாங்க.”

“அவங்க செத்தாங்களா பெழச்சாங்களான்னு தண்டனைக் கப்புறந்தான் தெரியும்.”

“எமதர்மனுக்குக் கடுமையான வேல. அக்கம்பக்கம் பிதுங்க முடியாது.”

"பாத்தாலே தெரியிதே."

"பொதுவா நரகம் இருபத்தெட்டுப் பிரிவா இருக்குது. இருபத்தெட்டுப் பிரிவும் நூற்று நாற்பது வகையாக் கௌச்சிருக்கு. இந்த நூற்று நாற்பது வகையையும் விரிச்சுக்கிட்டே போனா எத்தனன்னு கணக்கிலடங்காது."

ஆவல் உந்தவே சனகாதி முனிகள் சில இடங்களை ஆகாயத்தில் மிதந்தவாறு பார்வையிடத் தொடங்கினர்.

பிறர் பொருளைக் கவர்ந்தோர் தாய் தந்தையரை வருத்தியோர் கொலை செய்தோர் துரோகிகள் இப்படிப் பல்வேறு குற்றங்களைப் புரிந்தவர்களுக்குத் தண்டனை வழங்கியதைப் பார்த்து மனங் கலங்கியது.

குற்றவாளிகளின் மீது பன்றிகளை ஏவிக் கடிக்கவிடுவதும் காய்ச்சிய எண்ணெய்க் கும்பத்தில் தள்ளிவிட்டுக் கொதிக்கவைப்பதும் உடலைப் பிளந்து உப்பிடுவதும் புழுக்களால் உடம்பைத் துளைக்கவிடுவதும் கொதிக்கும் ரத்தத்துக்குள் தள்ளுவதும் உதிரம் ஒழுக வதைப்பதும் தாங்க முடியாத குளிருக்குள் தள்ளுவதும் புழுக்களை உண்ணச்செய்வதும் பழுக்கக் காய்ச்சிய இரும்பு முட்களின்மீது நடக்கச்செய்வதும் ஆயுதத்தால் நாக்கை அறுப்பதும் ஒருவன் தன்னுடம்பை அறுத்துக் கொடுக்க அவனையே உண்ணச்செய்வதுமான பல்வேறு கொடிய தண்டனைகளைக் காணக்காணக் கண்கள் கலங்கின. குமட்டலில் தலை சுற்றியது. நரகத்தை விட்டு அகன்றால் போதுமென்றாயிற்று.

அடுத்து சொர்க்கத்தையடைந்தனர். அதன் மறுபெயர் அமராவதி. அதுக்கு அதிபதி இந்திரன். அமராவதி பரந்து விரிந்த உலகம். அங்கு ஐராவதி என்னும் யானையும் உச்சைசிரவம் என்னும் குதிரையும் இருந்தன. சயந்தம் என்னும் மண்டபம். வைசயந்தம் உவசந்தம் என்னும் மாளிகை. சுதன்மம் என்னும் பொக்கிஷம். நந்தனவனம் என்னும் சோலை. நவநிதி காமதேனு அமிர்தம் சிந்தாமணி சூளாமணி என அணிகளும் உண்டு.

அவனைச் சேவிக்கத் தேவர்கள் ரிஷிகள் தேவலோகக் கன்னியர் போன்றோர் இருந்தனர். மேனகை அரம்பை ஊர்வசி திலோத்தமை போன்ற நடனமணிகள் நாட்டியமாடி இந்திரனையும் ஏனையோரையும் மகிழ்வித்தனர். இந்திரனின் தேர் வியோமயானம். சாரதி மாதலி. இந்திரன் ஏந்தும் ஆயுதம் வச்சிரம். அவன் வீற்றிருக்கும் அழகிய சபை சுதர்மை. பஞ் சதருக்களாகிய மந்தாரம் பாரிஜாதம் சந்தானம் கற்பகவிருட்சம்

அரிச்சந்தனம் இவை எப்போதும் பசுமையில் பூத்துப் புல்லரித்து அமராவதியை அலங்கரித்திருக்கும். இத்தருக்களின் மணம் எங்கும் வியாபித்திருக்கும்.

அமராவதியை அடுத்து பிரமன் வருணன் அக்கினி வாயு நிருத்தியு போன்ற மற்ற கடவுளர்களுக்குத் தனித்தனி உலகங்கள் இருந்தன. அவற்றுக்கு உயரே கைலாயம். அது சிவனுக்குரியது. அடுத்து வைகுண்டம். பரமனுக்குப் பாத்தியப்பட்டது.

சனகாதி முனிவர்கள் எல்லா உலகங்களையும் பார்வையிட ஆவல் கொண்டனர்.

5

பிற உலகங்களின் கடவுளரிடம் ஆசி பெற்றுச் சனகாதி முனிவர்கள் இறுதியில் வைகுண்டம் வந்தடைந்தனர். மூத்தவனுக்குச் சோர்வு.

"ஒரு எடத்துல ஓய்வெடுத்துட்டுப் போகலாமே தம்பிகளா."

"எனக்கும் அப்படித்தான் தோணுதுண்ணா."

பசும்புல் விரிப்பில் படுத்துக்கொண்டனர். களைப்புத் தளர்ந்தது.

வைகுண்டத்தின் வனப்பு ஈடற்றது. பகவான் உறையும் உலகமாயிற்றே. அதன் அழகைக் கண்களால் மொண்டு மாளாது. அங்கே அரிய பெரிய மரங்களடர்ந்த வனம் உண்டு. அது நைச்சிரேய வனம். தேவர்கள் குடியிருக்கும் சிங்காரத் தோப்பு.

தேவர்கள் மெய்மறந்து பகவானின் அருமை பெருமைகளைப் போற்றிப் பாடும் இனிய கானங்கள் சதா ஒலித்துக்கொண்டேயிருக்கும்.

"பூவன வாசனுக்கு
பொன்னான மனமிருக்கு
ஆவன செய்வதற்கு
அன்பான குணமிருக்கு

திருமகள் தேவியென்னும்
தெய்வத்தின் துணைவனுக்கு
கருணை மழையிருக்கு
கவலை நமக்கெதுக்கு."

இசையில் மயங்கி எண்ணற்ற வண்ணப் புள்ளினங்களும் வகைவகையான வண்டினங்களும் ஆனந்தத்தில் ஆரவாரிக்கும்.

நைச்சிரேய வனத்தில் ஒரு தடாகம். மாதவிப் பூ மலர்ந்து சுகந்த மணங்கமழும் சுந்தரத் தடாகம். அங்கே பரமனின் துதி பாட பறவைகளுக்குப் பஞ்சமில்லை. மயில் குயில் புறா சக்கரவாளம் கிளி நெருப்புக்கோழி...... எல்லாம் சேர்ந்திசைக்கும் கீதம் பிரவகித்தவண்ணமிருக்கும்.

தடாகத்தைக் கடந்தால் பரமனின் திருக்கோயில். ஏழு பிரகாரங்களைத் தாண்டிச் சென்று கருவறையில் உறையும் கரியமாலைத் தரிசிக்கணும்.

பிரம குமாரர்கள் ஆறு பிரகாரங்களைத் தாண்டிவிட்டனர். ஏழாம் பிரகார வாயிலில் இரு துவார பாலகர்கள் காவலிருந்தனர். இருவரும் சம வயதினர். கரிய நிறம். நான்கு கைகள். ஒரு கையில் கதாயுதம். அழகற்ற புருவங்கள். தடித்த மூக்கு. தோள்வளை கிரீடம் குண்டலம் போன்ற நகைகளை அணிந்திருந்தனர். பெயர் ஜயன் விஜயன்.

இருவரும் சிவந்த கண்களை உருட்டியுருட்டி முனிவர்களை நோக்கினர். பிரம குமாரர்கள் ஐந்து வயதுப் பாலகர்களாகத் தோற்றமளித்தனர். ஆடையணியாத அழகு. அக்கோலம் காவலர்களின் கண்களை உறுத்தியது. கையிலிருந்த குறுந்தடி கொண்டு தடுத்தனர்.

"நில்லுங்க."

முனிவர்கள் திகைத்து நின்றனர். சினந்து சிறுவர்களைப் பார்த்தனர். பரமன் தரிசனத்துக்குப் பங்கம் வந்துவிடுமே. சனத்குமாரன் முகஞ்சுளித்தான்.

"நாங்க யார் தெரியுமா பாலகர்களே."

விஜயன் நிமிர்ந்து கூறினான்.

"யாராருந்தா என்ன. இக்கோலத்துல பரமனத் தரிசிக்க அனுமதிக்க மாட்டொம்."

முனிவர்களின் சினம் சனாதனனின் வார்த்தைகளாக வெடித்தது.

"நாங்க பகவானோட வரம் பெற்ற சனகாதி முனிவர்களாக்கும். பிரமனோட குமாரர்கள்."

மூத்தவன் நெருங்கி வந்தான்.

"இந்தத் தலத்தோட மகிம தெரியுமா ஓங்களுக்கு."

ஜயன் கைவிரித்தான்.

"தெரியாது."

"பகவானுக்குப் பணிவிட செஞ்சு நல்ல பேரு வாங்குனவங்க வந்து வணங்குற எடமாக்கும் இது."

துவார பாலகர்களின் முகத்தில் கலக்கம். விஜயன் தடுமாறினான்.

"அப்படியா. இதுவரைக்கு நாங்க இந்தக் கோலத்துல யாரும் தரிசிக்க வந்து பார்த்ததில்லையே......"

முனிவர்களின் சினம் அடங்கவில்லை.

"இப்பப் பாத்துக்கிட்டீங்கல்ல. கோலமா முக்கியம். ஓங்களப்போல பேதை மனங்கொண்டவங்களுக்கு அப்படித்தான் தெரியும். அவங்களுக்கு இங்க எடமில்ல."

"கபட எண்ணங்கொண்டவங்க பரமனுக்குக் காவலிருக்கக் கூடாது."

சனகன் சபித்துவிட்டான்.

"நீங்க பூலோகத்துல பெறக்கக் கடவது."

துவார பாலகர்கள் மிரண்டுபோய் முனிவர்களை வணங்கினர்.

"எங்கள மன்னிங்க மாமுனிகளே. நாங்க செஞ்ச குத்தத்துக்குத் தக்க தண்டன குடுத்துட்டீங்க. எங்கமேல கருண காட்டுங்க. நாங்க எங்கருந்தாலும் பகவான மறக்காமருக்க அருள்புரியணும்."

கருவறையிலிருந்த பரமனுக்கு நிலைமை புரிந்தது. கதை இப்படியாகிவிட்டதே. லட்சுமி சமேதராக அங்கே எழுந்தருளினான். முனிவர்களைச் சமாதானப்படுத்தினான்.

"மகரிசிகளே ஒங்களுக்கு நேர்ந்த தடங்கலுக்கு மன்னிக்கணும். இந்தப் பாலகர்களுக்குத் தக்க தண்டன கெடச்சிருச்சு. என்னோட நன்மைய முன்னிட்டுச் சடுதியிலயே தண்டன முடிஞ்சு அவங்க இங்க திரும்பி வர அருள்புரிங்க."

முனிவர்கள் சாந்தமடைந்தனர். சனகனுக்குத் தர்மசங்கடம்.

"பெருமானே நாங்க கோவத்துல அவசரப்பட்டுட்டொம். நாங்க குடுத்த சாபத்துக்கு நீங்க விமோசனந் தாறதே சரியாருக்கும்."

பரமன் துவார பாலகர்களை நோக்கினான்.

"இருவரும் அசுரர்களாப் பெறப்பீங்க. சதா என்னோட வெறுப்புக்கொண்டிருப்பீங்க. அதனால பகவத் தியானம் கிட்டும். சீக்கிரமே இங்க திரும்பீருவீங்க."

லட்சுமி இன்முகம் மலர்ந்து காவல் பாலகர்களைப் பாசப் பார்வையில் ஆசீர்வதித்தாள். ஜய விஜயர்கள் பரமனை வணங்கிப் பணிந்து விடைபெற்றனர். அவர்களது பூலோகப் பயணம் தொடங்கியது.

6

"அங்கமெல்லாம் காமம் கனலா வேகுதே. காத்தருளும் அய்யனே."

யமுனை நதியோரம் தவச்சாலையில் ஆழ்ந்த தியானத்திலிருந்த காசியப முனி மெல்லக் கண் திறந்தான். எதிரில் மண்டியிட்டு மன்றாடியவாறு மனைவி திதி. தட்சனின் மகள்.

அவள் அங்கமெங்கும் விரகதாபம் அனலடித்தது. கச்சைக் காவலை மீறத் துடிக்கும் கனமுலைகள் காம இச்சையில் விம்மித் தணிந்தன. எரிதழலாகப் பெருமூச்சுமிழ்ந்தாள்.

முனிவனுக்கு நிலைமை நன்றாகவே விளங்கியது."

"அன்பானவளே மனைவிய மகிழ்விக்கவேண்டியது கணவனோட கடம."

"ஒங்களுக்குத் தெரியாறதில்ல. தருமசாத்தரம் அறிஞ்சவர்."

முனிவன் முறுவலித்தான்.

“இது சந்தியா காலம். இரவு வரட்டும். உறவுகொள்ளலாம்.”

அவள்மீது அள்ளித் தெளித்திருந்த அந்தி வெயிலுக்குப் பொன்மேனி மின்னியது. மெத்தக் கிறங்கியிருந்தாள். அல்குல்லின் அடியாழத்தில் சுரந்த ஊற்றின் வெதும்பலில் தன்னை மறந்து துவண்டாள்.

“அதுவரைக்கும் பொறுக்க முடியாது சுவாமீ.......”

“பெண்ணே இது பிரதோஷக் காலம்.”

“எனக்கு ருது பொங்கும் வசந்த காலம்.”

“தெரியும். ஆனாலும்.......”

“ஒரு பொண்ணோட ருது ஸ்நானம் முடிஞ்ச காலத்துல அவ ஆசைய நெறவேத்தணும்னு தர்மம் சொல்லுதே சுவாமீ......”

“உண்மதான்...... இது பூதகணங்க புடைசூழப் பார்வதி சமேதராப் பரமசிவன் விடையேறி ஆகாயத்துல சஞ்சரிக்கும் புனித நேரம். நம்ம இப்பக் கூடுனா ஈசனுக்கு அவமதிப்பு. இரவுவரைக்கும் பொறுத்துக்கொள்ளேன்.”

“எந்த அங்கமும் என் வசமில்ல சுவாமீ.”

“புலன்கள அடக்கிப் புதுமுகங் காட்டு. சற்று நேரந்தான். அப்புறம் நாம் பொங்கலாம்.”

“எல்லா அங்கங்களும் என்ன அடக்கியாளுதே. நான் என்ன செய்யட்டும் அய்யனே.”

அவள் நிலைமறந்து நெருங்கினாள். வெட்கம் அறிவு எல்லாமே அவளிடமிருந்து விடைபெற்றன.

சிந்தையெங்கும் சிருங்காரக் களியாட்டம். கருவறையில் நீந்தும் ருதுக்கோளங்கள் வீரியந்தேடி அலைமோதின. கணவனின் காவியுடையைக் கண்சொருகலில் களையத் தொடங்கினாள். அவன் உடல் புல்லரித்துச் சிலிர்த்தது. கூச்சத்தில் நெளிந்தான்.

“இதென்ன பெண்ணே......”

“மன்னிக்கணும் மகரிசியே........”

அவனால் தடுக்க முடியவில்லை. பெண்ணின் மெல்லிய தீண்டலில் அவனுள்ளும் காம மதர்ப்பு.

“ஒன் உரிமையக் கேக்கும்போது என்னால் மறுக்க முடியாது. சரி வா.”

மறைவிடந் தேடிக் கூடிக் கலந்தனர். அவள் இன்பப் பெருநதியில் நீந்தித் திளைத்தாள். கொதிப்படங்கிக் குளிர்ந்தாள்.

மயக்கந் தெளிந்தது. இப்போது அவள் மனசில் குற்றவுணர்வின் குறுகுறுப்பு. பெருந்தவறு புரிந்துவிட்டேனோ. விளைவுகள் விபரீதமாக இருக்குமோ. சிவனின் சினத்துக்குள்ளாக நேரிடுமோ.

அவள் பார்வை கணவனைத் தேடியது. அவன் நதியில் நீராடிவிட்டு வந்து தியானத்தில் அமர்ந்திருந்தான். அவள் வெட்கத்தில் கெஞ்சினாள்.

“அய்யனே என்ன ஒரு அச்சம் புடிச்சாட்டுது.......”

“ஏன் அப்படி.”

“கூடாத வேளையில கூடுன குத்தத்தால என் வயித்துல கரு உருவானா அதுக்குப் பங்கம் வருமோ.”

“நிச்சயமாக......”

“மதிகெட்ட செயலுக்காக வருத்தப்படுறென். மன்னிக்கணும் மாமுனியே.”

அவன் முகத்தில் புன்னகை ஒளிர்ந்தது.

“பேதைப் பெண்ணே நீ காமம் பொங்கக் கலந்தது புனித வேளையாக்கும். அதோட பலன் வலியது. அனுபவிச்சுத்தான் ஆகணும்.”

“சுவாமீஞ்.”

“ஒனக்கு ரெட்டக் கொழந்தைக பெறக்கும்.”

“ரெண்டா. ஒரே சமயத்துலயா.”

“அசுரக் கொழந்தைக......”

“சுவாமீ......”

“கெட்டவங்க.......”

“நம்ம கொழந்தைகளா மகரிசியே.”

“சகிச்சுத்தான் ஆகணும்.”

“அசுரர்களப் பெறத்தானா இத்தன தவமும் யோகமும்.”

“மூணு லோகத்தையும் ஆட்டிப்படைப்பாங்க. அவங்களோட இம்ச தாங்காமச் சனங்க பாதுகாப்புத் தேடிச் செதறி ஓடுவாங்க.”

“சுவாமீ......”

“அவங்களோட வெறியாட்டத்துக்குத் தண்டனையா பகவான் ரெண்டு பேரையும் சங்கரிப்பார்.”

அவள் நடுங்கினாள்.

“கைப்புடிச்ச கணவரோட கூடியதுக்கா இவ்வளவு கடுந்தண்டன. அடுக்காது. தர்மப்படிதான கூடுனோம்.”

முனிவன் தேற்றினான்.

“ஒன் வருத்தம் புரியிது. பெறக்கப்போறது அசுரக் கொழந்தைகளாச்சே. அல்லல் தருவதும் பெறுவதும் விதி.”

“விதியை மாத்த முடியாதா.”

“அது வலியது.”

“கால நேரம் பாத்தா காமம் ஊழிக்காத்தா ஒடம்பச் சுழிச்சாட்டுது. நீங்க விரும்பிய போதெல்லாம் நெருங்கி வணங்கி எணங்கினனே. அதும் விதிதானா.”

“நடந்தத மறந்து நடக்கப்போறத எதிர்கொள்ளத் தயாராகு.”

“முடியாதுபோலருக்கு முனிபுங்கரே.”

“ஒனக்கு ஆறுதலளிக்கும் சேதியொண்ணு சொல்லட்டுமா.”

“சொல்லுங்க தவசீலரே. குளிரட்டும் நெஞ்சம்.”

“மகன் ஒருவனுக்குப் பெறக்கும் கொழந்த ஒண்ணு பேரும் புகழுடன் சிரஞ்சீவியா வாழ்வான்.”

“என் நெஞ்சில பால்வார்த்தீங்க அய்யனே.”

திதி கருவுற்றாள். பிறக்கப்போகும் குமாரர்களால் தேவர்களுக்கு நேரவிருக்கும் இன்னல்களை நினைத்து நினைத்து நைந்தாள். கணவனை அணுகினாள்.

“எனக்கொரு யோசன தோணுது அய்யனே. ஏத்துக்கிருவீங்களா.”

“ஏற்புடையதுன்னா ஏன் மறுக்கணும்.”

“பேறுகாலத்தக் கொஞ்சம் தள்ளிப்போட்டா என்ன.”

“அது நெரந்தரத் தீர்வாகாதே........”

“இப்போதைக்கு அமைதி நெலவுமே.”

"ஒன்னால அவ்வளவு காலம் கருவச் சொமக்க முடியுமா."

"சொமக்கவேண்டியதுதான்."

அப்பச் சரி."

பேறுகாலத்தைத் தள்ளிப்போட்டாள். இருப்பினும் பல கெட்ட சகுனங்கள் அச்சுறுத்தின. தேவர்கள் அஞ்சியோடிப் பிரமனை வணங்கினர்.

"பிரம தேவனே எங்களுக்கு ஏனிந்தச் சோதன. நித்தமும் நித்திரை கெட்டுத் தவிக்கிறமே."

பிரமன் ஞானத்தால் ஆலோசித்து நிலைமையை அறிந்து கொண்டான்.

"விதி வெளையாடுது. நம்ம பொறுக்கத்தான் செய்யணும்."

"எங்க பாதுகாப்பு ஒங்க கையில. பொறுமையாருப்பொம்."

தேவர்கள் தெம்புடன் திரும்பினர்.

7

திதி நீண்ட காலம் கர்ப்பஞ் சுமந்து இரட்டைக் குழந்தைகளைப் பெற்றாள். இரணியகசிபு இரணியாட்சகன். முன்பொரு நாள் சனகாதி முனிவர்களால் சபிக்கப்பட்ட ஜய விஜயர்களின் மறு பிறவி.

அசுரக் குழந்தைகளின் பிறப்பு விபரீத விளைவுகளை ஏற்படுத்தியது. பூமி அதிர்ந்தது. இடி முழங்கியது. வானில் தூமகேது நட்சத்திரம் தோன்றியது. புயல் வீச்சில் பெரிய மரங்கள் வேருடன் சாய்ந்தன. கடல்வாழ் உயிரினங்கள் கலங்கின. அலைகளின் சீற்றம் அச்சுறுத்தியது. நரிகளின் ஊளையும் நாய்களின் ஓலமும் தொடர்ந்து ஒலித்தன. உயரப் பறந்த பறவைகள் மயங்கிக் கீழே விழுந்து மாண்டன.

அசுரக் குழந்தைகள் கொழுத்து வளர்ந்தனர். இரணியகசிபுக்குச் சுருக்கமான பெயர் இரணியன். பாலகர்களின் அசுரக் குணங்கள் பெற்றவளுக்கு உவக்கவில்லை.

இரணியன் பிரமனை நோக்கித் தவமிருந்து பல வரங்களைப் பெற்றான். தன்னை வெல்ல எவருமில்லை என்ற ஆணவத்தில் அனைவரையும் வென்று தன் வசமாக்கிக்கொண்டான். தான் என்ற அகங்காரத்தில் தலை கால் புரியாமல் ஆடினான்.

தம்பிக்குத் தமையன் மீது அளவு கடந்த பாசம். போரிடுவதில் மிகுந்த நாட்டங்கொண்டவன். சதா கதாயுதத்தைத் தூக்கிக்கொண்டு தினவெடுத்த தோள்களுடன் எதிரிகளைத் தேடியலைவான். எக்காளத்தில் கூவுவான்.

"என்னோட போரிட எவரும் உண்டோ...."

ஒரு சமயம் இந்திரனைத் தேடி அமராவதி சென்றான். இந்திரன் அவனை எதிர்கொள்ளாமல் ஓடிவிட்டான்.

வருணலோகம் சென்று வருணனைப் போருக்கழைத்தான்.

"வருணனே நீர் பராக்கிரமசாலி. முந்தியொரு காலத்துல அசுரர்களத் தோக்கடிக்க யாகம் நடத்தியவர். அப்பேர்பட்ட வீரர் என்னோட போருக்கு வரணும்."

வருணன் கலங்கினான். இந்த முரட்டு அசுரனிடமிருந்து எப்படியாவது தப்பிக்கணுமே.

"இரணியாட்சகனே ஒன்னோட ஆற்றலும் வீரமும் எனக்கு நல்லாத் தெரியும். நானோ போர்செய்யும் சக்தியெழந்து நாளாச்சு..."

அசுரன் கோவத்தில் கதாயுதத்தைத் தூக்கிக் கீழே குத்தினான்.

"என்னோட போரிட எவருமே இல்லையா. கேவலம். அவமானம்."

"பகவான் ஒருவர்தான் ஒன்னோட போரிடத் தகுதிவாய்ந்தவர். அவருட்ட ஒன் வீரத்தக் காட்டு."

அசுரன் பரமனைத் தேடத் தொடங்கினான்.

"பகவானே எங்கருக்கிறீர். இந்தா வாறென்."

கதாயுதத்தால் ஓங்கியடித்துப் பேரொலியெழுப்பி மதயானையாகத் திரிந்தான். ஆயுதம் துதிக்கையாக அசைய ஆடிப்பாடிக்கொண்டே நடந்தான்.

"ஆனவருது ஆனவருது
ஒதுங்கி நில்லுங்கடா
பூனபோல ஒளிஞ்சுஒளிஞ்சு
பதுங்கி நில்லுங்கடா

தும்பிக்கையச் சொழற்றிவந்து
தோளில் தாக்குவேன்
வம்புக்கார எதிரிகள
வளச்சுத் தீட்டுவேன்."

இரணியாட்சகனைப் பரமன் எதிர்கொண்டான்.

"அசுரனே நான் இங்கருக்கென்."

மகா உருவெடுத்து எதிரில் நிற்கும் பரமனைப் பார்த்து அவன் பதறினாலும் சமாளித்துக்கொண்டான்.

"ஒம்மத்தான் தேடிக்கிட்ருக்கென். நீருதான் பயந்துபோயிப் பன்றி உருவத்துல திருட்டுத்தனமாப் பூமியத் தூக்கீட்டு வந்தீரா. இப்ப மோதிப்பாக்கலாமா."

இரு கதாயுதங்களும் பொருதன. சண்டை வெகுநேரம் நீடித்தது. வெற்றி முடிவாகவில்லை.

அசுரன் அரவமாகச் சீறிக்கொண்டு மோதினான். பரமனின் கதாயுதம் நழுவிக் கீழே விழுந்துவிட்டது. அவன் கொக்கரித்தான்.

"நீயா நானா ஒரு கை பாத்துருவொம்."

பரமன் கதாயுதத்தை எடுத்துக்கொண்டு போரிட்டான். இப்போது அசுரனின் ஆயுதம் தரையில் கிடந்தது. அசுரன் மும்முனைச் சூலாயுதத்தைப் பிரயோகித்தான். பரமன் சக்கராயுதத்தை ஏவினான். அது சூலாயுதத்தைத் தாக்கி வீழ்த்திவிட்டுத் திரும்பியது.

"அசுரனே இன்னும் ஏதாவது வச்சிருக்கயா."

"இதோ இரு கையிருக்குதே. வலிமையான ஆயுதம்."

அசுரன் பரமனின் கன்னத்தில் குத்தினான்.

"இந்தா வாங்கிக்கோ மரண அடி."

பரமன் பதிலடி கொடுத்தான்.

"இது எப்படியிருக்கு."

அசுரனுக்கு உடம்பு ஆட்டங்கண்டது. நிலைகுலைந்துபோனான். கண்கள் பிதுங்கின. கை கால்கள் பிய்த்துச் சிதறின. பெரிய மரமாக வீழ்ந்து மாண்டான்.

பரமனின் நெருப்புப் பார்வையில் அசுரனின் பிணம் சாம்பலாகி நீந்தது.

8

"எந் தம்பியக் கொன்னவன் எவனாருந்தாலும் எனக்கு எதிரிதான். அவனச் சும்மாவுடமாட்டென். பழிவாங்கியே தீருவென்."

தம்பியை இழந்த சோகம் இரணியனுக்கு இன்னும் ஆறவில்லை. சதா புலம்பிக்கொண்டிருந்தான். மனக்கொதிப்புத் தணியாமல் பரமன் மீது தீராப் பகையை வளர்த்துக்கொண்டான். தனக்குத் துணையாக அசுரர்களைத் திரட்ட ஆணையிட்டான்.

"அந்தணங்க தங்கியிருக்கிற எடங்கள அழிச்சுத் தரமட்டமாக்குங்கடா. கொட்டில் யாகசால அத்தியாயன எடம் அத்தனையும் கொளுத்துங்க. தேவங்க நமக்குப் பகையாளிக. அவங்களுக்குரிய அவிர்ப்பாகங்கள நிறுத்திருங்க. பட்னிகெடந்து சாகட்டும். பூமியில எந்த யாகமும் நடக்கக் கூடாது. பரமனோட தலைய வெட்டி ரத்தம் ஓடவுட்டாத்தான் எந் தம்பியோட ஆன்மா சாந்தியடையும்."

அசுரர்களுக்குக் கொண்டாட்டம். அட்டூழியங்களை அவிழ்த்துவிட்டனர். அந்தணர்களை அடித்துத் துன்புறுத்தினர். முனிவர்களின் ஆசிரமங்கள் எரிந்தன. மக்கள் சொல்லொணாத் துயரில் அரற்றினர்.

"இந்தக் கொடுமையத் தட்டிக் கேக்க யாருமில்லையா. ஒவ்வொரு நாளும் செத்துச் செத்துப் பெழைக்கமே."

அவிர்ப்பாகம் கிடைக்காத தேவர்கள் அஞ்சியோடி மறைந்து வாழ்ந்தனர். இரணியனின் தாயும் தம்பியின் மனைவியரும் துக்கத்திலிருந்து மீளவில்லை. அவன் அவர்களைத் தேற்றினான்.

"ஓங்களப் போலவே எனக்கும் துக்கமுண்டு. என்ன செய்றது. சண்டையில வீரமரணமடையிறது சாதாரணம். ஒண்ணுகூடிப் பேசிப் பிரியும் வழிப்போக்கர்களப் போலத்தான் நாமும் இங்க வாழுறொம். கொஞ்சக் காலத்துல பிரியப்போறொம். சரீரம் ஆழியும். ஆன்மாவுக்கு அழிவில்ல. இத ஒணந்து ஆறுதலடையணும்."

அவர்கள் சாந்தமாகித் துக்கத்தை மறந்தனர். சித்தம் தத்துவத்தை நாடியது.

இரணியனுக்குப் பரமன் மீதான குரோதம் வளர்ந்தது. எவராலும் வெல்ல முடியாத அரிய வரங்களைப் பெற்று மேலும் வலிமையடையணும். அதுக்கு ஒரே வழி தவந்தான்.

மந்தரமலைச் சாரலையடைந்து கடுந்தவம் புரிந்தான். அதன் விளைவாக அவன் தலையிலிருந்து புறப்பட்ட கோபாக்கினி திக்கெங்கும் பரவித் தகித்தது. பூமி ஆட்டங்கண்டது. நட்சத்திரங்கள் உதிர்ந்து விழுந்தன.

தவத்தின் அனல் தாங்காமல் தேவர்கள் சொர்க்கத்திலிருந்து விரண்டோடி பிரமலோகத்தில் தஞ்சம்புகுந்தனர். பிரமனிடம் நிலைமையைக் கூறினர்.

"பிரமதேவனே இரணியனோட கோபாக்கினியத் தாங்க முடியல. காலங்கடந்தா அக்கினி எல்லாரையும் எரிச்சிரும். அவன் கேக்கிற வரங்களத் தந்து சாந்தப்படுத்துங்க."

பிரமன் சில முனிவர்களுடன் இரணியனிடம் சென்றான். நின்ற கோலத்தில் தவமிருந்த அவன் உடலைச் சுற்றிப் புற்றுக்களும் புதர்களும் வளர்ந்து மூடியிருந்தன. கரையான்களும் எறும்புகளும் அவனது தோல் சதையைத் தின்று எலும்புக்கூடு மட்டுமே எஞ் சியிருந்தது. பிரமனுக்கு ஆச்சரியம்.

"இரணியனே ஒம் மன வலிம மகத்தானது. வேண்டிய வரங்களக் கேளு."

பிரமன் கமண்டலத்திலிருந்த திவ்விய நீரை அசுரனின் உடம்பில் தெளித்தான். அது பழைய நிலையை அடைந்தது. அவன் பிரமனைத் தொழுதான்.

“பிரமதேவனே எனக்கு மூணு வரங்களத் தரணும். வீட்டுக்குள்ள வெளிய ராத்திரி பகல் பூமி ஆகாயம் எங்கயும் எப்பயும் எனக்கு மரணம் சம்பவிக்கக் கூடாது. மனுசர் தேவர் அசுரர் மிருகம் யாராலயும் எனக்கு மரணம் நேரக் கூடாது. மூணு லோகங்களிலயும் எனக்குச் சமமானவன் இருக்கக் கூடாது. நான் ஒருவனே மூணு லோகங்களையும் ஆளணும்.”

பிரமன் அதிர்ந்துபோனான். அதை வெளிக்காட்டிக் கொள்ளவில்லை. இக்கட்டான நிலை. தேவர்கள் அவனைக் கேட்டுக்கொண்டனர்.

“இவன் வேண்டிய வரங்களத் தந்தருளும் நான்முகனே. விளைவுகளப் பத்திப் பெறகு பாத்துக்கிறலாம்.”

வேறு வழியின்றி இரணியன் கேட்ட வரங்களைத் தந்துவிட்டுப் பிரமன் புறப்பட்டான்.

சாகாவரம் பெற்ற இரணியன் அதிகாரத்தில் குளித்தான். அசுரர் தேவர் தானவர் போன்ற யாவரையும் வென்று மூவுலகுக்கும் அதிபதியானான். தேவர்களை அமராவதியை விட்டு விரட்டியடித்தான். எஞ்சியோர் போக்கிடமின்றி அவன் தாள்பணிந்து ஏவலராயினர்.

இந்திரப் பதவியை எளிதில் கைப்பற்றிக்கொண்டான். அட்ட திக்குப் பாலகர்கள் அவனுக்குப் பணியாளர்களாயினர். சித்தர் அந்தணர் வித்தியாதர் போன்றோர் அவன் புகழ் பாடித் துதித்தனர். யாகஞ்செய்யச் சொல்லி அந்தணர்களைத் துன்புறுத்தி அவிர்ப்பாகங்களைத் தானே அபகரித்துக்கொண்டான்.

காடும் மலையும் அவனுக்கு அஞ்சி அடிபணிந்தன. கடல்கள் ரத்தினங்களைக் கொண்டுவந்து குவித்தன. மரங்கள் அனைத்துப் பருவங்களிலும் கனிகள் தந்தன.

தேவர்களின் துயரம் சொல்ல முடியாது. புலம்பித் தவித்தனர். பரமனைத் துதித்து வேண்டினர்.

பரம்பொருளே நாங்க மீளாத் துயரத்துல சிக்கித் தவிக்கொம். காப்பாத்தணும் அய்யனே.”

பரமன் அசரீரியாய் அபயமளித்தான்.

“பொறுத்தருள்க அன்பரே.”

பிறகும் இரணியனின் இன்னல்கள் தொடர்ந்தன.

9

இரணியனுக்கு நான்கு புதல்வர்கள். கிலாதரன் பிரகலாதன் அனுகிலாதன் சமகிலாதன்.

அவர்களில் பிரகலாதன் அசுரக் குணங்களுக்கு அப்பாற்பட்டவன். தந்தைக்குச் செல்லப்பிள்ளை. ஆனால் தந்தையின் எதிரியான பரமனுக்குப் பரம பக்தன். பிஞ்சில் பழுத்த ஞானவான்.

நால்வரும் சுக்கிராச்சாரியாரின் புத்திரர்களான சண்டன் அமர்க்கன் ஆகியோரிடம் கல்வி பயின்றனர். பிரகலாதனுக்குக் கல்விமேல் அவ்வளவு நாட்டமில்லை. பக்தியில் அதிக ஈடுபாடு கொண்டிருந்தான். ஆசிரியர்களால் கட்டுப்படுத்த முடியவில்லை.

ஒரு நாள் இரணியன் ஆசிரியர்களின் முன்னிலையில் பிரகலாதனிடம் விசாரித்தான்.

"இதுவரைக்கும் நீங்க என்னென்ன கத்துக்கிட்டீங்க மகனே."

பிரகலாதன் இயல்பாகச் சொன்னான்.

"தந்தையே எல்லாக் கல்வியையும்விட பகவான்மேல கொண்டிருக்கிற பக்தியே மேலானது. நலம் பயப்பது. இல்லையா."

இரணியன் ஆடிப்போனான். சுட்டெரிக்கும் பார்வையில் ஆசிரியர்களைக் கேட்டான்.

"என்னய்யா இதெல்லாம். நீங்க கத்துக்குடுக்கிற அழகு இதுதானா."

ஆசிரியர்கள் திகைத்து நின்றனர். இரணியன் அவர்களைக் கடிந்துகொண்டான்.

"பரமன் எனக்கு மொத எதிரி. அது தெரியுமில்ல. அவனக் கொல்லத் துடிச்சுக்கிட்டுருக்கென். இவனோ அவன்மேல பக்தியா இருக்கான். பக்தியப் பத்தி யாரு கத்துக்குடுத்தது."

ஆசிரியர்கள் நடுக்கத்தில் இரணியன் காலில் விழுந்து வணங்கினர்.

“நாங்க அப்படிக் கத்துக்குடுக்கல அரசே. கொழந்த யாரிடம் கத்துக்கிட்டான்னு தெரியல. கொழப்பத்துல இருக்கொம்.”

“ஒழுங்காப் பாடஞ் சொல்லிக்குடுங்க. இல்லன்னா என்ன நடக்கும் தெரியுமில்ல. எங் கோவத்தக் கௌறாதங்க.”

இரணியன் எச்சரித்துவிட்டுப் போனான். அப்போதைக்கு ஆசிரியர்கள் தப்பித்தனர். பிரகலாதனிடம் பக்குவமாகக் கேட்டனர்.

“ஒனக்குப் பகவான் மேல எப்படிப் பக்தி ஏற்பட்டதுய்யா. யாரு கத்துக்குடுத்தது.”

“எனக்குப் பகவானே குரு. அவர்தான் பக்தியக் கற்பிச்சாரு.”

ஆசிரியர்களுக்குக் கோவம். பாலகனை அச்சுறுத்தினர்.

“ஒன்னப் பெரம்பால அடிச்சுத் திருத்துறதுதான் வழி.”

அவன் எந்த மிரட்டலுக்கும் அஞ்சவில்லை. பரமன் மீதான பக்தியை மேலும் வளர்த்துக்கொண்டான்.

இரணியன் சீறிச் சினந்தான்.

“இவன எங்கயாவது இழுத்துட்டுப் போயிக் கொன்னுருங்க. பரமனத் துதிக்கிறவன் யாராருந்தாலும் எனக்கு எதிரிதான்.”

காவலுக்கு நின்ற அசுரர் அவனை அழைத்துச்சென்று கூர்மையான சூலத்தினால் குத்தினர். ஈட்டியால் துன்புறுத்தினர். அவன் நாராயண மந்திரங்களைத் தொடர்ந்து உச்சரித்தான்.

“ஓம் நமோ நாராயண.....”

அவனை இம்சித்த ஆயுதங்கள் தோற்றன. ஆசிரியர்கள் வெலவெலத்துப்போயினர்.

உணவில் நஞ்சு கலந்து கொடுத்தனர். மலை உச்சியிலிருந்து வீசியெறிந்தனர். இருட்டறைக்குள் வைத்துப் பூட்டிப் பட்டினிபோட்டனர். பாறையைப் பிணைத்துக் கட்டிக் கடலுக்குள் எறிந்தனர். எல்லா முயற்சிகளும் தோல்வியைத் தழுவின.

பிரகலாதன் பகவத் பக்தியின் அருமை பெருமைகளைச் சக மாணவர்களுக்கு உபதேசித்தான். அவர்கள் அவன் மீது அன்புகொண்டனர். ஆசிரமமே மாறிவிட்டது. ஆசிரியர்கள் இரணியனிடம் முறையிட்டனர்.

"அரசே பிரகலாதனோட கொணத்த எங்களால மாத்த முடியல. அவன் மத்த மாணவர்களையும் அரி பக்தரா மாத்திட்டான். செய்வதறியாமத் தெகச்சு நிக்கொம்."

இரணியன் பிரகலாதனை அழைத்துவரச்சொல்லி எச்சரித்தான்.

"அடே மகனே ஒண்ணு தெரிஞ்சுக்கோ. எனக்குக் கோவம் வந்தா மூணு லோகமும் நடுநடுங்கும். நீ என்னடான்னா கொஞ் சங்கூட நெஞ்சில பயமில்லாமருக்க. என் உத்தரவ மீறுனா ஒனக்குச் சாவுதான் முடிவு."

பிரகலாதன் அமைதியாகச் சொன்னான்.

"தந்தையே நீங்க அசுரக் கொணங்கள வுட்டுட்டு நல்ல வழிக்குத் திரும்புங்க."

"மூடனே ஒனக்கு மரணம் நெருங்கீருச்சு. மூணு லோகங்களுக்கும் அதிபதி நானா அந்த அரியா. ஒரு கை பாத்துறலாம். அவன் எங்கருக்கான்னு சொல்லு."

பிரகலாதன் கிஞ்சித்தும் அஞ்சவில்லை.

"பகவான் எங்கயும் இருக்காரு. அவர் இல்லாற எடமே இல்ல."

இரணியன் ஆத்திரத்தில் குதித்தான்.

"அடே இந்த லோகத்துக்கு வேற ஒருவன் அதிபதியா இருக்கானா."

"அப்படித்தான் அரசே. உண்மையான அதிபதி."

"இந்த ஏமாத்து வித்தையெல்லாம் எங்கிட்ட வச்சுக்கிறாத. இந்தத் தூணுலருக்கானா. காட்டுடா பாக்கலாம்."

"அவரு தூணுலயும் இருப்பாரு. துரும்புலயும் இருப்பாரு."

"இப்ப ஒந் தலைய வெட்றென். அவன் வந்து காப்பாத்தட்டுமே."

இரணியன் வாளை உருவிக்கொண்டு அண்டம் நடுங்க ஓடிவந்தான். எதிரிலுள்ள தூண்மீது கைமுஷ்டியால் குத்தினான்.

தூணிலிருந்து இடிமுழக்கமாகப் பயங்கரச் சத்தம் வெடித்தது. அண்ட சராசரங்களும் அதிர்ந்தன. பிரமாதி தேவர்கள் கலங்கினர். அசுரச் சேனாதிபதிகள் அஞ்சினர்.

தூண் இரண்டாகப் பிளந்தது. அதிலிருந்து ஒளிப்பிழம்பு பாய்ந்தது. பரமன் நரசிம்ம அவதாரம் தாங்கி ஒளிக்கு நடுவில்

வெளிப்பட்டான். மனித உடல். சிங்க முகம். உருக்கிய தங்கமாகக் கண்கள். சடைகள் தொங்கின. பிடரி மயிர் பிரகாசித்தது. விடைத்த காதுகள். குகைபோன்று இருண்ட வாய். பிதுங்கிய கன்னங்கள். தடமார்பு. பருங்கழுத்து. நாற்புறமும் பரவிய பல கண்கள். நகமே ஆயுதம். நெடிதுயர்ந்த உருவம்.

அனைவரும் அச்சத்தில் சிதறியோடினர்.

இரணியன் சமாளித்துக்கொண்டு கதாயுதத்தால் நரசிம்மத்தைத் தாக்க முயன்றான்.

"தூணுக்குள்ளயா ஒளிஞ்சிருக்க. ஒன்னத் துரும்பப்போல கசக்கி ஊதுறென் பாரு. வாடா வா. ஒன்னத்தான் எதிர்பாத்துக்கிட்ருக்கென்."

பரமன் அவனைப் பற்றிப் பிடித்து அழுத்தத் தொடங்கினான். பிடியிலிருந்து விடுவித்துக்கொண்டு அசுரன் மாறிமாறித் தாக்க முற்பட்டான். மூர்க்கமான யுத்தம் மூண்டது.

இரணியனால் சமாளிக்க முடியவில்லை. பரமன் அவனைப் பிடித்திழுத்து வாயிற்படியருகே தொடையில் வைத்துக்கொண்டு கைவிரல் நகங்களால் அவன் மார்பைப் பிளந்தான். கருடன் பாம்பைப் பிளப்பதுபோல் அவனது இதயத்தைக் கீறிக் கிழித்தான். அதிலிருந்து கொப்புளிக்கும் குருதியை நாவினால் நக்கி உறிஞ்சிக் குடித்தான். குடலை உருவிக் கழுத்தில் மாலைகளாக அணிந்துகொண்டான்.

இரணியன் பிரமனிடம் சாகாவரம் பெற்றவனாயிற்றே. எங்கும் எப்போதும் அவனைக் கொல்ல முடியாது. இந்த வரம் பரமனின் நினைவுக்கு வந்தது. வேறு வழியை யோசித்தான். அதனால் சந்தியா காலத்தில் வதம் நிகழ்ந்தது. அசுரன் கதை முடிந்தது.

சேதியறிந்த வானவருக்கு ஆனந்தக் களிப்பு. துந்துபி போன்ற தேவ வாத்தியங்கள் முழங்கின. பெண்கள் நடனமாட கந்தர்வர்கள் கானமிசைத்தனர்.

"வாழ்கவே பரமன் வாழ்கவே

சிங்கமாகச் சீறிவந்து

தீயவனைக் கொன்றழித்து

எங்களுக்கு வாழ்வளித்த

இறைவனென்றும் வாழ்கவே."

இரணியன் வதமறிந்த அசுரர் சினங்கொண்டனர். ஆயுதங்களுடன் பரமனைத் தாக்க ஓடிவந்தனர்.

"எங்க தலைவனக் கொன்னது எவண்டா. அவனப் பழிவாங்கியே தீருவொம்."

நரசிம்மம் அவர்களை அடித்து உதைத்து வதைத்துக் கொன்றது.

நரசிம்மத்தின் உக்கிரக் கோவங்கண்டு அருகில் செல்ல அனைவரும் அஞ்சினர். ஒன்றுசேர்ந்து பேசி முடிவுசெய்தனர். கிட்ட நெருங்கி முறையிட்டனர்.

"அய்யனே ஒங்களோட மொகத்துல அனலடிக்கிற அக்கினி தகிக்குது. எங்களுக்காக நீங்க கோவந் தணிஞ்சு குளிரணும்."

பரமனின் முகம் சாந்தப்படவில்லை. பிரமதேவன் ஒரு யோசனை சொன்னான்.

"பிரகலாதன அனுப்பிப்பாக்கலாமே."

பிரகலாதன் அஞ்சாமல் நரசிம்மத்தை நெருங்கிப் பாதங்களில் விழுந்து வணங்கினான்.

"பெருமானே நீங்க கோவந் தணிஞ்சு சாந்தங்கொள்ளணும்."

பாலகனைப் பார்த்து மகிழ்ந்த நரசிம்மம் அவனைத் தூக்கி நிறுத்திச் சிரசில் கைவைத்து வாழ்த்தியது.

"பாலகனே நீ நீடுழி வாழ்க."

பரமனின் கரம்பட்ட கணத்தில் பிரகலாதனுக்கு அனைத்து அசுரக் குணங்களும் நீங்கிவிட்டன. புதிய மனிதனாக மாறினான்.

சுக்கிராச்சாரிய முனி அவனுக்கு அரசப் பட்டம் சூட்டினான். அன்று முதல் அவன் அசுரர்களின் அரசனானான்.

10

காம உலையில் பழுக்கக் காய்ச்சிய இரும்புத்துண்டாக யமுனையில் நீராடிக்கொண்டிருந்தான் சேதி நாட்டு மன்னன் உபரிச்சிரவன். உடல் குளிர்ந்தாலும் உள்வெப்பம் தணியவில்லை. இனிய உணர்வுகள் கிளர்ந்து விரகதாபம் கரையுடைத்தது. கோவணத்தைத் துளைத்துக்கொண்டு வீரியம் வெளியே பீச்சியது. நீருக்குள் நீந்தும் விந்துத்துளியை இரையெனக் கருதி ஓடிப்போய் வாயில் வாங்கிக்கொண்டது ஒரு மச்சம்.

அம்மச்சம் கருவுற்றது. வயிறு செங்குடமாகத் திரளத் திரள மசக்கை மேலும் கிறக்கியது. முன்னைப்போல் சக மீன்களுக்கீடாக நீந்தி விளையாட முடியவில்லை. மனம் ஓய்வையும் தனிமையையும் நாடியது. திணறலில் ஒதுங்கியே வாழ்ந்தது.

ஒரு நாள் மச்சர் தலைவன் சத்தியவான் வீசிய வலையில் சினைமீன் சிக்கிக்கொண்டது. செம்மீன் கிடைத்ததில் அவனுக்குச் சந்தோசம். அதைப் பத்திரமாக உயிருடன் வீட்டுக்குக் கொண்டுபோனான்.

மீனின் வயிற்றைக் கிழித்தபோது மனித வடிவில் அழகிய பெண் மகவு பிதுங்கி வீரிட்டது. உடலிலும் குரலிலும் மச்ச வாசனை. வயிறு கிழிபட்ட தாய் வலியில் அலறித் துடித்து அடங்கியது.

"அய்யோ எம் புள்ள. காப்பாத்துங்க....... காப்பாத்துங்க......."

மச்சக் குழந்தை சத்தியவான் வீட்டில் செல்லமாக வளர்ந்தது. மச்சம் தந்த மகளைப் பிரியமுடன் பெயரிட்டு அழைத்தான்.

"மகளே மச்சகந்தியே....."

மச்சகந்தி கன்னிப்பருவம் எய்தினாள். இரு கரைமருங்கிலும் தோழியர் அவளைக் கொண்டாடினர்.

"அழகு சுந்தரி சின்ன

அயிரைக் கண்ணியே

வளரும் பூங்கொடி துள்ளும்

மச்ச கந்தியே."

நதியில் நீந்தி விளையாடும் ஆனந்தம் அவளுக்கு. நீரின் ஆழம் பார்த்தும் வானின் நீலம் பார்த்தும் அமிழ்ந்தாள். மிதந்தாள். சுழன்றாள்.

அவள் பருவம் மெருகேறியது. உடலில் மச்ச வாசனை நீங்கிப் பரிமள மணம் கழந்தது. இப்போது அவள் எல்லாருக்கும் பரிமளகந்தி. வீட்டில் சத்தியவதி. சத்தியவானின் மகளல்லவா.

சத்தியவானிடம் ஒரு படகு இருந்தது. புண்ணியத்தின் பொருட்டு அதைப் பரிமளகந்தி நதியில் ஓட்டிப் பயணிகளுக்குப் பணிவிடை செய்துவந்தாள். அதில் ஓர் ஆத்ம திருப்தி.

எத்தனையெத்தனை பயணியர். முனிவர் ரிஷி வீரர் சூதர் நிமித்திகர் மாகதர் தாய் தந்தை குழந்தை ஆடு கன்று...... ஓடும் நீரைத் துடுப்பால் சீண்டிக்கொண்டே வழுக்கும்போது அகவெளி விரிந்து படகுப் பயணியரின் முகங்கள் மீன்களாகத் துள்ளிச் செல்லும்.

இரு கரைகளிலும் தோழியர் ஆடிப்பாடி அவளை வழியனுப்புவர்.

"பருவ மங்கையே கமழும்

பரிமள கந்தி

உருகும் நீரிலே

நீந்தி உலவும் தென்றலே......."

துடுப்பு விளிம்பை அடுக்குப் பற்களால் பற்றிக்கொண்டு பூந்தொடுப்பில் குஞ்சு மீன்கள் பிஞ்சு வாலாட்டிப் படகைப் பின்தொடர்ந்து பயணிக்கும். பயணிகள் இல்லாத சமயம் பெருமீன்கள் வெறும்படகை முட்டித் தள்ளிக்கொண்டு அவளைக் கரைசேர்க்கும்.

நதிக்கு மேலே மேகத்திரடுகளை மறைத்துக்கொண்டு சிறகு வலிக்க வானில் நீந்தும் வண்ணப் பறவைகளின் கானம் கேட்கும்.

"சத்திய வதியே விரியும்

தாமரை மலரே

சித்திரை நிலவே இனிய

செவ்விளங் கனியே........"

..........நதிக் கனவுகள் கலைந்து நினைவு திரும்பியபோது அக்கரை முகங்காட்டியது.

11

படகுத் துறையோரம் ஒருவர் காத்திருப்பது சத்தியவதியின் பார்வையில் மங்கலாகத் தெரிந்தது. யாரது தாடியும் சடைமுடியுமாக. பழக்கப்பட்ட முகந்தான். நெருங்கும்போது அடையாளந் தெரிந்தது. பராசர முனியல்லவா.

படகை விட்டு இறங்கிவந்து முனிவனை வணங்கினாள்.

"தாமதத்துக்கு மன்னிக்கணும் தவசீலரே."

முனிவன் முகமலர்ந்தான்.

"நீ தாமதிக்கல இளைய கன்னியே."

"ஓங்கள நெடுநேரம் காக்கவச்சிட்டனே சாமி."

"ஒனக்காக எவ்வளவு நேரமானாலும் காத்திருக்கலாம்."

முனிவனின் பார்வைக் கூர்மையும் தாடிக்குள் ஒளிந்திருந்த குறும்பு முறுவலும் முகத்தை வேறுபடுத்திக் காட்டின. முன்பு பலமுறை பயணித்ததுண்டு. அப்போதெல்லாம் இப்படியில்லையே. சலனமற்றுச் சாந்தமாகப் பேசுவாரே.

பராசரன் படகில் ஏறிக்கொண்டான். கன்னி மீது எறிந்திருந்த காமப்பார்வையை இன்னும் வாங்கவில்லை. அவன் அனிச்சையாகப் படகில் கால்வைக்கும்போதே அவள் கவனித்துவிட்டாள்.

சிறிது நேரம் மௌனம் நிலவியது. சிற்சில இடங்களில் நதிநீர்ச் சுழிப்பின் மெல்லிய ஆலோலம்........

முனிவனுக்குள் மோகநதி வெள்ளீரூற்றாகக் கிளைத்தோடியது. படகில் இறங்கிவந்த பால்நிலவெனப் பாவித்து அவளைப் பார்வையால் விழுங்கிக்கொண்டிருந்தான். கட்டான உடல். வசிகரமாக வலை வீசும் கண்கள். கொம்மை முலைகளின் கூம்புக்காம்புகள் நெஞ்சில் குத்திக் காமம் கிளர்ந்தது.

"பெண்ணே ஒந் தந்தை யாரு."

“தர்மப்படி மச்சர் தலைவர்தான் எந் தந்தை அய்யனே.”

“சத்தியவான்தானே.”

“தசராசன்னும் கூப்புடுவாக.”

“பெற்ற தாயத் தெரியுமா.”

“கங்காதேவிதான் எனக்குத் தாய்.”

“நீ அரசர்குலப் பெண்ணல்லவா. சேதி நாட்டு இளவரசியா இருக்கவேண்டியவ.”

அவளது பூர்வீகத்தைச் சொன்னான். அவளுக்குள் ஒரு ஈர்ப்பு கவிந்தது. அவன் நெருங்கி வந்தான். அவள் நெளிந்தாள். அவன் நாவு சற்றே குழறியது.

“கன்னியே ஒன்னோட கூடிக் கலக்க விரும்புறென்.”

அவள் கண்கள் மிரண்டு சுழன்றன.

“சாமீ ஏழப்பொண்ணோட இப்படிப் பேசலாமா. நீங்க ஒசந்த சாதி.......”

“நீ அரசகுலப் பெண்ணாச்சே. எனக்கொரு அழகான கொழந்த பெத்துக் குடு.”

“எங் கன்னி கழிஞ்சு பெழப்புப் பாழாயிருமே சாமி. கலியாணமும் கனவாயிரும்.”

“கவல வேணாம் பெண்ணே. நீ கருவுற்றதும் கொழந்த பெறக்கும். மீண்டும் கன்னியா மாறிக்கிருவ.”

“கொழந்தைய என்ன செய்றது.......”

“நானே கூட்டீட்டுப் போயிருவென்.”

இதுக்கு மேலும் தயங்கினால் முனிவருக்குக் கோவம் வந்துவிடும். சபித்துவிடுவார். விமோசனம் கிடைக்காத சாபமென்றால் என்ன செய்வது.

அவளுக்குள் தயக்கம் தளர்ந்து காமம் துளிர்த்தது.

“சாமி இது தருணமில்லையே. நதிக்கு இருபுறமும் சனங்க நடமாடுறதக் கவனிச்சீகளா. பொழுது வெளிச்சம்வேற கண்ணப் பறிக்குது.”

“அஞ்சவேணாம் பெண்ணே. தக்க தருணம் தானே வரும்.”

அவன் தன் சக்தியால் எங்கும் இருளச்செய்தான். வானில் வட்டமிட்ட பறவைகள் திக்குத் தெரியாமல் திணறித் தவித்தன.

நதிக்கு நடுவே புடைத்த ஒரு தீவுத் திட்டு. நாணல் சூழ்ந்த பெரிய பசுந்திரடு. பறவைகள் கூடுகட்டி இனவிருத்திசெய்யத் தோதான நதித்தீவு. அனித்தியமானது. நீர்ப்பிரளயம் எந்த நேரத்திலும் மூடி அழித்துவிடும். பறவைகளின் முட்டைகளையும் குஞ்சுகளையும் வெள்ளம் அடித்துச் சென்றுவிடும்.

அப்போது பறவைகளின் அழுகையோலத்தைக் கேட்கச் சகிக்காது. நீரில் மூழ்கிய திட்டு மீண்டும் தலைகாட்ட நாளாகும். மறுபடியும் இனவிருத்தி தொடரும்.......

அவர்கள் திட்டுக்குள் மறைவிடந் தேடிப் பறவைகளின் கூக்குரல்களுக்கிடையே கூடிக் கலந்தனர். அவளுக்குப் புது அனுபவம். அச்சம் இன்பம் வருத்தம் அத்தனையும் கலந்த உணர்வு. கன்னி கழிந்தது.

கலவி முடிந்ததும் இருள் மறைந்து ஒளி படர்ந்தது. முனிவன் புணர்ந்த ஈரத்தைப் புனித நீரில் கழுவிவிட்டுப் புதருக்குள் ஒளிந்திருந்த கமண்டலத்தைக் கையிலேந்திக்கொண்டான்.

அவள் அவ்விடத்திலேயே கருவுற்றாள். அப்போதே நாணல் புதர் மறைவில் ஆண் மகவைப் பெற்றெடுத்தாள்.

குழந்தை பிறப்பீரம் உலர்ந்து மான்குட்டிபோல் தள்ளாடி எழுந்து படிப்படியாக நிமிர்ந்து வளர்ந்தது.

இளம் பாலகனாக வளர்ந்துவிட்டான். அவ்வளவு அழகென்று சொல்லமுடியாது. தந்தையின் சாயலில் விகாரமான தோற்றம். கரிய நிறம்.

படகு கரையடைந்தது. பராசரன் பாலகனை ஆசீர்வதித்து அவளிடம் விடைபெற்றான்.

“பெண்ணே என்னோட ஒத்துழச்சுக் கொழந்தையப் பெத்துத் தந்த ஒனக்கு நன்றி. நீ நீடுழி வாழ்க.”

அவள் மகனையே பார்த்துக்கொண்டிருந்தாள். அவன் நாவிலிருந்து பிறக்கப்போகும் முதல் வார்த்தைக்கு மனசு ஏங்கியது.

“இவன் பேரென்ன சாமி.”

“கிருஷ்ண துவைபாயனன். அதாவது தீவில் பெறந்த கருப்பன்.”

அவள் மனசுக்குள் உச்சரித்துப்பார்த்தாள்.

“கிருஷ்ண....... துவை....... பாயனன்... கிருஷ்ண துவைபாயனன்.”

முனிவன் மகனைப் பார்த்தான்.

“அன்னையப் பணிஞ்சிட்டுப் பெறப்புடு மகனே.”

பாலகன் தாயை வணங்கிவிட்டுத் தந்தையின் அரவணைப்புக்கு வந்தான். இருவரும் கிளம்பினர். மகன் ஒரு முறை திரும்பிப்பார்த்துத் தாய்க்குச் சொன்னான்.

“அம்மா கஷ்ட காலத்துல என்ன அழச்சா ஒங்க முன்னால வந்து நின்னு கஷ்டத்தத் தீத்துவப்பென்.”

“போய் வா மகனே.”

அவளுக்கு நடந்ததெல்லாம் கனவுபோலிருந்தது. முனிவன் கன்னிகாபுத்திரனை அணைத்தவாறு தொலைவுக்கு நடந்துவிட்டான். அவள் அவர்களை மெய்மறந்து பார்த்துக்கொண்டிருந்தாள். மகன் முதலில் உதிர்த்த வார்த்தை நெஞ்சுக்குள் திகட்டியது.

“அம்மா......”

துடுப்பியக்கம் நின்று நதியோடும் திக்கில் படகு சுழலத் தொடங்கியது. சில இளமீன்கள் படகுக்குள் துள்ளிக் குதித்து அவள் கனவைக் கலைத்தன.

படகைக் குறுக்காகத் திருப்பிச் செலுத்தினாள். அவளது செப்பு முலைகள் தீர்த்தகுளமாகிக் காம்புகளில் சீம்பால் சுரந்து மெல்ல வலித்தது. ஈரங் குளிர்ந்த பரவசமான பாச வலி.

படகுக்குள் துள்ளிக்கிடந்த குறுமீன்களை இதமாக அள்ளி நதிநீரில் நீந்தவிட்டாள்.

“ஒங்க தாய்மாரு தேடிவாகளே. ஓடுங்க புள்ளைகளே ஓடுங்க.”

நதிக்குச் சொன்னாள்.

“அதோ எம்புள்ள போறான். கிருஷ்ண துவைபாயனன்.... துவைபாயனன்......”

பெற்றவளின் வார்த்தைகளைச் சுமந்துகொண்டு தாய்மீன் கூட்டம் தனியே அணிவகுத்துத் துவைபாயனனைத் தேடி ஓடியது.

வானத்தில் வட்டமிட்ட வண்ணப் பறவைகளின் பாடல் தூரத்தில் ஒலித்தது.

“நித்திய கன்னி

சத்திய வதியே.........”

12

துவைபாயனன் தந்தைக்கு ஈடுகொடுத்துத் தளராமல் நடந்தான். ஓரிடத்தில் தயங்கி நின்றான்.

மனசுக்குள் ஒரு ஐயம் இன்னும் உறுத்திக்கொண்டேயிருந்தது.

"அய்யனே......"

"சொல் மகனே....."

"தாய ஏன் அழச்சிட்டு வரல."

தந்தை தர்மசங்கடத்திலும் சமாளித்துக்கொண்டான்.

ஒரு வெதத்துல அவ அரசகுலப் பெண்ணுதான். இருந்தாலும்........"

"என்ன காரணம்."

"மச்சக் குலத்துல பெறந்து வளந்தவளாச்சே."

"அதனால."

"நம்ம குலத்துல சேத்துக்கிற முடியாதே......."

"ஏன் அப்படி......"

"அவள ஒரு அந்தணரு மணக்க அறநெறி அனுமதிக்காது."

"நானும் அப்படித்தானேஞ்.."

"நீ அந்தணர் குலம். அதுலென்ன ஐயம். என் ரத்தமாச்சே."

"எனக்குள்ள தாயோட ரத்தமும் சேந்துதான ஓடுது......"

"மகனே ஒனக்கு வயசு போதாது. ஆளும் வளரணும். அறிவும் வளரணும். வளரவளர எல்லாம் புரியும். நீ வேத விற்பன்னனாயிருவ. வேதத்துக்கு வியாக்கியானம் சொல்லும் வேதவித்தா ஒசந்துருவ. பலரும் ஒன்னப் போற்றி வணங்குவாங்க. ஒம் புகழ் திக்கெட்டும் பரவும். அப்ப ஒம் பேரு என்னவாருக்கும் தெரியுமா."

மகன் நன்றியில் ஏறிட்டான். தந்தை முறுவலித்தான்.

“வேத வியாசன். சிதறிக் கெடக்கிற வேதங்களத் தொகுக்கிறவன். வேதங்களுக்கு வியாக்கியானங் கூறும் வியாசன்.”

“ஓங்களப் போல முனிவராயிருவென்.”

கொஞ்சத்தூரம் அவர்களின் சிரிப்பு மட்டுமே கேட்டது. தந்தை திரும்பினான்.

“இன்னும் ஒனக்கு ஐயந் தீரலையோ.”

“ஆமாம் அய்யனே.”

“மக்கள் இங்க நாலு பிரிவா இருக்காங்க. அந்தணர் சத்திரியர் வைசியர் சூதர். அதச் சதுர்வர்ணம்னு சொல்லுவாங்க. பொதுவா அந்தணர்கள் புரோகிதர்களா இருப்பாங்க. யாகம் நடத்துவாங்க. சத்திரியர்கள் நாடாளும் மன்னர்களாகவும் போர் வீரர்களாகவும் இருப்பாங்க. வைசியருக்கு முக்கியமான தொழில் வணிகம். மத்த கீழ்ச்சாதியெல்லாம் சூதர்கள். வர்ணாசிரமத் தர்மப்படி மூணு மேல்சாதிகளுக்கும் அவங்கதான் ஊழியஞ்செய்யணும். இது போகக் காட்டுவாசிகளும் அரக்கர்களும் உண்டு. அவங்க எந்தச் சாதிப் பிரிவுலயும் அடக்கமில்ல. அந்தணர்களோட அறிவுரைகளப் பின்பற்றி மத்த சாதிக்காரங்க நடந்துக்கிறணும்.”

“இவ்வளவு சாதிப் பிரிவு இருக்குதா.”

“செய்ற தொழில முன்வச்சு நாலு சாதியும் ஏராளமான சாதிகளாக் கெளச்சிருச்சு.”

“எல்லாருக்கும் ஒசந்த சாதி எது.”

“பிராமணர்தான். அதாவது நீயும் நானுந்தான்.”

“கொழப்பமாருக்குது.”

“கொழப்பமேயில்ல. நல்லாத் தெரிஞ்சுக்கோ. ஒரு அந்தணன் எந்தக் குலத்துக் கன்னிப் பெண்ணானாலும் அவளோட சேந்து கொழந்த பெத்துக்கிறலாம். பெறக்கிறது ஆணாருந்தா கன்னிகாபுத்திரன். பெண்ணாருந்தா கன்னிகாபுத்திரி. பெத்தவ மறுபடியும் கன்னியாயிருவா. அவ வேற யாரையும் திருமணம் செஞ்சுக்கிறலாம். இதுதான் தர்ம நெறி. ஒந் தாய்க்கு நானோ நீயோ ஒரு தடையே இல்ல. எப்பயுமே அந்தணருக்குரிய உரிமையையும் அதிகாரத்தையும் வுட்டுக்குடுத்துறக்கூடாது.”

“அந்தப் பெண் ஒரு அந்தணர மணக்க விதி அனுமதிக்கலையா அய்யனே.”

தந்தை மகனைக் கூர்ந்து பார்த்தான்.

"அந்தணர் விதிவெலக்கு."

தவச்சாலை அவர்களை எதிர்பார்த்துக் காத்திருந்தது. மகன் தந்தையுடன் தன்னைப் பிணைத்துக்கொண்டான்.

13

"எல்லாருக்கும் வணக்கம்."

இந்திர சபையில் அமர்ந்திருந்த பிரமனும் ரிஷிகளும் முகம் மலர்ந்து கங்காதேவியை வரவேற்றனர்.

"வா கங்கா வா."

அவர்களுடன் மகாபிஷக்கும் இருந்தான். இட்சுவாகு குலத்தில் தோன்றிய மன்னன். எப்படியோ இந்திரனைச் சரிக்கட்டி அமராவதியில் இடம்பிடித்துக்கொண்டவன்.

கங்காதேவி அமர்ந்த வேகத்தில் மேற்புறச் சேலை சற்று விலகிச் சரிந்திருந்தது. அதை அவள் கவனிக்கவில்லை. நிலைத்த இளமை பெற்ற நித்தியக் கன்னி. மிக்க வனப்பாக இருந்தாள். அவளது கொம்மை முலைகளைக் காட்டிக்காட்டி மறைக்கும் காற்றின் விளையாட்டைக் காணச் சகிக்காத ரிஷிகள் கூச்சத்தில் தலைகுனிந்துகொண்டனர். மன்னன் மகாபிஷக் மட்டும் வெட்கமின்றி அவளையே பார்த்துக்கொண்டிருந்தான். அவளும் ஓரக்கண்ணால் அவனைக் கவனித்துவிட்டாள். அதிலொரு சுகம்.

மன்னனின் கள்ளப் பார்வை இந்திரனுக்கு எரிச்சலூட்டியது. சபித்துவிட்டான்.

"மூடனே நீ பூலோகத்துல மனுசனாப் பெறக்கக்கடவது. அங்க ஒனக்குக் கங்கா வேண்டாறதச் செய்வா."

கங்காதேவி மன்னனைப் பார்த்த முதல் நோக்கிலேயே அவன் உருவத்தை மனசில் வரைந்துகொண்டாள். அவனும் அவள் நினைவாகவே இருந்தான்.

திரும்பும் வழியில் கங்கா அட்ட வசுக்களைச் சந்திக்க நேர்ந்தது. அனைவர் முகத்திலும் கலக்கம். அவள் வினவினாள்.

"ஏன் இப்படி மொகவாட்டமா இருக்கீங்க."

"நதிதேவியே வசிட்ட முனிவர் எங்கள மனுசராப் பெறக்கும்படி சபிச்சிட்டாரு."

"காரணமில்லாமயா."

பிரபாசன் என்னும் வசு தங்களுக்கு நேர்ந்த கதையைச் சொன்னான்.

"வருணனோட மகன் வசிட்ட முனிவரு மேருமலையில ஆசிரமம் அமச்சுத் தவம்பண்ணிக்கிட்ருக்காரு. அவரு ஒரு அழகான பசு வளக்காரு. நாங்க அந்தப் பக்கம் நடமாடும்போது எம் மனைவி கண்ணுல அந்தப் பசு தட்டுப்பட்ருச்சு."

"அதுக்கென்ன."

"பசுவப் புடிச்சுக் குடுத்தாலே குடுன்னு அடம்புடிக்க ஆரம்பிச்சிட்டா."

"வேற பசுவே கெடைக்கலையாக்கும்."

"அவளோட தோழி ராசகுமாரிக்கு அதப் பரிசாக் குடுக்கணுமாம். அதுதான் வேணும்னு ஒத்தக்கால்ல நின்னா."

"அதென்ன புடிவாதம் அடுத்தவங்க பொருளுக்கு ஆசப்படலாமா. தவறாச்சே. பெறகென்ன நடந்தது."

"கஷ்டப்பட்டு எல்லாருஞ் சேந்து அத வளச்சுப் புடிச்சுக் குடுத்தொம். முனிவருக்குச் சேதி தெரிஞ்சுபோச்சு. கோவத்துல சாபமிட்டுட்டாரு. மூச்சுக்காட்டாமப் பசுவ அவருட்ட ஒப்படச்சிட்டு வந்துட்டொம்."

கங்காதேவி வருந்தினாள்.

"இப்படியொரு சம்பவமா."

பிரபாசன் வேண்டினான்.

"தேவியே பூமியில எங்களுக்கு நீங்க தாயாருக்கணும். இதுவே எங்க விருப்பம்."

"அப்படின்னா ஒங்களுக்குத் தந்தை யாரு."

"அஸ்தினாபுரத்துல பிரதீபன்னு ஒரு மன்னன் கீர்த்தியோட இருக்கான். அவனுக்குப் பெறக்கப்போற புள்ளையே எங்களுக்குத் தந்தையாருக்கணும்."

“எல்லாம் ஓங்க விருப்பப்படி நடக்கும்.”

“நாங்க பெறந்ததும் கங்கையில வீசியெறிஞ்சு கொன்னுருங்க. அப்பத்தான் ஒடனயே எங்களுக்குச் சாபவிமோசனம் கெடைக்கும்.”

கங்காதேவி அஸ்தினாபுரம் சென்று மன்னன் பிரதீபனைச் சந்தித்து அவனது வலது தொடையில் அமர்ந்துகொண்டாள். பிரதீபன் கேட்டான்.

“பெண்ணே நீ என்னோட எடது தொடையில உக்காந்துருந்தா எனக்கு நீ மனைவியாருக்க விரும்புறதா அர்த்தம். வலப்பக்கம் உக்காந்துருக்கயே எனக்கு மகளாகவோ மருமகளாகவோ இருக்க ஒனக்கு விருப்பம். அப்படித்தான. ஒன் விருப்பமென்ன. சொல்லு மகளே.”

“மன்னரே நான் ஓங்களுக்கு மருமகளாகணும்.”

“அப்படியா. சந்தோசம்.”

பிரமனின் சாபம் பெற்ற மகாபிஷக் பிரதீபனுக்கு மகனாகப் பிறந்தான். முதுமைக் காலத்தில் பிறந்ததால் அவன் பெயர் சந்தனு.

சந்தனு இளைஞனாகி விட்டான்.

பூரு வம்சத்தைச் சேர்ந்த பிரதீபனுக்கு இரு புதல்வர்கள். தேவபி சந்தனு. மூத்தவனைச் சரும நோய் பீடித்திருந்தது. உடல் நலம் குன்றியவன் சட்டப்படி அரசனாக முடியாது. எனவே இளைய மகன் சந்தனுவுக்குப் பட்டஞ் சூட்டி ஆட்சிப் பொறுப்பை ஒப்படைத்துவிட்டுப் பிரதீபன் கானகஞ் சென்றுவிட்டான்.

தேவபிக்கு இதில் உடன்பாடில்லை. சந்தனுவின் ஆதரவில் வாழ்க்கை நடத்த விருப்பமின்றித் துறவு பூண்டு காடேகிவிட்டான்.

சந்தனு வனவிலங்கு வேட்டையில் நாட்டங்கொண்டவன். காடு மலையென அலைவான். ஒரு நாள் அவன் கங்காதேவியைச் சந்தித்தான். நதியில் குளித்து முடித்துக் கூந்தலைக் காற்றில் மிதக்கவிட்டு நீவியும் கோதியும் உலர்த்திக்கொண்டிருந்தாள். அவள் அழகில் அவன் மனசைப் பறிகொடுத்தான்.

“பேரழகியே நீ யாரு. வானத்திலருந்து வந்த தேவதையோ.”

“நான் கங்காதேவி அரசே.”

“நீ யாராருந்தாலும் எனக்குப் பாரியையாகி என்னோட அந்தப்புரத்த அலங்கரிக்கணும். என்னோட நாடு நகரம் பொன்னு பொருளு என் உயிருங்கூட ஒனக்கே சொந்தம். ஒன்ன யாசிக்கென்.”

“எனக்குச் சம்மதம் அய்யனே. சில நிபந்தனைகளுக்கு நீங்க ஒத்துவரணும். அப்பத்தான் என்ன மணக்க முடியும்.”

“அப்படியென்ன நிபந்தன.”

“என்னோட பூர்வீகத்த யாரும் கேக்கக்கூடாது. நல்லதோ கெட்டதோ நான் எதச் செஞ்சாலும் அதத் தடுக்கக் கூடாது. நான் விரும்பாறதச் செஞ்சாப் பிரிஞ்சுபோயிருவென்.”

“எனக்குப் பூரண சம்மதம் பெண்ணே.”

அவர்கள் திருமணம் ஆடம்பரமாக நடந்தது.

கங்காதேவி அடுத்தடுத்து ஏழு குழந்தைகளைப் பெற்றாள். உடனுக்குடன் அவர்களைக் கங்கையில் வீசியெறிந்துவிட்டாள். முந்திய ஒப்பந்தப்படி சந்தனு எதையும் கேட்டுக்கொள்ளவில்லை.

அவள் எட்டாவது குழந்தையைக் கொல்ல முயன்றாள். மனசு பொறுக்காத மன்னன் தடுத்தான்.

“பெண்ணே இது அடுக்காது. பெரும்பாவம். ஈவிரக்கமில்லாற இந்தச் செயலச் செய்யும் நீ யாரு. உண்மை தெரிஞ்சாகணும்.”

“நான் தேவகன்னி. வசிட்ட முனிவரால் சபிக்கப்பட்ட எட்டு வசுக்கள் எனக்குக் கொழந்தைகளாப் பெறந்தாங்க.”

சாபத்துக்கான காரணத்தையும் சொன்னாள். மன்னன் அமைதியானான்.

“அப்படியா.”

“மன்னரே நம்ம ஒப்பந்தத்த மீறீட்டீங்க. அதனால ஓங்கள வுட்டுப் பிரிஞ்சுபோறென். கடசிப் புள்ள என்னோட இருக்கட்டும். வளந்து பெரியவனானதும் ஓங்ககிட்ட ஒப்படச்சிருவென்.”

கங்காதேவி மைந்தனுடன் மறைந்துவிட்டாள்.

சந்தனு பிரிவுத் துயரில் வாடினான். தனிமை அவனைப் பாடாய்ப்படுத்தியது.

காலம் கங்கைநதியுடன் ஓடிக்கொண்டிருந்தது.

கங்காதேவி ஒரு நாள் சந்தனுவுக்கு முன்னால் தோன்றினாள்.

“அரசே நான் உறுதியளித்தபடி கடசிப் புள்ளைய ஓங்ககிட்ட ஒப்படச்சிட்டென். இவன் எல்லா வித்தைகளையும்

படிச்சவன். வசிட்டரிடம் வேதஞானம் கத்துக்கிட்டவன். சுக்கிராச்சாரியாருட்டருந்து சாத்தரங்கள அறிஞ்சவன். தேர்ந்த வில்லாளி. ஈடில்லாற வீரன்."

சந்தனு புதல்வனை மகிழ்ச்சியுடன் ஏற்றுக்கொண்டான். அவனுக்குத் தேவவிரதன் என்று பெயரிட்டு வளர்த்தான். காங்கேயன் என்று கங்காதேவி அழைப்பாள்.

எஞ்சியுள்ள இல்லற வாழ்க்கை வீணாவதில் சந்தனுவுக்குக் கவலை. முதுமை நெருங்கி மிரட்டிக்கொண்டிருந்தது. மகனை யுவராசனாக்கி அழகுபார்த்தான். அதிலும் நிம்மதியில்லை.

யுவராசன் காங்கேயனுக்கு அரசாட்சியில் அறவே நாட்டமில்லை. சதா வில்லுங் கையுமாகத் திரிந்தான். விரைவில் சகல வித்தைகளிலும் தேர்ந்து பராக்கிரமசாலியாக உருவாகினான்.

14

சந்தோச வறுமையில் தவித்த சந்தனு மன்னன் யமுனைக் கரையில் உலவும்போது பரிமள மணங்கமழும் சத்தியவதியைச் சந்தித்தான். அவளது அழகில் மயங்கினான்.

"பேரழகியே ஒம் பேரென்ன. பூர்வீகமென்ன."

அவள் தன் கதையைச் சொன்னாள். மன்னன் அவளைப் பெரிதும் விரும்பினான். மனசைக் கட்டுப்படுத்த முடியவில்லை. எப்படியும் இவளை அடைந்தாகணும்.

"நீ யாராருந்தாலும் என் அரண்மனக் கிளியாகணும். அதுக்காக என்ன வெலையுந் தருவென்."

சத்தியவதிக்குச் சங்கடம். தாடியும் தலையும் முழுக்க நரைத்துவிட்ட மன்னனை எப்படிக் கைப்பிடிப்பது. நேரில் சொன்னால் மிகவும் வருத்தப்படுவார். சமாளித்தாள்.

"அய்யனே ஒங்க மனசு புரியிது. எதுவானாலும் எந் தகப்பங்கிட்டப் பேசிக்கங்க."

சந்தனு சத்தியவானிடம் சென்றான். சத்தியவான் நிதானமாகப் பதிலுரைத்தான்.

“எம் மகள அரச வம்சத்துல குடுக்கச் சம்மதந்தான். அவ சம்பந்தமா எனக்கொரு ஆசையுண்டு......”

“ஆச என்னன்னு தெரிஞ்சாத்தான ஒரு முடிவு சொல்ல முடியும்.”

“எம் மக வயித்துல பெறக்கும் புள்ளதான் குருதேசத்த ஆளணும்.”

சந்தனு திகைத்தான். என்ன இது. இப்படியொரு நிபந்தனையப் போடுறானே. எனக்கோ மிஞ்சியிருப்பது ஒரே வாரிசு. அவன்தானே ராசாவாகணும்.

“ஒன்னோட நிபந்தனைய ஏத்துக்கிற முடியாது.”

“என்ன மன்னிக்கணும் அரசே.”

சந்தனு சத்தியவதி மீது கொண்ட காதலையும் காமத்தையும் சுமந்துகொண்டு அஸ்தினாபுரம் சென்றான். மீண்டும் மீண்டும் அவனுக்கு அதே சிந்தனை. மனசுக்குள் பரிமள மணம் கமழ்ந்துகொண்டேயிருந்தது. அன்றாடப் பணிகளில் நாட்டமில்லை. உணவில் தேட்டமில்லை. ஒரு மச்சன் இப்படி நிராகரித்துவிட்டானே. சத்தியவதியைச் சிறையெடுத்திருக்கலாமோ......

தந்தையின் முகவாட்டங் கண்டு தேவவிரதன் வருந்தினான்.

“தந்தையே எல்லா நலங்களும் ஒங்களுக்கு இருக்கையில என்ன கவல.”

மன்னன் பூடகமாக உணர்த்தினான்.

“கவலதான் மகனே. நம்ம குடும்பத்துல வாரிசா நீ ஒருவந்தான் மிஞ்சியிருக்க. நம்ம வம்சமோ பெரிசு. நீயோ பெரிய வீரன். மகா வில்லாளி. எந்த வெதத்துலயாச்சும் ஒனக்கு ஆபத்து வந்தா நம்ம வம்சமே அழிஞ்சுபோகும். வம்சந் தழைக்க நீ ஒருவன் மட்டும் போதாது. இதத்தான் வேத சாத்தரங்க சொல்லுது. மேலும்மேலும் சந்ததிக வேணும்னு எம் மனசு கெடந்து அடிச்சுக்கிருது. அது பெரிய வெசாரம். என்ன செய்றது. ஒந் தாயோ நம்மளத் தவிக்கவுட்டுட்டுப் போயிட்டா. அவ வைராக்கியம் அவளுக்கு.”

மகனின் முகத்தில் கவலை படர்வதைக் கவனித்த தந்தை பக்குவமாக வார்த்தைகளை விட்டான்.

“ஆனாலும் நான் மறுமணம் செஞ்சுக்கிறப்போறதில்ல மகனே...”

தேவவிரதன் தந்தையின் தேர்ப்பாகனைச் சந்தித்தான்.

“சாரதியே எந் தந்தையோட சோகத்துக்குக் காரணமென்ன தெரியுமா.”

சாரதி நடந்த கதையைக் கூறினான். தேவவிரதன் சற்றும் தாமதிக்கவில்லை. அறங்கூறும் ஆன்றோர் பலருடன் யமுனைக் கரையடைந்தான். தேர்களும் குதிரைகளும் இக்கரையில் நிற்க சத்தியவதியின் படகில் ஏறி அக்கரையடைந்தான்.

அவன் பலருடன் வந்திருப்பதைப் பார்த்து சத்தியவதிக்குள் இனம் புரியாத புளகாங்கிதம். பலப்பல கற்பனைகள் வளர்ந்தன. கடைசிவரை இருவரும் ஒரு வார்த்தை கூடப் பேசிக்கொள்ளவில்லை. முந்தியெல்லாம் ஓரிரு வார்த்தைகள் பேசுவதுண்டு. அவள்தான் கேட்டு வாங்கிக்கொள்ளணும்.

அவன் சத்தியவானைச் சந்தித்துத் தன் தந்தைக்குச் சத்தியவதியை முறைப்படி பெண் கேட்டான். சத்தியவான் தனது நிலையைத் தெளிவுபடுத்தினான்.

“எளவரசே எம் மகளுக்குப் பெறக்கும் புள்ளையே நாட்ட ஆளணுமிங்கிறது என் விருப்பம். ஓங்க தகப்பனாரு ஒங்களுக்கு யுவராசா பட்டஞ் சூட்டி நாடாளுறதுக்கு உரிமையும் குடுத்துருக்காரு. நீங்களோ சதா ஆயுதங்களோட பொழங்குற உத்தமர். இந்த நெலமையில ஓங்க தகப்பனாருக்குப் பொண்ணு குடுக்க எனக்கு மனசு வரல.”

தேவவிரதன் புரிந்துகொண்டான்.

“ஓங்க விருப்பப்படி எல்லாம் நடக்கும் மச்சரே. ஓங்க மகளுக்குப் பெறக்கும் மைந்தனே நாட்ட ஆளுவான். இது உறுதி. என்ன நம்புங்க.”

சத்தியவானுக்கு இன்னுமொரு தெளிவு தேவைப்பட்டது.

“நீங்க தர்ம சிந்தையுள்ள வீரர். ஓங்க வாரிசுகளும் அப்படியே வீரர்களாத்தான் இருப்பாங்க. அதுல சந்தேகமே இல்ல. அவங்க ஓங்க சத்தியத்த மீறி நடந்துக்கிட்டா என்ன செய்ய முடியும். இந்தச் சந்தேகத்தத் தெளிவுபடுத்தணும்.

தேவவிரதன் தீர்க்கமாகச் சொன்னான்.

“இந்தச் சபையோர் முன்னிலையில சத்தியஞ்செஞ்சு குடுக்கென். இண்ணைக்கிலருந்து பிரமச்சரிய வெரதமிருந்து என் வாழ்நாளக் கழிப்பென். இந்த ஒடம்புல உயிரு இருக்கிறவரைக்கும்

புத்திரோற்பத்தி செய்ய மாட்டென். என்ன நம்பி ஓங்க பொண்ண எந் தந்தைக்குக் குடுங்க."

தேவவிரதனின் தியாகங் கண்டு மேலோகமும் பூலோகமும் வாழ்த்தி வணங்கின.

"பீஷ்மன் வாழ்க."

"தியாகசீலன் பீஷ்மன் நீடுழி வாழ்க."

தேவவிரதன் பீஷ்மனாகிவிட்டான். பீஷ்மன் என்றால் செயற்கரிய செயலைச் செய்தவன்.

அச் சமயம் சத்தியவதி படகுத் துறையிலிருந்து வீடு திரும்பியிருந்தாள். பீஷ்மன் புத்திரக் கனிவுடன் அவளைப் பணிந்தான்.

"தாயே பெறப்புடுங்க. நம்ம அரண்மனைக்குப் போகலாம்."

அவள் ஏறிட்டுப் பார்க்கவில்லை. மனசில் விழுந்த சாட்டையடி உடலெங்கும் பரவியது. வலி தாங்காமல் துடித்தாள். வலியுடனேயே தந்தையிடம் விடைபெற்றாள். தந்தை மிகுந்த சந்தோசத்தில் மிதந்தான்.

"போய் வா மகளே. ஒனக்கு நல்ல காலம் வந்துருச்சு. சந்தனு மன்னனக் கைப்புடிச்சு மகராணியாகப்போற. என்னோட நெடுநாள் கனவு நனவாகப்போகுது. நீ சிரஞ்சீவியா நீடுழி வாழணும்."

அவள் துடுப்புப் பிடித்த கைகளைக் கழுவிவிட்டுப் பீஷ்மனுடன் படகுப் பயணியானாள். ஒரு படகோட்டியைச் சத்தியவான் அனுப்பியிருந்தான். அக்கரை அடைந்தனர். பீஷ்மனின் தேர் சத்தியவதியை ஏற்றிக்கொண்டு அஸ்தினாபுரத்தை நோக்கிக் காற்றாகக் கடுகியது.

விரைவிலேயே அஸ்தினாபுரம் அரண்மனையை வந்தடைந்தனர். அதுவரை அவர்கள் ஒரு வார்த்தைகூடப் பரிமாறிக்கொள்ளவில்லை.

மகனின் தியாகங்கண்டு சந்தனு பெருமிதங்கொண்டான்.

"மகனே ஒந் தியாகம் மகத்தானது. எஞ் சந்தோசத்துக்காக ஒன் எதிர்காலத்த அழிச்சுக்கிட்டயே."

"தந்தையே ஓங்க சந்தோசந்தான் முக்கியம்."

"மகனே ஒனக்கு மரணமில்ல. ஒன் அனுமதியோடதான் எமனால ஒன் உயிரப் பறிக்க முடியும். இது என் வரம்."

சத்தியவதியைச் சந்தனுவின் அந்தப்புரத்தில் அடைப்பதற்காகப் பணிப்பெண்கள் அழைத்துச்செல்லும்போது கலங்கிய கண்களுடன் பீஷ்மனின் முகத்தை ஒரு முறை ஏறிட்டுப்பார்த்தாள். அவன் தலைகுனிந்தான்.

சந்தனு சத்தியவதியை முறைப்படி மணந்தான். மகன் தந்தையை மணக்கோலத்தில் அழகுபார்த்து அகமகிழ்ந்தான். சடங்கு சாத்திரங்களை நிறைவேற்றினான்.

சந்தனு காமக்கடலில் நீந்திக் கரையைத் தேடினான். கண்ணுக்கெட்டியமட்டும் தென்படவில்லை.

பேச்சுவாக்கில் சாரதி அவனைக் கிண்டினான்

"அரசே இன்னுமா மோகம் ஒங்களுக்கு அலுக்கல."

சந்தனு கற்பனையில் ஆழ்ந்தான்.

"காமத்துக்கு ஏதுடா மூப்பும் பிணியும். அட மடையா நல்லாத் தெரிஞ்சுக்கோ. காமம் காமம்னு ஏளனமாச் சொல்றாங்களே அப்படி இல்லடா. அது பேயுமில்ல நோயுமில்ல. மழைக்குத் தளுத்த எளம்புல்லக் கெழட்டுப்பசு கரும்பி நமட்டுமே அந்த மாதிரி தீராத பெரிய விருந்தாக்கும்."

"அது சரி அனுபவம் பேசச் சொல்லுது. அப்படின்னா இனியும் விருந்து தீராதுன்னு சொல்லுங்க."

"புல்லு தளுக்கிறதும் மாடு புசிக்கிறதும் எண்ணைக்குமே தீராதுடா."

அந்தி நேரம் இதமாக வீசும் இளங்காற்றில் சந்தனு மிதக்கத் தொடங்கினான்.

15

கங்காதேவி யமுனைக் கரையில் சத்தியவதிக்காகக் காத்திருந்தாள். காற்றில் மிதந்த நீர்ப்பறவைகளின் கதம்பக் கூவல் கேட்டு மாளவில்லை. தரைக்குச் சறுக்கிக் காதோரம் விசாரித்துவிட்டு எழும்பிப் பறந்தன.

“கங்கா கங்கா எங்க இங்க.”

அவள் மனசுக்குள் சொல்லிக்கொண்டாள்.

‘மாட்டென் மாட்டென் வரவேமாட்டென்.’

சத்தியவதி தாமதித்து வந்தாள். குதிரைக் குளம்பொலி அடங்கித் தேர் நின்றது. இறங்கி ஓடோடிவந்து கங்காவைக் கட்டிக்கொண்டு மூச்சு வாங்கினாள்.

“ரெம்ப நேரம் காக்க வச்சிட்டென்.”

“மகராணி இப்படிச் சொல்லலாமா. எங்களத் தேடி வாறது நாங்க செஞ்ச புண்ணியம்.”

“மனசே சரியில்லக்கா.”

“என்னாச்சு.”

“எல்லாமே வெறுத்துக்கெடக்குது. ஆத்துத் தண்ணியில ஆனந்தமா மெதந்துக்கிட்டு மீன்களோடயும் பறவைகளோடயும் பேசிக்கிட்டு........ அந்தச் சொகமே தனி.”

“இனிமே அரமனக் கொளத்துக்குள்ளயே குளிச்சுக்கிட்டு மெதக்கவேண்டியதுதான. பேச்சுத் தொணைக்குப் பணிப் பொண்ணுகளுக்கா பஞ்சம்.”

“செறக ஒடிச்சு அரமனைக்குள்ள அடச்சுப்போட்டுட்டாகளே. என்னத்தச் சொல்றது. ராசா நரச்ச தாடியத் தடவிக்கிட்டே வாறதும் அதட்டிப் பேசுறதும்........ பயத்துலயே பொழப்பு நடத்தவேண்டியிருக்கு.”

“அடி இவளே மகராணியாயிட்டப் பெறகு அதிகாரத் தோரண வந்துறணும். நீதான் ராசமாதா. அத மறந்துறாத. எப்பயுமே அப்படி இப்படி அரட்டி உருட்டி உத்தரவு போட்டுக்கிட்டே இருக்கணும்.”

“எத்தன நாளைக்குத் தாலி கழுத்துல தங்கப்போகுதோ. உள்ளபடி நடக்கட்டும். எல்லாம் விதி.”

“விதியில்லடி. ஒங்கப்பனோட மதி. ஒன்ன எப்படியாவது அரமனக் கிளியாக்கீறணும்னு அவருக்கு மூக்கு முட்ட ஆச. ஆசப்பட்டது நடந்துருச்சு. சந்தோசமா இருக்கப் பழகிக்கோ. எதுவும் நம்ம கையில இல்ல.”

சத்தியவதியின் கண்கள் குளங்கட்டின.

“நீ இருந்த எடத்துல நானா. அத நெனச்சாலே நெஞ்சு வலிக்குதுக்கா.”

“எம் பெழப்பப் பத்தித்தான் ஒனக்குத் தெரியுமே. சந்தனு மகாராசாவுக்கு எட்டுப் புள்ளப் பெத்தென். ஏழு உசிர எங்கையாலயே கொன்னென். அது விதிவசம். கடக்குட்டி காங்கேயன் தப்பிப் பெழச்சான். இண்ணைக்கு அவன் பெரிய அறிவாளி. வீரசூர வில்லாளி. குருகுலத்துக்கு வாரிசு வேணும்னு வளத்து ஆளாக்குனென். கலியாணம் முடிச்சுவச்சு பேரப் புள்ளைகள மடியில கெடத்திக் கொஞ்சணும்னு கனாக்கண்டென். எல்லாம் மண்ணாப் போச்சு. அவன் காவியுடுத்திக் கமண்டலம் ஏந்தாற முனிவனாயிட்டான்.

கங்காதேவியின் கண்களும் பனித்துக் கனத்தன. சத்தியவதி தழுதழுத்தாள்.

“எல்லாம் என்னாலதானக்கா.”

“நீ என்ன செய்வ. அவன் வேணாம்னாருந்த. சுத்திச் சுத்தி வந்தயே. கிறுங்குனானா. நீ கெறங்கினதுதான் மிச்சம். எப்படியாவது ஒங்கிட்ட அமஞ்சுக்கிருவான்னு மலையா நம்பியிருந்தென். பாவி மகன் இப்படிச் செஞ்சிட்டானே. நெனச்சுப் பாக்கவே முடியலடி.”

“நான் ஆசையச் சொமந்துக்கிட்டு அலஞ்சென். அவருட்ட ஒரு வார்த்த பேசீறணும்னு தட்டுக்கொட்னென். அவரப் பாத்த மாத்தரத்துல நதியில வெள்ளம் சொடிஞ்சு அடங்குறதப் போல ஆசையெல்லாம் அமுங்கீரும். அவராச்சும் ரெண்டு வார்த்த வாந்தக்கமாப் பேசணுமே. இப்ப அதெல்லாம் நெனச்சு என்ன செய்ய.”

“அப்படித்தான். ஒடம்பும் மனசும் இறுகிப்போயிக்கெடக்கான். அப்பனத் தவிர வேற தொண கெடையாது. பொம்பள அரவணைப்புருந்தா எளக்கியிருப்பா. அவங்கிட்டப் பக்குவமாப் பேசிச் சம்மதிக்கவச்சு ஒன்னத் தொணையாக்கீறணும்னு பிரயாசப்பட்டென். சந்திச்சுப் பேசுறதுக்குள்ள புள்ள வந்து அப்பனுக்குப் பொண்ணு பாத்துப் பேசி முடிச்சிட்டானே. ரெண்டு பேரும் பாசத்துல உருகீட்டாக. சந்தடி சாக்குல ஒங்கப்பன் காரியஞ் சாதிச்சுக்கிட்டாரு.”

“பெத்த தாயி இருக்காளே அவகிட்ட ஒரு வார்த்த கலந்துக்கிறணுமிங்கிற நெனப்பில்லையே.”

“ஒங்கிட்டச் சொன்னா காரியங் கெட்டுப்போகுமேன்னு தயக்கமாருக்கும்.”

“எப்படியோ போறான். அஸ்தினாபுரத்தக் கெட்டியமுகட்டும். குருகுலத்தத் தாங்கட்டும். பெத்து வளத்து ஆளாக்கிவுட்ட தாயி பொலம்புறது தெரியல.......”

“கடசிவரைக்கும் பொம்பள வாடையே இல்லாம இருந்துக்கிருவன்னு வாக்குக் குடுத்துட்டுத்தான என்னக் கூட்டீட்டுப் போனாரு. அம்மா நம்ம அரமனைக்குப் போகலாம். வாங்கன்னு கூப்புட்டதும் எனக்குத் தூக்கி வாரிப்போட்ருச்சு. நெஞ்சே வெடிச்சிரும்போல படபடன்னு வந்துருச்சு. ஆத்துல படகு கவுந்தா நீந்தித்தான கரையேறணும். அரமனத் தேருல காஞ்ச கட்டையாப் போய்ச்சேந்தென். இப்ப ஓம் புள்ள காங்கேயன் எனக்குப் புள்ளையாயிட்டான்.”

“பொம்பள சகவாசமே ஆகாறவன் காட்டுக்குப் போயில்ல தவமிருக்கணும். அரமனைக்குள்ள அதிகாரம் பண்ணிக்கிட்டு நிருவாகத்தக் கவனிச்சுக்கிட்ருந்தா எப்படி. ரெண்டுங்கெட்டான் பெழப்பு எதுக்குன்னு கேக்கென். எப்படியாச்சும் ஒன்ன மருமகளாக்கீறணும்னு ஆசப்பட்டென். நீ என்னடான்னா சக்களத்தியா வந்து நிக்க...... சும்மா சொல்லக் கூடாது. சகல அலங்காரத்தோட நீ அழகாத்தான் இருக்கடி. காங்கேயனுக்குத் தொணையாத் தம்பிகளப் பெத்துப்போடு. குடும்பம் தழைக்கட்டும்.”

“எல்லா ஆசையும் நதிக்குள்ள போட்ட கல்லு மாதிரி ஆழத்துல முங்கீருச்சு. ராணிக்கோலத்துல பொணமா நடமாடுறென்.”

“நீ ராணிதாண்டி.. அந்தத் தோரண வந்துருச்சு. எஞ் சக்களத்தி நீ நல்லாருக்கணும்.”

இருவரும் கண்ணீரைத் துடைத்துக்கொண்டு சிரிக்க முயன்றனர்.

கங்காதேவி கரகரத்தாள்.

“ஒனக்கென்ன ஒரு புருசனோட காலத்த முடிச்சுக்கிருவ. என்னச் சொல்லு. பேருதான் தேவத. செய்றதென்னமோ தேவடியாத்தனம். என்னப் போல ஊர்வசி ரம்பை திலோத்தமை மேனகை கிருதாசின்னு ஒரு அடிமைக் கூட்டமே இருக்குது. இந்திரனோட அமராவதியிலயும் ஆத்துத் தண்ணியிலயுமாக் குடியிருக்கொம். கூப்புட்ட கொரலுக்கு ஓடணும். ஏவுன வேலையச் செஞ்சு முடிக்கணும்.”

“அப்படியென்ன வேலம்மா.”

“இன்னதுன்னு கெடையாது. ராசாக்களுக்குப் பொண்டாட்டியா இருக்கணும். இல்ல வப்பாட்டியா வச்சுக்கிருவாக. முனிவருக்குத் தொண்டுசெய்யணும். அவுகளுக்கு அரிப்பெடுத்த நேரம் கூடப் படுத்துக் காம இச்சைக்குத் தீனியாகணும். கொழந்த பெத்துக்குடுக்கணும்.”

“எங்க பெழப்பும் அப்படித்தான். பராசர முனிக்கு துவைபாயனனைப் பெத்துக் குடுத்தனே அப்படி.”

“யாராச்சும் வரங் கேட்டுத் தவமிருந்தாகன்னா இந்திரனுக்குக் கொடலு பதறும்.”

“ஏன் அப்படி.”

“எல்லாம் பதவியத் தக்கவச்சுக்கிறத்தான். தவமிருக்கிறவனுக்கு ஏறுக்கு மாறா வரத்தக் குடுத்துப்புட்டுப் பெறகு குத்துதே கொடையிதேன்னு அடிச்சுக்கிருவாக. வரம் வாங்குனதும் மொதக் காரியமா இந்திரன் தலையிலதான் கைவப்பாக.”

“அப்படிச் சொல்லு.”

“இந்திரன் பதறியடிச்சு ஓடனே எங்கள ஏவிவுட்டு தவத்தக் கலைக்கச் சொல்லுவாரு. அவுகளுக்கு முன்னால ஆடணும் பாடணும். அவுத்துப்போட்டுக் குளிக்கணும். கூடப் படுக்கவும் செய்யணும். எப்படியோ அவுக தவத்தக் கலச்சாச் சரி. காமம் கட்டுப்பாட்ட மீறிக் கரையொடச்சுக்கிட்டா வீரியத்தப் பீச்சி அங்கங்க செடிகொடியில புடிச்சுவச்சிட்டுப் போயிருவாக. அது கருவாகி வளந்து கொழந்த பெறக்கும். அத யாராச்சும் எடுத்து வளக்கிறதும் உண்டு. காட்ல அனாதையா அலையவுடுறதும் உண்டு. ஈவெரக்கங் கெடையாது. கேட்டா ஆயிரம் நியாயம் சொல்லுவாக.”

“எங் கதையும் அப்படித்தான். மச்சத்தோட வயித்துல பெறந்தென். நதியில முனிவருக்குப் புள்ளையப் பெத்துக் குடுத்தென்.”

“நீ கன்னியாயிருந்த. ஒருத்தருக்கு மனைவியாருந்து தாயாகப்போற. பேரப் புள்ளைகளையும் கண்குளிரப் பாக்கப்போற. ஒனக்குப் பிணி உண்டு. மூப்பு உண்டு. மரணமும் உண்டு. எனக்கு எதுவுமே கெடையாது. எல்லாரையும் சந்தோசப்படுத்துற நித்தியக்கன்னி. ஒன்னப்போல இருக்கணும்னு எனக்கும் ஆச இருக்குமில்ல. நானும் பொண்ணுதான. பொண்ணுகளோட மனசப் புரிஞ்சுக்கிறாம இந்திர சபையில கூடி ஆடிப்பாடி அளவுக்கு மீறிச் சோமரசமும் சுரா பானமும் குடிச்சுக் கூத்தடிக்கிறத நெனச்சுப் புழுங்கிக்கிட்டே எங்காலமும் ஓடுது.”

“மேலோகத்துக் கூத்துக்குப் பூலோகக் கூத்து ஒண்ணும் கொறஞ்சதில்ல.”

“இப்பத்தான் மனசு லேசாருக்குடி... வாறென். அடுத்து என்ன வேல வச்சிருக்காகளோ.”

கங்கா வேண்டா வெறுப்பாக எழுந்து விரக்தியில் தனது நதியை நோக்கி நடந்தாள். அவள் உருவம் கண்ணீர்ப் படலத்தில் மங்கி மறையும்வரை வெறித்திருந்த சத்தியவதி தயக்கத்தில் தேரை நோக்கி எட்டுவைத்தாள். அவள் நடையும் தளர்ந்திருந்தது.

16

சத்தியவதியின் வயிறு சந்தனுவுக்காக இருமுறை திரண்டு சுருங்கியது. இரு புதல்வர்களைப் பெற்றாள். மூத்தவன் சித்திராங்கதன். தம்பி விசித்திரவீரியன். பீஷ்மனுக்குத் தந்தை வழி இளவல்கள்.

முதுமை சந்தனுவின் கதையை விரைவிலேயே முடித்துவைத்தது. அப்போது விசித்திரவீரியன் இளம் பிராயம். சேதி நாட்டரசன் பிரகத்ரதனின் மகள் சௌபாலிகையை மணம் பேசி மூத்தவனுக்கு முடித்துவைத்தனர் சத்தியவதியும் பீஷ்மனும். சித்திராங்கதன் அரியணையேறினான். சில ஆண்டுகள் பீஷ்மனின் மேற்பார்வையில் ஆட்சி நடந்தது.

சித்திராங்கதன் என்ற பெயரிலேயே காந்தார நாட்டு மன்னன் ஒருவன் இருந்தான். அவன் அற்பக் காரணத்துக்காகச் சந்தனு புத்திரனை வம்புக்கிழுத்தான்.

“ஒன்னால எனக்குக் கவுரவக் கொறச்சலாருக்கு. ஒம் பேர மாத்திக்கோ. இல்லன்னா என்னோட போருக்கு வா.”

“பெத்தவங்க வச்ச பேர மாத்த முடியாது. கவுரவக் கொறச்சலாருந்தா நீ மாத்திக்கிற வேண்டியதுதான. வா போட்டுப் பாத்துருவொம்.”

இரணியவதி நதிக்கரையில் இருவருக்கும் கடும்போர் பல நாள் நடந்தது. இறுதியில் சந்தனு மைந்தன் மாண்டான். விரைவிலேயே மனைவியையும் உடன் அழைத்துக்கொண்டான். அவர்களுக்கு வாரிசு கிடையாது.

சத்தியவதி பீஷ்மனுடன் ஆலோசித்தாள். சிக்கலான சூழ்நிலை. அடுத்த வாரிசு விசித்திரவீரியன். பிறந்ததிலருந்தே நோயாளி. உடன் பிறந்த காச நோய் எந்த மருத்துவத்துக்கும் கட்டுப்படாமல் உடம்பை ஆண்டுவந்தது.

சத்தியவதிக்குப் பெருங் கவலை. மகனுக்கு மணம் முடித்த பிறகே அரியணையேற்ற முடியும். அதுதான் முறை. மக்களிடையே கவுரவம். அவன் சதா மருத்துவச்சாலையிலேயே குடியிருப்பதை அறிந்தால் யாரும் பெண் கொடுக்க மாட்டார்கள்.

பீஷ்மனை விசாரத்தில் பார்த்தாள்.

"அய்யா காங்கேயா நாட்டுக்கு வந்த சோதனையப் பாத்தயா. அத நெனச்சா வேதனையாருக்கு."

"எனக்கும் அதே கவலதாம்மா. விசித்திரவீரியனுக்கு விமோசனம் கெடைக்கணும்."

"எப்படியாவது பொண்ணத் தேடித் திருமணம் முடிக்கணுமே. மணமேடை ஏறுமளவுக்கு ஒடம்புல தெம்பு வேணுமே."

"பொண்ணப்பத்தி ஒங்களுக்குத் தகவலேதும் உண்டா."

"நேர்ல பேசி முடிக்க வாய்ப்பில்ல. சுயம்வரந்தான் வழி."

"எனக்கும் அப்படித்தான் தோணுது."

"காசி நாட்ல சுயம்வரம் நடக்கப்போறதா பேச்சு வந்தது."

"நானும் கேள்விப்பட்டென்."

"நமக்கு அழைப்பு அனுப்பலயே. அஸ்தினாபுரம் அவ்வளவுக்கு எளக்காரமாப் போச்சா."

"அந்த வன்மம் எனக்கும் உண்டு. அவங்களுக்குச் சரியான பாடங் கற்பிக்கணும். காலமெல்லாம் அஸ்தினாபுரத்த மறக்கக் கூடாது."

காசி நாட்டு மன்னன் பீமதேவனுக்கு மண வயசில் மூன்று பெண்கள் உண்டு. அம்பை அம்பிகை அம்பாலிகை. மூவருக்கும் சுயம்வரம் மூலமே மணம் முடிக்கத் தீர்மானித்திருந்தான் மன்னன்.

சத்தியவதி ஆதங்கப்பட்டாள்.

"காங்கேயா நீ அந்தச் சுயம்வரத்துக்குப் போயி வெற்றிவாகை சூடிவாயேன்."

பீஷ்மன் திகைத்துப்போனான்.

“அம்மா நானா...... எப்படி...... சுயம்வரத்துல மணமகன் கலந்துக்கிறதுதான மொற.”

“அவன் போற நெலமையிலயா இருக்கான். அய்யா ஒனக்குத் தெரியாறதில்ல. அப்படியே போனாலும் மணமக மாலையிடணுமே. ஒரு பணிப்பொண்ணுகூட ஏறிட்டுப்பாக்க மாட்டா.”

“அது உண்மதான்.......”

“அப்படின்னா அதுக்கு வேற நடவடிக்கையப் பத்தி நம்ம யோசிக்கணுமில்லையா. இந்த இக்கட்டான சூழ்நெலையில நீ சுயம்வரத்துல கலந்துகிட்டாத்தான் சிக்கல் தீரும். நாட்டுக்கு நல்ல வழி பெறக்கும்........”

“நான் கலந்துக்கிட்டா அது அறப்பிழையாயிருமே........”

“ஒஞ் சகோதரனுக்காகத்தான நீ போகப்போற. அத மனசில வச்சுக்கோ.”

“அப்படின்னாலும் அது நெறியில்லையே.”

“இப்ப எம் மனசில ஒரு சந்தேகம் ஓடுது. விசித்திரவீரியன் பட்டஞ் சூடுறதுல ஒனக்கு விருப்பமில்ல. அப்படித்தான........ ஒனக்கு அரியணமேல ஆச வந்துருச்சா.”

“அம்மா அப்படிச் சொல்லாதங்க. என்ன நம்புங்க.”

“பெறகென்ன........ சுயம்வரத்துல கலந்துக்கோ. ஒந் தம்பிய வாழவையி.”

தனக்கு நேரவிருக்கும் அவமானத்தைப் பொருட்படுத்தாமல் பீஷ்மன் சீடர்களுடன் காசி நாடு சென்றான்.

17

சுயம்வர மண்டபத்தில் தனியாசனம் பெற்றுத் துணிவுடன் கம்பீரமாக அமர்ந்திருந்தான் பீஷ்மன். அத்தனை மன்னர்களும் ஆச்சரியத்தில் அவனையே பார்த்தனர். பரிகாசக் குரல்கள் தெளிவாகக் கேட்டன.

“முற்றுந் துறந்த முனிவருக்கு இங்கென்ன வேல.”

“உக்காந்துருக்கிற எடத்தப் பாத்தாலே தெரியலையா. மாப்பிளத் தோரணையென்ன. முறுக்கென்ன........”

“பிரமச்சரிய வெரதம் என்னாச்சு.”

“அதோ காத்துல பறக்குது பாரு.”

“ஊருக்குத்தான் ஒவதேசம்......”

சுயம்வரப் பெண்களும் பீஷ்மனைக் கண்டுகொள்ளவில்லை. அலட்சியமாக விலகிச்சென்றனர். பீஷ்மனுக்குப் பெருத்த அவமானம். அகங்காரத்தில் அரசர்களை நோக்கிச் சூளுரைத்தான்.

“வல்லமையுள்ள மன்னாதி மன்னர்களே இந்த ஒலகத்துல எத்தன வகையான திருமண மொற உண்டு தெரியுமா. பிரமம் ஆருசம் பிரஜாபத்தியம் தெய்வம் காந்தர்வம் ஆசுரம் ராட்சசம் பைசாசம் இப்படி எட்டு வகையிருக்கு. இந்த மூணு பெண்களையும் ராட்சச மொறப்படி எந் தம்பி விசித்திரவீரியனுக்குத் திருமணம் முடிக்கக் கவர்ந்துட்டுப் போறென். தடுத்து நிறுத்த விருப்பமுள்ளவங்க என்னோட போருக்கு வரலாம்.”

பீஷ்மனின் தேர் மூன்று பெண்களையும் ஏற்றிக்கொண்டு அஸ்தினாபுரம் நோக்கி விரைந்தது. அவன் இறுதியாகக் கூறிய வார்த்தைகள் இன்னும் அனைவரின் செவிகளிலும் அதிர்ந்துகொண்டிருந்தன.

“பீஷ்மனச் செயிக்க இந்த ஒலகத்துல இன்னும் ஒருவன் பெறக்கலடா. அதத் தெரிஞ்சுக்கோ.”

பல மன்னர்கள் அவனுடன் போரிட்டுத் தோற்றனர். சவுபால நாட்டு மன்னன் சால்வன் மட்டும் அம்பையின் நினைவில் பின்தொடர்ந்து வந்தான். தோற்றுவிட்டான். அம்பையின் வேண்டுகோளுக்கிணங்கப் பீஷ்மன் அவனைக் கொல்லாமல் விட்டுவிட்டான்.

மன்னனும் அம்பையும் காதலர்கள். இது அனைவருக்கும் தெரியும். மூன்று பெண்களும் கண்ணீர் மல்கக் கைகூப்பிப் பீஷ்மனுக்கு நன்றி தெரிவித்தனர்.

சத்தியவதி மகிழ்ந்தாள். பீஷ்மன் அவளை வெற்றிப் பெருமிதத்தில் நோக்கினான்.

“அம்மா மூணு பெண்களையும் கவர்ந்து வந்துட்டென். எல்லாரையும் தம்பிக்குத் திருமணம் முடிக்கலாம்.”

“வெற்றிதான ஒனக்குத் தாரக மந்தரம். நாட்டுக் கவுரவத்தக் காப்பாத்துன ஒனக்கு நன்றி காங்கேயா.”

“எல்லாம் ஓங்க சித்தம். பெண்ணக் கவர்ந்துட்டு வாறதுலயும் ஒரு வரமொறையிருக்குது.”

“மொரட்டுத்தனமாத் தூக்கீட்டு வாறதுல என்ன வரமொற வேண்டிக்கெடக்குது.”

“அப்படியில்லம்மா. திருமணத்துல எட்டு வழிமொறையிருக்குது.”

“அடேயப்பா.”

“ஒண்ணாவது பிரமம். ஒழுக்கமான பிரமச்சாரிய வலிய அழச்சுக் கன்னிகாதானம் செய்றது.”

“ஒன்னப்போல பிரமச்சாரி.”

“ரெண்டாவது தெய்வம். புரோகிதனுக்குப் பெண்ணக் குடுக்கிறது. மூணாவது ஆருசம். ஒரு ஆண்மகங்கிட்டருந்து ஒண்ணு ரெண்டு பசுவும் ஆடும் வாங்கிக்கிட்டுப் பெண்ணக் குடுக்கிறது.”

“அட கொடுமையே. ஆடும் மாடுந்தான் ஒரு பொண்ணுக்கு வெலையா.”

“நாலாவது ஆசுரம். பணங் குடுத்து வாங்கிய பெண்ணக் கைப்புடிச்சுக்கிறது.”

“பண்டங்களக் கைமாத்திக்கிற மாதிரி.”

“அஞ்சாவது கந்தர்வம். ரெண்டு பேர் மனமொத்துச் சேந்துக்கிறது. ஆறாவது பைசாசம். ஒரு பெண் தூங்கும்போதோ மது மயக்கத்துல இருக்கும்போதோ அவளோட சேந்து கூட்டீட்டு வாறது.”

“அவளக் கெடுத்து அடாவடியா இழுத்துட்டு வாறதுன்னு சொல்லு.”

“ஏழாவது பிரஜாபத்தியம். பிரமச்சாரிய அழச்சு பூசித்துப் பெண்ணத் தானம்பண்றது.”

“இதுல நீ கொண்டுவந்த மொறையென்ன.”

“ராட்சசம். எட்டாவது.”

“நீயே பெரிய ராட்சசனாச்சே.”

“எதுத்தவங்களக் கொன்னு குமிச்சும் வெரட்டியடிச்சும் கவர்ந்துட்டு வந்தனாக்கும்.”

அவன் கவர்ந்து வந்த பெண்களுக்கு உண்மை விளங்கிவிட்டது. எல்லாவற்றுக்கும் இந்த ராஜமாதாதான் காரணமா. அவள் அமர்ந்திருக்கும் தோரணையே சொல்கிறதே.

மூத்தவள் அம்பை துணிவுடன் பீஷ்மனை எதிர்கொண்டாள்.

"தருமசீலரே நான் சவுபால நாட்டு மன்னர் சால்வன மனசில வரிச்சிருக்கென். அவரும் என்ன விரும்புறாரு. இது எல்லாருக்குமே தெரியும். நாங்க சேந்து வாழ வழிவுடுங்க. நீங்க தருமப்படி நடந்துக்கிறணும்."

பீஷ்மன் அந்தணர்களுடன் ஆலோசித்தான். பின்பு அம்பையை விடுவித்தான்.

"மத்தவன மனசில வச்சிருக்கிற பெண்ண எந்த ஆணும் விரும்பமாட்டான். நானோ நைஷ்டிக பிரமச்சாரி. ஒனக்கும் எனக்கும் சம்பந்தமில்ல. நீ விரும்புற எடத்துக்குப் போகலாம்."

விடுதலை பெற்ற அம்பை கற்பனைச் சிறகடிப்பில் சால்வனைத் தேடிப் புறப்பட்டாள். தங்கையர் கண்ணீரில் வழியனுப்பினர்.

இளைய பெண்களுக்கும் விசித்திரவீரியனுக்கும் திருமணம் நடந்தது. மருத்துவச் சாலையிலிருந்து மணமகனை மேடைக்குச் சிரமப்பட்டுக் கொண்டுவந்ததே பெரிசு. எப்படியோ ஒரு வழியாக அவனை அரியணையில் ஏற்றியாயிற்று. நாட்டு மக்களுக்குக் காட்டியாயிற்று.

சத்தியவதிக்குப் பெரிய நிம்மதி.

18

அம்பை சுதந்திரப் பறவையாகச் சவுபால நாடு சென்று சால்வ மன்னனைச் சந்தித்தாள்.

"அரசே நான் ஒங்கள மனசார விரும்புறென். ஒங்களுக்கும் எம்மேல காதலுண்டு. பீஷ்மர வுட்டு வெலகி ஒங்களத் தேடி வந்துருக்கென். வேத மொறப்படி என்ன மணந்துகொள்ளுங்க."

சால்வன் அவளை அறியாதவன்போல் அலட்சியமாகப் பார்த்தான்.

"கன்னிகையே பலருக்கு முன்னால பீஷ்மர் ஒன்னச் செறையெடுத்துட்டுப் போனாரு. அந்தக் கணத்துலருந்து நீ அவருக்குச் சொந்தமான பொருளாயிட்ட. அவரோட பொருள நான் எப்படி ஏத்துக்கிற முடியும். அப்படிச் செஞ்சா என்னோட நாட்டுக்குப் பாதுகாப்பில்ல. அவர் பராக்கிரமத்தப் பத்தி நாடே அறியும். எனக்கு என்னோட நாடுதான் முக்கியம். ஒரு பெண்ணுக்காக நான் நாட்ட அடகுவைக்க விரும்பல. நீ அவரோட பொருள். அவருட்டத்தான் இருக்கணும்."

"அவர் எஞ் சம்மதத்தோடயா என்னத் தூக்கீட்டுப் போனாரு. அது எந் தவறில்லையே. நீங்களுந்தான் அவர எதுத்துப் போரிட்டீங்க. எங்களக் காப்பாத்த முடிஞ்சதா. நான் கெஞ்சிக் கேட்டுக்கிட்டதாலதான ஒங்களுக்கு உயிர்ப்பிச்ச கெடச்சது."

"இப்ப ஒன்னத் தனக்குச் சொந்தமான பொருளாப் பிச்சையாத்தான எனக்குக் குடுத்தனுப்பியிருக்காரு. என்னச் சோதிச்சுப்பாக்காரோ என்னமோ. அடுத்தவருக்குச் சொந்தமான பொருள என்னால ஏத்துக்கிற முடியாது."

அம்பைக்குப் பெருத்த ஏமாற்றம். தாங்க முடியவில்லை. கற்பனைக் கோட்டை தகர்ந்தது. மீண்டும் பீஷ்மனிடம் வந்தாள்.

"அய்யனே நான் ஒங்களுக்குச் சொந்தமான பொருளுன்னு திருப்பி அனுப்பிவச்சிட்டாரு சால்வ மன்னர். அரச குலத் தருமப்படி என்ன மனைவியாக்கிக்கங்க."

"ஒனக்காக என்னோட பிரமச்சரிய வெரதத்த முடிக்கமாட்டென். சால்வங்கிட்டயே போயிரு பெண்ணே."

"எல்லாருமாச் சேந்து என் வாழ்க்கைய நாசமாக்கீட்டீகளே. ஒங்க பிரமச்சரிய வெரதத்தால திருமணம் செஞ்சுக்கிற முடியல. அது சரி. அப்படிப்பட்ட ஞானி மூணு பொண்ணுகள வலுக்கட்டாயமாத் தொட்டுத் தூக்கீட்டு வாறது எந்த வெதத்துல நியாயம் சொல்லுங்க பாக்கலாம்."

"எந் தம்பிக்காகக் கவர்ந்துவந்தென்."

அம்பை வெடித்துவிட்டாள்.

"இப்படிச் சொல்ல வெக்கமால்லையா ஒனக்கு. பிரமச்சாரின்னு பீத்திக்கிற மனுசன் பொண்ணுகளத் தொடலாமா. இதுகூடத் தெரியாம என்ன மானங்கெட்ட பிரமச்சரியம் வேண்டிக்கெடக்கு. காட்டுக்குப் போகவேண்டிய மனுசன் ராசமாதாவக் கைக்குள்ள

போட்டுக்கிட்டு நாட்ட ஆண்டு அதிகாரம் பண்ணிக்கிட்ருக்கயே. இதுக்கென்ன பேரு."

"பெண்ணே அத்தோட பேச்ச நிறுத்து. நான் சத்திரியன். எச்சில் பண்டத்த ஏத்துக்கிற மாட்டென். போயிரு."

"சால்வனும் இப்படித்தான் பெருமையடிச்சுக்கிறான். நானும் சத்திரிதான். நீ என்னத் தொட்டதாலயோ நான் சால்வன விரும்புறதாலயோ எச்சில் பொருளாயிருவனா. இல்ல தெரியாமத்தான் கேக்கென். தம்பிக்காக சுயம்வரத்துக்கு வந்து கலந்துக்கிறவன் எப்படிச் சத்திரியனாருக்க முடியும். காதலிச்ச ஒரு பொண்ணக் கைவுடுறவன் சத்திரியன்னு எப்படி மார்தட்டிக்கிற முடியும்."

"இங்க நின்னு வாயாடுற நேரத்துல நீ வேற ஒரு ராசகுமாரனத் தேடிப் போனா அவனோட அந்தப்புரத்துலயாச்சும் எடங் கெடைக்குமில்லையா. அங்ககூட வேசிகளால எட நெருக்கடின்னு கேள்விப்பட்டென். எதுக்கும் போய்ப் பாரு."

"ரெண்டுங்கெட்ட வேடதாரியே. நீ ஆணா பொண்ணான்னு சந்தேகமாருக்கு. ஒனக்கு அழிவுக்காலம் நெருங்கீருச்சு. எங்களுக்கும் காலம் வரும். ஒரு நாள் ஒன்னப் பழிதீர்ப்பென்."

பிறந்த வீட்டுக் கதவும் அவளுக்காகத் திறக்கவில்லை. பெற்றோரின் மனசும் திறக்கச் சித்தமாயில்லை. அழுது புலம்பித் தீர்க்க அன்னையின் மடி கிடைக்கவில்லை.

சில மன்னரின் அரண்மனை வாயில்கள் அவளைப் பார்த்ததும் அச்சத்தில் மூடிக்கொண்டன. ஒப்புக்குக் காரணஞ் சொல்லி மழுப்பி அனுப்பினர்.

"பீஷ்மர எங்களால பகச்சிக்கிற முடியாது."

"எங்களுக்கு நாட்டு மக்கள்தான் முக்கியம்."

அம்பை கண்ணீரும் கம்பலையுமாக அலைக்கழிந்தாள்.

19

அம்பையின் மனசெங்கும் உடலெங்கும் வெறுப்பு வேரோடியிருந்தது. இமயமலையை நோக்கி நடந்தாள். அங்கே பரகூத நதிக்கரையில் தவமிருக்கத் தொடங்கினாள். அவளுக்குள் வன்மம் கொழுந்துவிட்டு எரிந்தது.

பீஷ்மனைப் பழிவாங்கியாகணும். இந்த அவலத்துக்கெல்லாம் அவன்தான் காரணம். பெண்கனென்றால் அவ்வளவு இளக்காரமா. விற்று வாங்கும் பண்டங்களா என்ன. இவர்கள் சதுரங்க விளையாட்டில் உருட்டும் பகடைக்காய்களாக எத்தனை காலந்தான் உழல்வது. தட்டிக்கேட்க நாதியில்லை.

அவளது யோகாக்கினி தேவலோகத்தை உலுக்கியது. தேவர்கள் நடுங்கினர். அவளுக்கு முன்னால் முருகன் தோன்றினான்.

"அம்பையே இதோ தேவலோகத்து மாலை. அழகிய தாமரை மலர்கொண்ட இந்த மாலைய ஒனக்குத் தாறென். இத அணியிறவங்க பீஷ்மன் மரணத்துக்குக் காரணமாருப்பாங்க."

அவள் மலர்மாலையுடன் அரசர்களின் அரண்மனைக் கதவுகளைத் தட்டினாள்.

"என் வாழ்க்கையப் பாழாக்கிய பீஷ்மனக் கொல்லணும். இந்த மாலைய அணிஞ்சவரால மட்டுமே அது சாத்தியமாகும். அப்படி அவரக் கொன்னவருக்கு நான் மனைவியாவென்."

பீஷ்மனின் படை வலிமை பற்றி அனைத்து அரசர்களும் அறிவர். அதனால் அவளுக்குத் தஞ்சமளிக்க மறுத்துவிட்டனர்.

அவள் ஆத்திரத்தில் பாஞ்சால நாடு சென்றாள். துருபத மன்னனை வணங்கி மன்றாடினாள்.

"மன்னா என் வாழ்க்க பீஷ்மனால இருண்டுபோச்சு. என்னப்போல தவிக்கிற அபலைகளுக்கு அடைக்கலந் தர முடியாற அளவுக்கு அரசர்களோட வீரம் தாழ்ந்துபோயிருச்சு. நீங்களாவது எம்மேல கருணகொண்டு எனக்கு அடைக்கலந் தரணும்."

மன்னனுக்குத் தர்மசங்கடம்.

"கன்னிகையே பீஷ்மர வெல்லுமளவுக்கு எங்கிட்டப் படைபலம் இல்லையே. தகுதிக்கு மீறிய செயல்ல நான் எறங்கமாட்டென்."

அம்பை விரக்தியின் விளிம்பில் நின்றுகொண்டு புலம்பினாள்.

"சுயம்வரம்னா சகல அலங்காரத்தோட ஒடம்பெல்லாம் சுகந்த வர்க்கம் கமகமக்கத் தோரணையா உக்காந்து மீசைய முறுக்கத் தெரிஞ்சவங்களுக்கு மன உறுதியும் திடமும் இல்லையே. பீஷ்மனச் செயிச்சு எங்கள மீட்கத் துணிச்சலில்லையே. அந்தப்புரத்துல ஆச நாயகிகள ஆலிங்கனஞ்செஞ்சு கொஞ்சிக் கொலாவுறதுக்கே ஒங்களுக்குக் காலம் போதாது. சதா மது மயக்கத்துல முங்கிக் கெடக்கிற நீங்க சித்தந் தெளிஞ்சு மக்களோட கொறைகளக் கேட்டறியிறது எப்ப... இந்தக் கொடுமைகளுக்கு விடிவே இல்லையா. சீ....... இவங்களுக்கு ஆட்சியதிகாரம் ஒரு கேடா. அகங்காரத்துக்கொண்ணும் கொறச்சலில்ல."

அவள் தாமரை மாலையை துருபதனின் அரண்மனைக் கதவில் மாட்டிவிட்டு வெறுப்பில் நடந்துவிட்டாள்.

மன்னன் கதிகலங்கிப்போனான். அச்சத்தில் கூவினான்.

"அம்பையே எனக்கும் பீஷ்மருக்கும் பகையுண்டாக்கீறாத."

அவள் திரும்பிப் பார்க்கவில்லை.

"விதிய மாத்த முடியாது மன்னா. அந்த மாலைய அணியிறவன் பீஷ்மனக் கொல்லுவான்."

துருபத மன்னனின் அரண்மனை வாயிலில் அம்பை விட்டுச்சென்ற மலர்மாலை தீண்டுவாரற்றுத் தொங்கியது. யாரும் தொடாதவாறு மன்னன் கவனித்துக்கொண்டான். இனிமேல் தீண்ட மாட்டார்கள் என்றெண்ணி வாளாவிருந்துவிட்டான்.

அம்பை நிர்க்கதியாகத் தபோதனன் வாழும் இடத்தை அடைந்தாள். அவளது கதையைக் கேட்ட தபோதனன் வழிகாட்டினான்.

அம்பை சிவனை நோக்கித் தவமிருந்தாள். அங்கே சிவன் தோன்றினான்.

"இந்தப் பெறவியில ஒன் எண்ணம் ஈடேறாது பெண்ணே. இன்னொரு பெறவியெடுத்தா அப்ப ஒம் பொருட்டு பீஷ்மன் மரணிப்பான்."

அவள் சபதமேற்றாள்.

"பீஷ்மனக் கொல்றதுக்காக எத்தன பெறவின்னாலும் எடுப்பென்."

தானே சிதை மூட்டி நெருப்பில் பாய்ந்து மாண்டுபோனாள்.

மீண்டும் ஒரு தோளை எதிர்பார்த்து அரசனின் அரண்மனை வாயிலில் அம்பையின் மாலை இன்னும் வாடிக் கருகாமல் தொங்கிக்கொண்டிருந்தது.

20

அம்பிகையும் அம்பாலிகையும் விசித்திர வீரியனுடன் ஒப்புக்கு வாழ்ந்தனர். யாருக்கும் நிறைவில்லாத நெடுமூச்சு வாழ்க்கை.

விசித்திரவீரியன் திருமணத்துக்குப் பின்பும் மருத்துவச் சாலையிலேயே குடியிருந்தான். மூலை முடுக்கிலிருந்தெல்லாம் வந்த மருத்துவர்களின் சிகிச்சைக்கும் நோய் கட்டுப்படவில்லை. விரைவிலேயே மாண்டுபோனான்.

அவனுக்கும் மக்கட்பேறு கிடையாது. தமையன் பீஷ்மன் இறுதிக் கடன்களைச் செய்தான். சத்தியவதி துயருற்றாள். ராஜமாதாவாயிற்றே. அரசாள வாரிசில்லை. மக்கள் மன்னனின்றித் தவிக்கின்றனரே. எவ்வாறேனும் வாரிசை உருவாக்கணும். பீஷ்மனைத் தேடினாள்.

"அய்யா காங்கேயா காசிராசனோட பொண்ணுக ரெண்டு பேரும் விசித்திரவீரியனுக்கு ஒரு வாரிசுகூடப் பெத்துத்தரலயே. அத நெனச்சாத்தான் கவலையாருக்கு. நம்ம வம்சம் தழைக்கணுமே."

"எனக்கும் அந்தக் கவல உண்டும்மா. என்ன செய்றது. விதியோட வெளையாட்டு."

சத்தியவதி தயங்கினாள்.

"ஒன்னாலதான் விதிய மாத்த முடியும்."

பீஷ்மனுக்குக் குழப்பம்.

"நான் என்ன செய்யணும்."

"பிரமச்சரியத்த வுட்டுட்டுத் திருமணம் முடிச்சுக் கொழந்தைகளப் பெத்துக்கோ. இல்ல ரெண்டு பொண்ணுகளோடயும் கூடிச் சந்ததிகள உண்டாக்கு. நம்ம வம்சம் தழைக்க இதுதான் வழி."

பீஷ்மனின் எண்ணம் வேறாக இருந்தது.

"நீங்க சொல்றது சரியான தருமந்தான். ஆனாலும் சத்தியந் தவறமாட்டென்."

அவள் சற்று யோசித்துப்பார்த்தாள். காரணம் பிடிபட்டது.

"ஓகோ அதச் சொல்றயா. என்ன ஒந் தகப்பனாருக்குப் பொண்ணு பேசினப்பச் சத்தியஞ்செஞ்சுகுடுத்தயே. அது எப்பயோ முடிஞ்சுபோன கத. மன்னனும் மக்களும் மாண்டுபோனாக. நான் கெடக்கென் அறுதலிக்கோலத்துல. ஆபத்துக் காலத்துல சத்தியத்த மீறினாக் குத்தமில்லய்யா. ஒன்ன வுட்டா எனக்கு யாரு தொணையிருக்காக சொல்லுய்யா. நம்ம வம்சத்துக்கு ஆதரவா இருக்கிறது நீ மட்டுந்தான். என் வார்த்தைய மீறீட்டயே. நான் முக்காடு போட்ட மூளிதான. நீயோ கங்கா பெத்த கடக்குட்டி."

"அப்படிச் சொல்லாதங்கம்மா. எண்ணைக்கும் நீங்கதான் எனக்குத் தாயி."

சத்தியவதிக்குப் பழைய சம்பவம் ஒன்று நினைவுக்கு வந்தது.

"அய்யா...... முந்தி ஒரு சமயம் எனக்கு நடந்த ரகசியத்தச் சொல்லப்போறென். அதக் கேட்டுட்டு முடிவெடு."

"அப்படியென்ன ரகசியம்."

கன்னிப்பருவத்தில் அவள் யமுனைத் தீவில் பராசர முனிவனுக்கு வியாசனைப் பெற்றுத்தந்த கதையைக் கூறினாள். மங்கி மறைந்திருந்த நினைவடுக்குகளிடையே வியாசனின் முகம் தெளிந்து ஒளிர்ந்தது.

"அந்த வியாசன இப்ப அழச்சா வருவான். அவனக் கொண்டு மருமக்களக் கருத்தரிக்கச்செய்யணும். எங் கட்டளைய மீறமாட்டான். என்ன சொல்றய்யா."

"நல்ல வழிதான். அப்படியே செய்வொம்."

சத்தியவதி வியாசனை அழைத்தாள். அக்கணமே அவன் அன்னை முன் தோன்றினான். தலைமகனைக் கண்ட அவளுக்கு ஆனந்தம். கண்ணீர் பொங்கியது. யமுனைக் கரையில் பிறந்தபோது பார்த்தது. காலம் மாறிப்போச்சு.

"வா மகனே. ஒன்னப் பாத்து நெடுநாளாச்சு."

"எனக்கும் அதே உணர்வுதான் தாயே. ஒங்களுக்குப் பக்கத்துலருந்து பணிவிட செய்யக் குடுத்துவைக்கல."

என்ன பண்பு நிதானம் பணிவு......

“ஒந் தகப்பனாரு எப்படியிருக்காருய்யா.”

“அனைவரும் நலம்.”

“நீ பெறந்தபோது அவரப் பாத்தது........ நட தளந்துருக்குமே.”

வியாசன் தாயை வணங்கினான்.

“தாயே ஒங்க விருப்பத்தின் பொருட்டு வந்துருக்கென்.”

அவள் மகனைத் தழுவிக்கொண்டாள்.

வியாசன் நெடிது வளர்ந்திருந்தான். வயது முதிர்ந்து பக்குவம் கனிந்திருந்தது. உருவத்தின் விகாரமும் கூடியிருந்தது.

ஒரு ஒதவிக்காக ஒன்ன அழச்சென் மகனே.”

“என்ன செய்யணும் சொல்லுங்க. ஒடனே நெறவேத்துறென்.”

அவள் மகனை ஆசனத்தில் அமர்த்தினாள். புரோகிதர்களைக் கொண்டு பூஜித்தாள். அவன் அதை முறைப்படி ஏற்றுக்கொண்டான். அவள் பீஷ்மனை அறிமுகப்படுத்தினாள்.

“இவந்தான் பீஷ்மன். சந்தனு மன்னனுக்குக் கங்காதேவி பெத்த கடசிப் புள்ள.”

“தந்தையின் சந்தோசத்துக்காக தனது வாழ்நாளத் தியாகஞ் செஞ்ச துறவிதான. நல்லாத் தெரியும். நேரப் பாத்ததில்ல.”

சத்தியவதி சிரித்துக்கொண்டாள்.

“காவியுடுத்திக் கமண்டலம் ஏந்தாற பெருந்துறவி இவன். ஒந் தம்பிதான்.”

பீஷ்மனும் வியாசனும் வணங்கிக்கொண்டனர். பீஷ்மன் மனசு குளிர்ந்திருந்தான்.

“அண்ணன் வேதத்துல கரகண்ட வேத வியாசர். தம்பி வில்லுக்கு இன்னும் எல்லை தேடிக்கிட்டுருக்கும் மாணாக்கன்.”

பீஷ்மன் விடைபெற்றான். சத்தியவதி வியாசனைத் தனியே அழைத்துச் சென்றாள்.

“மகனே புள்ளைக தாய்க்கும் தந்தைக்கும் பொதுவாப் பெறக்கிறவங்க. பெத்தவங்களுக்கு அவங்கமேல சம உரிமையுண்டு. விதிவசத்தால எனக்கு நீ மொதப் புள்ளையாப் பெறந்த. விசித்திரவீரியன் எனக்குக் கடசிப் புள்ள. தந்தை வழியில பீஷ்மன் எப்படி அவனுக்கு அண்ணனோ அப்படியே தாய் வழியில நீயும்

அண்ணன். சத்தியத்துல நம்பிக்கையுள்ள பீஷ்மன் பதவிமேலயும் சந்ததி விருத்தியிலயும் புடிப்பில்லாறவனா இருக்கான்."

"அது பெருமைக்குரியதல்லவா."

"ஒந் தம்பியோட மனைவிக தேவகன்னிக்கு ஒப்பானவுக. அழகும் இளமையும் ததும்பும் தெய்வத்தப்போல இருப்பாக. தர்ம வழியில புத்திரப்பாக்கியத்த விரும்புறாக. அதனால நீ அவங்களோட சேந்து புத்திரர்கள உருவாக்கணும். இந்த வம்சந் தழைக்கணும். அதுக்கு இதுதான் சரியான வழி. பீஷ்மனும் அப்படித்தான் நெனைக்கான். அய்யா இதுக்காகத்தான் ஒன்ன அழச்சென்."

"தாயே தலைசிறந்த தர்மங்கள் அத்தனையும் ஒங்களுக்குத் தெரியும்."

"நீ முற்றுங் கற்ற வேத வியாசனாச்சே."

"தருமத்தின் வழியிலயே ஒங்க விருப்பத்த நெறவேத்தப் போறென். புத்திரப்பேறுக்காக இப்படிக் கூடும் நியோகம் சாத்தரங்கள்ல அங்கீகரிக்கப்பட்ட ஒண்ணுதான். சூரியனுக்கும் வருணனுக்கும் ஒப்பான புத்திரர்களச் சகோதரனுக்குக் குடுக்கப்போறென். நான் கூறியபடி இருவரும் ஓராண்டுக் காலம் வெரதமிருக்கணும். பெறகு எம் மூலம் அவர்களுக்குச் சிறந்த புதல்வர்கள் கெடைப்பாங்க."

"அய்யா ரெண்டு பொண்ணுகளும் ஒடனே கர்ப்பந் தரிக்கச்செய். நாட்டுக்கு அரசனில்லாமச் சனங்க அவதிப்படுறாக. நாடு பாழாப்போயிரும். தயங்காமச் சந்ததிகள உண்டாக்கு. பீஷ்மன் அவங்கள நல்லா வளத்து ஆளாக்கீருவான்."

வியாசன் தயங்கினான்.

"தாயே ஒங்க அவசரம் புரியிது......"

"பெறகென்ன யோசன."

"அந்தப் பெண்கள் என்னோட விகார உருவத்தக் கண்டு அருவருப்படையக் கூடாது. என் உருவத்த அவ்வளவு சகிச்சுக்கிறதே அவர்களுக்கு வெரதமா அமையும். என் ஒடம்புத் துர்நாற்றத்தையும் வேர்வையையும் சகிச்சுக்கிட்டா இப்பயே நல்ல கர்ப்பந் தரிக்கச்செய்வென்."

"ஒடனே அதச் செய் மகனே."

"ஒரு பெண் படுக்கையறையில அலங்காரத்தோட காத்திருக்கட்டும். அழைக்கும்போது வருவென்."

வியாசன் மறைந்துவிட்டான்.

21

"**யா**த்தா பெரியவளே இங்க வா தாயி."

சத்தியவதி அம்பிகையை அருகில் அமர்த்திச் செவிமுடியைக் கோதித் தலையை வருடினாள். அம்பிகை அத்தையின் அரவணைப்பில் திணறி அண்ணாந்தாள். ஒரு நாளும் இவ்வளவு வாஞ்சையாக இருந்ததில்லையே. இப்போது மட்டும் ஏனிந்தக் கரிசனை.

"என்னத்தெ."

"அத ஏன் கேக்க. நம்ம வம்சத்துக்கு வாரிசு இல்லையேங்கிற கவல மனசுக்குள்ள வண்டாக் கொடையிது. ராத்திரி ஒறக்கம் உண்டுமா. எனக்கே இப்படின்னா ஒனக்கு எப்படியிருக்கும். விதி வெளையாடி விசித்திரவீரியனக் கூட்டிக்கிருச்சு. அவன் என்ன ஆளோட கூட்டாவா இருந்தான். பெறந்ததுலருந்து மருத்துவம் பாத்து அலுத்துப்போச்சு. கடசிவரைக்கும் சவலப்புள்ளையாக் கெடந்து போயிச்சேந்துட்டானே. பாவி மகன் ஒரு வாரிசுகூடக் குடுக்கலையே."

சத்தியவதி கண்ணீருகுத்தாள். அம்பிகை முனங்கினாள்.

"எங்களுக்கும் அந்தக் கவலதான்."

"நீங்க என்ன செய்வீக. கொழந்த வேணாம்னா சொன்னீக."

"எங்களால வாரிசக் குடுக்க முடியலையேங்கிற அவப்பேருதான."

"எல்லாருக்கும் அவப்பேருதான். அதப் போக்கியாகணும். தாயி. நாடு அலக்கழிஞ்சுபோகுமே. நம்ம ஏதாச்சும் வழிபண்ணியாகணும்."

"வழியிருக்கா."

“இருக்குது. நானும் காங்கேயனும் கலந்துபேசி ஒரு ஏற்பாடு செஞ்சிருக்கொம். தரும சாத்தரப்படி அத நீங்க ஏத்துக்கிறணும்.”

மருமகள் முகத்தில் உணர்ச்சிகள் உறைந்து கிடந்தன.

“ராசமாதா என்ன செஞ்சாலும் நன்மைக்காத்தான் இருக்கும்.”

சத்தியவதி தயக்கத்திலிருந்து விடுபட்டாள்.

“ஒனக்குப் புத்திரப் பேறு உண்டாக்கப்போறொம். அழகான புத்திரனப் பெத்துக் குடு. நம்ம வம்சம் தழைக்கட்டும். மறுக்காத மகளே. நியோகசூல் பெரிய தியாகமாக்கும்.”

அம்பிகை மறுத்துப் பேசவில்லை.

“ஓங்க விருப்பப்படியே செய்யிங்க.”

சத்தியவதி சந்தோசமாகப் புறப்பட்டாள். அம்பிகை குழம்பிக் கிடந்தாள்.

அறுதலிக்குப் புத்திரனா. அதென்ன வினோதமான தருமம். மறுத்தால் விடவா போகிறீர்கள். தர்ம நியாயங்களைப் பேசி வாயடைப்பீரகள். ராஜமாதாவின் கட்டளையை மீற முடியுமா. உங்களைச் சார்ந்திருக்கும் எங்களுக்கு வேறு கதியேது....... பெண் குழந்தை பிறந்துவிட்டால் என்ன செய்வீர்கள். அதைத் தடுக்கத்தான் நிமித்திகர் குருமார் என்று ஒரு கூட்டமே இருக்கிறதே.

அம்பிகை உழன்று புரண்டாள்.

மண வாழ்க்கையும் சுகப்படவில்லை. அரசர் இருமி இளைத்து உறக்கங்கெட்டு முனங்கவே சரியாக இருந்தது. அந்தப்புரத்துக்கு அரிதாகவே வருவார். சீக்கிரமே சுருண்டு படுத்து உறங்கிவிடுவார். பிறகெங்கே சந்ததியை உண்டாக்குவது. ஒரு மனைவியே சுகப்படவில்லை. இந்த நிலைமையில் இன்னொருத்தியா. மகனின் உடல்நிலைபற்றி நன்கறிந்திருந்தும் அவருக்கு மணம் முடிக்கலாமா. பீஷ்மரும் அதுக்கு உடந்தை. பெரிய துரோகம். மணம் முடித்தபின் எல்லாம் சரியாகிவிடுமாம். கேலிக்கூத்து. காலக் கொடுமை.

அவள் ஊமையாக அழுதாள்.

நல்ல வேளை அம்பை விடுதலை பெற்றுப் பறந்துவிட்டாள். கடைசியில் அவள் கதி அப்படியாகிவிட்டது. நெருப்பில் எரிந்துபோனாள். தம்பிக்குப் பெண் தேடுகிறேன் என்று மூன்று பேரை இழுத்து வந்தாரே பீஷ்மர் அது எந்த விதத்தில் நியாயம். அதல பாதாளத்தில் தள்ளிவிட்ட கதைதான். தம்பியை அல்லவா சுயம்வரத்துக்கு அனுப்பியிருக்கணும். இல்லை தன்னுடன்

அழைத்துப் போயிருக்கணும். சுயம்வரம் முறையாக நடந்திருந்தால் நாங்கள் மனசுக்குப் பிடித்த அரசர்களுக்கு மாலையிட்டிருக்கலாம். அதுக்கும் வழியில்லை. சுய கவுரவமும் அகங்காரமுந்தான் பெரிசு அவர்களுக்கு. எங்களை எப்போதுதான் பேசவிட்டார்கள். நாங்கள் பேசாமடந்தைகள்தானே........

அவளுக்கு இன்னும் அழுகை வற்றி வடியவில்லை.

பீஷ்மருக்குப் பயந்துதானே மற்ற அரசர் எவரும் அம்பையை ஏற்கவில்லை. அவளுக்கு அவர் நல்ல வாழ்க்கை அமைத்துக் கொடுத்திருக்கலாமே. நோயாளித் தம்பிமீது கொண்ட அக்கறை எங்கள்மீது இல்லையே. அதென்ன ஓரவஞ்சகம். ஏன் மாமியாருக்குத் தெரியாதா. எல்லாரும் சேர்ந்து கபட நாடகம் நடத்தினார்களாக்கும். அதன் பலனை இப்போது அனுபவிக்கிறார்கள். பெண் பாவம் சும்மா விடாது...... தங்கை அம்பாலிகை விவரந்தெரியாத வெகுளி. அவளுக்கு என்ன திட்டம் வைத்திருக்கிறார்களோ. பிஞ்சு மனசு தாங்கணுமே. இப்போதைக்கு அவளுக்கு விசயம் தெரியாமலிருப்பதே நல்லது.......

விடிந்த பின்பும் அம்பிகைக்குள் குமுறிக் கொதித்த அழுகை அடங்கவில்லை.

22

அம்பிகையின் ருது கசிந்து கருவறை சந்ததி உற்பத்திக்குத் தயாராக இருந்தது. சத்தியவதி அவளை மணப்பெண்ணாக அலங்கரித்துப் பள்ளியறையில் கிடத்தியிருந்தாள்.

“மருமகளே இண்ணைக்கு ராத்திரி ஒன்னோட மச்சினன் வருவான். கண்ணசராமக் காத்துருந்து அவன் மனசு நோகாம நடந்துக்கோ. நான் வரட்டுமா தாயி.”

மைத்துனர் யாரென்று அம்பிகை கேட்கவுமில்லை. மாமியார் சொல்லவுமில்லை. தனக்குத் தெரிந்த மைத்துனர் பீஷ்மர் ஒருவர்தான். அவரா வருவார். வயதானாலும் வலிமையும் வனப்பும் குன்றாத அவர்தானா. மனசும் உடலும் குதுகலிக்கும். வாடிக் கவுந்திருக்கும் கொம்மை முலைகள் நிமிர்ந்து அவரது மார்பில் செல்லமாகக் குத்திச் சேர்ந்தணைக்கும்.

அவர் தலைசிறந்த வில்லாளியாக்கும். வில் நாணில் விறைத்த அம்பு பூட்டி நரம்பு நாளங்கள் புடைக்க எய்தால் குறி தப்பாது.

அழகிய மகன் பிறப்பான். அள்ளிக் கொஞ்சும் தாயாகலாம். அன்பும் பாசமும் நெஞ்சில் ஆறாகப் பிரவகிக்கும். ஆனந்தமாகக் காலம் போகும். அறுதலித் தாய்க்கு அது போதுமே.

பீஷ்மர் வருவது சந்தேகந்தான். பிரமச்சாரியல்லவா. அதைப் பெருமையாகக் கொண்டாடுபவர். மூன்று பெண்களையும் கவர்ந்து வரும்போது சலனப்படாத சபலப்படாத மனிதர் இப்போது இச்சைக்கு ஆட்படமாட்டார். தந்தைக்குப் பெண் பேசி முடித்த சமர்த்தராயிற்றே.

வேறு யாரேனும் அரச குல வீரன் வருவானோ. பாறையாக இறுகிக் கிடக்கும் காம இச்சையைத் தகர்த்து நெய்யில் உருகவைத்துத் தணிப்பானோ. அரச குலத்துக்குச் சந்ததி வேணும். எனக்கு நிம்மதி வேணும். ராஜமாதாவின் விருப்பம் நிறைவேறணும். அது போதும்.

அலைபாயும் எண்ணங்களில் ஆழ்ந்து கிடந்தாள் அம்பிகை. மூடாத பள்ளியறை. விருந்தினரை வரவேற்கக் காத்திருக்கும் வாசல்.

நள்ளிரவு. பள்ளியறைக்குள் பருத்த உருவம் நுழையும் நிழல் தெரிந்தது. மெல்லிய ஒளியில் உருவத்தை அம்பிகை அணுக்கமாக ஆவலுடன் பார்த்தாள். விகாரத் தோற்றம். செம்பட்டைச் சடைமுடி. பரட்டைக் கோலம். உடலிலிருந்து வீசிய துர்நாற்றம் அறையில் வியாபித்திருந்த சுகந்த மணத்தை அமுக்கிவிட்டது.

அவள் அச்சத்தில் கண்களை மூடிக்கொண்டாள். வந்தவரின் முகத்தை நேருக்கு நேர் சந்திக்க விரும்பவில்லை. அச்சம் ஏனோ குமட்டியது. சிரமப்பட்டு அடக்கிக்கொண்டாள். மனசு கல்லானது அழுது என்ன செய்ய.

வியாசன் குனிந்து மெலிந்த குரலில் பேசினான்.

“பெண்ணே நான் கிருஷ்ண துவைபாயனன். வேத வியாசன்னும் சொல்லுவாங்க. சத்தியவதிக்குப் பராசர முனிவர் மூலம் யமுனைக் கரையில் பெறந்த கன்னிகாபுத்திரன். அப்படின்னா நான் பீஷ்மருக்கு அண்ணந்தான. அரசகுலத்துல சந்ததி இல்லையேன்னு தாய்க்குப் பெருங்கவல. அவரோட கட்டளைய நெறவேத்தவே வந்துருக்கென்.”

அப்படியா சேதி. மாமியார் வழியில் இவரும் மைத்துனர்தானே. மூத்தவர். ராஜமாதா சொன்னது சரிதான்.

அவள் மூடிய கண்களைத் திறக்கவேயில்லை. உடல் கன்னிகாதானமாகத் திறந்து கிடந்தது.

வியாசன் அவளை அணைக்கக் குனிந்தான். துர்நாற்ற நெடியில் அவள் நெளிந்தாள். அவன் கலந்தான். இருவர் மனசிலும் அரசச் சந்ததி பற்றிய நினைப்பே ஓடியது. முரணாத சங்கமம்.

கருவறைக்குள் வீரியத்தைப் பாய்ச்சிவிட்டு முனிவன் வெளியேறும்வரை அவள் கண்கள் மூடியே இருந்தன. சந்ததியை உருவாக்கப்போகும் இந்த உற்பத்திக் கருவிக்கு வாலிபன் ஒரு கேடா. சும்மா கிடடி நாதியற்றவளே. குமுறிக் குமுறி அழணும்போலிருந்தது.

வியாசனுக்கு வருத்தமில்லை. இவ்வளவுக்குத் தன் உடல் நாற்றத்தைச் சகித்துக்கொண்டதே பெரிசு. கடமையைச் செய்து முடித்த நிறைவில் வெளியேறினான்.

சத்தியவதி வெளியே நிலைகொள்ளாமல் காத்திருந்தாள். வியாசன் வந்ததும் ஆவலாகக் கேட்டாள்.

"மகனே சகல லட்சணத்தோட ராசகுமாரன் பெறப்பானா."

தாயே பத்தாயிரம் யானைப் பலங்கொண்ட பாலகன் பெறப்பான். வெகு புத்திசாலியாத் திகழ்வான். ஆனால்......."

"சொல்லுய்யா......."

"தாய் செய்த பிழை காரணமாக அவன் ஊனத்துடன் பிறப்பான்."

"என்ன ஊனம்."

"இப்பச் சொல்றதுக்கில்ல."

சத்தியவதி பதறினாள்.

"குரு வம்சத்துல ஊனமான குமாரனா. அவன் அரியணையேறி அரசாள முடியாதே. ஊனமில்லாற உத்தம புத்திரனாக்கும் வேணும்."

வியாசன் தலையாட்டிக்கொண்டான்.

"ஆமாமா."

"அவளுக்குக் குடுத்துவச்சது அவ்வளவுதான். மகனே ஒந் தாயோட மனசு படுற பாடு ஒனக்கே தெரியும். நீ அம்பாலிகையோட கூடி ஊனமில்லாற கொழந்தையக் குடு. அவளும் ஒந் தம்பி மனைவிதான். வனப்பான எளங்கன்னி."

“ஆகட்டுந் தாயே.”

வியாசன் வெளியேறிவிட்டான்.

அம்பிகையின் கர்ப்பக் கனம் சத்தியவதியின் மனசில் ஏறியிருந்தது. ஊனம் ஊனம் என்று மனசு ஓயாது அடித்துக்கொண்டது. மருமகளிடம் இதைச் சொல்லவில்லை. எப்படியோ குழந்தை நல்ல முறையில் பிறக்கட்டும்.

அம்பிகைக்குக் குருட்டுப் பிள்ளை பிறந்தான். பெயர் திருதராஷ்டிரன். இந்தச் சேதி வெளியே கசிந்துவிடாமல் அரண்மனை ரகசியமாகவே பதுங்கியிருந்தது.

23

மற்றுமோர் இரவு. சத்தியவதி அம்பாலிகையைத் தயார்ப்படுத்தினாள்.

“அடியே சின்னக்குட்டி நம்ம நெலமதான் ஒனக்குத் தெரியுமே. அக்கா ஊனமில்லாற கொழந்தையப் பெத்துருந்தா ஒன்னக் கஸ்டப்படுத்தவேண்டியதில்ல. என்ன செய்றது. குருட்டுப் புள்ளைய எப்படி தாயி ராசமுழி முழிக்கச் சொல்றது. சனங்க ஒப்பமாட்டாகளே. ஒன் வயித்துப் புள்ளதான் ராசாவாகணும்னு விதிச்சிருந்தா அத யாராலதான் மாத்த முடியும். கொஞ்ச நேரத்துல அவன் வந்துருவான். நீ சகிச்சுச் சந்தோசமாருக்கணும்மா. நம்ம நாட்டோட கதியே ஒங் கையிலதான் இருக்குது மகளே. அத மனசில வச்சுக்கோ.”

அன்றே வியாசன் வந்தான். அவனது உருவங் கண்டு அம்பாலிகை நடுங்கிப்போனாள். அச்சத்தில் உடம்பு முழுக்க வெளிறிவிட்டது. கலவிக்குப் பின் வியாசன் சொன்னான்.

“பெண்ணே என்னக் கண்டு ஒடம்பு நடுங்கி வெளுத்ததால ஒனக்கும் ஊனக்கொழந்தையே பெறக்கும்.”

அவனை எதிர்பார்த்திருந்த சத்தியவதியிடமும் இதையே கூறிவிட்டுப் போனான்.

அம்பாலிகை உடல் முழுவதும் வெள்ளை படர்ந்த புத்திரனைப் பெற்றாள். பெயர் பாண்டு.

இரு குழந்தைகளும் இப்படியாகிவிட்டன. அரசாளத் தகுதியற்றவர்கள். சத்தியவதியின் கவலை அதிகரித்தது. வியாசனை மீண்டும் அழைத்து ஆதங்கப்பட்டாள்.

"அம்பிகை மறுபடியும் கருத்தரிச்சுக் கொறையில்லாற கொழந்தையப் பெறணும். மறுக்காத."

"இந்த முறை அவள் சரியா நடந்துக்கிட்டா அரசியல் கூர்மையும் நீதியும் சத்தியமும் அறமும் அறிஞ்ச கொழந்தையக் குடுப்பென்."

இப்போது அம்பிகை வியாசனை எதிர்கொள்ளத் தயாராக இல்லை. இன்னுமொரு ஊனக்குழந்தையா. வேண்டவே வேண்டாம். சென்ற முறை அவரை நேரில் பார்த்த அச்சம் இன்னும் மனசை விட்டு அகலவில்லை.

அவளுக்கு ஒரு யோசனை தோன்றியது. தனது பணிப்பெண் சிவையை அழைத்து அன்பாகப் பேசினாள்.

"அடியே ஒன் அழகுக்கு முன்னால ராசகுமாரி எம்மாத்தரம். ஒனக்கு அலங்காரமே தேவையில்ல."

சிவை புரியாமல் தவித்தாள். ஏதோ காரணமிருக்கிறது.

"ராணிம்மாவுக்கென்ன எம்மேல இவ்வளவு கரிசன. ஒங்க கணுக்காலளவுக்குக்கூட நான் சமமாக மாட்டென்."

"உள்ளதச் சொன்னென்....... எனக்கொரு ஒதவி செய்வயா."

"ராணிம்மா நான் அரமனச் சோத்தத் தின்னு வளந்தவ. ஒங்களுக்கு எதவுஞ் செய்யக் கடமப்பட்ருக்கென்."

அம்பிகைக்குக் கண்கள் கலங்கின. சிவையை அணைத்துக்கொண்டாள்.

"நான் குருட்டுக் கொழந்த பெத்ததுதான் ஒனக்குத் தெரியுமே. மாதா மறுபடியும் அந்த வியாசர வரவழச்சுருக்காகளாம். ஊனமில்லாற கொழந்த வேணுமாம்."

"அது நம்ம கையில இல்லையே தாயி."

"முனிவரால முடியுமாம்."

"அத முந்தியே செஞ்சிருக்கலாமில்ல."

"எம் மேலயில்ல பழிபோடுறாக. நான் ஒத்துழைக்கலையாம். நூறு தடவ நான் அவருக்குத் தீனியானாலுஞ் சரி அவர ஏறிட்டுப் பாக்க மாட்டென். முடியவே முடியாது."

"மாதாவுக்கு என்ன மொகாந்தரம் சொல்றது."

"அதுதான் நெனவுல ஓடுது. இப்படிச் செஞ்சா என்ன."

"எப்படிம்மா."

"ஊனமில்லாற சந்ததிய நீதான் பெத்துத் தரணும்."

"அம்மா நான் எப்படி......."

"அரமனைக்கு இன்னும் ஒரு ஊனக் கொழந்த வேணாண்டி."

"பரம்பரையா நாங்க அரமனைக்கு அடிம. ஒரு அடிம பெத்த கொழந்த எவ்வளவுதான் அழகாருந்தாலும் அரியணையேற முடியுமா. பெறப்பால அது அடிமதானம்மா."

"என்னோட ஆடையும் ஆபரணங்களும் போட்டுக்கிட்டு ஒரு ராசகுமாரியாவே போ. முனிவருக்குத் தெரியவேணாம்."

"நான் பொய் சொல்லி முனிவர ஏமாத்த விரும்பல ராணிம்மா. அது பெரிய பாவம்."

"நீதான் என்னக் காப்பாத்தணுண்டீ."

"நான் போறம்மா. அதனால வாற வெளைவுகளச் சந்திப்பொம்."

சகல அலங்காரத்துடன் சிவையைக் கட்டிலுக்கு அனுப்பிவைத்தாள் அம்பிகை. வியாசன் வந்தான். சிவை அச்சமின்றி அவனை ஏறிட்டுப் பார்த்தாள். பணிந்து வணங்கினாள். அவனும் நோக்கினான்.

"பெண்ணே நீ........"

"சுவாமீ ராணிக்குக் காய்ச்சலு. ஒடம்புக்கு முடியல...... அதனால நான் வந்தென். அவங்களோட பணிப்பொண்ணு. எம் பேரு சிவை. நான் ஒங்களுக்கு ஏத்தவளான்னு தெரியல. மன்னிக்கணும் மாமுனியே."

அவளது இதமான இங்கிதமான நடவடிக்கைகள் முனிவனுக்கு இனித்தன. முழு நிறைவுடன் கலந்தான்.

"பெண்ணே ஒன் அடிமைத்தனம் இந்தக் கணமே நீங்கியது. ஒனக்கு அழகான புதல்வன் பெறப்பான்."

சத்தியவதியிடம் இறுதியாகக் கூறிவிட்டு வியாசன் விடைபெற்றான்.

“தாயே இத முன்னிட்டு இனி என்ன அழைக்கவேணாம்.”

சத்தியவதிக்கு மருமகள்மீது மனக்குறை நிறைய. கோவங்கூட. இப்படி அவமானப்படுத்திவிட்டாளே. பலப்பல குழப்பங்களில் புழுங்கிக்கொண்டிருந்தாள்.

சிவை கமுக்கமாகக் கர்ப்பஞ் சுமந்தாள். அதைவிட அதிகம் கற்பனைச் சுமை. ஆனந்தமாக இருந்தது. சூதக் குலத்தில் பிறக்கப்போகும் புதல்வன் அரண்மனை வாரிசாகப்போகிறான்.

தாயாகணுமென்ற ஆசை பல நாளாக அடிமனசில் அமுங்கிக்கிடந்தது. ராணியின் புண்ணியத்தில் அது நிறைவேறிவிட்டது. அடிமையும் பெண்தானே. தாயாகக் கூடாதா. கணவன் கடம்பன் குழந்தை பெற்றுக்கொள்ள முடியாத சோகம். அவளைக் கைப்பிடித்த கொஞ்ச நாளிலேயே அரண்மனைப் பணிக்கு வந்துவிட்டான். அப்புறம் அந்தப்புரத்துக்கு நகர்ந்தான். எல்லாரையும் போல் காயடிக்கப்பட்ட பின்னர் அந்தரங்கப் பணியில் சேர்ந்துகொண்டான்.

கணவனும் மனைவியும் எப்போதாவது சந்தித்துக் கொள்வதுண்டு. சிவையின் ஏக்கப்பார்வையின் தகிப்புத் தாங்காமல் அவன் மவுனத்தில் தலைகுனிவான். மீண்டும் அவள் முகத்தை ஏறிட்டுப் பார்க்கத் திராணியில்லாமல் சென்றுவிடுவான். அவளுக்குள் வெதும்பும் சோகம் கண்ணீரில் பிதுங்கும்.

சிவை அழகிய புதல்வனைப் பெற்றாள். பெயர் விதுரன். விளையும் பயிர் முளையிலேயே தெரிந்தது. தாய்க்கு அன்னியனாகி அரண்மனைப் பாலகனாகிவிட்டான்.

மூன்று பாலகர்களையும் பிஷ்மன் சொந்தக் குழந்தைகளாகவே வளர்த்தான். அவன் இப்போது அனைவருக்கும் மரியாதைக்குரிய ராஜகுரு. பிதாமகர்.

அந்த நிறைவே அவனுக்குப் போதுமானதாயிருந்தது. யார் முகத்திலும் தன் முத்திரையிட்டு அடையாளப்படுத்திக்கொள்ளாத பிரமச்சரியம் அவன் முகத்தில் கம்பீரமாக ஒளிர்ந்தது.

24

பாலகராக இருந்த பாண்டவர் பாத்திருக்க இளைஞராக வளர்ந்துவிட்டனர். அவர்களைப் பார்த்துச் சத்தியவதி பீஷ்மனிடம் அடிக்கடி அங்கலாய்த்தாள்.

“அய்யா காங்கேயா. பேரப்புள்ளைக கலியாண வயசுக்கு வந்துட்டாங்க. காலாகாலத்துல அவங்களுக்குப் பொண்ணு பாத்து முடிச்சுவச்சுக் குடும்பமாக்கி வுடணுமே.”

“அதுக்கு முன்னால முடிசூட்டி அரியணயேறப்போறது யாருன்னு முடிவு செஞ்சாகணுமில்ல.”

“விதுரன் பொருத்தமான ஆளுதான். எல்லாத் தகுதியும் இருக்குது.”

“ஆனா சூத புத்திரனாச்சே.”

“உண்மதான். திருதனும் பொருத்தமானவந்தான்.”

“ஒரு அந்தகனப் போயி எப்படி அரியணயேத்துறது.”

“அப்படித்தான் தோணுது. வேற ஒருத்தன் அவனுக்குக் கண்ணாருந்தாத்தான் ஆட்சிய நடத்தமுடியும்.”

“அவன் நல்லவனாருக்கணும். நம்பிக்கைக்குப் பாத்தரமாருக்கணுமில்ல.”

“அது சரிதான்.”

“ஊனமானவன மன்னனாக்கக் கூடாதுன்னு சட்டஞ் சொல்லுது. அவனோ அந்தகன். அது பெரிய ஊனம். சட்டத்துக்கு எதிரானது.”

“அப்படின்னா பாண்டுவ மன்னனாக்கீறலாம்னு சொல்றயா.”

“அதுதான் சரியாருக்கும்னு தோணுது. ஒடம்பு வெளிறிப்போயிருக்கு. அது பெரிய ஊனம்னு சொல்லமுடியாது. அமைதியானவன். சொன்னதக் கேட்டுக்கிருவான்.”

“அவங்கிட்ட ஒரு வார்த்த கேட்டுப்பாக்கலாமா.”

“அந்தப் பேச்சுக்கே எடமில்ல. பெரியவனே இதுக்கு ஒத்துக்கிறமாட்டான். முன் கோவத்துல என்ன செய்வான்னு தெரியாது. சின்னவன் அப்படியில்ல. அண்ணன்மேல பாசம்

ரெம்ப. அண்ணனோட உரிமையப் பறிக்கக்கூடாதுன்னு எரக்கப்பட்டு பதவி வேணாம்னு ஒதுங்கிக்கிருவான்."

"விதுரன் இருந்தா யோசன சொல்லுவான். அவனக் கொஞ்சம் வரச்சொல்லுய்யா."

விதுரன் வந்து ஆலோசனையில் கலந்துகொண்டான். சத்தியவதி அவனிடம் நிலைமையை எடுத்துக்கூறி அவன் கருத்தையும் கேட்டாள்.

"இப்படிச் செஞ்சா நல்லாருக்கும்னு நாங்க நெனைக்கொம். நீ என்ன சொல்ற."

பதவிப் போட்டியில் தான் இல்லை என்ற தெளிவில் அவன் திடமாகவே பேசினான்.

"இதுல மறுத்துப் பேசுறதுக்கு என்னருக்கு. அப்படியே செய்யலாம். பெறகு பெறகு ஏதாவது சிக்கல் வந்தா சமாளிச்சுத் தீத்துக்கிறலாம். இப்போதைக்கு இது நல்ல முடிவு. தாமதிக்கவேணாம்."

ஆசாரியன் கிருபனும் இதை ஆதரித்தான். ஆக அஸ்தினாபுரத்துக்கு அரசன் கிடைத்துவிட்டான்.

திருதனின் அடிமனசில் பதவியாசை இருக்கத்தான்செய்தது. தனக்கொரு ஊனம் இருப்பதாக அவன் எப்போதுமே கருதியதில்லை. தனது ஆசையை அவ்வப்போது சஞ்சயனிடம் கசியவிடுவதுடன் சரி.

"அஸ்தினாபுரத்துக்கு ஏன் சஞ்சயா சோதனையா வருது. அரியணைக்கு ஒரு அரசன் கெடைக்கலையா. இல்ல வேற தேசத்துலருந்து கொண்டுவந்து எறக்கப்போறாகளோ. அப்படியிருந்தாலும் சட்னு ஒரு முடிவெடுத்து முடிசூட்டி வைக்கவேண்டியதுதான."

திருதனின் உள்ளக் கிடக்கயைப் புரிந்துகொண்ட சஞ்சயன் சமாளித்தான்.

"நல்ல முடிவுதான் எடுப்பாங்கன்னு நம்புறென். பொறுமை யாருப்பொம்."

"என்னதான் நடக்குதுன்னு பாப்பமே."

குடும்பத்தில் மூத்தவன் என்ற முறையில் தனக்குத்தான் பதவி கொடுக்கணும். அந்தப் பதவியை விட்டுக்கொடுக்கமுடியாது.

இன்றைக்கு விட்டுக்கொடுத்தால் அதன் விளைவுகள் மோசமாகிவிடும். தன் சந்ததிகளும் உரமை கொண்டாடமுடியாது.

பீஷ்மன் சஞ்சயனை வரவழைத்து தங்கள் முடிவைத் திருதனுக்குப் பக்குவமாகத் தெரிவிக்குமாறு அறிவுறுத்தினான்.

சஞ்சயனுக்குள் அச்சம் படபடத்தது. திருதனிடம் இச்சேதியை எப்படிச் சொல்வதென்று திணறிக்கொண்டிருந்தான். எப்படியாவது சொல்லியாகணும். ஒரு பிரளயமே வெடிக்குமென்பதில் சந்தேகமில்லை. சமாளித்தாகணும். தயங்கித் தயங்கி வார்த்தைகளை விட்டான்.

திருதனுக்கு வந்ததே கோவம். உடம்பெல்லாம் நடுங்கியது. மதயானையாகப் பிளிறினான்.

"முடிவெடுக்கிறதுக்கு இவங்க யாருடா. மூத்தவன் நானிருக்க எளையவன எப்படிக் கொண்டாடப்போச்சு."

அவனால் ஆத்திரத்தை அடக்கமுடியவில்லை. கையில் கிடைத்த பொருட்களை வீசியெறிவதும் எதிரில் அகப்பட்டவர்களை அடித்து நொறுக்குவதுமாக அலைமோதினான். அரண்மனைப் பணியாளர்கள் அத்தனை பேரும் அதிர்ச்சியில் சிதறியோடினர்.

திருதன் கொதித்தான்.

"இப்படித் துரோகம் பண்ணீட்டாங்களே."

கோவம் சற்றுத் தணிந்த சமயத்தில் சஞ்சயன் பக்குவமாகக் கூறினான்.

"இளவரசே இப்போதைக்கு நம்ம அமைதி காக்கத்தான் செய்யணும். நம்ம சொல்லு எடுபடாது. இது எல்லாரும் சேந்து எடுத்த முடிவு. அத மாத்த முடியாது."

கொஞ்ச நாளில் திருதனின் கொதிப்பு அடங்கியது. சத்தியவதி அடுத்த கட்ட நடவடிக்கையைப் பற்றி யோசிக்க ஆரம்பித்தாள். பீஷ்மனிடம் கூறினாள்.

"காங்கேயா ஒரு திட்டம் நல்லபடியா முடிஞ்சது. பாண்டுவுக்கு முடிசூட்றதுக்கு முன்ன அண்ணன் தம்பி ரெண்டு பேருக்கும் கலியாணத்த முடிச்சுவைக்கணும்."

"அப்படியே முடிச்சிருவொம்."

திருமண ஏற்பாடுகள் மும்முரமாகத் தொடங்கின.

25

காந்தார தேசத்து மன்னன் சுபலன் கதிகலங்கிப்போயிருந்தான். குருதேசத்திலிருந்து பீஷ்மன் அனுப்பியிருந்த திருமணச் சேதிதான் காரணம்.

'இளவரசி காந்தாரியை அழைத்து வாருங்கள். எங்கள் இளவரசன் திருதராஷ்டிரனுக்கு மணம்பேசி முடிக்கலாம்.'

சொல்லியனுப்பிய சேதியில் மெல்லிய மிரட்டல் தொனிப்பதை அவனால் உணர முடிந்தது. பெண்ணை வலிய அழைத்துச்சென்று மணஞ்செய்து கொடுப்பது பெருத்த அவமானம். மெல்லவும் முடியாமல் விள்ளவும் முடியாமல் தவித்தான்.

மகன் சகுனியுடன் ஆலோசித்தான். சகுனி காந்தார நாட்டு இளவரசன். ஏகரதன் சுபகன் என இரு சகோதரர்கள். அவனுக்குப் பத்துச் சகோதரிகள். மூத்தவள் காந்தாரி. சுபலாவும் வசுமதியும் அவளே.

சகுனி பிரச்சனையை ஆழமாக அலசினான். தெளிவு பிறந்தது. பதட்டமின்றித் தந்தைக்கு எடுத்துரைத்தான்.

"அப்பா இந்தச் சம்பந்தம் நமக்குக் கெடைக்கக் குடுத்துவச்சிருக்கணும். இதக் கைநழுவவுட்றக் கூடாது. அதுவும் பீஷ்மருட்டருந்து வந்துருக்கிற அழைப்பப் பெரும் பேறாக் கருதணும்."

"எனக்கும் அந்த எண்ணந்தான் மகனே. இருந்தாலும் வலியப் போய்ப் பொண்ணத் தாரவார்த்துக் குடுக்கிறது மரியாதையில்லையே."

"இல்லதான். என்ன செய்றது. குருதேசமோ பெருந்தேசம். நம்ம நாடு அவுக அரமன இருக்கிற எடத்தளவுக்குத் தேறுமோ என்னமோ. எல்லா நாடுகளும் அவுககிட்ட நெருங்க முடியாது. நம்மோட சம்பந்தம் வச்சுக்கிறப் பிரியப்படுறாக. வச்சுக்கிட்டா நமக்கு அரசியல் ஆதாயம் உண்டு. நம்மகிட்ட யாரும் அண்ட முடியாது."

சுபலனுக்குப் பதட்டம் தணிந்தது.

“அப்படின்னா அவமானத்தச் சகிச்சுக்கிறலாமிங்கயா.”

“வேற வழியில்ல. நம்ம பொண்ணு குடுக்கலன்னா பீஷ்மர் சும்மா வுடுவாராக்கும். கவர்ந்துட்டுப் போயிருவாரு. அது இன்னும் பெரிய அவமானமில்லையா.”

“ஆமா.”

“அதோட வுட்டாச் சரி. நம்ம நாட்டையே கபளீகரம் பண்ணீட்டா என்ன செய்றது. அவரு முடிவெடுத்தா எடுத்ததுதான். நம்ம குடும்பமே செறைக்குள்ளதான் கெடந்து வாடணும். அவரோட கம்பீரமான அதிகாரத்துக்கும் ஆணவத்துக்கும் அகங்காரத்துக்கும் அவர நெனச்சாலே பயமாத்தான் இருக்கு. காந்தார நாட்டக் காப்பாத்தவேண்டியது நம்ம கடமையில்லையா.”

“கடமதான். நம்ம குடும்ப ஒறவுக்காக நாட்டையும் நாட்டு மக்களையும் வுட்டுக்குடுக்க முடியுமா.”

“இந்தச் சிக்கல நம்ம ஆராஞ்சு நல்ல முடிவெடுக்கணும்.”

சுபலன் மனந்தேறிவிட்டான்.

“நீ சொல்றதுஞ் சரிதான். நம்ம குடும்பத்து நன்மைய முன்னிட்டு நாட்டுக்குக் கேடு வந்துறக் கூடாது. இந்த ஒறவால நமக்குச் சகல வெதத்துலயும் ஆதாயந்தான்.”

சகுனி தெம்பூட்டினான்.

“காந்தாரியக் காப்பதா காந்தாரத்தக் காப்பதாங்கிறதுதான் இப்போதைய பிரச்சன. நமக்குக் காந்தாரியும் வேணும் காந்தாரமும் வேணும். அத எம் பொறுப்புல வுட்டுருங்க. நான் பாத்துக்கிறென். அடங்கி வா இல்ல அழிஞ்சு போங்கிறதுதான் பீஷ்மரோட தாரக மந்தரம். எப்படிச் சமாளிக்கணும்னு எனக்குத் தெரியும்.”

“மகனே காந்தாரியக் கடலுக்குள்ள தள்ளப்போறமேன்னு வருத்தமாருக்கு.”

“அதுலென்ன சந்தேகம். கடலுக்குள்ளதான் தள்ளப்போறொம். நீந்திக் கரையேறுவாளோ முங்கித் தரையெறங்குவாளோ. பொறுத்திருந்துதான் பாக்கணும். அவளக் கரசேரக்க வேண்டியது நம்ம கடம.”

“சரி. மேற்கொண்டு காரியங்க நடக்கட்டும்.”

அஸ்தினாபுரத்திலிருந்து தேர்களில் வந்து அரங்கேறக் காத்திருந்த சீர்வரிசைகள் சுபலனின் அனுமதியுடன் பகிரங்கமான விழாவில் நாடறியப் பெற்றுக்கொள்ளப்பட்டன.

26

காந்தாரமும் அஸ்தினாபுரமும் கோலாகலத்தில் குளித்தன. காந்தாரத்திலிருந்து சகுனியின் தலைமையில் ஒரு பெருங்கூட்டமே அஸ்தினாபுரம் நோக்கிப் புறப்பட்டது. சுபலன் செல்லவில்லை. காந்தாரி கற்பனையில் மிதந்தவாறு தோழியர் குழாமுடன் கலகலத்தாள். விலாசினி அவளுக்கு அணுக்கமான தோழி. எப்போதும் உடனிருந்து இளவரசியின் நலனைப் பேணுகிறவள்.

பிறந்த வீட்டுச் சீர் வரிசைகள் ஒன்றன்பின் ஒன்றாக அணிவகுத்தன. இடையில் இளைப்பாறி மூச்சுவாங்கிச் செல்லவேண்டிய நிலை. நெடிய பயணம்.

வழி நெடுகப் பெண்களின் சிரிப்பு கலகலத்தது.

எதிர்கொள்ளவிருக்கும் நிகழ்வுகளை நிதானமாக அசைபோட்டவாறு சகுனி சிந்தனையில் ஆழ்ந்திருந்தான். பலப்பல கணக்குகளைப் போட்டுப்பார்த்து அழித்தான். சூதாட்டத்தில் விற்பன்னனாயிற்றே. அஸ்தினாபுரத்தில் தங்கையை நிலைநிறுத்துவதில் தெளிவாகவும் திடமாகவும் இருந்தான். வலிமை மிக்க பீஷ்மனைச் சமாளித்துவிட்டால் போதும். எல்லாரையும் வென்ற மாதிரிதான்.

குருதேசத்துக்குள் நுழையும்போதே குளிர்ந்த காற்று இதமாக வீசியது. எங்கும் பசுமைக்கோலம். அங்கங்கே உயரமான பசிய மலைகள். வானுயர்ந்த மரங்கள். நீண்டு நெளிந்து ஊர்ந்து செல்லும் யமுனை நதி. மேற்கிலிருந்து புறப்பட்டு வரும் நீலா நதி ஓரிடத்தில் யமுனையுடன் தொடுத்துக்கொண்டது. போகப் போக யமுனை கங்கையுடன் கலந்து கிளை நதியாக மாறிவிட்டது. குருதேசத்தின் வளமான நிலங்கள் கண்ணுக்கு விருந்தாகின.

காந்தாரியின் கற்பனையில் குருதேசத்தின் வரைபடம் விரிந்துகொண்டேயிருந்தது. விலாசினி சீண்டினாள்.

"மகராணிக்குப் பகல் கனவு இன்னுமா கலையல."

"அடி போடி வேலையத்தவளே. களைப்பாருக்கு."

"மொகத்துல பயணக் களைப்புக்கான அறிகுறியே இல்லையே. மகராணித் தோரணதான் மின்னுது."

கேலியும் கிண்டலுமாக அஸ்தினாபுரத்தை அடைந்தனர். காந்தாரியை வரவேற்கப் பீஷ்மனே நேரில் வந்திருந்தான். அவனுடன் ராஜமாதா சத்தியவதி திருதராஷ்டிரனின் தாய் அம்பிகை. அனைவர் முகத்திலும் சந்தோசக் களை. ஆனால் அது வலியப் பூசிக்கொண்ட அரிதாரமாகவே தோன்றியது சகுனிக்கு. ஏதோ சிக்கல் இருக்கிறது. அது மட்டும் உறுதி.

காந்தாரிக்குத் தனி அரண்மனை ஒதுக்கப்பட்டது. சகல வசதிகளும் கொண்ட பெரிய மாளிகை. இதுவரை காணாத அழகு மாளிகை. பூரிப்பில் கண்ணயர்ந்தாள்.

சத்தியவதி பீஷ்மனின் காதருகே ஏதோ முணுமுணுத்துவிட்டு மருமகளுடன் நடந்துவிட்டாள்.

பீஷ்மனும் சகுனியும் தனியறையில் அமர்ந்துகொண்டனர். அவர்களின் கண்களில் அர்த்தமுள்ள சிரிப்பு துள்ளியது. பீஷ்மன் பேச்சை ஆரம்பித்தான்.

"சகுனி மொகத்துல பயணக் களைப்பு கொஞ்சங்கூடத் தெரியலையே."

சகுனி கலகலத்தான்.

"அஸ்தினாபுரத்தோட சம்பந்தம் செய்யப்போற பூரிப்புத்தான்."

"அப்ப இந்தச் சம்பந்தத்துல எல்லாருக்கும் சந்தோசந்தான்னு சொல்லுங்க."

"இருக்காதா பின்ன. பெரிய எடத்துல எறங்கப்போறொம்."

"எங்க இளவரசன் திருதராஷ்டிரனப் பாத்துருக்கீங்களா."

"அதுக்கு அவசியமே இல்ல. ஏன் அப்படி கேக்கிறீங்க."

சகுனியின் திரண்ட கண்கள் பீஷ்மன் முகத்தில் எதையோ தேடித் துழாவின. பீஷ்மன் தயக்கத்தில் கூறினான்.

"எங்க திருதராஷ்டிரன் நூறு யானைப்பலம் கொண்டவனாக்கும். சிங்கம்போலச் சீறுவான். என்ன ஒரே ஒரு கொறதான்........"

"என்ன கொற பீஷ்மரே."

"பெறவிக் குருடு."

சகுனி அழுத்தலாகச் சிரித்தான்.

"கேள்விப்பட்டென். இண்ணைக்குத்தான் காத்துவாக்குல சேதி வந்துச்சு."

பீஷ்மன் சற்று இறங்கி வந்தான்.

"நீங்கதான் திருமணத்த நல்லபடியா முடிச்சுவைக்கணும்."

இருவர் கண்களும் பேசி முடிவுக்கு வந்தன.

"சீர்வரிசைகளப் பொண்ணுக கொண்டுவந்து எறக்கியாச்சு. இனிமே மாத்திப்பேசுறதுல அர்த்தமில்ல. எந் தங்கச்சிதான் ரெம்ப வருத்தப்படுவா. ஆறுதல் சொல்லித் தேத்துறதுதான் சிரமம். இங்கருந்து புகுந்த வீட்டுச் சீர்வரிச கொஞ்சம் கனமாப் போச்சுன்னா எந் தாய் தந்தையச் சமாதானப்படுத்தீறலாம்."

"அதுக்கென்ன பொன்னும் பொருளும் எவ்வளவு வேணும்னாலும் அள்ளீட்டுப் போங்க."

"எல்லாம் நல்லபடி நடக்கும். ஆகவேண்டிய காரியத்தக் கவனிங்க."

27

விலாசினி ஓடிவந்து அழுதுகொண்டே படபடத்தாள்.

"அய்யோ காந்தாரி மோசம்போயிட்டமே. கமுக்கமாக் கொண்டுவந்து நம்மளப் பாழுங்கெணத்துல தள்ளீட்டாகளே."

காந்தரிக்கு நெஞ்சு கபகபத்தது.

"என்ன சொல்றடீ."

"கவுத்தீட்டாகளே. ஒன்னக் கைப்புடிக்கப் போற ராசனுக்கு ரெண்டு கண்ணும் பொட்டையாம். பெறவிக் குருடாம்."

"நெசமாத்தானா."

"சத்தியமாச் சொல்றென். அரமன வேலக்காரப் பொண்ணுக பேசிக்கிட்டுருந்ததக் கேட்டென்."

“நான் என்னடி பாவஞ் செஞ்சென். எல்லாம் நம்ம குடும்பத்துக்குத் தெரிஞ்சுதான் நடக்குதா.”

சகுனிக்குச் சேதி சென்றது. உடனே தங்கையின் முன்னால் வந்து நின்றான். உடம்பே உதறலெடுத்தது.

“என்னாச்சு தாயி. மொகவாட்டமாருக்க.”

காந்தாரி உரக்க அழுதாள்.

“எல்லாருமாச் சேந்து என்னக் காவுகுடுத்துட்டீகளே.”

இருண்டு கிடக்கும் எதிர்காலம் அவளுக்கு அச்சமூட்டியது. அழுகை சுரந்துகொண்டேயிருந்தது.

“எனக்கே நேத்துத்தான் சேதி தெரியுந் தாயி. கசப்புக் கொமட்டல அடக்கிக்கிட்டு அமைதியாயிட்டென். இவங்க ஆச காட்ற அவசரத்தப் பாத்துச் சந்தேகந்தான். என்ன செய்ய முடியும். அவங்க புலி. நம்ம எலி. மறுத்தாக் கடுமையான வெளைவுகளச் சந்திக்க வேண்டியிருக்கும். குடும்பத்தையே கூண்டோட அழிச்சிருவாங்க. இல்ல அத்தன பேரையும் இழுத்துட்டு வந்து செறையில தள்ளீருவாங்க. நம்ம மாடமாளிகையில சொகுசா உக்காந்து வேடிக்கபாத்துட்ருக்க முடியுமா. எல்லாம் யோசன பண்ணித்தான் ஒத்துக்கிட்டென். பீஷ்மர் பாக்கிற பார்வையே சரியில்ல. அவர எதுத்துக்கிட்டு எவருமே குடியிருக்க முடியாது தாயி.”

“இந்தப் பெழப்புத்தான் எனக்கு லவிச்சிருக்கு. எதிர்நீச்சல் போட்டு ஈடேற வேண்டியதுதான்.”

காந்தாரி கண்ணைத் துடைத்துக்கொண்டாள். முகத்தில் அப்படியொரு வைராக்கியம். சகுனி கசிந்தான்.

“ஒனக்குத் தொணையா அண்ணன் இருக்கென் தாயி. கவலப்படாத. ஒனக்கு நல்ல வழி பண்ணீட்டுத்தான் காந்தாரத்துக்குத் திரும்புவென். இல்ல இங்கருந்தே மடிஞ்சிருவென்.”

காந்தாரி அமைதியானாள்.

மறுநாள் திருமணக் கூட்டத்துக்குக் கணக்கில்லை. சகுனி காந்தாரத்துத் தந்தையாக முன்னின்று சடங்குகளைச் செய்தான். காந்தாரியின் கையைப் பிடித்துக்கொண்டு விலாசினி மணமேடைக்கு அழைத்துவந்தாள். காந்தாரியின் கண்கள் கருப்புத் துணியில் இறுகக் கட்டப்பட்டிருந்தன.

பார்வையாளர் கூட்டம் அதிர்ச்சியில் உறைந்தது.

“இதென்ன கூத்து. மணமகனும் குருடு. பொண்ணுங் குருடா.”

“பொருத்தமான திருமணம்.”

“ஆமாமா. குருட்டுத் திருமணம்.”

காந்தாரி யாரையுமே கண்கொண்டு பார்க்க விரும்பவில்லை. எல்லாமே இருண்டுபோனது. அவளைப் பொறுத்தமட்டில் அது குருட்டுத் திருமணம் மட்டுமில்ல. திருட்டுத் திருமணம். இருட்டுத் திருமணமுங்கூட.”

அதுகூட இப்போதைக்கு நல்லதுதான் என்று சகுனி தன்னைச் சமாதானப்படுத்திக்கொண்டான்.

அவன் மனசு எதிர்காலத் திட்டங்களைத் தீட்ட ஆரம்பித்தது.

28

சூரசேன தேசம்

கோகுலத் தெருமுனையில் சூதர் மூவர் கருவிகளை இசைத்துக் கோபர் கோபியரைக் கதை விருந்துக்கு அழைக்கின்றனர்.

முதுசூதனின் துந்துபி இசையும் பிற சூதரின் பறைத்தாளமும் மனசைச் சுண்டியிழுக்கின்றன. இசையின் ஈர்ப்பில் மக்கள் கூட்டம் அவர்களைச் சூழ்ந்து பெருகுகிறது.

சூதரின் உற்சாகம் கரையுடைக்கிறது. தெளிவான குரல்கள் மாறி மாறி விட்டுந் தொட்டும் கதை சொல்லத் தொடங்குகின்றன.

“அதாகப்பட்டது “

“துவாபர யுகம் தேஞ்சு கலியுகம் முகங்காட்டியிருந்த காலம். கலியோட பாதிப்பில்லாற நிமித்தமில்ல. யது குலம் ரெம்ப அழுந்தியது.”

“கலியோட வெளையாட்டு.”

“சூரசேனம் வளங்கொழிக்கும் நாடு. இயற்கையழகு பச்சைக் கம்பளம் விரிச்ச பூமி.”

“நம்ம தேசமாக்கும்.”

"வடக்க குரு தேசம் விரிஞ்சு கெடந்தது. தெக்க குந்தலம். கெழக்க சால்வம். நடு நாயகமாகச் சூரசேனம். அமைதியான யமுனை நதி பல எடங்களைத் தழுவிக்கிட்டுக் கெழக்க நோக்கி ஊர்ந்துபோனது. நதிநீர்தான் சூரசேனத்துக்கு உயிர் நீர். அது வாரி வழங்கிய அபரிமிதமான வெள்ளாமை வெளச்சலுக்குச் சொல்லணுமா. தேசம் பூத்துப் புல்லரிச்சுக் கெடந்தது."

"எல்லாரும் யது குல மக்கள். யாதவர் தாசார்கம் போஜர் அந்தகர் விருஷ்ணி சாத்வதர் சூரசேனர் குக்குரர் கவுந்தர்...... இப்படிப் பல வம்சங்களாப் பிரிஞ்சு தேசம் முழுக்கப் பரவிக்கெடந்தாங்க."

"அத்தன பிரிவுகளும் சண்ட சச்சரவில்லாம ஒத்துமையா இருந்தாங்க. யாதவங்கிற பொதுப் பேரு அவங்கள ஒண்ணாப் பெணச்சிருந்தது."

"யது குலக் கதையக் கேளுங்க....."

"விருஷ்ணி பரம்பரையில ஆருகன்னு ஒரு யாதவன் இருந்தான். அவனுக்கு ரெண்டு புள்ளைக. உக்கிரசேனன் தேவகன். மூத்தவனுக்கு ஒம்பது குமாரர். நாலு குமாரத்தி. கம்சன் தலப்புள்ள. அசுர அம்சங்கொண்டவன்."

தேவகனுக்கு நாலு ஆணு. ஏழு பொண்ணு. கடக்குட்டி தேவகி."

"சூரசேனன்னு இன்னொரு யாதவத் தலைவன் இருந்தான். அவனுக்குப் பத்துப் புள்ளைக. மூத்தவன் வசுதேவன். அவன் தங்கச்சி பிருதை. அவளுக்கடுத்து நாலு தங்கச்சிமாரு."

"விருஷ்ணி குலத்துல சினிங்கிற மாவீரன் இருந்தான். அவன் மகன் சத்தியகன். அவன் மகன் சாத்தியகி. நிகரில்லாற வீரன்."

"தேவகன் மக தேவகிக்குச் சுயம்வரம் ஏற்பாடாகியிருந்தது. பல நாட்டு மன்னர்களும் கலந்துக்கிட்டாங்க. சுயம்வரம் கலகத்துல முடிஞ்சது. வந்துருந்த மன்னர்களுக்கு முன்னால சினி தேவகியக் கவர்ந்துட்டுப் போனான். அவன எதிர்த்த அத்தன மன்னர்களையும் தன்னந்தனியா எதிர்கொண்டு சாகசமாப் போரிட்டுத் தோக்கடிச்சான்."

"அந்தப் போருல சோமதத்தங்கிறவனோடயும் சினி சண்ட போடவேண்டியிருந்தது. சோமதத்தன் குருவம்சத்து மன்னன். தன் புள்ளைகளோட சுயம்வரத்துக்கு வந்துருந்தான். கண்ணுக்கு முன்னால தேவகியச் சினி கவர்ந்துட்டுப் போறதச் சொந்த அவமானமாக் கருதுனான்."

"அவனுக்கும் சினிக்கும் கோரமான யுத்தம் நடந்தது. கடைசியில சோமதத்தன் தோத்துட்டான். சினி அவனத் தரையில வுழுத்தாட்டி கத்தியக் கையிலெடுத்துக்கிட்டு ஆக்ரோசமா ஓடுனான். சோமதத்தனக் கொல்ல மனசு வரல. மன்னிச்சுக் காலால ஒதச்சுத் தள்ளி வெரட்டீட்டான்."

"சினியோட தேரு தேவகிய ஏத்திக்கிட்டு மதுராபுரிக்குப் போனது. அவன் தேவகியச் சூரசேனங்கிட்ட ஒப்படச்சுட்டுத் தோரணைடாக் கெளம்பிப் போயிட்டான்."

"தேவகி கம்சனுக்கு ஒண்ணுவுட்ட தங்கச்சி. அந்தப் பொண்ணுமேல அவனுக்கு அளவில்லாற பாசம்."

"சூரசேனன் கதையக் கேளுங்க........"

"சூரசேனனும் குந்தி தேசத்து மன்னன் போஜனும் நெருங்கின நண்பர்கள். அதாவது போஜன் சூரனுக்கு அத்த மகன். போஜனுக்குச் சந்ததி கெடையாது. சூரன் போஜனுக்கு ஒரு வாக்குக் குடுத்துருந்தான். அதாவது தன்னோட பொண்ணு பிருதைய அவனுக்குச் சுவிகாரமாத் தந்துறணும். போஜன் அவளத் தத்தெடுத்துக்கிட்டான். தத்துப்பொண்ணுக்குக் குந்தின்னு பேரு வச்சான்."

"போஜனோட உத்தரவுப்படி குந்தி அந்தணருக்குப் பணிவிட செஞ்சுவந்தா. தத்தெடுத்த நோக்கமே அதுதான."

"எங்க பாத்தாலும் இந்தச் சோகந்தான்."

"பெரிய கொடும."

"பொண்ணுன்னா அவ்வளவு கேவலமாப்போச்சு."

"உயிரில்லாப் பண்டமாகத்தான் நடத்துனாங்க."

"தட்டிக்கேக்க நாதியில்ல."

மழை முணுமுணுக்க ஆரம்பிக்கிறது. கதையை மறுநாளுக்கு ஒத்திவைத்துவிட்டு சூதர் இசைக் கருவிகளைச் சுருட்டிக்கொள்கின்றனர். மக்கள் கூட்டம் படிப்படியாகக் கலைகிறது.

29

மறு நாள்.

சூதரின் மணிக்குரல்கள் யது குல வரலாற்றைத் தொடர்கின்றன.

"அதாகப்பட்டது "

"மதுரையில வசுதேவன் தேவகி திருமணம் செறப்பா நடந்தது. தேவகியோட தந்தை தேவகன் ஏராளமான சீர்வரிசைகள அனுப்பிவச்சான். தங்கையத் தானே மணமகன் வீட்டுக்கு அழச்சுப் போகணும்னு அண்ணன் கம்சனுக்கு ஆச. தேருக்குச் சாரதியாயிட்டான். இசைக் கருவிகள் மொழங்கத் தேரு கெளம்பியது. அதுக்குப் பின்னால பல தேருக சீர்வரிசையோட போனது. எல்லாருக்கும் கோலாகலம் சொல்லமுடியாது."

"வண்டி உற்சாகத்துல உருண்டோடுச்சு. எடவழியில ஒரு அசரீரி கேட்டது."

'கம்சனே நீயொரு மூடன். பாசம் உன் கண்ணை மறைத்துவிட்டது. உனது சகோதரி வயிற்றில் பிறக்கப்போகும் எட்டாவது குழந்தையால் உனக்கு மரணஞ் சம்பவிக்கும்.'

"கம்சன் அரண்டுபோயிட்டான். தேருலருந்து எறங்கித் தேவகியோட முடியப் புடிச்சுக் கீழ தள்ளுனான். தேவகி காரணந் தெரியாம அழுது பொலம்புனா."

'நான் என்ன குத்தஞ் செஞ்சண்ணா.'

'நீ உயிரோட இருக்கிறதே குத்தந்தான்.'

"தங்கச்சியக் கொல்ல அவன் உடைவாள உருவுனான். வசுதேவன் அவங்கிட்ட உருக்கமாப் பேசிச் சமாதானப்படுத்துனான்."

'கம்சா கோவப்பட வேணாம். கொஞ்சம் பொறு. நீயோ மாவீரன். இந்தக் காரியம் ஒன்னோட பேருக்கும் புகழுக்கும் இழுக்கு. பாசமான தங்கச்சியக் கொன்னுட்டுக் கெட்ட பேரத் தேடிக்கிறாத.'

'என்ன மச்சான் ஒண்ணுந் தெரியாற மாதிரி பேசுற. இவ வயித்துப் புள்ளதான் என் உயிர வாங்கப்போறான். இது உறுதியாயிருச்சு. இதுல பந்த பாசத்துக்கு எடமில்ல. இவ உயிரோட இருந்தாத்தான கொழந்த பெறக்கும்.'

“வசுதேவன் கொஞ்ச நேரம் யோசிச்சுப் பாத்தான். இந்த மூடங்கிட்டருந்து எப்படியாவது தப்பிச்சாகணுமே. பக்குவமாப் பேசுனான்.”

‘கம்சா ஒந் தங்கச்சி வயித்துல பெறக்கப்போற எட்டாவது கொழந்தையாலதான ஒன் உயிருக்கு ஆபத்து. அசரீரி சொன்னத நானுங் கேட்டென். ஒந் தங்கச்சியால ஆபத்தில்லையே.’

‘இல்ல.’

‘பெறகெதுக்கு அவளக் கொல்லணும்.’

‘என்னக் கொல்லப்போறது அவளோட கொழந்ததான.’

‘ஒனக்குக் கவலையே வேணாம். எங்களுக்குக் கொழந்த பெறந்த ஒடனயே ஒங்கிட்டக் கொண்டுவந்து ஒப்படச்சிறென். இது உறுதி. ஒந் தங்கச்சியக் காப்பாத்து.’

“வசுதேவனோட வார்த்தைகளக் கேட்டுக் கம்சன் எளகிப்போயிட்டான்.”

‘அப்படியா சொல்ற மச்சான். அப்பச் சரி.’

“கம்சன் தேவகிய ஆதரவா அரவணச்சுக்கிட்டு தேருல உக்காரவச்சு மணமகனோட வீட்டுக்குக் கொண்டுபோயி ஒப்படச்சிட்டுத் திரும்புனான்.”

“இருந்தாலும் அவனுக்குள்ள ஒரு அச்சம் நெருடுச்சு. தங்கையோட கர்ப்பத்தப் பத்தி அறிஞ்சுக்கிறதுல ஆவலாருந்தான். தொடந்து அவளக் கங்காணிச்சிட்டு வந்தான்.”

“தேவகிக்குத் தலக்கொழந்த பெறந்தது. பேரு கீர்த்திமான். வசுதேவன் தேவகியச் சமாதானப்படுத்திக் கொழந்தையக் கம்சங்கிட்ட ஒப்படச்சான்.”

‘கம்சா ஒனக்குக் குடுத்த வாக்கக் காப்பாத்தீட்டென்.’

“கம்சன் உருகிப்போனான்.”

‘இந்தக் கொழந்தையால எனக்குக் கேடில்ல மச்சான்.’

“அண்ணன் திருந்தீட்டான்னு தேவகிக்கு ஆனந்தம்.”

“இப்படியே அவ அடுத்தடுத்துப் பெத்த அஞ்சு கொழந்தைகளும் உயிர் தப்பிச்சது.”

“இந்தச் சந்தோசம் நெலச்சிருக்கணுமே.”

சூதர் கொஞ்ச நேரம் ஓய்வெடுக்கின்றனர். மதுவருந்திச் சுதியேற்றிக்கொள்கின்றனர்.

30

"அய்யன்மாரே போஜன் தத்தெடுத்த குந்தி கதையக் கேளுங்க."

"அதாகப்பட்டது"

"ஒரு சமயம் துருவாச முனிவர் போஜனோட அரமனைக்கு வந்துருந்தாரு. காட்ல வசிக்கிற அரக்கர்களோட இம்ச தாங்காம மன்னர்களோட அரமனைக்கு வந்து முனிவர்கள் பர்ணசாலையில அமச்சுத் தவஞ்செய்றது வழக்கம். அப்படித் துருவாசர் அமச்ச பர்ணசாலையில குந்தி தனியாத் தங்கியிருந்து அவருக்கு ஒரு வருசமாப் பணிவிட செஞ்சுவந்தா. அதனால மரியாதைக்குரிய பொண்ணாயிட்டா. பணிவிடையில முனிவருக்குப் பரம திருப்தி."

"குந்தியோட சோகஞ் சொல்லி மாளாது. அப்பன் திருட்டுப் பொருளக் கைமாத்துன மாதிரி அவளச் சூரசேனத்துலருந்து குந்தி தேசத்துக்குக் கடத்திக் கைகழுவீட்டானேங்கிற வருத்தம் அவ மனசில ஆழமாப் பதிஞ்சிருச்சு."

"ஆக பெறந்த எடமும் சொகப்படல. வளந்த எடமும் சொகப்படல. கோவணம் கழுவுற பெழப்புத்தான் லவிச்சது."

"மொடநாத்தப் பெழப்பு."

"பணிப்பெண்களோட இளவரசியா பவனி வரவேண்டிய வயசில பர்ணசாலைக்குள்ள மொடங்கிக் கெடக்கவேண்டிய பரிதாபம். தஞ் சோகத்துக்கு விடிவே இல்லையான்னு ஏங்கித் தவிச்சா."

"அவ கண்ணீர் சிந்தாற நாளில்ல. ராத்திரி முழுக்க ஊமக் குமுறல்தான். அழுது ஆத்திக்கிறவும் அன்பா அணச்சுத் தேத்தவும் ஒரு தோளில்ல. தொணையுமில்ல. விடுதல தேடித் தவிச்சிட்டுருந்தா."

"மூக்கு நுனியில முன்கோவம். பரட்டத் தல. அழுக்கு அட்டுப்புடிச்ச துணி. ஒடம்பு முழுக்கச் சகிக்க முடியாற துர்நாற்றம். எல்லாம் சேந்த ஒட்டுமொத்த உருவந்தான் துருவாச முனிவர். யாரும் அவர நெருங்க முடியாது."

“கொஞ்சங்கூட யோசிக்காமக் கோவத்துல சபிச்சிருவாரு. அப்பேர்ப்பட்ட மனுசங்கிட்டத்தான் குந்தி மாட்டிக்கிட்டா.”

“அவளுக்கு அப்பக் கன்னிப் பருவம். ஓடம்பு உப்பியிருந்தாலும் வனப்பாருப்பா. அவ செஞ்ச பணிவிடையில முனிவர் குளுந்துபோயிட்டாரு. அவளுக்கு ஏதாவது உபகாரஞ் செய்ய விரும்புனாரு.”

“அபலப் பொண்ணுக்கு விடுதல குடுக்கிறதே பெரிய உபகாரந்தான்.”

“அவளுக்கு ஆபத்து வாற பச்சத்துல சமாளிக்கிறதுக்கு மூணு மந்தரங்களச் சொல்லிக்குடுத்தாரு.”

‘‘பெண்ணே இந்த மந்தரங்கள மனசில அழுத்தமாப் பதியவச்சுக்கோ. தேவப்படுறபோது எந்தக் கடவுள நோக்கி வணங்குறயோ அவரு வந்து தன்னோட அம்சங்கொண்ட புத்திரன ஒனக்குக் குடுப்பாரு.’

“முனிவர் தவம் முடிஞ்சு போனப் பெறகு குந்தி ரெம்பச் சோந்துபோயிட்டா. அதத் தோழி கவனிச்சிட்டா.”

‘என்னம்மா இது சோறு தண்ணியில்லாமப் படுத்தே கெடக்கீக.’

‘அடியே அத ஏன் கேக்க. கனாக் காணாற நாளில்ல. ஓறக்கங் கெட்டுப்போகுது.’

‘அப்படியென்ன ஓறக்கத்தக் கெடுக்கிற கனா.’

‘முனிவரு மூணு மந்திரத்தச் சொல்லீட்டுப் போனாருன்னு அண்ணைக்கு ஒங்கிட்டச் சொன்னென் பாருஞ்..’

ஆமா புள்ளப் பெத்துக்கிறதப் பத்தித்தான. அதுக்கு இப்ப என்ன வந்துருச்சு. தெரியாதா பின்னால.’

‘அடி இவளே நான் ஒரு கோட்டிக்காரி. மந்தரத்தச் சொன்னா என்னதான் நடக்கும் அதவுந்தான் பாத்துருவமேன்னு மனசு குறுகுறுத்துச்சு. ஒரு நாள் ராத்திரி சூரியன மனசில வச்சுக்கிட்டு மந்தரத்தச் சொல்லிப்புட்டென். மூடி முழிக்கிறதுக்குள்ள ஒரு உருவம் எதுக்க வந்து நின்னது.’

‘அய்யய்யோ இதென்னம்மா கூத்து.’

‘யாத்தாடி இதும் தும்பமான்னு எனக்குக் கையும் ஓடல. காலும் ஓடல. வெலவெலத்துப்போயி நீங்க யாருன்னு கேட்டென்.

நாந்தான் சூரிய பகவான். துருவாசரோட மந்தரத்த உச்சரிச்சு என்னக் கூப்புட்டதால வந்தன்னு ஒரு மாதிரியாச் சிரிச்சாரு.'

'வெளையாட்டு வெனையாப் போச்சேம்மா.'

'ஒனக்குப் புத்திர பாக்கியம் குடுக்க வந்துருக்கென். என்னோட கூடிக்கோ. ஒனக்கு அழகான புத்திரனக் குடுப்பன்னு தெளிவாச் சொல்லீட்டாரு.'

'அடப் பாவி கெடுத்தானே.'

'நான் மெரண்டுபோயிட்டென். முனிவரோட மந்தரத்தச் சோதிச்சுப்பாக்கிற ஆர்வத்துல சிறுபுள்ளத்தனமா நடந்துக்கிட்டென். என்ன மன்னிக்கணும் சாமி. இந்தக் கன்னிப்பொண்ணக் காப்பாத்துங்களேன்னு கும்புட்டுக் கேட்டுக்கிட்டென்.'

'அதுக்கு அவரு என்ன சொன்னாரு.'

'வந்த நோக்கமே குறியா இருந்தாரு. என்ன வீணா அழச்சதால ஒனக்குப் பாவம் வந்துசேரும். ஒன் வம்சமே அழிஞ்சு போகும்னு ஒரு அரட்டுப் போட்டாரே பாக்கலாம்.'

'என்னம்மா கொஞ்சங்கூட ஈவெரக்கமில்லாம........'

'அய்யனே எனக்குக் கன்னி கழிஞ்சிட்டாக் குடும்பத்துக்கே களங்கம் வந்துசேருமே. நான் என்ன செய்யட்டும்னு கெஞ்சினென். அவரு அதுக்கும் மசியல.'

'எல்லாம் போச்சேம்மா.'

"நீ கொழந்த பெத்ததும் மறுபடியும் கன்னியாயிருவ. கவல வேணாம்னு தைரியஞ் சொன்னாரு.'

'சரி மனசத் தேத்திக்கிற வேண்டியதுதான். அடம்புடிக்கிறது கடவுளாச்சே.'

'எப்படியோ அவருக்குத் தீனியாயிட்டென். அதுலருந்து மனசே சரியில்ல. சோறு தண்ணிமேல தேட்டமில்லாமச் சோந்தே படுத்துக்கெடக்கச் சொல்லுது. வீட்ல எப்படிச் சொல்றதுன்னு முழிச்சுக்கிட்ருக்கென்.'

'நடந்தது நடந்துபோச்சு. இனிமே நடக்கப்போறதச் சமாளிக்கவேண்டியதுதான்.'

'அடியே வயிறு கனக்கிற மாதிரி தெரியிது.'

'நீங்க கவலைய வுடுங்கம்மா. அத நான் பாத்துக்கிறென். கொழந்த பெறக்கிற வரைக்கும் இது கமுக்கமாவே இருக்கட்டும்.'

‘பெறந்தப் பெறகு கொழந்தைய என்னடி செய்றது.’

‘அதுவரைக்கும் நம்ம பட்னி கெடக்கமுடியுமா. அத அப்பப் பாத்துக்கிறலாம்.’

“தோழியோட கைத்தொணையில குந்தி எழுந்திருச்சுக் கொஞ்சம் தெம்பா நடக்க ஆரம்பிச்சா.”

“பத்து மாசமாக் குந்தி எலையுங் கொலையுமாக் காலத்தக் கழிச்சா. அரமன ரகசியம் கொஞ்சங்கூடக் கசியல. எல்லாம் கமுக்கமா நடந்தது.”

“குந்திக்கு அழகான ஆண் கொழந்த பெறந்தது.”

“ஒரு வழியா வயித்துப் பாரம் எறங்கீருச்சு.”

“கொழந்த அழுது ஊரக் கூட்டீட்டாக் கேவலமாச்சே. எல்லாரும் மடியில நெருப்பக் கட்டிக்கிட்டு அலஞ்சாக. இந்தச் சிக்கலத் தீத்துவைக்கிறதுக்கு யாருட்டப் போயி யோசன கேக்கிறது. வண்டவாளம் வெளிய வந்துருமே.”

“குந்தியோட தோழி கைவசம் ஒரு யோசன வச்சிருந்தா. அந்தப்படி அழகான பேழைக்குள்ள கொழந்தையப் பத்தரமாப் படுக்கவச்சு அதச் சுத்தி ரத்தினம் பவளம் வைடூரியம்னு நெரவி சத்திரியக் கொழந்தைக்கு அடையாளமா அதோட மார்புமேல பெரிய கவசமும் குண்டலமும் வச்சு ராவோடு ராவாக் கொண்டுபோயி அசுவநதியில மெதக்கவுட்டுட்டுச் சந்தடியில்லாமத் திரும்பீட்டாக.”

“இதுல ஒண்ணுங் கொறச்சலில்ல. சத்திரியன் சத்திரியன்னு மார்தட்டிக்கிறவங்க தைரியமாக் கொழந்தைய அரமனையில வச்சு வளக்கணும்.”

“அதெப்படி ராசா வீட்டுச் சங்கதியாச்சே. கவுரவம் கெட்டுப்போகுமே.”

“கொழந்தையக் காட்ல வீசியெறியாம வந்தாகளே. அதே பெரிசு.”

“நல்ல வேள. ஆத்துல மெதந்து போன கொழந்த ஒரு தேர்ப்பாகன் கையில சிக்கிக்கிருச்சு. அவன் பேரு ராதேயன். ஆவலோட பேழையத் தெறந்து பாத்தான். அழகான ஆண் கொழந்த. மனைவி ராதைக்கு மலட்டு வயித்துல கொழந்த பெறந்த சந்தோசம். தண்ணியில கண்டெடுத்த கொழந்தைக்குக் கர்ணன்னு பேரு வச்சாக. வசுசேனன்னும் கூப்புடுவாக.”

“இப்படியாகத்தானே ஆத்துல அனாதையா மெதந்து வந்த அரமனக் கொழந்த உயிரு பெழச்சது.”

31

சூதர் நாவில் குந்தியின் கதை துள்ளி விளையாடுகிறது

“கர்ணனப் பெத்த குந்தி மறுபடியும் கன்னிப்பொண்ணா மாறீட்டா.”

“அவளச் சுயம்வரம் மூலமே திருமணஞ்செஞ்சுவைக்கணும்னு போஜன் முடிவுசெஞ்சான். குந்திக்கு ஆறுதல்.”

“பாவப்பட்ட பொண்ணுக்கு அப்படியாவது வழி பெறக்கட்டும்.”

“சுயம்வர ஏற்பாடு தடபுடலா நடந்தது. சகல அலங்காரங்களோட பல நாட்டு மன்னர்களும் வந்துருந்தாங்க. அஸ்தினாபுரத்துலருந்து பாண்டுவும் போயிருந்தான். எல்லாருக்கும் மத்தியில வெள்ளச் சிங்கக்குட்டி மாதிரி உக்காந்துருந்தான். மேனி மினுங்குச்சு. அந்த அழகில குந்தி சொக்கிப்போயிட்டா. ஆசையோட அவனுக்கு மாலையிட்டா. அவங்க திருமணம் பெருசா நடந்துச்சு.”

“கலியாணம் முடிச்சுவச்ச கையோட அவனுக்குப் பட்டாபிசேகமும் பகட்டா நடந்தது.”

“வியாசர் உடனிருந்து முடிசூட்டிவச்சாரு.”

“குந்தி அப்படியொண்ணும் பெரிய அழகியில்ல. ஒயரஞ் சிறுத்தும் ஒடம்பு பருத்தும் சாதாரணமாருப்பா. பாண்டு மன்னனுக்கு அவகிட்ட அவ்வளவு ஈர்ப்பும் ஈடுபாடும் கெடையாது. அவன் பாடும் பெரிசாச் சொல்லிக்கிற மாதிரியில்ல.”

“அவனுக்கென்ன வந்துருச்சு.”

“சந்ததி உற்பத்திக்கான வீரியமில்லாற மனுசன். இது குந்திக்குக் கொஞ்ச நாளுலயே தெரிஞ்சுபோச்சு.”

“தாம்பத்தியம் கசந்துருச்சா.”

“கசப்பத்தான் கொமட்டிக்கிட்டாக. அந்தப்புரத்து வேசிகளோட சகவாசத்துல பொம்பளச் சீக்கு வந்துட்டதாப் பேசிக்கிட்டாக.”

“பெறந்ததுலருந்தே வீரியமில்லாறதாகவும் பேச்சு.”

“பீஷ்மர் வேற ஒரு காரணம் கைவசம் வச்சிருந்தாரு. குந்திக்குக் கர்ப்ப வாசல் அடச்சுக்கிருச்சு. இனிமே சந்ததியப் பெத்துக்கிற முடியாதுன்னு அவமேல பழியத் தூக்கிப்போட்டாரு.”

“அவளுக்கு ரெம்ப வருத்தம். பாண்டுகிட்ட ஒரு கொழந்தகூடப் பெத்துக்கிற முடியாதேங்கிற ஏக்கத்துல மொகம் வாடிப்போனா. அத யாருட்டச் சொல்லி ஆத்திக்கிறது.”

“அவளுக்கு லவிச்சது அவ்வளவுதான்.”

“சத்தியவதி பீஷ்மன சலிப்போட பாத்தா.”

‘அய்யா காங்கேயா நெலம இப்படியே போனா நாட்டுக்கு வாரிசில்லாமப் போயிருமோன்னு பயமாருக்கு.’

“பீஷ்மர் சமாளிச்சாரு.”

‘பாண்டுவுக்கு இன்னொரு பொண்ணக் கட்டிவச்சா எல்லாம் சரியாப்போயிரும். கவலைய வுடுங்கம்மா.’

“அப்படியே முடிவுசெஞ்சாங்க. அதையே சொல்லிக் குந்தியவும் நம்பவச்சாக.”

“விதி குந்திய வுடாம வெரட்டுச்சு.”

“பீஷ்மர் மத்தர நாட்டுக்கு அவசரமாக் கெளம்பிப் போயி மன்னன் சல்லியனச் சந்திச்சுப் பேசுனாரு. அவனோட தங்கச்சி மாதுரியப் பாண்டுவுக்குப் பொண்ணு கேட்டாரு. தங்கச்சின்னா ஒரு தாய்க்குப் பெறந்தவங்க இல்ல. சூதகுலப் பொண்ணுக்குப் பெறந்தவ. சல்லியனுக்குத் தகப்பன் வழித் தங்கச்சி.”

“அது வேறயா.”

“மாதுரிக்குக் கணிசமான வெல குடுத்து வாங்கீட்டு வந்து பாண்டுவுக்கு ரெண்டாந்தாரமாக்கீட்டாரு பீஷ்மர்.”

“அந்தப் பொண்ணோட பெழப்பும் கெட்டுப்போச்சா.”

“அங்கயும் இங்கயும் கைமாத்திக்கிறதுக்குப் பொண்ணென்ன ஆடா மாடா. பீஷ்மர் செஞ்சது பெரிய தப்பு.”

“மாதுரி சூதபுத்திரியாச்சே. அந்த எளக்காரந்தான்.”

“மாதுரி பேரழகி. பாண்டு அவ அழகில மயங்கீட்டான். இச்சையில நெருங்கிப் பழகுனான். அவளும் ஒரு கொழந்த பெத்துக்கிற முடியாற நெலம.”

"அதிகாரமும் ஆசையும் யார வுட்டது. ஒரு கன்னிப்பொண்ணப் பாழுங்கெணத்துல தள்ளீட்டாகளே. அந்தப் பாவம் சும்மா வுடாது."

"குந்திக்கு மாதுரி மேல பொறாம."

"சக்களத்தியாச்சே. இருக்கத்தான செய்யும்."

"மாதுரியக் கண்டாலே குந்திக்கு வாய் சும்மாருக்காது. எளக்காரமாப் பேசுவா."

'மத்தர நாட்டுப் பொண்ணுகெல்லாம் ரெம்ப அழகாருப்பாகளாம். வெள்ளக் குதிரக் குட்டி மாதிரி அவுக நடந்து போற அழகப் பாத்ததுமே ஆண்களுக்கு காமம் பொங்குமாம். எங்களுக்கும் அப்படி ஒரு குதிர வந்து எறங்குச்சு. எத்தனையோ ருது வந்து போனப் பெறகும் சந்ததிக்கு வழியக் காணுமே....... எனக்கில்ல கர்ப்பவாசல் அடச்சுக்கிருச்சாம். அங்க என்னாச்சு. நான் கொழந்த பெத்துக்கிறத் தகுதியானவளா இல்லையாங்கிறது எனக்குத்தான் தெரியும். பிதாமகருக்கு இருக்கு கத. பெறகு வச்சுக்கிறென்.'

"பாண்டுவ மாதுரி நெருங்கவுடாமக் குந்தி பாத்துக்கிட்டா."

"இல்லன்னா அரண்மனையில அவளோட புடிமானமும் அதிகாரமும் ஆட்டங்கண்டுருமே."

"குந்தி பொறாமைய மறச்சுக்கிட்டு மாதுரியோட ஒப்புக்குப் பழகுனா."

"ராணிப் பட்டம் கெடைக்குமேங்கிற ஆசையில காந்தாரத்துலருந்து வந்து காத்துக்கெடந்த காந்தாரி வேற பொருமிக்கிட்ருந்தா. அவளையும் சமாளிச்சாகணும். அதனால ஒவ்வொரு நடவடிக்கையிலயும் முன்னெச்சரிக்கையோட காய நகர்த்தப் பழகிக்கிட்டா."

32

சூதரின் இசைக் கருவிகள் குதுகலிக்கின்றன

"அஸ்தினாபுரத்த ஆண்ட குருவம்ச வரலாறு அள்ளள்ளக் கொறையாது. அது பெரிய பொக்கிசமாக்கும். சொல்லி மாளாது."

“அந்தக அண்ணனத் தாண்டி அரகொற மனசோட ஆட்சியதிகாரத்துக்கு வந்த பாண்டுவுக்கு ஆதியிலருந்தே அரியண ஒரு முள்ளாசனந்தான். தன்ன மன்னனாவே காட்டிக்கிறதில்ல. உள்ளும் புறமும் வெள்ளந்தி மனுசன். மெல்லிய மனசு. சத்திரியனுக்குரிய குணங்கள் அறவே கெடையாது. ஈ எறும்புக்குக்கூடத் துன்பம் நெனைக்காற அப்பாவி. எல்லாருட்டயும் அன்பா நடந்துக்கிருவான். மக்களுக்கு அவன் மேல நல்ல மரியாதையிருந்தது.”

“இருக்காதா பின்ன.”

“ஆட்சிப் பொறுப்பு அவன் தோளுக்கு வந்ததும் பூவப்போல தொவண்டுபோனான்.”

“ஆம்பளப் பூவு.”

“திருதராஷ்டிரன் தலைமையில் பீஷ்மர் பொறுப்புல நிருவாகம் நல்லாவே நடந்தது.”

“தாட்டிக்கமும் தைரியமும் இல்லாற மனுசன வச்சுக்கிட்டு என்ன செய்ய முடியும்.”

“எந்த முடிவானாலும் பாண்டு அண்ணனக் கலந்தாலோசிக்காம எடுக்கிறதில்ல. அண்ணன் மேல அவனுக்கு எப்பயும் தனி மரியாதையும் மதிப்பும் உண்டு. பாசக்காரன்.”

“நல்ல குணசாலி.”

“அவனுக்குள்ள எப்பயும் குற்றவுணர்வு உறுத்திக்கிட்டேயிருந்தது. அண்ணன் காத்திருக்கத் தம்பி பட்டஞ் சூட்டிக்கொண்டது மொறையில்ல. மூத்தவனோட உரிமைய எளையவன் பறிச்சுக்கிட்டது நியாயமுமில்ல. என்ன செய்றது குருடன் அரியணையேற முடியாதே. நெறிமொறையும் அனுமதிக்கலையே. இப்படியெல்லாம் அவன் மனசுக்குள்ள சிந்தன ஓடுச்சு. சத்தியவதியும் பீஷ்மரும் எடுக்கிற முடிவுக்கெதிரா யாருமே வாய் தெறக்க முடியாது. பீஷ்மருக்கு ஆசாரியர் கிருபருடைய ஆதரவு எப்போதுமே உண்டு.”

“வினோதமான நிருவாகம்.”

“விதுரனோ சூதகுலத்தச் சேந்தவன். விவேகமான அறிவாளி. எதுலயும் பற்றற்ற ஞானி. ஒரு சூதனால சத்திரியனுக்குரிய பதவிய நெனச்சுக்கூடப் பாக்க முடியாது. ஆனாலும் அவனோட கூர்மதி நாட்டு நிருவாகத்துக்குத் தேவையாருந்தது. அதனால ஆலோசன சொல்ல அவன அமைச்சராக்கிப் பக்கத்துலயே வச்சுக்கிட்டாங்க.

அவனுக்குப் பதவி ஒரு பொருட்டே இல்ல. சரியோ தப்போ மனசில பட்டதத் தயங்காமச் சொல்லீருவான்."

"அவந்தான் உண்மையான மனுசன். பொறுப்பான அமைச்சரு."

"திருதராஷ்டிரன் விதுரனுக்கு நேர்மாறானவன். பட்டங் கெடைக்காற ஏமாத்தத்துல் ஊனம் அவன ஆழமாப் பாதிச்சிருச்சு. அதுலருந்து மீள முடியல. தாழ்வு மனப்பான்மையில அடிச்சுப்போட்ட யான மாதிரி சாஞ்சிட்டான். தம்பி ராசாவாயிட்டத அவனால கொஞ்சங்கூடச் சகிச்சுக்கிற முடியல. மனசு பொறாமையில வெந்துக்கிட்டுருந்தது."

"பேராச புடிச்சாட்டுது."

"தக்க சமயத்துல சகுனியோட போதனையும் சூழ்ச்சியும் எரியும் நெருப்புல எண்ண வார்த்த கதையாயிருச்சு. திருதராஷ்டிரன் பொருமிப் புழுங்கித் தவிச்சான். அண்ணனோட வெப்பச் சலனம் தாங்க முடியாம பாண்டு கெடந்து அல்லாடுனான். அண்ணன வுட்டுத் தொலைவுக்குப் போறதே நல்லதுன்னு முடிவுசெஞ்சு ரெண்டு ராணிகளையும் கூட்டிக்கிட்டு ராஜசூயம் கௌம்பீட்டான்."

"அப்படியாவது அண்ணனுக்கு நிம்மதி கெடைக்குமேங்கிற பெருந்தன்ம."

"ராஜசூயம் முடிஞ்சு ஒரு வருசத்துக்குப் பெறகுதான் அஸ்தினாபுரம் திரும்புனான் பாண்டு. தம்பிக்கிருந்த பெருந்தன்ம அண்ணனுக்குக் கெடையாது. ராஜசூயத்துக்கெடையில போர் மூண்டு தம்பி போயிச் சேந்துட்டாக்கூட நல்லதுன்னு அண்ணனோட அடிமனசுக்குள்ள அப்படியொரு நப்பாச குடியிருந்துச்சு. தம்பி முன்னால வந்து நின்னதப் பாத்துப் பெரிய ஏமாத்தம். எளையவன் தேடிக்கிட்டு வந்த பொன்னும் பொருளும் மூத்தவனத் திருப்திப்படுத்தல. இருந்தாலும் தம்பிக்கு அண்ணன் மேலருந்த பாசம் கொஞ்சங்கூடக் கொறையல."

"அப்பேர்ப்பட்ட அண்ணங்கிட்டருந்து தம்பி மீண்டு கரையேறுவானா."

"அரசாளுறதுக்குச் சந்ததி இல்லையேங்கிற பெருங்கவல பாண்டுவ வாட்டுச்சு. அதுக்கு அஸ்தினாபுரத்த வுட்டு வெலகித் தள்ளியிருக்கிறதே நல்லதுன்னு தோணுச்சு. மனைவிகளோட காட்டுக்குக் கௌம்பிப் போயிட்டான். பதவியத் தக்கவச்சுக்கிட்ட திருதராஷ்டிரனுக்கு இப்ப நிம்மதி. உள்ளூரச் சந்தோசம்.

இருந்தாலும் கொளத்துத் தண்ணி மேல்பரப்பு சூடாவும் அடியாழம் குளிராவும் இருக்கிறதப் போல அவன் மொகத்துல செயற்கையான வருத்தம் படந்திருந்தது. தம்பி அஸ்தினாபுரத்துக்குத் திரும்பி வந்துறக்கூடாதுங்கிற எண்ணத்துல அவனுக்குத் தேவையான பண்டங்கள அப்பப்ப அட்டியில்லாம அனுப்பிவச்சான்."

"அஸ்தினாபுரத்து நிருவாகம் இப்படித்தான் முக்கலும் மொனங்கலுமா நடந்துவந்தது."

33

பாண்டு மன்னன் பாடு மேலும் சிக்கலாகிவிட்டது. ஒரு நாள் அவன் கானகத்தில் வேட்டையாடும்போது இரு மான்கள் கலவியில் திளைத்திருப்பதைக் கண்டான். சற்றும் யோசிக்கமல் அக்கணமே அம்பெய்துவிட்டான். ஆண் மான் மீது பாய்ந்துவிட்டது.

அது காட்டுமானல்ல. தவ வலிமை மிக்க கிந்தம முனிவன். மானுருவெடுத்து மனைவியுடன் கலவியின்பத்தில் களித்திருந்தபோது இச்சம்பவம் நடந்துவிட்டது. முனிவன் அலறிக்கொண்டு சாய்ந்துவிட்டான். மனித மொழியிலேயே பேசினான்.

"தர்மம் போற்றும் பரத வம்சத்துல பெறந்த மன்னனே எம்மேல அம்பெய்த காரணமென்ன. என்ன குத்தஞ் செஞ்சென்."

பாண்டு பக்குவமாகப் பதிலுரைத்தான்.

"முனிவரே காட்டு மிருகங்களக் கொல்லவேண்டியது மன்னனோட கடம. அதத்தான நானுஞ் செஞ்சென். பெறகேன் என்னப் பழிக்கிறீக."

"அரசே மிருகங்களக் கொல்றது பாவமில்ல. சந்ததியப் பெருக்குறதுக்காக நான் கலவியில ஈடுபட்ருந்தென். அது ஒன்னால கெட்டது. வீண் பழியத் தேடிக்கிட்டயே. கலவி முடியிறதுக்கு முந்தி அவசரப்பட்டுட்ட. நான் மனுசர்களோட வாழ வெக்கப்பட்டு மான் வடிவத்துல காட்ல வாழுறென். மனுசரவிட மான்களுக்குக் காமம் அதிகம். அப்படிக் காமச்சுகம் அனுபவிக்கும் தறுவாயில என்னக் கொன்னுட்டயே."

"தவறுதான் மாமுனியே......ஞ் மன்னிக்கணும்."

"என் உயிரப் பறிச்சவனுக்கு மன்னிப்பா. ஓம் மனைவியோட கலந்து இன்பம் அனுபவிக்கிற சமயத்துல என்னப் போலவே ஓனக்கும் மரணம் சம்பவிக்கும். இது எஞ் சாபம்."

முனிவனின் உயிர் பிரிந்தது. பெரிதும் வருந்திய பாண்டு அவனை அங்கேயே நல்லடக்கஞ் செய்தான். மிரட்சியில் திக்கற்று நின்ற பெண் மான் கதறிக்கதறி அழுதது.

"நான் என்ன பாவஞ் செஞ்சென். அனாதையா நிக்கனே. அறுதலின்னு அவமானமாப் பேசுவாகளே."

பாண்டுவால் தேற்ற முடியவில்லை. அது அழுதுகொண்டே கால் போன போக்கில் தளர்ந்து தள்ளாடி நடந்தது. சற்றுத் தொலைவுவரை அதன் கதறல் கேட்டது.

அதுக்கு மீண்டும் மனித வடிவெடுக்கும் மந்திரம் தெரியுமோ என்னமோ. கணவன் கற்றுத் தந்தானோ இல்லையோ. தெரிந்திருந்தால் ஈமச் சடங்குகளைச் செய்யும்போதே மனித உருவத்துக்கு மாறியிருக்குமே ஒருவேளை சிதை நெருப்பில் பாய்ந்தாலும் பாய்ந்திருக்கும்.

பாண்டுவுக்கு அதைத் தடுத்து நிறுத்தத் தைரியமில்லை. சித்தங் கலங்கிப் புலம்பித் தவித்தான்.

"எனக்கு இல்லறம் இருண்டுபோச்சே. தவக்கோலம் பூண்டு மரவுரி தரிச்சு ஐம்புலன்களையும் அடக்கிக் காட்லயே வாழ்ந்து காலத்தக் கழிக்கப்போறென்."

மனைவியருடன் இமயமலைக்கப்பால் சதசிருங்க மலையை அடைந்து தபோவனம் அமைத்துத் தவமிருந்தான். சந்ததியில்லாத ஏக்கம் அவனை வாட்டியது. கிந்தம முனிவனின் சாபம் வேறு கவலையளித்தது. சந்ததியை உருவாக்குவது பற்றித் தீவிரமாக யோசித்தான்.

அடிக்கடி புலம்பி முடித்துத் தீர்மானத்துக்கு வந்தான்.

"என்னோட தாய் அம்பாலிகை என்ன எப்படி வியாசர் மூலம் பெத்தாளோ அப்படியே என்னோட மனைவிகள் மூலம் சந்ததிகளப் பெறுவென்."

குந்தியை அழைத்துப் பேசினான்.

"தேவீ ஒங்கிட்டக் கொஞ்சம் பேசணும். கோவப்படாமப் பொறுமையாக் கேளு. தாழ்ந்த குலத்துல பெறந்தவங்க ஒசந்த குலத்துக்காரங்க மூலம் சந்ததியப் பெத்துக்கிறலாம். ஒலகத்துல

புத்திரப் பேறுதான் தருமத்துக்கு ஆதாரமிங்கிறது பெரியவங்க வாக்கு. அப்படித்தான."

குந்திக்குப் பிடிபடவில்லை.

"ஆமா. இப்ப அதுக்கென்ன."

"நமக்குப் புத்திர பாக்கியம் இல்லையே. அதில்லாம நல்ல சாவு கெடையாது. கொள்ளி வைக்கப் புள்ளையில்லாற பெழப்பும் ஒரு பெழப்பா."

"ஏன் இப்படிப் பொலம்புறீக மன்னா."

"எனக்கு முனிவர் குடுத்த சாபத்தப்பத்தி ஒனக்கு நல்லாவே தெரியும். தன்னோட வீரியத்துக்குப் பெறந்த புத்திரனவிட வேற சாதிக்காரனுக்குப் பெறந்த புத்திரன் வாய்க்கிறது நல்ல பலனத் தரும்னு மூத்தவங்க சொல்லியிருக்காங்க. சந்ததிய உண்டாக்குற தகுதி எனக்கில்லையே...... அதனால........"

குந்தி புரிந்துகொண்டாள்.

"என்னாச்சு ஒங்களுக்கு."

"நாட்டு நலன முன்னிட்டு நீ ஒரு ஒதவி செய்யணும். நமக்குச் சமமான குலத்தையோ ஒசந்த குலத்தையோ சேந்தவரோட நீ கூடிப் புத்திரனப் பெறணும்."

அவள் உடன்படவில்லை.

"என்ன காரியம் பண்ணச் சொல்றீக."

பாண்டு தேற்றினான்.

"சாத்தரங்க அனுமதிக்கிற காரியத்தத்தான் செய்யச் சொன்னென் தேவி. தவறா ஒண்ணுஞ் சொல்லலையே."

அவளுக்குள் தாய்மை துளிர்த்தது. ஏற்கெனவே சூரியன் மூலம் கன்னிகாபுத்திரனைப் பெற்றதாகக் கைவசம் வைத்திருந்த கதையைச் சொல்ல மனசு துடித்தது. சொல்லவில்லை. துருவாசனிடம் பெற்ற வரத்தைப் பற்றி மட்டுமே கூறினாள்.

"அரசே அப்ப நான் கன்னிப்பொண்ணு. துருவாச முனிவருக்குப் பணிவிட செஞ்சுக்கிட்ருந்தென். அதுக்கு உபகாரமா எனக்கு மூணு மந்தரம் சொல்லிக்குடுத்தாரு. தேவையானப்ப அதப் பயன்படுத்துக்கிறலாம். மந்தரத்த உச்சரிச்சு வேண்டிய கடவுளக் கூப்புட்டா ஓடிவந்து கொழந்தையக் குடுப்பாரு. இப்ப நம்ம அந்த மந்தரத்தப் பயன்படுத்திக்கிறலாம்னு ஒரு யோசன ஓடுது."

பாண்டுவுக்கு மகிழ்ச்சி. பெரிய சிக்கல் தீர்ந்தது.

"தேவீ அறத்தோட தொணையில்லாம நாட்ட ஆளுறது கஷ்டம். இப்பயே தருமதேவன அழச்சு நல்ல புத்திரனப் பெத்துக்கோ. நம்ம வம்சம் தழைக்கட்டும்."

சில நாட்கள் கடந்தன. பாண்டு மன்னனைப் பார்க்க அஸ்தினாபுரத்திலிருந்து விதுரன் வந்திருந்தான். மூன்று நாள் தங்கி நாட்டுப் பிரச்சனைகளையும் வீட்டுப் பிரச்சனைகளையும் விரிவாகப் பேசினர். நான்காம் நாள் பாண்டுவும் குந்தியும் விதுரனைத் தெம்பாக வழியனுப்பினர்.

சில நாள் கழித்துக் குந்தி கணவனிடம் தெரிவித்தாள்.

"அரசே நேத்து ராத்திரி தருமதேவன் வந்துருந்தாரு. நம்ம கொறையச் சொன்னென். தீத்துவச்சிட்டாரு."

பாண்டுவுக்குச் சந்தோசம்.

"தேவீ அஸ்தினாபுரத்தக் காப்பாத்தீட்ட."

குந்தி கருவுற்றாள். அழகான அமைதியான ஆண் குழந்தை பிறந்தது. கேட்டை நட்சத்திரம். பூர்ண திதியாகிய பஞ்சமி. எட்டாவது முகூர்த்தத்தில் பிறந்தது. காட்டில் பிறந்தது ஒன்றுதான் குறை.

பீஷ்மன் பூரித்தான். விதுரனுடன் காட்டுக்கு வந்து குழந்தையைப் பார்த்து யுதிஷ்டிரன் என்று பெயரிட்டான்.

புறப்படும்போது பீஷ்மன் நிறைந்த மனசுடன் சொன்னான்.

"யுதிஷ்டிரன் விதுரனப் போல அன்பான அமைதியான அறிவாளியா வருவான்."

34

"அன்னையரே தந்தையரே
அருமையுள்ள சோதரரே
ஆயர்பாடி மாளிகையில்
அவதரித்த கண்ணனவன்
குறும்புகளச் சொல்லிவாறோம்
கூடிவந்து கேளுங்களென்."

"மதுராபுரியில கம்சன் நெலகொள்ளாமத் தவிச்சான். மனசில அந்த நெனப்பு வளந்துக்கிட்டே வந்தது."

'யது குலத்தால அசுரர் குலம் அழியப்போகுது. அது நிச்சயம்.'

"மெம்மேலும் ஆத்தரமடஞ்சான். கொலவெறியக் கொண்டாடுனான்."

'யது குலத்தக் கூண்டோட ஒழிச்சே தீருவென்.'

"மொதல்ல தன் தகப்பன் உக்கிரசேனனச் செறையிலடச்சு நாட்டப் பறிச்சுக்கிட்டான். தாந்தான் நாட்டுக்கு அரசன்னு சனங்களுக்கு அறிவிச்சான். சூரசேனனோட நாட்டையும் வசப்படுத்திக்கிட்டான்."

"அதோட அடங்கல. சுத்தியிருந்த அசுரர்களையும் அசுர அம்சங் கொண்டவர்களையும் அணி சேத்துக்கிட்டு ஆணவக் கூத்தாடுனான். எல்லாருமாச் சேந்து யாதவர்கள இம்சப்படுத்துனாங்க. இம்ச தாங்காம சனங்க தப்பியோடி மத்த நாடுகள்ல தஞ்சமடஞ்சாங்க."

"கம்சனுக்கு இன்னும் வெறியடங்கல. தேவகி பெத்த ஆறு புள்ளைகளையும் ஒரே சமயத்துல துள்ளத் துடிக்கக் கொன்னான். வசுதேவனையும் தேவகியையும் செறையில போட்டு வதச்சான். அவனோட அடாவடியில நாடே கொந்தளிச்சுக்கிட்டுருந்தது. நாளுக்கொரு பாவம் அரங்கேறுச்சு."

"செறையில வாடிய தேவகி கர்ப்பந்தரிச்சா. ஏழாவது கர்ப்பம். ஆதிசேடனோட அம்சம். கருவக் காப்பாத்தவேண்டிய பொறுப்பு வசுதேவன விட பரமனுக்கு அதிகமாச்சு. தானே கோகுலத்துல அவதரிக்கவேண்டிய தருணம் நெருங்கீருச்சின்னு நெனச்சான்."

“கம்சனோட கொடுமையப் பாத்துக்கிட்டுச் சும்மாருக்க முடியுமா என்ன.”

“ஒடனே மாயாதேவியக் கூட்டிவரச்சொல்லி உத்தரவு போட்டான். அவ வந்து பரமன வணங்குனா.”

‘மாயாதேவீ நீ நேர கோகுலத்துக்குப் போ. அங்க வசுதேவன் நண்பன் நந்தகோபனோட மாளிகையில அவனோட மொத மனைவி ரோகிணி கம்சனுக்குப் பயந்துபோயி ரகசியமாத் தங்கீருக்கா. ரெண்டாவது மனைவி தேவகி கணவனோட மதுரச் செறையில இருக்கா. நீ நந்தகோபனோட மனைவி எசோத வயித்துல பெண்ணாப் பெறக்கணும். தாமதிக்காமக் கெளம்பு.’

‘அப்படியே செய்றென் அய்யனே.’

“மாயாதேவி பூலோகத்துக்குப் போயி தேவகி வயித்துல வளுற கருவப் பத்தரமா ரோகிணி வயித்துக்கு மாத்தீட்டு அவ எசோத வயித்துல கருவா எறங்கிக்கிட்டா. தேவகிக்கு ஏழாவது கர்ப்பம் கலஞ்சிட்டதா எல்லாரும் நம்பீட்டாங்க.”

“ரோகிணிக்கு ஆண் கொழந்த பெறந்தது. வெள்ள நெற மேனி. பெயர் பலராமன். தேவகி எட்டாவது கர்ப்பந்தரிச்சா. பரமன் வந்து அவ வயித்துல கருவா இருந்துக்கிட்டான். எட்டாவது கர்ப்பந்தான கம்சனுக்கு ஆபத்தானது.”

“சங்கதி தெரிஞ்ச கம்சன் ஓடோடி வந்து பாத்தான். தங்கச்சி புதுப்பொலிவோட சந்தோசத்துல பூத்திருந்தா.”

“கர்ப்பம் உறுதியாயிருச்சு.”

“கம்சன் ஒடம்பு படபடத்தது. என்ன செய்றதுன்னு தெரியாம வீடு திரும்புனான்.”

“ஆவணி மாசம் கிருஷ்ண பட்சம் அட்டமி நாள். நவக்கிரகங்க எல்லாம் உச்சதானங்கள்ல உக்காந்துருந்துச்சு. எட்டுத் திக்கும் தெளிவாத் தெரிஞ்சது. சுப காரியங்களுக்கான நேரம். தடாகத்துல தாமரப் பூக்கள் வழக்கத்துக்கு மாறா ராத்திரியில பூத்துச் சிரிச்சது. சகல மரங்களும் பூத்துக் குலுங்குச்சு. பறவைகளோட கதம்பப் பாட்டு சொல்ல முடியாது. காத்துல நறுமணம் வீசியது. எல்லாம் கூடிவந்த நேரத்துல பரமன் சூரியோதயமா அவதரிச்சான். தாமரப் பூப்போல கண்கள். தெகட்டாற கருப்பு நெறம். கழுத்துல கவுஸ்துப மால. வைடூரியம் பதிச்ச கிரீடம். காதுல குண்டலம். சுருட்ட முடி........ இப்படி அவன் அழகப் பரவசத்துல சொல்லிக்கிட்டே போகலாம்.”

“பரமனே கொழந்தையாப் பெறந்துருக்கிறது வசுதேவனுக்குத் தெரிஞ்சுபோச்சு. அய்யோ இது கம்சனுக்குத் தெரிஞ்சா ஆபத்தாச்சே. அதுக்கு முன்னால கொழந்தைய எப்படியாவது காப்பாத்தியாகணுமே. அவன் மனசு கெடந்து அடிச்சுக்கிருச்சு.

வைகுண்டத்திலருந்து பரமன் வசுதேவனுக்கு உத்தரவுபோட்டான். அந்தப்படி தேவகி பெத்த கொழந்தையத் தூக்கிக்கிட்டு வசுதேவன் செறைய வுட்டுக் கௌம்புனான். அவனத் தளச்சிருந்த வெலங்கு அத்தனையும் தானாக் கழண்டு அவன விடுவிச்சது. கதவெல்லாம் தெறந்து வழிவுட்டது. காவலர் எல்லாரும் கடுமையான ஒறக்கத்துல கொரட்ட போட்டுட்டுக் கெடந்தாங்க.”

“வசுதேவன் எங்க போறான்.”

“கதையக் கேளுங்க. மழ நிக்காமச் சோன்னு கொட்டுச்சு. அவனுக்குப் பாதுகாப்பா ஆதிசேடன் கொடப்புடிச்சுக்கிட்டுப் பின்னாலயே வந்தான். யமுன நதி குறுக்க மறிச்சுக்கிட்டு ஓடுச்சு. கொஞ்ச நேரத்துல பாத்தா ஆறு முழுக்க வத்தி வறண்டு அவனுக்கு வழிவுட்டது. சிரமமில்லாம அவன் கோகுலத்துக்குப் போய்ச்சேந்தான்.”

“எசோதைக்கு அப்பத்தான் ஒரு பொண்ணு பெறந்திருந்தது. அது ஆணா பொண்ணான்னு அடையாளந் தெரிய முடியாறபடி அவ ஒறக்கத்துல கெறங்கிப்போய்க் கெடந்தா.”

“வசுதேவன் கையிலிருந்த ஆண் கொழந்தைய எசோதைக்குப் பக்கத்துல கெடத்தீட்டுப் பெண் கொழந்தையத் தூக்கீட்டு மதுராபுரிச் செறைக்குத் திரும்பீட்டான். சின்னத் தடங்கல்கூட இல்ல. மாயையோட ஒதவியால எல்லாம் சுமுகமா கமுக்கமா நடந்து முடிஞ்சது.”

“தேவகிக்குப் பக்கத்துல துள்ளீட்டுக் கெடந்த பொட்டக் கொழந்த வீரிட்டு அழுதது. ஒடனே கம்சனுக்குச் சேதி போச்சு. ஓடோடி வந்து கொழந்தையப் புடுங்கிக் காலப் புடிச்சுச் சொவர்க்கல்லுல ஓங்கி அறஞ்சான். கொழந்த சொவர்ல மோதல. துள்ளி மேல கௌம்பிப் போயிருச்சு. அந்தரத்துல மெதந்தபடி எக்காளத்துல கைகொட்டிச் சிரிச்சது.”

‘அசுரமூடனே ஒன்னால என்னக் கொல்ல முடியாது. ஒன்னக் கொல்றதுக்குன்னு ஒருத்தன் பெறந்துருக்கான். அவன் வேற எடத்துல வளந்துவாறான்.’

"கொழந்த மாயமா மறஞ்சிருச்சு. அதோட கெக்கரிப்பு மட்டும் கேட்டுக்கிட்டே இருந்தது."

'அந்தரி சுந்தரி

அந்தரி சுந்தரி........'

"கம்சன் அரண்டுபோயிட்டான். மனசு மாறி தேவகியையும் வசுதேவனையும் விடுதலசெஞ்சு தேருல வீட்டுக்கு அனுப்பிவச்சான்."

"அதோட வுட்டபாடில்ல."

"கொஞ்ச நேரத்துல அவனோட ஆலோசன மண்டபம் கூடுச்சு. சிலபேரு அச்சத்துலயே யோசன சொன்னாங்க."

'மன்னா ஓங்கள அழிக்கப் பெறந்துருக்கிற கொழந்த இங்க பக்கத்துலதான் ஒளிஞ்சு வளரணும்.'

'அதத் தேடி கண்டுபுடிச்சு ஒழிக்கணும். மொளையிலயே கிள்ளியெறிஞ்சிட்டாக் கவலையில்ல.'

'பட்டணம் கிராமம் கோகுலம் எல்லா எடத்துலயும் பெறந்து பத்து நாளாகாற அத்தன கொழந்தைகளையும் அழிச்சொழிச்சிருங்க.'

"எசோதைக்கு ஆண் கொழந்த பெறந்த சந்தோசம் சொல்ல முடியாது. நந்தகோபன் மாளிக முழுக்கக் குதுகலந்தான் கும்மாளந்தான். கொழந்தைக்குக் கிருஷ்ணன்னு பேரு சூட்டிக் கொண்டாடுனாங்க."

"கிருஷ்ணன்னா என்ன அர்த்தம்."

"கருப்பன்."

"நாமும் அவன் பேரச் சொல்லிக் கொண்டாடுவோம்."

35

"கிருஷ்ணனோட தீம்புகளக் கேளுங்களேன்"

"கிருஷ்ணன் பெறந்ததிலருந்தே எத்தனையோ சோதனைகளக் கடந்து வந்தவனாக்கும். அதுலயும் மாமக்காரன் கம்சனால பட்ட துன்பம் கொஞ்ச நஞ்சமில்ல."

“சின்ன வயசிலருந்தே கொழந்தைய ஒரு எதிரியா நெனச்சு அவனக் கொல்லத் திட்டம்போட்டு இம்சப்படுத்துனானா சும்மாவா.”

“கிருஷ்ணனால தன் உயிருக்கு ஆபத்துன்னு யார் சொன்னதையோ கேட்டுக்கிட்டு ஆட்டம்போட்டான்.”

“கிருஷ்ணன் கருவுலயே வெளஞ்சவனாச்சே. என்ன எடஞ்சல் வந்தாலும் சமாளிச்சிருவான்.”

“ஒரு கதையக் கேளுங்க. கிருஷ்ணன் அப்பக் கைக்கொழந்த. அவன் கோகுலத்துல வளந்துவாறது மாமனுக்குத் தெரிஞ்சு போச்சு. அதனால சிசுவுலயே கொன்னுறலாம்னு முன்கூட்டியே திட்டம்போட்டான்.”

“கொல்றதுக்கின்னே அரக்கர்கள அங்கங்க ஏவிவுட்டான். அதுல ஒரு அரக்கியும் உண்டு. அவ பேரு பூதன. அவளுக்கு பூதகின்னு இன்னொரு பேரும் உண்டு.”

“அவ சும்மாருப்பாளா. பட்டணங்களுக்கும் கிராமங்களுக்கும் போயிப் புதுசாப் பெறந்த கொழந்தைகளக் கொன்னு கூத்தடிச்சா. கடைசியில கிருஷ்ணன் இருக்கிற எடத்தையும் தெரிஞ்சுக்கிட்டா.”

“மோசம்போச்சே.”

“நந்தகோபன் வெளியூருக்குப் போயிருந்த சமயம் பாத்து அவ அருவமில்லாம பூன போல கோகுலத்துக்குள்ள புகுந்துக்கிட்டா. அவ எந்த உருவத்துக்கும் மாறிக்கிற சாகசக்காரி. மாயச் சக்தியால அழகான பொண்ணா மாறிக்கிட்டா. அழகுன்னா அழகு அப்படியொரு அழகு.”

“அண்ணைக்குக் கிருஷ்ணனக் குளிக்கவச்சு அலங்கரிச்சு தொட்லுல படுக்கவச்சிருந்தா எசோத. மூணுமாசக் கொழந்த. கையக் கால ஆட்டிக்கிட்டுப் பச்சநெலா மாதிரி கெடந்தான். எசோதையும் ரோகிணியும் அவனப் பாத்துச் சொக்கிப்போனாக.”

“பலராமன் தம்பியக் கிருவாணஞ்சுத்தி வெளையாடிக்கிட்டுருந்தான். அந்தச் சமயம் பாத்து அரக்கி நெருங்கி வந்துட்டா. கள்ளி எசோதைக்குப் பக்கத்துல மெல்ல உக்காந்து அவகிட்டப் பேச்சுக் குடுத்தா.”

‘யாத்தா கொழந்த பெறந்த சேதி எனக்கு இண்ணைக்குத்தான் தெரியும். பாக்க ஆசையாருந்துச்சு. ஓடிவந்தென்.’

“அவ யாருன்னு அடையாளந் தெரியிறதுக்குள்ள தொட்லுல கெடந்த கொழந்தைய வாரியணச்சுக்கிட்டுப் பாசத்தப் பொழிஞ்சா.”

‘என் ராசால்ல. மந்திரியில்ல ஒனக்கு என்ன வேணும். என்ன கேட்டாலும் இந்த அத்த தருவனாக்கும்.’

“தாம் பெத்த புள்ளபோல நடிச்சா.”

“எசோதையும் ரோகிணியும் தெகச்சுப்போயி அவளப் பாத்துக்கிட்ருந்தாக. கிருஷ்ணன் கள்ளப் பார்வையில முழிச்சு அவ பாசாங்கப் புரிஞ்சுக்கிட்டான்.”

“பசிக்கிற மாதிரி கையக் கால ஒதறிச் சிணுங்குனான். அதாஞ் சாக்குன்னு அவ கால நீட்டி உக்காந்து அவனத் தோதா மடியில வச்சுக்கிட்டா.”

‘என் ராசாவுக்குப் பசி வந்துருச்சாக்கும்.’

“அவ மாராப்ப வெலக்கி ஒரு மார்புக் காம்பப் புள்ள வாயிலத் திணிச்சு வாஞ்சையாக் கொஞ்சுனா.”

‘குடி ராசா குடி... ஒனக்கில்லாற பாலா.’

“கிருஷ்ணனும் சொகமாச் சொவச்சுக் குடிக்க ஆரம்பிச்சான்.”

“அவ்வளவும் நச்சுப்பாலு.”

“அடப் பாவி கெடுத்தாளே.”

“பால உறிஞ்சிக் குடிக்கக்குடிக்க பய கெறங்கிப் போயிக் கண்ணச் சொருகுனான். அவளுக்கு உள்ளூரச் சந்தோசம். ஆகா கொழந்த கொஞ்ச நேரத்துல சாகப்போறான். பெறகென்ன கொண்டாட்டந்தான்னு அவளுக்கு மெதப்பு. பய பால் குடிக்கிறத நிறுத்தவேயில்ல.”

“ஒரு மார்புல இருந்த நஞ்செல்லாம் உறிஞ்சிக் குடிச்சிட்டான். அடுத்த காம்புப் பாலும் காலி.”

“பெறகு அவளோட உயிர உறிய ஆரம்பிச்சான்.”

“அடடா வென வந்துருச்சே.”

“அவ மரண வேதனையில துடிச்சா.”

‘அய்யோ என்ன வுட்ரு... காப்பாத்துங்களேன்...’

“அவளோட கொடூரமான அலறல் கோகுலமெல்லாம் கேட்டுச்சு. சனங்க அச்சத்துல தப்பிச்சு ஓடுனாங்க. கிருஷ்ணன் அவ உயிர உறிஞ்ச உறிஞ்ச மயங்கிப் போயிட்டா. அழகான பொண்ணாருந்த உருவம் மறஞ்சு அருவருப்பான அரக்கியா மாறீட்டா.”

“அரக்கியோட ஆட்டம் முடிஞ்சது.”

“எசோதையும் ரோகிணியும் கொழந்தையத் தூக்குறதுக்கு ஓடிவந்தாக. அதுக்குள்ள அரக்கி மலபோல சாஞ்சுகெடந்தா.”

“பொடியன் குடுத்த ஓதையில அவ கதையே முடிஞ்சது. மலந்துகெடந்த ஒடம்பப் பாக்கச் சகிக்கல.”

“பொடியன் என்ன ஆனான்.”

“எதுவுமே நடக்காறதுபோல அவ மடியில அப்பிராணியா வெளையாடிக்கிட்டுருந்தான்.”

“பெரிய கண்டந் தாண்டியாச்சு. நல்லவேள.”

“ஓடிவந்து வேடிக்க பாத்த சனங்களுக்கு ஆச்சரியம் சொல்ல முடியாது.”

“அண்ணைக்கு முழுக்கக் கோகுலத்துல அதே பேச்சாக் கெடந்தது.”

‘இப்படியும் கொடும நடக்கிறதுண்டாம்மா.’

‘அதானம்மா கொலகாரப் பாதகத்தி நஞ்சக்குடுத்து புள்ளையக் கொல்லப்பாத்துருக்காளே.’

‘நம்ம கிருஷ்ணன் கணக்காக் கண்டுபுடிச்சு அவ கணக்க முடிச்சிட்டானே.’

‘அதச் சொல்லு. இல்லன்னா எத்தன புள்ளைகளக் கொன்னு தீத்துருப்பாளோ.’

‘நல்ல வேள அவன் புண்ணியத்துல தப்பிச்சொம்.’

36

“கிருஷ்ணன் தவந்து வெளையாடுற வயசு. ஆனா தம் புள்ள ஓடித் திரியிறதப் போல எசோதைக்குக் கற்பன ஓடுச்சு.”

“அண்ணைக்குக் கிருஷ்ணன் பெறந்த நட்சத்திர நாள். எசோத அவன நீராட்டிச் சீராட்டி அலங்கரிச்சு ஆனந்தப்பட்டா.”

“கோகுலமே கொண்டாடுச்சு. கிருஷ்ணன் கொண்டாட்டத்தக் கேட்டுக்கிட்டே கண்ணசந்துட்டான்.”

“எசோத அவனத் தூக்கிப் பக்கத்துலருக்கிற நந்தவனத்துக்குக் கொண்டுபோயித் தொட்லுல படுக்கவச்சா. சொகமான காத்து தாலாட்டுச்சு. அந்தச் சொகத்துல அவன் மேலும் கெறங்கிப்போனான்.”

“பூதகி செத்துப்போன வருத்தம் கம்சனுக்கு ரெம்ப. நெலகொள்ளாமத் தவிச்சான். கிருஷ்ணனக் கொல்றதுக்கு அடுத்து சகடாசுரன அனுப்பிவச்சான். அவன் மொரட்டு அரக்கன். வண்டிச்சக்கர வடிவமெடுத்துக் கொழந்தைகளக் கொல்றதுல மகாசூரன்.”

“அவன் பதுங்கிப் பதுங்கி நந்தவனத்துக்குள்ள நொழஞ்சான். கிருஷ்ணன் தொட்ல வெலக்கி அவனப் பாத்துக்கிட்டான். அரக்கன் நேர தொட்லுக்கு வந்து கள்ள நித்திரையில இருந்த கிருஷ்ணனக் கண்டுபுடிச்சிட்டான். இது நல்ல தருணம். வண்டிச்சக்கர வடிவமெடுத்து உருண்டோடித் தொட்லுல மோதிக் கொழந்த கதைய முடிச்சுறலாம். அடே சகடாசுரா ஒனக்கு இண்ணைக்கு நல்ல வேட்டதாண்டான்னு அவன் மனசு குதியாளம்போட்டது.”

“ஒடனே பெரிய சக்கரமா மாறி தொட்லப் பாத்து வேகமா உருண்டோடுனான். கொஞ்ச நேரத்துல தொட்லு சுக்கு நூறாகப் போகுது. இதோட பொடியன் ஒழிஞ்சான். இது அரக்கன் போட்ட கணக்கு.”

“கிருஷ்ணன் மனசும் ஒரு கணக்குப்போட்டுச்சு. நந்தவனத்துலருந்த அத்தன பேரும் சக்கரத்தக் கண்டு அலறியடிச்சு ஓடுனாக. கொஞ்ச நேரத்துல பெரிய ஆபத்து நடக்கப்போகுது. அதத் தடுக்குறதுக்கு வழி தெரியலையே. என்னதுக்கு என்ன ஆகப்போகுதோன்னு தவிப்புல பேமுழி முழிக்காக.”

“சக்கரம் கிருஷ்ணன குறிவச்சு ஓடிக்கிட்டேயிருந்தது. அந்தச் சந்தடியில கிருஷ்ணன் முழிச்சுக்கிட்டான். ஒரு முடிவுக்கு வந்து சகடத்த எதிர்பாத்துக்கிட்ருந்தான்.”

‘வாடா வா. நீ அப்பபடி வாறயா நான் எப்பபடி வாறென் பாரு.’

“ஒறக்கங் கலஞ்சு வழக்கம்போல கால ஒதறுனான். ரெண்டு காலும் சக்கரத்த எட்டி ஒதச்சது. அத யாரும் கவனிக்கல.”

“ஒரு அலறல் இடியாக் குமுறுச்சு. அவ்வளவுதான். சக்கரம் ஒடஞ்சு துண்டுதுண்டா நொறுங்கிப்போச்சு. செதறிக் கெடந்த எல்லாத் துண்டுஞ் சேந்து அரக்கன் உருவத்துக்கு மாறிக்கிருச்சு. அரக்கன் அலறிக்கிட்டே உயிர வுட்டான்.”

“கோகுலச் சனங்களுக்கு இன்னும் திகைப்படங்கல.”

“ஆக அடுத்த கண்டமும் தாண்டியாச்சு.”

“கிருஷ்ணன் நடந்து திரியிற வயசுக்கு வளந்துட்டான். கூடவே குறும்பும் வளந்துருச்சு. அவன நெனச்சு நெனச்சு கம்சனுக்கு ஒறக்கம்புடிக்கல.”

“இன்னொரு அரக்கன ஏவுனான். அவன் பேரு திருணாவர்த்தன். முந்திச் செத்தானே சகடாசுரன் அவனுக்குச் சேக்காளி. காத்தா மாறி சூறாவளியப் போலச் சொழண்டு சொழண்டு அடிச்சுக் கொல்றதுல கைகாரன்.”

“ஒரு நாள் கிருஷ்ணன் அரமனத் தோட்டத்துல எசோத மடியில வெளையாடிக்கிட்ருந்தான். அப்பத் திடீர்னு காதப் பௌக்கிற மாதிரி காத்து எரையிறது கேட்டது. கிருஷ்னன் புரிஞ்சுக்கிட்டான். அடடா அரக்கன் வந்துட்டானே. அவன எப்படிச் சமாளிக்கிறது. இப்படிச் செஞ்சா என்னன்னு திட்டம்போட்டான்.”

“என்ன செஞ்சான் தெரியுமா. எசோத மடியில தாங்கமுடியாற அளவுக்கு அவன் ஒடம்பு கனத்துக்கிட்டே போச்சு. பெரிய பாரந் தாங்காம எசோத தெணறிப்போயிட்டா.”

‘என்ன இது புள்ள இப்படிக் கனக்குது. ஆச்சரியமாருக்குதே.’

“மடிதாங்காமப் புள்ளையக் கீழ எறக்கிவுட்டா. இந்தச் சந்தர்ப்பத்த எதிர்பாத்துக்கிட்ருந்த அரக்கனுக்குச் சந்தோசம். கிருஷ்ணன ஒரே சொழட்ல தலையிலடிச்சுக் கொன்னுறலாம்ன்னு நெனப்பு ஓடுச்சு.”

“ஓடனே கிருஷ்ணன் மேல பேய்க்காத்து புழுதிவாரி எறச்சது. எல்லா மரமும் வேரோட சாயிற மாதிரி அசஞ்சு ஆடுச்சு.”

“அரக்கன் கிருஷ்ணனச் செந்தூக்காத் தூக்கி ஓயரப் பறக்க ஆரம்பிச்சான். காத்து கௌப்புன புழுதி கண்ண மறச்சுச் சனங்க திக்குமுக்காடுனாக.”

“எசோதையோட அலறல் கேட்டுச்சு.”

‘அய்யோ எங் கொழந்தையக் காணுமே.’

“ஓயரப் பறந்த அரக்கன் கிருஷ்ணனக் கீழ தள்ளிக் கொல்லப்பாத்தான். முடியல. கிருஷ்ணன் அரக்கனக் கெட்டியாப் புடிச்சுக்கிட்டான். கிருஷ்ணன் ஒடம்புல பாரம் ஏறிக்கிட்டே போச்சு. பேயாக் கனத்தது. அரக்கனால பாரத்தச் சொமக்க

முடியல. இந்த வெளையாட்டுக்கு நான் வரலப்பா. போதுமடா சாமி தப்பிச்சாப் போதும்னு கிருஷ்ணனக் கீழ தள்ளப்பாத்தான். அப்படியும் முடியல."

"கிருஷ்ணன் அரக்கன் கழுத்த இறுகப் புடிச்சிருந்தான். அரக்கனுக்கு மூச்சு முட்டி கண்ணு முழி பிதுங்கீருச்சு. பெறகென்ன காத்தாவது மூச்சாவது பொத்னு கீழ வுழுந்தான். அதோட அவன் மூச்சும் நின்னுபோச்சு."

"இப்பச் சூறாவளி நின்னு புழுதி அடங்கீருச்சு. எல்லாரும் ஓடி ஓடிக் கிருஷ்ணனத் தேடித் தவிச்சாக. அவன் என்னடான்னா ஊருக்குப் பக்கத்துல காத்துச் சுழிப்புல குமிச்சுக் கெடந்த புழுதி மண்ணுல சொகமா வெளையாடிக்கிட்ருந்தான். அரக்கனோட பொணம் பொடியனுக்குப் பக்கத்துல மலையாச் சாஞ்சு கெடந்தது."

"கிருஷ்ணனத் தேடிக் கண்டுபுடிச்சப் பெறகுதான் எசோதைக்குப் போன உயிரு திரும்பிவந்தது."

37

"கோகுலத்துல கிருஷ்ணன் வளர வளர எசோதை ரெம்ப விசாரப்பட்டா."

"அவனும் பலராமனும் கூட்டாளிகளோட சேந்து கொட்டமடிச்சாங்க. ஓயாற ஆட்டம் பாட்டம் ஓட்டம் புதுப்புது வெளையாட்டு இப்படி ஆயர்பாடியே அல்லோலகல்லோலப்பட்டது."

"அவுக அடிக்கிற கூத்தும் கும்மாளமும் கோபியருக்குத் தெகட்டல. அலுக்கல."

"கிருஷ்ணன் எல்லாருக்கும் தீராத வெளையாட்டுப் புள்ள. அவனோட லீலைகளுக்கு மனசப் பறிகுடுத்து பரவசப்படுறதவிட வேறென்ன வேல வேண்டிக்கெடக்கு. வீட்டுக்கு வெளிய காலுலயும் இடுப்புலயும் சலங்க குலுங்குறதக் கேட்டாலே அவுகளுக்கு இருப்புக்கொள்ளாது."

'யாத்தாடி கோகுலக் கண்ணன் வந்துட்டானே. எஞ் செல்லக் கொழந்த மொகத்தப் பாக்கணுமே.'

“வீட்டு வேலைய எடையில வுட்டுட்டு ஓடிவந்து வாசல் நெலையப் பத்திப் புடிச்சுக்கிட்டு அவன எதிர்பாத்துக் காத்துக்கிட்ருப்பாக. அடுப்புல சுடவச்ச பாலு கொதிச்சுப் பொங்கும். சேக்காளிக் கூட்டத்தோட கிருஷ்ணன் துள்ளி வெளையாடி வாற அழகப் பாக்கணுமே. இன்னும் இன்னும் பாத்துக்கிட்டே இருக்கலாம்.”

“அவன அள்ளியெடுத்து ஆரத் தழுவி உச்சிமோந்து கொஞ்சணும் போல ஆவல் குளிராட்டும். அவன் கடந்துபோனப் பெறகே கண்ணிமைக்கும். கண்ணுல ஏக்கமும் ஏமாத்தமும் பொங்கும். விட்டுவந்த வீட்டு வேலையத் தொடர வெறுப்பாருக்கும்.”

“வெளையாடுறபோது கிருஷ்ணன் மண்ணத் தின்னான். அவனுக்கு அதுல தனி ருசி. நாக்குல நமரவச்சு நமட்டி விழுங்குறதுல ஒரு சொகம். ருசியான மண் கெடைக்கிற எடமெல்லாம் அவனுக்கு அத்துப்படி.”

“சில சமயம் இடுப்புத்துணியில முடிஞ்சு வச்சிருந்து ரகசியமாத் திங்கிறதும் உண்டு. ஒரு நாள் இதப்பாத்துட்ட ஒரு பொண்ணு ஓடிவந்து எசோதையிட்டச் சேதி சொன்னா.”

‘யக்கா யக்கா நம்ம கிருஷ்ணன் மண்ணத் திங்கிறதக் கண்ணால பாத்தென். புள்ளைக்கு என்னமும் ஏதும் ஆயிரக் கூடாதே.’

“எசோத பதறிப்போயி அலறியடிச்சு ஓடிக் கிருஷ்ணனத் தேடிப்புடிச்சா.”

‘மகனே என்ன காரியம் பண்ணீட்ட. வாயத் தொறப்பா.’

“அவன் மாராயம் பண்ணுனான். அவ வுடல.”

‘என் ராசால்ல வாயத் தொறந்து காட்டுய்யா.’

“அவன் மெல்ல மெல்லத் தெறந்தான். அவ எட்டிப்பத்தா.”

“பாத்தா உள்ள ஒரு ஒலகமே சொழண்டுக்கிட்ருந்தது. ஒலகத்தச் சுத்தி ஏழு கடலும் ஆகாயத்துல பெரிய பெரிய மலையாச் சஞ்சரிக்குது. சூரியன் சந்திரன் கிரகம் நட்சத்திரமின்னு பிரபஞ்சமே வாய்க்குள்ள தெளிவாத் தெரிஞ்சது.”

“எசோதையால ஆச்சரியத்த விழுங்க முடியல.”

‘யாத்தாடி அதுக்குள்ள கோகுலமே தெரியிது. அந்தா நானும் இருக்கனே. அய்யய்யோ என்னத்தச் சொல்லட்டும். வாய்க்குள்ள என்னென்னமோ விழுங்கி வச்சுருக்கானே. துப்பச் சொல்றதா.

விழுங்கச் சொல்றதா. அடியே......ஞ் கொஞ்சம் இங்க வந்து இந்தக் கூத்தப் பாருங்களேன்.......'

"அவளுக்குப் பிரமிப்பில மெய்சிலிர்த்திருச்சு. பயத்துல ஒடம்பு நடுங்குச்சு. மகன அணச்சுக்கிட்டு அழுதா.'

'இவன வச்சுக்கிட்டு என்ன செய்யப்போறனோ.'

38

"அண்ணைக்கு எசோத வீட்டுக்குள்ள தயிர் கடஞ் சுக்கிட்டுருந்தா அடுப்புல பொங்குற பால எறக்கி வைக்கிறதுக்கு அடுப்படிக்குப் போனா. அந்தச் சமயம் பாத்துக் கிருஷ்ணன் அம்மிக் கொழவியால தயிர்ப்பானைய ஒடச்சு அதுல தெரண்டிருந்த வெண்ணெய எடுத்துத் தின்னுட்டு ஓடி ஒளிஞ்சுக்கிட்டான்."

"ஒயர உறியில தொங்குன வெண்ணக் கலயம் அவன் கண்ண உறுத்துச்சு. ஒரலு மேல ஏறி பிரயாசப்பட்டு உறியத் தொடப் போனான். இது எசோத கண்ணுல பட்ருச்சு. கிருஷ்ணன் எறங்கித் தப்பியோட அவ வெரட்டிக்கிட்டுப் பின்னால ஓட கோகுலமே வேடிக்கபாத்துச்சு."

'செய்றதச் செஞ்சிட்டுத் தப்பியோடவா செய்ற. மகனே எங் கையில சிக்குனால்ல இருக்கு சங்கதி. இந்தா வாறென். எங்க போனாலும் இண்ணைக்கு வுடப்போறதில்ல. நீயாச்சு நானாச்சு.'

"அவ திட்டிமுடிச்சு மூச்சு வாங்குறதுக்குள்ள கிருஷ்ணன் சேக்காளிகளோட ஓடி மறஞ்ச எடந் தெரியல."

"அதுக்குள்ள எசோதையச் சுத்தி பொண்ணுக கூட்டம் கூடிருச்சு. அவுகளால கண்ணனோட தீம்புகளப் பேசி மாளல. ஆவலாதிய அடுக்கிக்கிட்டே போனாக."

'யக்கா கண்ணன எப்படித்தான் சமாளிக்கயோ. பயகளக் கூட்டிக்கிட்டுக் கூத்தடிக்கானே.'

'அவங்கூடத் திரியிதுகளே. அதுக என்ன புள்ளைகளா. கொரங்குக்குட்டிகளாக்கும்.'

'ஒரு வீடு பாக்கியில்லாம உறிக் கலயத்த ஒடச்சு வெண்ணெயத் திருடுறதுதான் அதுகளுக்கு வேல. வீட்டுக்குள்ளயும் வெளியிலயும்

சிந்திக் கெடக்கிற வெண்ணெயப் பாத்தா மனசெல்லாம் படபடன்னு வருது. வீட்டுத் தரையில மொழுகி முத்தத்துல கால் தடங்களப் பாக்கணுமே. தானியம் சிந்திக் கெடக்கிற மாதிரி......'

'இவன் திருடித் திங்கிறது சரி. ஊருல உள்ள அத்தன பயகளுக்கும் அள்ளியள்ளிக் குடுக்கானே. அதுல்ல பெரிய கொடுமையாருக்கு..'

'பயகளுக்குக் குடுத்துட்டா மனசு ஆறிப்போகும். ஊரெல்லாம் கொட்டமடிக்கிற அத்தன கொரங்குகளையும் கூட்டி வச்சுக்கிட்டுல்ல தானஞ் செய்றான்.'

'காணாக்கொறைக்குப் பொட்டப் புள்ளைகளையும் சேத்துக்கிறான்.'

'இப்பயே இப்படின்னா பெரியவனானா என்ன கூத்துக்கெட்டப்போறானோ.'

"எசோதைக்கு நல்லாத் தெரியும். சும்மா பேச்சுக்குத்தான் ஆவலாதி சொல்லுதுக. உள்ளூரச் சந்தோசமாக்கும். இதுகளப் பத்தித் தெரியாதான்னு குறும்பாப் பாத்துச் சிரிக்கா."

"எசோத புள்ளையக் கொற சொல்ல வுடமாட்டா."

'அடியே ஓங்க பொட்டச்சிக எம்புள்ளையக் கண்டா ஒரு தரையில நிக்கிதுகளா. இதுக்கு என்ன சொல்ற. கூட வாவான்னு அவன் கூப்புடுறனாக்கும். மொதல்ல ஓங்க புள்ளைகளக் கட்டுப்படுத்திக்கிட்டு வந்து ஆவலாதி சொல்லுங்க. பெரிசாப் பேசவந்துட்டாக.'

'ஒஞ் செல்லப் புள்ளைய எண்ணைக்குத்தான் வுட்டுக்குடுத்த.'

"அப்ப இன்னொரு தெருவுல கிருஷ்ணன் கூட்டாளிகளோட சேந்து ஆடிப்பாடுற ஆரவாரம் கேட்டுச்சு."

'காலச்சுத்திச் சலங்க அது

கலகலன்னு குலுங்க

ஊரச்சுத்தி வருவென் நல்ல

உறியத் தேடித் திரிவென்.'

"எசோத சொக்கிப்போனா."

'யாத்தாடி அவன் சலங்க என்னமாக் குலுங்குது.'

"அடுத்த தெருவுலருந்து சலங்கக் கலகலப்பு வந்தது."

'திருட்டுப்பண்டம் தின்னா அது
தெகட்டலையே கண்ணா
மறுபடியும் போவோம் ஓடி
வாங்கமச்சான் வாங்க.'

"ஒருவழியா கிருஷ்ணன் எசோதையோட கையில சிக்கிக்கிட்டான். சலங்கச் சத்தம் காட்டிக் குடுத்துருச்சு."

'வீட்டுக்கு வா மகனே. வச்சுக்கிறென். இந்தக் கூத்தா பண்ற. மனுசரப் பாடாப் படுத்துறயே.'

"மகனோட இடுப்புல கயித்தக் கட்டி ஒரலோட சேத்துக் கட்டீட்டுப் போயிட்டா."

'இண்ணைக்கு முழுக்க இப்படியே கெட. இதுதான் ஒனக்குத் தண்டன.'

"பெறகு கிருஷ்ணன் என்ன செஞ்சான் தெரியுமா. சந்தடியில்லாமத் தவந்து ஒரல உருட்டிக்கிட்டே போயி வீட்டவுட்டு வெளியேறீட்டான். அவன் போற எடத்துக்கெல்லாம் ஒரலும் கூடவே உருண்டுக்கிட்டுப்போனது."

"தோட்டத்துப் பக்கம் போனான். நெருக்கமா நின்ன ரெண்டு மருதமரங்களுக்குக் குறுக்க ஒரலு மாட்டிக்கிருச்சு. சரி நடக்கிறது நடக்கட்டும்னு மூச்சுப்புடிச்சு உன்னி இழுத்தான். அவ்வளவுதான் ரெண்டு மரமும் மடமடன்னு வேரோட சாஞ்சிருச்சு."

"ஒண்னு தெரியுமா. சாஞ்சது மரங்களே இல்ல. சாப விமோசனத்துக்கான மரமாக் காத்துக்கிட்டுருந்த தேவர்களாக்கும்."

"குபேரனோட புள்ளைக. ஒருத்தன் பேரு நளகூபரன் எளையவன் மணிக்கிரீவன்."

"அவுகளச் சபிச்சதுக்கு ஒரு கத உண்டு."

"கிருஷ்ணன் கதைக்கு இன்னொரு கதையா."

"ரெண்டுபேரும் பரமசிவனுக்குப் பணிவிட செஞ்சு வந்தாங்க. அந்தத் தைரியத்துல கர்வம் தலைக்கேறிக்கிருச்சு. கட்டுப்பாடில்லாமத் தெனவெடுத்துத் திரிஞ்சாங்க. வாருணி மதுவ அளவுக்கு மீறிக் குடிச்ச மயக்கத்துல ஒளறிக்கிட்டுத் தள்ளாடுனாங்க."

"மது மயக்கம் அவங்களக் கங்கைக்குக் கொண்டுபோய்ச் சேத்துருச்சு. அங்க பாத்தா கன்னிமாரு அம்மணக் கோலத்துல நீருல வெளையாடிக்கிட்டுருந்தாக. அதுக அழகப் பாத்து அண்ணந்

தம்பிகளுக்குக் காமம் கண்ண மறச்சிருச்சு. அவுகளும் ஆடைகளக் கழட்டி வீசியெறிஞ்சிட்டுத் தண்ணிக்குள்ள எறங்கி கன்னிகளோட கலந்துட்டாங்க. கன்னிகளும் அவங்களக் கூடச் சேத்துக்கிட்டாக."

"கூச்சமில்லாற நீர் வெளையாட்ல பொழுது போனதே தெரியல. குதுகலத்துக்குக் கொறச்சலில்ல."

"அந்தச் சமயம் பாத்து நதிப்பக்கம் வந்த நாரதரு அவங்களக் கவனிச்சிட்டாரு. கன்னிமாரும் அவரப் பாத்துக்கிட்டாக. அய்யோ சாபமிட்ருவாரே. இப்ப என்ன செய்றதுன்னு அஞ்சியஞ்சி அம்மணக் கோலத்துலயே கரையேறி ஆடைகள எடுத்து ஒடம்ப மறச்சுக்கிட்டு ஓடீட்டாக."

"அண்ணந் தம்பி ரெண்டு பேரும் மதுமயக்கத்துல நாரதரக் கண்டுக்கிறவேயில்ல. அவருக்கு முன்னால நிர்வாணமாவே வந்து கூச்சமில்லாம நின்னாங்க."

"முனிவருக்குக் கோவம் முட்டிக்கிட்டு வந்துருச்சு. அவங்களச் சபிச்சிட்டாரு. அந்தப்படி அவங்க கோகுலத்துல மருதமரமா நின்னுக்கிட்ருந்தாங்க."

"இப்ப விமோசனம் கெடச்சிருச்சு. கிருஷ்ணன வணங்கீட்டுத் தேவலோகத்துக்குக் கௌம்பிப் போயிட்டாங்க."

"உண்மையறிஞ்ச எசோதைக்கு ஆனந்தக் கண்ணிரு பொங்குச்சு. அதத் தொடைக்க மறந்து மகனையே பாத்துக்கிட்ருந்தா."

39

மகத நாட்டு மன்னன் பிரகத்ரதன் கிரிவிரஜத்தைத் தலைநகராகக் கொண்டு ஆண்டுவந்தான். அவனுக்கு இரு மனைவியர். அவர்களுக்கு நெடுநாளாக மக்கட்பேறில்லை. அது பெருங் கவலை. ஆறுதலாக ஒரு புதல்வன் கிடைத்தான். குழந்தை கிடைத்த வரலாறே வினோதமானது.

மக்கட்பேறில்லாத ஏக்கத்துக்கு வழி தேடிப் பிரகத்ரதன் மனைவியருடன் கானகஞ் சென்று மாமரத்தடியில் தவக்கோலத்திலிருந்த கவுசிக முனியைச் சந்தித்தான்.

முனிவன் வினவினான்.

“எங்கிட்ட ஒனக்கு வேண்டிய வரமென்ன மன்னா.”

“புள்ளையில்லாறவனுக்கு வரமெதுக்கு பெருமானே.”

அப்போது முனிவனின் மடியில் ஒரு மாம்பழம் விழுந்தது. அதுக்குள் புத்திரப் பாக்கிய மந்திரத்தைச் செலுத்தி அரசனிடம் கொடுத்தான்.

அந்தக் கனியை அரசன் மனைவியரிடம் கொடுத்தான். அவர்கள் அதை இரு பங்காக்கி உண்டனர். கனி ஒரே சமயத்தில் கர்ப்பமாகியது. கர்ப்பம் கனிந்து குழந்தைகள் பிறந்தன. அவை முழு வடிவில் இல்லை. இரு கூறாகப் பிளந்த பிண்டங்கள். அரசியர் அச்சமுற்றுப் பிண்டங்களை அகற்றச்செய்தனர். தோழியர் அவற்றை முழுவதும் மூடி அந்தப்புரத்துக்கு வெளியே விட்டெறிந்தனர். அரசியருக்குச் சேதி எட்டி அமைதிப்படுத்தியது.

ஒரு அரக்கி அந்த வழியாக வந்தாள். பேர் ஜரை. நரமாமிசப்பட்சணி. அரண்மனைப் பக்கமிருந்து பிண வாடை வந்தது. பிண்ட மூட்டையைக் கண்டுகொண்டாள். பிரித்துப் பார்த்தால் ஈரம் உலராத இரு சிசுப் பிண்டங்கள். இரண்டையும் இணைத்துப் பார்த்தாள். உடனே அவை ஒட்டிக்கொண்டு ஒருருவமாகின. வீரனின் தோற்றம். அவளால் குழந்தையைத் தூக்க முடியவில்லை.

அவள் மானிடப் பெண்ணுருவங்கொண்டு குழந்தையை எடுத்தணைத்துச் சென்று மன்னனிடம் ஒப்படைத்தாள். மன்னன் மகிழ்ச்சியில் திணறினான். பெண்ணைப் பாராட்டினான்.

“தேவத போலத் தெரியும் கன்னியே நீ யாரு.”

“அரசே நான் அரக்கி. பேரு ஜரை. எந்த வடிவத்துக்கும் மாறிக்கிருவென். பிரமன் என்ன கிருகதேவியாப் படச்சான். எல்லாரு வீட்லயும் குடியிருப்பென். என்னத் தெய்வமா வணங்குறாக. என் உருவத்த வீட்டுச் சொவர்ல சித்தரமா வரஞ்சும் கும்புடுறாக. ஒன்னோட வீட்லயும் என்னப் பூச செய்றாக. அதுக்கு நான் பிரதி உபகாரம் செய்யணுமில்ல. அரமனப் பக்கத்துல கெடந்த பிண்டங்கள ஒட்டவச்சுக் கொழந்தையாக்கிக் கொண்டுவந்துருக்கென். மலையையே விழுங்கிற எனக்கு இது எம்மாத்தரம். ஒன் நெலமதான் எனக்குத் தெரியுமே. இவனுக்கு எம் பேரு வையி அமர்களமாருப்பான்.”

ஜரை மறைந்துவிட்டாள்.

அரசனும் அரசியரும் குழந்தையை மாறி மாறிக் கொஞ்சியபடி அந்தப்புரம் சென்றனர்.

ஜரையின் நினைவாக குழந்தைக்கு ஜராசந்தன் எனப் பெயரிட்டனர்.

40

அஸ்தினாபுரம் அரண்மனையில் காந்தாரி கர்ப்பந் தரித்திருந்தாள். ஈராண்டு கடந்தும் குழந்தை பிறந்தபாடில்லை. அவள் கவலையும் கூடியது.

கானகத்தில் குந்தி அழகிய ஆண் குழந்தை பெற்ற சேதியறிந்த காந்தாரிக்குப் பொறாமை. சந்தனம் அரைக்கும் கல்குழவியை எடுத்துப் பாறையாக உறைந்திருந்த வயிற்றில் ஓங்கி அடித்துக்கொண்டாள். வயிற்றுக்குள்ளிருந்து இரும்புத் துண்டாகப் பெரிய மாமிசப் பிண்டம் வெளிப்பட்டது.

ஒன்றுக்கும் உதவாத பிண்டத்தை விட்டெறிய எண்ணினாள். அச்சமயம் வியாசன் அங்கே வந்தான்.

"என்ன காரியஞ் செய்ற காந்தாரி."

"எல்லாம் குந்தியால வந்த வென. அவ ஆம்பளப் புள்ளப் பெத்துக்கிட்டா. அந்த ஆத்தரம். வயித்துல அடிச்சுக்கிட்டென். எனக்கு நூறு கொழந்த பெறக்கும்னு வரங்குடுத்தீரு. இப்பப் பிண்டந்தான் பெறந்துருக்கு."

வியாசன் விளக்கமாகக் கூறினான்.

"சுபலன் மகளே நான் சொன்னது உண்மை."

"கைமேல கெடச்ச பலனத்தான் பாக்கனே சுவாமீ."

"நாஞ் சொல்றதக் கேளு பெண்ணே. நூறு நெய்க் கொடங்களக் கொண்டு வா."

குடங்கள் வந்தன. பிண்டத்தை நனைக்கச் சொன்னான். நனைத்ததும் சிறு சிறு துண்டுகளாகப் பிரிந்தது. ஒவ்வொன்றாகக் குடங்களில் இட்டான். காந்தாரிக்கு இறுதியாக ஒரு விருப்பம் பாக்கியிருந்தது.

"எனக்கு ஒரு பொண்ணாச்சும் இருந்தா நல்லது சுவாமீ. தாய்க்குத் தொணையாருப்பா."

நூறு குடங்களில் இட்ட பின்பும் ஒரு பிண்டத் துண்டு எஞ்சியது. புதிதாக ஒரு குடத்தை வரவழைத்து அதில் கடைசித் துண்டை வைத்தான்.

"காந்தாரி இந்தக் கொடங்களப் பத்தரமாப் பாதுகாக்கணும். கொஞ்சக் காலத்துக்குப் பெறகு ஒண்ணொண்ணா வெடிச்சு ஒவ்வொரு கொழந்தையாப் பெறக்கும். ஒன் விருப்பப்படி கடைசியா அழகான பெண் பெறப்பா."

அப்படியே நடந்தது. முதற்குழந்தை ஆண். பெயர் துரியோதனன். குந்தியின் மகன் தருமனுக்குத் தம்பி.

மறுநாள் இரண்டாம் குடம் உடைந்தது. துச்சாதனன் பிறந்தான். அடுத்தடுத்து எஞ்சியிருந்த குடங்களும் உடைந்தன. துச்சலன் விகர்ணன் என்று தொண்ணூற்று எட்டு ஆண்கள் பிறந்தனர்.

காந்தாரி பெருமை பேசித் தீரவில்லை.

"ஆம்பளப்புள்ள பெத்துக்கிட்டன்னு பீத்திக்கிறாக. நான் நூறு கொழந்தைகளப் பெத்துவச்சிருக்கென். இப்ப என்ன சொல்றீக. என்னாலதான் குருகுலம் தழைக்கப்போகுது. எம்புள்ளைக நாட்ட ஆளப்போறத எல்லாரும் பாக்கத்தான் போறாக....... அடியே விலாசினி பொறணி பேசுற நாக்கெல்லாம் இழுத்துப் புடிச்சு அறுத்தாத்தான் என் ஆத்தரம் அடங்கும்."

தோழி சுதாரித்தாள்.

"நீ கவலப்படாத தாயி. ஊரெல்லாம் தமுக்கடிச்சிருவனாக்கும்."

பிறகும் சில நாள் காந்தாரியின் பினாத்தல் ஓயவில்லை.

இருந்தாலும் கடைசிக் குடம் உடையவில்லை என்ற ஏக்கத்தில் அவள் பெண்குழந்தையை எதிர்பார்த்துக் காத்திருந்தாள்.

41

காட்டில் வசித்து வந்த பாண்டு தனது அடுத்த விருப்பத்தைக் குந்தியிடம் தெரிவித்தான்.

"தருமனுக்குத் தொணையாத் தம்பிமாரு வேணுமில்லையா தேவீ."

குந்திக்கும் அதே யோசனைதான். குடும்பத்தைப் பாதுகாக்க ஒரு பலவான் வேண்டும்.

அஸ்தினாபுரத்திலிருந்து அவ்வப்போது யாராவது காட்டுக்கு வந்து அவர்களைப் பார்த்துப் பேசிவிட்டுப் போவது வழக்கம். வியாசனும் பீஷ்மனுங்கூட வந்துபோவார்கள். காந்தாரியுந்தான்.

ஒரு முறை சஞ்சயன் திருதனைத் தனியே அழைத்துவந்திருந்தான். யாருமே எதிர்பார்க்கவில்லை. தம்பி மீது திருதனுக்கு எப்போதுமே பாசமுண்டு. அவன் பிரிவு அதிகம் பாதித்துவிட்டது. மாய்ந்து மாய்ந்து ஆதங்கப்படுவான்.

"தம்பீ என்ன வுட்டுட்டுப் போயிட்டயே. எப்படிய்யா மனசு வந்தது."

ஒரு சமயம் காட்டுக்குப் புறப்படும்போது காந்தாரியை அழைத்தான். ஒரு வழியாகப் பசப்பிச் சமாளித்து மறுத்துவிட்டாள்.

"குந்திய நெனச்சா அழுகையா வருது. எல்லாச் சொகபோகங்களையும் அனுபவிச்ச மகராணி. அதெல்லாம் எனக்கு வுட்டுக்குடுத்துட்டு இப்பக் கெழங்கத் தின்னு அவ பெழப்பு ஓடுது. அவ இங்க திரும்பி வாறவரைக்கும் அங்க எட்டிப்பாக்கமாட்டென்."

திருதன் அவளை வற்புறுத்தவில்லை. சஞ்சயனுடன் காட்டுக்குக் கிளம்பிவிட்டான். குந்தியுடன் காந்தாரியைப் பற்றி நிறையவே பேசிக்கொண்டிருந்தான். பொழுது இருட்டிவிட்டது. இரவு அங்கயே தங்கவேண்டிய சூழ்நிலை. மறுநாள் பாண்டுவும் மனைவியரும் சந்தோசமாக வழியனுப்பிவைத்தனர்.

சில நாள் கழித்து குந்தி பாண்டுவிடம் பக்குவமாகத் தெரிவித்தாள்.

"அரசே நேத்து நம்ம வீட்டுக்கு வாயு பகவான் வந்துருந்தாரு. கொஞ்ச நேரத்துல போயிட்டாரு."

பாண்டு ஆவலாகக் கேட்டான்.

"அப்படியா. தருமனுக்குத் தம்பி வரப்போறான்னு சொல்லு."

"நூறு யானைப் பலங்கொண்ட வீரனாக்கும் வருவான்."

பாண்டுவின் முகத்தில் ஆனந்தம் தவழ்ந்தது.

சில மாதங்களில் குந்தி இரண்டாவது மகனைப் பெற்றாள். பெயர் பீமன். அதே நாளன்றுதான் காந்தாரிக்குத் துரியோதனன் பிறந்தான். பீமனின் வாட்டசாட்டமான உருவத்தைப் பார்த்த பாண்டு தனக்குள் சொல்லிக்கொண்டான்.

"குந்தி சொன்னதுபோல பய பெரிய பலவானாத்தான் வருவான்."

சில காலம் போனது. தருமனும் பீமனும் வளர்ந்து நடந்து விளையாடித் திரிந்தனர். அவர்களுக்குத் துணையாகச் சகல கலைகளிலும் தேர்ந்த ஒரு வீரன் இருந்தால் கவலையில்லை. குந்தியின் மனசு கணக்குப்போட்டது. மந்திரம் கைவசமிருந்தது. பயமில்லை.

ஒரு நாள் குந்தியின் குழந்தைகளைப் பார்க்க கிருபன் வந்திருந்தான். குந்தி அவனை நல்ல முறையில் உபசரித்தாள். கணவனுக்குக் குருவாயிற்றே. வில் வித்தையில் விற்பன்னரல்லவா. எல்லாருக்கும் அவன்மீது மரியாதையுண்டு. பல சந்தர்ப்பங்களில் பீஷ்மன் அவனைக் கலந்துதான் முடிவெடுப்பான்.

கிருபன் குந்தியின் உபசரிப்பில் இரு நாட்கள் நனைந்தான். அதுக்குள் பீஷ்மனிடமிருந்து அழைப்பு வந்துவிட்டது.

குந்தி குதுகலத்தில் திளைத்தாள். கணவன் கேட்டான்.

"குருவ நல்லபடியா உபசரிச்சு அனுப்பிவச்சயா."

"சந்தோசமாப் போறாரு. அவர் மனங் கோணாம நடந்துக்கிட்டென்."

"அது போதும்."

"அரசே நேத்து தேவேந்திரன் வந்துட்டுப் போனாரு. அவரு பேச்சக் கேக்கக் கேக்க ஆசையாருந்தது."

"அமராவதிக்கு ராசாவாச்சே. பல வேலைகளுக்கெடையில ஒன்னப் பாத்துட்டுப் போறாருன்னா அது பெரிய கவுரவமாக்கும்."

"பெருமையாத்தான் இருக்கும்."

"கவலையே வேணாம். நமக்குச் சகல லட்சணங்களோட ராசகுமாரன் பெறப்பான்."

அவர்களின் ஆசை வீண்போகவில்லை. குந்தி அருமையான குமாரனைப் பெற்றாள். பெயர் அர்ச்சுனன்.

மேலும் குழந்தைகள் வேண்டுமென்று பாண்டு விரும்பினான். அவள் எரிச்சலடைந்தாள்.

"மன்னா கற்புடைய பெண் நாலாவது ஆண் கொழந்தைய விரும்ப மாட்டா. அஞ்சாவது மகன விரும்புறவ வேசைக்குச் சமானம். எல்லாம் தெரிஞ்ச நீங்க இப்படிச் சொல்லலாமா. வரம்பு கடந்த ஆச வேணாம்."

பாண்டுவின் இரண்டாம் மனைவி மாதுரி பிள்ளைப் பேறுக்காக ஏங்கித் தவித்தாள். கணவனிடம் தெரிவித்தாள். பாண்டு யோசித்தான். குந்தி கற்ற மந்திரத்தை இவளும் தெரிந்துகொண்டால் இவள் மூலம் மகப்பேறு கிட்டுமே.

குந்தியிடம் பதமாகப் பேசினான்.

"தேவீ ஒன்னப்போல கொழந்த பெத்துக்கிறணும்னு மாதுரியும் ஆசப்படுறா......."

குந்தி சம்மதித்தாள்.

"மன்னா கவலைய வுடுங்க. மாதுரிக்குக் கொழந்தப் பாக்கியம் வேணும். அவ்வளவுதான."

"அவ ஒனக்குத் தங்கச்சிதான. பாவம் அவளக் கலங்கவுடலாமா."

"அத நான் பாத்துக்கிறென்."

அரண்மனைப் புரோகிதர் தவுமியனைக் குந்தி வரவழைத்தாள். மாதுரிக்குக் குழந்தைப் பாக்கியம் உண்டு என்பதை அவன் உறுதிப்படுத்தினான். இரவில் மந்திரம் ஓதி பூஜை செய்து பரிகாரச் சடங்கு சாத்திரங்களை முடிக்கும்போது விடிந்துவிட்டது. கவலையில் களையிழந்து போயிருந்த மாதுரியின் முகம் புதுப்பொலிவு பெற்று காலைக் கதிரவனாகப் பிரகாசித்தது.

பாண்டு குந்தியிடம் விசாரித்தான்.

"மாதுரி எப்படியிருக்கா தேவீ."

"எல்லாம் நல்லபடியா முடிஞ்சது. அவளுக்குச் சந்தோசம்."

"எல்லாம் ஒம் புண்ணியம்."

கருத்தரித்த மாதுரி இரட்டைக் குழந்தைகளைப் பெற்றாள். இரண்டும் கொள்ளையழகு. நகுலன் சகாதேவன் என்று பெயரிட்டனர்.

இவ்வாறாகப் பாண்டுவுக்கு ஐந்து புதல்வர்கள் கிடைத்தனர். அவர்கள் பஞ்சபாண்டவர் பாண்டவ வம்சம்.

பஞ்சபாண்டவருக்குப் பின்னரே காந்தாரியின் கடைசிக் குடம் தாமதமாக வெடித்து துச்சலை

பிறந்தாள். ஓர் இரவில் காந்தாரியின் அந்தரங்கப் பெண்ணான வைசியப் பெண்ணொருத்தி திருதராஷ்டிரனின் காமத்துக்கு இரையாகிக் கருவுற்றாள். இக் கூடல் காந்தாரியின் ஒப்புதலுடன் நடந்தது.

கருத்தரித்தவள் சூதர் குலம் என்பதால் தனியறைக்குள் தள்ளப்பட்டாள். பத்து மாதமும் தனிமைச் சிறை. விதுரனும் மனைவி கன்னியாவும் அவளை நல்லமுறையில் பேணிப் பாதுகாத்தனர். ஆண் குழந்தை பிறந்த பின்னரே அவளுக்கு விடுதலை கிடைத்தது.

தாயின் விருப்பப்படி விதுரன் குழந்தைக்கு யுயுத்சு எனப் பெயரிட்டான். பாலகன் அரண்மனைக் குழந்தைகளிலிருந்து முற்றிலும் வேறுபட்டு தனித்த சுபாவங் கொண்டிருந்தான்.

ஆக திருதராஷ்டிரனுக்கு மொத்தம் நூற்றிரண்டு குழந்தைகள். அவர்கள் கவுரவர். கவுரவ வம்சம்.

அரண்மனை பொங்கி வழிந்தது. குழந்தைகளின் குஞ்சுக் குரல்கள் கேட்டு திருதராஷ்டிரன் நெஞ்சு ஈரத்தில் குளிர்ந்தது.

அவன் விருப்பப்படி யுயுத்சு புற நகரிலுள்ள சூதர் குடியிருப்பில் விதுரனின் வீட்டில் மூன்றாவது புதல்வனாக வளர்ந்து வந்தான். விதுரனைச் சொந்தத் தந்தையாகவே பாவித்தான். பாசங் கிளர்ந்த திருதராஷ்டிரன் யுயுத்சுவின் அணுக்கத்தை நாடினான். விதுரன் குழந்தையை அரண்மனைக்கு அழைத்துவந்தான். திருதராஷ்டிரனின் விரல்கள் குழந்தையின் சகல அங்கங்களையும் வருடி முடித்து தன்னை அடையாளங் கண்டுகொண்டான். அந்த மகிழ்ச்சியில் யுயுத்சு அரண்மனையில் சேர்த்துக்கொள்ளப்பட்டான். துச்சலைக்கு ஒரு தம்பி கிடைத்தான்.

காந்தாரிக்கு ஒரு விதத்தில் ஆறுதல். யுயுத்சு விதுரனிடம் வளர்ந்தால் தன் பிள்ளைகளைவிட அறிவாளியாகி விடுவானென்ற அச்சம் எப்போதுமே அவளுக்கிருந்தது. இனி அந்தக் கவலையில்லை.

யுயுத்சு கவுரவர் கூட்டத்துடன் இணைந்தாலும் அவனது சிந்தனையும் செயல்களும் தனித்தேயிருந்தன. அரச போகங்களில் அவனுக்கு ஈடுபாடில்லை. சாமானியனாகவே இருக்க விரும்பினான். அதனால் அவனுக்கு விதுரன் மீது பிரியம் அதிகம்.

ஒரு வழியில் துச்சலை பாண்டு புத்திரர்கள் ஐவருக்கும் ஒரே தங்கை. யுயுத்சு ஓரே தம்பி.

42

கம்சனின் இம்சை தாங்காமல் நந்தகோபனும் பிற கோபர்களும் அவதிப்பட்டனர். கோகுலத்தில் குடியிருக்கப் பிடிக்கவில்லை.

அருகில் விருந்தாவனம் என்னும் இடமிருந்தது. அழகிய சோலைகள் சூழ்ந்த வனம். நீர் நிலைகளின் குளிர்ச்சி எங்கும் பரவியிருக்கும். அதனருகில்தான் யமுனை நதி ஓடியது.

விருந்தாவனமே பாதுகாப்பாக குடியிருக்கத் தகுந்த இடமென முடிவுசெய்தனர். அங்கே குடில்கள் அமைத்துக் கோகுலம் குடியேறியது. அங்கும் கிருஷ்ணனின் விளையாட்டுக்குப் பஞ் சமில்லை. சிறுவர்களைச் சேர்த்துக்கொண்டு ஆடு மாடு மேய்த்தனர். யமுனைக் கரையில் எந்த நேரமும் விளையாட்டுத்தான். நதியில் குளித்துக் களித்தனர்.

யாதவர் கொண்டாடும் இந்திர விழா பிரசித்தமானது. சிறுவர் முதல் பெரியோர்வரை மனசில் கொண்டாட்டம் குடியேறி ஓயக் கொஞ்ச நாளாகும். யாதவரின் பூஜையில் இந்திரன் திணறிப்போவான்.

அந்த விழாவுக்கான ஆயத்தங்களில் விருந்தாவனம் முழு வீச்சில் ஈடுபட்டிருந்தது. விழாவைச் சிறப்பாக நடத்துவது பற்றி ஆலோசித்து முடிவெடுக்கும் பொருட்டுக் கோபரும் கோபியரும் நந்தகோபன் வீட்டில் குழுமியிருந்தனர்.

சனங்களின் பரபரப்பைக் கவனித்த கிருஷ்ணன் நந்தகோபனிடம் ஆவலாக விசாரித்தான்.

“அப்பா எல்லாரும் இங்க கூடியிருக்கக் காரணமென்ன. அவ்வளவு அவசரமா. யாருக்காவது யாகம் பண்ணப்போறாங்களா.”

நந்தகோபன் கிருஷ்ணனை வாஞ்சையுடன் அணைத்துக்கொண்டான். கிருஷ்ணன் இப்போது விவரந்தெரிய வளர்ந்துவிட்ட பிள்ளை.

“கிருஷ்ணா நம்ம நாடு நல்லாருக்கணுமில்ல. அப்படின்னா அதுக்கு மொதல்ல என்ன வேணும்.”

“நீர் வளம் வேணும்..”

“நீர் வளத்த எது குடுக்குது.”

“மழதான்.”

“மழையக் குடுக்குறது மேகந்தான.”

“ஆமா.”

“மேகங்களுக்கு அதிபதி யாரு.”

“இந்திரன்.”

“இந்திரன நியமிச்சது யாரு.”

“பகவான்.”

“நாட்ல நல்ல மழ பெய்யணும்னா இந்திரனத் திருப்திபடுத்தணுமில்ல. அதுக்கு இந்திர விழா எடுக்கப்போறொம்.”

கிருஷ்ணன் முனங்கிக்கொண்டான்.

“ஓகோ அப்படியா கத. இந்தச் சனங்க எல்லாரும் இந்திரனக் கொண்டாடுறதாலதான் அவனுக்குக் கர்வம் தலைக்கேறிக்கிருச்சு. ஒலகத்துல எல்லாக் காரியமும் தன்னாலதான் நடக்குதுங்கிற ஆணவத்த அழிச்சாகணும். இந்தப் பூசையத் தடுத்து நிறுத்தியாகணும். அதுக்கு இதுதான் ஒரே வழி.”

“கிருஷ்ணனுக்கு என்ன யோசனையோ.”

“அப்பா ஒங்க பேச்சுப்படி பாத்தா இந்திரனுக்கு விழா தேவையில்லன்னு தோணுது. இந்திரனுக்கு அதிபதி பகவாந்தான.”

“ஆமா. அவன் இல்லாம எதும் அசைய முடியாது.”

“அப்படின்னா மழையக் குடுக்குற மேகத்துக்கு விழா எடுக்கணும். இல்ல பகவானுக்கு எடுக்கணும். எடையில இருக்கிற இந்திரனுக்கு விழா என்ன வேண்டிக்கெடக்கு.”

நந்தகோபன் கிருஷ்ணனை ஆச்சரியத்தில் பார்த்தான்.

"அதான. இந்திரனுக்கு எதுக்கு விழா எடுக்கணும். அந்தப் பரம்பொருளான பகவானுக்கே எடுக்கலாமே. மகனே நீ சொல்றது ரெம்பச் சரி. அப்படியே எல்லாம் நடக்கும்."

கிருஷ்ணனின் யோசனையை எல்லாரும் ஏற்றுக்கொண்டனர்.

விழா நடவடிக்கைகள் தடபுடலாக நடந்தன. பசுக்களையும் கன்றுகளையும் அலங்கரித்து அழகிய சலங்கைகளைக் கழுத்தில் அணிவித்தனர். கொம்புகளில் மலர்மாலை சூட்டி மகிழ்ந்தனர். பசும்புல் இரையைப் பசுக்கள் வயிறார உண்டு அயராமல் அசைபோட்டன. அவற்றுக்குத் தூபங்காட்டி ஆராதித்தனர்.

மக்கள் புத்தாடை அணிந்த கோலத்தில் கூட்டங்கூட்டமாகக் காட்டை நோக்கி நடந்தனர். காட்டையடுத்த மலையடிவாரத்தை அடைந்தனர். அனைவரும் ஒருசேரக் குழுவி மலையையும் காட்டையும் வணங்கத் தொடங்கினர்.

கோபர்களின் புதிய வழிபாட்டைக் கவனித்த இந்திரன் கோவத்தில் பொருமினான். காலங்காலமாகத் தன்னையல்லவா வணங்கிக்கொண்டிருந்தனர். இப்போது ஏன் இந்த மனமாற்றம். இவர்களுக்கு என்ன வந்துவிட்டது. எல்லாவற்றுக்கும் காரணம் அந்தக் கள்ளக்கிருஷ்ணன்தான். சிறுவன் பேச்சைக் கேட்டுக்கொண்டு ஆடுகின்றனர். அவர்களைக் கடுமையாகத் தண்டிக்கணும்.

உடனே அவன் சம்வர்த்தம் என்ற மேகக்கூட்டத்தை அழைத்தான்.

"மேகங்களே வனத்துல வசிக்கிற கோபர்களுக்குக் கொழுப்பு கும்மாளம் போடுது. கர்வம் கண்ண மறச்சிருச்சு. அந்தக் கிருஷ்ணன் யாரு. எடையனுக்குப் பெறந்த பொடியன். அந்த வம்புக்காரன் பேச்ச நம்பிச் சனங்க ஆட்டம் போடுறாங்க. நான் யாருன்னு அவங்களுக்குக் காட்றென் பாரு. நீங்க ஓடனே அங்க போயி மழையக் கொட்டுங்க. எல்லாம் நாசமாப் போகட்டும்."

இந்திரனின் கோவம் இன்னுந் தணியவில்லை. வாயு பகவானை அழைத்தான்.

"மேகங்களுக்குத் தொணையா நீயும் கௌம்பு. எடையங்க அடியோட அழியட்டும்."

விருந்தாவனத்து மக்கள் மீது கனத்த மழை பொழிந்தது. பலத்த இடி இடித்தது. கண்ணைப் பறிக்கும் மின்னல். காற்றும் மழையும் சேர்ந்து மக்களை ஆட்டிப்படைத்தன. எங்கும் வெள்ளம்.

மரங்கள் வேரோடு சாய்ந்தன. யாதவ மக்கள் செய்வதறியாமல் புலம்பித் தவித்தனர். பேரச்சம் அவர்களைப் பிடித்தாட்டியது. கன்று காலிகளையும் பெண்டு பிள்ளைகளையும் பாதுகாக்க இயலாமல் குளிரில் நடுங்கினர்.

கிருஷ்ணனுக்குப் புரிந்துவிட்டது. இது இந்திரனுடைய வேலையாகத்தான் இருக்கமுடியும். பொறாமையால் இம்சிக்கிறான். அவனது கொட்டத்தை எப்படியாவது அடக்கியாகணும்.

ஆலங்கட்டி மழை காயப்படுத்துவதையும் பொருட்படுத்தாமல் கிருஷ்ணன் மக்களிடம் விரைந்தான். அவர்களுக்கு ஆறுதல் கூறி அனைவரையும் மலையடிவாரத்துக்கு அழைத்துச்சென்றான். அந்த மலையின் பெயர் கோவர்த்தனம். கிருஷ்ணன் தாமதிக்கவில்லை. மலையை இரு கைகளாலும் பேர்த்தெடுத்து ஆள்காட்டி விரல் நுனியில் நிலைநிறுத்திக் குடையாகப் பிடித்துக்கொண்டு நின்றான்.

ஆயர் குல மக்கள் அச்சந் தவிர்த்து கிருஷ்ணன் இருக்கும் தைரியத்தில் மலைக்குடைக்கடியில் தஞ்சமடைந்தனர். மழையும் காற்றும் அவர்களை அண்ட முடியாதபடி கிருஷ்ணன் நின்ற நிலை மாறாமல் ஒற்றை விரலால் மலையைக் குடைப்பிடித்துக்கொண்டு ஏழு நாட்கள் தவமிருந்தான்.

கிருஷ்ணனின் அற்புதத்தைக் கண்டு இந்திரனுக்குப் பேராச்சரியம். அச்சத்தில் உடல் நடுங்கியது. ஒரு வாரமென்ன ஓராண்டனாலும் தன் திட்டம் நிறைவேறாது. தான் ஏவிய மேகக்கூட்டங்களையும் காற்றையும் திரும்ப அழைத்து வேறு திசைக்குத் திருப்பிவிட்டான்.

இருண்டிருந்த வானம் தெளிந்தது. மழையும் நின்றது. வெள்ளம் வடிந்தது. அனைவரின் உள்ளம் மகிழ்ந்தது. கோவர்த்தனமலைக் குடைக்குள்ளிருந்து அனைவரும் குதுகலத்தில் வெளியேறினர். கிருஷ்ணன் மலையை முன்னிருந்த இடத்திலேயே அமர்த்தினான். விருந்தாவனத்து மக்களின் ஆனந்தக் கொண்டாட்டமும் ஆரவாரமும் அடங்க நெடுநேரமானது.

"குன்றெடுத்துக் கொடப்புடிச்ச கோயிந்தா"

"கோயிந்தா"

"கோகுலத்தக் காக்கவந்த கோயிந்தா"

"கோயிந்தா"

"கண்டெடுத்த கருமணியே கோயிந்தா"

"கோயிந்தா"

"கஷ்டங்களத் தீக்கவந்த கோயிந்தா"

"கோயிந்தா."

கிருஷ்ணனுக்கு அன்று முதல் கோவிந்தன் என்ற பெயரும் சேர்ந்துகொண்டது.

43

மழைக் காலம். ஆறு குளங்கள் நிரம்பி வழிந்தன. பூமி குளிர்ந்து புலமண் கிளர்ந்து எங்கும் பூப்புல்லரிப்பு. விருந்தாவனத்தில் அன்றாட நடவடிக்கைகள் மும்முரப்பட்டன.

ஆடு மாடுகளைக் காடுகரைகளில் மேயவிட்டு யாதவச் சிறுவர்கள் ஆனந்தமாக விளையாடித் திரிந்தனர். தீராத திகட்டாத விளையாட்டு.

கிருஷ்ணன் மாடு மேய்க்கக் கிளம்பிவிட்டால் அவனுடன் ஒரு சிறுவர் கூட்டமே சூழ்ந்துவரும். எப்போதும் அவனை விட்டுப் பிரியாத நண்பர்கள். சுதாமன் சுதோகன் பத்திரசேனன் சுபலன் விருஷபன்........ கூடவே பலராமன். இவர்களில் சுதாமன் அந்தணர் குலம். பிறர் யாதவப் பிள்ளைகள்.

பலராமன் அவ்வப்போது அவர்களுடன் சேர்ந்துகொள்வான். சில சமயம் கிருஷ்ணன் அர்ச்சுனனைப் பார்க்கச் சதசிருங்கமலைக்குச் செல்வான். அங்கே சில நாள் தங்கி ஆசை தீர விளையாடிவிட்டுத்தான் ஊர் திரும்புவான்.

மாடு மேய்ப்பது கஷ்டமான தொழில். இருந்தாலும் அவற்றுடன் கலந்து ஓடியாடித் திரிவதில் பெரிய சந்தோசம். அவை புல் மேய்வதுபோல் அவர்களும் காய்கனிகளைப் பறித்து உண்பது இனிய அனுபவம்.

ஒவ்வொரு நாள் ஏனம் சம்பாரித்து அடுப்புக்கூட்டிக் காய்கறிகளைச் சமைத்துச் சாப்பிடுவர். அதன் ருசியே தனி. சமையலில் சுதாமனை யாரும் மிஞ்ச முடியாது.

கிருஷ்ணன் மட்டுமில்லை மற்ற நண்பர்களுக்கும் மாடுகளால் தொந்தரவு இருந்தது. சில மாடுகள் மேயும்போதே இன்னும் நல்ல இரை தேடிக் கூட்டத்தை விட்டுத் தனியாகப் பிரிந்துவிடும். அவற்றைத் தேடிக் கண்டுபிடித்துக் கூட்டத்துடன் சேர்ப்பது பெரும்பாடு.

மாடுகளைக் கட்டுப்படுத்த உருப்படியாக ஏதாவது செய்தாகணும். ஒவ்வொரு முறையும் உச்சக் குரலில் அரட்டி மிரட்டிக் கட்டுப்படுத்துவது சிரமம் பிரியமான விளையாட்டுத் தடைப்படும்.

எல்லாரும் உட்கார்ந்து யோசித்தனர். கிருஷ்ணன் பலராமனிடம் கேட்டான்.

"ராமண்ணா ராமண்ணா எங்களால கத்திக் கத்தி மாடுகளப் பத்த முடியல. தொண்ட வலிக்கிது. இதுக்கு வேற வழியிருந்தாச் சொல்லுண்ணா."

பலராமனுக்கு மாடு மேய்ப்பதில் அவ்வளவு ஈடுபாடு கிடையாது. சதா கலப்பையைச் சுமந்துகொண்டு திரிவான். அவன் தேரில் பனைமரக்கொடி பறக்கும். அங்கங்கே மண்ணில் குட்டைகள் தோண்டி மழை நீரைச் சேமித்துவைப்பான். அது தக்க சமயத்தில் ஆடு மாடுகளுக்கும் மனுசருக்கும் உதவும். பதமான மண்ணை உழுது விதைகளை வீசி விதைத்துவைப்பான். அவன் பராமரிப்பில் நல்ல அறுவடை கிடைக்கும். முழுக்க முழுக்க விவசாயத்தில்தான் அவனுக்கு நாட்டம்.

அவன் மூச்சிலும் பேச்சிலும் சதா கள்மணம் தவழும். சூதாட்டந்தான் அவனுக்கு முக்கிய விளையாட்டு.

அவனுக்கு யாதவப் பிள்ளைகளின் கஷ்டம் புரிந்தது. விடிய விடிய யோசித்து மறுநாள் ஒரு திட்டத்தைச் சொன்னான். எல்லாரும் ஓடிப்போய் பூவரச மரத்தில் இலைகளைப் பறித்துச் சுருளவைத்து முக்கி முக்கிக் குழலூதிப்பார்த்தனர். ஆட்டுக் கத்தலாகக் குழலோசை கரகரத்தது. ஒரு மாடுகூட அதைச் சட்டைசெய்யவில்லை. இதுகளுக்கு வேறு வேலையில்லை என்கிற மாதிரி காதாட்டிக்கொண்டு இரையை அழுத்தி அசைபோட்டன.

கிருஷ்ணனுக்கு வேறொரு யோசனை தோன்றியது. மூங்கிலில் ஏதாவது செய்து பார்க்கலாமே.

மூங்கில் பண்ணை வளர்ந்திருக்கும் புதரை அடைந்தனர். புதருக்குள் சாவகாசமாகத் திரிந்த வேடுவச் சிறுவன் அவர்களை ஒரு மாதிரியாகப் பார்த்தான்.

"ஒங்களுக்கு என்ன வேணும்."

கிருஷ்ணன் பதமாகக் கேட்டான்.

"மூங்கில் கம்புல வெளையாட்டுப் பொருள் ஏதாச்சும் செய்ய முடியுமா."

"என்னென்னமோ செய்யலாமே. வெளையாட்டுப் பண்டம் மட்டுமில்ல. வீட்டுக்குத் தேவையான பொருளும் செய்யலாம்."

"எல்லாம் சொல்லிக்குடுய்யா. கத்துக்கிருவொம்."

விருந்தாவனத்துப் பிள்ளைகளுக்குக் குதுகலம். கிருஷ்ணனுக்கு ஆவல் சொல்லமுடியாது.

"அப்படிப்பட்ட மூங்கில எங்களுக்குக் காட்ட முடியுமா."

"பயப்படாம வாங்க."

அவர்கள் அவனைப் பின்தொடர்ந்து புதருக்குள் நுழைந்தனர். அவன் எல்லா வேலைகளையும் விளக்கமாகச் சொன்னான். அவர்கள் கவனமாகக் கேட்டு மனசில் பதிந்துகொண்டனர்.

மறுநாள் வேலை மும்முரமாக ஆரம்பித்தது. மூங்கில் பண்ணை வெளித்தோற்றத்தில் ஒரே மாதிரியாகத் தெரிந்தாலும் கிட்டத்தில் வேறுபட்டிருந்தது. அஞ்சு வகை மூங்கில்.

கொடி மூங்கில். கொடியைப் போல் மெல்லிசாக நெடுக வளர்ந்திருந்தது. வளைத்து வசக்கி வில்லுக் கட்டத் தோதானதுதான்.

பெருமூங்கில். பருத்து வளர்ந்த கிளைகள். செதுக்கித் தடிகளாக்கித் தூண்களாக நட்டலாம்.

தண்டு மூங்கில். கணுவைச் சீவிய மாதிரி தண்டுகளாக வளர்ந்திருந்தது. அவற்றைக் கீறிப் பிளந்து கூடை தட்டு என்று முடையலாம். வீட்டுக்குப் பயன்படும். வேடுவன் சொன்னது சரிதான்.

கணு மூங்கில். சிறு சிறு கம்புகளாகக் குறுகத் தறித்துப் பயன்படுத்தலாம்.

கடைசியாகக் குழல் மூங்கில். அதில்தான் புல்லாங்குழல் செய்யமுடியும்.

கிருஷ்ணன் மனசில் கணக்குப்போட்டுப் பார்த்து வேடுவனிடம் சொன்னான்.

"இப்போதைக்கு வில்லுக் கெட்டவும் புல்லாங்கொழல் செய்யவும் சொல்லிக்குடுத்தாப் போதும்."

சிறுவன் சிரித்துக்கொண்டான்.

"ஒங்க அவசரத்துக்கு ஒடனே செய்ய முடியாது. பொறுமையாருக்கணும். மொதல்ல வில்லுக் கெட்டுவொம். பெறகு புல்லாங்கொழலு செய்யலாம். கொடி மூங்கில்ல மொதக் கணுவுல தொள போட்டு அதுக்குள்ள குங்குமத்த அடச்சுத் தொளையை மூடீட்டுப் போயிறணும். கொஞ்ச நாளுக்கழிச்சு அந்த மூங்கில்ல பத்தாவது கணுவுல தொளச்சுப் பாத்தா குங்குமச் செவப்பு ஏறியிருக்கும். அந்தப் பக்குவத்துல அத வெட்டி வில்லுக் கெட்டணும்."

சுதோகனுக்குள் ஆர்வம் முண்டியது.

"அப்படின்னாப் புல்லாங்கொழலுக்கு என்ன பக்குவம்."

"கொழலு மூங்கில வெட்டிப் பதமாக் காயவைக்கணும். அதுக்குப் பெறகுதான் கொழலுச் செய்யமுடியும்."

வேடுவன் சொன்னபடியெல்லாம் கேட்டுப் பொறுமையாக இருந்து வித்தையைக் கற்றுக்கொண்டனர். வேலைகள் துரிதகதியில் நடந்தன. ஆளுக்கொரு வில் கட்டிக்கொண்டனர். அவற்றைத் தோளில் மாட்டிக்கொண்டு போர் வீரர்களைப்போல் தோரணையாக நடந்தனர்.

கிருஷ்ணனுக்காக மட்டும் ஒரு புல்லாங்குழல் செய்யப்பட்டது. குழலின் சிறு துளைகளில் விரல்கள் பதித்துப் பெருந்துளைகள் வழியாகக் காற்றை ஊதி அனுப்பும்போது இனிய இசை பிறந்தது. விரல்களை மாறி மாறிப் பதித்து எடுக்கும்போது வெவ்வேறு ராகங்கள் இசைத்தன. ஒரு தாள லயத்துக்கு இசைந்து வேறுபட்ட ராகங்களாக வெளிப்பட்டன.

எல்லை தாண்டிச் செல்ல எத்தனிக்கும் மாடுகள் கிருஷ்ணன் உச்சத்தில் இசைக்கும் ராகத்துக்குக் கட்டுப்பட்டன. அந்தி வெயிலில் சிந்தும் இன்னொரு ராகம் ஆநிரைகளை ஒரே கூட்டமாக்கிக் கன்றுகளின் நினைப்பில் வீட்டுக்கு அழைத்துச்சென்றது. மற்ற சிறுவர்கள் கண்ணன் ஊதும் குழலே போதுமென்று அமைதியாகிவிட்டனர்.

ஊருக்குள் நுழையும்போது விருந்தாவனத்துக் கோபியருக்காகவும் ஒரு ராகம் வைத்திருந்தான் கிருஷ்ணன். அந்த ராகத்தில் கோபியர் கட்டுண்டு மெய் மறந்து கனவில் திளைக்க ஆரம்பித்தனர். மகனின் புல்லாங்குழலிருந்து மிதந்து வரும் வேணுகானம் எசோதையையும் கிறங்கடித்தது.

"காலச்சுத்திச் சலங்க அது

கலகலன்னு குலுங்க......"

"யாத்தாடி எம் புள்ள வாறானே......"

அந்தக் கிறக்கத்தில் கண்ணனின் காலடியோசையை எதிர்பார்த்து ஆவலுடன் காத்திருந்தாள்.

பொடியன்கள் தயாரித்த புது வில்களைக் கொண்டு யமுனையில் துள்ளும் மீன்களைக் கண்டுபிடித்துக் குறிவைத்து அம்பெய்து பிடித்தனர். காட்டில் சிறு விலங்குகளையும் பறவைகளையும் வேட்டையாடவும் அவை பயன்பட்டன. வேட்டையாடியவற்றைக் கறியாக்கிக் காட்டில் பக்குவமாகச் சமைத்து உண்டு களித்தனர்.

கன்றுகளின் நினைப்பில் மாடுகளின் பெருமடி சுரக்கும் பால் சொரிந்து மலைப்பாறைகளில் படிந்து காய்ந்திருக்கும் ஏடுகளைச் சுரண்டியெடுத்து நாவில் நனைத்து நமட்டிச் சுவைத்தால் தாகந்தணியும். ஒவ்வொரு நண்பனிடமிருந்தும் கிருஷ்ணனுக்குப் பங்கு கிடைக்கும்.

அவர்களுக்கு இன்னும் ஒரு வேலை பாக்கியிருந்தது.

பெருமூங்கிலையும் கணுமூங்கிலையும் வெட்டிக் காயவைத்துச் சுமந்துவந்து வீடு சேர்த்தனர். உயரமான பெருமூங்கில் கம்புகளைத் தரையில் நாற்புறமும் நட்டிக் கணுமூங்கில் கட்டைகளைச் சுற்றிலும் வேலி அமைத்து மாடுகள் மழையில் நனையாதபடிக்குக் கோரைப் புல்லும் மூங்கில் இலையும் கொண்டு கூரை வேய்ந்தனர். நல்ல தொழு. அவர்களின் அறிவை மெச்சிப் பலராமன் சந்தோசப்பட்டான்.

"தம்பிகளே உருப்படியான காரியம் செஞ்சீகடா. ஒங்க அறிவே அறிவு."

44

கோவர்த்தன கிரி விருந்தாவனத்துக்கு அருகில்தான் இருந்தது. ஆடு மாடு மேய்க்கவும் ஆடிப் பாடி ஆர்ப்பரித்து

விளையாடவும் தோதான மலை. அடிவாரத்தில் உருண்டு புரள மணல் மேடுகள். நண்பர் கூட்டம் எப்போதும் கிருஷ்ணனை விட்டுப் பிரிவதில்லை.

கிருஷ்ணனைக் கொல்ல கம்சன் இதுவரை ஏவியவர்கள் அனைவரும் மாண்டுவிட்டனர். கம்சன் கதிகலங்கினான். கிருஷ்ணன் நெடுநெடுவென வளர்ந்துவிட்டதைக் கேள்விப்பட்டு அச்சமுற்றான்.

“அந்தப் பொடியன் உயிரோட இருக்கிறவரைக்கும் எனக்கு நிம்மதியில்ல.”

எந்த வழியிலாவது கிருஷ்ணனை ஒழித்துக்கட்டியாகணும். அதுவரை நிம்மதி கிடையாது.

அடுத்த முயற்சியில் இறங்கினான். வாத்சாசுரன் பகாசுரன் என்ற அரக்கர்களை வரவழைத்து தனது சதித்திட்டத்தை மண்டையிலேற்றி அனுப்பிவைத்தான். முதலில் வாத்சாசுரன் கைவரிசையைக் காட்டினான். அவன் பல வடிவங்களை எடுத்துக் காரியத்தை முடிக்கும் வலிமை பெற்றவன். கிருஷ்ணன் ஆடு மாடு மேய்க்கும் இடத்தை அடைந்து கன்று வடிவெடுத்துக் கூட்டத்தில் கலந்துவிட்டான்.

அரக்கனை அடையாளமறிந்துகொண்ட கிருஷ்ணன் ஒரே பாய்ச்சலில் அரக்கக் கன்றின் கால்களையும் வாலையும் வசமாகப் பிடித்துக்கொண்டு கிறுவாணஞ் சுற்றினான். அரக்கன் அரண்டுபோனான். அவனது அலறல் கேட்டது. சுழற்றும் வேகத்தில் கிருஷ்ணன் அரக்கனை விளாமரத்தில் மோதி அடித்தான். அவ்வளவுதான். மூளை சிதறி முக்கி முனங்கிக் கதை முடிந்தது.

அடுத்து பகாசுரன் கொக்கு போன்ற பறவை வடிவில் மாடு மேய்க்கும் பிள்ளைகளை மிரட்டினான். அவர்கள் பதறி நடுங்கினர். திகைத்து நின்றனர்.

பறவை கீழே பாய்ந்து மூடி முழிக்கும் நேரத்தில் கிருஷ்ணனை விழுங்கிவிட்டு உயரப் பறந்துவிட்டது. எல்லாரும் கூக்குரலிட்டனர். பலராமனுக்கு ஒரு வழியும் பிடிபடவில்லை.

பறவை கிருஷ்ணனைத் தொண்டைக்குக் கீழே விழுங்க முடியாமல் விக்கித் திணறியது. கிருஷ்ணன் தனது உடம்பில் உண்டாக்கிய வெப்பந்தாளாது அவனைக் கக்கியது. அவன் வெளியேறி அதன் அலகுகளைப் பற்றிப் பிடித்துக்கொண்டான். அவை கிழிந்து ஆகாயத்திலிருந்து கீழே விழுந்து மாண்டது.

கிருஷ்ணனைக் கொல்லும் முயற்சியில் கம்சன் ஓய்ந்துவிடவில்லை. பகாசுரனின் சகோதரன் அகாசுரனை அனுப்பினான். அகாசுரன் மலைப்பாம்பு வடிவங்கொண்டு விருந்தாவனஞ் சென்று மாடு மேய்க்கும் பிள்ளைகளை எதிர்பார்த்திருந்தான். அவர்கள் வரும் வழியில் வாய் அங்காந்த நிலையில் காத்திருந்தான். குகை வாய் வானத்துக்கும் பூமிக்குமாக விரிந்திருந்தது.

ஆயர்பாடிப் பிள்ளைகள் அது குகை என்றெண்ணி மாடு கன்றுகளுடன் பாம்புக்குள் நுழைந்துவிட்டனர். பலராமனும் அவர்களுக்குப் பின்னால் நுழைந்தான்.

கடைசியாக வந்த கிருஷ்ணன் திகைத்து நின்றுவிட்டான். திடீரென்று முளைத்த குகை மீது ஐயம் ஏற்பட்டது. இது அரக்கனின் கைவரிசையென்று தெரிந்துவிட்டது. அவன் பலராமனைப் பின்தொடர்ந்தான். இப்போது எல்லாரும் பாம்புக்குள் அடக்கம்.

பாம்பின் வயிற்றுக்குள் காற்றோட்டம் இல்லாததால் கிருஷ்ணனைத் தவிர மற்றவர்களும் ஆடு மாடுகளும் மயங்கிவிட்டனர். நிலைமை விபரீதமாகிவிடுமே. அதுக்குள் பாம்பின் கதையை முடிக்கணும்.

அதன் தொண்டைப் பகுதியில் தங்கியிருந்த கிருஷ்ணன் தன் உருவத்தைப் பெரிதாக்கினான். தொண்டை அடைத்துக்கொள்ளவே பாம்பு மூச்சுத் திணறியது. வலி தாங்காமல் துடித்தது.

கிருஷ்ணனின் உருவம் இன்னும் பெரிசாக வீங்கியது. பாம்பின் கண்கள் பிதுங்கித் துருத்தின. இறுதி மூச்சில் வாலை ஓங்கித் தரையில் அடித்தது. உயிர் போய்விட்டது. கிருஷ்ணன் பாம்பின் வாயைப் பிளந்து வெளியே வந்தான். அதன் வயிற்றைக் கிழித்து அனைவரையும் விடுவித்தான். காற்றோட்டத்தில் அவர்கள் மயக்கந் தெளிந்தனர். வீடு திரும்பும்போது அவர்களின் பரவசம் சொல்ல முடியாது.

யாதவப் பிள்ளைகள் யமுனைக் கரையோரம் மனம்போல் விளையாடிக் களைத்து இளைப்பாறினர். நண்பர்களின் விருப்பப்படி அவர்கள் அருகிலுள்ள பனங்காடு சென்றனர்.

பலராமன் பனைமரங்களை அசைத்துப் பழங்களை உதிர்க்க மற்றவர்கள் ஓடி ஓடிப் பொறுக்கித் தின்ன ஆரம்பித்தனர். அங்கே தேவகன் என்னும் அரக்கன் நண்பர்களுடன் குடியிருந்தான். பழம்

பொறுக்கும் பிள்ளைகளைக் கண்டு சினங்கொண்டான். கழுதை வடிவெடுத்து ஓடி வந்தான். கோரமாகக் கூக்குரலிட்டுக்கொண்டு பிள்ளைகளைத் தாக்க முற்பட்டான். நீண்ட வாலைச் சுழற்றியவாறு கழுதைக் கனைப்பில் பலராமன் மீது பாய்ந்தான். பிள்ளைகளின் மார்பில் உதைத்தான்.

பலராமன் வெகுண்டெழுந்தான். கழுதையின் இரு கால்களைப் பற்றி மேலே தூக்கிச் சுழற்றினான். அது மரண ஓலத்தில் அலறியது. பிள்ளைகள் அச்சத்தில் உறைந்து நின்றனர்.

பலராமன் கழுதையைச் சுழற்றி முடித்து ஒரு பனைமரத்தை நோக்கி வீசியெறிந்தான். மரம் வேரோடு சாய்ந்து மற்றொரு மரத்தில் விழுந்தது. அதுவும் கீழே சாய்ந்தது.

அசுரன் தலை உடைந்து எலும்புகள் முறிந்து குருதிக் களத்து நடுவே மாண்டு கிடந்தான். தேவகனின் நண்பர்கள் ஆக்ரோசத்துடன் ஓடிவந்து பலராமனைத் தாக்க முற்பட்டனர். அவன் தனியாளாக நின்று எதிர்த்துச் சண்டையிட்டான். கிருஷ்ணன் வந்து சேரவே உற்சாகம் கூடியது. மூர்க்கமான சண்டையில் அத்தனை அரக்கரும் செத்து மடிந்தனர். ஆயர்பாடிச் சிறுவர்கள் கிருஷ்ணனையும் பலராமனையும் தூக்கிக் கொண்டாடினர்.

45

யமுனை நதியில் ஒரு பெரிய மடு உண்டு. அங்கே காளியன் என்ற நச்சுப்பாம்பு மனைவி மக்களுடன் குடியிருந்தது. அதன் மூச்சுப் பட்டாலே மரணம் சம்பவிக்கும். அவ்வாறு மடிந்த பறவைகள் ஏராளம்.

அந்த மடுப்பக்கம் மனிதரோ மாடுகளோ நடமாடுவதில்லை. பாம்பை விரட்டிவிட்டு மடுவை மக்களுக்காகப் பயன்படுத்த நினைத்தான் கிருஷ்ணன். விருந்தாவனத்துப் பிள்ளைகள் பின்தொடர அவன் மடுவுக்கு விரைந்தான். அவனுக்குப் பலவாறு சிந்தனை ஓடியது. காளியனைக் கொல்லக் கூடாது. ஆனால் விரட்டியாகணும். அருகிலிருந்த கடம்ப மரத்தில் ஏறிக்கொண்டான். ஒரு சமயம் கருடன் சிந்திய அமுதத்தின் தயவால் பிழைத்து நிற்கும் ஓரே மரம்.

மரத்திலிருந்து மடுவுக்குள் குதித்து நீந்திக் களித்தான். அவனைக் கண்டுகொண்ட காளியனுக்கு மூக்குமுட்டக் கோவம். ஒரு அரட்டல் விட்டது.

"யாருடா அங்க. ஒனக்கு எவ்வளவு தைரியமிருந்தா என்னோட மடுவுக்குள்ள வந்து வெளையாடுவ."

காளியன் கிருஷ்ணனை வாலால் வளைத்து அடிக்க முயன்றது. அவன் தப்பித்துவிட்டான். விரைவிலேயே பாம்பு அவன் உடம்பை வளைத்துக்கொண்டு மூச்சு முட்ட இறுக்கத் தொடங்கியது. கரையிலிருந்த கோபரும் கோபியரும் துடித்தனர். பலராமன் மட்டும் அதிர்ச்சியடையாமல் தம்பியின் விபரீத விளையாட்டைப் பார்த்துக்கொண்டிருந்தான்.

திடீரென கிருஷ்ணனின் உடல் ஊதிப் பருத்தது. பாம்பு திணறியது. நெருக்கிய பிடியைத் தளர்த்தி அவனை விடுவித்தது. அவன் உடனே துள்ளிக் குதித்துப் பாம்பின் வாலைப்பிடித்துச் சுழற்றினான்.

பாம்பு தலையைத் திருப்பி அவனைக் கடிக்க முயன்றது. அவன் லாவகமாக அதன் தலையில் ஏறி நின்றான். பாம்பினால் விடுபட முடியவில்லை. அதன் தலையில் நின்றபடியே ஆனந்த நடனமாடத் தொடங்கினான். கரையிலிருந்த கோபர்கள் ஆரவாரித்தனர்.

கோடையின் வெம்மையிலும் விருந்தாவனம் வாடவில்லை. நீர் நிலைகள் வற்றவில்லை. ஆடுமாடுகள் குளிக்கவும் குடிக்கவும் தண்ணீருக்குப் பஞ்சமில்லை.

ஆயர்பாடிப் பிள்ளைகள் ஆநிரைகளை ஓட்டிக்கொண்டு யமுனைக் கரையில் குழுமினர். கிருஷ்ணனும் பலராமனும் இல்லாத கூட்டமா. மாடுகள் தம்போக்கில் மேயத் தொடங்கின. பிள்ளைகளின் கூத்தும் கும்மாளமும் களைகட்டின. கிருஷ்ணனும் சேர்ந்து ஆடுவதில் தனி ஆனந்தம்.

ஆட்டம் முடிந்து விளையாட்டுத் தொடர்ந்தது. தவளைக்குதிப்பு நொண்டி ஊஞ்சல் எனப் பல விளையாட்டுக்கள். பொழுது போனதே தெரியவில்லை.

கிருஷ்ணனைக் கொல்வதற்காக கம்சன் அனுப்பியிருந்த பிரலம்பாசுரன் கோகுலப் பிள்ளையாக உருவெடுத்து ஊடுருவி விளையாட்டில் கலந்துவிட்டான். அவனை யாரும் கவனிக்கவில்லை.

அவனது கபடக் கண்களைப் பார்த்தவுடன் கிருஷ்ணன் மட்டும் கண்டுகொண்டான்.

பாண்டீரகம் என்னும் ஆலமர நிழலில் விளையாட்டு மும்முரமாக நடந்தது. குதிரை சுமக்கும் விளையாட்டு. ஈரிருவராக மல்யுத்தம் செய்யணும். தோற்றவன் ஜெயித்தவனைத் தோளில் சுமக்கணும்.

இந்தச் சந்தர்ப்பத்தைப் பயன்படுத்திக்கொண்டு கிருஷ்ணனைக் கொன்றுவிடலாம் என்று பிரலம்பாசுரன் திட்டமிட்டான். கிருஷ்ணன் அதுக்கு இடங்கொடுக்கவில்லை.

விளையாட்டில் கிருஷ்ணனுக்குப் பதிலாக அரக்கன் பலராமனைச் சுமக்கவேண்டிய சூழ்நிலை. அரக்கனுக்குப் பெரிய ஏமாற்றம். பலராமனையாவது கொன்றுவிடணும்.

நெடுந்தூரம் அவனைச் சுமந்தோடினான். பலராமன் புரிந்துகொண்டான். இவனிடமிருந்து எப்படியாவது தப்பிக்கணுமே. யோசனை ஓடியது. முடிவு கிடைத்தது.

அரக்கனின் தோளில் அமர்ந்தபடி பாறையாகக் கனக்க ஆரம்பித்தான். எடை கூடிக்கொண்டே போனது. அரக்கன் திடீரென வேறு வழியின்றிச் சுய உருவங்கொண்டு மேலே ஆகாயத்தில் பறக்க ஆரம்பித்தான்.

பலராமன் அஞ்சவில்லை. அரக்கனின் தலையில் கைமுட்டியால் ஓங்கி அடித்தான். மண்டை பிளந்து வாயிலிருந்து குருதி கொட்டியது. அலறிக்கொண்டு கீழே சாய்ந்து மாண்டான்.

ஆயர்பாடிப் பிள்ளைகள் குதிரைகளாக மாறி பலராமனைத் தூக்கிச் சுமந்து விளையாடினர்.

46

சதசிருங்க மலையில் இதமான இயற்கைச் சூழலில் இளம் பாண்டவர் சுதந்திரமாக வாழ்ந்தனர். மலைவாழ் ரிஷிகளும் தவசிகளும் அவர்களிடம் அன்புகொண்டு சொந்தக் குழந்தைகளாகவே நடத்தினர். பாண்டுவுக்கு முழு நிறைவு.

பாண்டு மாதுரி மூலம் மேலும் சந்ததிகளை உருவாக்க விரும்பினான். அதைக் குந்தியிடம் தெரிவித்தான். அவள் உடன்படவில்லை.

"மன்னா நான் சொல்லிக்குடுத்த மந்தரத்தால அவ ரெட்டக் கொழந்தைகளப் பெத்துக்கிட்டா. அதுக்கு மேலயும் புள்ளைகளப் பெத்துக்கிற ஒத்துக்கிட்டா நான் தோத்துப்போயிருவென். மந்தரத்த உபதேசிக்கச் சொல்லி எனக்கு உத்தரவு போடவேணாம். இதுவே நீங்க எனக்குக் குடுத்த வரமாருக்கட்டும்."

"ஒனக்கு விருப்பமில்லன்னா வேணாம் தேவி."

பாண்டு அந்த முயற்சியைக் கைவிட்டான். மரவுரி தரித்து இலைதழை காய்கனி கிழங்குகளை உண்டு கானக வாழ்க்கை அமைதியாக ஓடியது.

உணவுக்குக் கவலையே கிடையாது. பீமன் கவனித்துக்கொண்டான். அவனுக்கு வனத்தில் நிறைய நண்பர்கள் உண்டு. பெரும்பாலும் புலால் உணவையே விரும்புவான். அதுக்காக அடிக்கடி வேட்டைக்குக் கிளம்பிப்போவான். கைக்குக் கிடைத்ததைக் கொண்டுவந்து அவனே ருசியாகச் சமைத்து உண்பான். அவன் முரட்டுத்தனம் மற்ற சகோதரர்களுக்கு அவ்வளவாகப் பிடிக்காது. வன வேடர்களுடன் அவன் கொண்டிருந்த நெருக்கமான பழக்கத்தைக் கண்டு முகஞ் சுளித்தனர்.

ஒரு மகன் பலவானாக வளர்வதில் குந்திக்குச் சந்தோசம். இப்படியொரு பிள்ளை தேவைதான். எதிரிகள் கிட்ட அண்டமுடியாது.

சதசிருங்க மலையில் மிகச் சிறந்த வில்லாளி சுகன் என்பவனிடம் பாண்டவர் வில் வித்தை பயின்றனர். ஆயுதப் பயிற்சியிலும் ஈட்டிப் போரிலும் தருமன் சமர்த்தனானான். பீமன் கதாயுதத்தில் சிறந்து விளங்கினான். அர்ச்சுனன் தலைசிறந்த வில்லாளியானான். நகுலனும் சகாதேவனும் கத்தி கேடயங்களைக் கையாள்வதில் தேர்ச்சி பெற்றனர். அர்ச்சுனனின் ஆற்றலை மெச்சிய சுகன் அவனுக்கு ஆயுதங்களையும் பாணங்களையும் பரிசளித்தான்.

அர்ச்சுனன் பிறந்த உத்திர பங்குனி நட்சத்திரம் வந்தது. பிறந்த நாளைக் கொண்டாடினர்.

அன்று அந்தணர்களுக்கும் புரோகிதர்களுக்கும் குந்தி பயபக்தியுடன் உணவு பரிமாறிக்கொண்டிருந்தாள். பக்தியில் முழு ஈடுபாடு கொண்டிருந்ததால் அவளால் பாண்டுவைக் கவனிக்க முடியவில்லை.

மாலையில் வசந்தம் கோலோச்சியது. மலையெங்கும் காடெங்கும் அன்றலர்ந்த மலர்களின் கதம்ப மணம் கவிந்திருந்தது. கனிகளைக் கர்ப்பந்தரித்த மரங்களை இனிய காற்று வருட வருட அசைந்து மசக்கையில் தள்ளாடின. இயற்கைக் காட்சிகளில் தன்னையிழந்த பாண்டுவுக்கு மனசில் காமம் நெருப்பாகக் கொழுந்துவிட ஆரம்பித்தது.

அவன் கண்கள் மாதுரியைத் தேடின. அவள் தரையிறங்கிய நிலவாக நடமாடித் திரிந்தாள். அவன் நிலைகொள்ளாமல் எழுந்து நடந்தான். போகிற போக்கில் மாதுரியைக் கையால் அழைத்தான். அவள் அவசரமாக ஓடிவந்து அவனைப் பின்தொடர்ந்தாள்.

“மாதுரி அந்த நெலாவப் பாத்தயா. தங்கப் பழமா உருண்டு போகுது. கொஞ்ச நேரம் காலாற நடக்கலாம் வா.”

அவன் மாதுரியைப் புதுசாக உற்று நோக்கினான். அவள் அணிந்திருந்த மெல்லுடைகளினூடாகப் பார்வை பாய்ந்து பொன்னுடலைத் தரிசித்தது.

அலர்முலைகள் குதுகலத்தில் அழைத்தன. அந்த அழகை மாந்தி மாளவில்லை. இவ்வளவு காலமாக அவனுக்குள் இறுகிக்கிடந்த காமம் உருகி நுரைகடலெனப் பொங்கியது. மதுமயக்கத்தில் நிலை தடுமாறி நின்றான். மாதுரி நெருங்கியிருந்தாள்.

“கிட்ட வா மாதுரி.”

அவளுக்குப் புரிந்துவிட்டது. அச்சத்தில் தயங்கினாள். அவன் அவளை இழுத்தணைத்தான். அவள் இணங்க மறுத்தாள். தடுத்தாள்.

இருப்பினும் திடீரென அவளுக்குள் ஒரு நப்பாசை முளைவிட்டது.

‘இந்தச் சந்தர்ப்பத்த ஏன் எனக்குச் சாதகமாக்கிக் கொள்ளக் கூடாது. எப்படியும் இவருட்டருந்து தப்பிக்க முடியாது. தெய்வாதீனமாக இவரோட வீரியத்துல கருப்புடிச்சு ஆண் கொழந்த பெறந்துட்டா அது மன்னரோட வாரிசாகியிருமே. மற்ற பிள்ளைகள் அப்படியில்லையே. நியோக சூலில் பிறந்தவர்கள்தானே.’

அவளது எதிர்ப்பு குறைந்து இணக்கம் தலைகாட்டியது. தோற்றாள். காமம் வென்றது. முன்பொரு நாள் கிந்தம முனி இட்ட சாபம் மறந்துவிட்டது.

இருவரும் கூடிக் களிக்கும் வேளையில் அவன் துடிதுடித்து மாண்டான். முனியின் சாபம் பலித்துவிட்டது.

மாதுரி அழுது புலம்பினாள். உதவி வேண்டிக் கூக்குரலிட்டாள். குந்தியும் பாண்டவரும் ஓடிவந்தனர். பாண்டு பிணமாகக் கிடந்தான். குந்தியும் மாதுரியும் தனித்து ஒதுங்கினர்.

“என்னடி இப்படியொரு காரியத்தப் பண்ணீட்டயே.”

“நான் என்ன செய்யட்டுங்க்கா. எவ்வளவோ தடுத்துப்பாத்தென். முடியலையே. அவரால கட்டுப்படுத்த முடியல.”

“இவருக்கிருந்த சாபம் நெனவிருந்தும் நீ ஏன் சொல்லல.”

“மாறிமாறிச் சொல்லியும் கேக்கலையே.”

பாண்டு மீது பிரியங்கொண்ட முனிவர்கள் பலர் சோகம் ததும்பும் கோலத்தில் குழுமியிருந்தனர். அவர்களின் கட்டளைப்படி கானகத்தில் செய்து முடிக்கவேண்டிய ஈமக் கடன்களைத் தருமன் நிறைவேற்றினான். குந்தி புலம்பினாள்.

“அரசே எங்களத் தவிக்கவுட்டுட்டுப் போயிட்டீகளே. எங்களுக்குக் கொழுகொம்பில்லையே. நீங்க இல்லாம நான் பூமியில வாழமாட்டென்...... எல்லாம் என்னால வந்த வென.”

மாதுரி அரற்றினாள்.

“மன்னா நாந்தான் ஓங்கள அனியாயமாக் கொன்னுட்டென். நான் பூமியில உயிர்வச்சு வாழமாட்டெ.ன். என்னையும் கூட்டிக்கங்க.”

இளம் பாண்டவர் தந்தையின் கால்களைப் பற்றியபடி கதறினர்.

“எங்களக் கைவுட்டுட்டு எங்க போறீங்கப்பா. அனாதைகளாயிட்டமே.”

குந்தி மாதுரியிடம் தன் முடிவைக் கூறினாள்.

“அடியே நான் இவருக்கு மூத்த தாரம். தருமத்தோட பலன அனுபவிக்கிற உரிம எனக்கே உண்டு. இப்ப நான் உயிர மாச்சுக்கிறப் போறென். புள்ளைகளக் கரையேத்த வேண்டியது ஓம் பொறுப்பு.”

மாதுரி வற்புறுத்தினாள்.

"யக்கா அவரு என்னோட சேந்ததாலதான எறந்தாரு. நாந்தான் உயிர மாச்சுக்கிறணும். இந்த ஒலகத்துல நான் உயிர் வச்சிருந்து என்ன சொகத்தக் கண்டென். குடுத்துவைக்கல. சொர்க்கத்துக்குப் போயாச்சும் என் ஆச நெறவேறட்டும். புள்ளைகளப் பாரபச்சமில்லாம ஒன்னாலதான் வளக்கமுடியும். நான் தீப்பாயப்போறென். தடுக்காதக்கா."

ரிஷிகளும் தவசிகளும் சமாதானப்படுத்தினர்.

"ஒங்களுக்குக் கடமையுண்டு. இறக்கும் எண்ணத்தக் கைவுடுங்க."

குந்தி மனந் தேறினாள். மாதுரி தன் முடிவில் பிடிவாதமாக இருந்தாள். தான் பெற்ற பிள்ளைகளைக் குந்தியிடம் ஒப்படைத்தாள்.

தருமன் சிதைக்குத் தீ மூட்டினான். பாண்டு கொழுந்துவிட்டு எரியும்வரை காத்திருந்த மாதுரி பிள்ளைகளை இறுதியாக வெறித்தாள். சிதையை நெருங்கிச் சில வார்த்தைகளை உதிர்த்தாள்.

"பூமியில பொண்ணாப் பெறக்கக் கூடாது."

எரியும் நெருப்பில் பாய்ந்தாள். சற்று நேரத்துக்கெல்லாம் கணவனுடன் ஐக்கியமாகிவிட்டாள். அழுகையோலம் அடங்கியது.

சகாதேவன் வெதும்பும் கண்ணீருக்கிடையில் குந்தியை வெறுப்பில் நோக்கினான். கண்கள் சினமேறிச் சிவந்திருந்தன. அன்று முதல் அவனுக்குள் ஒரு நிராதரவான வெறுமை குடியேறியது.

47

பாண்டுவின் மரணச் சேதி அஸ்தினாபுரம் சென்றடைய நாளாயிற்று. குந்தி நடுக்காட்டில் குழந்தைகளுடன் ஆதரவின்றித் தவித்தாள். அந்த வழியே சென்ற ஒரு முனிவன் ஆறுதல் கூறி அவர்களை அஸ்தினாபுரத்துக்கு அழைத்துச்சென்று அரண்மனையில் ஒப்படைத்தான்.

குந்தி தங்களுக்கு ஒதுக்கப்பட்ட அரண்மனையில் குழந்தைகளுடன் கண்ணீருங் கம்பலையுமாகக் குடியேறினாள்.

சோகக் கவலை இன்னும் அவளை விட்டகலவில்லை. எல்லாமே இருண்டு கிடந்தது. தேடித் துழாவ முடியாத கன இருட்டு.

குந்தி நிதானமாக அரண்மனை நிலவரங்களை அவதானித்தாள். நிறைவாக இல்லை. அனைவரும் தனித்தனித் தீவுகளாக இயங்கிக்கொண்டிருந்தனர். அவ்வப்போது தீவுகள் கூட்டங்களாகக் குழுமுவதும் உண்டு.

இருவருடன் காடேகிய குந்தி இரு உயிர்களை இழந்த பின்னும் ஐவருடன் வீடு திரும்பினாள். அதுவே பலருக்கு உறுத்தலாக இருந்தது. அதை வெளியே காட்டிக்கொள்ளாமல் குமட்டிக்கொண்டிருந்தனர். உதட்டளவு உறவாடியே காலங் கழிந்தது.

குந்தி இருளைப் போர்த்திக்கொண்டு பலவாறாகச் சிந்தித்தாள். ஒரு காலத்தில் தான் சகல மரியாதைகளுடன் ராணியாக இருந்த நினைவே அற்றுப்போனது. யாரும் அவளை அப்படி மதிக்கவில்லை.

இந்த இக்கட்டான நிலைமையில் தந்தையில்லாப் பிள்ளைகளை ஒற்றுமையாக வளர்த்து ஆளாக்கணும். அஸ்தினாபுரத்தில் நிலைநிறுத்தியாகணும். பாண்டு புத்திரர்களின் உரிமைகளை மீட்டாகணும். குருவம்சம் தழைத்து வளரணும். துணிந்து அரண்மனை அரசியலில் இறங்கினாலொழிய தன் கனவு நனவாகாது. சதுரங்கத்தில் இறங்கத் தயாரானாள்.

காந்தாரியும் சகுனியும் அடிக்கடி சதியாலோசனையில் ஈடுபட்டனர். குந்தியைப் போன்றே காந்தாரிக்கும் தன் பிள்ளைகள்மீது அக்கறை இருந்தது. கணவர் ஆட்சிப் பொறுப்பில் இருக்கும்போதே துரியோதனனுக்குப் பட்டஞ் சூட்டி அரசனாக்கிவிடணும். பாண்டவர்களுக்கு எள்ளளவுகூட விட்டுக்கொடுப்பதாயில்லை.

குந்திக்குச் சகுனியின் கள்ளப் பார்வையே பிடிக்கவில்லை. கண்ணை உருட்டி உருட்டித் துழாவும் காக்காய்ப் பார்வை. அடர்ந்த புதர்த் தாடியும் கோணல் வாயும் குசும்புச் சிரிப்பும் நொண்டி நடையும்...... மனுசப் பிறவியே கிடையாது. எது எப்படியோ சொந்தச் சகோதரியின் புத்திரர் நலந்தானே அவனுக்கு முக்கியமாக இருக்கமுடியும். அது தப்பில்லை.

சத்தியவதி நாணறுந்த வில்லாக முடக்கிவிட்டாள். அவளுக்குத் துணையாக அம்பிகையும் அம்பாலிகையும் முறிந்து கிடந்தனர். அவர்களுக்கும் அரண்மனைக்கும் நெருக்கங் கிடையாது.

காந்தாரியோ குந்தியோ எப்போதாவது சந்தித்தால் ஒப்புக்கு விசாரித்துக்கொள்வதுடன் சரி.

தவச்சாலையிலிருந்து அரிதாக வியாசன் வருவான். தாய் சத்தியவதியுடன் அன்பாகப் பேசுவான். அம்பிகை அம்பாலிகையிடமும் நலம் விசாரிப்பான். சிவையைத் தேடிப்பிடித்து நாலு வார்த்தை பேசாமல் போகமாட்டான்.

“சிவை நலமா. விதுரன் எப்படி இருக்கான்.”

“ஓங்க புண்ணியத்துல நல்லாருக்கொஞ் சாமி. எண்ணைக்கும் போல அரமனைக்கு ஊழியஞ் செஞ்சுக்கிட்டு......”

எல்லாருக்கும் ஆறுதலாக இருக்கும்.

பீஷ்மன் முன்னைப்போல் நிருவாகத்தில் முனைப்பாக இல்லை. வேகங் குறைந்து முனை முறிந்த பாணமாகிப் போனான். பாண்டவர்களைக் கவுரவர்களிடமிருந்து காப்பாற்றி நல்ல வழி தேடித்தந்து வாழவைக்கவேண்டிய தார்மீகப் பொறுப்பும் கடமையும் அவனுக்கிருந்தன. கவுரவர்களையும் பகைத்துக்கொள்ள முடியாது. தர்மசங்கடமான நிலை. அடிக்கடி விதுரனுடன் விவாதிப்பதோடு சரி.

அரச நிருவாகத்தைப் பொறுத்தமட்டில் கிருபனுக்குச் சுயமதி கிடையாது. பீஷ்மனின் குரலையே எதிரொலித்தான்.

விதுரன் பற்றற்ற ஞானி. சபலங்களை எரித்து ஏகாந்தத்தில் சஞ் சரிக்கும் நியாயவான். அவனுக்கும் அரண்மனைக்கும் எப்போதுமே ஒட்டுறவு கிடையாது. தாமரை இலைத் தண்ணீர்தான். ஆனாலும் அவனது அறிவும் ஆலோசனையும் திருதனுக்குத் தேவை. அவர்களிடையே சுமுக உறவு இருந்தது. பாசமுள்ள சூதர் குலத் தம்பி எப்போதும் அருகில் இருக்கணும்.

விதுரனின் மனைவி கன்னியா அமைதியே உருவானவள். கணவனை நெஞ்சில் ஆழப் பதித்தவள். கணவன் நெஞ்சில் ஆழப் பதிந்தவள். இருவரின் வார்ப்புத்தான் இரு புதல்வர்கள். விதர்மன் விருகன். குடும்பம் சூதர் தெருவில் குடியிருந்தது. தகப்பனைப் போலவே பிள்ளைகள் சிறந்த அறிவாளிகளாக வளர்ந்தனர். சிறு வயது முதலே அரண்மனைப் பிணைப்பிலிருந்து தங்களைத் துண்டித்துக்கொண்டு அப்பன் வழி நடக்கும் சீடர்களாக் அமைதியுடன் வாழ்ந்து வந்தனர். அவர்கள் யுயுத்சுவை எப்போதுமே அரசக் குலப் பிள்ளையாகக் கருதியதில்லை.

குந்தி சிந்தனையில் மூழ்கி மூழ்கி மீண்டாள். விதுரனிடம் குமைந்தாள்.

"நீயே சொல்லு விதுரா. பாண்டுதான மொறப்படி மன்னராயிருந்தது."

"இதுலென்ன சந்தேகம்."

"மூத்தவரு அப்படியில்லையே. பட்டத்தத் தானா அபகரிச்சிக்கிட்டவருதான."

"அப்படித்தான்."

"எம்புள்ளைக கடவுள் அம்சங்கொண்ட நியோக புத்திரர்களாக்கும். நெறிமொறப்படி அவுகதான பாண்டுவுக்கு நேரடி வாரிசு."

"அத மறுக்க முடியாது."

"அப்படியிருக்கையில சட்ட சம்பிரதாயப்படி யுதிஷ்டிரனுக்குத்தான பட்டஞ் சூட்டணும். கவுரவருக்கு அந்தத் தகுதி கெடையாதில்லையா."

"வாஸ்தவந்தான்."

"இது தெரியாமக் காந்தாரி அருமுறுக்கீட்டுத் திரியிறாளே. நல்லாக் கேட்டுக்கோ எம்புள்ளைய அரியணையேத்தாம ஓயமாட்டென்."

இந்தப் போட்டிதான் அரண்மனையெங்கும் அலையடித்தது. குந்தியும் காந்தாரியும் எதிரெதிர் அதிகார மையங்களாக இயங்கத் தொடங்கினர். கவுரவருக்கும் பாண்டவருக்குமான இடைவெளி விரிந்துகொண்டேயிருந்தது.

48

அஸ்தினாபுரத்தில் குந்தியின் நிழலில் இளம் பாண்டவர் வாடாமல் வளர்ந்தனர். அவள் அவர்களுக்கு ஒற்றுமையையும் வீரத்தையும் ஊட்டி வளர்த்தாள்.

பாண்டவர் கவுரவருடன் ஆடிப்பாடி விளையாடினர். உணவிலுஞ் சரி விளையாட்டிலுஞ் சரி பீமனே முதலிடம்

வகித்தான். கவுரவர் நூறு பேரையும் அடக்கிவைத்தான். அடிக்கடி துன்புறுத்தினான். துரியனுக்குப் பீமனைக் கண்டால் எப்போதும் அச்சந்தான். அவனுக்கு நிறையவே அனுபவமுண்டு.

பீமன் கண்ணுக்கு முன்னால் கவுரவர் மரத்திலேறி விளையாடக் கூடாது. முழு மரத்தையும் அசைத்து அத்தனை பேரையும் மாங்காய்களாக உலுக்கிவிடுவான். விழுந்தவர்கள் காயங்களைத் தடவிப்பார்த்து அலறிக்கொண்டு ஓட்டம்பிடிப்பர்.

காயம் ஆறாத துரியோதனன் ஒரு நாள் எண்ணெய் வார்த்து மரத்தை எரித்துக்கொண்டிருந்தான். அது கண்டு பொறுக்காத சகுனி மருமகனைச் சாந்தப்படுத்துவதற்கு மாறாக துர்போதனையில் தூபமிட்டுக் கோவத்தை வளர்ப்பதில் குறியாக இருந்தான்.

"மருமகனே நீ எரிக்க வேண்டியது மரத்தையில்லய்யா. பீமனாக்கும். இத எப்பயும் மனசில வச்சுக்கோ."

தொந்தரவு தங்காமல் துச்சாதனன் பீமனை ஒரு சமயம் கேவலமாகத் திட்டிவிட்டான்.

"வேசி மகனே இரு ஒன்ன வச்சுக்கிறென். ஒரு நா ஒரு பொழுதாச்சும் எங் கையில சிக்காமயா போயிருவ."

பீமனுக்கு வந்ததே கோவம்.

"நீங்க மட்டும் என்னடா. பிண்டத்துலருந்து பெறந்த முண்டங்கதான. அத மறந்துட்டயா. எங்களப் பேசுறதுக்கு என்ன அருகதையிருக்கு ஒனக்கு. கொஞ்சம் இரு தம்பி. நானே வாறென். இண்ணைக்கே வச்சுக்கிருவொம்."

துச்சாதனன் உளறிக்கொண்டே ஓட்டம்பிடித்துவிட்டான்.

"நாளைக்கு வச்சுக்கிருவொம்."

நீர் விளையாட்டில் பீமன் கையில் எவனாவது மாட்டிக்கொண்டால் அவ்வளவுதான். மூச்சுமுட்ட அமுக்கித் திணறடித்துவிடுவான்.

ஒரு சமயம் நீர் விளையாட்டு அலுப்பில் பீமன் மரத்தடியில் கண்ணயர்ந்து கிடந்தான். குறட்டை பலமாகக் கேட்டது. கவுரவருக்குக் கொண்டாட்டம். கயிற்றால் அவன் கை கால்களைத் தளைந்து ஆற்று நீரில் வீசியெறிந்தனர். அவன் தூங்கி எழுந்தவனைப்போல் சுதாரிப்பாக வெளியே வந்தான்.

சகுனியின் யோசனைப்படி பீமனுக்குப் பிடித்தமான பாயாசத்தில் நஞ்சு கலந்து கொடுத்தனர். சுகமாகக் குடித்துவிட்டுத் துள்ளி ஓடினான்.

எண்ணற்ற பாம்புகளை ஏவிவிட்டுக் கடிக்கச்செய்தனர். அவனது முரட்டுத் தோலில் கடிக்க முடியாமல் உடம்பில் பரவியிருந்த பாயாசத்தின் நஞ்சு அவற்றின் உடம்பில் பாய்ந்து அத்தனையும் பல்லுடைந்து செத்து மடிந்தன.

துரியோதனன் சோர்ந்துபோகவிடாமல் சகுனி அடுத்த திட்டத்தை முன்வைத்தான்.

ஆற்று நீரின் ஆழப் பகுதியில் சூலங்களை நட்டிவைத்துவிட்டுப் பீமனைக் குளிக்க அழைத்துச்சென்று தலைகீழாகக் குதிக்கச்செய்தனர். நீருக்குள் மூழ்கிய அவன் பிறகு வெளியே வரவேயில்லை.

துச்சாதனன் குதியாளம்போட்டான்.

“பீமன் கத முடிஞ்சது டோய்.”

சிலர் நீருக்குள் மூழ்கி பீமனைத் தேடினர். காணவில்லை. முறிந்த சூலங்களே தென்பட்டன.

மூச்சு முட்டலில் எட்டிப்பார்த்த ஒருவன் அலறினான்.

“துச்சண்ணா துச்சண்ணா பீமனக் காணுமே. என்ன செய்றது.”

துச்சாதனனுக்குச் சந்தோசம்.

“ஆத்துத் தண்ணி அடிச்சிட்டுப் போயிருக்குண்டா. மொரடன் தொலஞ்சான்.”

நல்ல வேளை. நதிக்குள் குடியிருந்த நாகர் தலைவன் ஆரியகன் அவனைக் காப்பாற்றினான். நாகர்களின் நகரமான போகவதிக்கு அழைத்துச்சென்று மன்னன் வாசுகியிடம் ஒப்படைத்தான்.

“பீமராசன் எங்களப் பாத்து அஞ்சவேண்டியதில்ல. நீ எங்களுக்குச் சொந்தமாக்கும். ஒந் தாயி குந்தி யது வம்சத்துல பெறந்தவளாச்சே. எங்க வம்சத்தச் சேந்த தும்ராவர்ணனுக்கு மருமகன் யது. அப்படின்னா ஒங்க ஓடம்புல நாகர்களோட ரத்தந்தான ஓடுது.”

பீமனுக்கு நாகலோகத்தின் அழகைப் பார்த்து ஒரே ஆச்சரியம். கண்கொட்டாமல் பார்த்தான்.

பூமிக்கடியில் ரத்தினங்கள் பதித்த ரசதளமான போகவதி நகரில் வாசுகியின் தலைமையில் நாகர்கள் வாழ்ந்தனர். பயங்கரமான நஞ்சுடையவர்கள். நவரத்தினங்கள் அவர்கள் பாதுகாப்பிலிருந்தன. விரும்பிக் கேட்டதைத் தருவர். நோய் நொடிகளைக் குணப்படுத்துவதில் வல்லவர். நீத்தாரை உயிர்ப்பிக்கும் சக்தி அவர்களுக்கு உண்டு. ஆண்மையையும் குழந்தை வரத்தையும் தருவர்.

பல நாட்களாகப் பீமன் நாகர்களின் உபசரிப்பில் குளித்தான். சுற்றிலும் சூழ்ந்திருந்த ரசக்குடங்களைக் காலியாக்கிவிட்டு நீருக்கு மேலே வந்து பெரிய ஏப்பம் விட்டான். நிலை தடுமாறாமல் அஸ்தினாபுரத்தை நோக்கி நடந்தான். மதுக் கிறக்கத்தில் போகவதி நகரத்தில் நடந்த அத்தனையும் மறந்துபோயிற்று. குரலெடுத்துப் பாடிக்கொண்டே நிலமதிர அசைந்தான்.

"தண்ணிக்குள்ள கெடந்தென்

தம்பிகளப் பிரிஞ்செசன்

கள்ளுக்குள்ள மெதந்தென்

கவலைகள மறந்தென்

இண்ணைக்குத்தான் முழிச்செசன்

எல்லாரையும் நெனச்செசன்

வெளியவந்து தெளிஞ்செசன்

வீடுதேடி நடந்தென்."

அவன் இறந்துவிட்டதாக நம்பிப் பாண்டவர் சோகத்தில் தவித்தனர். குந்தி புலம்பினாள்.

"மகனே எல்லாரையும் கைவுட்டுட்டுப் போயிட்டயே. ஒன்னோட அண்ணன் தம்பிகளக் காப்பாத்துறதுக்கு ஒரு பலவான்

வேணும்னு ஒன்னத் தவமிருந்து பெத்தனே. இப்படி நிர்க்கதியா நிக்கவச்சிட்டயே."

அவனது மரணத்துக்குத் துக்கம் அனுஷ்டித்துப் பதினைந்து நாட்களுக்குப் பிறகு விருந்து பரிமாறித் துக்கத்தை முடித்துக்கொள்ளவிருந்தனர்.

அந்த நாளன்று எல்லாக் காய்கறிகளையும் நறுக்கி உணவு வகைகளைத் தயாரித்து வைத்திருந்தனர். அச்சமயத்தில் புடைத்த பெரும்வயிற்றைத் தடவியவாறு பீமன் சாவகாசமாக வந்துசேர்ந்தான். பாண்டவர் ஓடிப்போய் அவனைக் கட்டிப்பிடித்து அழைத்துவந்தனர். அவன் வந்ததே சரியென்று உணவு வகைகளை நோட்டம்விட்டபடி கேட்டான்.

"இவ்வளவு சமையலா. அப்படியென்ன முக்கியமான காரியம்."

குந்தி முந்திக்கொண்டாள்.

"ஒனக்குத்தாண்டா காரியம். பாவி மகனே ஒன்னப் பறிகுடுத்த துக்கத்துல இருக்கொம்."

பீமன் முகத்தில் சிரிப்பு மாறவில்லை.

"அப்படியா சங்கதி. இவ்வளவு காய்கறிய வீணாக்கக்கூடாது. பெரிய விருந்தே பரிமாறீருவொம்."

பீமன் உடனே வேலையில் இறங்கினான். எல்லாக் காய்கறிகளையும் ஒன்று சேர்த்துத் தேங்காய்ப் பால் விட்டுக் குழைத்துப் புது வகை உணவுகளைத் தயாரித்தான்.

விருந்துண்டவர் அனைவரும் இதுவரை அறிந்திராத ருசியைப் பாராட்டிச் சென்றனர்.

"நல்லாருக்கே. இதுக்கு என்ன பேரு."

எல்லாருக்கும் சளைக்காமல் பீமனே பதில் கூறினான்.

"இதுதான் பீமன் அவியல்."

சிரிப்பும் அழுகையும் கலந்த குரலில் குந்தி கண்டித்தாள்.

"என்ன காரியஞ் செஞ்சிட்ட மகனே. ஒன்ன மலபோல நம்பி நாங்க கெடக்கொம். நீ இப்படி நடந்துக்கிறயே......ஞ். ஆமா ஒனக்கு விருந்து வச்சுக் கவனிக்கிற அளவுக்கு நாகலோகத்துல யாரு இருக்காகடா."

பீமன் பெருந்தொந்தி குலுங்கச் சிரித்தான்.

"அந்தக் கதைய ஏன் கேக்க. நாக நாட்டு மன்னன் குந்தியம்மாவுக்குச் சொந்தமாமே. அத வச்சுத்தான் இவ்வளவு மரியாத கெடச்சது."

குந்தி குழந்தையாகச் சிரித்தாள்.

"அப்படி யாருடா எனக்குச் சொந்தம்."

"அடுத்த தடவ போகும்போது கேட்டுட்டு வாறென்."

மற்ற பாண்டவரும் குழந்தைகளாக மாறிவிட்டனர்.

49

இருண்டு கிடந்த அஸ்தினாபுரத்தில் குருகுலம் மீண்டெழுந்த வரலாற்றை மாகதர் மக்கள் கூட்டத்தை நோக்கிக் கதைக்கத் தொடங்கினர்.

"அதாகப்பட்டது

குருகுலம் கொழுந்துவுட்டுத் தழச்ச பெருமிதம் பீஷ்மர் மொகத்துல மின்னுது."

"இருக்காதா பின்ன. அவருக்கு நாடும் குலமும் இரு கண்களாச்சே."

"பாண்டு புள்ளைக பாண்டவருன்னும் திருதன் புள்ளைக கவுரவருன்னும் பிரிஞ்சுக்கிட்டாங்க."

"போட்டி பொறாமையால அவுகளுக்குள்ள ஆறாப் பகையிருந்தது. ஆணும் பெண்ணும் அதைக் கொண்டாடினர்."

"பீஷ்மருக்கு வருத்தம். இரு பிரிவையும் சேத்துவச்சாத்தான் நிம்மதியாருக்கும்."

"வாலிபர்களா வளந்த பெறகும் பகையப் பாராட்டுனாங்க."

"சத்தியவதியும் புழுங்கிக்கிட்ருந்தா. அதென்னமோ பாண்டு புள்ளைக மேலதான் அவளுக்குப் பாசம் ரெம்ப."

“பீஷ்மரோட கண்காணிப்புல பெரிய வாலிபர் கூட்டமே ஆயுதப் பயிற்சியில் ஈடுபட்டுருந்தது. துரோணர் அவுகளுக்குக் குரு. கிருபர் ஆசாரியராருந்து வித்தைகளக் கத்துக்குடுத்தாரு.”

“பாண்டவர் அஞ்சுபேரு. கவுரவர் நூறு. துரோணர் மகன் அஸ்வத்தாமன் பாஞ்சால மன்னன் துருபதனோட மகன் திருஷ்டத்துயமன்......”

“கிருபர் வரலாறு வினோதமானது.”

“அந்த வினோதக் கதையக் கேளுங்க.”

“அதாகப்பட்டது

சந்தனு மன்னன் காட்ல வேட்டையாடப் போயிருந்தபோது பொதருக்குள்ள ரெண்டு கொழந்தைக கெடந்ததத் தற்செயலாப் பாத்துக்கிட்டான். பக்கத்துல தண்டும் கமண்டலமும் இருந்தது.”

“அப்படின்னா முனிவருக்குப் பெறந்த கொழந்தைகன்னு அர்த்தம்.”

“சந்தனு கொழந்தைக மேல பிரியப்பட்டு அரமனைக்குக் கொண்டுபோனான். கிருபன் கிருபின்னு அதுகளுக்குப் பேருவச்சு வளத்தான்.”

“அதுகளுக்குத் தாய் தகப்பன் யாரு தெரியுமா. சரத்வான் முனிவருக்குத் தேவகன்னி ஜாலவதி பெத்தது.”

“முனிவரோட தவத்தக் கலைக்க இந்திரன் ஜாலவதிய அனுப்புனான். அவ அழகில முனிவர் மயங்கிப்போனாரு. காமம் உச்சிக்கேறி வீரியம் வெளியேறி நாணல் தண்டுல தங்கிக் கருப்புடிச்சு ரெட்டக் கொழந்தைக பெறந்தது. அதுகதான் கிருபனும் கிருபியும்.”

“சந்தனுவுக்கு வயசாயிருச்சு. பொடுக்னு போயிச் சேந்துட்டான். புள்ளைக ரெண்டும் பீஷ்மரோட அரவணைப்புக்கு வந்துருச்சு. பாசமா வளத்தான்.”

“பீஷ்மர் கிருபருக்குச் சகல வித்தைகளையும் கத்துக்குடுத்தாரு. இப்ப கிருபர் பெரிய வில்லாளி.”

“குருகுல வாலிபர்களுக்குக் கிருபர் ஆசாரியராயிட்டாரு.”

“கிருபர் அஸ்தினாபுரத்து நிருவாகத்துல எல்லாருக்கும் நேர்மையான நம்பிக்கையான எளிமையான அமைச்சரா இருந்தாரு.”

“ஆசான் கத இப்படியிருக்க. குருவோட கதையக் கேளுங்க.”

“துரோணர் கத கரடுமொரடானது.”

“கங்கைநதியோட தோற்றுவாய்க்குப் பக்கத்துல கவிர்த்தனமிங்கிற ஒரு எடம். அதுல பரத்துவாச முனி தவமிருந்தாரு. அந்தணர் குலம். அவரு கங்கையில குளிக்கப்போனாரு. அங்க கிருதாசிங்கிற தேவகன்னி குளிச்சுக்கிட்டுருந்தா.”

“முனிவர் அவ அழகில மயங்கிப்போயிட்டாரு. இச்சை மோலோங்கிக் கெறக்குச்சு. அந்தச் சமயத்துல கன்னியோட ஆடை ஆத்துல நழுவி அடிச்சிட்டுப் போயிருச்சு. நிருவாணக் கோலத்தக் கண்டு களிச்ச ஆனந்தத்துல முனிவரோட வீரியமும் நழுவீருச்சு. அத வெரையப்படுத்தாம துரோணமிங்கிற மூங்கில் ஏனத்துல ஏந்திப் புடிச்சு வச்சிருந்தாரு. வீரியம் வளந்து ஆண் கொழந்த பெறந்தது. தந்தை வழியில பாத்தா அதும் அந்தணர் குலந்தான். துரோணன்னு பேருவச்சு வளத்தாரு.”

“தந்தை தனயனுக்கு வேதம் வேதாகமம் எல்லாத் தத்துவத்தையும் கத்துக்குடுத்தாரு. வில் வித்தையப் போல வீர விளையாட்டுக்கள்ல துரோணர் தேர்ந்த வீரனா மாறீட்டாரு.”

“பாஞ்சால மன்னன் பிருதசனும் பரத்துவாசரும் நெருங்கின நண்பர்கள். மன்னன் மகன் துருபதனும் முனிவர் மகன் துரோணரும் விளையாட்டுத் தோழர்கள். துருபதன் ஒரு நாள் விளையாட்டுப் போக்குல துரோணருக்கு வாக்களிச்சான்.”

‘நண்பா நீ கவலப்படாத. எந் தந்தைக்குப் பின்னால நான் ஆட்சிக்கு வரும்போது பாஞ்சால நாட்ல பாதிய ஒனக்குத் தந்துறென். ரெண்டு பேரும் சந்தோசமாருக்கலாம்.’

“பரத்துவாசர் திடீர்னு கண்ண மூடீட்டாரு. துரோணர் தனியா ஆதரவு இல்லாமத் தவிச்சாரு.”

“பிருதசனுக்கு வயசாயிருச்சு. அவனும் மேலோகம் போயிச்சேந்துட்டான். அவனோட மகன் துருபதன் அரியணையேறுனான். அந்தச் சமயத்துல கிருபரோட தங்கை கிருபியைத் துரோணர் கைப்புடிச்சாரு. ரெண்டு பேரும் பரத்துவாசரோட தவச்சாலையில குடியிருந்தாங்க.”

“கிருபிக்கு ஆண் கொழந்த பெறந்தது. கொழந்தையோட அழுக குதிரக் கனைப்புச் சாயலுல இருந்தது. அதனால அவனுக்கு அஸ்வத்தாமன்னு பேருவச்சாக.”

“அந்தணராயிருந்தும் துரோணருக்குக் குலத்தொழில் செய்ய விருப்பமில்ல. போர் வீரனாக இருக்க ஆசப்பட்டாரு. அருகம்புல்லப் புடிக்கவேண்டிய கையி ஆயுதமேந்தியது.”

50

மக்கள் கூட்டம் மாகதர் கூறும் கதையில் கட்டுண்டு கிடந்தது.

“துரோணரோட வாழ்க்கையில வறும வெளையாடியது.. காலப்போக்குல அவரு குடும்பம் நலிவடஞ்சு வாடியது. மகனுக்குப் பசும்பால் குடுக்கக்கூட முடியாற நெலமை. தாய் அரிசிமாவக் கரச்சுப் பசும்பாலுன்னு ஏமாத்திக் குடிக்கவச்சா. அரிசிப்பாலுல கண்ணீரும் சிந்திக்கிட்டா.”

“திக்கு முக்காடின நெலமையில கிருபி கணவருட்ட ஒரு யோசன சொன்னா.”

‘பாஞ்சால நாட்டு மன்னர் ஓங்க நண்பர்தான. கூச்சப்படாம நம்ம நெலமைய அவருட்ட எடுத்துச் சொல்லி ஒதவி கேக்கலாமேன்னு தோணுது. கொழந்தைய எத்தன நாளைக்குப் பட்னிபோடுறது. பசியில அது பரிதவிக்கிறதப் பாத்தா நெஞ்சு வெடிச்சிரும் போலருக்கு.’

“துரோணர் மனசில இளம்பிராயத்து நெனவு கௌர்ந்தது. பாஞ்சால நாட்டு மன்னன் துருபதங்கிட்டப் போனாரு. துருபதன் உக்காந்துருந்த தோரணையில அன்னியமும் அலட்சியமும் தெரிஞ் சது. துரோணரு தயங்கித் தயங்கிச் சொன்னாரு.”

‘நண்பரே என்ன அடையாளந் தெரியிதா. நாந்தான் துரோணன். ஓங்க எளம்பிராயத் தோழன். ஓங்கள இந்தக் கோலத்துல பாக்கச் சந்தோசமாருக்கு.’

“மன்னன் வாயே தெறக்கல. ஒரு மாதிரி மொறச்சுப் பாத்தான். இப்ப அதுக்கென்னன்னு கேக்கிற மாதிரியிருந்தது. துரோணரு கூச்சத்த வுட்டு நெலமையச் சொன்னாரு.”

‘ஓங்ககிட்டச் சொல்றதுக்கென்ன. எங் குடும்பம் வறுமையில வாடுது. இருக்கிற ஒரு கொழந்தைக்குப் பால் குடுத்துப் பசியமத்த முடியாற நெலமை. ஒரு பசுமாடு குடுத்து ஒதவுனா புள்ளையக் காப்பாத்தீருவென்.’

“துருபதன் அதிகார ஆணவத்துல பேசுனான்.”

‘அந்தணரே ஒமக்குப் புத்தி மட்டம்னு நெனைக்கென். என்ன துணிச்சலிருந்தா என்னப் போயி நண்பருன்னு சொல்லுவீரு. பிச்சையெடுக்கிற பிராமணரு அரசனுக்கு நண்பரா. கேவலம். அவமானம். நீரோ பரம ஏழ. நானோ பெரிய செல்வந்தன். ஏழையும் பணக்காரனும் எப்பயும் நண்பர்களா இருக்கமுடியாது. மூடனும் அறிவாளியுங்கூட அப்படித்தான். பழைய கதையச் சொல்லி ஒறவாட வேண்டாம். நண்பருன்னு சொல்லிக்கிட்டு ஒதவி கேக்கக்கூடாது. தானமாக் கேட்டாத் தருவென். வாயப் பொத்திக்கிட்டு வந்த வழியே போயிரும்.’

“துரோணர் அவமானத்துல கூனிக் குறுகிப்போனாரு.”

‘மன்னிக்கனும் மன்னா. நான் தவறான எடத்துக்கு வந்துட்டென்.”

“துரோணர் தன்மான வேதனையில துடிச்சாரு. துருபதனப் பழிவாங்கணுமிங்கிற வன்மம் மனசுக்குள்ள வளந்துக்கிட்டே வந்தது. குடல் வத்திப்போன வறுமையிலயும் வைராக்கியம் கொறையல. வீரமாச் சூளுரைச்சாரு.”

‘ஏழைக்கும் காலம் வரும்.’

“கவுரவரும் பாண்டவரும் சேந்து வெளையாடும்போது தருமனோட மோதிரமும் பந்தும் பக்கத்துக்குக் கெணத்துக்குள்ள வுழுந்துருச்சு. அத எடுக்க வழி தெரியாமத் தெகச்சுப்போயி நின்னாங்க.”

“அருகாமையில துரோணரு தவச்சாலைக்குள்ள தியானத்துலருந்தாரு. அவரு ஒடம்பு வாடி வதங்கிப்போயிருந்தது. அரசகுமாரங்க அவருகிட்டப் போயி நெலமையச் சொன்னாங்க. அவரு சிரிச்சுக்கிட்டாரு.”

‘நீங்கதான் குருகுலத்துப் புள்ளைகளா. வாங்க கெணத்துக்குப் போவொம்.’

“துரோணரு கெணத்த எட்டிப்பாத்தாரு. தண்ணியில மெதந்த பந்தையும் தரையில மின்னிய மோதரத்தையும் கண்டுபுடிச்சுட்டாரு. படியில்லாற கெணறு.”

“அவருக்கு ஒரு யோசன தோணுச்சு. ஒவ்வொரு ஈர்க்குச்சாத் தொடுத்துத் தொடுத்து ஒட்டவச்சு அசையாமப் பந்த வெளிய

எடுத்துட்டாரு. பெறகு ஒரு அம்ப எய்து மோதரத்தையும் வெளிய எடுத்துட்டாரு.”

“அரசகுமாரங்க சந்தோசத்துல குதியாளம் போட்டாங்க.”

“வீடு திரும்பியதும் மொத வேலையா பீஷ்மருட்டப் போயி துரோணரப் பத்தி மனசாறப் புகழ்ந்து பேசுனாங்க. அவரப் பத்தி ஏற்கெனவே கேள்விப்பட்டுருந்த பீஷ்மர் தாமதிக்காம அவரச் சந்திச்சுக் குடும்பத்தோட அரமனைக்குக் கூட்டீட்டு வந்துட்டாரு.”

“அண்ணைக்கிலருந்து துரோணரு தலைமைக் குருவாயிட்டாரு. இதனால அவரோட மச்சினன் கிருபருக்கு எந்தப் பாதிப்பும் வராமப் பாத்துக்கிட்டாரு. கிருபரும் பெருந்தன்மையோட தன்னோட பதவிய வுட்டுக்குடுத்தாரு.”

“அர்ச்சுனனும் அஸ்வத்தாமனும் நெருங்கின நண்பர்களாயிட்டாங்க. ஒருவருக்கொருவர் வுட்டுக்குடுக்காம வித்தைகளக் கத்துக்கிட்டாங்க. ஆனாலும் அவங்களுக்குள்ள போட்டியும் பொறாமையும் புழுங்கிக்கிட்டுருந்தது.”

“குந்தியோட கன்னிகாபுத்திரன் கர்ணனும் துரோணருக்குச் சீடனாருந்தான். அவனுக்கு அர்ச்சுனன் மேல பொறாம. துரியோதனன் பக்கம் சேந்துக்கிட்டுப் பாண்டவர அவமானப்படுத்துனான். மெல்ல மெல்ல அவனுக்குள்ள அகங்காரமும் ஆணவமும் வளர ஆரம்பிச்சது.”

51

பாஞ்சால நாட்டு மன்னன் துருபதன் மீது துரோணன் கொண்டிருந்த வன்மம் கொஞ்சமும் குறையவில்லை. பாதி நாடு தருவதாகக் கூறி கடைசியில் நம்பிக்கைத் துரோகஞ் செய்த கதையை மாணாக்கரிடம் கூறிப் பொருமினான்.

“மாணாக்கர்களே நீங்க எனக்கு இன்னும் குருதட்சண குடுக்கலையே.”

"குருவே ஒங்களுக்கு எது விருப்பமோ அதச் செய்யக் காத்துருக்கொம்."

"பெரிசா எதுந் தரவேணாம். பாஞ்சால நாட்டு மன்னன் துருபதனோட போரிட்டு வென்று அவன உயிரோட புடிச்சு வந்து எங்கிட்ட ஒப்படைக்கணும். அது போதும்."

உடனே பாண்டவரும் கவுரவரும் போர்க்கோலம் பூண்டு பாஞ்சாலம் நோக்கிப் புறப்பட்டனர்.

முதலில் கவுரவர் துருபதனுடன் போரிட்டனர். தோல்வியைத் தழுவினர். பின்னர் பாண்டவர் பொருதனர். அர்ச்சுனன் கடுமையாகப் போரிட்டுத் துருபதனைப் பிடித்துத் தேர்க்காலில் கட்டியிழுத்து வந்து துரோணன் முன்னால் நிறுத்தினான்.

துரோணன் துருபதனுக்குச் சொன்னான்.

"துருபதனே பாஞ்சால மன்னனே நம்ம எளமப் பருவம் நெனைவிருக்கா. ஆசிரமத்துல ஒண்ணாப் படிச்சு வெளையாடுனது ஞாபகத்துக்கு வருதா. அந்த நட்ப நான் இன்னும் மறக்கல மன்னா...... பாஞ்சாலத்துல பாதிய எனக்குத் தாறதா நீ குடுத்த வாக்குறுதி காத்துல பறந்துருச்சு. என்ன அவமானப்படுத்திட்ட. அத நான் இப்பயும் மறக்கல. இண்ணைக்கு ஒன்னோட நாடு எங் கைவசம். நீ விரும்புனா பாதி நாட்ட ஒனக்குத் தந்துறென். கங்கைக்குத் தென்கரப் பகுதி ஒனக்கு. வடகரப் பகுதி எனக்கு. சம்மதமா. என்ன சொல்ற."

துருபதன் ஒப்புக்கொண்டான்.

"நாம் நண்பர்களாகவே இருப்பொம்."

வட பாஞ்சாலத்தின் ஆட்சிப் பொறுப்பு துரோணன் கைக்கு வந்தது.

துருபதனுக்கு இருப்பதோ ஒரு மகள் சிகண்டி. தன்னை அவமானப்படுத்திய பீஷ்மனைப் பழிவாங்கும் பொருட்டு தீப்பாய்ந்த அபலை அம்பையின் மறுபிறவி.

பாதுகாப்புக் கருதி சிகண்டியை ஆண்பிள்ளையென்றே கூறி வளர்த்தனர். சகல வித்தைகளையும் பயிற்றுவித்தனர். மன்னனுக்கு எப்போதுமே நாட்டைப்பற்றிய கவலை. பாதுகாப்பற்ற அச்சம். அதிலும் பீஷ்மன் மீது பேரச்சம்.

சிகண்டிக்குப் பெண் தேடி தசார்ண நாட்டு இளவரசியைக் கமுக்கமாக மணம் முடித்தனர். சிகண்டி பெண் என்பது

இளவரசிக்குத் தெரிந்துவிட்டது. சேதியறிந்த தசார்ண மன்னன் துருபதன் மீது போர் தொடுத்து மகளை அழைத்துச் சென்றுவிட்டான்.

துருபதன் கலங்கினான். மனைவியிடம் பிதற்றினான்.

"நிர்க்கதியா நிக்கிறமே தேவி. நமக்கின்னு ஒரு மகன் இருந்தா இக்கதி வந்துருக்குமா."

"நமக்கிருக்கும் ஒரு பொண்ணவும் காப்பாத்த முடியுமான்னு தெரியல. அச்சமாருக்கு மன்னா."

பெற்றவர்களின் துயரறிந்த சிகண்டி தவவாழ்க்கை மேற்கொள்வதற்காகக் கானகம் சென்றுவிட்டாள்.

துரோணனால் முன்னர் தனக்கு நேர்ந்த அவமானத்தை துருபதன் மறக்கவில்லை. மனசுக்குள் உட்பகை நாளுக்கு நாள் வளர்ந்தது. சத்திரிய பலத்தால் துரோணனை வெல்லமுடியாது. பிராமண பலத்தால் மட்டுமே முடியும். அதில் அழுத்தமாகவே இருந்தான்.

அந்தணரைக் கொண்டு யாகத்துக்கு ஏற்பாடு செய்தான். துரோணனை வெல்ல ஆற்றல் மிக்க மகன் தனக்கு வேண்டும் என்பதே அவன் ஆசை.

குழந்தைவரம் வேண்டி மனைவியுடன் கானகஞ் சென்றான். அந்தணரைக் கொண்டு பெருமளவில் யாகஞ்செய்தான். மூண்டெழுந்த யாக நெருப்பு கொழுந்துவிட்டு எரிந்தது.

திடீரெனக் குழந்தைகளின் அழுகுரல் கேட்டது. யாகக் குண்டலத்தருகே நெருப்பொளியில் மான் தோல் விரிப்பில் இரு குழந்தைகள் மின்னுவது தெரிந்தது.

தெளிந்த புகை மூட்டத்தினூடே ஒளி மங்கிய பார்வையில் சற்றுத் தொலைவில் ஒரு பெண் நடந்து சென்றுகொண்டிருந்தாள். குழந்தைகளின் பிஞ்சுக் குரலழைப்பில் அவள் நின்று ஒருமுறை திரும்பி வெறித்துப் பார்த்துவிட்டு நடையைத் தொடர்ந்தாள்.

உடலுக்குப் பற்றாத உடையும் ஏற்றிச் சொருகிய கொண்டையும் கருகமணி மாலையும் கால் தண்டையும் அவளைத் தெளிவாக அடையாளங்காட்டின.

முன்பொரு நாள் வேட்டைக்குச் சென்ற இடத்தில் அன்புடன் உபசரித்து உணவளித்துப் பசி தீர்த்த அதே வனவாசிப் பெண்.

பிரியமான வனச்சியேதான். துருபதன் மனசில் மகிழ்ச்சிப் பிரவாகம். எழுந்தோடி இரு குழந்தைகளையும் வாரியணைத்துக் கொஞ்சினான். ஆணொன்று பெண்ணொன்று. இரட்டைக் குழந்தைகள். மூத்தது ஆணாகவும் இளையது பெண்ணாகவும் முடிவுசெய்து திருஷ்டத்துய்மன் கிருஷ்ணை எனப் பெயரிட்டனர். யாகத்தின்போது அரசி பிருஷதி பெற்ற செல்வங்களாகவே கருதினர்.

குழந்தைகள் துள்ளித் திரியும் விளையாட்டுப் பருவத்தையும் தாண்டி வனத்திலேயே வளர்ந்தனர். அவர்கள் ஆசாரியரிடம் நிறைய வித்தைகளும் ஆழக் கல்வியும் கற்றுத் தேர்ந்தனர். எல்லாவற்றிலும் கிருஷ்ணை கையே ஓங்கியிருந்தது. அரசன் தன் வீரமகளை திரவுபதி என்று அழைத்தான். அரசிக்குச் செல்லமகள் பெயர் பாஞ்சாலி.

52

முறுக்கேறிய இளம்பருவத்தில் கானகத்திலிருந்து திருஷ்டனும் திருஷ்டியும் வீடு திரும்பினர். அங்கும் அவர்கள் காலத்தை வீணாகக் கழிக்கவில்லை. உயர்கல்வியும் வீரமும் அவர்களுக்கு வசப்பட்டன. அப்போதுங்கூட பாஞ்சாலிதான் முதலிடம்.

பாஞ்சாலி தமையனை அண்ணா என்று அழைத்ததே இல்லை 'அடே திருஷ்டா' தான் அண்ணனை மிஞ்சிய வீரி என்ற பெருமிதம்.

அவளை விட்டுவிட்டு யாரும் வேட்டைக்குச் செல்லமுடியாது. அவளே தேரில் ஏறும் முதல் ஆளாக இருப்பாள். எவ்வளவு

தொலைவானாலும் அவள்தான் தேராளி. சளைக்கமாட்டாள். சாட்டையைச் சொடுக்கி குதிரைகளை ஓட்டும் லாவகத்தைப் பார்த்து பிரமிப்பில் அனைத்து வேட்டைக்காரர்களும் அசந்துபோவார்கள். வேட்டைக் களத்தில் விலங்குகளைக் குறிவைத்து ஊடுருவிப் பாயும் அம்புகளில் முதல் அம்பு அவளுடையதாகத்தான் இருக்கும். வைத்த குறி தப்பாது. சுருண்டு மடியும் மானையோ முயலையோ காட்டுப் பன்றியோ ஓடிப்போய்த் தூக்கி வரவேண்டியதுதான் வீரர்களின் வேலை.

மரத்தில் அமர்ந்திருக்கும் பறவைகளை அவற்றின் குரல் வரும் திசையைக் குறிவைத்து ஒரே அம்பில் வீழ்த்திவிடுவாள். வேட்டைக்காரர்கள் அவளுக்கு வைத்த பட்டப்பெயர் திருஷ்டி. வீடு திரும்பும்போது வேட்டையாடிய விலங்குகளைச் சுமக்கத் தனித் தேர் தேவைப்படும்.

ஒரு நாள் திருஷ்டியும் திருஷ்டனும் தனியாக வேட்டைக்குச் சென்றனர். தனித்தனித் தேர்கள். திருஷ்டியே தனக்குத் தேராளி. யார் அதிகமான விலங்குகளை வேட்டையாடப் போவது என்பது போட்டி. திருஷ்டியின் சவால்.

கடுமையான போட்டியில் இருவரும் அம்புகளை சரமாரியாக ஏவினர். திருஷ்டியின் அம்பறாத்தூணியில் அம்புகளை நிரப்பி மாளவில்லை. வழக்கம்போல் அவளே வென்றாள். திருஷ்டன் ஏதேதோ சொல்லிச் சமாளித்தான்.

இருவருக்கும் தாகத்தில் நாவறண்டுவிட்டது. தேரில் கொண்டுவந்த தண்ணீர் காலியாகிவிட்டதாகத் தேராளி கைவிரித்துவிட்டான்.

வேரு வழியின்றி இருவரும் விரைந்துசென்று ஒரு குடிலுக்கு முன்னால் நின்று எட்டிப்பார்த்தனர். உள்ளே ஒரு பெண் அயர்ந்து கிடந்தாள்.

“அம்மா...”

வனச்சி திடுக்கிட்டு எழுந்து முற்றத்தில் நிற்கும் இளசுகளை வரவேற்றாள்.

“உள்ள வந்து உக்காருங்கய்யா.”

அவர்கள் உள்ளே நுழைந்து வாசலருகே அமர்ந்துகொண்டனர்.

திருஷ்டன் மெல்லிய குரலில் பாசமாகக் கேட்டான்.

“குடிக்கக் கொஞ்சம் தண்ணி வேணும்.”

வனச்சி அவர்களுக்கு மண்கலயத்தில் தண்ணீர் கொண்டுவந்து கொடுத்தாள்.

இருவரும் மாறி மாறிக் குடித்துத் தாகந் தீர்த்தனர்.

வனச்சி வைத்தகண் வாங்காமல் திருஷ்டியையே பார்த்துக் கொண்டிருந்தாள். தன்னையிழந்து தன்னையே பார்த்துக் கொண்டிருக்கும் பேரானந்தம் அவளுக்குள் மலையருவியாகக் கொட்டியது. சுயநினைவுக்கு வந்து திருஷ்டனைக் கேட்டாள்.

“நீங்க ஆருய்யா.”

“நாங்க இந்த நாட்டு ராசாவோட புள்ளைக.”

“ரெட்டக் கொழந்தைகளா.”

“ஆமா யாகத்துல பெறந்தொம்.”

“பாத்தாலே தெரியிது. ஒங்க பேரென்ன.”

“நான் திருஷ்டத்துய்மன். தங்கச்சிக்கு வச்ச பெயர் கிருஷ்ணை. அப்பா திரவுபதின்னு கூப்புடுவாரு. அம்மாவுக்கு அவ பாஞ்சாலி.”

பாஞ்சாலி இன்னொரு பெயரையும் ஞாபகப்படுத்தினாள்.

“வேட்டைக்கு வந்துட்டா எம் பேரு திருஷ்டியாக்கும்.”

“அப்படியா தாயி. நீ வேடுவப் பொண்ணேதான். சின்ன வனச்சி.”

வனச்சி பழைய நினைவுகளில் மூழ்கினாள்.

“ராசா இந்தப் பக்கம் வரும்போதெல்லாம் இந்த ஏழ வனச்சியப் பாக்காமப் போறதில்ல. கொஞ்ச நேரமாச்சும் தங்கிப் பசியாறித்தான் போவாரு. நானும் அவருக்குப் பணிவிடை செய்றதப் பெரும் பாக்கியமா நெனச்சுக்கிருவென்.”

“அப்படியா.”

“புள்ள வரம் வேண்டி ராசா யாகஞ் செய்றதாக் கேள்விப்பட்டென். யாகத்துல ரெட்டக் கொழந்தைக பெறந்துருக்கன்னு ஒரே பேச்சாக் கெடந்தது. வனவாசிச் சனங்க அத்தன பேரும் வுழுந்தடிச்சு ஓடிப்போயி ஆச்சரியத்துல வேடிக்க பாத்தாக. நானும் ஒரு ஓரமா நின்னு ஒங்க மொகத்தப் பாத்துக்கிட்டென். சந்தோசந் தாங்கல. அதுக்குப் பெறகு இண்ணைக்குத்தான் ஒங்களப் பாக்கென். கண்ணுக்குக் குளிர்ச்சியான புள்ளைகளா வளந்துட்டீக. வனத்துலயே ஒங்களப் பாக்குறதுக்குப் பிரயாசப்பட்டென். ஊருக்குக் கூட்டீட்டுப் போயிட்டதா ராசா சொன்னாரு.”

பாஞ்சாலி வெள்ளையாகச் சிரித்தாள்.

“வீட்ல வேற யாரும் இல்லையாம்மா.”

“நீங்க இருக்கீகல்ல. அது போதும். ராசாவுக்குப் பணிவிடை செஞ்சே எங்காலமும் ஓடியடஞ்சிருச்சு. வேற ஒரு தொணையத் தேடிக்கிறல்ல.”

திருஷ்டன் விடை பெற்றுக்கொண்டான்.,

“அப்ப நாங்க போயிட்டு வாறம்மா.”

“பத்தரமாப் போயிட்டு வாங்க கண்ணுகளா.”

வில்லுங் கையுமாக விடைபெற்ற பிள்ளைகளின் உடை சுருங்கிய வேடுவக் கோலத்தில் வனச்சியின் பார்வை லயித்திருந்தது. நிறைமனசுடன் வழியனுப்பினாள்.

“இங்க வனச்சியம்மா இருக்கிறத மறந்துறாதங்க.”

பாஞ்சாலி முகத்திலும் பாசம் பொங்கியது.

“மறக்கமாட்டம்மா.”

வனச்சி பாஞ்சாலியின் முகத்தை வருடினாள்.

“ஒனக்கு இந்த அம்மா ஒரு பேரு வைக்கட்டுமா.”

“சரிம்மா.”

வனக்கொடி... நல்லாருக்கா.”

“ம்.”

பிள்ளைகள் அப்போதைக்கு வனச்சியைப் பிரிந்து தேரை நோக்கிக் கிளம்பினர்.

வனக்கொடியின் தேர்ச்சக்கரத்தைப் பின்னிக்கொண்டு வனச்சியின் நினைவுக்கொடி நெடிதாக வளர்ந்துகொண்டேயிருந்தது.

53

காட்டில் வாழும் வேடுவர் தலைவன் இரணியதனுசின் மகன் ஏகலைவன். வில்வித்தைக் கிறுக்கன். சதா வில்லுங் கையுமாகக் கண்டதையெல்லாம் குறிபார்த்து அம்பெய்துகொண்டு திரிவான்.

அவனுக்கு ஆனானப்பட்ட துரோணனிடம் வித்தை கற்க ஆசை. நதிக்கரையில் தனியாகச் சந்தித்துத் தன் விருப்பத்தைத் தெரிவித்தான். துரோணனுக்கு யோசனை. வேடன் மகனுக்கு வில்வித்தை கற்பிப்பது சரியாக இருக்குமா. நெறிமுறை அனுமதிக்காதே. தாழ்ந்த குலத்தவன் வில்லைக் கையிலெடுப்பது

குற்றமாயிற்றே. கவுரவருக்கும் பாண்டவருக்கும் பயிற்சியளிக்கும் வேளையில் வேடுவனைச் சேர்த்துக்கொள்வது உசிதமில்லையே. இருந்தாலும் சிறுவனை உற்சாகப்படுத்தினான்.

“வேடன் மகனே நீயும் எஞ் சீடன்தான். தொடர்ந்து வில் பயிற்சி செய். பெரிய வீரனாயிருவ. பத்தரமா வீட்டுக்குப் போ.”

“ஆகட்டும் குருவே.”

சிறுவன் அப்போதே துரோணனை மனசில் குருவாக வரித்துகொண்டான். குருவின் காலில் விழுந்து ஆசி பெற்று இருப்பிடம் திரும்பினான்.

துரோணன் வடிவில் மண் பதுமை செய்து அதையே உயிருள்ள குருவாகப் பாவித்து அதன் முன்னிலையில் பயிற்சியைத் தொடங்கினான். நாள்தோறும் குருவைத் தொழுதுவிட்டுப் பயிற்சி தொடர்ந்தது. சிறிது காலத்திலேயே பாணந் தொடுப்பதில் கைதேர்ந்துவிட்டான்.

ஒரு சமயம் கவுரவரும் பாண்டவரும் வேட்டைக்காகக் கானகஞ் சென்றனர். சில வீரர்கள் ஆயுதங்களுடன் பின்தொடர்ந்தனர். அவர்களுக்குப் பின்னால் மோப்ப விளையாட்டில் வேட்டை நாயொன்று சென்றது. அதன் கண்ணில் ஒரு வேடுவச் சிறுவன் தென்பட்டான்.

அழுக்கடைந்த மேனி. மான் தோல் உடை. தோளில் கோர்த்த வில். பின்புறம் தொங்கும் அம்பறாத்தூணி. அதில் பொங்கும் அம்புச் சரங்கள். வேற்றாள் முகங் கண்ட நாய் அவனை நோக்கிக் குரைத்தபடி நெருங்கியது. அது வரும் நோக்கத்தைப் பார்த்தால் கடிக்காமல் விடாது.

உடனே அவன் ஏழு அம்புகளை எடுத்தான். ஓரே கொத்தாக நாயின் வாயைக் குறிவைத்து எய்தான். அம்புகள் வாய்க்குள் பாய்ந்து அடைத்துக்கொண்டன. சிறு இடைவெளிகூட இல்லை. அதனால் குரைக்க முடியவில்லை. அரச குமாரர்களிடம் வலி முனங்கலில் முறையிட்டது.

அவர்களுக்கு ஆச்சரியம் தாங்க முடியவில்லை. இவ்வளவு திறமையான வில்லாளி யார். வெட்கமாகக்கூட இருந்தது. அவனைத் தேடிக் கண்டுபிடித்தனர். அர்ச்சுனன் அரட்டிக் கேட்டான்.

“நீ யாருடா. ஒன் அப்பன் பேரென்ன.”

சிறுவனின் முகத்தில் அச்சத்தின் அறிகுறியே இல்லை.

"எம் பேரு ஏகலைவன். அப்பன் இரணியதனுசு. வேடுவத் தலைவன்."

"ஒனக்கு வில் வித்த தெரியுமா."

"ஓரளவுக்குத் தெரியும்."

அருகில் நின்ற நாய் சிறுவனை ஏறிட்டுப் பார்த்து ஏதோ குழறியது. அர்ச்சுனன் முறைத்தான். "அம்புகளால இந்த நாயோட வாயத் தச்சது நீதானா."

"ஆமா."

"ஏன் அப்படிச் செஞ்ச."

"கடிக்க வந்துச்சு. அதனாலதான்."

"ஒனக்குக் குரு யாரு."

"துரோணரு."

"அப்படியா."

அவர்களுக்கு மேலும் ஆச்சரியம். துரோணனிடம் விரைந்தனர். அவர்கள் சிறுவனின் வித்தையைச் சிலாகித்து மாளவில்லை. அர்ச்சுனன் அர்த்தமுடன் கேட்டான்.

"வேடுவச் சிறுவன் எப்படி ஓங்களோட சீடனானான் குருவே."

அர்ச்சுனனின் எண்ணம் குருவுக்குப் புரிந்தது. உடனே இருவரும் காடு சென்றனர். அம்புக் கொத்தை வாயில் சுமந்துகொண்டு வாணீரொழுக நாயும் சாட்சிக்கு அர்ச்சுனனுடன் சென்றது. மழைச் சரமாக அம்பு தொடுத்துக்கொண்டிருந்த ஏகலைவனை இருவரும் சந்தித்தனர். அவன் ஓடி வந்து மானசீகக் குருவின் பாதங்களில் விழுந்து முறைப்படி பூஜித்து வணங்கினான்.

"குருவே நான் ஓங்க சீடன்."

துரோணன் ஒப்புக்குச் சிரித்தான்.

அர்ச்சுனன் குருவை ஒரு மாதிரியாக நோக்கினான். இருவர் கண்களும் நேருக்கு நேர் சந்தித்துக்கொள்ள முடியாத தர்மசங்கடம்.

துரோணன் சுதாரித்துக்கொண்டு சமாளித்தான்

“அப்படின்னா நீ எனக்குக் குரு காணிக்க குடுக்கணுமே.”

“என்ன வேணும் குருவே. ஓங்க உத்தரவுக்காகக் காத்திருக்கென்.”

துரோணன் சற்றும் யோசிக்கவில்லை.

“ஒன் வலது கைக் கட்டவெரல் வேணும்.”

துரோணன் அர்ச்சுனனை நோக்கினான். அவன் மவுனங் காத்தான். முகத்தில் சம்மதத்தின் அறிகுறி.

சிறுவன் முகம் மலர்ந்தது. குரு தன்னையும் சீடனாக ஏற்றுக்கொண்ட உற்சாகத்தில் தன் வலது கைக் கட்டைவிரலைச் சர்வ சாதாரணமாக இடுப்பிலிருந்த கத்தியால் வெட்டித் துண்டித்துக் குருவிடம் நீட்டினான். அதை வாங்கத் துரோணனின் கை நீள முடியாமல் நடுங்கியது. உடம்பு உள்ளும் புறமும் குப்பென்று வேர்த்தது. நாவெழவில்லை. அர்ச்சுனனை ஏறிட்டான். இப்போதும் அவன் முகத்தில் சலனமில்லை.

இருவரையும் மாறி மாறிப் பார்த்த வேடுவன் விரலைக் குருவின் காலடியில் சமர்ப்பித்து வணங்கினான். பின்னர் அவன் எய்திய ஒரு கணை நாயின் வாயில் தைத்திருந்த அம்புக்கொத்தை அப்படியே பிடுங்கியெறிந்தது. சிறுவன் அமைதியாகக் காட்டுக்குள் நடந்தான்.

வேடனிடமிருந்து விடுதலை பெற்ற நாய் பசி வெறியில் துரோணனின் காலடியில் கிடந்த கட்டைவிரலைக் கவ்விக்கொண்டு ஓடியது. அதை அவர்களால் தடுக்க முடியவில்லை.

சற்றுத் தொலைவு சென்றதும் வேடுவன் ஒரு புதரில் மூலிகை தேடிப் பறித்து வெட்டுக் காயத்தில் சாறு பிழிந்து ரத்தக் கசிவை நிறுத்தினான். இயல்பு நிலைக்கு வந்து மற்ற விரல்களின் உதவியால் அம்பு தொடுக்க முயன்றான். முன்னைப்போல் விறைப்பாக அம்பை உதைத்தனுப்ப வில்லுக்குத் தெம்பில்லை. கட்டைவிரலை வெட்டிய காயம் சற்றே வலிக்க ஆரம்பித்தது.

துரோணனும் அர்ச்சுனனும் பேச்சற்றுப் பிரமிப்பில் வேடுவச்சிறுவனையே வெறித்தபடி சமைந்து நின்றிருந்தனர்.

அப்போது வேட்டை நாய் தொலைவிலிருந்த சிறுவனை நோக்கி ஒரு ஊளை முனக்கத்தைக் காற்றில் அனுப்பியது. அது வலி தீர்த்த நன்றியா பழி தீர்த்த வெறியா எனத் தெரியவில்லை.

54

ஏகலைவன் விரலை இழந்தான். நிம்மதியிழந்திருந்த அர்ச்சுனன் அகமகிழ்ந்தான். இனி தன்னைவிடச் சிறந்த வில்லாளி எவருமில்லை. ஆணவத்தில் மிதந்தான்.

கிருபன் அரச குமாரர்களுக்கு அனைத்துப் பயிற்சிகளையும் கற்பித்தான். நிறைவாக மக்கள் முன்னிலையில் அவர்களுக்கு அரங்கேற்றம் நடத்த விரும்பினான்.

அனைத்துத் தரப்பிலிருந்தும் தனக்கு அங்கீகாரம் கிடைக்கணுமென்பதே அவனது முக்கிய நோக்கம். திருதனும் பீஷ்மனும் இசைந்தனர். பிரம்மாண்டமான காட்சி மண்டபம் நிர்மாணிக்கப்பட்டது.

அரச குலப் பெண்டிரும் ஆடவரும் அமர்ந்திருக்க மக்கள் கூட்டம் அரங்கத்தில் நிறைந்து வழிந்தது. சத்தியவதி அம்பிகை அம்பாலிகை திருதன் காந்தாரி குந்தி வியாசன் விதுரன் பீஷ்மன் துரோணன் கிருபன் எனப் பலரும் கலந்துகொண்டனர்.

பாண்டவர் ஒருபுறமும் கவுரவர் மறுபுறமும் தங்கள் திறமையை நிருபிக்க ஆயுதக் கோலத்தில் தயாராக வந்து நின்றனர்.

துரோணனின் ஆணைப்படி அரச குமாரர்கள் தமது வயதடிப்படையில் திறமையைக் காட்டிப் பார்வையாளரை மகிழ்வித்தனர். அவர்கள் கையாளாத ஆயுதமில்லை.

ஒரு கட்டத்தில் பீமனும் துரியோதனனும் கதாயுதங்களால் மோதிக்கொண்டனர். மலைகள் மோதிக்கொள்ளும் அரிய காட்சி. அவர்களின் அடிமனசில் கனன்றுகொண்டிருந்த உட்பகை காட்சிப் போரை உண்மையான போராக மாற்றிவிட்டது.

துரோணன் பதறினான். போரை நிறுத்த ஆணையிட்டான். உடனே நின்றுவிட்டது.

அடுத்து அர்ச்சுனன் பெரிய அறிமுகத்துடன் மேடையேறினான். அவன் செய்துகாட்டாத வித்தையில்லை. பார்வையாளர்கள் பரவசத்தில் மூழ்கினர். அரங்கம் முழுக்கக் கடலிரைச்சலாகக் கரவொலி எழுந்தது.

காட்சிகளைக் கண்டு மகிழ்ந்த குந்தியால் ஆனந்தக் கண்ணீரை அடக்க முடியவில்லை. அப்போது திடீரென அரங்க

வாயிலில் தோள்தட்டிக் கொக்கரிக்கும் குரலொன்று அதிர்ந்தது. அனைவரும் வாயிலை நோக்கினர். கவச குண்டலங்களோடு கையில் வில்லுடன் கர்ணன் கம்பீரமாக நின்றிருந்தான். குந்தி அவனை வைத்த கண் வாங்காமல் பார்த்துக்கொண்டிருந்தாள். தன் புத்திரனுக்கீடானவனா. அதெப்படி இருக்க முடியும்.

இளஞ்சிங்கமெனக் கர்ணன் பீடு நடையில் அரங்கத்துக்குள் நுழைந்தான். அவன் கிட்ட நெருங்க நெருங்க குந்தியின் மனசு துடித்தது.

கர்ணனின் கவச குண்டலங்களை அவள் உற்று உற்றுப் பார்த்தாள். குண்டலங்கள் சிந்திய ஒளியில் கண் கூசியது.

அதோ கவசத்தின் நடுவில் ஏதோ முத்திரைபோல் தெரிகிறதே. கர்ணன் நெருங்கினான். முத்திரையேதான். இன்னும் நெருங்கினான். குந்தி தேசத்து முத்திரையல்லவா பொறித்திருக்கிறது.

ஐயமேயில்லை. கர்ணன் என் மகன்தான். மூத்த மகன். தருமனுக்குத் தமையன். அன்று அசுவநதியில் மிதக்கவிட்ட கன்னிகாபுத்திரன்.

நெஞ்சு துடிதுடித்துப் பதட்டத்தில் நிலைகொள்ளாமல் கீழே சாய்ந்துவிட்டாள். விதுரன் உடனே உதவிக்கு ஓடிவந்தான்.

சத்தியவதியின் மடியில் படுத்திருந்த குந்திக்கு மூர்ச்சை தெளிய நேரமாயிற்று. மலங்க மலங்க விழித்தாள். சுயவுணர்வு வந்து சித்தந் தெளிந்தாள்.

கர்ணன் நெஞ்சை நிமிர்த்தி அர்ச்சுனனை நோக்கினான்.

“அர்ச்சுனா நீ பெரிய வில்லாளின்னு கர்வங்கொள்ளாத. நீ செஞ்சுகாட்ன அத்தன வித்தைகளையும் ஏன் அதுக்கு மேலயும் என்னால செஞ்சுகாட்ட முடியும்.”

பார்வையாளர்கள் அதை அங்கீகரித்தனர்.

“நல்ல போட்டி....... நடக்கட்டும். நடக்கட்டும்.”

துரோணனின் அனுமதியுடன் அவன் மேடையேறி வித்தைகளைச் செய்து காட்டத் தொடங்கினான். துரியோதனன் ஆனந்தத்தில் துள்ளிக் குதித்தான்.

நமக்கொரு மாவீரன் கிடைத்திருக்கிறான். இவனை நாம் சுவிகரித்துக்கொண்டால் பீமனின் கதாயுதத்துக்கும் அர்ச்சுனனின் வில்லுக்கும் அஞ்சவேண்டியதில்லை. எந்தச் சவாலையும் சமாளித்து வெற்றிபெறலாம்.

"கர்ணா. நீ தக்க தருணத்துல வந்து சேந்த. மனசெல்லாம் சந்தோசம் பொங்குது. இண்ணைக்கிலருந்து எனக்கு நெருங்கின நண்பனாயிட்ட."

ஓடிப்போய்த் தழுவிக்கொண்டான்.

"நண்பனே ஒனக்கு என்ன வேணும்னு சொல்லு. நான் அத்தனையும் அள்ளித் தருவென்."

கர்ணன் முகத்தில் பெருமிதம் தவழ்ந்தது.

"அரசே உமது நட்பு ஒண்ணே எனக்குப் போதும். இப்ப நான் அர்ச்சுனனோட துவந்த யுத்தஞ்செய்ய விரும்புறென்."

"சந்தோசமாச் செய்யலாம். இனி என்னோட பகைவர்கள் ஒன்னோட பகைவர்கள். அவங்கள அவமானப்படுத்து."

துரியோதனன் தன்னை இகழ்ந்து பேசுவதைப் புரிந்துகொண்ட அர்ச்சுனன் கர்ணனை நோக்கினான்.

"கர்ணா நீ அழையா விருந்தாளியா வந்துருக்க. எங்கிட்ட அடி வாங்கி அவமானப்பட்டுத் திரும்புறதுக்குச் சம்மதமா."

இருவரும் துவந்த யுத்தத்துக்குத் தயாராகினர். குந்தி பதறினாள்.

"பகவானே அண்ணந் தம்பி சண்டைய எங் கண்ணால பாக்கணுமா. இதென்ன கொடும. தடுத்து நிறுத்துறதுக்கு யாருமே இல்லையா."

துரோணன் துவந்த யுத்தத்தை அப்போதைக்குத் தடுத்து நிறுத்த விரும்பினான். ஓர் ஐயத்தைக் கிளப்பினான்.

"கர்ணா நீ அர்ச்சுனனோட துவந்த யுத்தஞ்செய்ய விரும்புற. அவனோ குந்தி தேவியின் மகன். அரச குலத்தச் சேந்தவன். அரச குலத்துல பெறக்காறவனோட யுத்தஞ் செய்றது அவனுக்குப் பெருமையில்ல. ஓம் பூர்வீகத்தச் சொல்லு. அதத் தெரிஞ்சிக்கிட்டப் பெறகுதான் ஒன்னோட போருக்கு வருவான்."

கர்ணன் அவமானத்தில் தலைகுனிந்தான். அதைக் கண்ட துரியோதனன் ஆத்திரத்தில் கிருபனிடம் இரைந்தான்.

"குருவே ஒங்களுக்குத் தெரியாறதில்ல. சாத்தரப்படி அரசர்கள்ல மூணு பிரிவு உண்டு. அதாவது நல்ல குலத்துல பெறந்தவன் ஆகச் சிறந்த வீரன் சேனைய நடத்தும் வலிமையுள்ளவன் இந்த மூணு பேரையும் அரசனாத்தான் கருதணும். ஒரு அரசனோடதான்

அர்ச்சுனன் சண்டபோடுவான்னா அதுக்குத் தடையே இல்ல. கர்ணன் இண்ணைக்கிலருந்து அங்க நாட்டுக்கு அரசன். போதுமா. பட்டாபிசேகத்துக்கு ஏற்பாடு செய்யிங்க."

மூத்தோரின் ஆசியுடன் கர்ணன் அந்த இடத்திலேயே முறைப்படி அங்க நாட்டு மன்னனானான். பலருக்கு இன்னும் அதிர்ச்சி அடங்கவில்லை.

குந்திக்குத் தன் மூத்த மகன் கர்ணன் மன்னனாகிவிட்டதில் மட்டற்ற மகிழ்ச்சி. அதே சமயம் தம்பியருக்கு எதிரியாகிவிட்டானே என்ற வருத்தம். அழுது ஆற்றிக் கொண்டாள்.

தன் வளர்ப்பு மகனுக்கு அளிக்கப்பட்ட மரியாதை கண்டு தேர்ப்பாகன் அதிரதன் ஓடிவந்து அவனைக் கட்டித் தழுவிக்கொண்டான்.

"மகனே ஒன்ன இக்கோலத்துல பாக்கப் பெருமையாருக்கு."

பீமனுக்குப் புரிந்துவிட்டது. அப்படியா சங்கதி. தேர்ப்பாகன் மகனுக்கா இவ்வளவு மரியாதை. கர்ணனை இகழ்ந்து பேசினான்.

"வாய்யா வா. தேரோட்டி மகனா இருந்துக்கிட்டுத்தான் இவ்வளவு ஆட்டங்காட்றயா. ஒனக்கென்ன அரச மரியாத வேண்டிக்கெடக்கு. ஒங் குலத் தருமப்படி நீ குதிரச் சவுக்கத்தான் கையில எடுக்கணும். வில்லெடுத்து வீரம் பேசுறதுக்கு ஒனக்கு அருகதையே கெடையாது. யாகத்துல படச்ச அவிசச் சாப்பிடத் தகுதியில்லாற நாய்க்குச் சமானம் நீ. அத நல்லாத் தெரிஞ்சுக்கோ. ஒனக்கு அரச பதவி ஒரு கேடா."

கர்ணன் குனிந்த தலை நிமிராமல் வாயடைத்து நின்றிருந்தான். நிலைமையைக் கண்ட துரியோதனன் விரைந்து வந்து இடைமறித்தான்.

"பீமா இப்படி இழிவாப் பேசுறது ஒந் தகுதிக்கு ஏத்ததில்ல. வீரர்களுக்கும் நதிகளுக்கும் மூலம் பாக்குறது தப்பு. நம்ம குரு துரோணரு கொடத்துலருந்து பெறந்தவரு. கிருபர் நாணல் தண்டுலருந்து பெறந்தவரு. கர்ணனோ கவச குண்டலங்களோட பெறந்தவன். மாவீரன். அவனப் போயித் தேரோட்டி மகன்னு சொல்றது அடுக்காது. அவன் அங்க நாட்ட மட்டுமில்ல இந்த ஒலகத்தையே ஆளத் தகுதியுள்ளவன். வீணாப் பழிச்சுப் பேசுனா நாக்கழுகிப்போகும். நான் சொல்றதப் பொறுக்காறவன் வில்ல வளைச்சுக் கர்ணனோட போர்செஞ்சு வீரத்தக் காட்டட்டும் பாக்கலாம்."

பார்வையாளர்கள் அனைவரும் ஆமோதித்தனர்.

"அவன் சொல்றது சரிதான்."

தக்க சமயத்தில் பொழுது மறைந்து இருள் சூழ்ந்தது.

பீஷ்மன் நிம்மதிப் பெருமூச்சில் போர் நிறுத்தத்தை அறிவித்தான். குந்தியும் தருமனும் குழம்பிய நிலையில் பேச்சற்று அரங்கத்தை விட்டகன்றனர்.

55

சூரசேனத்தில் மதுராபுரி அமைதியிழந்து நாளாயிற்று. கிருஷ்ணன் மீதான அச்சத்தில் அரண்டுபோயிருந்த கம்சன் இரவு முழுக்க உறக்கமின்றித் தவித்தான். அப்படியும் தன் சதித்திட்டத்தை விட்டுவிடவில்லை.

மல்லர்களுடன் அவனை மோதவிட்டுக் கொல்லத் திட்டமிட்டான். போட்டிக்கு வேண்டிய ஏற்பாடுகள் உடனே தயாராகின.

பலராமனும் கிருஷ்ணனும் மல்யுத்த அரங்குக்கு வந்தனர். இப்போது அவர்கள் சகல வல்லமையுடன் வளர்ந்துவிட்ட இளைஞர்கள். அரங்கினுள் நுழைய முடியாமல் வாசலில் குவாலயா பீடம் என்ற யானை இடைமறித்து நின்றது. யானைப்பாகன் அம்பஷ்டன் அவர்களைக் கண்டுகொள்ளாமல் அலட்சியமாக இருந்தான். யானையின் துதிக்கையில் பெரிய இரும்புலக்கை இருந்தது.

கிருஷ்ணன் யானைப்பாகனை முறைத்தான்.

"ஏம்ப்பா இப்படி வழியில யானைய நிறுத்திக்கிட்டு. கொஞ்சம் வழிவுட்டுத் தள்ளி நில்லுங்க. நாங்க உள்ள போகணும்."

பாகன் சட்டைசெய்யவில்லை. யானைக்கு வெறியூட்டினான். கிருஷ்ணனைக் கொல்ல ஆணையிட்டான். மதங்கொண்ட யானை தும்பிக்கையால் இரும்புலக்கையைத் தூக்கிக் கிருஷ்ணனைக் கொல்லக் குறிவைத்து எறிந்தது. அவன் தந்திரமாக ஒதுங்கிக்கொண்டான். உலக்கை வேறிடத்தில் விழுந்தது.

மேலும் சினமுற்ற யானை துதிக்கையால் கிருஷ்ணனைப் பற்றிக்கொண்டு மேலே தூக்கிச் சுழற்றியது. பிடியிலிருந்து விடுபட்டு அவன் கீழே குதித்தான். யானையின் வாலை இறுகப் பற்றி அங்குமிங்கும் இழுத்துக் களைப்படையச் செய்தான். அந்தச் சமயம் பார்த்து அதன் தந்தங்களை வளைத்துச் சாய்த்தான். அவை கீழே விழுந்தன. அதன் கழுத்தில் மிதித்துக்கொண்டு தந்தங்களைப் பிடுங்கி அலறிக்கொண்டு தலையில் ஓங்கியடித்துக் கொன்றான்.

அவனைப் பழிவாங்கும் பொருட்டு ஓடிவந்த பாகனையும் அதே தந்தங்கள் கொன்றன. கிருஷ்ணன் வெற்றிப் பெருமிதத்தில் தந்தங்களைத் தோள்களில் கதாயுதமாக ஏந்தியவாறு பலராமன் பின்தொடர மல்யுத்த அரங்கினுள் நுழைந்தான். அப்போதுதான் கம்சன் தன் தங்கை தேவகியின் மகன் கிருஷ்ணனை முதன்முதலாகப் பார்த்தான். தன்னையறியாமல் அவன் உடல் அச்சத்தில் நடுங்கியது.

யானை கொல்லப்பட்டுவிட்டதைக் கிருஷ்ணனின் வேர்வைக் கோலம் உறுதிப்படுத்தியது. அடுத்து மல்லர்களுடன் மோதவிட்டு அவனைக் கொன்றுவிட வேண்டியதுதான். கம்சன் நம்பிக்கையுடன் இருந்தான்.

கிருஷ்ணனும் அப்போதுதான் தன் தாய்மாமன் கம்சனைப் பார்த்தான். மல்யுத்தக் களத்தில் சாணூரன் முஷ்டிகன் கூடன் சலன் தோச்சலன் போன்ற பெயர்பெற்ற மல்லர்கள் கிருஷ்ணனுடன் மோதுவதற்காக நிலைகொள்ளாமல் காத்திருந்தனர். பலராமனையும் கிருஷ்ணனையும் இளக்காரமாகப் பார்த்தனர். போயும் போயும் இந்தப் பொடிப்பயல்களுடனா சண்டைபோடுவது. கேவலம்.

பரபரப்புக்கிடையே தாரை தப்பட்டை முழங்க மல்யுத்தம் தொடங்கியது. பலராமன் கிருஷ்ணன் இருவருமே போட்டியாளர்களுடன் மல்யுத்தம் செய்ய முடிவானது. கிருஷ்ணன் சாணூரனுடனும் பலராமன் முஷ்டிகனுடனும் மோதணும்.

சாணூரன் கிருஷ்ணனைப் பலங்கொண்ட மட்டும் அடித்துத் தாக்கினான். கிருஷ்ணன் சளைக்கவில்லை. எதிர்த்துத் தாக்கி எதிரியின் கைகளைப் பிடித்துத் தலைக்கு மேலே சுழற்றிப் பூமியில் அடித்தான். அவ்வளவுதான். சாணூரனின் கதை முடிந்தது. அலறிக்கொண்டெ மாண்டான்.

முஷ்டிகனுக்கும் பலராமனுக்கும் இடையிலான மோதல் நெடுநேரம் நீடிக்கவில்லை. பலராமனின் ஒரே குத்தில் முஷ்டிகன் கீழே விழுந்து இறந்தான்.

அடுத்து சலனும் தோச்சலனும் கிருஷ்ணனுடன் தனித்தனியே மோதிப் பலியாகினர். கூடன் பலராமனுக்கு இரையாகினான். ஆக புகழ்பெற்ற மல்லர்கள் ஐவரும் மாண்டு மடிந்தனர். அதைக் கண்ட மற்ற மல்லர்கள் அரங்கத்தை விட்டு ஓடித் தப்பித்தனர். அரங்கம் நிறைந்த பார்வையாளர்களின் வாழ்த்தொலி தொடர்ந்து முழங்கியது.

இவ்வளவுக்குப் பின்பும் கம்சனின் ஆத்திரம் தீரவில்லை. அவனது அரட்டலில் மக்களின் வாழ்த்தொலியும் வாத்திய இசையும் நின்றன. கர்ணகடூரமாகப் பணியாளர்களுக்குக் கட்டளையிட்டான்.

“இதோ இந்தக் கிருஷ்ணனும் பலராமனும் பொல்லாறவங்க. இவங்கள ஊரவுட்டே வெரட்டுங்க. நந்தகோபனச் செறையில அடச்சுப்போடுங்க. என்னோட தந்தை உக்கிரசேனனையும் அவங்கப்பன் வசுதேவனையும் அவனச் சேந்தவங்களையும் கொன்னுருங்க. கோபர்களோட சொத்துக்களப் பறிச்சு வெரட்டியடிங்க.”

கிருஷ்ணனால் கம்சனின் சுடுசொற்களைத் தாங்க முடியவில்லை. கோவத்தில் உடம்பு துடித்தது. கம்சன் அமர்ந்திருந்த ஆசனத்தின் மீது புயலெனப் பாய்ந்தான். அசுரன் இதைச் சற்றும் எதிர்பார்க்கவில்லை. உடைவாளை உருவிக்கொண்டு தாக்கத் தயாரானான். கிருஷ்ணன் அந்த வாளுக்கு வேலை வைக்கவில்லை. வாளேந்திய கைகளை வலுவாகப் பிடித்துத் தலைமுடியைப் பற்றியிழுத்துக் கீழே தள்ளினான். அசுரனின் வாளும் கிரீடமும் தரையில் உருண்டன. சற்றும் தாமதிக்காமல் கிருஷ்ணன் அவன் மீது பாறையாகக் குதித்தான். கம்சனின் அலறல் சிறிது நேரம் கேட்டு ஓய்ந்தது. அத்துடன் உயிரும் பிரிந்தது.

கிருஷ்ணனைப் பழிவாங்க ஓடிவந்த கம்சனின் எட்டுச் சகோதரர்களும் பலராமன் கையில் சிக்கி மாண்டனர். கம்சனின் புதல்வியரையும் எட்டுச் சகோதரர்களின் மனைவியரையும் சமாதானப்படுத்திய கிருஷ்ணனும் பலராமனும் ஈமக்கிரியைகளுக்கு ஏற்பாடு செய்துவிட்டு அங்கிருந்து சிறைச்சாலைக்குச் சென்று சிறைப்பட்டிருந்த வசுதேவனையும் தேவகியையும் விடுவித்தனர். பாட்டன் உக்கிரசேனனும் விடுதலை பெற்றான்.

வசுதேவனுக்கும் தேவகிக்கும் கிருஷ்ணனையும் பலராமனையும் முதன்முதலாகப் பார்த்த ஆனந்தத்தில் பேச்செழவில்லை. கண்ணீர் சொரிய அவர்களை ஆசீர்வதித்து உச்சி முகந்தனர்.

மதுரையெங்கும் மக்களின் விடுதலைக் குரல் ஓங்கி ஒலித்துக்கொண்டேயிருந்தது.

56

கம்சனின் மரணத்தை நாடே கொண்டாடியது. அவனுக்கு அஞ்சிப் புகலிடந் தேடிச் சிதறியோடிய சிற்றரசர்களும் மக்களும் மதுரைக்குத் திரும்பிக்கொண்டிருந்தனர். பலராமனின் தாய் ரோகிணியும் மதுரைக்கு வந்திருந்தாள். மக்கள் கிருஷ்ணனுக்கும் பலராமனுக்கும் நன்றி சொல்லி மாளவில்லை.

கிருஷ்ணனும் பலராமனும் உக்கிரசேனனைச் சந்தித்தனர். கம்சனின் இழப்பு அவர்களுக்குள் ஒரு சிறிய சோகத்தை ஏற்படுத்தியிருப்பது நன்றாகத் தெரிந்தது.

பேரப் பிள்ளைகள் அவன் காலில் விழுந்து வணங்கினர். தாத்தாவின் முகம் மலர்ந்தது. அவர்களைக் கட்டியணைத்துக் கொண்டான்.

கிருஷ்ணன் தாத்தாவைச் சமாதானப்படுத்தினான்.

"தாத்தாவுக்கு எம்மேல ரெம்பக் கோவமிருக்கும். அது நியாயந்தான். கம்ச மாமன் பண்ணுன அட்டூழியந்தான் ஒங்களுக்குத் தெரியுமே. ஒங்களையே செறையில புடிச்சுப் போட்டான். வசுவப்பாவுக்கும் தேவகியம்மாவுக்கும் காலமெல்லாம் செறையிலதான் கழிஞ்சிருக்கு. மக்களுக்குக் குடுத்த தொந்தரவு கொஞ்சமா நஞ்சமா. அவனுக்குப் பயந்துக்கிட்டு நாட்டவுட்டே ஓடுன சனங்களுக்குக் கணக்கேயில்ல. அவனுக்கு விதி முடிஞ் சிருச்சு. எங்கையால மடியணும்னு இருந்துருக்கு. இப்ப நாட்டுக்கு நல்லாட்சி தேவையாருக்கு. அத ஒங்களாலதான் நடத்தமுடியும். பழையபடி நிங்களே முடிசூட்டிக்கிட்டுச் சந்தோசமா ஆட்சி செய்யணும்."

பலராமனும் அதையேதான் வலியுறுத்தினான். ஒருவழியாக உக்கிரசேனன் அரியணையேற இசைந்தான்.

ஆகம முறைப்படி உக்கிரசேனனுக்குப் பட்டாபிஷேகம் நடந்தது. நிம்மதியில் பலராமனும் கிருஷ்ணனும் நந்தகோபன் இருக்குமிடஞ் சென்று தனிமையில் சந்தித்தனர். கிருஷ்ணன் பக்குவமாகப் பேசினான்.

“அப்பா நான் ஒரு ரகசியத்தச் சொல்லப்போறென். கேட்டு அதிர்ச்சியடஞ்சிறக் கூடாது. ஒங்ககிட்டச் சொல்லாம இருக்கவும் முடியாது.”

நந்தகோபன் சிரித்துக்கொண்டான்.

“அப்படியென்ன சொல்லமுடியாற ரகசியம் வச்சிருக்க கிருஷ்ணா. ஒம் மனசிலயாவது ரகசியம் தங்குறதாவது.”

கிருஷ்ணன் தயங்கித் தயங்கி வார்த்தைகளை விட்டான்.

“நான் நீங்க பெத்த புள்ளன்னு நெனச்சுக்கிட்ருக்கீங்க.”

“அதுலென்ன சந்தேகம்.”

“வசுவப்பாவும் தேவகியம்மாவுந்தான் என்னப் பெத்தவங்க. இத்தன காலமும் செறையிலருந்தாங்க. கம்சங்கிட்டருந்து எல்லாரையும் காப்பாத்தணுமிங்கிற நல்லெண்ணத்துலதான் ஒங்களுக்குப் புள்ளையா வளந்தென்.”

நடந்த கதையெல்லாம் கிருஷ்ணன் விவரமாகக் கூறினான்.

நந்தகோபனுக்குக் கண்ணீர் பொங்கியது. கலக்கத்தில் பழைய நிகழ்வுகளை நினைத்துப் பார்க்கக்கூட முடியவில்லை. பரிதவிப்பில் பேச்சற்று நின்றான்.

கிருஷ்ணனின் கண்களும் கலங்கின.

“அப்பா நான் எண்ணைக்கும் ஒங்களோடதான் இருக்கப்போறென். ஒங்க புள்ளையாவே இருப்பென். நீங்களும் எசோதையும் சோத்துக்குப் பதிலா எனக்குப் பாசத்த ஊட்டி வளத்த பழைய கதையெல்லாம் நன்றியோட நெனச்சுப்பாத்தென். நன்றிக் கடன எப்படித் தீக்கப்போறன்னு கவலையாருக்கு. எசோதம்மா மொகத்துல எப்படி முழிக்கப்போறனோ. நீங்கதான் ஆறுதல் சொல்லித் தேத்தணும்.”

நந்தகோபன் மனசைத் திடப்படுத்திக்கொண்டான்.

“கிருஷ்ணா ஒன் நெலம தெரியிது. எசோதையிட்ட நான் சொல்லிக்கிறென்.”

கிருஷ்ணனுக்கு ஆறுதல்.

“அப்பா நானும் ராமண்ணாவும் மதுரையில தங்கிச் சில முக்கியமான வேலைகள முடிச்சாகணும். கொஞ்ச நாள் கழிச்சு ஒங்ககிட்ட வந்துருவொம். கம்சன் போய்ச் சேந்தாச்சு. இனி யாருக்கும் பயப்படவேண்டியதில்ல. நீங்க விருந்தாவனத்த

வுட்டுட்டு மறுபடியும் கோகுலத்துக்கு வந்து சந்தோசமாருங்க."

கிருஷ்ணனின் வார்த்தைகளில் தெம்படைந்த நந்தன் இதரக் கோபர்களுடன் வீடு திரும்பினான். புறப்படும்போது கிருஷ்ணன் கூறிய வார்த்தைகள் எல்லாரையும் மகிழ்ச்சியில் ஆழ்த்தின.

"நாங்க கொஞ்ச நாள்ல கோகுலத்துக்கு வந்துருவம்னு நம்ம சனங்கிகிட்டச் சொல்லுங்க. அவங்களப் பாத்துப் பேச எங்களுக்கு ஆசையாருக்கு."

நந்தகோபனிடம் எசோதை ஆவலாகக் கேட்டாள்.

"நம்ம புள்ளைக வரலையா."

அவன் வார்த்தைகளைத் தேடிச் சமாளிக்க முயன்றான்.

"வருவாகம்மா. ரெண்டு மூணு நாளாகும். அங்க ஏதோ முக்கியமான வேலருக்குன்னு கிருஷ்ணன் ஒங்கிட்டச் சொல்லச் சொன்னான்."

"அப்படியென்ன முக்கியமான வேலையாம். ரெண்டு மூணு நாளா அவன் மொகத்தப் பாக்காம எப்படி இருக்கிறதாம்."

நந்தகோபனுக்கு உதறலெடுத்தது.

'அடப் பாவி மகளே. மூணு நாளைக்கே புள்ளையப் பாக்காம இருக்கமுடியாதுங்காளே. அவன் நெரந்தரமாப் பிரிஞ்சுபோயிட்டா என்ன செய்வாளோ. அத நெனச்சாலே மனசு பதறுது. இப்படி இருக்கிறவகிட்டக் கிருஷ்ணனோட பெறப்பு ரகசியத்த எப்படித்தான் சொல்றதுன்னு தெரியலையே. அவன் இங்க வந்தப் பெறகு பேசிக்கிறலாம்.'

"விருந்தாவனத்துலருக்கிற நம்ம சனங்க குடும்பமெல்லாம். கோகுலத்துக்குத் திரும்பி வந்துறணும்னு ஓம் புள்ளதான் உத்தரவுபோட்டுருக்கான். மொதல்ல அந்த வேலையப் பாப்பொம்."

கிருஷ்ணனைச் சற்று மறந்து நந்தகோபனும் எசோதையும் அந்த வேலைகளில் ஈடுபட்டனர்.

சில நாட்களில் விருந்தாவனம் குடிபெயர்ந்து கோகுலத்துக்குத் திரும்பிவிட்டது.

எசோதை மகனின் வரவுக்காகப் பல கற்பனைகளுடன் எதிர்பார்த்திருந்தாள்.

விரைவிலேயே கிருஷ்ணனும் பலராமனும் அவளைத் தேடி வந்துவிட்டனர். எசோதையின் முகத்தை ஏறிட்டுப் பார்க்கக் கிருஷ்ணனுக்குத் தெம்பில்லை. பலராமன் மனசைத் திடப்படுத்திக்கொண்டு அவளிடம் கிருஷ்ணனின் பிறப்பு ரகசியத்தைத் திக்கித் திணறி ஒரு வழியாகக் கூறிவிட்டான்.

எசோதையின் மனசு ஒப்புக்கொள்ளவேயில்லை. பல நாட்களாக அழுது புலம்பினாள்.

"மகனே இந்தத் தாயிட்டத்தானடா பால் குடிச்சு வளந்த. அத மறந்துட்டயா. ஒன்னக் கண்ணுக்குள்ள பொத்திப் பொத்தி வளத்தனே. நாங்க கண்ண மூடுற காலம்வரைக்கும் நீ எங்களோடதான் இருக்கணும். எங்களுக்கு நீதான் கொள்ளிவைக்கணும். அப்பத்தாண்டா எங்க கட்ட வேகும்."

எல்லாருமாகச் சேர்ந்து வெகு சிரமப்பட்டு அவளைத் தேற்றினர்.

57

மகததேசத்தில் ஜராசந்தனின் இளமைப் பருவம் எல்லாருக்கும் சவாலாக இருந்தது. அவனைக் கண்டு அனைவரும் அஞ்சினர். சோர்ந்துபோன பிரகத்ரதன் மகனிடம் ஆட்சிப் பொறுப்பை ஒப்படைத்துவிட்டு மனைவியருடன் துறவறம் பூண்டு காட்டுக்குச் சென்றுவிட்டான்.

ஜராசந்தன் யாருக்கும் அடங்காத காளையாக அகங்காரத்துடன் ஆட்சி புரிந்தான். மற்ற தேசத்து மன்னர்கள் அனைவரும் அவனுக்கு அடிபணிந்தனர். அவனிடம் போர்த்திறமிக்க வீரர்கள் இருந்தனர். அவர்களில் சிசுபாலன் முக்கியமானவன்.

ஜராசந்தனுக்குப் பயந்து பல மன்னர்கள் நான்கு திசைக்கும் சிதறியோடினர். ஜராசந்தன் கம்சனின் புதல்விகளான அவஸ்தி பிராஸ்தி இருவரையும் மணந்துகொண்டான். சுற்றத்தாரை அச்சுறுத்தி அடக்கினான்.

அவனுக்கும் கிருஷ்ணனுக்கும் தீராப் பகையிருந்தது. கிருஷ்ணன் கம்சனைக் கொன்றது முதல் பகை மேலும் அதிகரித்தது.

ஜராசந்தன் யது வம்சத்தைக் கருவறுக்கத் திட்டமிட்டிருந்தான். பல முறை யாதவர்களுடன் மோதிப்பார்த்துத் தோற்றுப்போனான். ஒவ்வொரு முறையும் பலராமனும் கிருஷ்ணனும் அவனை எதிர்த்து நின்று பதிலடி கொடுத்து யாதவர்களைக் காப்பாற்றினர். அப்படியும் அவனை அழிக்கமுடியவில்லை. தொடர்ந்து வம்பிழுத்துக்கொண்டேயிருந்தான்.

சளைக்காமல் அடுத்த முறையும் போருக்குத் தயாராகினான். பெரும்படை திரட்டினான்.

இந்த முறை அவனது படையைக் காலவயனன் என்னும் கொடுங்கோலன் தலைமையேற்று நடத்திச் சென்றான். மதுரையை அழிக்கும் தீர்மானத்தில் முற்றுகையிட்டான்.

யாதவர்கள் எதிர்த்துக் களமிறங்கவில்லை. கிருஷ்ணனும் பலராமனும் தீர யோசித்து மதுரை வாழ் யாதவர்கள் அனைவரும் கடற்கரையோரம் துவாரகாபுரி என்னுமிடத்தில் குடியேறத் தீர்மானித்தனர். அப்போது துவாரகையை ரைவத மன்னன் என்ற ஆண்டுவந்தான். அவன் மகள் ரேவதி மணப்பருவத்தில் மலர்ந்திருந்தாள். தந்தை அவளுக்குப் பொருத்தமான மணமகனைத் தேடிக்கொண்டிருந்தான்.

மதுரை யாதவர்கள் கூண்டடோடு குடிபெயர்ந்து காடு மலை பாலைவனத்தைத் தாண்டி துவாரகையை அடைந்தனர். அவர்கள் அங்கே குடியேறுவதை ரைவத மன்னன் தடுக்கவில்லை. பலராமனை அவனுக்குப் பிடித்துப்போயிற்று. மகள் ரேவதியை அவனுக்கு மணஞ்செய்துவைக்க முன்வந்தான். பலராமன் சம்மதித்தான்.

இதுக்குள் காலவயனன் மதுரையைக் கொளுத்திவிட்டான். கிருஷ்ணன் நெருப்பில் வெந்து இறந்துவிட்டதாக ஜராசந்தன் சந்தோசப்பட்டான். உண்மை நிலை அப்படியில்லை. கிருஷ்ணனும் பலராமனும் துவாரகையில் பாதுகாப்பாக இருந்தனர். ஜராசந்தன் கறுவிக்கொண்டு இன்னொரு சந்தர்ப்பத்தை எதிர்நோக்கியிருந்தான்.

ரைவதனுக்கும் யாதவர்களுக்கும் மண உறவு வந்துவிட்டபின் யாதவர்களின் தயக்கம் போய்விட்டது. துவாரகையில் தங்களுக்கான வீடுகள் அமைத்துக்கொண்டு நிம்மதியாக வாழத் தொடங்கினர்.

இந்திரன் சாட்சியாக பலராமனுக்கும் ரேவதிக்கும் துவாரகையில் சிறப்பாகத் திருமணம் நடந்தது. பலராமன் இல்லறத்தில் மிக்க ஈடுபாடுகொண்டு குடும்பம் நடத்தினான்.

கிருஷ்ணன் இல்லற வாழ்க்கைக்காகக் காத்திருந்தான்.

58

விதர்ப்ப நாட்டு மன்னன் பீஷ்மகன். அவனுக்கு ஐந்து ஆண்கள். ருக்குமி ருக்குமரதன் குக்குமபாகு ருக்குமகேசன் ருக்குமமாலி. கடைக்குட்டி ருக்குமணி. ஒரே பெண்.

ருக்குமணி பேச்சுவாக்கில் கிருஷ்ணனின் அழகைப் பற்றிக் கேள்விப்பட்டிருந்தாள். காணாமலே காதல் வயப்பட்டாள். மனசில் அவனைக் கணவனாக வரித்துக்கொண்டான்.

கிருஷ்ணனும் அவளைப் பற்றி நிறையவே அறிந்திருந்தான். இருவரும் சந்திக்கும் வாய்ப்புக் கிட்டவில்லை.

ருக்குமணியின் தந்தை பீஷ்மகனுக்குத் தன் மகளைக் கிருஷ்ணனுக்குக் கொடுக்க முழுச் சம்மதம். உறவினர்களும் இசைந்தனர். ருக்குமிக்கு இதில் விருப்பமில்லை. காரணம் வைத்திருந்தான். ஜராசந்தன் சால்வன் பவுண்டரீகன் தந்தவக்கிரன் விடுரதன் சிசுபாலன் ஆகியோர் அவனுக்கு நெருங்கிய நண்பர்கள். கம்சனைக் கொன்று ஜராசந்தனை வென்று விரட்டியடித்த கிருஷ்ணனை ஓர் எதிரியாகவே கருதினான் ருக்குமி. தங்கையைச் சிசுபாலனுக்கே மணமுடிக்கத் திட்டமிட்டிருந்தான். பலர் தடுத்தும் தன் முடிவில் பிடிவாதமாக இருந்தான்.

அவனது ஆணைப்படி திருமண ஏற்பாடுகள் தடபுடலாக நடந்தன. நாடெங்கும் விழாக்கோலம். நட்பு நாட்டு மன்னர்களுக்கு அழைப்புச் சேதி சென்றது.

அண்ணனின் நோக்கமறிந்த ருக்குமணி அனலில் பட்ட புழுவானாள். கண்கலங்கினாள். தன் மகளின் விருப்பத்தைத் தந்தை பீஷ்மகன் ருக்குமிக்கு எடுத்துக்கூறியும் அவன் மனசு மாறவில்லை.

ருக்குமணி நடைப்பிணமாக நடமாடினாள். குழப்பத்தில் செய்வதறியாது தவித்தாள். கடைசியாக ஒரு வழி தோன்றியது. வெட்கத்தை விட்டு ஒரு நம்பிக்கையான அந்தணனை அழைத்துக் கிருஷ்ணனுக்குத் தூது சொல்லியனுப்பினாள்.

அந்தணன் கிருஷ்ணனை ரகசியமாகச் சந்தித்தான். ருக்குமணியின் பரிதாப நிலை கிருஷ்ணனின் மனசில் ஆழப் பதியும்படி அந்தணன் எடுத்துரைத்தான்.

கிருஷ்ணனுக்கு அளவற்ற மகிழ்ச்சி. ருக்குமணியின் விருப்பப்படி சிசுபாலனை விரட்டியடித்து அவளைக் கவர்ந்து வந்து ராட்சச முறையில் மணம்முடிக்கத் திட்டமிட்டான்.

"அந்தணரே ருக்குமணியோட விருப்பம் நிச்சயம் நெறவேறும்."

அந்தணனை அன்று முழுவதும் துவாரைகையில் ஓய்வெடுக்கச் செய்து கைவசம் வைத்துக்கொண்டான்.

ருக்குமணிக்கும் சிசுபாலனுக்கும் நிச்சயித்தவாறு திருமண நடவடிக்கைகள் தொடங்கின. முதல் நாளே சிசுபாலனின் நண்பர்கள் அனைவரும் படைகளுடன் வந்து முகாமிட்டிருந்தனர். கிருஷ்ணனை எதிர்க்க நேரும் பட்சத்தில் தயார் நிலையில் இருக்கணும் என்பதற்காக இந்த முன்னேற்பாடு. எப்பாடு பட்டாவது சிசுபாலனுக்கு ருக்குமணியைத் திருமணஞ் செய்துவைப்பதில் தீர்மானமாக இருந்தனர்.

கிருஷ்ணன் துவாரகையிலிருந்து அந்தணருடன் கமுக்கமாகப் புறப்பட்டான். அண்ணனிடங்கூடத் தன் திட்டத்தைத் தெரிவிக்கவில்லை. பலராமனுக்கு வருத்தம். எனினும் தம்பியின் நடவடிக்கைகளைப் புரிந்துகொண்டான். எப்படியும் போர் மூளும். அதில் பெரும்படையுடன் விதர்ப்பநாட்டுத் தலைநகரான குண்டினபுரத்துக்கு வந்துசேர்ந்தான்.

கிருஷ்ணனின் வரவை ஆவலுடன் எதிர்பாத்திருந்த ருக்குமணி தூதனுப்பிய அந்தணன் மூலம் சேதியறிந்து மகிழ்ந்தாள்.

பலராமன் கிருஷ்ணனுடன் இணைந்துகொண்டான். ருக்குமணியின் திருமணத்தைக் காணவே இரு சகோதரர்களும் வந்திருப்பதாக எங்கும் சேதி பரவியது. காணிக்கைப் பொருட்களை வழங்கி வசதியான மாளிகையில் தங்க ஏற்பாடு செய்தான் ருக்குமி.

ருக்குமணி தோழியர் பின்தொடர குலதெய்வமான அம்பிகையின் ஆலயத்துக்குப் பலத்த பாதுகாப்புடன் நடந்தே வந்தாள். கிருஷ்ணனின் நாமத்தை உச்சரித்தபடி அம்பிகையைத் தொழுதாள். பூஜை முடித்துத் திரும்பும்போது கிருஷ்ணன் திடீரென அவள் முன் தோன்றினான். இருவர் கண்களும் சந்தித்துக்கொண்டன. அவள் உற்சாகத்தில் கிருஷ்ணனின் தேருக்கு விரைந்தாள். அவன் அவளைக் கைப்பற்றித் தேரில் ஏற்றி அரவணைத்துக்கொண்டான். தாருகன் தேரைக் காற்றாகச் செலுத்தினாள். பலராமன் மட்டும் அவனைப் பின்தொடர்ந்தான்.

கிருஷ்ணனின் இந்தச் செயல் ஜராசந்தனின் நண்பர்களுக்கு மிகுந்த ஆத்திரமூட்டியது. அவனது வஞ்சனைக்குப் பழிக்குப் பழி வாங்கியாகணும். கோவத்தில் கிருஷ்ணனை விரட்டிச் சென்றனர். அவர்களது படைகளை யாதவப் படைகள் வழிமறித்தன. கடும் போர் மூண்டது.

போர்க் காட்சிகளைக் கண்டு நடுங்கிய ருக்குமணிக்குக் கிருஷ்ணன் தைரியமூட்டினான். பலராமனின் படைகளிடம் தாக்குப்பிடிக்க முடியாமல் எதிரிகள் குண்டினபுரத்துக்குத் திரும்பி ஓடினர். அவமானப்பட்ட சிசுபாலன் அவர்களைத் தேற்றினான். தோல்வியில் சற்றுந் துவளாத சால்வன் கறுவினான்.

"ஜராசந்தன் எத்தனையோ தடவ படையெடுத்துக் கிருஷ்ணங்கிட்டத் தோத்துப்போயிருக்கான். எண்ணைக்காச்சும் ஒரு நாள் அவனக் கொன்னே தீருவன்னு சபதம்போட்ருக்கான். அந்தக் காலம் நெருங்கீருச்சு. கிருஷ்ணனோட மரணத்தக் கண்குளிரப் பாக்கத்தான் போறொம். கவலைய வுடு சிசுபாலா."

சிசுபாலன் அமைதியடைந்து படைகளுடன் சேதி நாடு சென்றான்.

ருக்குமணியின் அண்ணன் ருக்குமிக்கு இன்னும் கோவம் ஆறவில்லை. சபதமேற்றான்.

"அந்த எடையனக் கொன்னு ருக்குமணியத் திரும்ப அழச்சு வராமக் குண்டினபுரத்துக்குத் திரும்பமாட்டென். இது சத்தியம்."

படைகளுடன் கிருஷ்ணனின் தேரை விரட்டிச் சென்று வழிமறித்தான். எதிர்பாராத வகையில் அவன் மீது அம்பெய்தான். கிருஷ்ணன் ருக்குமியின் தலைமுடியையும் மீசையையும் மழித்து அவமானப்படுத்தி அனுப்பினான். சிறிது நேரத்தில் சேதி நாட்டுப் படைகள் வீழ்ந்தன.

தம்பியின் செயல் பலராமனுக்கு உவக்கவில்லை. அவனைக் கடிந்துகொண்டான்.

"கிருஷ்ணா நீ நடந்துக்கிட்டது சரியில்ல. என்னருந்தாலும் ருக்குமி ஒனக்கு மச்சினன். அத மறந்துட்டயே. இந்தச் செயலுக்கும் நண்பர்களக் கொல்றதுக்கும் வித்தியாசமில்ல. இதவிட ருக்குமியக் கொன்னுருக்கலாம்."

பலராமன் ருக்குமிக்கு ஆறுதல் சொல்லி அனுப்பிவைத்தான்.

ருக்குமி தனக்கு நேர்ந்த கேவலத்தை எண்ணியெண்ணி மனங்குமுறினான்.

“கிருஷ்ணனக் கொல்லாமக் குண்டினபுரம் போக விரும்பல.”

புதிதாகப் போஜகடகம் என்னும் நகரை உருவாக்கி அங்கிருந்துகொண்டு ஆண்டுவந்தான்.

துவாரகையில் ஊரார் வாழ்த்த கிருஷ்ணனுக்கும் ருக்குமிக்கும் திருமணம் அமர்க்களமாக நடந்தது.

59

கிருஷ்ணனுக்கு மதுராபுரி மக்களைப் பற்றிய கவலை நீங்கியது. ஜராசந்தனிடமிருந்து யாதவர்களைக் காப்பாற்றி பாதுகாப்பாகக் குடியமர்த்தியாயிற்று. ஒரு வழியாகத் துவாரகையில் நிம்மதியான பிழைப்பு.

இருந்தாலும் இன்னொரு கவலை கிருஷ்ணனின் மனசைக் குடைய ஆரம்பித்தது. அவனுக்குப் பாண்டவர்களுடன் நெருக்கமான உறவு இருந்ததால் ஜராசந்தனின் கோவம் இயல்பாகவே பாண்டவர் மீது திரும்பியிருந்தது. பாண்டவர் நடத்தும் பொதுக்காரியம் எதுவாயிருப்பினும் ஜராசந்தன் நிச்சயம் இடையூறு விளைவிப்பான். தடையாக இருப்பான். அவனை அழித்தொழித்தாலொழிய எந்தக் காரியத்தையும் சுமுகமாக நடத்த முடியாது. எவ்வழியிலேனும் தடையை அகற்றியாகணும்.

அதைத் தருமனிடம் வலியுறுத்தினான். பலராமன் கிருஷ்ணனின் பாதுகாப்பை முன்னிட்டு பாண்டவர்கள் அத்திட்டத்திற்கு இசைந்தனர். அர்ச்சுனன் பீமன் கிருஷ்ணன் மூவரும் மகத நாடு சென்றனர்.

அந்நாட்டின் இயற்கையழகில் கிருஷ்ணன் லயித்துப்போனான். நாட்டுக்கு அரணாகச் சுற்றிலும் நான்கு மலைகள். நீரோடும் நதிகள். அழகழகான வீடுகள். மூவரும் நிராயுதபாணிகளாகக் கிரிவிரஜ நகருக்குள் நுழைந்தனர். ஸ்நாதக விரதம் மேற்கொண்ட பிராமணர் வேடம் அவர்களுக்குப் பொருத்தமாக இருந்தது.

அரண்மனை வாயில் வழியாகச் செல்லாமல் மதில் மீதேறி குதித்து ஜராசந்தன் இருக்குமிடத்தை அடைந்தனர்.

மன்னன் அவர்களை வரவேற்றான். பீமனும் அர்ச்சுனனும் மவுனங் காத்தனர். நள்ளிரவுக்குப் பின்பே அவர்கள் பேசுவர் என்று கிருஷ்ணன் சமாளித்தான்.

நள்ளிரவு கழிந்தது. ஜராசந்தன் மூன்று பிராமணர்கள் தங்கியிருக்கும் யாகசாலைக்குச் சென்றான். அவனுக்கோர் ஐயம். உண்மையிலேயே இவர்கள் பிராமணர்கள்தானா.

"அந்தணர்களே ஸ்நாக விரதம் பூண்டவங்க வெளிப்படையாப் பூமால சூடமாட்டாங்க. சாந்து பூச மாட்டாங்க. நீங்களோ அதுக்கெதிரா அணிஞ்சிருக்கீங்க. கையில வில் நாண் ஒதச்ச காய்ப்பு இருக்குது. சைந்திரிய மலைய ஓடச்சிருக்கீங்க. குறுக்கு வழியில குதிச்சு வந்துருக்கீங்க. நீங்க யாருன்னு தெரிஞ்சாகணும்."

கிருஷ்ணன் அமைதியாகப் பேசினான்.

"அரசனே பிராமணர் அளித்த சக்தி எங்களுக்கிருக்குது. நீ அந்தச் சக்தியப் பாக்கணுமா. இப்ப ஒரு கை பாத்துறலாம். நீ தயாரா."

"நான் அப்படி என்ன குத்தஞ் செஞ்சென். ஓங்களோட எனக்கு விரோதமில்லையே."

கிருஷ்ணன் தீர்க்கமாக இருந்தான்.

"ஒவ்வொரு மனுசனுக்கும் தன் குலத்தக் காப்பாத்துற கடமையுண்டு. நீ எத்தனையோ அரசர்களப் பலிகுடுக்கிறதுக்காகச் செறையில அடச்சுவச்சிருக்க. அது குத்தமில்லையா. அரசனானவன் மத்த மன்னர்கள அனுசரிச்சு அரவணச்சுப்போகணும். ஒன்னப்போல மனுசங்களப் பலி குடுத்து யாகஞ் செய்றவன நாங்க வேறெங்கயும் கண்டதில்ல. ஒன்னக் கொல்லாமப் போகமாட்டொம்."

ஜராசந்தன் உறுமினான்.

"அப்படின்னா நீங்க......"

"இவன் பீமன். அவன் அர்ச்சுனன். பாண்டுவோட புதல்வர்கள். நான் ஒன்னோட எதிரி கிருஷ்ணன். இப்பப் போரத் தொடங்கலாமா."

மகத மன்னனுக்குக் கோவம் மண்டைக்கேறியது.

"அப்படியா சங்கதி. பல அரக்கர்களக் கொன்ன அகம்பாவமா ஒனக்கு. நீ ஒரு எடையன். முந்தி நடந்த சம்பவத்தக் கொஞ்சம் யோசிச்சுப் பாரு. எனக்குப் பயந்துதான குலங்கோத்தரத்தோட மதுரைய வுட்டு ஓடி நாடோடிப் பெழப்பு நடத்துற. ஒன்னையும் ஒங் கூட்டாளிகளையும் கொல்றதுக்குத்தான இத்தன காலமாக் காத்துட்ருக்கென். இந்தப் பீமனும் அர்ச்சுனனும் எம்மாத்தரம்.

நான் சிங்கமாக்கும். ஒங்கள மானப்போல கழுத்த நெரிச்சுக் கொன்னுருவென்."

"ஆத்தரத்துல கொக்கரிக்காத. நீ நல்ல வீரன்னா இவங்ககிட்ட ஒன் வீரத்தக் காட்டு. யாரு சாகப்போறதுன்னு பாக்கலாம்."

"நான் படைகளோட சேந்தும் போரிடுவென். தனியாவும் போரிடுவென். நீ மாடு மேய்க்கிற எடையன். அர்ச்சுனன் சிறுவன். பீமந்தான் எனக்குச் சரியான எதிரி. அவனோடதான் மோதுவென்."

பீமனுடன் போர் ஆரம்பமானது. இடித்தும் அடித்தும் இடியென மோதியும் சண்டை நடந்தது.

அல்லும் பகலும் பதிமூன்று நாள் போர் நடந்தது. அடுத்த நாள் இரவு ஜராசந்தன் களைத்துவிட்டான். பீமனிடம் கிருஷ்ணன் கமுக்கமாகப் பேசினான்.

"பீமசேனா இதுதான் தக்க தருணம். அவனப் புடிச்சுக் கொல்லு. சந்தர்ப்பத்த நழுவவுடாத."

பீமன் கோவத்தில் மழை மேகமாகக் குமுறிக்கொண்டு பாய்ந்து ஜராசந்தனைப் பிடித்துக்கொண்டான். அவனைத் தலைக்கு மேலே நூறு முறை சுழற்றிச் சுற்றினான். இரு கால்களையும் இரண்டாகப் பிளந்து கிழித்தெறிந்தான். என்ன ஆச்சரியம் இரு கால்களும் நொடியில் ஒன்றுசேர்ந்து முழு உருவாகி ஜராசந்தன் மீண்டெழுந்தான். மறுபடியும் போர் தொடர்ந்தது.

இந்த அதிசயம் பல முறை நடந்தது. கிருஷ்ணன் பீமனுக்குக் குறிப்பாக உணர்த்தினான்.

"ஏய் தடியா சோத்து முண்டம் இவனெல்லாம் ஒரு எதிரியா ஒனக்கு. இவனக் கொல்லத் துப்புல்லாறவனுக்கு மல்யுத்தம் ஒரு கேடு. தண்டாயுதத்தத் தூக்கிக்கிட்டு பெரிய வீரன்னு பீத்திக்கிறதுல்ல ஒண்ணுங் கொறச்சலில்ல. இப்ப நான் செஞ்சு காட்றென் பாரு. அப்படியே செஞ்சிரு."

ஒரு கோரைப்புல்லை இரண்டாகக் கிழித்து அடிப்பகுதியையும் நுனிப்பகுதியையும் முறை மாற்றிப்போட்டான் கிருஷ்ணன். குறிப்பை உணர்ந்த பீமன் புரிந்துகொண்டான். ஜராசந்தனின் உடலை இரு கூறாகப் பிளந்து தலையையும் காலையும் மாற்றிப்போட்டான். அத்துடன் மூச்சடங்கியது.

கிருஷ்ணன் குதுகலத்தில் குதித்தான். அர்ச்சுனன் பீமனை ஆரத் தழுவிக்கொண்டான்.

"பீமண்ணாவத் தோக்கடிக்க எவன் இருக்கான்."

தனக்குக் கிடைத்திருக்கவேண்டிய வாய்ப்பு கைநழுவிய வருத்தம் அர்ச்சுனனுக்கு. கிருஷ்ணன் சிரிப்பில் கடகடத்தான்.

"மச்சான் எப்படியோ புல்லப் பாத்து மல்லுக்கெட்டிச் செயிச்சிட்டான்."

சிறையில் வாடிய மன்னர்கள் விடுதலையடைந்தனர். ஜராசந்தனின் புதல்வன் சகதேவன் சரணடைந்தான். கிருஷ்ணன் அவனை மகத நாட்டு மன்னனாக முடிசூட்டினான்.

மூவரும் அஸ்தினாபுரத்தை நோக்கி விரைந்தனர்.

60

அஸ்தினாபுரத்தில் கவுரவர் மனசில் வாரிசுரிமைக் கோரிக்கை நீறுபூத்த நெருப்பாகக் கனன்றுகொண்டிருந்தது. ஊதியும் ஓதியும் சகுனி அதைப் புகையவைத்தான். திருதனும் துரியனும் பாண்டவர் மீதான பொறாமையையும் வெறுப்பையும் சதா அசைபோட்டனர்.

திருதன் காந்தாரி இருவரின் பாச வளையத்தைத் தாண்டி சகுனி துரியனுடன் அணுக்கமானான். தாய்மாமன் என்ற ரத்த உறவைக் கைவசம் வைத்துக்கொண்டான். குருட்டுப் பெற்றோரின் நெருக்கமற்ற துரியோதனாதிகள் மீது அவன் காட்டிய அன்பும் அரவணைப்பும் அவனுக்குப் பெரிதும் உதவின. சொல்லப்போனால் துரியோதனின் உற்ற தோழனாகிவிட்டான் சகுனி.

சகுனியின் போதனை ஆட்சியரசியலிலிருந்து ஆரம்பித்தது.

"மருமகன் வர வர சவலப்புள்ளையாயிட்டு வாறீகளே என்ன சங்கதி."

துரியன் துவண்டுபோயிருந்தான்.

"எல்லாருமாச் சேந்து எங்கள நடுத் தெருவுல நிக்கவச்சிட்டீகளே."

"மாமன் தொணையிருக்க மருமகன் கவலப்படலாமா."

"அந்தத் தெம்புலதான் காலம் ஓடுது."

"நான் சொல்லப்போறத நல்லாக் கேளு. திருதன் பாண்டு விதுரன் மூணு பேரும் அண்ணந் தம்பிகதான."

“இதுலென்ன சந்தேகம்.”

“திருதந்தான மூத்தவன்.”

“ஆமா.”

“அப்ப அரியணைக்கு உரிமையுள்ளவன் ஒங்கப்பன் மட்டுந்தான.”

“நியாயப்படி அவருக்குத்தான் முழு உரிமையுண்டு.”

“உண்மையில நடந்ததென்ன. அந்த உரிமைய அவருட்டருந்து பறிச்சுப் பாண்டுவுக்குக் குடுத்துட்டாங்க.”

“அனியாயம்.”

“அதுக்கு ஒரே காரணம் திருதன் பார்வையில்லாறவன். சாத்தரப்படி ஒரு குருடன் நாட்டுக்கு மன்னனா இருக்க முடியாது.”

“முடியாதுதான்.”

“அண்ணைக்கு ஒன்னப் போல வாலிபப் புள்ள இருந்துருந்தா இந்தத் துரோகம் நடந்துருக்குமா.”

“நடந்துருக்காது.”

“இண்ணைக்கு நெலமையே வேற. திருதனுக்கு நேரடிச் சந்ததி நீதான். சட்டமோ சம்பிரதாயமோ எப்படிப் பாத்தாலும் அஸ்தினாபுர அரசனா ஒன்னத்தான் பிதாமகர் அரியணையேத்தணும். நல்லாத் தெரிஞ்சுக்கோ.”

“புரியிது.”

“பாண்டவருல பெரியவன் தருமந்தான. அஞ்சு பேரும் பாண்டுவுக்குப் பெறந்தவங்களா என்ன. இல்லையே. குந்தியும் மாதுரியும் வேற வேற தகப்பங்களுக்குப் பெத்த புள்ளைகதான.”

“ஆமாமா.”

“பெறகெப்படி அவங்களப் பாண்டுவோட சொந்தப் புள்ளைகளா ஏத்துக்கிற முடியும்.”

“அதானஞ்.”

“நெலம அப்படியிருக்க நாட்ட ஆட்சி செய்யப் பாண்டுவுக்கு அருகதையிருக்கா.”

“நெனச்சுக்கூடப் பாக்கக் கூடாது,”

“இந்த முடிவுல நீ உறுதியாருக்கணும். யாரு சொன்னாலும் சொல்லலன்னாலும் குரு தேசத்துக்கு நீ மட்டுந்தான் வாரிசு. தருமனுக்குத்தான் உரிமன்னு யாரு பேசுனாலும் மொகத்துல அறஞ்ச மாதிரி சொல்லி வெளிய வெரட்டீறணும்.”

“எவனாச்சும் வாயத் தொறக்கட்டும் வச்சுக்கிறென்.”

துரியன் சுதாரித்துக்கொண்டான். எப்படியும் தனது உரிமையைப் பெறுவதில் உறுதியாக இருந்தான். தனக்கெதிரானவர்களுடன் பகைமை பாராட்டினான். அச்சமின்றிக் கொக்கரித்தான்.

“எங்களுக்கு ஆட்சி உரிமையில்லன்னு எவஞ் சொன்னாலும் வாயக் கிழிச்சிருவென். உண்ட வீட்டுக்கு ரெண்டகம் நெனைக்கிறவங்களுக்கு இங்க ஒண்டக்கூட எடமில்ல. அடுத்தவன் வீட்ல வாலாட்டிச் சேவகஞ் செய்றதுக்கு வெக்கமால்லையா. இங்க ஏன் ஒப்புக்கு இருக்கீக. அங்க போயித் தொலையவேண்டியதுதான. போயி வாலாட்டு காலாட்டு எத வேணும்னாலும் ஆட்டீட்டுப் போ.”

துரியனின் வார்த்தைகளால் காயப்பட்ட பீஷ்மன் துரோணன் விதுரன் கிருபன் அனைவரும் மனம் நொந்து புழுங்கித் தவித்தனர். அவன் மீது இயல்பாகவே ஒரு வெறுப்பு வளர ஆரம்பித்தது. அந்த உணர்வே அன்பாகக் கனிந்து பாண்டவர் மீது பரிவாகக் கவிந்தது. அப்போது ஆட்சிப் பொறுப்பு திருதன் வசமிருந்தது. அவன் நாடறியப் பட்டஞ் சூட்டப்படாத மன்னன்தான். தானாக எடுத்துக்கொண்டது.

அவனால் பீஷ்மனையும் விதுரனையும் கட்டுப்படுத்த முடியவில்லை. அஸ்தினாபுரத்தைப் பொறுத்தமட்டில் அவர்கள் எடுத்த முடிவுதான் இறுதியானது. மன்னன் அதை ஏற்றாகணும். துரோணனும் கிருபனும் பீஷ்மனுக்கு அனுசரணையாக இருந்தனர்.

கவுரவருக்குப் பாதகமான சூழ்நிலை. பீஷ்மன் தருமனை இளவரசனாக அறிவித்துவிட்டான். விதுரன் ஆமோதித்தான். துரியன் கோவத்தில் துள்ளினான். திருதன் அதிர்ந்தான். அதை எதிர்கொள்ள பீஷ்மன் ஒரு பாணத்தைத் தயாராக வைத்திருந்தான்.

“நாட்டு மக்கள் தருமனையே விரும்புறாங்க.”

தனக்குக் கிட்டாத வாழ்க்கையை மகனாவது அனுபவிக்கட்டுமே என்று திருதன் கண்ட கனவு தகர்ந்து காற்றோடு கலந்துவிட்டது. காந்தாரியிடம் பேசிக் கோவந் தணிந்தான்.

தன் பிள்ளைகளுக்கு அஸ்தினாபுரத்தில் பிடிமானம் கிடைத்ததில் குந்தி பெரிதும் மகிழ்ந்தாள். அதை விதுரனுடன் பகிர்ந்துகொண்டான்.

துரியன் தனக்கிழைக்கப்பட்ட அனியாயங்களைப் பலரிடமும் முறையிட்டான். பயனில்லை. சகுனி அவனைத் தேற்றினான்.

“நம்மள எவனும் மதிக்கலையே மருமகனே. மிதிச்சிட்டாங்களே. மனந்தளராதய்யா. எதிரிய அழிச்சொழிக்காம நம்ம நிம்மதியா வாழமுடியாது. ஒடனே அதுக்குத் திட்டம் வகுத்தாகணும்.”

அன்றே சகுனியின் மனசு கணக்குப் போட ஆரம்பித்தது.

பின்பொரு நாள் வியாசன் அஸ்தினாபுரத்துக்கு வந்திருந்தான். தாய் சத்தியவதியைப் பார்த்துப் பேசினான்.

“தாயே வருங்காலம் மோசமாகப் போகுது. கவுரவர் தர்ம வழி தவறுவாங்க. குருவம்சத்துக்கு வரப்போற பேரழிவ நெனச்சாலே மனசு பதறுது.”

“மகனே எங் கண்ணுக்கு முன்னாலயே அழிஞ்சிரும் போலருக்கு.”

“அது நடக்கத்தான் போகுது.”

“பதவிக்காக குடுமிப்புடிச் சண்டையும் கூச்சலும் குழப்பமும் ஆரம்பிச்சிருச்சு. பெரிய மனுசி ஒருத்தி கெடக்காளே. அவகிட்ட ஒரு வார்த்த கலந்துக்கிறணுமேங்கிற மட்டு மரியாதையே கெடையாது. துருப்புடிச்ச பண்டம்போல தூக்கியெறிஞ்சு ஒதுக்கிவச்சிட்டாங்க. அரமனைப் பெழப்பு சலிச்சுப் புளிச்சுப்போச்சு. இது தேவையான்னு வெறுப்பாருக்குய்யா.”

“தாயே ஒங்க விருப்பப்படி நாட்டுக்கு வாரிசு கெடச்சதில்ல.”

“நீ செஞ்ச புண்ணியம்.”

“அவங்க நல்லாருக்காங்கல்ல.”

“ஏதோ இருக்காங்க. ஒருத்தன் கண்ண மூடீட்டான். விதுரன் ஒதுங்கிக்கிட்டான். மூத்தவன் இருந்தும் இல்லாமருக்கான். வாரிசுகளுக்குள்ள பொகச்சல் கௌம்பீருச்சு.”

“எல்லாம் நம்ம விருப்பபடி நடக்கணும்னு எதிர்பாக்கிறது தப்பு. காலுல ஒட்ன தூசி மண்ணத் தட்டிக்கிட்டு கவலையில்லாமக் காட்டுக்குக் கௌம்பீருங்க. எல்லாச் சண்ட சச்சரவுக்கும் மவுனச்

சாட்சியா இருக்க வேணாமே........ பீஷ்மங்கிட்ட யோசன கேட்டீங்களா."

"கேட்டென் கேட்டென். வனவாசம் போகச் சொல்றான்."

"மொதல்ல அதச் செய்யிங்க."

சத்தியவதி இரு மருமக்களுடன் படிதாண்டி பரந்துகிடக்கும் வெளியுலகைக் காணப் புறப்பட்டாள். நிராதரவை நினைக்கும்போது கண்ணீர் பொங்கியது. அழுது புலம்பினாள்.

"நாதியத்த அறுதலிக்கு நடுக்காடுதான் தஞ்சம். சந்ததியப் பெத்த வயிறு பத்தி எரியிது."

ஆறு கால்களும் ஆறு தாண்டி ஆறுதல் தேடி அடர்வனம் நோக்கி அடியெடுத்துவைத்தன.

61

காந்தாரியின் அங்கமெல்லாம் உறங்கினாலும் செவி மட்டும் சதா இமைத்துக் கொண்டிருந்தது. பொலிவுற்று வளர்ந்துவரும் பாண்டவரைப் பற்றி நினைக்கும்போதெல்லாம் வலி நெஞ்சைப் பிசைந்தது. அது கோவமா போட்டியா பொறாமையா இல்லை அதிகார மோகமா. எல்லாமேதான்.

அரண்மனை எப்போதாவது இருளில் முழு உறக்கங் கொண்டது. சோறு தண்ணீரை மறந்து ஆலோசனை மும்முரமாக நடந்தது. சகுனி திருதனிடமும் காந்தாரியிடமும் பெருநடையாய் நடந்து மாளவில்லை. பாண்டவரைக் கூண்டோடு அழிப்பதற்கான சதித் திட்டம் இறுதி வடிவங் கண்டது. சதித்திட்டத்துக்குக் காந்தாரி சம்மதித்தாள். சகுனியின் சாதுரியம் திருதனை வென்றது. திருதனின் தயக்கம் காந்தாரியின் புலம்பலிலும் துரியனின் பிடிவாதத்திலும் கரைந்தது. சகுனிக்குச் சந்தோசம் தாங்கவில்லை. குதித்துக் கொண்டாடினான்.

திட்டம் இதுதான். அஸ்தினாபுரத்தருகே வாரணாவதம் நகரில் பளபளக்கும் மகா அரக்குமாளிகை கட்டிப் பாண்டவரைக்

குடியேற்றணும். தக்க தருணத்தில் ஒற்றன் புரோசனன் மாளிகைக்கு நெருப்பு மூட்டிப் பாண்டவரை ஒட்டுமொத்தமாக எரித்துவிடணும். யார் மீதும் பழிவராமல் கச்சிதமாகக் காரியத்தை முடிக்கணும்.

அவர்கள் கூடிக்கூடிக் குசுகுசுப்பதைக் கவனித்த விதுரனுக்குள் ஐயம் நெருடியது. அவனை அடியோடு தவிர்த்தனர். திருதன் வாயிலிருந்துகூட ஒருவார்த்தை பிதுங்கவில்லை.

விதுரனின் ஐயம் வலுத்தது. ரகசியமாகக் கண்காணித்தான். ஏதோ சதிவேலை நடக்கிறது. அது மட்டும் உறுதி. முழு விவரம் தெரியவில்லையே. தெரிந்தபின்னர் பாண்டவரிடம் பேசிக்கொள்ளலாம்.

ஒரு நாள் திருதன் தற்செயலாகப் பேச்சுக்கொடுத்தான்.

“விதுரா ஒனக்குத் தெரியாறதில்ல. தம்பி புள்ளைகளுக்கும் எம் புள்ளைகளுக்கும் என்னாளும் ஒத்துவரமாட்டங்குதே. ஒரே சண்டையும் சச்சரவுமாக் கெடக்குது. அதுலயும் பீமசேனனப் பத்தி ஆவலாதி கேட்டு முடியல. அவன் பேச்ச எடுத்தாலே இவங்க பயப்படுறாங்க. எந்தக் காலத்துலயும் ஒருத்தனுக்கொருத்தன் சகிச்சுப் போறதாத் தெரியல. அவங்களால குந்திக்கும் காந்தாரிக்கும் எம் புள்ளைக்காகுமா ஓம் புள்ளைக்காகுமான்னு வார்த்த தடிச்சுப் புழுங்கிக்கிறாக. எனக்கும் நிம்மதி கெட்டுப்போச்சு.”

“நானும் கவனிச்சுக்கிட்டுத்தான் வாறண்ணா. மனசுக்குச் சங்கடமாத்தான் இருக்கு. இதுக்கு நெரந்தரமாத் தீர்வு கண்டாகணும். இத எடுத்துச் சொன்னாத் தருமனாச்சும் கேட்டுக்கிருவான் போலருக்கு. துரியோதனன் காதுல போட்டுக்கிறதேயில்ல.”

“எனக்கு இப்படித் தோணுது தம்பி.”

“எப்படி.”

திருதன் திட்டத்தை மெல்லக் கசியவிட்டான்.

“தம்பி புள்ளைக கொஞ்ச நாளைக்கு இவங்கள வுட்டு வெலகித் தனிச்சிருந்தாச் சரியாப் போகும்னு நெனக்கென். நீ என்ன சொல்ற.”

“அதுகூட நல்லதுதான். அவங்கள எங்க தங்கவைக்கிறது.”

“அதொண்ணும் பெரிய காரியமில்ல. வாரணாவதத்துல சகல வசதிகளோட பெரிய மாளிக கட்டிக் குடுத்துருவொம். சந்தோசமாக் குடியிருக்கட்டும். அப்பப்ப இங்க வந்து போயிக்கிறலாமே. ஊரு வாய அடச்சமாதிரியும் இருக்கும். நாஞ் சொல்றது சரிதான தம்பி.”

"சரியாத்தான் தெரியிது. மதினி இதுக்கு ஒத்துக்கிறணுமே."

"நீதான் அவளுக்கு நெலமையப் பக்குவமாச் சொல்லணும்."

"பேசிப்பாக்கென்."

விதுரன் குந்தியைத் தேடிப் போனான். திருதனின் ஏற்பாட்டைக் கேட்டதும் அவள் சிரித்துக்கொண்டாள்.

"எம்புள்ளைக மேல பெரிசுக்கென்ன அவ்வளவு அக்கறையாம். எண்ணைக்குமில்லாற வாந்தக்கம்."

"நல்ல அக்கறையோ சதிவேலையோ. போகப்போகத்தான் தெரியும்."

"எல்லாரும் ஒத்துமையா இருக்கணுமிங்கிற பெருந்தன்ம இருந்தாப் போதும். மேலோட்டமாப் பாத்தா திட்டம் நல்லதாத்தான் தெரியிது. உள்ளுக்குள்ள எத்தன தந்தரம் மந்தரம் ஒளிஞ்சிருக்குதோ. யாரு கண்டது. சரி உள்ளபடி நடக்கட்டும். புள்ளைக தெடமா வளர்ற வரைக்கும் இப்படியே ஊரூரா அலைய வேண்டியதுதான்."

"அவங்க தெடமாகிக்கிற வரைக்கும் அங்க இருக்கிறதுதான் நல்லதின்னு நெனைக்கென். நமக்குள்ள உரிமைகளக் கேட்டு வாங்குற அளவுக்கு நமக்கு வலிமையில்ல. அரமன இப்பச் சகுனிகளாலதான் அலக்கழியிது. ஒரு சகுனியே போதும். நமக்கு நல்ல நேரம் வரும்போது பாத்துக்கிறலாம்."

"இந்த அலச்சலும் ஒளச்சலும் எத்தன நாளைக்கோ. பகவானே எம்புள்ளைகளுக்கு ஒரு நல்ல வழி காட்டுப்பா."

அரக்குமாளிகை கட்டி முடிக்கும் பொறுப்பு புரோசனனிடம் ஒப்படைக்கப்பட்டது. சில மாதங்களிலேயே கண்டோர் வியக்குமளவுக்கு மாளிகை எழும்பியது. பாண்டவர் மாளிகையில் குடியேறும் நாளும் கணிக்கப்பட்டது. காந்தாரியும் குந்தியும் ஏகச் சந்தோசத்தில் இருந்தனர். காரணங்கள்தான் வேறு.

வாரணாவதம் பற்றி விதுரனுக்கிருந்த ஐயம் இன்னும் தெளியாமலே இருந்தது. ஒற்றர்களை அனுப்பி விசாரித்தான். அதிலும் முழு விவரம் தெரியவில்லை. சதிக் கும்பலின் பேச்சிலிருந்து வாரணாவதம்...... சிவம்...... பாண்டவர்...... சாம்பல்....... என்ற வார்த்தைகள் மட்டுமே செவியில் விழுந்ததாக ஒற்றர் தெரிவித்தனர்.

விதுரனுக்கு உண்மை விளங்கிவிட்டது. ஆகா பாண்டவர்களை மொத்தமாக எரிப்பதற்கல்லவா சதித் திட்டம் தீட்டியிருக்கிறார்கள்.

இதை எப்படியாவது அவர்களுக்குத் தெரிவித்து நேரவிருக்கும் ஆபத்தைத் தடுத்தாகணுமே.

விதுரன் வேர்க்க வேர்க்க விரைந்து வந்தான். நின்று மூச்சு வாங்கியபோது பாண்டவர் பெரியோர்களிடம் ஆசி பெற்று வாரணாவதம் செல்ல ஆயத்தமாகிக்கொண்டிருந்தனர். அடடா நிலைமை மோசமாகிவிட்டதே. இந்த அவசரக் கோலத்தில் வெளிப்படையாகப் பேச முடியாது. பூடகமாகச் சொன்னால் அதைப் புரிந்துகொள்ளக்கூடிய அறிவு சகாதேவனுக்கு மட்டுமே உண்டு. சகாதேவனைப் பார்த்து சைகைகளோடு உளறினான்.

“சகா நீ மகா அறிவாளி. பஞ்சபூதங்களையும் கிரகங்களையும் பத்தி ஆராய்ச்சி செய்ற ஞானி. நீ போற எடத்துல கத்துக்கிற அளவுக்கு ஏதுமில்ல. ஆனாலும் ஒன்னோட முயற்சிய எப்பயுமே கைவுட்றக்கூடாது. ஒனக்கு நல்லாவே தெரியும். பஞ்சபூதங்கள்ல கொடுமையானது நெருப்பு. காத்து எல்லா எடத்துலயும் பரவிக் கெடக்குது. காத்தால மட்டும் பெரிய அழிவு எதையும் செஞ் சிறமுடியாது. அது நெருப்போட சேந்தா நடக்கிற அழிவுக்குக் கணக்கேயில்ல. ஒரு மாளிக போலதான் மனுசனும். அவன் தோலுக்கடியிலகூட நெருப்ப ஒளிச்சு வச்சுக்கிறலாம்....... இப்பப் பாரு நான் நீர். நீயும் நீராக்கும். இதோ பீமனும் நீர்தான். புரோசனன் நெருப்பு...... எல்லாரும் இப்படியே கௌம்புங்க. கவனமாருங்க மக்கா.”

வாரணாவதப் பயணத்தில் வழி நெடுக விதுரனின் வார்த்தைகளே சகாதேவனின் சிந்தனைகளை ஆக்கிரமித்திருந்தன. யுதிஷ்டிரனுக்கும் அதே நினைவுதான். குந்தி சகாதேவன் கைகளை இறுகப் பற்றியிருந்தாள். புரோசனன் அவர்களுக்கு முன்னால் எட்டத்தில் நடந்துகொண்டிருந்தான்.

சகாதேவனுக்குள் உண்மை பொறிதட்டியது. மூத்தவன் பக்கம் திரும்பி மெல்லக் கூறினான்.

“அண்ணா விதுரப்பா சொன்னது பொய்யில்ல. அரக்குமாளிகையில நம்மளக் குடியேத்தி அடியோட அழிக்கிறதுக்குத் திட்டம்போட்ருக்காங்களாக்கும்.”

தருமன் ஆமோதித்தான்

“எனக்கும் அப்படித்தான் தோணுது சகா”

இதைக் கேட்ட குந்தி பதறிப் படபடத்தாள்.

“மோசம்போயிட்டமே. அடப் பாவிகளா எம் புள்ளைகள எரிக்கிறதுக்கா திட்டம் போட்ருக்கீக. நீங்க வெளங்கமாட்டீக.”

சகாதேவன் குந்தியம்மாவை அணைத்தபடி வருடித் தேற்றினான்.

சதித்திட்டத்தை அறிந்த பீமன் அண்டகாரக் கோவத்தில் வெடித்தான்.

“திருட்டுப்பயக. எங்களக் கொல்றதுக்குச் சதித்திட்டமா போடுறீக........ முன்னால போறானே புரோசனன் அவந்தான் இதுக்கெல்லாம் ஒடந்தையா. மொதல்ல அவன் தலையத் திருகித் தரையில எறியிறென் பாரு. நரிக்கும் கழுகுக்கும் எரையாகட்டும்.”

குந்தி அவனை ஆற்றுப்படுத்தினாள்.

“எஞ் செல்ல மகனே பீமராசா வாய வச்சுக்கிட்டுக் கொஞ்சம் சும்மாருய்யா. புரோசனன எங்கிட்ட வுட்ருங்க. நான் பாத்துக்கிறென். அமைதியா நடங்க. என்னதான் நடக்குதுன்னு பாப்பமே.”

சகாதேவனும் தருமனும் அர்த்தமுடன் சிரித்துக்கொண்டனர். அர்ச்சுனனும் நகுலனும் இயற்கையின் அழகில் லயித்தபடி நீண்ட விவாதத்தில் ஈடுபட்டிருந்தனர்.

புரோசனன் முன்னே செல்ல அனைவரும் பின்தொடர்ந்தனர்.

62

கானகத்தில் மருமக்களுடன் கடுந்தவம் புரிந்த சத்தியவதி தள்ளாமையின் அந்திம நூலைப் பிடித்துக்கொண்டு புலம்பினாள்.

“யாத்தாடி இனிமே உயிர்வச்சிருக்க ஏலாதும்மா. ஒடம்பெல்லாம் இத்துப்போயி நொறுங்கிக் கெடக்குது. இண்ணைக்கோ நாளைக்கோ தருமராசன் என்னக் கூட்டிக்கிருவான். நீங்கதான் கூடருந்து எங்கட்டைய வேகவைக்கணும். செய்யவேண்டிய கடமைகள மொறையாச் செஞ்சிருங்க தாயி.”

அம்பிகை தனது முடிவில் தெளிவாக இருந்தாள்.

“இவ்வளவு காலமும் ஒங்க நெழல்லயே வாழ்ந்து முடிச்சுட்டொம். நீங்க இல்லாம எங்களால ஒரு பொழுதுகூடத் தனிச்சிருக்க முடியாது. ஒங்க கூடயே வெந்து நீந்துருவொம்.”

அம்பாலிகை புறங்கையால் கண்ணீரைத் துடைத்துக் கொண்டாள்.

"நீங்க இல்லாற எடத்துல எங்களுக்கென்ன வேல. எங்களையும் கூட்டிக்கங்க."

"மக்கா ஒங்கள இக்கதிக்கு ஆளாக்குனது நாந்தான். அதுக்கு நானேதான் பொறுப்பு."

"நாடு நல்லாருக்கணும்னுதான செஞ்சீக."

"விசித்திரவீரியன் தீராத நோயாளின்னு தெரிஞ்சும் ரெண்டு கன்னிகளையும் வலுக்கட்டாயமாக் கட்டிவச்சது நம்பிக்கத்துரோகமாக்கும். காங்கேயன் மொரட்டுத்தனமா மூணுபேரக் கடத்தீட்டு வந்தான். கொடும தாங்காம மூத்தவ அனியாயமா உயிர மாச்சுக்கிட்டா. ஒங்க ரெண்டு பேரையும் புடிச்சு அரமனைக்குள்ள அடச்சுட்டொம். புருசன் போனப் பெறகு நீங்க அனுபவிச்ச கஷ்டம் கொஞ்ச நஞ்சமில்ல. அதிகாரம் எங் கண்ண மறச்சிருச்சு. மமதையில ஆட்டம் போட்டென். அதுக்குச் சரியான தண்டனையும் கெடச்சிருச்சு. பட்டழுந்துனது போதும்....... அய்யா தருமராசா எங்கதைய ஒடனே முடிச்சுருய்யா."

"பழசெல்லாம் ஏன் மனசில போட்டுக் கொழப்பிக்கிறீக."

"செஞ்ச பாவத்த எங்க போயித் தீத்துக்கிறது...... மக்கா எம்புள்ள வியாசனப் பாக்கணும் போலருக்கு. மனசுக்கு ஆறுதலாருக்கும்........"

அம்பிகையும் ஆர்வப்பட்டாள்.

"எங்களுக்கும் ஆவலாருக்கு. நல்லது கெட்டதச் சொல்லுவாரு. மனசில பாரங் கொறையும்."

"இப்பயே கௌம்புவொம். யாத்தா இடுப்பு என்னமா வலிக்குது. முட்டுக்கொடச்சல் தாங்கமுடியல. எம்புள்ளையப் பாக்குறவரைக்கும் கூட்ல உயிரு தங்கணுமே."

சத்தியவதி மருமக்களின் கைத்துணையுடன் குழந்தைக் குறுநடையில் தள்ளாடினாள். வேடுவர் வழிகாட்ட வேத வியாசனின் பர்ணசாலையை நோக்கி நடந்தனர்.

வனவாசிகளின் வெள்ளை உபசரிப்பில் தாகந் தணிந்தும் பசியாறியும் ஓய்வுக்கு அமர்ந்தும் தெம்பேற்றி நடந்தும் நெடும்பயணத்துக்குப் பின் கங்கைக்கரையடைந்தனர்.

மேல்வானத்தில் மேகங்களைத் துளைத்துக்கொண்டு பீச்சும் அந்தி ஒளியை அங்கமெல்லாம் தங்க உடையாக அணிந்த கங்கை நடமிடும் கோலம் மனசையள்ளியது.

கரையருகே வேதவியாசனின் யாகசாலைக் கூரை வழியே பிதுங்கும் புகை வானோக்கி நெடுமூச்சாக நெளிந்துகொண்டிருந்தது.

சத்தியவதி முற்றத்தில் நின்றுகொண்டு ஈனக்குரலில் அழைத்தாள்.

“மகனே...... துவைபாயனா......”

பெண் குரல் கேட்ட திகைப்பில் வியாசன் வெளியே எட்டிப்பார்த்தான்.

வாடிய மலராக வதங்கிய தாய்முகம். அருகில் நொந்து சோர்ந்த அபலைகளின் நோய்முகம். முனிவனின் புல்லடர்ந்த புதர்முகம் மெல்ல மலர்ந்தது.

“அம்மா.....”

தாய் கண்ணிமைக்க மறந்து கனிவுடன் மகனையே பார்த்துக்கொண்டிருந்தாள்.

மகனின் முதிய முகம் மறைந்து அன்றொரு நாள் யமுனைத் திரட்டில் நாணற் புதருக்குள் பிறந்ததும் எழுந்து நடைபயின்ற கிருஷ்ண துவைபாயனனின் சேய் முகமே நெஞ்செல்லாம் நிறைந்திருந்தது.

வியாசன் அக்கறையில் கேட்டான்.

“பசியாறிக்கிறலாமே. சோர்வா இருக்கிறீங்களே.”

“பசிதான் மகனே. ஓங் கையால சாப்புடுறதுக்கு ஆசையாருக்கு. அதுக்கு முன்னால கங்கையில நீராடீட்டு வந்துறொம்.”

வியாசன் கூப்பிடு தூரத்திலிருக்கும் படித்துறையை அடையாளம் வைத்துச் சொல்லியனுப்பினான்.

“கவனமா நீராடீட்டு வாங்க.”

அம்பிகையும் அம்பாலிகையும் நீருக்குள் இறங்கி உடம்பு சில்லிட்டுச் சிலிர்க்க கங்கை நீரில் மூழ்கி மூழ்கி எழுந்தனர். அளைந்து நீந்தினர்.

படிக்கட்டில் அமர்ந்தபடி குளித்த சத்தியவதி குரல் கொடுத்தாள்.

"ஆழத்துக்குப் போகவேணாம் ஆபத்து."

திடீரெனக் கங்கையின் மட்டம் உயர்ந்து நீரோட்டம் வேகமெடுத்தது. அந்த வேகத்துக்கு ஈடுகொடுக்க முடியாமல் மருமக்கள் திண்டாடினர். சத்தியவதி அலறினாள்.

"அய்யோ வெள்ளம் வருதே."

மூடிமுழிக்குமுன் பனிப்பாறை உருகிப் புரண்டு வந்த வெள்ளம் மருமக்களை இழுத்துச் செல்வதைப் பார்த்துப் பதறிய சத்தியவதி ஓங்கிக் கூவினாள்.

"மகனே......மகனே....."

பழைய மச்சகந்தியின் துணிச்சலில் நீருக்குள் இறங்கி நீந்தி மருமக்களைக் காப்பாற்றப் பிரயாசைப்பட்டாள். கங்கை அனுமதிக்கவில்லை.

அன்னையின் குரல் கேட்ட அதிர்ச்சியில் வியாசன் ஓடிவந்தான். அவன் படித்துறையை அடையுமுன் நீருக்கு வெளியே நீட்டி நீட்டி அபயந் தேடிய ஆறு கைகள் ஓய்ந்து முற்றிலுமாக மூழ்கிவிட்டன. கால்கள் உதைத்து ஓய்ந்துவிட்டன.

முற்றும் உருகாத பரந்த பனிப்பாறையொன்று அவர்களை மூடியபடி வெள்ளத்தில் விரைந்துகொண்டிருந்தது.

படித்துறையிலிருந்து வியாசன் பதட்டத்தில் அலறினான்.

"அம்மா... அம்மா..."

மூன்று அறுதலிகளின் அகால மரணச் சேதி தாமதமாகவே அஸ்தினாபுர அரண்மனையை எட்டியது.

63

மக்களின் ஆரவாரத்துக்கிடையே பாண்டவர் வாரணாவதம் அரக்கு மாளிகையில் குடியேறினர். மாளிகையின் பெயர் மங்கலம். எளிதில் தீப்பிடிக்கக்கூடியது என்பதை அறிந்து பாதுகாப்புக்காக அங்கிருந்து ஒரு சுரங்கவழி தோண்ட விதுரன் ஏற்பாடு செய்தான். அவன் அனுப்பிவைத்த கனகன் பாண்டவர் மாளிகையிலிருந்து தப்பிக்கும் வகையில் பெரிய சுரங்க வழி அமைத்தான்.

துரியோதனனால் வேவுபார்க்க அனுப்பப்பட்ட புரோசனன் எப்போதும் அரக்குமாளிகைக்குக் காவலிருந்தான். தன்மீது பாண்டவருக்கு நம்பிக்கை ஏற்படும் வகையில் நடந்துகொண்டான்.

ஒற்றறியும் பொருட்டுப் பாண்டவரிடம் புரோசனன் அனுப்பிய வேடுவச்சி குந்திக்கு நம்பிக்கைக்குரியவளாகப் பழகினாள். அவளது ஐந்து புதல்வர்கள் உடனிருந்தனர். மதுப்பிரியர்.

துரியோதனனின் சதித்திட்டத்தை அறிந்த பாண்டவரோ புரோசனன் செயலில் இறங்குமுன்னரே மாளிகைக்குத் தீ வைத்துவிட்டுத் தப்பிவிட வேண்டுமெனத் தீர்மானித்திருந்தனர். அது பீமனின் திட்டம்.

ஒரு நாள் நள்ளிரவு. புரோசனன் அயர்ந்து தூங்கிவிட்டான். மற்றொரு இடத்தில் வேடுவச்சி தூங்கிக்கொண்டிருந்தாள். அவளருகில் ஐந்து புதல்வர்கள் மது மயக்கத்தில் ஆழ்ந்த தூக்கத்திலிருந்தனர்.

பீமன் சந்தடியில்லாமல் எழுந்து புரோசனனுக்கருகில் சென்று அங்கே தீ மூட்டினான். பின்னர் மாளிகையைச் சுற்றிப் பல இடங்களில் நெருப்புக் கொளுத்தினான். நாற்புறமும் நெருப்புப் பற்றி எரியத் தொடங்கியது.

பீமன் குந்தியைத் தோளில் தூக்கிக்கொண்டான். நகுல சகாதேவர்களை இடுப்பில் வைத்துக்கொண்டான். தருமனையும் அர்ச்சுனனையும் கைகளில் ஏந்தியவாறு சுரங்கப்பாதை வழியாகக் கம்பீரமாக நடந்து வெளியேறினான்.

அரக்குமாளிகையில் நெருப்பு கொழுந்துவிட்டு ஆரவாரித்து எரிந்தது. நெருப்பை நெருங்க முடியாமல் மக்கள் தவித்தனர். அலறி அழுதனர். பலவிதமான ஏச்சும் பேச்சும் கேட்டன.

“பாவி துரியன் திட்டம்போட்டுப் பாண்டவர அழிச்சிட்டானே.....”

“இங்க பாருங்காளேன் குந்தி அஞ்சு புள்ளைகளோட வெந்து கெடக்காளே.”

“துரியா ஓங் கபட நாடகம் நெறவேறியிருச்சு. இப்ப ஓனக்குச் சந்தோசந்தானா.”

மண் மேதிவிட்ட சுரங்கப் பாதை யார் கண்ணிலும் தென்படவில்லை. அதனால் பாண்டவர் இறந்துவிட்டதாக உறுதிசெய்தனர்.

சேதியறிந்த திருதராஷ்டிரனுக்கு உள்ளூர மகிழ்ச்சி. கவுரவர் வெற்றிக் களிப்பில் மிதந்தனர். ஆனால் வெளியே நடித்து அழுதனர். பீஷ்மன் பிதற்றினான். பின்னர் உண்மையில் நடந்ததை விதுரன் மூலம் அறிந்து ஆறுதலடைந்தான்.

பீமன் சகோதரரையும் தாயையும் சுமந்துகொண்டு இருளில் தென்திசை நோக்கி நடந்தான். விதுரனின் ஏற்பாட்டினால் கங்கைநதியைக் கடந்து அக்கரை சேர்ந்தனர். இருளில் அடர்ந்த காட்டையடைந்தனர். அனைவருக்கும் பசிக்கிறக்கம். நடக்கத் தெம்பில்லை. பீமன் எல்லாரையும் தூக்கிக்கொண்டு நடந்தான். இரவு முழுக்க நடை. பீமனின் வேகத்தில் பாண்டவர் மூர்ச்சையடைந்தனர்.

விடிந்தது. நடை தொடர்ந்தது. பாண்டவர் விழித்தனர். பீமன் தருமனை மட்டும் சுமந்துகொண்டு நடந்தான். அடர்ந்த காட்டுப் பகுதி வந்தது. அங்கே கொடிய மிருகங்களும் பெரிய பறவைகளும் நடமாடின. தண்ணீர் மட்டும் இல்லை. பாண்டவரால் நடக்க முடியவில்லை. ஆபத்தான காட்டில் உட்கார்ந்துகொண்டனர். குந்தி நாவறட்சியில் முனங்கினாள்.

“தாகமாருக்கு மக்கா. இனி ஒரெட்டு நடக்க முடியாது. யாத்தா காலு என்னமா ஒளையிது.”

பீமன் அவளை முதுகில் சுமந்துகொண்டு கொஞ்சத் தூரம் நடந்தான். தாயைப் பற்றிப் பெருமையுடன் நினைத்துக்கொண்டான்.

அடடா எப்பேர்பட்ட மனுசி. பாண்டுவின் மகாராணியாகப் பேரும் புகழுடன் வாழ்ந்தவள். ஆயிரமாயிரம் சனங்களுக்குப் பாலுஞ் சோறும் தானம் வார்த்தவள். தன் வயிற்றுப் பிள்ளைகளைவிட மாதுரி பெற்ற பிள்ளைகள் மீது அன்பு காட்டுகிறவள். இவளிடந்தானோ அண்ணா தர்மத்தைக் கற்றுத் தர்மசீலனானான்.

பெரிய ஆலமரம் தென்பட்டது. அனைவரும் மரத்தடியில் தங்க ஏற்பாடு செய்தான் பீமன்.

“நான் போயித் தண்ணி கொண்டுவாறென் அதுவரைக்கும் பொறுத்துக்கங்க. அதோ நீர்ப்பறவைகளோட சத்தங் கேக்குது. கிட்டத்துலதான் நீர்நிலை இருக்கணும்.”

சற்றுத் தொலைவில் தாமரை மலர்கள் நிறைந்த தடாகம் தென்பட்டது. தாகந்தீரத் தண்ணீர் அருந்தினான். சோர்வு நீங்க நீராடினான். யானை குளிப்பது போலிருந்தது. தாமரை இலைகளைக் கோரைப்புற்களால் பெரிய பாத்திரமாகத் தைத்து அதில் நீர் மொண்டுகொண்டு ஆலமரத்துக்குத் திரும்பினான்.

மரத்தடியில் தாயும் சகோதரர்களும் அயர்ந்து தூங்கிக்கொண்டிருந்தனர். கட்டாந்தரையில் அவர்கள் தூங்குவதைப் பார்த்துத் துயருற்றான்.

"எந் தாய்க்கு இக்கதியா. தருமந் தவறாத அண்ணனுக்கும் தம்பிகளுக்கும் இந்த நெலமையா. திக்குத் தெரியாமத் தவிக்கிறமே. துரியோதனா நீ செயிச்சிட்டன்னு மமதையா. என் அண்ணன் மட்டும் அனுமதிச்சிருந்தா அண்ணைக்கே ஓங்க கூட்டத்தையே எமதருமங்கிட்ட அனுப்பியிருப்பென். அனுமதிக்கலையே. என்ன செய்யட்டும்."

தரையில் தூங்கும் தாயையும் சகோதரர்களையும் இமைக்காமல் பார்த்துக்கொண்டிருந்தான்.

சற்றுத் தொலைவில்தான் நகரம் இருக்கணும். விழித்திருக்கவேண்டிய இடத்தில் தூங்குகிறார்களே. விழித்தால் நீர் அருந்திக் களைப்பு நீங்கும். அதுவரை நான் விழித்திருக்கிறேன்.

64

காட்டுக்குள் அருகாமையில் பெரிய ஆச்சா மரம். அதில் ஒரு அரக்கன் குடியிருந்தான்.

பெயர் இடும்பன். கரு நிறம். குகை வாய். நீண்ட கோரைப்பற்கள். செந்நிற முடி... குரூரத் தோற்றம். அவனுக்குப் பிடித்தமான உணவு நரமாமிசம்.

கடும் பசியில் இருந்தான். மனித வாடையை உணர்ந்தான். ஆகா அருகில்தான் மனிதர் இருக்கின்றனர். மகிழ்ச்சியில் சகோதரியை அழைத்தான்.

"தங்கச்சி நெடுநாளைக்குப் பெறகு நரமாமிசம் சாப்புடப்போறென். நாவுல எச்சூறுது. எங் கோரப்பல்லு மாமிசத்துல பதிஞ்சு கிழிக்கப்போகுது. நொரையோட கொப்புளிக்கிற ரத்தத்தக் குடிக்கப்போறென். நீ ஓடனே அங்க போயி அத்தன மனுசரையும் கொன்னு கொண்டு வா. அப்பத்தான் கோரப் பசி அடங்கும்."

தங்கை இடும்பி களிப்பில் ஆலமரத்தை அடைந்தாள். பீமன் காவலிருக்க மற்றவர்கள் தூங்கிக்கொண்டிருக்கும் காட்சியைக் கண்டாள்.

பீமனை மட்டும் வெகுநேரம் பார்த்துக்கொண்டே இருந்தாள். அவனது பெரிய உருவமும் கட்டான உடலழகும் அவளைக் கவர்ந்தன. நாடியில் ஊஞ்சலாடும் ஆட்டுத் தாடி 'வா வா' என்றழைத்தது. உடலின் பேரழகில் மயங்கிக் காமுற்றாள். இவனே எங் கணவன். இவர்களைக் கொல்ல மாட்டேன். கணவனின் அன்பு சகோதரப் பாசத்தையும் விடப் பெரிது. இவர்களைக் கொன்றால் ஒரு வேளை உணவு கிடைக்கும். அவ்வளவுதான். உயிருடன் விட்டால் நெடுநாள் வாழ்க்கை கிட்டும். கற்பனையில் மிதந்தாள்.

அரக்கி உருவத்தை மாற்றி அழகிய பெண்ணானாள். பீமனிடம் சென்றாள். நெருங்கி வரும் பெண்ணைக் கண்டு அவன் வியந்தான். பயந்தான்.

கருங்கண்கள். சுருள் கூந்தல். கூம்பிய குன்றுக்கொங்கை. வெண்பற்கள். கோவை இதழ்கள். காட்டில் இவ்வளவு அழகிய பெண்ணா. எதுக்காக வந்தாள். அவனை நெருங்கிய இடும்பி கேட்டாள்.

"ஒங்களக் கொன்னு கொண்டுவரச் சொல்லி என் அண்ணன் என்ன அனுப்பியிருக்குது. ஒன்னக் கண்டதும் எம் மனசு மாறிப்போச்சு. நீ எனக்குக் கணவனாகணும். பெரிய அரக்கங்கிட்டருந்து எல்லாரையும் காப்பாத்தணும்னா நம்ம ஒண்ணுசேரணும். காடு மலன்னு அலஞ்சு திரிஞ்சு சந்தோசமா இருக்கலாம். என்ன சொல்ற."

"எங்கண்ணனுக்கே இன்னும் கலியாணமாகல. எனக்கெப்படி முடியும். எந் தாயையும் சகோதரர்களையும் பிரிஞ்சு வரமாட்டென். நான் காமுகனில்லம்மா."

அவர்கள் பேசிக்கொண்டிருக்கும்போது இடும்பன் பொறுமையிழந்து ஆச்சா மரத்திலிருந்து தங்கையைத் தேடி வந்துவிட்டான். அவள் ஒரு ஆடவனுடன் பேசிக்கொண்டிருப்பதைப் பார்த்துக் கோவமுற்றான்.

"தங்கச்சி நீ காமவசப்பட்டுட்டயா. ஒஞ் சந்தோசந்தான் ஒனக்கு முக்கியமாப்போச்சு. அண்ணன அலட்சியப்படுத்தீட்ட. நம்ம குலத்துக்கே அவமானம். ஒன்னையும் இவனையும் என்ன செய்றென் பாரு."

பீமன் அரட்டினான்.

"அங்கயே நில்லுடா. இவ மேல தப்பில்ல. என்னக் கண்டு மனசப் பறிகுடுத்துட்டா. பொண்ணக் கொல்றது பெரும் பாவம். என்னோட மோதிப் பாரு."

இருவரும் மோதினர். உக்கிரமான சண்டை. வெகுதூரம் சென்று போரிட்டனர். அவர்களது சத்தங் கேட்டு குந்தியும் புதல்வர்களும் விழித்துக்கொண்டனர். குந்தி இடும்பியை இன்முகத்துடன் விசாரித்தாள். இடும்பி நடந்த கதையைக் கூறினாள்.

பீமன் இடும்பனைத் தலைக்கு மேல் தூக்கிப் பலமுறை சுற்றிக் கீழே வீசியெறிந்து கொன்றான். பாண்டவர் மகிழ்ந்தனர்.

அவர்கள் அங்கிருந்து புறப்பட்டனர். நிராதரவாக நின்றிருந்த இடும்பி தேம்பியபடி பின் தொடர்ந்தாள். பீமனிடம் கெஞ்சினாள். அவன் சினமுற்று அவளைத் தாக்க வந்தான். தருமன் தடுத்தான்.

“தம்பீ அந்தப் பொண்ணக் கொல்றது நியாயமில்ல. அந்தப் பாவம் பொல்லாறது.”

இடும்பி மீண்டும் குந்தியை வணங்கினாள்.

“இவரோட என்னச் சேத்துவையிங்க. ஒங்களுக்குக் காலமெல்லாம் காலுக்குச் செருப்பாக் கெடப்பென்.”

தருமன் சற்று யோசனைக்குப் பிறகு இசைந்தான்.

“அழாதம்மா. நீ பகல் முழுக்கப் பீமனோட சேந்து வாழலாம். பொழுது இருட்னதும் எங்ககிட்டக் கொண்டுவந்து வுட்றணும். நீ கர்ப்பமாகிறவரைக்கும் அவனோட குடும்பம் நடத்தலாம்...... என்னப்பா பீமசேனா அப்படியே செஞ்சிறலாமா.”

பீமன் சந்தோசத்தில் பலமாகத் தலையாட்டினான்.

குந்தி தடுக்கவில்லை. இடும்பிக்குச் சந்தோசம் சொல்லமுடியாது. குந்தியை முதுகில் சுமந்துகொண்டு நடந்தாள். மற்றவர்கள் பின்தொடர்ந்தனர்.

எல்லாரும் அருகிலுள்ள வனமான சாலிகோத்திரத்தை அடைந்தனர். பாண்டவர் அங்கே தங்குவதற்காக இடும்பி அழகிய வீடமைத்துக் கொடுத்தாள். பாதுகாப்பான வீடு. அதில் சந்தோசமாகக் குடியிருந்தனர்.

65

இடும்பியின் இனிய இல்லறம் தொடங்கியது. பீமனைச் சுமந்துகொண்டு காடு மலையெனப் பற்பல இடங்களைச் சுற்றிக் காண்பித்தாள். குகைக்குள்ளும் பாறை மறைவிலும் அவர்கள் கூச்சந்துறந்து குடும்பம் நடத்தினர். அவள் எங்கோ ஒளிந்துகொண்டு பாடுவாள்.

“மாமுமாமூ பீமுமாமூ

மனசுத்கேத்த தாடிமாமூ

ஒளிஞ்சிக்கிட்டு நானிருக்கென்

ஓடிவந்து கூடுமாமூ.”

பீமன் ஆட்டுத் தாடியைத் தடவிக்கொண்டே குரலால் தேடுவான்.

“குட்டிகுட்டி ஆனக்குட்டி

கூடவாறென் நில்லுகுட்டி

முட்டிமுட்டி மல்லுக்கெட்டி

மோதவாறென் செல்லக்குட்டி.”

அங்கிருந்து அழைப்பு வரும்.”

“கல்லுமஞ்சம் காத்துருக்கு

கண்ணுரெண்டும் பூத்துருக்கு

துள்ளிக்கிட்டு வாடாமாமூ

அள்ளிக்கிட்டுப் போடாபீமூ.”

அவள் கணவனை முதுகில் ஏற்றிக்கொண்டு ஆகாயத்தில் அனாயசமாகப் பறந்து திரிவாள். அவனை உள்ளங்கையில் ஏந்தி அழகுபார்த்துக்கொண்டே சஞ்சரிப்பாள்.

அவன் பூமியழகின் லயிப்பில் கண்ணயர்வான். அவர்கள் சாலிகோத்திரத்தை எட்டும்போது இருட்டிவிடும்.

இடும்பி எல்லாருக்கும் பணிவிடை செய்வாள். பீமன் சுமந்துவந்த பழங்களை அனைவரும் உண்டு களித்து உறங்கச் செல்வர். உறங்கும்போது அவளது மூச்சு அத்தையின் பாதங்களை வருடிக்கொண்டேயிருக்கும்.

இடும்பியின் இயற்பெயர் காடலங்கடி. குந்தி அவளைக் கமலபாலிகை என்றே அழைப்பாள். அதுக்குக் காரணமுண்டு.

"அதென்ன நரமாமிசம் தின்னு சீவிக்கிற பெழப்பு. அவளோட பழைய பேர நெனச்சாலே ரத்தக் கவுச்சி கொமட்டுது."

சாலிகோத்திரத்தில் பாண்டவர் ஆறு மாதம் தங்கியிருந்தனர். ஏழாவது மாதம் இடும்பி கருவுற்றாள். உடனே ஆண் குழந்தை பிறந்தது. முரட்டுக் குழந்தை. தலை குடம்போல் இருந்ததால் கடோத்கஜன் என்று பெயரிட்டனர். மகனுக்குத் தாய் இட்ட பெயர் சின்னப்பீமு சிறுக்குட்டன். செல்லக்குட்டன் என்றும் கூப்பிடுவாள்.

இடும்பியின் காலக்கெடு முடிந்தது. பீமனைப் பிரியவேண்டிய கட்டாயம். பழைய நினைவுகளிலேயே விடைபெற்றாள். இளகிப்போயிருந்த பீமன் முதன்முதலாகக் கண் கலங்கினான். தாய் மீது கோவம் வந்தது. அண்ணனை நொந்துகொண்டான்.

"புள்ளைகளோட சந்தோசத்தப் பத்தி நெனச்சுப்பாக்கணும். அதுதான் பெத்த தாய்க்கு அழகு. என்னேரமும் புள்ளைகள முந்தியில முடிஞ்சுவச்சே முடியுமா. அவங்க வளந்துட்ட பெராயத்துல கண்டறிஞ்சு பெழச்சுக்கிறட்டும்னு வுட்டுப்புடிக்கணும். அதுதான் பெத்தவளுக்கு மரியாத. அண்ணக்காரன் பசு மாதிரி. தனக்கு முந்தித் தம்பி கலியாணம் முடிக்கலாமிங்கிறதெல்லாம் ஒப்புக்குத்தான். சுயம்வரத்துல தெறமையக் காட்டிப் பொண்ண மசக்கிப் புடிச்சிட்டு வர முடியுமா ஒன்னால. அதுக்கொரு தைரியம் வேணும். அதுல்லாம தர்மம் நீதி நேர்ம விதின்னு ஒப்பிச்சிட்டுருந்தாக் காரியமாகுமா. இவனுக்கு எந்தச் சுந்தரிதான் மாலையிடப் போறாளோ."

பீமனின் கண்கள் ஆலங்கட்டி மழையாகத் துளித்தன. இடும்பி முடிவுசெய்துவிட்டாள்.

"மாமுவோட சேந்து வாழக் குடுத்துவைக்கல. சிறுக்குட்டன் மொகம் பாத்து ஆறுதலடஞ்சுக்கிற வேண்டியதுதான். நீங்க எல்லாரும் ஒத்துமையாருக்கணும். அது போதும்....... விதிய மாத்த முடியுமா."

இதுக்குள் பாலகனாக வளர்ந்துவிட்ட கடோத்கஜன் அனைவரையும் வணங்கினான்.

"தேவப்படும்போது நான் வந்து ஓங்களுக்கு ஓதவி செய்வேன்."

குந்தி பெருமைப்பட்டாள்.

"நீ குரு வம்சத்துக்கு ஏகப்புத்திரன். நம்ம குடும்பத்துக்கு மூத்த புள்ள. எங்களுக்கு எப்பயும் பாதுகாப்பாருக்கணும். எம் பேராண்டி வனக்குட்டன். வரட்டுமாய்யா ராசா. அம்மாவப் பத்தரமாப் பாத்துக்கோய்யா."

"சரி பாட்டி."

இடும்பி அத்தையை ஏறிட்டுப் பார்க்கவில்லை. கடோத்கஜனை அழைத்துக்கொண்டு புறப்பட்டாள். இறுதியாகப் பீமனைப் பார்க்கும்போது எல்லாமே இருண்டு கிடந்தது. மகனின் வெளிச்சத்தில் மலைக்காமல் நடந்தாள்.

பீமன் ஆடும் தாடியைத் தடவிக்கொண்டே அன்னியப்பட்டுவிட்டான். எங்கோ மலைக் குகையிலிருந்து இடும்பியின் குரல் எதிரொலித்தது.

"கல்லுமஞ்சம் காத்துருக்கு

கண்ணுரெண்டும் பூத்துருக்கு"

பாண்டவர் சாலிகோத்திர மகரிஷியிடம் வேதங்கள் வேதாந்தங்கள் தர்க்க சாத்திரங்கள் அரசியல் போன்றவற்றைக் கற்றுத் தேர்ந்தனர். ரிஷிகளைப்போல் உருமாறிக்கொண்டனர். மரவுரிகளையும் இலைகளையும் உடுத்திக்கொண்டனர்.

அங்கிருந்து புறப்பட்டு பாஞ்சால நாட்டுக்கும் கீசக நாட்டுக்கும் இடையே காட்டுப் பிரதேசத்தை அடைந்தனர்.

அங்கே ஏகச்சக்கர நகரத்தில் ஒரு அந்தணன் வீட்டில் தங்கினர். பிச்சையெடுத்து உண்டு காலங் கழிந்தது. கிடைக்கும் பிச்சை உணவில் பீமனுக்குச் சரி பாதி. மீதியை மற்றவர்கள் பங்குபோட்டுக்கொள்ளணும். அனைவரும் பசியாற உண்டதில்லை.

பீமன் அன்ன ஆகாரக் குறைவினால் உடல் இளைத்துவிட்டான். இடும்பி கொடுத்த உணவுக்கு ஈடாகுமா. ஒரு குயவனுடன் நட்புக்கொண்டு பெரிய அளவில் மண்பாண்டம் வாங்கிக்கொண்டான். அது நிறையப் பிச்சை கிடைத்தால் ஓரளவுக்கு வயிறு நிறையும். மக்கள் பரிகசித்துக்கொண்டே பிச்சையிட்டுப் பாண்டத்தை நிரப்புவர்.

பசி நேரங்களில் பீமன் இடும்பியை நினைத்து ஏங்குவான். தனிமையில் அமர்ந்து அழுது குலுங்குவான். நூறு யானைப் பலங்கொண்டவன் மெலிந்து விசும்பும் பூனையாகிவிடுவான்.

குந்தியின் மனசில் இடும்பியின் நினைவு அடிக்கடி வந்து நெருடும். எம் பிள்ளைகள் இப்படி வாடிவிட்டனரே. இடும்பி உடனிருந்தால் நிலைமை இப்படியா இருக்கும். பழங்கள் பறித்து வந்து கொடுத்துத் திணறடித்திருப்பாளே. அவள் வந்துபோனது ஒரு கனவுதான். கருத்த மழை மேகம் பறந்து வந்து பெருத்த மழையைப் பெய்துவிட்டுப் போன மாதிரி. என்ன செய்வது. காட்டில் வாழும் பிள்ளைகளைக் கரையேற்றி நாடாள வைக்கணுமே. அவர்கள் கட்டுக்கோப்பாக ஒற்றுமையுடன் இருந்தால்தனே கரையேற முடியும். எல்லாரும் பீமனின் பலத்தை நம்பித்தானே வாழ்ந்துகொண்டிருக்கிறோம்.

அவள் உறக்கங்கெட்டு உழன்ற இரவுகள் பல.

66

அன்று வீட்டில் குந்தியும் பீமனும் மட்டுமே இருந்தனர். மற்ற நால்வரும் பிச்சைக்குப் போயிருந்தனர். அப்போது அந்தணன் வீட்டில் அழுகுரல்கள் கேட்டன. குந்தி பதறினாள்.

“அய்யா பீமராசா வீட்டுக்காரங்களுக்கு ஏதோ ஆபத்து போலருக்கு. அவங்களுக்கு நம்ம ஒதவணும். இரு என்னன்னு கேட்டுட்டு வாறென்.”

“அம்மா ஆபத்துக் காலத்துல நம்ம ஒதவத்தான் செய்யணும்.”

மீண்டும் ஓலக் குரல்கள். அவள் அவர்களிடம் சென்றாள். அந்தணன் மனைவி மகள் மகன் நால்வரும் அழுது புலம்பிக்கொண்டிருந்தனர். அந்தணன் மனைவியிடம் பிதற்றினான்.

“நீ நம்ம கொழந்தைகளுக்கு மட்டும் தாயில்ல. எனக்கும் நீதான் தாயி. ஒன்னப் பறிகுடுக்க நான் தயாரால்ல. என்னால தாங்க முடியாது. பாசமான மகனப் பலிகுடுக்க எந்தத் தகப்பந்தான் விரும்புவான். பிண்டத்தர்ப்பணம் பிதிர்க்கடன் இப்படி எல்லாக் கடமைகளையும் செய்யவேண்டிய ஒரே வாரிச எப்படி அரக்கனுக்குப் பலிகுடுக்கிறது. இருக்கிறது ஒரே பொண்ணு.

அவள அனுப்பீட்டு நம்ம நிர்க்கதியா இருக்க முடியுமா. நான் போயிட்டா ஒங்களால குடும்பம் நடத்த முடியாது. எல்லாருமே உயிர மாச்சுக்கிருவொம். அதுதான் ஒரே வழி."

மனைவி விசும்பினாள்.

"அசுரனுக்கு நான் எரையாகிறென். நீங்க கொழந்தைகளக் காப்பாத்துங்க."

மகள் தேம்பினாள்.

"நீங்க போயிட்டா எங்களுக்குத் தாயுந் தகப்பனும் கெடைக்க மாட்டாங்க. என்ன அனுப்புங்க. எண்ணைக்கிருந்தாலும் நான் அடுத்த வீட்டுக்குப் போறவதான. அப்படி நெனச்சுக்கங்க."

புதல்வன் மழலைக் குரலில் பெற்றோரைத் தேற்றினான்.

"கவலப்படாதங்க. மனுசங்களத் திங்கிற அந்த அரக்கன இந்தத் துரும்பால கொன்னுபோட்ருவென்."

குந்தி அவர்களிடம் ஆறுதலாகக் கேட்டாள்.

"அய்யா அந்தணரே ஒங்க வருத்தத்துக்குக் காரணமென்ன. சொல்லுங்க. நான் தீத்துவைக்கென்."

"தாயே எங்க சோகம் பெரிசு. ஒங்களால அதப் போக்க முடியாது."

"அது என்னன்னு நானும் தெரிஞ்சுக்கிறனே. என்ன ஒங்க குடும்பத்துல ஒருத்தியா நெனச்சுச் சொல்லுங்க."

"இந்த நகரத்துலருந்து ரெண்டு குரோசனத் தொலைவுல யமுன நதி உற்பத்தியாகுற எடத்துல ஒரு குகையிருக்குது. அதுல ஒரு அரக்கன் குடியிருக்கான். அவன் பேரு பகாசுரன். அவனுக்கு நர மாமிசம்னா விருப்பம். பதிமூணு வருசமா இந்த ஊர் மக்கள ஆட்டிப் படச்சிட்ருக்கான். அடிக்கடி ஊருக்குள்ள நொழஞ்சு மனுசர்களக் கொன்னு தின்னுருவான். அப்பாவி அந்தணருக ஒண்ணுகூடி அவங்கிட்ட நியாயங் கேட்டுக்கிட்டாங்க."

"பாவஞ் செய்றவங்கிட்ட நியாயமா."

"இனிமே ஒனக்குத் தேவையான சாப்பாட்டு வகைகள நாங்களே அனுப்பிவைக்கொம். கூடவே வீட்டுக்கொரு ஆளையும் எருதுகளையும் பதினஞ்சு நாளுக்கொரு தடவ அனுப்புறொம். எங்க ஊரத் தொந்தரவுபண்ணக் கூடாது. அப்படின்னு சொன்னொம். அவன் இந்த ஏற்பாட்டுக்கு ஒத்துக்கிட்டான்."

"அட கொடுமையே."

"அண்ணைக்கிலருந்து இண்ணைக்குவரைக்கும் எங்களப் பாதுகாத்து வாறான்."

"மனுசரப் பலிவாங்கிப் பாதுகாப்பா. நல்ல பாதுகாப்பு. அவனச் சும்மா வுடலாமா."

"இண்ணைக்கு எங்களோட மொற. யாரு பலியாகப்போறதுன்னு முடிவுசெஞ்சாகணுமே."

"இதுலருந்து தப்பிக்க வழியே இல்லையா."

"எப்படித் தப்பிக்க முடியும் தாயே."

"அதுக்கு நல்ல வழியிருக்குது. கவலைய வுடுங்க. இந்தத் தடவ எம் புள்ள ஒருத்தன அனுப்பிவைக்கென். அரக்கன் அவனக் கொன்னுருவான்னு பயப்படவே வேணாம். யாரு யாரக் கொல்லப்போறதுன்னு பொறுத்துருந்து பாருங்களேன். இந்தத் திட்டம் கமுக்கமாருக்கட்டும்."

பீமனை அனுப்புவது குந்தியின் திட்டம். எப்போதுமே அவளுக்கு அவன் பலத்தின் மீது அசைக்க முடியாத நம்பிக்கையுண்டு.

தருமனிடம் அந்தணன் வீட்டுக் கதையைப் பாடினாள்.

"அதுகளப் பாக்கப் பாவமாருக்கு. நம்மதான் ஒதவணும்யா."

"எப்படி."

"நம்ம பீமசேனன அனுப்பிவப்பொம். பெறகு என்ன நடக்குதுன்னு பாரு."

"என்ன நடக்கும். அரக்கன் அவனையும் விழுங்கி ஏப்பம்போடுவான்."

"யாரு ஏப்பம் போடுறாகன்னு பாப்பொம். எம் புள்ள பீமன் எண்ணைக்குமே தோக்கமாட்டான். அப்படியே தோத்தாலும் சொர்க்கத்துக்குத்தான் போவான். அது பெரிய சந்தோசம்."

"எப்படியோ ஒரு புள்ளையப் பறிகுடுக்கணும்னு முடிவுசெஞ்சிட்ட. அந்தப் புடிவாதத்த யாராலதான் மாத்த முடியும். நீயெல்லாம் ஒரு தாயா."

குந்தி மிரண்டு குமுறினாள்.

"அடே நான் தாயிதாண்டா. அஞ்சு புள்ளைகளுக்குத் தாயி. கொம்புல்லாற பசு மாதிரி ஒரு கோழையப் பெத்ததும் இந்த

வயிறுதான். அதுக்காக வெக்கப்படுறென். வேதனப்படுறென். தருமா எல்லாத்துக்கும் மேல நான் ஒரு சத்திரியாக்கும். அதுதான் எனக்குப் பெரும. இவ்வளவு காலமும் நமக்கு அடைக்கலந் தந்து ஆதரிச்சவங்களுக்கு நம்ம ஒதவத்தான் வேணும். அதச் செய்யலன்னா நான் மனுசியே இல்ல. நீ அரசனாகி நாட்ட ஆளப்போறவன். அற்பச் சொகத்துக்காக வாழுறதுல அர்த்தமேயில்ல. ஒன்னோட சுதருமம் பறிபோகும். நீ பாண்டு புத்திரன். தர்மத்த மறக்கக்கூடாது. எப்பயும் சத்திரியனாவே இரு. ஒன்னோட பாதுகாப்ப நெனச்சு அஞ்சவேணாம்."

வெட்கத்தில் தலைகுனிந்த தருமன் தாயின் முடிவுக்கு இசைந்தான்.

"சரி பீமன அனுப்புவொம்."

பீமனுக்கு ஏகக் கொண்டாட்டம். ஆகா வளமான விருந்து கிடைக்கப்போகிறது. தனது வலிமையைக் காட்டச் சரியான வாய்ப்பு. அந்த அந்தணனிடம் சென்றான். அவனது அச்சத்தைப் போக்கினான்.

"அய்யா அஞ்ச வேணாம். ஒங்க குடும்பத்தக் காக்கவேண்டியது எங்க கடம. மொதல்ல என் வயித்த நெரப்புங்க. பெறகு அரக்கனுக்குண்டான சாப்பாட்டக் கொண்டுபோறென்."

அந்தணன் ஏற்பாட்டினால் பீமன் பசியறினான். வயிற்றைத் தடவிப் பார்த்துவிட்டுத் தயிர்க் குடங்களைக் காலிசெய்தான். அப்படியும் வயிறு புடைக்கவில்லை. அசுரனுக்குரிய படையல் உள்ளதே. பிறகு பார்த்துக்கொள்ளலாம்.

ஏகச்சக்கரம் ஊரே உற்சாகத்தில் சகல ஏற்பாடுகளையும் செய்தது.

67

மறுநாள் எருதுகள் பூட்டிய வண்டியில் ஏராளமான உணவு வகைகள் நிரம்பி வழிந்தன.

வாத்தியங்கள் முழங்க பீமன் வண்டியேறிப் புறப்பட்டான். நகர மக்கள் ஆர்ப்பரித்து நம்பிக்கையுடன் நல்வாழ்த்துக் கூறி வழியனுப்பினர். சிலருக்கு ஆதங்கம்.

"அழகான வாலிபனாருக்கான்."

"நிச்சயம் பகாசுரனக் கொன்னுட்டுத்தான் திரும்புவான்."

"பல அரக்கர்களக் கொன்னவனாம்."

"பாத்தா அப்படித்தான் தெரியிது."

"ஒரு அந்தணப் பையனுக்கு இவ்வளவு தைரியமா."

"எனக்கும் அதே சந்தேகந்தான்."

"வருத்தமாருக்கு. தன்னோட வயித்துக்கு எர கெடச்ச தெம்புல அரக்கனுக்கு எரையாகப்போறான்."

பீமன் தென்திசையை நோக்கி எருதுகளை முடுக்கினான். வழி நெடுகப் பாட்டுத்தான் கும்மாளந்தான்.

"வண்டியில சோறுகறி

கொண்டுவாறான் பீமராசன்   ஒனக்குக்

கொண்டுவாறான் பீமராசன்

உண்டுபசி ஆறிடலாம்

ஒறங்காமக் காத்திருடா   மச்சான்

ஒறங்காமக் காத்திருடா."

எருதுகளின் வாலை முறுக்கி எக்காளத்தில் குரலெடுத்துப் பாடினான்.

"மாட்டுக்கறி ஆட்டுக்கறி

மணமணக்கும் கோழிக்கறி   ஒனக்கு

மணமணக்கும் கோழிக்கறி

கேட்டபடி வந்துசேரும்

கெறங்காமக் காத்திருடா   மச்சான்

கெறங்காமக் காத்திருடா."

விரைவிலேயே பகாசுரனின் வசிப்பிடம் போய்ச்சேர்ந்தான். பெரிய மரம். அதைச் சுற்றிக் காக்கைகளும் கழுகுகளும் வட்டமிட்டன. அங்கங்கே நிலைகொள்ளாத நரிக்கூட்டங்கள். மரத்தடியில் மயிர்க்கற்றைகள் எலும்புகள் குருதி தோய்ந்த கை

கால்கள் என மனித அங்கங்கள் சிதறிக் கிடந்தன. கனத்த பிணவாடை குமட்டியது.

பீமன் வண்டியை நிறுத்தி எருதுகளை அவிழ்த்துப் புல்தரையில் மேயவிட்டான். வண்டியில் குன்றாகக் குவிந்திருந்த சோற்றுப் பாரம் கண்ணில் உறுத்திக் கொண்டேயிருந்தது. தீர்மானத்துக்கு வந்தான்.

இவ்வளவும் அவனுக்கா. இப்படியொரு அரிய பெரிய படையலைப் பார்த்ததில்லையே. அரக்கன் கண்ணில் படுமுன் இதைக் காலிபண்ணியாகணும். அவனுடன் போரிடும்போது சிந்திச் சிதறிவிட்டால் விணாகிவிடுமே. அவ்வளவையும் தின்று தீர்த்துவிடணும். அப்புறந்தான் சண்டை.

வாகான இடத்தில் அமர்ந்து அரக்கனுக்குரிய உணவை ருசித்துச் சாப்பிடத் தொடங்கினான். தொண்டைக்குள்ளிருந்து வந்த கிண்டலை அடக்க முடியவில்லை. ஒரு சோற்றுருண்டையைக் காட்டிக் கூவினான்.

"மச்சான்....... ஒனக்குச் சாப்பாடு கொண்டுவந்துருக்கென். வந்து சாப்புடு. நேரமாகுதுல்ல."

குகைக்குள் பசிக்கடிப்பிலிருந்த அரக்கன் அதிர்ந்துபோனான். மனிதக் குரலாக இருக்கிறதே. மரியாதைக் குறைவாக அழைக்கிறானே. கண்கள் சிவந்து மீசை துடித்தது. வெளியேறிச் சிங்கம்போல் கர்ஜித்து குரல் வந்த திசையை நோக்கினான். பீமன் அமைதியாகச் சோற்றம்பாரத்தை உள்ளே தள்ளிக்கொண்டிருந்தான்.

"அற்ப மூடனே எனக்குரிய சாப்பாட்ட நீ எப்படிச் சாப்புடப்போச்சு. இந்தா வாறென். ஒன் ரத்தத்தக் குடிக்கிறதுக்கு."

"வா மச்சான் வா. நம்ம வெளையாட்ட எங்க வச்சுக்கிறலாம். அதுக்குத்தான் காத்துருக்கென்."

பீமன் கண்டுகொள்ளாததுபோல் அலட்சியமாக இருந்தான். அரக்கனுக்கு ஆத்திரம். ஓடிவந்து பீமனின் முதுகில் ஓங்கி ஒரு குத்து விட்டான். பீமன் அதைப் பொருட்படுத்தவில்லை.

அரக்கன் அருகிலிருந்த மரத்தைப் பிடுங்கி அவனை அடித்தான். அவன் அதை இடது கையால் தடுத்துக்கொண்டே உணவை உண்டு முடித்தான். ஏராளமான தயிர்க்குடங்களும் நெய்க்குடங்களும் காலியாகின. இப்போது அவனுக்குப் பல நாள் பசியடங்கிய நிம்மதி. பெரிய ஏப்பமிட்டான். அரக்கனை எதிர்க்கத் தயாராகிக் கர்ஜித்தான்.

"அரக்கனே நீ இண்ணைக்கோட ஒழிஞ்ச. ஊர்ச் சனங்க ஒன்னால பட்ட கஷ்டம் நீங்கட்டும். ஒன்னோட மாமிசத்த நரிகளும் பறவைகளும் ருசிக்கப்போகுது."

இருவரும் எதிர்த்தோடி வந்தனர். மலையும் மலையும் மோதிக்கொண்டன. பூமியே அதிர்ந்தது. ஒருவரையொருவர் பந்தாடினர். நீண்ட நேர யுத்தம்.

பீமன் போரை முடிவுக்குக் கொண்டுவந்தான். அவன் கொடுத்த உதையில் பகனது கால்களும் மார்பும் பிளந்தன. கீழே விழுந்து அலறினான். அவன் கழுத்து பீமனின் கைக்குள் சிக்கியது. திக்கித் திணறிக் கூச்சலிட்டான். கூக்குரல் கேட்டு நகர மக்கள் நடுங்கினர்.

"அந்தணப் பையன் கொண்டுபோன சாப்பாடு பத்தலபோலருக்கு. அதான் இப்படிக் கத்துறான். ஒருவேள பசிவெறியில ஊர நோக்கி வாறானோ."

"இருக்கும்."

"எத்தன உயிரு பலியாகப்போகுதோ."

"தப்ப முடியாது."

பீமன் இறுதியில் கொடுத்த அடியில் அரக்கனின் மண்டை பிளந்தது. வாயில் குருதி கொப்புளிக்கச் செத்து மடிந்தான். அவனது மரணச் சேதியறிந்த மற்ற அரக்கர்கள் அஞ்சி ஓடிவந்து பீமனை வணங்கிப் பணிந்தனர். அவன் அவர்களைக் கடுமையாக எச்சரித்தான்.

"நீங்க மனுசர்களத் தும்பப்படுத்துனா ஒங்களுக்கும் இந்தக் கதிதான்."

பீமன் பகனின் மாமிச மலை போன்ற உடலை வண்டியில் கட்டித் தரையில் இழுத்துக்கொண்டு வந்தான். வெற்றிக் களிப்பில் பாட்டை எடுத்துவிட்டான்.

"அண்டம் நடுங்கிடத்
தண்டு முறிந்திடச்
சண்டை நடந்ததடா சூரன்
மண்டை பிளந்ததடா.

வண்டிச் சக்கரங்கள் கடகடத்து உருண்டன. அவன் குரல் இன்னும் ஓங்கி ஒலித்தது.

"கண்டவர் அஞ்சிடக்

கானவர் ஓடிட

வென்றவன் வீரனடா பகனைக்

கொன்றவன் பீமனடா."

ஊரை அடைந்ததும் பிணத்தைக் கோயில் முற்றத்தில் கிடத்தினான். அப்போது நேரம் இருட்டிவிட்டது. அவன் எருதுகளையும் வண்டியையும் அந்தணனிடம் ஒப்படைத்தான். அவனது வெற்றியறிந்து குந்தியும் பாண்டவரும் மகிழ்ந்தனர். ஊரார் வாயார வாழ்த்தினர்.

"ஊரக் காப்பாத்துன மகராசன் நீ நல்லாருப்ப."

குந்தி பீத்திக்கொண்டாள்.

"எம் புள்ளையாக்கும்."

நகரமே கொண்டாடியது. பிறகெல்லாம் பீமனுக்கு வளமான உணவு கிடைத்தது. ஒரு வழியாகச் சாப்பாட்டுப் பஞ்சம் தீர்ந்தது.

68

பீஷ்மனால் அலைக்கழிந்து மாண்டுபோன அம்பை சிகண்டியின் உருவில் கானகஞ் சென்று தவ வாழ்க்கை மேற்கொண்டு இஷிகர் என்னும் ரிஷிக்குப் பணிவிடை செய்துவந்தாள். அம்பையை உதாசீனப்படுத்திய பீஷ்மரைப் பழிவாங்க வழி கேட்டாள். ரிஷி அவளுக்கு யோசனை கூறினாள்.

"பெண்ணே கங்கை நதி பெறக்கிற எடத்துல விபஜனமிங்கிற திருவிழா நடக்கப்போகுது. நீ தும்புருங்கிற கந்தர்வ ராசனுக்குப் பணிவிட செஞ்சா ஒன் எண்ணம் கைகூடும்."

சிகண்டி அவ்விடம் சென்றாள். கந்தர்வர் பலர் வந்திருந்தனர். அவர்களில் ஒருவன் அவளிடம் கேட்டான்.

"பெண்ணே என்னோட ஆண் வடிவத்த எடுத்துக்கிட்டு ஒன்னோட பொண்ணுருவத்த எனக்குக் குடுக்கச் சம்மதமா."

அவன் தோற்றத்தில் பெண் சாயலே மிகுந்திருந்தது. சிகண்டிக்கு உள்ளூர மகிழ்ச்சி.

"ஏன் அப்படிச் சொல்றீர். ஓமக்கு ஆணா வாழச் சம்மதமில்லையா."

"நீயே சொல்லு. எந் தோற்றம் ஆண் சாயல்லயா இருக்குது. பொண்டுகன்னு கிண்டல் பேசுறாங்க. வெக்கமாவும் வருத்தமாவும் இருக்கு. பொண்ணாவே மாறீட்டா அவங்க வாய அடச்சிறலாமே. குடும்ப வாழ்க்க கெடக்கட்டும் ஒரு பக்கம்."

"உமது முடிவு சரிதான்."

"நீ மட்டுமென்ன பெண் சாயல்லயா இருக்க."

"இல்ல. சின்ன வயசிலருந்தே ஆணாவே வளந்தென். என்ன எப்போதும் பொண்ணா நெனச்சுப்பாத்ததே இல்ல."

"போர் வீரனப் போலவே இருக்க. அது எனக்குப் புடிச்சிருக்கு."

"எனக்குந்தான் ஒன்னப் புடிச்சிருக்கு."

கந்தர்வன் கண் சிமிட்டினான்.

"எனக்கு முக்கியமான கடமையொண்ணு இருக்குது. அதச் செஞ்சு முடிக்கிறவரைக்கும் வேற நெனப்புக்கே எடமில்ல."

கந்தர்வன் பெண்ணானான். சிகண்டி ஆணானாள். தன் பெயரை மாற்றிக்கொள்ள விரும்பவில்லை.

சிகண்டி வில்வித்தைகள் பல கற்றுத் தேர்ந்து இளம் வீரனாகச் சொந்த நாடு திரும்பினான். தந்தையை வணங்கி நடந்த கதையைக் கூறினான். பெற்றோருக்குப் புதுத் தெம்பு வந்தது. சிகண்டியின் முகத்தில் கம்பீரம்.

"அப்பா இப்ப நான் பழைய சிகண்டியில்ல. மாவீரனாக்கும். பீஷ்மனுக்கு அஞ்ச வேண்டியதில்ல."

சிகண்டி தசார்ண நாட்டில் தங்கியிருந்த மனைவியை அழைத்து வந்து முறையாகக் குடும்பம் நடத்தினான். அரண்மனையில் ஆனந்தம் ததும்பியது.

அரண்மனை வாயிலில் தொங்கிய அம்பையின் வாடிய மலர் மாலையை எடுத்து அணிந்துகொண்ட சிகண்டி சூளுரைத்தான்.

"பீஷ்மனக் கொன்னே தீருவென். இதுதான் என் லட்சியம். இது சத்தியம்."

அண்ணனுக்குச் சற்றுங் குறையாத கம்பீரம் திருஷ்டத்துய்மன் முகத்தில் ஒளிர்ந்தது. சபதமேற்றான்.

"எனக்கும் முக்கியமான கடமையுண்டு. தந்தையை அவமானப்படுத்துன துரோணனப் பழிவாங்காம ஓயமாட்டென். அதுக்காகவே பெறந்துருக்கென்."

69

பாஞ்சால மன்னன் மகள் கிருஷ்ணை காண்போரைக் கிறங்கடித்துக்கொண்டிருந்தாள். அப்படியொரு வசீகரம். மயக்கும் மைக்கண்ணழகி. மின்னும் கருப்புச் சிலை. ஊரெல்லாம் அதே பேச்சுத்தான்.

அவள் அழகு பற்றிக் கேள்விப்பட்ட பாண்டவரையும் ஒரு ஆசை தொற்றிக்கொண்டது. அவள் மீது பெருவிருப்பங் கொண்டிருந்தனர். அவளை எப்படியாவது அடைந்தாகணும். சில சமயம் முணுமுணுப்பில் சிலாகித்துக்கொண்டனர்.

பீமன் மட்டும் இடும்பியின் நினைவுகளிலிருந்து மீளமுடியாமல் உள்ளேக்கத்தில் உருகிக்கொண்டிருந்தான்.

புதல்வனின் தடுமாற்றமறிந்த குந்தி தருமனைக் கிண்டினாள்.

"அய்யா பெரியவனே இந்த ஏகச்சக்கரத்துக்கு வந்து நாளாச்சு. ஒரே எடத்துல தங்கியிருக்கச் சலிப்பாருக்கு. முன்னப்போல பிச்சையும் அவ்வளவாக் கெடைக்கிறதில்ல. வேற ஊருக்குப் போகலாமே. தம்பிமாருட்டக் கேட்டுட்டுச் சொல்லு."

"அம்மா எனக்கும் அந்த நெனப்புத்தான் ஓடுது. எந்த நாட்டுக்குப் போகலாம்னு சொல்லுங்க."

குந்தியின் குறும்பு தருமனின் கண்களைத் துழாவியது.

"பாஞ்சால நாடு அழகாருக்கும்னு சொல்லிக்கிறாக. அங்க போனா புது எடங்களச் சுத்திப் பாத்துக்கிறலாம். பல நாடுகளுக்குப் போறதால நமக்கு நன்ம உண்டு."

தருமனின் முகத்தில் புது மலர்ச்சி.

"அங்கயே போகலாம்மா. தம்பிமாருட்டச் சொல்லிக்கிறலாம்."

பாண்டவர் மறுநாளே வடதிசையில் பாஞ்சாலம் நோக்கிப் புறப்பட்டனர். இடையில் சில அந்தணர்கள் அவர்களுடன் சேர்ந்துகொண்டனர். குந்தி ஒருவனிடம் பக்குவமாகக் கேட்டாள்.

“அய்யா பாஞ்சால நாடு இன்னும் தொலவட்ல இருக்குதோ.”

அந்தணன் ஆசுவாசப்படுத்தினான்.

“அதோ தென்பாஞ்சாலத்த நெருங்கீட்டொம். பனிக்குளிர் ஒடம்புல பரவுதே. அதத் தாண்டுனா வடபாஞ்சாலம்.”

“ரெண்டும் தனித்தனி நாடா இருக்குமோ.”

“ஆமாமா முந்தி ரெண்டும் ஒண்ணாத்தான் இருந்தது. அஸ்தினாபுரத்துக் குரு துரோணருக்கும் பாஞ்சால மன்னன் துருபதனுக்கும் மனக்கசப்பு உண்டாகி பக முத்திக்கிருச்சு. துரோணர் மன்னன இழுத்து வரச் சொல்லி அவமானப்படுத்தி தனக்கு வடபாஞ்சாலமும் மன்னனுக்குத் தென்பாஞ்சாலமும்னு பங்கு பிரிச்சுக்கிட்டாரு.”

“அது பழைய கதையாச்சே. அந்த ஏற்பாடுதான் இன்னும் தொடருதா.”

“ஆமாமா. பக தீரல.”

குந்தி மக்களைத் திரும்பிப்பார்த்தாள். அனைவரது முகத்திலும் களையில்லை. அர்ச்சுனன் ரெம்ப வாடிப்போயிருந்தான். பழைய கதை அவனைப் படுத்தியிருக்கணும்.

அவள் சமாளித்தாள்.

“எப்படியோ நாட்டு நிருவாகம் அமைதியா நடந்தாச் சரி.”

“அதச் சொல்லுங்க. எந்த மன்னருக்கெடையிலதான் பகையில்ல. ஆட்சி அதிகாரத்துக்கு வந்துட்டா எல்லாப் பூசலும் பொகச்சலும் இருக்கும். ஒருத்தருக்கொருத்தர் அடக்கியாளுறதும் அடங்கிப் போறதும் உண்டானதுதான.”

“சரியாச் சொன்னீங்க.”

“தென் பாஞ்சால இளவரசிக்குச் சுயம்வரம் நடக்கப்போறதா அங்கங்க பேசிக்கிறாங்க. கடுமையான போட்டியிருக்கும் போலருக்கு.”

“அழகான பொண்ணாருந்தா இருக்கத்தான செய்யும்.”

கூட வந்த அந்தணர்கள் இன்னொரு வழியில் பிரிந்துகொண்டனர். பாண்டவர்கள் பஞ்சாலம் சமீபிக்கும் நம்பிக்கையில் தெம்பாக நடந்தனர்.

வனம் தடாகம் எனப் பல அழகிய இடங்களைக் கடந்து தென்பாஞ்சாலம் போய்ச்சேர்ந்தனர். அதன் தலைநகர் காம்பிலியத்தில் ஒரு குயவன் வீட்டில் தங்க இடங்கிடைத்தது.

துருபதனுக்குப் பீஷ்மன் துரோணன் இருவரிடம் எப்போதுமே ஒரு அச்சம் உண்டு. அவனுக்கு மகளாக மறுபிறவியெடுத்த அம்பையை முன்னிட்டு பீஷ்மனுக்கு இன்னும் கோவம் ஆறவில்லை. துரோணருக்கோ தன்னை அவமானப்படுத்திய மன்னன்மீது இன்னும் வன்மம் குறையவில்லை.

இந்நிலையில் பாண்டவருடன் மண உறவு வைத்துக்கொண்டால் தனக்குப் பாதுகாப்பாக இருக்கும் என மன்னன் உள்ளூர விரும்பினான். பாண்டவர் இடையூறுகளை வென்று மறைந்து வாழ்வதை முன்னரே அறிந்திருந்தான். மகளுக்குச் சுயம்வரம் நடத்தினால் அதற்கு நிச்சயம் வருவார்கள் என்ற நம்பிக்கை அவனுக்கிருந்தது.

அன்று இரவு பாண்டவர் பிச்சைக்காகப் போயிருந்தனர். அர்ச்சுனன் சென்ற தெருவில்தான் பலராமனுக்கும் கிருஷ்ணனுக்கும் தங்க ஏற்பாடு செய்யப்பட்டிருந்தது. மேல்மாடத்தில் நின்றிருந்த கிருஷ்ணன் இருட்டிலும் அர்ச்சுனனை அடையாளங்கண்டுகொண்டான். கீழிறங்கி ஓடிவந்து அவனைத் தழுவிக்கொண்டான். அர்ச்சுனனுக்கு அதிர்ச்சி. கிருஷ்ணனை எதிர்பார்க்கவில்லை.

“அதான பாத்தென். மச்சான் இல்லாற சுயம்வரமா. திருட்டுத்தனமா வந்து ஒளிஞ்சு கெடக்கயாக்கும். ஒழுங்கா உண்மையச் சொல்லு. சுயம்வரத்துக்குத்தான வந்துருக்க. அப்ப நாங்க கலந்துக்கிறதுல அர்த்தமில்ல. தங்கச்சியையும் ஒன்னையும் ஆசீர்வதிச்சு வழியனுப்பிவைக்க வேண்டியதுதான்.”

கிருஷ்ணன் சிரித்துக்கொண்டான்.

“ஆமா இப்பயும் சொல்றென். சுயம்வரத்துக்குத்தான் வந்துருக்கொம். நாங்க மன்னரால மரியாதையா அழைக்கப்பட்ட விருந்தாளிக. எல்லா வசதிகளையும் செஞ்சு குடுத்து மாளிகையில தங்கவச்சிருக்காக. நீ அழையா விருந்தாளியா வந்துருக்க. பிச்சக்காரன். அதான் இருக்கவேண்டிய எடத்துல இருக்க. உண்மையச் சொல்றென். நாங்க சுயம்வரத்துல கலந்துக்கிறப் போறதுல்ல. பரதேசிப் பய வருவானே பாத்து ரெம்ப நாளாச்சே என்னதான் நடக்குதுன்னு வேடிக்க பாக்க வந்தொம். போதுமா.”

“அப்பச் சரி மச்சான். எனக்குப் போட்டியா வந்துட்டயோன்னு பயந்துட்டென்.”

“ஆமா அத்த எப்படியிருக்கா. ஓங்கள ஏகச்சக்கரத்துலயே புடிச்சுறலாம்னு வந்தொம். அப்பத்தான் கெளம்பிப் போயிட்டதாக சொன்னாக. எப்படியும் இங்க வந்து சேருவிகன்னு நெனச்சென். இங்க வந்து புடிச்சிட்டென். எங்க தங்கியிருக்கீக.”

“ஊரோரம் ஒரு குயவனோட வீட்ல தங்கியிருக்கொம். ஓங்கிட்டப் பேசவேண்டியது நெறையாருக்கு மச்சான். இப்பயே எங்கூட வாறயா.”

“வேணாம். நாளைக்குக் காலையில அங்க வந்து நிப்பென். அப்பப் பாத்துக்கிறலாம்.”

அர்ச்சுனன் தெம்புடன் திரும்பினான்.

70

கிருஷ்ணன் சொன்னபடி பாண்டவரைத் தேடி வந்துவிட்டான். பலராமன் நம்பும்படி காரணஞ் சொல்லிவிட்டு வந்தான். குந்தி தேடி வந்து வரவேற்றாள்.

“வாய்யா கிருஷ்ணா வா. நீ எங்க இப்படி. சும்மாதானா இல்ல ஏதும் திட்டம் வச்சிருக்கயா.”

அவன் தொண்டைக்குள் சிரித்துக்கொண்டான்.

“திட்டமெல்லாம் இல்லத்த. சுயம்வரத்தப் பாத்துட்டுப் போகலாம்னு நானும் அண்ணனும் வந்தொம்.”

கிருஷ்ணன் தருமனை வணங்கினான். தருமன் ஆசீர்வதித்தான். குந்தி கேட்டாள்.

“ஒன் வீட்டுக்காரி எப்படியிருக்கா.”

கிருஷ்ணன் துணுக்குற்றான்.

“எல்லாரும் நல்லாருக்காக.”

குந்தி பேச வாயெடுக்குமுன் அர்ச்சுனனும் கிருஷ்ணனும் நழுவிவிட்டனர். குந்தியின் முகத்தில் சிரிப்பு.

“ரெண்டு பேரும் கூடிப் பேசலன்னா சாப்பாடு எறங்காது. ஒறக்கம் வராதே.”

அதுக்குள் கிருஷ்ணனும் அர்ச்சுனனும் ஒரு புளியமர நிழலில் ஒதுங்கிக்கொண்டனர்.

அர்ச்சுனன் அவசரமாக ஒரு ஐயத்தைக் கிளப்பினான்.

“ஒரு முக்கியமான வெசயம் பேசணும் மச்சான்.”

“ஒனக்குக்கூட முக்கியமான வெசயம் உண்டா.”

“அண்ணைக்குப் பாஞ்சால மன்னன நாந்தான் தேர்க்காலுல கட்டியிழுத்துட்டுப் போயி துரோணருட்ட நிறுத்துனென். இண்ணைக்கு அவன் மகளோட சுயம்வரத்துக்கு வாறது மரியாதையில்லன்னு தோணுது மச்சான். அவ என்ன அடையாளங் கண்டுபுடிச்சு மூஞ்சியிலடிச்ச மாதிரி ஏதாவது சொல்லீட்டா அசிங்கமில்லையா. அதான் பெரிய யோசனையாருக்கு.”

“அட மடையா ஒன் இஷ்டப்படியா போர் தொடுத்த.”

“இல்ல.”

“குரு அனுப்பிவச்சாரு. நீ போயி இழுத்துட்டு வந்த. அவரு பழி தீத்துக்கிட்டாரு. இதுல ஒனக்கென்ன பங்கிருக்கு. நீ வெறும் அம்புதாண்டா.”

“அப்படிச் சொல்றயா மச்சான்.”

“ஒனக்கு ஒண்ணு தெரியுமா. அர்ச்சுனங்கிற அம்ப வச்சுத்தான் துரோணன் கண்ண குத்தணும்னு மன்னன் திட்டம் போட்ருக்கான்.”

“அப்படியொரு கதையிருக்கா.”

“அதாண்டா கதையே. மனசு சஞ்சலப்படாமச் சுயம்வரத்துல கலந்துக்கிட்டு பொண்ணக் கைப்புடிக்கிற வழியப் பாரு. தைரியமாப் போ.”

“மச்சான் என் ஆத்தாக்காரி ஒன் வீட்டுக்காரியப் பத்தி வெசாரிக்கயில எல்லாரும் நல்லாருக்காகன்னு சொல்லீட்டு மழுப்புனயே. அதுக்கு என்னடா அர்த்தம்.”

“அதெல்லாம் ஒண்ணுமில்லடா.”

“எங்கிட்ட மட்டும் ஒளிக்காத.”

“ருக்மணிக்குத் தொண வேணுமின்னு நெனச்செனன். அதான்.......”

“அப்படி வா வழிக்கு.”

“சத்ரஜித்துன்னு ஒரு மன்னன்.”

‘ஊரூருக்கு ஒரு ராசாதான் உக்காந்துக்கிட்டு அதிகாரம் பண்ணிக்கிட்டுருக்கான்.”

“யாதவக் குலம்.”

“அதச் சொல்லு.”

“சூரியனுக்குச் சேக்காளி. சூரியன் அவனுக்கு ஒரு மணிய அன்பளிப்பாக் குடுத்தான். அதுக்குப் பேரு சியமந்தகமணி.”

“சரி.”

“அந்த மணிமாலையக் கழுத்துல போட்டுக்கிட்டா அவனோட உருவம் சூரியன் மாதிரியே பிரகாசமாருக்கும். மன்னன் மாலையப் போட்டுக்கிட்டு தாந்தான் சூரியன்னு பெருமையடிச்சுக்கிட்டுத் திரிஞ்சான்.”

“சரி.”

“ஒரு நாள் மாலையக் கழட்டிப் பூச அறையில வச்சிருக்கான். அந்த நேரம் பாத்து அவன் தம்பி பிரசேனன் அண்ணனுக்குத் தெரியாம மாலையக் கழுத்துல போட்ட கையோட காட்டுக்கு வேட்டையாடப் போயிட்டான்.”

“காட்ல போயி மணிய யாருட்டக் காட்டப்போறானாம்.”

“ஒரு குகைக்குள்ளருந்து வெளிய வந்த சிங்கம் ஒரே பாச்சல்ல அவனையும் குதிரையையும் கொன்னுபோட்டுட்டு மாலையை எடுத்துட்டு அடுத்த குகைக்குள்ள நொழஞ்சிருச்சு.”

“அடடா கத அப்படியாகிப்போச்சா.”

“மணி வெளிச்சத்துல அந்தக் குகையே பிரகாசமாருந்துச்சு. அங்க கரடிகளுக்கு அதிபதியான ஜாம்பவான் சிங்கத்தப் பாத்துக்கிட்டான். ஒடனே அதக் கொன்னு மணியக் கைப்பத்தி இன்னொரு குகைக்குள்ள போயி அங்க தொட்லுல படுத்திருந்த தன்னோட கொழந்தைக்கு வெளையாட்டுப் பொருளாக் கட்டித் தொங்கவுட்டுட்டான். புது வெளிச்சத்தப் பாத்து கொழந்தைக்குச் சந்தோசம் தாங்கமுடியாமத் துள்ளி வெளையாட ஆரம்பிச்சிருச்சு.”

“கொண்டாட்டந்தான்.”

“அந்த மணிய முன்னிட்டு எனக்கும் அந்த அரசனுக்கும் சிறு மனத்தாங்கல் உண்டு.”

"ஏன் நீ திருடீட்டுப் போகலாம்னு திட்டம்போட்டயா."

"இல்லடா. எங்க உக்கிரசேனப் பாட்டன் ரெம்ப நாளா நோய்வாய்ப்பட்டு மூச்சுத் தெணறி கூட்டுக்கும் நெஞ்சுக்குமா இழுத்துட்டுக் கெடந்தாரு. அந்த மணியக் கழுத்துல போட்டா நோயி கொணமாயிருங்கிற நெனப்புல கொஞ்ச நாளைக்கு அதக் குடுத்து ஒதவச் சொல்லிக் கேட்டுக்கிட்டென்."

"சரி."

"அவன் தரமாட்டன்னுட்டான்."

"அறிவு கெட்ட பய. ஆபத்துக்கு ஒதவ வேண்டியதுதான."

"காணாமப் போன தம்பியக் கண்டுபுடிக்க முடியாற வருத்தம் அவனுக்கு."

"அதுக்கு நீ என்ன செய்வ."

"நாந்தான் அவன் தம்பியக்கொன்னு மணியப் புடுங்கீட்டன்னு வாய்கூசாமப் பொய் சொன்னான்."

"அவனச் சும்மாவா வுட்ட."

"அடடா நம்ம மேல இப்படி ஒரு பழியத் தூக்கிப்போட்டானேங்கிற வருத்தத்துல மணியத் தேடி அவன் தம்பி போன காட்டுக்கே போனென். போயிப் பாத்தா அவனும் அவனோட குதிரையும் செத்துக் கெடக்காக. குகைக்குள்ள சிங்கமும் வாய இளிச்சிட்டுக் கெடந்தது. அதிர்ச்சியில கொல நடுங்கிப் போயிட்டென்."

"அட கொடுமையே கத இப்படியிருக்கோ."

"தற்செயலாத் திரும்பிப்பாத்தென். இனியொரு குகைக்குள்ள வெளிச்சம் கண்ணப் பறிச்சது. அதுக்குள்ள போனென். அங்க போனா ஜாம்பவான் புள்ள படுத்திருக்கிற தொட்லுல வெளையாட்டுப் பொருளா மணி தொங்குது. அந்தக் கொழந்தைக்குச் செவிலி கோவத்துல எங்கூடச் சண்டைக்கு வந்துட்டா. நான் அவளோட ரெம்ப நாள் சண்டபோட்டும் என்னால செயிக்கமுடியலடா."

"அவ்வளவுக்கு வீரமானவளா. அவள அடிச்சுப் போடுறதுக்கு ஒனக்குத் துப்புல்லன்னு சொல்லு."

"அந்த நேரத்துல ஜாம்பவான் வந்துசேந்தான். என்ன அடையாளங் கண்டுகிட்டான். நடந்ததுக்கு வருத்தப்பட்டு அந்த மணிய எங்கிட்ட ஒப்படச்சான். அதோட தன் மகளையும் கைப்புடிச்சுக் குடுத்துட்டான். அவ பேரு ஜாம்பவதி."

“குடுத்துவச்சவன்.”

“மணியக் கொண்டுபோயி அரசன் மூஞ்சியில வுட்டெறிஞ்சென். அவன் தலைய ஓட்டிக்கிட்டு எம்மேல அபாண்டமாப் பழி சொமத்துனதுக்கு மன்னிப்புக் கேட்டுக்கிட்டான்.”

“அதோட வுட்டயா.”

“அவன் என்ன வுடலயே. தன்னோட தப்புக்குப் பிராயச்சித்தமா அவன் மகளையும் எங்கிட்ட ஒப்படச்சிட்டான்.”

“அதாரு.”

“சத்தியபாமா. யாருட்டயும் சொல்லாமக் கொள்ளாம எல்லாம் அவசரகதியில நடந்துபோச்சு. மொதக் காரியமா இத அத்தையிட்டச் சொல்லணும். இல்லன்னா சும்மா வுடமாட்டா. குடுக்குறத வாங்கிக் கெட்டிக்கிறவேண்டியதுதான்.”

“ஒனக்குச் சுயம்வரம் இல்லாமயே எல்லாம் நல்லபடியா முடிஞ்சிருச்சு....... எங்களுக்குச் சுயம்வரம் எப்ப மச்சான்.”

“நாளைக்கு மறுநாள் நடக்கப்போகுது. கையொரு பக்கமும் கண்ணொரு பக்கமும் இல்லாம கவனஞ்செதறாமப் போட்டியில செயிச்சுப் பொண்ணக் கைப்புடிக்கிற வழியப் பாருடா.”

71

தைமாதம் சுக்கிலபட்சம் ரோகிணி நட்சத்திரத்துடன் கூடிய சுபதினத்தில் பாஞ்சாலிக்குச் சுயம்வரம் நடத்த ஏற்பாடாகியிருந்தது. போட்டியாளர்கள் திடமான வில்லை வளைத்து வென்று பெண்ணைக் கைப்பிடிக்கணும். வியாக்கிரபதன் மகன் சிருஞ்சயன் புகழ்பெற்ற வில் வைத்திருந்தான். அதன் பெயர் சிந்தூரன். தேவதைகள் கொடுத்தது. சுயம்வரத்துக்காக வரவழைக்கப்பட்டிருந்தது. சாதாரண மனிதர்களால் இழுக்க முடியாத வலுவான இரும்பு நாண் கொண்டது.

வில்லில் நாணேற்றித் தொடுக்கும் அம்பினால் இலக்கை அடிப்பவனுக்குத் திரவுபதி கிட்டுவாள். இதுதான் நிபந்தனை.

கர்ணன் கிருஷ்ணன் பலராமன் இன்னும் பல யாதவர்களும் பன்னாட்டு மன்னர்களும் பாஞ்சாலத்தில் குழுமியிருந்தனர்.

துருபதன் அவர்களை வரவேற்றுச் சுயம்வர மண்டப மஞ்சங்களில் வரிசையாக அமரச்செய்தான். அவர்களின் அலங்காரத்தால் மண்டபம் புதுப்பொலிவு பெற்றிருந்தது. எங்கும் சுகந்த மணம் கமழ்ந்தது. ஆடலும் பாடலும் அவர்களை மகிழ்வித்தன.

சகல அலங்காரக் கோலத்தில் திரவுபதியைப் பார்த்த தாய் பிருஷதிக்குக் கவலை. மகளுக்கேற்ற மணமகன் கிடைக்கணுமே.

இலுப்பைப் பூவும் அருகம்புல்லும் இணைந்த சுயம்வர மாலையை ஏந்தியபடி திரவுபதி நாணத்தில் நடந்துவந்தாள். அலிகள் அழைத்துச் சென்று அவளைப் பெண் யானைமீது ஏற்றினர். அவளுக்கு முன்னால் குதிரை மீது தமையன் திருஷ்டத்துய்மன். பின்னால் பெண் யானைகள் மீது தோழியர்.

மேள தாளங்கள் இன்னிசை முழங்க கிருஷ்ணை அணங்குபோல் சுயம்வர மண்டபத்துக்குள் பிரவேசித்தாள். மன்னர்கள் அவள் அழகில் மயங்கி மெய்மறந்தனர்.

பல சடங்கு சாத்திரங்கள் முடிந்ததும் சுயம்வர நிகழ்ச்சிகள் தொடங்கின. தங்கையை அழைத்துக்கொண்டு மண்டப மேடையேறிய திருஷ்டத்துய்மன் அவையோருக்கு அறிவித்தான்.

“அவையோரே அதோ தெரியிது பாருங்க சொழலுஞ் சக்கரம். அதுக்கப்பால் அம்பெய்ய வேண்டிய இலக்கு. சொழலுஞ் சக்கரத்துக்கு எடையிலுள்ள துவாரங்கள் வழியா அஞ்சு அம்புகள எய்து இலக்க அடிக்கணும். குலம் அழகு பலம் வாய்ந்த ஒருவர் இலக்க எய்தா அவர் எந் தங்கை பாஞ்சாலிக்குக் கணவனாவார்.”

பின்னர் ஒவ்வொரு மன்னனாகத் தங்கைக்கு அறிமுகம் செய்துவைத்தான். அந்தணர் மத்தியில் அமர்ந்திருந்த பாண்டவரை எவராலும் அடையாளங் காண முடியவில்லை. கிருஷ்ணன் மட்டும் பார்த்துவிட்டான். அதைப் பலராமனிடம் சொன்னான்,

வில்லை வளைக்க முயன்ற பன்னாட்டு மன்னரும் தோற்று அவமானத்தில் தலைகுனிந்தனர். சேதி நாட்டு மன்னன் சிசுபாலன் மத்திர தேசத்துச் சல்லியன் அனைவரும் தோற்றனர்.

கலிங்க நாட்டு இளவரசி பானுமதியை துரியோதனன் ஏற்கெனவே மணந்துகொண்டதால் அவன் சுயம்வரத்தில் பங்கேற்கவில்லை. பானுமதியைத் தவிர வேறு யாரையும் மணந்து கொள்வதில்லை என்று வாக்குக் கொடுத்திருந்தான். கர்ணன் சுயம்வரத்தில் கலந்துகொண்டான். அவன் பாஞ்சாலி மீது ஆழமான காதல்கொண்டு கற்பனைகளில் திளைத்திருந்தான்.

அவளும் அவனை நேசித்தாள். அவனது சாதியை அறிந்தபோது மனசு மாறிவிட்டாள்.

கர்ணன் போட்டியில் பங்கேற்க முடியாதவாறு பாஞ்சாலி நறுக்கென்று நாலு வார்த்தை கூறி அவனைப் புறக்கணித்தாள்.

"போயும் போயும் ஒரு தேரோட்டி மகனுக்கு மாலையிட முடியாது."

கர்ணன் நெஞ்சில் ஈட்டி பாய்ந்த வலி. அவமானத்தில் திரும்பினான். திரவுபதி மீது கொண்டிருந்த காதல் அப்படியே உள்மனசில் அமுங்கிவிட்டது.

அந்தணர் கூட்டத்திலிருந்த அர்ச்சுனனுக்குக் கைகள் துடித்தன. எழுந்து கம்பீரமாக நடந்து வில்லருகே போய் நின்றான். திருஷ்டத்துய்மனை ஏறிட்டான்.

"இந்த வில்லுல நாணேற்ற அந்தணருக்கு உரிமையுண்டா."

"அந்தணர் அரசர் வைசியர் சூத்திரர் யாரானாலும் அனுமதியுண்டு."

அர்ச்சுனன் ஒரு முறை வில்லை வலம்வந்து அதைத் தூக்கி நொடியில் நாணேற்றினான். ஐந்து பாணங்களும் சுழலுஞ் சக்கரத்தின் வழியே யாவரும் காணும்படி பூமியில் போய் விழுந்தன.

அந்தணர் ஆனந்தக் களிப்பில் மேலாடைகளைத் தூக்கியெறிந்து கொண்டாடினர். பாஞ்சாலி அர்ச்சுனனை நோக்கினாள். மனசுக்குள் பலப்பல கற்பனைகள். அவனுக்கு வெண்மையான மலர்மாலையைச் சூட்டினாள். மணமகளை அழைத்துக்கொண்டு அவன் மண்டபத்திலிருந்து புறப்பட்டான்.

தோற்று நின்ற அரசர்களுக்குக் கோவம். துருபதனை நிந்தித்தனர்.

"துருபதன் சுயம்வர ஆச காட்டி நம்மள வஞ்சிச்சிட்டான். நமக்கு அவமானம். கேவலம். ஒரு அந்தணனுக்கா பொண்ணக் குடுக்கிறது. இவன நெருப்புல போட்டுக் கொளுத்தணும்."

"அந்தணரக் கொல்லக்கூடாது. தர்மத்துக்கு விரோதமாயிரும்."

துருபதனுடன் போரிடத் தயாராயினர். அவன் வழியறியாது அந்தணர்களிடம் தஞ்சமடைந்தான். அரசர்கள் முடிவாகக் கூறினர்.

"போரிடத் தயாராருக்கும் அந்தணரக் கொல்றது பாவமில்ல."

போர் தொடங்கிவிட்டது. கர்ணன் அர்ச்சுனனை எதிர்த்தான். சல்லியன் பீமனுடன் மோதினான். தருமனும் துரியோதனனும் பொருதனர். பிறரைப் பாண்டவ அந்தணர்கள் எதிர்கொண்டனர்.

கர்ணன் வில்லை இழந்து அர்ச்சுனனிடம் தோற்றான். பீமன் சல்லியனை வீழ்த்தினான். சல்லியனைக் கொல்ல தருமன் அனுமதிக்கவில்லை.

"மாதுரியம்மா பெத்த புள்ளைகளுக்கு அவரு தாய்மாமனாக்கும். நமக்குந்தான். பீமசேனா அவர வுட்ரு. அந்தப் பாவம் நமக்கு வேணாம்."

தருமன் துரியோதனனை வென்றான். தோற்றுப்போன அரசர்கள் தப்பித்தோம் பிழைத்தோம் என்று தத்தம் நாடுகளுக்குத் திரும்பினர்.

பாண்டவர் பாஞ்சாலியை அழைத்துக்கொண்டு புறப்பட்டனர். பிச்சைக்குச் சென்றிருந்த புதல்வர்கள் இன்னும் வரவில்லையே என்ற கவலையில் இருந்தாள் குந்தி. பீமனும் அர்ச்சுனனும் அவளிடம் இனிய சேதியைக் கூறினர்.

"அம்மா நாங்க இண்ணைக்கு ஒரு அருமையான பிச்ச கொண்டுவந்துருக்கொம்."

வீட்டுக்குள்ளிருந்த குந்தி அவர்களைப் பாராமலேயே கூறினாள்.

"அப்படியா மக்கா. அத அஞ்சு பேரும் பகுந்து சாப்பிடுங்க."

பாஞ்சாலியைப் பார்த்த பின்புதான் அவளுக்குத் தர்மசங்கடம். அடடா அழகான பெண்ணாயிற்றே. இப்போது என்ன செய்வது. சொன்ன வார்த்தையை வலியுறுத்தினாள்.

"நான் சொன்னபடியே செய்யிங்க."

தம்பியர் அனைவருக்கும் பாஞ்சாலி மீது ஆசையிருப்பதைத் தருமன் அறிந்துகொண்டான். இந்தப் பொண்ணால விரோதம் வந்துவிடக் கூடாதே. முடிவாகச் சொல்லிவிட்டான்.

"பாஞ்சாலி நம்ம எல்லாருக்கும் மனைவியாவா."

அப்போது கிருஷ்ணனும் பலராமனும் பாண்டவரையும் தந்தையின் சகோதரியான குந்தியையும் சந்தித்து விடைபெற்றுச் சென்றனர்.

பாஞ்சாலி முதல் ஏமாற்றத்தை விழுங்கிக்கொண்டு பாண்டவர் குடும்பத்தில் ஒருத்தியாகிவிட்டாள். வழக்கம்போல் தம்பியர் நால்வர் பிச்சையெடுத்து வந்து தருமனிடம் கொடுப்பர். அது

அந்தணருக்கும் அவர்களை அடுத்திருப்போருக்கும். மீதியுள்ள பிச்சையை இரு பங்காக்கி அதில் ஒரு பாதி பீமனுக்கு மறுபாதி மற்ற ஐவர்க்கு. இதுதான் குந்தியின் கணக்கு.

சகாதேவன் தர்ப்பைப் புல்லால் படுக்கை அமைத்தான். அவரவர் மான் தோலை விரித்து வரிசையாகப் படுத்துக்கொண்டனர். தலைமாட்டில் குந்தி கால்மாட்டில் பாஞ்சாலி.

அப்போது பாண்டவர் அஸ்திரம் தேர் யானை குதிரை ஆயுதம் என்று பேசிக்கொண்டிருந்தனர். அவர்களுக்கு முந்தியே வந்து ஒளிந்திருந்து கவனித்த திருஷ்டத்துய்மன் அவர்கள் பாண்டவர்தான் என்பதை உறுதிசெய்துகொண்டு தந்தையைத் தேடி விரைந்தான்.

72

துருபதன் துக்கந் தாளாது பிதற்றினான்.

"என் ஆச மக கிருஷ்ணை எங்க போனாளோ. அவளக் கவர்ந்துபோனது யாரோ. நம்ம மானமும் மரியாதையும் கவுரவமும் பறிபோயிருச்சே."

திருஷ்டத்துய்மன் தந்தையிடம் பக்குவமாக எடுத்துரைத்தான்.

"அப்பா சுயம்வரத்துல வில்ல வளச்சுச் செயிச்சவன் அர்ச்சுனந்தான்னு நெனைக்கென். மரத்தப் புடுங்கிச் சல்லியனத் தோக்கடிச்சவன் பீமனாத்தான் இருக்கமுடியும். பாண்டவருதான் கிருஷ்ணையக் கூட்டீட்டுப் போயிருக்காங்க. இதுல சந்தேகமே இல்ல."

"அவங்கள எப்படி அடையாளம் பாக்குறது. எல்லாரும் அந்தணர் கோலத்துல இருக்காங்களே."

"விருந்துக்கழச்சு வெசாரிப்பொம்."

"இது நல்ல வழி."

துருபதன் பாண்டவரை விருந்துக்கு அழைத்தான். அனைவரும் சென்றனர். நல்ல விருந்து. பாண்டவர் நடவடிக்கைகள் பாஞ் சாலனின் ஐயத்தைப் போக்கிவிட்டன. தருமனிடம் கேட்டான்.

"வீரனே நீங்க அந்தணரா அரசரா வைசியரா சூத்திரச் சித்தரான்னு நிச்சயிக்க முடியல. நீங்க எந்தக் குலம். அதத் தெரிஞ்சுக்கிட்டுத்தான் என் மகளுக்குத் திருமணஞ் செய்யணும்."

தருமன் உண்மையைக் கூறிவிட்டான்.

"அரசே நாங்க பாண்டுவோட புள்ளைக. கவல வேணாம்."

அரக்கு மாளிகையிலருந்து தப்பி வந்த கதையைத் தருமன் கூறினான். துருபதன் மகிழ்ந்தான். பாண்டவரைத் தனி அரண்மனையில் தங்கவைத்தான்.

பாஞ்சாலியை ஐவர் மணந்துகொள்வதில் சிக்கல் இருந்தது. துருபதன் தருமனிடம் தனது ஐயத்தைத் தெரிவித்தான்.

"யுதிஷ்டிரா நீ தர்மவழி நடப்பவன். என் ஐயத்தைத் தெளிவிக்கணும், ஒரே பொண்ண அஞ்சுபேரு மணந்துகொள்ள விதி அனுமதிக்குது. அந்த வழக்கம் இப்ப நடைமுறையில் உள்ளதா. ஒரு ஆண் பல தாரங்கள மணந்து கொள்றதுதான வழக்கத்துல இருக்கு."

திருஷ்டத்துய்மனுக்கும் ஒரு கேள்வியிருந்தது.

"சுயம்வரத்துல பாஞ்சாலிய மணந்தது அர்ச்சுனன். ரெண்டுபேருக்குத் தம்பி. அந்தத் தம்பியோட மனைவிய அண்ணன்மாரு மணக்கிறது சரிதானா. இதுக்கு விதி என்ன சொல்லுது."

தருமன் ஒருவாறு சமாளித்தான்.

"அஞ்சுபேரு ஒரு பொண்ண மணந்துகொள்ள விதியில வழிமொற உண்டு. எங்க தாயுஞ் சொல்லீட்டா. வியாசரும் அப்படித்தான் சொல்றாரு. அவுக சொன்னா அதுதான் தர்மம்."

குந்தி ஏதோ சொல்ல வாய் திறந்தாள். வியாசன் தடுத்துவிட்டான். துருபதனிடம் முடிவாகச் சொன்னான்.

"துருபதனே ஒரே பெண் பல கணவரோட குடும்பம் நடத்துன காலமும் உண்டு. பத்துப் பேருக்குக்கூட ஒருத்தி மனைவியா இருந்துருக்கா. ஏன் இப்போதும் பழங்குடியினருட்ட அந்த வழக்கம் உண்டு. பாண்டவர் அஞ்சு பேரும் பாஞ்சாலிக்குக் கணவராகுறது சாத்தரப்படி சரிதான். நீ அனுமதிக்கணும்."

சிக்கல் தீர்ந்தது. துருபதனின் சம்மதத்துடன் பாண்டவர் பாஞ்சாலி திருமணம் முறைப்படி நடந்தது. நாளுக்கொருவராக ஐவரும் பாஞ்சாலியை மாலையிட்டு மணந்தனர்.

துருபதன் அளித்த சீர்களுக்கு அளவேயில்லை. குந்தி மருமகளை ஆசீர்வதித்தாள்.

"நீதான் தாயி எல்லாரையும் கொண்டணச்சுப் போகணும். குடும்ப ஒத்துமெ ஒங் கையிலதான் இருக்கு."

கிருஷ்ணன் தன் பங்குக்குப் பொருட்களை அனுப்பிவைத்தான்.

பாண்டவர் பராக்கிரமசாலிகளை வென்று பாஞ்சாலியை மணந்தது பற்றித் துருபதன் நாட்டு மக்களுக்கு முறையாகத் தெரிவித்தான்.

அந்தணர் வேடத்தில் இருந்த பாண்டவரைப் பிற நாட்டு மன்னர்கள் பலவாறு புகழ்ந்தனர். அரக்கு மாளிகையை எரித்துப் பாண்டவரைக் கொல்லச் சதித்திட்டம் தீட்டிய திருதராஷ்டிரனை இகழ்ந்தனர்.

சேதி மக்களிடையே பரவுமுன் துரியோதனன் சதியாலோசனைக்கு ஏற்பாடு செய்திருந்தான். சகுனி கர்ணன் துச்சாதனன் முதலியோர் கலந்துகொண்டனர். பாஞ்சாலியைக் கவர்ந்து சென்றவர்கள் பாண்டவர்தான் என்று துரியோதனன் உறுதியாகச் சொன்னான். மற்றவர்களும் யூகித்தனர். பாஞ்சால நாட்டிலேயே சதியாலோசனை நடந்தது.

கூர்மதியாளன் சகுனி கபடமாகச் சிரித்தான்.

"பாண்டவரக் கொல்ல இதுதான் தக்க தருணம். சரியான எடம். துருபதன் படை பலமில்லாறவன். அவனோட நண்பன் சிசுபாலனுக்கும் யாதவருக்கும் பாண்டவர் உயிரோட இருக்கிறது தெரியாது. தெரிஞ்சுக்கிறதுக்கு முன்னால பாண்டவர ஒழிச்சுக்கெட்டீறணும். அவங்களப் புடிச்ச நல்ல நேரம் அரக்கு மாளிகையிலருந்து தப்பிச்சிட்டாங்க. இனிமேலும் தப்பவுட்டா நமக்கு ஆபத்து. அதனால இந்த நகரத்தவே அழிச்சிருவொம். காலங் கனிஞ்சிருச்சு."

சோமதத்தன் மகன் பூரிசிரவன் குரல் கொடுத்தான்.

"பாண்டவர இப்ப அழிக்கிறது உசிதமில்ல. அழிக்கிறதும் கஸ்டம். மக்கள் அவங்கள நேசிக்கிறாங்க. கிருஷ்ணனும் பலராமனும் அவங்களுக்குத் தொணையாருக்காங்க. தற்போதைக்குப் பாண்டவரோட சமரசம் செஞ்சுக்கிறதே நல்லது."

கர்ணன் குறுக்கிட்டான்.

“நம்ம ஒத்துமையா முடிவெடுக்கணும். இவரு சொல்றது நியாயமானது. இருந்தாலும் பாண்டவர அழிக்க இது நல்ல தருணந்தான்.”

இறுதியில் பாண்டவரை எதிர்ப்பதென்று முடிவாகியது. கவுரவத் தரப்பினர் பாஞ்சாலத்திலேயே தங்கியிருந்தனர்.

பாண்டவர் திருமணம் முடிந்ததும் துரியோதனன் போருக்குத் தயாரானான். சேதி துருபதனை எட்டியது. துருபதன் திருஷ்டத்துய்மன் சிகண்டி போன்றோர் இணைந்து கவுரவரை எதிர்த்துப் போரிட்டனர். கவுரவர் தோற்றனர். விதியை நொந்துகொண்டு அஸ்தினாபுரம் திரும்பினர்.

நடந்ததையெல்லாம் அறிந்த விதுரன் திருதராஷ்டிரனிடம் கூறினான்.

“அண்ணா நமக்கு இது நல்ல காலம். கவுரவங்க விருத்தியடஞ்சு வாறாங்க.”

இதைக் கேட்ட திருதராஷ்டிரன் தன் மகன் துரியோதனன் சுயம்வரத்தில் வென்று பாஞ்சாலியை அடைந்துவிட்டதாக எண்ணி உவந்தான். விதுரனிடம் பெருமைப்பட்டான்.

“தம்பீ திரவுபதிய அழச்சு வரவேண்டிய ஆடை ஆபரணங்களக் குடு.”

விதுரன் உண்மையைச் சொல்லிவிட்டான்.

“அண்ணா நான் கவுரவங்கன்னு பொதுவாக் குறிப்பிட்டது பாண்டவரத்தான். பாஞ்சாலிய மணந்தது அவங்கதான்.”

திருதராஷ்டிரன் சமாளித்துக்கொண்டான். பாண்டவரைப் புகழ்வதுபோல் பாசாங்கு செய்தான்.

“அதுக்கென்ன. அவங்களும் நம்ம புள்ளைகதான. அஸ்தினாபுரத்துக்குப் பெரும.”

எல்லாம் பேசி முடித்துப் பாண்டவரைப் பாஞ்சால நாட்டிலிருந்து அஸ்தினாபுரத்துக்கு அழைத்துவர ஏற்பாடானது. விதுரன் போய் அழைத்ததும் பாண்டவர் புறப்பட்டனர். அஸ்தினாபுரம் நகரமே கொண்டாடியது. பாண்டவர் திருதராஷ்டிரன் அரண்மனையில் தங்கினர். அது முன்னர் பாண்டு குடியிருந்த மாளிகை.

73

"அடே அச்சு என்னருந்தாலும் இங்க வந்து ஒன்னோட யமுனக் கரையில வேட்டையாடுற

சொகமே தனி. கெடச்ச உருப்படியத் தீயில வாட்டித் திங்கிற ருசிக்காகுமா."

"நானும் அப்பப்ப நெனைக்கிறதுதான். ஏக்கமாருக்கும். என்ன செய்றது. குடும்பமானப் பெறகு அப்படி முடியுமா. சந்தர்ப்பம் வரும்போது ஆசையத் தீத்துக்கிற வேண்டியதுதான்." இப்பத்தான வந்துருக்க. கொஞ்ச நாளு தங்கீட்டுப் போயேன்."

"அங்கதாண்டா இருக்கு சங்கதி. அண்ணைக்குப்போல வேலையில்லாம வெளையாட்டுப் புள்ளையாத் திரியமுடியாது. இப்பக் குடும்பப் பொறுப்பு வந்துருச்சில்ல."

"அடேயப்பா பொறுப்புக் கூடிப்போச்சோ. பெரிய மனுசனாயிட்டன்னு சொல்லு."

"சொன்னாலுஞ் சொல்லலன்னாலும் பெரிய மனுசந்தான்."

"எப்படி. குடும்பம் மூணுதான."

"அது பழைய கதடா."

"புதுக்கதையிருக்குதோ. சொல்லு மச்சான்."

"இப்ப எண்ணிக்க எட்டாகிருச்சு."

"அப்பச் சரி. எசோததத்தைக்கு அவுகளக் கவனிச்சுக்கிறதுக்கே சரியாருக்கும்."

"அத ஏன் கேக்க. ஒரு தாயி வயித்துப் புள்ளைகளாருந்து அவள ஓடிஓடிக் கவனிச்சுக்கிறாக. அவ மொகத்துல பெருமையப் பாக்கணுமே."

"அது சரியே. அஞ்சு பேரும் எப்படி மாட்னாக."

"அதொண்ணும் பெரிய காரியமில்லடா. இப்படித்தான் ஒரு நாளு யமுனக் கரையில எங்க பயகளோட வேட்டையாடிக்கிட்ருந்தென். வெயிலான வெயிலு. நதியில தண்ணி குடிச்சு நனஞ்சு தெம்பாகிக்கிறலாம்னு போனா கண்ணுக்கெதிர ஒரு அழகான பொண்ணு குளிச்சுக்கிட்ருந்தா."

“ஒனக்கு மனசு கெடந்து துடிச்சுருக்குமே.”

“எனக்கு அவளப் பத்தித் தெரிஞ்சுக்கிறணும்னு ரெம்ப ஆச. ஒரு பயல அனுப்பி வெசாரிச்சிட்டு வரச்சொன்னென். அவன் பம்மிப் பம்மிப் தெரிஞ்சுக்கிட்டு வந்து சொன்னான்.”

‘கிருஷ்ணா அவ சூரியன் மக காளிந்தியாம். ஒன்னப் பத்திக் கேள்விப்பட்ருப்பா போலருக்கு. அதுலருந்து ஒனக்காகவே காத்துக்கிட்ருக்காளாம்.’

“அடே நல்ல வேட்டதாண்டா. இந்த முயலப் புடிச்சிட்டுப் போயி அந்தப்புரத்துல அடச்சுற வேண்டியதுதாண்டான்னு குதிச்சென்.”

“கிச்சு மச்சானுக்கு ஒடம்பெல்லாம் மச்சந்தாண்டா. முயல வேட்டையாடித்தான் புடிக்கணும். ஆனா அந்த முயலே வலியத் தேடி வருது. பெறகென்ன ஒங் காட்ல மழதான்.”

“நல்ல மழையாக்கும்.”

“ஆக எண்ணிக்க நாலாச்சு....... அடுத்த கதையென்ன.”

“விந்திய மலச் சாரலுல அவந்தின்னு ஒரு நாடு. அதச் சுத்தி நாலு பக்கமும் மலைய முட்றமாதிரி மரங்களாச் சூழ்ந்திருக்கும். மரங்களோட வாசன மனசுக்கு எதமாருக்கும். அந்த நாட்டச் சீண்டிக்கிட்டு சர்மண்வதி நதி அமைதியா ஓடும். நதிக்கு இரு பக்கமும் வரிசையா மரங்க காவலுருக்கும். அந்த நாட்டுக்கு ரெண்டு மன்னர்கள். ஒருத்தன் பேரு விந்தன் சின்னவன் அனுவிந்தன். அவங்களுக்கு மித்திரவிந்தான்னு ஒரு தங்கச்சி. அவ வேற யாருமில்ல. எங்க அத்த ராஜாதிதேவிக்குப் பொண்ணுதான்.”

“எங்க ஆத்தா குந்திக்குத் தங்கச்சி புள்ளதான. சரியாப்போச்சு. கிட்ட நெருங்கீட்ட.”

“இதுல ஒரு சின்னச் சிக்கலு.”

“அதென்ன விக்கலு.”

“பொண்ணுக்கு எம்மேல பிரியம். அவ அண்ணன்மாரு ரெண்டுபேரும் துரியோதனனுக்குச் சேக்காளிக. தங்கச்சிக்குச் சுயம்வரம் மூலமே மாப்பிள தேடிக் குடுக்கணும்னு திட்டம் போட்டாக. நானும் கலந்துக்கிட்டென். செயிச்சிட்டென்.”

“சொந்தப் பொண்ணாருந்தாலும் சுயம்வரத்துல செயிச்சுத்தான் கைப்புடிச்சிருக்க. மச்சான் பெரிய வீரந்தான்...... ஆறாவது வரவென்ன.”

"அயோத்தி மன்னன் நக்னஜித். அவன் ஏழு காளைகள வளத்து வந்தான். அதுகள எசோதைக்கு அண்ணன் அதான் எனக்கு மாமன் கும்பாண்டன் கிட்டருந்து கவனிச்சுக்கிட்டான். மன்னனுக்குச் சத்தியான்னு ஒரு பொண்ணு. ஏழு காளைகள அடக்குகிறவனுக்குத்தான் அவளக் கைப்புடிச்சுக் குடுப்பன்னு மன்னன் தீர்மானமா இருந்தான்."

"நீ மாட்டுக்காரப் பயலாச்சே. கலந்துக்கிறாம இருப்பயா."

"அத்தன காளைகளையும் அடக்கி சத்தியாவத் துவாரகைக்குக் கூட்டீட்டுப் போயிட்டென். அங்க இப்ப அவ பேரு நப்பின்ன."

"ஆறாச்சு. ஏழாவது என்ன."

"ஐராவதி நதிக் கரையோரம் கேகயம்னு ஒரு நாடு. அதுக்கு மன்னன் சுதகீர்த்தி. அவ மக பத்திரை. அவள எனக்குத்தான் முடிச்சு வைக்கணும்னு அவ அண்ணன்மாருக்கு விருப்பம்."

"பெறகென்ன ஒனக்கு யோகந்தான்."

"அவங்க விருப்பப்படியே எல்லாம் சுமுகமா முடிஞ்சது."

"சரி ஏழு முடிஞ்சது. கடைசிக் கூத்தச் சொல்லு."

"கேகய தேசத்துக்கு மேற்க அழகான வனங்கள் அடர்ந்த நாடுதான் மத்தரம். அதுக்கு மன்னன் விருசசேனன். அவனுக்கு மக லட்சுமணை. அவ ரெம்ப அழகா இருப்பான்னு கேள்விப்பட்டென்."

"அய்யாவால சும்மாருக்க முடியாதே."

"அவளுக்குச் சுயம்வரம் எப்ப வருதுன்னு காத்துருந்து போயி எல்லாரையும் தோக்கடிச்சுப் பொண்ணப் புடிச்சுட்டு வந்துட்டென்."

"இத்தோட முடிஞ்சதா இல்ல மேற்கொண்டு திட்டமிருக்கா."

"இப்போதைக்குக் கைவசம் ஒண்ணுமில்ல. பெறகு எப்படியெப்படியோ சொல்லமுடியாதுடா."

"மச்சான் எப்பயுமே நீ எனக்குக் குருதாண்டா. சந்தேகமே இல்ல."

74

காந்தாரி கனலேறிய சொற்களால் சகுனியைச் சுட்டெரித்தாள்.

“ஒன்ன அண்ணன்னு சொல்லிக்கிறவே வெக்கமாருக்கு. இப்படிக் கேவலப்பட்ட பெழப்புத் தேவையான்னு கேக்கென். எதிர்காலமே இருண்டுபோச்சு. என்னக் கொண்டுவந்து பாழுங்கெணத்துல தள்ளீட்டீகளே.”

அவள் கண்கள் வெந்நீர்க் குளங்களாயின. சகுனி அவளைக் குளிர்விக்க முயன்றான்.

“தாயீ சுபலா அப்படிச் சொல்லாதம்மா. எல்லாம் நல்லபடியா நடக்கும். பொறுமையா இரு.”

அவளால் ஆத்திரத்தை அடக்கமுடியவில்லை.

“கையலாகாற கணவன் கவைக்குதவாற அண்ணன் இவங்கள வச்சுக்கிட்டு என்ன செய்றது. மச்சான மொறப்படி ராசாவாக்கீருவென். தங்கச்சிய ராணியாக்கி அழகு பாப்பன்னு பெரிசாப் பீத்தீட்டுத் திரியிறதில ஒண்ணுங் கொறச்சலில்ல. ஒரு காரியமும் நடக்கலையே.”

“யம்மா வசுமதி அண்ணனோட பாசத்தக் கொச்சப்படுத்த வேணாம். ஒனக்கு நல்லது செய்றதுக்குத்தான மனைவி மக்கள மறந்து ராசபோகங்களத் தொறந்து அஸ்தினாபுரத்துல காத்துக்கெடக்கென்.”

“ஒரு நன்மையும் ஆகாம காத்துக்கெடந்து எதுக்கு.”

“காரியஞ் சாதிக்கிறதுக்குப் பொறும வேணுந் தாயி. அண்ணனோட பாசத்தையும் அறிவையும் புரிஞ்சுக்கோ மொதல்ல.”

“குருட்டு நம்பிக்கையிலதான எங் காலம் போகுது. நூறு புள்ளைக்குத் தாயான பெறகும் உருப்படியா எதும் நடக்கல. சம்பந்தி வீட்டுச் சாப்பாட்டுச் சொகத்துல எல்லாம் மறந்துபோச்சு. நீ இங்க இருந்தென்ன போயென்ன. ரெண்டும் ஒண்ணுதான். எந் தோழி விலாசினி இருந்தாக்கூட உருப்படியான யோசன சொல்லுவா. பாவி மக அரமனக் கதையப் பாக்கக் கூடாதுன்னு ஒரேயடியாக் கண்ண மூடீட்டாளே. தனி மரமா நிர்க்கதியா நிக்கனே.”

“சுடு சொற்களால என்னச் சுட்டுப் புண்ணாக்காத தாயி. நீ நெனைக்கிற மாதிரி நான் சூதுவாது தெரியாறவனில்ல. எந்தச் சூதிலும் என்ன எவனும் மிஞ்ச முடியாது. எஞ் சூதப்பத்தி நாடே சொல்லும் ஊரே சொல்லும். சொந்த ரத்தமிங்கிறதால ஓன் வார்த்தைகளச் சகிச்சுக்கிட்டுருக்கென். இனிமேலாச்சும் இப்படி இழிவாப் பேசவேணாம். ஓன்னக் குருட்டுக் கணவனோட வுட்டுட்டு நான் காந்தாரம் போனா யாராவது தடுக்க முடியுமா. சதா ஓங்க நன்மையே குறியா வெறியோட திரியிறென். நல்ல ஒறக்கமுண்டா. நேரத்துக்குச் சாப்பாடுண்டா. நீ வெளிப்படையா அழுகிற. நான் உள்ள குமுறிக்கிட்டுருக்கென். நீ பதட்டபடக் கூடாது. பதறாத காரியஞ் செதறாது. ஓனக்கு நம்பிக்கையும் தெளிவும் முக்கியம். நீ எழந்ததுக்கெல்லாம் மொத்தப் பரிகாரம் தானா வரும்.”

காந்தாரி சற்றுக் குளிர்ந்தாள்.

“குந்தியிருக்காளே அவள யாராலயும் அசைக்கமுடியாது. அஞ்சு புள்ளைகளோட தாலியையும் ஒருத்தியே சொமக்க வச்சுப் பொதி சொமக்கிற கழுதையப்போல மருமகளக் கொண்டுவந்து எறக்கீருக்காளே அது மதியா சதியா. இல்ல விதியா.”

“எல்லாம் சேந்து வெளையாடுது தங்கச்சி. அதப்பத்தி நான் நெனைக்காற நாளில்ல. பொறுமையாத்தான் இருக்கணும்.”

“ஆமா. பொறுமைக்கொண்ணும் கொறச்சலில்ல. வாரணாவதத்துல அவங்களக் கூண்டோட அழிக்கிறதுக்குப் பெரிசாத் திட்டம் போட்டுத்தான் பாத்தீக. என்னாச்சு. நம்ம புரோசனனப் பலிகுடுத்ததுதான் மிச்சம். அவங்க கிள்ளியெறிஞ்ச கெழங்கு மாதிரி கெலிச்சிட்டாங்க....... எது எப்படியோ எம் புள்ளைகளுக்கு நல்லது நடந்தாச் சரி.”

“எல்லாம் நடக்கும். ஒண்ணு தெரிஞ்சுக்கோ. நீ ஆத்தரத்துல கண்ணுல கட்ன துணிய அவுத்தெறிஞ்சிட்டுக் களத்துல எறங்குனாக்கூட ஒண்ணும் ஆகப்போறதில்ல. அப்படியொரு நெருக்கடியான நெலமையில தவிச்சுக்கிட்டுருக்கொம். நீ கலங்காம இருக்கணும். இப்போதைக்கு ஓங்கண்ணு ரெண்டும் மூடியே கெடக்கட்டும். அதுதான் எல்லாருக்கும் நல்லது. ஒருவேள ஓன் மூத்த புள்ள அஸ்தினாபுரத்துக்கு ராசாவாகி முடிசூட்றதப் பாக்கணும்னா அப்பக் கண்ணத் தெறந்து ஆச தீரப் பாத்துக்கோ.”

“அப்படியொரு காலம் வருமா. அதுக்காகத்தான பொருமிக்கிட்ருக்கென்.”

" கண்டிப்பா வரும். ஒரு சங்கதி மட்டும் மனசில உறுத்திக்கிட்டே இருக்குது. அத எப்படிச் சொல்றதுன்னு........"

"அண்ணா......"

"பதட்டப்படாதம்மா. பாண்டவருக இப்பத் துருபத மன்னனுக்கு மருமக்களாயிட்டாங்க. அந்தத் தெம்புல அவங்களுக்குண்டான உரிமையக் கேட்டு ஓரக்கவே குரல் குடுப்பாங்க. அப்ப திருத மச்சான் தெகச்சுப்போயித் தவிப்பாரு. பிரச்சன பெரிசாகும்."

"அதெப்படி. குந்தி ஆராருக்கோ புள்ளைகளப் பெத்துக் காளங்கண்ணுக மாதிரி கொண்டுவந்து நிறுத்தீருக்கா. நான் ஒருத்தனுக்கு முந்தி விரிச்சு நூறு புள்ளைகளப் பெத்துச் சிந்தாமச் செதறாம வச்சிருக்கென். நாட்ல பங்கு கேக்கிறதுக்கு அவளுக்கென்ன தகுதியிருக்கு. குரு வம்சம்னு சொல்லிக்கிறதுக்கு வெக்கமால்ல."

"குந்தியவிட மருமக பாஞ்சாலி வெளஞ்சவளாருப்பா போலருக்கு. அவ பாக்குற பார்வையும் நடக்குற தோரணையும் சுத்தமாப் புடிக்கல. எனக்கென்னமோ சிந்தன வேறமாதிரி ஓடுது. பிரச்சன தீரணும்னா நாட்ட ரெண்டாத் துண்டாடித்தான் ஆகணும். இண்ணைக்கோ நாளைக்கோ அதுதான் நடக்கப் போகுது. பொறுத்துருப்பொம்."

"எம் புள்ளைகளோட எதிர்காலம் ஒங்கையிலதான் இருக்கு. அத மறந்துறாதண்ணா."

"ஒறக்கத்துலகூட அத மறக்கமாட்டென். தெம்பா இரு...... நான் வரட்டுமா தாயி. இருந்திருந்து என்னோட தெறமையக் கொறச்சுப் பேசீட்டயே. ஒரு நா ஒரு பொழுது என் முழுத்தெறமையும் ஒனக்குத் தெரியத்தான் போகுது. அந்த யாதவப் பொடியன் கிருஷ்ணனவிட அண்ணன் மேலானவன்னு அப்பத் தெரியும்."

சகுனியின் நொண்டி நடை காந்தாரியின் காதில் சற்று நேரம் சரசரத்தது.

75

பாண்டவர் அஸ்தினாபுரம் வந்து சேர்ந்ததிலிருந்து குந்தி குமைந்துகொண்டிருந்தாள்.

அடிக்கடி கிருஷ்ணனை ஏறிட்டுக் கண்களால் ஒரே ஒரு கேள்விக்கு மட்டும் விடை தேடினாள்.

"அய்யா கிருஷ்ணா எம் புள்ளைக உக்காந்துக்கிறதுக்கு அஸ்தினாபுரத்துல எடங் கெடைக்குமா."

"எனக்கு நம்பிக்கையில்ல. இருந்தாலும் அதுக்கு வேற ஒரு வழியிருக்கு."

"சொல்லுய்யா."

"இதுல தானா ஒரு முடிவு பெறக்கட்டும். அதுக்குப் பெறகு யோசிக்கலாம்."

"முடிவு பெறக்குமிங்கயா......."

"எப்படியானாலும் ஒரு முடிவு தெரிஞ்சுதான ஆகணும்."

"நீ சொன்னாச் சரியாருக்கும் மருமகனே."

"நீ எனக்கு அத்தையில்ல. தைரியமான அம்மானாக்கும். எந்தச் சந்தர்ப்பத்துலயும் ஒரு வீரனப்போல எதுத்து நின்னு செயிச்சவ. செயிக்கிறவ. செயிக்கப்போறவ."

குந்தி பெருமிதங்கொண்டாள்.

"அதுக்கு அனுபவந்தான் காரணம்யா. நான் பட்ட கஷ்டம் கொஞ்சநஞ்சமில்ல. தாண்டி வந்த சோதனைக்குக் கணக்குத்தான் உண்டா. எம் புள்ளைக இருந்து வாழுறதுக்கு நெரந்தரமா ஒரு எடங் கெடச்சாப் போதும் அதுக்கு மேல என்ன வேணும். கால்கூடிக்கிருவாங்க. அவங்களுக்கு எதையும் சமாளிக்கிற தெம்பும் தெறமையும் இருக்கு."

"ஓம் புள்ளைகளாச்சே. நல்லதே நடக்கும். பொறுத்துருந்து பாப்பொம்."

"அந்த நம்பிக்கையிலதான் தெம்பாருக்கென்."

"இப்பத் திருதனுக்குப் புது நெருக்கடி ஒண்ணு வந்துருச்சு."

"அப்படிங்கிற..........."

"தம்பி புள்ளைக மறு பெறவியெடுத்துத் தப்பிச்சு வந்துட்டாங்களே. அவங்களுக்கு ஒரு வழி செஞ்சாகணுமேன்னு மண்டக்கொடச்சல் ஆரம்பிச்சிருச்சு."

"மனச்சாச்சி இருந்தா தம்பி புள்ளைகளுக்கு நல்லது செஞ்சுதான ஆகணும்."

“பாண்டவரக் கொல்லத் திட்டம்போட்டது யாராருக்கும். சகுனியா துரியனா துச்சனா துரோணரா பீஷ்மரா அஸ்வத்தாமனா இல்ல திருதனான்னு ஊருக்குள்ள ஒரக்கவே முணுமுணுப்புக் கேக்க ஆரம்பிச்சிருச்சு. ஊரு வாய அடச்சாகணுமே. இல்ல சதா பொகஞ்சுக்கிட்டேயிருகும். என்னாளும் சள்ளதான். குத்தமுள்ள நெஞ்சு குறுகுறுக்குது. ஒரு சடங்கு சாத்தரங்கூட இல்லாம தம்பிக்குச் சொந்தமான அரியணையேறி உக்காந்துக்கிட்டுத் தடபுடலா ஆட்சி நடக்குது. தம்பி மகன் தருமனுக்கு ஆட்சியக் கைமாத்திட்டுக் கீழ எறங்கிக்கிறலாமா இல்ல அவனக் காலுக்குள்ள போட்டு மிதிச்சுக்கிட்டு அதிகாரஞ் செய்யலாமான்னு நெனப்பு ஓடுது.”

“அத நெனச்சாத்தான் மருமகனே வெசாரமாருக்கு. விதுரனோட பேசி ஒரு நல்ல முடிவத்தேடிக் குடு கிருஷ்ணா.”

“திருதனோட வார்த்தைய அறிஞ்சுக்கிட்டு ஒரு முடிவெடுக்கலாம்னு தோணுது.”

குந்தி மனப்பாரம் குறைந்து தன் பிள்ளைகளைத் தேடிப் போனாள்.

அதே சமயம் திருதன் விதுரனைக் கலந்தாலோசித்தான்.

“விதுரா இந்த நெலமையில என்ன செய்றதுன்னு தெரியலையே. ஒரு வழி சொல்லு தம்பி.”

விதுரன் தனது ஆலோசனையைத் தெளிவாகவே கூறினான்.

“நாட்டுச் சனங்ககிட்ட நல்ல பேரு வாங்கணும்னா தருமனுக்கு ஆட்சியக் குடுத்துட்டுச் சந்தோசமாக் கீழ எறங்கிக்கிறதுதான் சரின்னு தோணுது.”

திருதனுக்கு முகஞ் சிறுத்தது.

“அப்படின்னா எம் புள்ளைக கதி என்னாகிறது. தெருவுல நிக்கச் சொல்றயா. அவங்க பாண்டவருக்குப் பணிஞ்சுபோக மாட்டாங்க. அதனால நாட்ல அமைதி கெட்டுப்போகும். நெலமைய உத்தேசிச்சு துரியோதனனுக்கே ஆட்சியக் குடுத்துறலாமான்னு அவங்களக் கேட்டுப் பாக்கலாமா தம்பி.”

“ஒத்துக்கிருவாங்களான்னு தெரியல. ஏதொண்ணுக்கும் கேட்டுப்பாப்பொம்.”

விதுரன் கிருஷ்ணனிடம் பேசினான். கிருஷ்ணன் திட்டவட்டமாகச் சொல்லிவிட்டான்.

“எனக்குத் தோணுற முடிவு இதுதான். தருமனும் தம்பிமாரும் நிச்சயமாச் சம்மதிக்க மாட்டாங்க. நாட்ட ரெண்டாப் பிரிச்சுக்கிறதுதான் உசிதமாத் தெரியிது. பிதாமகர் என்ன சொல்றாருன்னு பாப்பொம்.”

பீஷ்மனுக்கு இதில் உடன்பாடில்லை. எடுத்த எடுப்பிலேயே மறுத்துவிட்டான். பிறகு யோசித்துப்பார்த்தான். கிருஷ்ணன் சொல்வதுதான் சரியான வழியாகத் தோன்றியது. ஒப்புக்கொண்டான். அந்த முடிவைத் திருதராஷ்டிரனும் ஏற்றுக்கொண்டான்.

திருதராஷ்டிரன் புதிய ஏற்பாட்டை நாடறிய அறிவித்தான். உடனே தருமன் அரியணையேறும் விழா அமர்க்களமாக நடந்தது. வியாசன் பேரனுக்கு முடிசூட்டி ஆசீர்வதித்தான்.

நாடு இரண்டாகப் பிரிக்கப்பட்டுப் பாண்டவருக்குக் காண்டவப்பிரஸ்தப் பகுதி அளிக்கப்பட்டது. திருதன் உட்பட குருவம்சப் பெரியவர்கள் அனைவரும் அவர்களை வாழ்த்தினர்.

“காண்டவப்பிரஸ்தத்துல பெரிய மாளிக கட்டி அமைதியாக் குடியிருங்க.”

கிருஷ்ணன் கண்களில் மகிழ்ச்சி ததும்பக் குந்தியை நோக்கினான்.

“இப்பயும் செயிச்சது சண்டக்கோழிதான்.”

“எனக்கில்லடா. ஒனக்குத்தான் செயம்.”

குந்தி மனநிறைவில் பூரித்திருந்தாள்.

காண்டவப்பிரஸ்தம் பல வனங்கள் நிறைந்த வறண்ட பிரதேசம். ஆயுள் புரூரவஸ் நகுஷன் யயாதி போன்ற மன்னர்கள் காண்டவத்தைத்தான் தலைநகராகக் கொண்டு நாட்டை ஆண்டுவந்தனர். பூரு வம்சத்துக்கெல்லாம் அதுவே தலைநகராக விளங்கியது.

நடவடிக்கைகள் அறிந்த துரியோதனன் புலம்பித் தவித்தான்.

“மோசம் போயிட்டனே. குருட்டுத் தகப்பன் குருட்டுதனமா நாட்டக் கூறுபோட்டுக் குடுத்துட்டானே.”

கிருஷ்ணன் பின்தொடர குஞ்சுகளை வழிநடத்தும் தாய்க் கோழியாகக் குந்தி நெஞ்சு நிமிர்த்தி நேர்கொண்ட பார்வையில் தன் குமாரர்களை வழிநடத்திக் காண்டவப்பிரஸ்தம் நோக்கி நடந்தாள்.

76

காண்டவப்பிரஸ்தத்துக்கு வந்திருந்த நாரதன் பாண்டவர்களுக்கு ஒரு கதை சொன்னான்.

“இரணியகசிபு வம்சத்துல நிரும்பன்னு ஒரு அரசன் இருந்தான். அவனுக்கு ரெண்டு பிள்ளைக. சுந்தன் உபசுந்தன். மோசமானவங்க. ஆனாலும் ஒத்துமையா இருந்தாங்க. விடிஞ் சதுலருந்து அடையிறவரைக்கும் சாப்புடுறது ஒறங்குறது ஊர் சுத்துறது வம்பு பேசுறது...... இதுதான் அவங்களுக்கு வேல. ஆணவமும் அகங்காரமும் நெறையவே உண்டு.

ஒரு சமயம் விந்திய மலைக்குப் போய் நெடுங்காலம் தவமிருந்தாங்க. கடுந் தவம். இமை கொட்டாற தவம். மலையே கொதிச்சுப் பொக கெளம்புச்சு. தேவர்களுக்கு அச்சம். ரெண்டு பேரு தவத்தவும் கலைக்க முயற்சி செஞ்சாங்க.

பொன்னும் பெண்ணுங் குடுத்து ஆச காட்னாங்க. ஒண்ணுஞ் செய்ய முடியல. காப்பாத்துஞ்.. காப்பாத்துன்னு அபயக்குரல் குடுத்தாங்க. பலனில்ல. தவம் தொடந்து நடந்தது.

“பிரமன் நேர்ல பிரசன்னமாகித் தவமிருந்தவங்களுக்கு வரமளிச்சான்.”

‘ஒங்களுக்கு மூணு ஒலகங்களும் கிட்டும். ஒங்கள வேற யாராலயும் அழிக்க முடியாது.’

“வர பலத்தால அண்ணனும் தம்பியும் பல நன்மைகளச் செஞ் சாங்க. இன்பமான வாழ்க்க. வேடிக்க வெளையாட்டு சாப்பாடு..... நெனச்ச உருவமெடுத்துப் பல எடங்களச் சுத்திப்பாத்தாங்க.”

மூணு ஒலகங்களையும் கைப்பத்தணுங்கிற ஆசையில பெரிய சேனையோட கெளம்புனாங்க. தேவலோகம் போனாங்க. அங்க இந்திரனத் தோக்கடிச்சாங்க. பாதாள லோகம் போயி அதையும் கைவசப்படுத்திக்கிட்டாங்க. பூமியையும் அபகரிக்க ஆச. பூமியில அவங்களோட இம்சு தாங்காம அந்தணருக தத்தளிச்சாங்க.

நாடு சீர்கெட்டுப்போச்சு. பயிர்த் தொழில் அழிஞ்சது. எங்க பாத்தாலும் எலும்புக் கூடுக செதறிக் கெடந்தது. வெற்றி மமதையில ரெண்டு பேரும் குருச்சேத்திரத்துல குடியிருந்து வந்தாங்க.

தேவர்களும் முனிவர்களும் கூடி இந்திரனோட ஆலோசிச்சு முடிவெடுத்தாங்க. அதன்படி இந்திரன் ஒரு அழகான பெண்ண அசுரங்கிட்ட அனுப்புனான். அவ பேரு திலோத்தமை.

திலோத்தமைக்கு முக்கியமான வேல என்னன்னா அசுரங்கள அடிமையாக்கணும். ரெண்டு பேருக்கும் விரோதம் உண்டாக்கணும்.

திலோத்தமையோட அழகுல இந்திரனே மயங்கிக் கெடந்தான். ஒடம்பெல்லாம் கண்களாக்கி அவளக் கண்டு சந்தோசப்பட்டான். தேவருக அவளப் பாத்துச் சூரியன் பக்கமே மொகங்காட்ற சூரியகாந்திப் பூவாயிட்டாங்க.

அசுரங்களோ ஆடம்பரக் களியாட்டம் போட்டாங்க. அவங்க கொட்டத்த யாராலயும் அடக்க முடியல.

அவங்க விந்தியமலச் சாரலுல வெளையாடும்போது திலோத்தமை வந்தா. அவ உடுத்தியிருந்த ஒத்தையாடை ஒடம்ப வெளிச்சம்போட்டுக் காட்டுச்சு. மது மயக்கத்துல அவங்களுக்கு அவ மேல காம வெறி ஏறுச்சு. கொஞ்ச நேரத்துல விரோதிகளாயிட்டாங்க.

இவ எம் மனைவி. ஒனக்கு மரியாதைக்குரிய பெண்ணாக்கும்னு சுந்தன் சொல்ல இவ எம் மனைவியாக்கும். ஒனக்கு மருமகளுக்குச் சமமானவ. அப்படின்னு தம்பி பொலம்ப கோவம் சண்டையா மாறிப்போச்சு. கைகலப்புல ரெண்டு பேருக்கும் பலத்த காயம். ரத்த வெள்ளம் ஓடுது. கொஞ்ச நேரத்துல அண்ணனும் தம்பியும் அடிச்சுக்கிட்டு மாண்டுபோயிட்டாங்க.

"பிரமன் வந்து திலோத்தமையப் பாராட்னான். அவளுக்கு வரமளிச்சான்."

'சூரியன் சஞ்சரிக்கிற ஒலகமெல்லாம் நீ சஞ்சரிப்பாயாக. ஒன்னோட ஒளிய யாராலயும் பாக்க முடியாது.'

"பெறகு இந்திரங்கிட்டப் பதவிய ஒப்படச்சிட்டுப் பிரமலோகத்துக்குப் போயிட்டான்."

கதையைச் சொல்லி முடித்துவிட்டு நாரதன் பாண்டவரைப் பார்த்தான்.

"ஒங்களுக்குள்ள திரவுபதிய முன்னிட்டு மன வேறுபாடு வந்துறக் கூடாது."

தருமன் உறுதியளித்தான்.

“அப்படியொரு புழுக்கம் ஏற்பட எடந்தரமாட்டொம் மாமுனியே.”

“ஒரே சமயத்துல அஞ்சு பேரும் அவ மேல உரிம கொண்டாட ஆரம்பிச்சிட்டீங்கன்னா நிச்சயம் நீறு பூத்த நெருப்பாப் பகை மூளும்.”

“அந்தளவுக்கு நடந்துகொள்ளமாட்டொம் அய்யனே.”

“எதுலயும் முன்னேற்பாட்டோட இருந்துக்கிட்டாக் கவல வேணாம். இல்லையா.”

“சொல்லுங்க மகரிசியே.”

“பாஞ்சாலி ஒவ்வொருவரு வீட்லயும் ஒரு வருசம் வசிக்கட்டும். அப்படி வசிச்சு இல்லற இன்பம் அனுபவிக்கும்போது மத்த நாலு பேரும் பாக்கக்கூடாது. தவறிபோயிப் பாக்க நேர்ந்தா காட்டுக்குப் போயி பன்னிரண்டு மாதம் பிரம்மச்சரியம் மேற்கொள்ளணும்.”

இந்த ஏற்பாட்டுக்கு ஐவரும் ஒப்புக்கொண்டனர். நாரதன் நிம்மதியுடன் விடைபெற்றான்.

ஆரம்பத்தில் நாளுக்கொருவராகப் பாண்டவர் பாஞ்சாலியுடன் இன்பம் துய்த்துவந்தனர். ஒவ்வொரு நாளும் அவரவர் இயல்பு எதிர்பார்ப்புக்கிணங்க மனநிலையை மாற்றிக்கொண்டு அவர்களை எதிர்கொண்டு நிறைவளிப்பதில் அவளுக்குச் சிரமமாக இருந்தது. பின்னர் வாரமாக முறை மாறியது. அடுத்து மாதமானது.

இப்போது நாரதன் கூறிய ஏற்பாட்டினால் அவளுக்கு ஒரு விதத்தில் நிம்மதி. எல்லாரையும் புரிந்துகொண்டு கணிசமான காலத்துக்கு வாழ்ந்த சந்தோசமிருக்கும். பரஸ்பரம் மன நெருக்கமும் பிடிமானமும் ஏற்படும்.

பாண்டவருக்கென்னமோ இந்த உடன்பாட்டில் வருத்தம். நாரதனிடம் ஒப்புக்கு ஒத்துக்கொண்டாலும் மனசில் ஏமாற்றமும் பெருமூச்சுமாக உறுத்தின. பாஞ்சாலியை அண்டவே நான்கு வருசம் காத்திருக்கணும். அதுவரை தாக்குப்பிடிக்கணுமே.

அவர்களின் பரிதாப நிலைகண்டு பாஞ்சாலியும் ஒரு கட்டுப்பாட்டைத் தளர்த்தினாள்.

“நாலு வருசமா பிரம்மச்சரிய வெரதம் இருக்கமுடியாதுதான். நீங்களும் மனுசர்தான. வெளிய எங்கிட்டாச்சும் எத்தன பொண்டாட்டி வேணும்னாலும் வச்சுக்கங்க. அரிப்பத் தீத்துக்கங்க. அதப்பத்தி எனக்குக் கவலையில்ல. அரமனைக்கு இந்தப் பாஞ்

சாலி ஒருத்திதான் அரசி. சக்களத்தின்னு சொல்லிக்கிட்டு வேற யாரும் கிட்ட அண்டக்கூடாது."

குந்திக்கு இது சம்மதந்தான்.

"எப்படியோ புள்ளைக ஒத்துமையா சந்தோசமாருந்தாச் சரி."

77

ஒரு சமயம் ஒரு அந்தணனின் பசுக்கள் திருட்டுப்போய்விட்டன. அவன் காண்டவப்பிரஸ்த அரண்மனைக்கு வந்து முறையிட்டான். இது அர்ச்சுனன் காதுக்கெட்டியது. அந்தணனைத் தேற்றினான்.

"அஞ்சவேணாம் அந்தணரே. நானிருக்கென்."

திருடர்களிடமிருந்து பசுக்களை மீட்டாகணும். அதுக்கு ஆயுதங்கள் தேவை. அவை அரண்மனையில் ஆயுத அறையில் இருந்தன.

அந்த அறைக்குள் சென்றாலொழிய ஆயுதங்கள் கைக்கு வராது. அங்கே தருமனும் பாஞ்சாலியும் சந்தோசமாகச் சேர்ந்திருப்பார்கள். அர்ச்சுனனுக்குத் தர்மசங்கடம். தயங்கினான்.

வெளியே அந்தணனின் அபயக்குரல் கேட்டது. பரிதாபமாக இருந்தது. அந்தணர்களின் பசுக்களைப் பாதுகாக்கவேண்டியது சாத்திர முடிவு. அறைக்குள் நுழைந்தாலோ தங்கள் ஒப்பந்தம் மீறப்படும். உடனே வனவாசம் சென்றாகணும். வேறு வழியில்லை. வனவாசந்தான் கொடுத்துவைத்தது. முகத்தைத் துணியால் மூடிக்கொண்டு அறைக்குள் நுழைந்தான்.

தமையனை வணங்கி நிலைமையைக் கூறி அனுமதி பெற்றான். ஆயுதங்களை எடுத்துக்கொண்டு ஆவேசமாக வெளியேறினான்.

திருடர்களை விரட்டியடித்துப் பசுக்களை மீட்டு அந்தணனிடம் ஒப்படைத்தான். அவன் மனசில் குற்றவுணர்வு. அண்ணனிடம் தெரிவித்தான்.

"நமது நியமத்த மீறீட்டென் பெரியண்ணா. நான் காட்டுக்குப் போறென்."

தருமன் வருந்தினான்.

"தம்பீ இக்கட்டான நெலமையில என்ன செய்ய முடியும். நீ செஞ்சது தப்பில்ல. எனக்கு ஒம்மேல வருத்தமோ வெறுப்போ கெடையாது. எளையவன் இருக்கிற எடத்துக்குள்ள பெரியவன் போகக் கூடாது. அதுதான் குத்தம். கவலைய வுடு. இங்கயே தங்கியிரு."

"சத்தியந் தவறமாட்டென். அனுமதிக்கணும் தருமண்ணா."

"சரி ஒன் விருப்பம்."

அர்ச்சுனன் அரச உடைகளையும் அணிகலன்களையும் களைந்து காட்டில் வாழும் உடைகளை அணிந்து சூதர் அந்தணர் சத்திரியர் சூழ காட்டுக்குப் புறப்பட்டான்.

வழியில் சில இடங்களில் தங்கினான். நதிகளிலும் கடலிலும் புண்ணியத் தீர்த்தமாடி நடைப்பயனம் தொடர்ந்தது.

கங்கை பிறக்குமிடத்தில் கானக வாழ்க்கை தொடங்கியது. சுற்றுச் சூழலின் அழகு மயக்கியது.

கங்கையில் நீராடி பிதிர்த் தர்ப்பணம் செய்தான். அக்னிஹோத்திரம் செல்வதற்காகக் கரையேறும்போது ஒரு பெண் அவனைப் பற்றியிழுத்தாள். அவள் உலுபி. நாக கன்னி. அவன்மீது கொண்ட காதலால் அவனை இழுத்துக்கொண்டு நாகலோகம் சென்றாள்.

உலுபி தன்னைப் பற்றிக் கூறினாள்.

"நான் ஐராவத நாக குலத்தச் சேந்தவ. இந்த லோகத்து அரசன் கவுரவ்வியன்தான் எந் தந்தை. ஒன்னக் காதலிச்சுக் காமுற்றென். என்னோட நீ சேந்து வாழணும்."

"அன்பானவளே நான் அர்ச்சுனன். பன்னிரு மாசம் பிரம்மச்சரிய வெரதங்கொண்டிருக்கென். ஒன்னோட சேந்து வாழ ஆசதான். ஆனா வெரதம் தடுக்குதே. தடையில்லாம ஒன் ஆசைய நெறவேத்த வழியிருக்கா சொல்லு."

"ஒன் வெரதக் கதையெல்லாம் தெரியும். அது எனக்குப் பொருந்தாது. என்னச் சந்தோசப்படுத்து."

அன்று இரவு சேர்ந்து இன்புற்றனர்.

அவள் கருவுற்றாள். அரவான் பிறந்தான். பேரழகன். பலசாலி. குணவான்.

தந்தையும் தாயும் காலையில் பிரிந்துகொண்டனர். அர்ச்சுனன் தன்னுடன் வந்த அந்தணர்களை அனுப்பிவைத்தான். பின்னர் உலுபிக்கு விடைகொடுத்துவிட்டுப் புண்ணிய நதிகளில் நீராடி தென் மதுரையருகிலுள்ள மணலூரை அடைந்தான்.

பாண்டிய நாட்டு மன்னன் சித்திரவாகன். அவனுக்கு மலையத்துவச பாண்டியன் என்ற பெயருமுண்டு. மன்னன் மகள் சித்திராங்கதை. தந்தை அவளை மகனாகவே வளர்த்தான். அவள் சுதந்திரப் பறவையாகக் காடு சுற்றித் திரிந்தாள்.

அவள் அழகில் அர்ச்சுனன் மயங்கினான். அரசனிடம் பெண் கேட்டான். அரசன் சந்தோசமாகச் சம்மதித்தான்.

“எனக்குப் பூரண சம்மதம். ஆனா ஒரு நிபந்தன. என் மகளுக்குப் பெறக்கும் புள்ளதான் இந்த நாட்டுக்கு வாரிசு. அதனால கொழந்தைய இங்கயே வுட்றணும்.”

அர்ச்சுனன் இசைந்தான். சித்திராங்கதை மணமேடையேறினாள். சில மாதங்கள் இல்லற வாழ்க்கை.

சித்திராங்கதை அழகிய மகனைப் பெற்றாள். பெயர் பப்புருவாகனன்.

அர்ச்சுனனுக்குச் சொந்த நாடு காண்டவப்பிரஸ்தம் நினைவுக்கு வந்தது.

சித்திராங்கதையையும் மகனையும் பிரிந்து நாடு திரும்பிக்கொண்டிருந்தான்.

78

அர்ச்சுனன் வரும் வழியில் பல புண்ணிய நதிகளில் நீராடிவிட்டுப் பிரபாசதீர்த்தம் அடைந்தான்.

அங்கே தங்கியிருந்தபோது சுபத்திரையின் நினைவு உறக்கமிழக்கச் செய்தது. அவளது இளமையும் அழகும் இனிய கற்பனையில் உலவின.

அவளைப் பற்றிக் கதன் என்ற யாதவன் புகழ்ந்து பேசிய வார்த்தைகள் அர்ச்சுனன் நினைவில் நிழலாடின. அவளை அடையத் துடித்தான்.

சுபத்திரை வசுதேவனின் செல்ல மகள். ரோகிணி வயிற்றில் பிறந்தவள். பலராமனுக்கும் சாரணனுக்கும் கிருஷ்ணனுக்கும் தங்கை. கதன் அர்ச்சுனனின் பெருமைகளைப் பற்றி அவளிடமும் பாடியிருந்தான். அதனால் அவளுக்கும் அர்ச்சுனன் நினைவு அடிக்கடி ஊனுறக்கமிழக்கச் செய்தது.

அர்ச்சுனனுக்கு யோசனை. சுபத்திரை துவாரகையில் அல்லவா இருக்கிறாள். அவளை எப்படிச் சந்திப்பது. ஒரு வழி தோன்றியது. சன்னியாசி வேடத்தில் சென்றால் நிச்சயம் பார்த்துவிடலாம்.

கிருஷ்ணன் பிரபாசதீர்த்தத்துக்கு வந்திருந்தான். இருவரும் குசலம் விசாரித்துக்கொண்டும் கிண்டலடித்துக்கொண்டும் அருகிலுள்ள ரைவத மலைக்குச் சென்றனர். கிருஷ்ணன் அர்ச்சுனனைக் குறும்பாகப் பார்த்தான்.

"ஒன்னோட பிரமச்சரிய வெரதம் நல்லபடியா முடிஞ்சதா மாப்பிள. அப்பயே ஒன்னப் பாக்கணும்னு நெனச்செென் முடியல."

அர்ச்சுனன் தயக்கத்தை விழுங்கினான்.

"எல்லாம் நல்லபடியா முடிஞ்சதே. ஏன் மச்சான் அப்படிக் கேக்க."

"சும்மதான் கேட்டேன்."

"இல்லையே. நீ முழிக்கிற முழியப் பாத்தா வேற மாதிரி தோணுதே. உண்மையச் சொல்லுடா கிச்சு மச்சான்."

"பிரம்மச்சரியத்தப்பத்தி ஒரு மாதிரி கேள்விப்பட்டென். அதான்........"

"என்ன பெரிசாக் கேள்விப்பட்டுட்ட கருவாப் பயலே."

"உண்மையச் சொன்னா ஒறைக்குது. வில் வித்தைய வேடிக்ககாட்டியே பொண்ணுகள வளச்சுப்போட்டுருவயே. அதுல வித்தகனாச்சே. ஒளிக்காமச் சொல்லு. அண்ணைக்குத் தருமன் பாஞ்சாலியோட இருக்கயில அவசரங் கருதி உள்ள நொழஞ் சிட்டயில்ல. தருமன் சொல்ல தப்புத்தான்னு நீ ஒப்புக்குச் சொல்லீட்டுப் பிரமச்சரிய வனவாசம் வந்தயா இல்லையா."

அர்ச்சுனன் வெட்கத்தில் தலைகுனிந்தான்.

"இதெல்லாம் ஒனக்கெப்படித் தெரியும். தர்மம் எல்லாருக்கும் பொதுவானதுதான."

"அடே முண்டக்கண்ணா எனக்கு இதுந் தெரியும் இதுக்கு மேலயுந் தெரியும். சொல்லட்டுமா."

"மாடு மேய்க்கிற பயலுக்குத் தெரியாம எதும் நடக்க முடியுமா."

"பாஞ்சாலி கிட்டத்துல இருக்கயில ஒன்னால மனசுக்குக் கடிவாளம் போட்டுக்கிட்டுச் சும்மாருக்க முடியாது. தப்பு நடந்துட்டா குந்தியிட்ட ஏச்சும் பேச்சும் வாங்கிக்கெட்டணுமே. அண்ணன் தம்பிகளுக்குள்ள பகையாயிறக் கூடாதே. ஒன்னால ஒத்தும கொலஞ்சிரும்னு காட்டுக்கு வந்துட்ட. ஒனக்கு மாலையிட்ட பொண்ணப் பங்கு போடச் சொல்லீட்டாளேன்னு ஒனக்குத் தாயிமேல தாளாற கோவம் உண்டு இல்லையா."

அர்ச்சுனன் தலையாட்டினான்.

"அவ கவல அவளுக்கு."

"கவல ஒங்களுக்காகன்னு சொல்லு."

"அது சரிதான்."

"ஒரு வெதத்துல நீ செஞ்சதும் தப்பில்லன்னுதான் தோணுதுடா. காட்டுக்கு வந்தா மனப்புழுக்கத்த ஆத்திக்கிறலாமே."

"ஆமாமா."

"பீமன் வேற எல்லாருக்கும் முந்தி இடும்பியோட குடும்பம் நடத்தி ஒரு பயலுக்குத் தகப்பனாயிட்டான். அவனத் தம்போக்குல அவுத்து வுட்ருந்தா பொண்டாட்டி புள்ளன்னு பெழப்பப் பாத்துருப்பான்."

"அதெப்படி. பெரியண்ணன் இருக்கையில தம்பிக்குக் கலியாணம் முடிக்கிறது."

"கலியாணம் முடிக்காமப் புள்ளக்காரனாயிட்டானே. அதுமட்டுஞ் சரியா."

"தப்புத்தான்."

"பெறகு பேசுறயே. ஒங்களுக்குப் பாதுகாப்பா கிங்கரன் மாதிரி பலசாலி ஒருத்தன் தொணைக்கு வேணும். பெத்தவளுக்கு அதே சிந்தன.... தருமன் எப்பப் பாத்தாலும் நீதி தர்மம்னு தலையில தூக்கிவச்சுக் கொண்டாடீட்டுத் திரியிற மனுசன். அவனால சுயம்வரத்துக்குப் போயி பொண்ணக் கைப்புடிக்க முடியுமா. அது எந்தக் காலத்துலயும் நடக்காது. எல்லாம் யோசன பண்ணித்தான் தாயி ஒரு முடிவெடுத்துட்டா. தெரிஞ்சதா."

“பாஞ்சாலி பாவம்.”

“அவ பாடு கஷ்டந்தான். கடசிவரைக்கும் பொறுமையாக் குடும்பத்தக் கொண்டு செலுத்தணும். நீ என்னடான்னா எல்லாருக்கும் தண்ணிகாட்டீட்டுக் காட்டுக்கு ஓடிவந்துட்ட. ரெண்டு புள்ளைக்குத் தகப்பனாவும் ஆயிட்ட. அது போதாதுன்னு இன்னொருத்திய நெனச்சு நெனச்சு உருகீட்ருக்க.”

அர்ச்சுனன் சமாளித்தான்.

“எல்லாம் கருத்த மச்சான் காட்ன வழிதான்.”

“அதும் என் தங்கச்சிமேலதான் கண்ணு வச்சிருக்கயாக்கும். அவளப் பாக்காமயே இந்தக் கிறுக்குன்னா பாத்தப் பெறகு என்ன நடக்கப்போகுதோ......”

அர்ச்சுனன் வெட்கத்தை உதறிவிட்டான்.

“மச்சான் எப்படியாச்சும் அவளப் பாத்தாகணும். இல்ல ஓம் பின்னாலயே வந்துருவென்.”

“ஒன்னக் கூட்டீட்டுப் போயி நான் வசவு வாங்கிக்கெட்டவா. பொத்தீட்டுக் கெட. நான் ஏதாச்சும் பண்றென்.”

79

ரைவத மலையில் யாதவர்களின் கிரிபூஜை விழா களைகட்டியிருந்தது. போஜர் விருஷ்ணி அந்தகர்.... என யாதவக் குலமே மலையில் குழுமியிருந்தது. வாத்தியங்களென்ன ஆடல் பாடலென்ன. மலையலங்காரங்கள் மனசை மயக்கின.

பலராமன் யாதவர் புடைசூழ மதுமயக்கத்தில் மனைவி ரேவதியுடன் சுற்றித் திரிந்தான். அவனுக்குச் சற்றுங் குறையாத மயக்கத்தில் பிரத்தியும்னன் சாம்பன் உக்கிரசேனன் சாரணன் நிசடன்........ எனக் காளையர் கூட்டம் கட்டறுந்து உலவியது. தேனீக்களைப்போல் மங்கையர் அவர்களைச் சூழ்ந்திருந்தனர்.

கிருஷ்ணனும் விழாவுக்கு வந்திருந்தான். கூடவே அரசகுலப் பெண்கள். கிருஷ்ணனுடன் அர்ச்சுனன் துணை சேர்ந்துகொண்டான்.

வசுதேவனும் மகள் சுபத்திரையுடன் வந்திருந்தான். அணங்கின் அலங்காரத்தில் சுபத்திரையின் உடலே மின்னியது.

அவளைக் கண்டுவிட்ட அர்ச்சுனன் திகைத்துச் சிலையாகிவிட்டான். கிருஷ்ணன் அவனைத் தட்டித் தன்னிலைப்படுத்தினான்.

"அடே அச்சு மடையா அதுதாண்டா என் தங்கச்சி சுபத்திரை. என் அப்பனுக்குச் செல்லக்குட்டி. அண்ணனுக்கு அழகு ராணி."

"ஏண்டா களவாணிப் பயலே ஒனக்கு இப்படியொரு தங்கச்சி இருக்கிறதச் சொல்லவேயில்ல."

"அதுக்கு இப்ப என்னங்கிற."

"இந்தச் செப்புச் செலையப் பொண்டாட்டியா அடையக் குடுத்துவச்சிருக்கணும்."

"நீ கெட்டிக்கிறயா. இந்த ஒதவிய என் நண்பனுக்குச் செய்யாம இருப்பனா. அது பெரும் பாக்கியமாச்சே."

"மச்சான் ஒன்ன நம்பலாமா. கடசி நேரத்துல காலவாரிவுட்ற மாட்டயே."

"எந் தங்கச்சி மேலயே கண்ணு வச்சிட்டு இது வேறயா. பொறுமையா இருடா காடோடி. இதுவரைக்கும் நீ எனக்கு அத்த மகன். மருமகன் ஒறவு. இனிமே தங்கச்சி புருசன். அச்சு மாப்பிள. கிட்ட நெருங்கீட்ட."

"ஒன் தங்கச்சியக் கைப்புடிச்சாலும் புடிக்காமப் போனாலும் இந்த அர்ச்சுனன் ஒனக்குக் கிட்டத்துலதாண்டா இருப்பான். அதமட்டும் தெரிஞ்சுக்கோ."

"அதாண்டா வேணும்."

கிருஷ்ணன் அர்ச்சுனனை அணைத்துக்கொண்டான். அர்ச்சுனனுக்கு ஆசை குளிராட்டியது.

"சுபத்திரையக் கைப்புடிக்கிறதுக்கு வழியச் சொல்லு மச்சான்."

"கொஞ்சம் சிக்கலான காரியந்தான். சுயம்வரம் வச்சுக் குடுக்கலாம்னு எண்ணமிருக்கும் போலருக்கு எங்கப்பனுக்கு. அந்தச் சமயத்துல பொண்ணு யாருக்கு மால போடுவான்னு சொல்ல முடியாது. பொண்ண ஒரு சத்திரியன் பலவந்தமாத் தூக்கீட்டுப் போயிக் கலியாணம் முடிச்சுக்கிறலாம். அது தப்பில்ல. சமயம் பாத்து அவளக் கடத்தீட்டுப் போயிரு. அதான் நல்ல வழியாத் தோணுது."

"அப்படியா சொல்ற மச்சான்."

"இதாண்டா முடிவு அச்சான்."

"அவகிட்ட ஒரு வார்த்தகூடப் பேச முடியலையே."

"பொறுத்துக்கடா போக்கத்த பயலே."

ரைவத மலையெங்கும் பொங்கி வழிந்த திருவிழாக் கூட்டம் ஊர் திரும்பிவிட்டது. கிருஷ்ணன் அடுத்த திட்டம் பற்றி அர்ச்சுனனுக்கு விளக்கிவிட்டுத் துவாரகை சென்றான்.

தனிமையில் தவித்த அர்ச்சுனன் துறவுக் கோலம் பூண்டு துவாரகைக்குப் புறப்பட்டான். கிருஷ்ணன் அவனை வரவேற்றுப் பலராமனிடம் அழைத்துச் சென்று அவனைப் பற்றிப் புகழ்ந்து பேசி அறிமுகப்படுத்தினான்.

"ராமண்ணா இந்த இளந்துறவி மகா ஞானியாக்கும். பெரிய மனசு பண்ணி நம்ம நாட்டுக்கு வந்துருக்காரு. அது பெரும் பேரு. இவருக்குச் சகல மரியாதையும் செஞ்சு தரவேண்டியது நம்ம கடம. என்ன சொல்றண்ணா."

இளந் துறவியின் பவ்வியத் தோற்றமும் பார்வைத் தீட்சணியமும் பலராமனை மிகவும் கவர்ந்துவிட்டன. மது மயக்கத்திலும் தெளிவாக ஆணையிட்டான்.

"இவரு நம்ம நாட்டுக்கு அதிதி. ஐம்புலன்களையும் அடக்கியாளும் அரிய துறவி. இவரச் சுபத்திரையோட கன்னிமாடத்துல தங்கவையிங்க. இவரு மனசு நோகாம எல்லா மரியாதையும் செய்யிங்க. கிருஷ்ணா நாஞ் சொன்னன்னு தங்கச்சியிட்டச் சொல்லு."

இதைத்தான் கிருஷ்ணன் எதிர்பார்த்தான். அர்ச்சுனனை நோக்கிக் கண்ணடித்தான்.

சன்னியாசிக் கோலம் கச்சிதமாருக்குடா மாப்பிள."

கன்னிமாடத்தில் சன்னியாசிக்கு அமோக வரவேற்பு. அர்ச்சுனனை உண்மையான துறவியென்றே நம்பிவிட்டனர். கிருஷ்ணனின் மனைவி ருக்குமணியும் சத்தியபாமாவும் அதிதி பூஜையை அமர்க்களமாக நடத்தினர். கிருஷ்ணன் ஓடியாடி அவர்களுக்கு உதவினான்.

தங்கை சுபத்திரையிடம் அந்தணத் துறவியை மிக்க மரியாதையுடன் அறிமுகம் செய்துவைத்தான் கிருஷ்ணன். சுபத்திரையும் அண்ணன் சொன்னபடி பயபக்தியுடன் பணிவிடை

செய்தாள். கிருஷ்ணனும் துறவியும் அடிக்கடி குறும்புக் கண்களால் பேசிக்கொண்டனர்.

"ஏல முண்டக்கண்ணா ஒண்ணு கெடக்க ஒண்ணு செஞ்சு எம் பேரக் கெடுத்துறாத. ராமண்ணன் மொகத்துல முழிக்க முடியாது."

"அந்தக் கவலையே வேணாம் மச்சான். நான் ஒன்னப்போல பரம யோக்கியனாக்கும். பயப்படாமப் போயிட்டு வா."

சுபத்திரை துறவியிடம் தீர்த்த யாத்திரைக் கதைகளை ஆவலாகக் கேட்கும்போது துறவிக்குள் ஒளிந்திருக்கும் அர்ச்சுனனைக் கண்டுகொண்டாள். அவளுக்கு ஆனந்தம் சொல்ல முடியாது. அவன்மீது ஆறாக் காதல்கொண்டாள்.

நிலைமையை உத்தேசித்து கிருஷ்ணன் மகாதேவ பூஜை செய்வதற்காகத் துவாரகையிலிருந்த உற்றார் உறவினரை நடுக்கடலிலுள்ள அந்தர்தீபம் தீவுக்கு அழைத்துச் சென்றான். சுபத்திரை மட்டும் அரண்மனையில் துறவிக்குப் பணிவிடை செய்வதற்காகத் தங்கியிருந்தாள்.

80

இடையில் கிருஷ்ணன் ஒரு நாள் மனைவியருடன் ரைவத மலையிலிருந்து துவாரகைக்கு வந்து அர்ச்சுனனுக்கும் சுபத்திரைக்கும் கமுக்கமாகக் கந்தர்வ மணஞ் செய்துவைத்துவிட்டுத் தீவுக்குத் திரும்பினான். இப்போது மணமக்கள் ருக்குமணியின் இல்லத்தில் தங்கியிருந்தனர்.

இதுக்குள் விழாக் கொண்டாட்டங்கள் முடிந்து மக்கள் அனைவரும் ஊர் திரும்பிவிட்டனர்.

அர்ச்சுனனுக்குக் காண்டவப்பிரஸ்தம் நினைவுக்கு வந்தது. சுபத்திரையிடம் யோசனை கேட்டான். அவள் தன் தோழியரிடம் சாதுரியமாகப் பேசிச் சமாளித்துக் குதிரைகள் பூட்டிய தேரைக் கொண்டுவந்து நிறுத்தச்செய்தாள். சாட்சாத் பலராமனின் தேரேதான். எல்லாம் சாத்தியகியின் ஏற்பாடு.

அர்ச்சுனன் துறவுக் கோலங் களைந்து ஆயுதமேந்திய சத்திரிய வீரனாக மாறினான். சுபத்திரை அவனுக்குச் சாரதியானாள்.

தேர் துவாரகையைக் கடக்கும்போது இரு புறமும் நின்றிருந்த மக்கள் தங்கள் நாட்டுப் பெண்ணை அர்ச்சுனன் கவர்ந்து செல்வதையறிந்து கூக்குரலிட்டனர்.

“பட்டப்பகலுல நம்ம ஊருப் பொண்ண ஒருத்தன் கடத்தீட்டுப் போறாண்டோய். அவன வுடாத புடி.”

அவர்கள் துரத்தித் தொடுத்த அம்பு மழையை அர்ச்சுனன் தனது பதிலம்புச் சரங்களால் சாமர்த்தியமாகத் தடுத்துத் திருப்பியனுப்பினான். அவனது கணைகள் யாரையும் குறிவைக்கவில்லை.

சேதியறிந்த பலராமனின் உடல் துடித்தது. எட்டத்தில் தேர் தன்னைக் கடந்து போவதைப் பார்த்துப் படபடத்தான்.

“நெஞ்சில கொஞ்சமும் பயமில்லாம முனி வேசத்துல வந்த பொடியன் நம்மூருப் பொண்ணக் கடத்தீட்டுப் போறானே. குண்டிக் கொழுப்பாக்கும்...... அடே அது என்னோட தேரு மாதிரி தெரியிதே. அதேதாண்டா. நாசமாப் போச்சு. வெரட்டிப் புடிங்கடா.”

சாத்தியகி அழுத்தலாகச் சொன்னான்.

“ஒந் தேருதான்....... தேராளி யாருன்னு தெரியிதா.”

“ஒரு பொண்ணு மாதிரி மங்கலாத் தெரியிது. அவ்வளவுக்குத் தைரியமான பொண்ணு யாருடா.”

“வேற யாரு நம்ம சுபத்திரைதான்.”

“அவ்வளவுக்குத் தைரியம் வந்துருச்சா. அவளக் கூட்டீட்டுப் போற ஆம்பளச் சிங்கம் யாரு.”

கிருஷ்ணன் வார்த்தைகளை நமட்டினான்.

“நமக்கு வேண்டியவந்தான்.”

“வேண்டியவனா........”

“அர்ச்சுனன். நம்ம அத்த குந்தி பெத்த குமாரன்.”

“சரியாப் போச்சு. பாத்தியப்பட்ட பொண்ண மொறையா முடிச்சுக் கூட்டீட்டுப் போகவேணாமா.”

“ஒருத்தருக்கொருத்தர் விரும்பிக்கிட்டாக. நீங்க சுயம்வரம் அது இதுன்னு வச்சு பொண்ணு கெடைக்காமப் போயிட்டா வருத்தந்தான. அதனால முந்தியே கந்தர்வ மணம் செஞ்சுக்கிட்டுப் போகவேண்டிய எடத்துக்குப் போறாக.”

“எல்லாம் நீ போட்ட திட்டமா.”

“நமக்குத் தெரியாமக் கூட்டீட்டுப் போயிட்டாக் கேவலமில்லையா. அதான்......”

“எல்லாம் செய்வ. கள்ளனாச்சே. இப்படியிப்படின்னு எங்கிட்ட ஒரு வார்த்த சொல்லீருந்தா சீருஞ்செறப்புமா முடிச்சு வச்சு வழியனுப்பிருக்கலாம். தங்கச்சி என்னத் தப்பா நெனச்சுக்கிருவாளே.”

“அப்படியொண்ணும் நடக்காது.”

“இங்கருந்து வேண்டியமட்டும் சீர் வரிச போகட்டும். திரும்பும்போது என்னோட தேரக் கொண்டுவந்துருங்கய்யா. தங்கச்சி பிரியப்பட்டா வச்சுக்கிறட்டும். அவ நல்ல தேராளிடா. நம்மள மிஞ்சிருவா போலருக்கு.”

பலராமன் பலமாகச் சிரித்தான். மனப் பாரம் இறங்கிவிட்டது. கிருஷ்ணன் முணுமுணுத்தான்.

“ராமண்ணா நெருஞ்சி முள்ளாக்கும். ஆழத் தைக்காது.”

81

வில்லாளியும் தேராளியுமாக அர்ச்சுனனும் சுபத்திரையும் காண்டவப்பிரஸ்தம் நோக்கி விரைந்தனர். இடையில் எத்தனையோ இடையூறுகள். தடங்கல்கள். கிருஷ்ணனின் உதவியால் அனைத்துச் சிக்கல்களையும் அர்ச்சுனன் எதிர்கொண்டு சமாளித்து அரண்மனையை அடைந்தான்.

அர்ச்சுனனின் ஆலோசனைப்படி சுபத்திரை இடைச்சி வேடம் பூண்டு அரண்மனைக்குள் நுழைந்து பாஞ்சாலியுடன் இனிக்க இனிக்கப் பேசி அவள் மனசில் இடம்பிடித்துவிட்டாள். பிறகுதான் தன் சொந்தக் கதையைப் பதமாக அவிழ்த்துவிட்டாள்.

“தாயீ எஞ் சோகக் கதையக் கொஞ்சங் கேளுங்க. பாவப்பட்ட பெழப்பு. மூணு அண்ணன். நான் ஒரே பொண்ணு. எங்க சாதிக்குள்ளயே ஒருத்தர விரும்புனென். ரெம்ப அன்னியோன்னியமாப் பழகுனொம். பெத்தவங்களுக்கும் மத்தவங்களுக்கும் எங்களச் சேத்து வைக்கத் தெம்பில்ல. வேற

வழியில்லாம யாருக்குந் தெரியாம ஓடி வந்துட்டொம். வாற வழியில ஒரு எடத்துல கந்தர்வ மணஞ் செஞ்சுக்கிட்டொம். வேற போக்கெடமில்லாம நீங்கதான் தஞ்சம்னு வந்துட்டென். பெறந்த வீட்டுக்கும் புகுந்த வீட்டுக்கும் போக முடியாது. உயிருக்கு ஆபத்து. பெரிய மனசு பண்ணி நாங்க ஒண்டுறதுக்குக் கொஞ்ச எடங் குடுத்தாப் போதும். பெழச்சுக்கிருவொம். காலமெல்லாம் ஒங்களுக்கு ஊழியஞ் செய்வொம்."

பாஞ்சாலி வாஞ்சையாகப் பார்த்தாள்.

"நான் இருக்கென். கவலப்படாத."

"எம் புருசனுக்கு மூத்த தாரம் இருக்குதாம். அதுக்குத் தெரிஞ்சா என்ன அவரோட சேத்துவைக்காது போலருக்கு."

"நீ எனக்குச் சகோதரி மாதிரி. என்னோட தங்கிக்கோ."

"யக்கா ஒங்களப் பாக்க எவ்வளவு ஆறுதலாருக்கு தெரியுமா."

சுபத்திரை திரண்ட கண்களை உருட்டி உருட்டி கள்ளப்பார்வையில் சிரித்தாள்.

"யக்கா யக்கா ஒங்களுக்கு நான் சகோதரி மாதிரிதான். மூணு அண்ணனுக்குச் சொந்தச் சகோதரியாக்கும்."

"இப்ப அதுக்கென்ன."

"அவங்க யாரு தெரியுமா."

"அதச் சொல்லுடி சொகுசுக்காரி."

"மூத்தது பலராமண்ணன். அடுத்து சாரணன். எளையது கிருஷ்ணண்ணன்."

"அதனாலதான் இங்க வந்து தஞ்சமடஞ்சயா. திருட்டுக் கழுத."

"யக்கா எம்புருசன் பேரச் சொல்ல மறந்துட்டனே. அவருதான் அர்ச்சுனன். எம் பேரு சுபத்திரை."

"வாடி எஞ் சக்களத்தி. என் அடிமடியிலயே கைவச்சிட்டயா. அந்த மனுசன் வரட்டும் வச்சுக்கிறென்....... எத்தே இந்தக் கொடுமையப் பாருங்களேன்."

பாஞ்சாலியின் உரத்த குரல் கேட்டுக் குந்தி உருண்டோடி வந்தாள்.

“என்னாச்சு தாயி. அந்தப் பொண்ணு யாரு வெடக்கோழி மாதிரி முழிமுழிச்சுக்கிட்டு.”

“எடச்சி வேசம் போட்டுக்கிட்டு நடிச்சு நம்மள மடச்சியாக்கீட்டா. எம் பெழப்புல பங்குபோட வந்த பசப்பி. ஒண்ணுந் தெரியாற மாதிரி முழிக்கிறதப் பாரு. சும்மா சொல்லக்கூடாது. வேசம் நல்லாத்தான் இருக்கு.”

“என்னம்மா சொல்ற.”

“இது யாருன்னு தெரியுமா. ஒங்களோட ஒட்டிப் பெறந்த அண்ணனுக்குச் செல்லப் பொண்ணு. பேரு சுபத்திரையாம். ஒங்க மகன் அர்ச்சுனன் பொண்டாட்டி.”

குந்தி சுபத்திரையப் பார்த்துக் குறும்பாகச் சிரித்தாள்.

“அப்படியாம்மா. இது எப்ப நடந்த கத.”

“எப்ப நடந்தா என்ன. நடந்தது நடந்துபோச்சு. இங்க குடும்பம் நடத்துறதுக்கு எடம் வேணுமாம்.”

“இவள ஏத்துக்கிட்டு எங்க தங்க வைக்கிறதுன்னு நீதான் முடிவுசெய்யணும் தாயி. மொதல்ல தங்கவைக்கச் சம்மதமான்னு பாத்துக்கோ.”

“அண்ணன் மகள வெரட்டிப் பத்துனா இந்த அத்தையால தாங்க முடியுமா. என்ன ஆழம்பாக்கீகளாக்கும்.”

பாஞ்சாலிக்கு இப்போது தன்னையறியாமல் சிரிப்பு வந்தது. பெருந்தன்மையில் கோவதாபங்களெல்லாம் தணிந்து குளிர்ந்தாள். சுபத்திரையை அணைத்துக்கொண்டாள்.

“எங்கயும் போகவேணாம். இங்கயே சந்தோசமாக் குடும்பம் நடத்துங்க. அர்ச்சுனன் என்ன வுட்டு வெலகியிருக்கிற நாலு வருசத்துக்கு நீ அவரோட தனியாத் தங்கிக்கிறலாம்.”

குந்தியின் மனசு பெருமிதத்தில் விம்மியது. ஆனந்தக் கண்ணீர் பொங்கியது.

“சும்மா சொல்லக்கூடாது. மூத்த மருமகளுக்காகுமா.”

எல்லாம் சுபமாக முடிந்தது. கிருஷ்ணனும் அர்ச்சுனனும் அகமகிழ்ந்தனர். யமுனையில் குளித்துக் களித்தனர்.

புது மனைவி சுபத்திரை அர்ச்சுனனிடம் கண்டிப்பாகச் சொல்லிவிட்டாள்.

"இதுக்கு மேல பொண்டாட்டி வச்சுக்கிறக் கூடாது. நான் அஸ்தினாபுரம் அரமனையிலதான் குடியிருப்பென். அரமனப்பக்கம் எந்தச் சக்களத்தியும் எட்டிப்பாத்துறக்கூடாது. அர்ச்சுனன் ஒருத்தனுக்கு மட்டுந்தான் பொண்டாட்டியாருப்பென்."

குந்தி பாஞ்சாலி ஆகியோரின் அரவணைப்பில் சுபத்திரை எக்குறையுமின்றி வாழ்ந்தாள். அவளைப் பார்க்கும்போதெல்லாம் குந்தியின் மனசில் குறும்பு துள்ளும்.

"எந்தச் சக்களத்தியும் கிட்ட வரப்புடாதுன்னு இருந்த பாஞ்சாலிக்கு இந்தச் சக்களத்தி மட்டும் புடிச்சுக்கிருச்சாக்கும்."

குந்திக்கும் குடும்பத்தில் நல்ல பிடிமானம் கிடைத்தது. பெரிய மருமகளைப் போல் சின்ன மருமகளையும் நடத்தினாள். அண்ணன் மகளயிற்றே.

சுபத்திரை ஆண் குழந்தை பெற்றாள். கொள்ளையழகு. கோவமும் பயமும் அற்ற சாந்தமான முகம். அபிமன்னன் எனப் பெயரிட்டனர். கிருஷ்ணன் தங்கை மகனின் அழகில் மயங்கிப் பூரித்துப்போனான். தங்க அணிகலன்களை மருமகனுக்கு அணிவித்து அழகுபார்த்தான். அவன் தங்கைக்குச் செய்யாத சீர் கிடையாது.

பாஞ்சாலி பிள்ளைப்பேறுக்காக ஏங்கினாள். அவளது ஆசை நிறைவேறியது. ஓராண்டு இடைவெளிகளில் பாண்டவருக்கு அடுத்தடுத்து ஐந்து குழந்தைகளைப் பெற்றெடுத்தாள். பாண்டவரின் சாயல் குழந்தைகளின் முகத்தில் முத்திரையிட்டிருந்தது.

தருமனது புத்திரன் பிரதிவிந்தியன். பீமன் மகன் சுதசோபன். அர்ச்சுனனுக்குப் பெற்ற பிள்ளை சுருதகர்மன். நகுலன் மகன் சதானீகன். சகாதேவன் மகன் சுதசோனன்.

பெற்றுப் போட வேண்டியதுதான் பாஞ்சாலியின் கடமை. பிள்ளைகளின் வளர்ப்பு குந்தியின் பொறுப்பு. அள்ளியணைத்து அரவணைத்துப் பேரக் குழந்தைகளைச் செல்லமாக வளர்த்து ஆளாக்கினாள். அபிமன்னனைப் போல. பாஞ்சாலி தாயாக இருக்க விரும்பினாள். குந்தி அதுக்கு இடங்கொடுக்கவில்லை. பாண்டவருக்கு மனைவியாயிருந்தால் போதுமென்று விரும்பினாள்.

அபிமன்னன் பிறை நிலவாக வளர்ந்தான். தான் கற்ற கலையெல்லாம் அர்ச்சுனன் மகனுக்குக் கற்றுக்கொடுத்தான். மகனது வில்லாற்றலைக் கண்டு வியந்து மகிழ்ந்தான்.

உபபாண்டவர் ஐவரும் அர்ச்சுனனைக் குருவாகக் கொண்டு அபிமன்னனுடன் சேர்ந்து கலைகள் யாவற்றையும் கற்றுத் தேர்ந்தனர்.

பாஞ்சாலியை நான்காண்டுகளுக்கு நெருங்க முடியாது என்பதால் பாண்டவர் ஐவரும் வெளியில் மனைவியரைத் தேடிக்கொண்டனர். தருமன் மனைவி தேவிகா. சைவியக் குலத்தைச் சேர்ந்த தோவசானனின் மகள்.

பீமனுக்கு முதல் மனைவி இடும்பியும் மகன் கடோத்கஜனும் இன்னும் மனசில் குடியிருந்தனர். இடும்பியுடன் வாழ்ந்த அனுபவங்களே மனசுக்குப் போதுமானதாக இருந்தன. இன்னொரு மனைவியைத் தேடிக்கொள்வதில் அவனுக்கு நாட்டமில்லை. இருப்பினும் இடும்பியிடம் அனுபவித்த முரட்டுச் சுகம் கிளரும்போதெல்லாம் அவன் உடம்பு கட்டிழந்து காமங் கனன்று தகிக்கும். அதைத் தணிக்க வடிகாலில்லாமல் தவித்தான். குந்தியின் வறுபுறுத்தலால் காசிராஜன் மகள் பலந்தரையை மணந்து குழந்தையும் பிறந்தது. பெயர் சாருவாகன்.

அர்ச்சுனன் கதை வேறு. ஏற்கெனவே அவனுக்கு மூன்று மனைவியர் உண்டு. மூன்று குழந்தைகளுக்குத் தந்தை. நாககன்னிகை உலுபியின் மகன் அரவான். பாண்டிய நாட்டு இளவரசி சித்ராங்கதையின் மகன் பப்புருவாகனன். கிருஷ்ணனின் தங்கை சுபத்திரை பெற்ற பிள்ளை அபிமன்னன். சுபத்திரையின் தடையுத்தரவால் அர்ச்சுனன் மேலும் மனைவியரைத் தேடிக்கொள்ளவில்லை. அவனைக் காதலித்துக் காமுற்ற பல பெண்களை நிராகரித்துவிட்டான்.

நகுலனுக்குச் சேதி நாட்டு இளவரசி கரேணுமதி பெற்ற மகன் நிமித்திரன். மத்திர நாட்டு மன்னன் தியூதிமட்டின் மகள் விஜயாவுக்கும் சகாதேவனுக்கும் பிறந்த குமாரன் சுகோத்திரன். சுபத்திரையைத் தவிர மற்ற மனைவியர் குழந்தைகளுடன் அவரவர் பிறந்த குடும்பங்களுடன் வாழ்ந்துவந்தனர்.

82

நரகாசுரன் முரட்டு அசுரன். பிராக்ஜோதிஷபுர நாட்டு மன்னன். தனது அரண்மனையைச் சுற்றிக் கோட்டை கொத்தளங்கள்

அமைத்துப் பாதுகாப்புடன் வாழ்ந்தான். இதல்லாமல் அவனுக்கு முராசுரனின் காவல் வேறு. அவனுக்கு ஐந்து தலைகள்.

பரமனுக்குப் பூமாதேவி பெற்ற புதல்வன் என்ற மமதையில் நரகன் யாரையும் மதிப்பதில்லை. வருணனுடைய வெண்கொற்றக் குடையையும் இந்திரனின் தாய் அதிதியின் குண்டலங்களையும் அவனுடைய நாடான மணிபர்வத்தையும் எளிதில் கவர்ந்துகொண்டான்.

அசுரனின் அட்டூழியம் தாங்காமல் இந்திரன் ஒரு நாள் கிருஷ்ணனைத் தேடி வந்து முறையிட்டான்.

"கிருஷ்ணா பூமாதேவி புத்திரன் நரகன் எங்களுக்குக் குடுக்கிற இன்னல்களுக்குக் கணக்கேயில்ல. நாளெல்லாம் செத்துச் செத்துப் பெழைக்கொம். எங்கள அவங்கிட்டருந்து நீதான் காப்பாத்தணும்."

கிருஷ்ணன் வருத்தப்பட்டான்.

"அவனுக்கு அந்திமக் காலம் நெருங்கீருச்சு. விதி அவனக் கூப்புடுது."

கிருஷ்ணன் உடனே பிராக்ஜோதிஷபுரம் சென்றான். அங்கே பூமாதேவி தன் மகன் நரகனுடன் தங்கியிருந்தாள். கிருஷ்ணன் எதிர்ப்பட்ட கோட்டை மதில்களைத் தகர்த்தெறிந்தான். இடிந்த சிதிலங்களுக்கிடையில் நின்றுகொண்டு அவனுடைய பாஞ் சசன்னியம் சீறி முழங்கியது.

கோட்டைக் காவலன் முராசுரன் கிருஷ்ணனைத் தாக்க ஓடிவந்தான். அவனது ஐந்து முகங்களும் அட்டகாசமாகச் சிரித்தன. அவன் கிருஷ்ணன் மீது எய்த பாணங்கள் அனைத்தும் முறிந்து சிதறின. கிருஷ்ணனின் சுதர்சனச் சக்கரம் அந்த அசுரனின் ஐந்து தலைகளையும் கொய்து குவித்தது.

அடுத்து முராசுரனின் ஏழு புதல்வர்கள் கிருஷ்ணனை எதிர்த்தனர். அனைவரையும் கிருஷ்ணன் கொன்று தீர்த்தான். சேனாதிபதி பூடனும் மாண்டான். பாதுகாப்பு வளையம் தகர்ந்துவிட்ட நிலையில் நரகன் அரண்டுபோனான். கிருஷ்ணனை எதிர்க்கத் துணிந்தான். கணநேரத்தில் கிருஷ்ணனின் சூலாயுதம் அசுரனின் தலையை அறுத்தெறிந்தது.

பூமாதேவி அழுதுகொண்டே கிருஷ்ணனைச் சந்தித்து மகன் கவர்ந்து வைத்திருந்த வெண்கொற்றக் குடையையும் குண்டலங்களையும் அவனிடம் ஒப்படைத்தாள். கூடவே பேரன் பகதத்தனையும் அடைக்கலமாகக் கொடுத்தாள்.

கிருஷ்ணன் பகதத்தனுக்குப் பட்டஞ் சூட்டி அரியணையேற்றி அந்நாட்டுக்கு மன்னனாக்கி ஆசீர்வதித்தான்.

பூமாதேவி மகிழ்ச்சியில் கிருஷ்ணனை நோக்கி நன்றியுடன் கை கூப்பினாள்.

கிருஷ்ணன் நரகாசுரனின் அந்தப்புரத்தைப் பார்வையிட்டான். வியாப்பன வியப்பு. அசுரன் பல நாடுகளிலிருந்து பலவந்தமாகக் கடத்தி வந்த பதினாறாயிரம் அரசகுமாரிகள் ஆநிரைகளைப்போல் அடைத்து வைக்கப்பட்டிருந்தனர். கிருஷ்ணன் அனைவரையும் விடுவித்தான்.

அவன் பூமாதேவியைப் பார்த்துச் சிரித்தான்.

"தேவீ பரமன் முந்தி ஒனக்குக் குடுத்த வரம் ஞாபகமிருக்குதா."

"நல்லா நெனவிருக்கு அய்யனே."

"அது இப்ப நடந்துருக்கு. ஒம் மகனுக்கு விதி முடிஞ்சது."

விடுதலையடைந்த பெண்கள் நன்றிப் பெருக்கில் கண்ணீர் மல்கக் கிருஷ்ணனை வேண்டிக்கொண்டனர்.

"கிருஷ்ணா எங்கள நீயே மணந்துகொள்ளணும். வாழ்நாள் முழுக்க அதுவே எங்களுக்குப் பாதுகாப்பு. நீ மறுத்தா எல்லாரும் இங்கயே உயிர மாச்சுக்கிருவொம்."

"கன்னிகைகளே கலங்கவேணாம். ஒங்க விருப்பம் நிறைவேறும்."

அரசகுமாரிகளை ஏற்றிக்கொண்டு ஏராளமான பல்லக்குகள் துவாரகைக்குப் புறப்பட்டன. துவாரகையில் கோலாகலம் சொல்ல முடியாது. ஒவ்வொரு அரசகுமாரிக்கும் தனித்தனியே வீடுகள் அமைத்துக்கொடுத்தான் கிருஷ்ணன்.

மூகூர்த்த நாளில் பதினாறாயிரம் பெண்களும் முறைப்படி கிருஷ்ணனின் மனைவியராயினர்.

83

"ஏலே கருவாப் பயலே இப்பத்தான் கண்ணு தெரிஞ் சதாக்கும். ஒம் மூஞ்சியப் பாத்து எம்புட்டு நாளாச்சுடா. அங்க என்ன மாட்டுக்கு மயிரு புடுங்கீட்டுருந்தயா."

“அட பரதேசி நாயே என்னாலதான் வரமுடியல. நீ அங்க வந்துருக்கலாமில்ல.”

கிருஷ்ணன் ஓடிவந்து அர்ச்சுனனைக் கட்டிப் பிடித்துக் கொண்டான். காண்டவவனத்தருகே யமுனைக் கரைச்சரிவில் உருண்டனர். அர்ச்சுனனின் பொய்க் கோவம் நதியோடு போய்விட்டது. மல்லாந்துகொண்டனர். நீலம் பூசிய வானம் துப்புரவாகத் துடைத்துக் கிடந்தது. தேர்க்குதிரைகள் கரையோரம் புல்வெளியில் அமைதியாக மேய்ந்துகொண்டிருந்தன.

“மச்சான் அங்க வரணும்னு நெனப்புத்தான். ஒன் அத்த அதான் எங்க ஆத்தாக்காரி குள்ளக்குந்தி தனியா வுடமாட்டாங்காளே. அஞ்சு புள்ளைகளையும் முந்தியில முடிஞ்சு வச்சு வளக்கா. காட்டுக்கு வேட்டையாட அனுப்புறதே பெரிசு.”

“அவ கவல அவளுக்கு. ஓங்களக் கட்டுக்கோப்பா வச்சுக் காப்பாத்தணுமே.”

“ஆமாமா அந்த வைராக்கியம் ரெம்பத்தான்.”

“எல்லாம் அவ மனசுக்குள்ள இறுகிக் கெடக்குது.”

“அஸ்தினாபுரத்துல நெலமை சரியில்ல. பெரியப்பன் புத்திரங்க தலகால் தெரியாம ஆட்டம்போடுறாங்க போலருக்கு. அதுலயும் மூத்தவன் அடிக்கிற கொட்டம் தாங்க முடியலப்பா.”

“எல்லா எடத்துலயும் அந்தக் கததான். சண்ட சச்சரவுக்குக் கொறச்சலில்ல. ஒண்ணுக்கொண்ணு அடிச்சிட்டுக் கெடக்கான். தானா அறிவு வரணும்.”

“அடிச்சுக்கிறதுதான் புடிச்சுக்கிறதுதான். அனுசரிச்சுப் போகவேண்டியிருக்கு........ நீ கொஞ்சம் எச்சரிக்கையா இருந்துக்கோ மச்சான். ஒனக்கு என்னமும் ஏதும் ஆச்சுன்னா என்னால தாங்க முடியாது.”

“எனக்கொண்ணும் ஆகாதுடா முண்டக்கண்ணா. ஓங்கள நெனச்சுத்தான் அப்பப்பக் கவலப்பட்டுக்கிருவென்.”

“எங்களப் பத்தியெல்லாம் நெனைக்கிறதுக்கு நேரமிருக்குதா. ஒனக்கு வேல தலைக்கு மேல இருக்குமே.”

“ஆமா தல போற வேல.”

“அப்படியென்ன வேல செஞ்சு கிழிச்ச.”

“நரகாசுரன்னு ஒரு அசுரப் பய. பரமனுக்கும் பூமிதேவிக்கும் பெறந்தவன்.”

“அவன் அடங்காக் காளையாச்சே.”

“அவனோட அட்டூழியந் தாங்கமுடியாமத் தேவலோகமே அல்லாடுச்சு. அவன் கதைய முடிச்சாத்தான் சரியாகும்னு நெனப்பு ஓடுச்சு.”

“சரி.”

“அவன மேல அனுப்பிவச்சிட்டு அவன் மகன அரியணையேத்திச் சமாதானப்படுத்துனென். இதுல பெரிய கூத்து என்ன தெரியுமா.”

“நீயடிக்காற கூத்தா.”

“அவனோட மாளிகைக்குள்ள எங்க பாத்தாலும் பொண்ணுகளா அடச்சுக் கெடக்காக.”

“ஒனக்கு அண்ணன் போலருக்கு.”

“பதினாறாயிரம் ராசகுமாரிக. வேற வேற நாட்டச் சேந்தவுக.”

“அடேயப்பா.”

“அத்தன பேரும் என்னோடதான் குடும்பம் நடத்துவொம் இல்ல உயிர மாச்சுக்கிருவம்னு அடம்புடிச்சாக.”

“போச்சுடா. ஒனக்கு அதுபோதுமே. அடடா எப்பேர்ப்பட்ட வேல.”

“பெறகென்ன செய்றது. ஒவ்வொருத்தரையும் மொறப்படி கலியாணம் முடிச்சுத் தனித்தனி வீடு பாத்துக் குடியமத்திவச்சிட்டு வாறென்.”

“அப்பக் காட்ல மாடு மேய்ச்ச. இப்ப ஆயிரக்கணக்குல பொண்டாட்டிகள மேய்க்க. அப்படி இருந்தும் அடுத்த வீட்டுக் கொமருகளக் கூட்டிக்கிட்டுக் கருத்த மீனு மாதிரி குளிச்சுக் கும்மாளமடிக்குற. ஒன் வண்டவாளமெல்லாம் தெரியுண்டா. பொட்டச்சிக கிட்டருந்தா அய்யாவுக்கு இருப்புக்கொள்ளாதே.”

“அதுலருக்கிற சொகமே சொகம். ஒலகமே மறந்துரும். ஒனக்கும் ஆட்டங் கத்துத்தரட்டுமா.”

“அய்யோ வேணாஞ் சாமி. என்னக் கண்டா எல்லாரும் பயந்து ஓடீருவாக.”

“அதுக்குக் காரணம் என்ன தெரியுமா. ஆணோட கூட்டுமில்லாம பொண்ணோட கூட்டுமில்லாம நெஞ்சில ஒத்தக் காம்போட அரவாணியா இருக்க பாரு. அதனாலதான்.”

“அங்க மட்டும் என்ன வாழுது. எனக்காச்சும் ஒண்ணு இருக்குது. ஒனக்கு ரெண்டுமே இல்லாமத் தரிசாக் கெடக்குதே. அதுக்கு என்ன சொல்ற.”

“அதாண்டா ஆம்பள.”

“ஊரு ஒலகத்துல எல்லா ஆம்பளைகளுக்கும் இப்படித்தான் இருக்குதோ. ஒரு வேள நீ மலந்து கெடக்கயில தாய்ப் பசுன்னு நெனச்சுக் கண்ணுக்குட்டி ரெண்டு காம்பையும் கரும்பீருச்சோ என்னமோ.”

“இதுக்கு மேல பேசுன பல்லத் தட்டிக் கையில குடுத்துருவென்.”

கிருஷ்ணன் புரண்டு நெருங்கி அர்ச்சுனனை அடிக்கக் கையோங்கினான். அர்ச்சுனன் அந்தப் பக்கம் உருண்டுகொண்டான். நதிநீர் அவர்களின் கணுக்காலை வருடியவாறு செல்லமாக நடந்துகொண்டிருந்தது.

84

அர்ச்சுனன் கிருஷ்ணனிடம் தற்செயலாகக் கேட்டான்.

“இல்ல தெரியாமத்தான் கேக்கென். யது வம்சம் யாதவன் சத்திரியன்னு பெரிசாப் பீத்திக்கிறயே மச்சான். யது வம்சத்துக்கு அப்படியொரு பாரம்பரியமா.”

“அட மடையா நம்ம ரெண்டுபேரு மூதாதையரும் ஒரே வம்சத்துலதான் இருந்தாங்க. பெறகு பெறகுதான் ஆலமர விழுது மாதிரி வெவ்வேற வம்சம்னு தனித்தனியாப் பிரிஞ்சு வளந்துட்டாங்க.”

“அப்படிப்பட்ட பூர்வீகமா.”

“நகுசன்னு ஒருவன். கெட்டிக்காரன். அறிவாளி. இந்திரப் பதவியையே கைப்பத்திக் கொடிகட்டிப் பறந்தவன்.”

“அவ்வளவுக்கு வலியவனா.”

“இதக் கேளு. நம்ம பூர்வீகத்துல கல்மாசபாதகன்னு ஒரு அரசன் இருந்தான். அவன் வசிட்ட முனிவரோட சீடன்.”

“சரி.”

“ஒரு சமயம் காட்ல வேட்டையாடி எளச்சுக் களச்சு வீடு திரும்பீட்ருந்தான். ஒத்தையடிப் பாத. எதுக்க சக்தி முனிவர் வந்தாரு. அவரும் வசிட்ட முனிவரோட சீடர்தான். யாராவது வழிவுட்டாத்தான ரெண்டு பேரும் கடந்து போகமுடியும்.”

“ஒத்தையடிப் பாதையாச்சே.”

“ஒதுங்க முடியாற அளவுக்கு ஒடுக்கமான பாத.”

“போச்சுடா.”

“ரெண்டுபேரும் ஒதுங்குறதாத் தெரியல.”

“சங்கடந்தான். ஏன் அப்படி.”

“ஒருவரு நாடாளுற அரசன். ஒருவரு நெறிதவறாத நீதிமான். அரசன் பொறுமையெழந்துட்டான். கொஞ்சம் ஒதுங்கிக்கொள்ளும்னு முனிவருக்கு உத்தரவுபோட்டான். முனிவரு வெலகல. ஒரு பெராமணனும் அரசனும் எதுப்பட்டா அரசன்தான் வெலகி வழிவுடணும். அதுதான் நெறி.”

“அப்படியொரு கதையிருக்கா. ஒருவரு வுட்டுக்குடுத்தாத்தான சிக்கல் தீரும்.”

“அரசன் அசையல. நீயா நானான்னு வாக்குவாதம் சூடு புடிச்சிருச்சு. அரசனுக்குக் கோவம். முனிவரச் சாட்டையால அடிச்சு இம்சப்படுத்துனான். முனிவருக்குக் கோவமான கோவம். மூக்கு நுனியில துடிச்சது. சாபமிட்டுட்டாரு.”

“என்ன சாபம்.”

“நீ இங்கயே அரக்கனா மாறி நரமாமிசம் தின்னு பெழைக்கணும்னு.”

“கடுமையான சாபம்.”

“இந்தச் சமயத்துல விசுவாமித்திர முனிவர் அங்க வந்தாரு. அரசன முன்னிட்டு அவருக்கும் வசிட்டருக்கும் ஏற்கெனவே மனக்கசப்பு உண்டு. அரசனத் தனக்குச் சீடனாக்கீறணும்னு திட்டம்போட்டாரு.”

“நல்ல சந்தர்ப்பம்.”

“சாபத்துக்குப் பயந்துபோன அரசன் விசுவாமித்திரருட்டச் சரணடஞ்சான். முனிவர் கிங்கரன்னு ஒரு அரக்கன வரவழச்சு சக்தி முனிவர் இட்ட சாபப்படி அரசனப் புடிக்கச் சொல்லி ஏவுனாரு.”

"பெரிய தண்டன."

"அரசன் அரக்கங்கிட்டருந்து தப்பிச்சுத் தெகச்சுப்போயி நாடு திரும்புனான். வழியில ஒரு பெராமணன் எதுப்பட்டான்."

"சிக்கலு தீந்தபாடில்ல."

"பெராமணனுக்கு அகோரப் பசி. எனக்குக் கறிச்சோறு தருவயான்னு அரசங்கிட்ட வேண்டிக்கிட்டான்."

"பசியமத்துறதுக்குக் கறிச்சோறு கேக்குதோ."

"கொஞ்சம் பொறுத்துரும் அந்தணரே. நான் வீட்டுக்குப் போனதும் நல்ல சாப்பாடு அனுப்பிவைக்கன்னு அரசன் நம்பிக்கையாச் சொன்னான்."

"பசி தீந்ததா."

"அரசன் வந்ததே சரின்னு ஒரு பரிசாரகனத் தேடிப்புடிச்சு என்ன செய்வயோ தெரியாது. இப்பயே கறிச்சோறு தயார்ப்பண்ணி அந்தப் பெராமணனுக்குக் குடுத்துட்டு வான்னு உத்தரவுபோட்டான்."

"பரிசாரகன் பாடு திண்டாட்டந்தான்."

"நேரமோ நடுநிசி. எங்கெங்கயொ தேடியும் மாமிசம் கெடைக்கல. பரிசாரகன் தவிச்சுப்போனான். நெலமையறிஞ்சு அரசன் ஒரு வழி சொன்னான்."

"அதென்ன."

"என்ன செய்றது. நரமாமிசத்தையாச்சும் பதப்படுத்திக் கொண்டுபோயி அந்தணரோட பசியத் தீத்துட்டு வான்னு சொல்லியனுப்பினான்."

"கொடுமதான்."

"பெராமணன் பசிக் கெறக்கத்துல அந்த எடத்துலேயே காத்துருந்தான். கறிச்சோத்தப் பாத்த மாத்திரத்துலயே அவனுக்குச் சந்தேகம். கிண்டிக் கௌறி அது நரமாமிசந்தான்னு உறுதிப்படுத்திக்கிட்டான். இது அரசன் செய்ற காரியமில்லையே. தவறாச்சேன்னு அவனுக்குச் சிந்தன ஓடுச்சு."

"உண்மையக் கண்டுபுடிச்சிட்டாரு."

"நரமாமிசம் திங்கிற அரக்கனாகக் கடவதுன்னு அரசனுக்குச் சாபமிட்டுட்டாரு."

“மறுபடியும் சாபமா.”

“ரெண்டு தடவ ஒரே சாபம் கெடச்சதும் அரசனுக்கு இரு மடங்கு வலிம வந்துருச்சு. நேர சக்தி முனிவருட்டப் போனான். அவரப் பாத்து முனிவரே ஓம்ம சாபப்படி நான் நரமாமிசம் திங்கிற அரக்கனாயிட்டென். எங் கொணத்த இப்பயே ஓம்மகிட்டக் காட்றென் பாரும்னு அந்த எடத்துலயே முனிவரக் கொன்னு தின்னுட்டான்.”

“அடப் பாவமே.”

“சேதியறிஞ்ச விசுவாமித்திரரு அந்த அரக்கன ஏவி வசிட்டரோட புள்ளைக அத்தன பேரையும் அழிக்கச் சொல்லிக் கோவத்தத் தீத்துக்கிட்டாரு.”

“புள்ளைக என்ன பாவஞ் செஞ்சாங்க.”

“சக்தி முனிவர் சாகும்போது அவரோட மனைவி கர்ப்பமாருந்தா. அவ பேரு அத்துருசயந்தி. வசிட்டர் புத்திரசோகந் தாளாம வருத்தப்பட்டாரு.”

“இருக்காதா பின்ன.”

“விசுவாமித்திரரப் பழிவாங்கணும்னு அவருக்கு எண்ணமில்ல. தன்னையே மாச்சுக்கிறணும்னு நெனப்பு ஓடுச்சு. கடல்ல குதிச்சாரு. பாறையில மோதிக்கிட்டாரு. நெருப்புல பாஞ்சாரு. உயிர் போகல. தெகச்சுப்போயி நின்னாரு.”

“ஆயுசு கெட்டி.”

“ஒரு நா சக்தி முனிவர் குடியிருந்த ஆசிரமத்துக்குப் போயி மருமகளுக்கு ஆறுதல் சொன்னாரு. அப்ப அங்க வேதாத்தியானஞ் செய்ற சத்தங் கேட்டது. ஆனா ஆளக் காணல.”

“அடடா இது சக்தி முனிவரோட கொரலுமாதிரி இருக்குதேன்னு ஆச்சரியம்.”

“உண்மையிலயே என்னதான் நடந்தது மச்சான்.”

“அது கர்ப்பத்துக்குள்ளருந்த கொழந்தையோட சத்தம். அதோட தகப்பனாரு நெதமும் வேதஞ் சொல்றதக் கேட்டுக் கேட்டுப் பழகிப்போச்சு. அதனால கொழந்தையும் வேதஞ் சொல்ல ஆரம்பிச்சிருச்சு. தகப்பனாரு செய்யவேண்டியதப் புள்ள செய்யிது. அப்படின்னு அம்மா சொன்னா.”

“சக்தி முனிவரோட மறு பெறவியா இருக்குமோ.”

"கருவுலயே திருவுடைய கொழந்த பேரனாப் பெறக்கப்போற ஆனந்தம் வசிட்டருக்கு. மகனச் சாகக் குடுத்த சோகம் மறந்துபோச்சு."

"நல்ல மருந்து."

"அத்துருசயந்திக்கு அழகான ஆண் கொழந்த பெறந்தது. வசிட்டரு அதோட அழகுல மயங்கிப்போனாரு. கொழந்த அவர அப்பன்னே கூப்புட்டுச்சு. தாய்க்கு வேதன. மகன் அறியாமக் கண்ணீரு சிந்துனா. உண்ம தெரிஞ்சா அவன் மனசு கலங்கிப்போகுமே."

"எண்ணைக்காச்சும் ஒரு நாளு தெரிஞ்சுதான ஆகணும்."

"தாயி உண்மையச் சொல்லீட்டா. அப்படின்னா எனக்குத் தகப்பன் ஆருன்னு மகன் கேட்டான்."

"கேட்டது சரிதான."

"நீ கருவுல இருக்கயிலயே ஒரு அரக்கன் அவரக் கொன்னுட்டான் மகனே. இப்பத் தாத்தாதான் ஒன்ன வளக்காருன்னு சொல்லீட்டா. அது மகனோட மனச ரெம்பப் பாதிச்சிருச்சு."

"பாதிக்கத்தான செய்யும்."

"அரக்கர் வம்சத்த அழிச்சே தீருவன்னு சபதம்போட்டான்."

"தனியாளா இருந்துக்கிட்டு என்ன செய்ய முடியும்."

"வாலிபனா வளந்துட்டப் பெறகும் அவனுக்கு அரக்கர் மேலருந்த வன்மங் கொறையல."

"பெறகு என்ன செஞ்சான் மச்சான்."

"சத்தர யாகத்தத் தொடங்குனான். நீண்ட கால யாகம். மந்தரம் நூத்துக் கணக்குல அரக்கர்கள இழுத்துட்டு வந்து யாக நெருப்புல போட்டுச்சு. அத்தன பேரும் வுழுந்து சாம்பலாயிட்டான். காலப்போக்குல எல்லா அரக்கனும் அழிஞ்சுபோயிட்டான். இப்பத்தான் அவன் மனசு சாந்தமடஞ்சது."

"கேக்கவே பரிதாபமாருக்கு."

"வசிட்டருக்கு இந்தக் காரியம் புடிக்கல. பகையாளியிட்டப் பரிவுகாட்டணும். நீயோ ஞானவான். கோவத்துக்கு எடமளிக்காத. குத்தஞ் செஞ்சது யாருன்னு ஆராஞ்சு பாரு. உண்ம தெரியும். அப்படின்னு பேரனுக்கு எடுத்துச் சொன்னாரு."

“அப்படியும் கோவந் தணியலையா.”

“யாகத்த நிறுத்திட்டான். அதனால எல்லாருக்குஞ் சந்தோசம்.”

“நல்லபடியா முடிஞ்சதே.”

“அந்த வாலிபன் பேரு என்ன தெரியுமா.”

“சொன்னாத்தான தெரியும் கள்ளப்பயலே.”

“அதுதான் பராசரன். ஒன்னோட தாத்தா. வியாசருக்குத் தகப்பனாரு.”

“சரியாப் போச்சு. நம்ம வம்சந்தானா.”

“இந்த வம்சத்துல இப்படி எத்தனையோ சங்கதியிருக்கு.”

அர்ச்சுனன் தலைதூக்கி நதிக்கரைக்கப்பால் நோக்கினான்.

“மச்சான் குதிர வயிறு நெறஞ்சு சொகமாப் படுத்துருச்சு. எனக்குப் பசிக்கிறாப்புலருக்கு. ஏதாச்சும் பழங்களப் பறிச்சு வயித்த நெரப்பீட்டு வீட்டுக்குப் போவொம். நேரமாச்சுன்னா எங்காத்தா ஆளனுப்பித் தேட ஆரம்பிச்சிருவா.”

“நான் வந்தது அத்தைக்குத் தெரியாதே. நேர இங்கதான வந்தென்.”

“அட காக்காயா. அதான பாத்தென். இல்லன்னா இதுக்குள்ள ஆளு தேடி வந்துருக்குமே.”

இருவரும் எழுந்து கரையேறினர். புள்ளினங்களும் விலங்கினங்களும் கதம்பக் குரல்களால் வரவேற்க காண்டவவனத்துக்குள் நுழைந்தனர்.

85

காண்டவவனம் பெரிசு. பரந்து கிடந்தது. பல வகை மரங்கள் செடி கொடிகளின் அடர்த்தி. உள்ளே நுழைந்துவிட்டால் வெளியேற மனசு வராது. அவ்வளவு குளிர்ச்சி. சகல விலங்குகளும் நடமாடின. பறவைகளின் ஏச்சும் பேச்சும் ஒலித்துக்கொண்டேயிருந்தன.

ஒரு பகுதியில் நாகர்களும் பிறிதொரு பகுதியில் அரக்கர்களும் வசித்தனர்.

அர்ச்சுனன் அம்பினால் பழங்களை விழுத்தாட்டிப் பொறுக்கி வந்தான். அவனும் கிருஷ்ணனும் ஒரு ஆலமரத்தடியில் உட்கார்ந்து பழங்களை ருசித்துப் பசியாறினர். தடாகந் தேடிச் சென்று நீர் அருந்தித் தெம்பாயினர்.

கிருஷ்ணன் கேட்டான்.

"அடே இந்தத் தடாகத்துல குளிப்பமாடா. வெயிலுக்குச் சொகமாருக்கும்."

"நான் வரலப்பா. தண்ணிக்குள்ள வெளையாடுறதுக்குக் கொமரிப் பொண்ணுக வேணும்னு சொல்லுவயே."

நீருக்குள் இறங்கியிருந்த கிருஷ்ணன் தப்பியோடினான்.

"அந்தா பாருடா தண்ணிக்குள்ளருந்து ஒரு பொண்ணு எட்டிப்பாக்குது."

இருவரும் ஓடிச்சென்று மரத்தடியில் உட்கார்ந்து இளைப்பாறினர்.

அர்ச்சுனன் கேட்டான்.

"பொய்தான சொன்ன கருப்பா."

"நெசந்தாண்டா. எட்டிப் பாத்துட்டு உள்ள முங்கிக்கிருச்சு அந்தப் பொம்பள."

"ஒரு வேள நீர்த் தேவதையாருக்குமோ."

"அப்படித்தான் இருக்கும்...... நீர்த் தேவதங்கவுந்தான் ஞாபகத்துக்கு வருது. ஊர்வசி ஊர்வசின்னு ஒருத்தியிருந்தா. தேவகன்னி."

"அவளுக்கென்ன."

"அவ ஒரு நாள் நதியில குளிச்சுக்கிட்டுருந்தா. தொட்டுத் தழுவணும்போல அப்படியொரு அழகு. சந்திரவம்சத்து மன்னன் ஒருவன். பேரு புரூரவன். காட்ட அழிச்சு துவஷ்டான்னு ஒரு நகரத்தையே உண்டாக்குனவன். அந்தப் பொண்ணப் பாத்ததும் அய்யாவுக்குக் காதல் வந்துருச்சு."

"சும்மாருக்கமாட்டானே."

"அதெப்படி முடியும். நீ எனக்கு ராணியா வந்துருன்னு கெஞ்சுனான்."

"அவ லேசுக்குள்ள மசியமாட்டாளே."

“அப்படின்னா ரெண்டு நிபந்தனைகள நீங்க ஏத்துக்கிறனும்னு வெளையாட்டாச் சொன்னா.”

“என்னதாம்.”

“நிபந்தன எதுவானாலும் ஏத்துக்கிறன்னு அவ காலுல வுழுந்துட்டான்.”

“காதல் கண்ண மறச்சிருச்சு.”

“மொதல் நிபந்தன தன்னோட செல்லப் பிராணிகளான ஆடுகளக் கவனமா வளக்கணும்.”

“ரெண்டாவது என்ன. அதுக போடுற சாணிய அள்ளணுமா.”

“என்னத் தவிர வேற யாராச்சும் ஓங்கள நிர்வாணமாப் பாத்துறக்கூடாது.”

“ரெம்பப் பொருத்தமான நிபந்தன ரெண்டும்.”

“அதுக்கு ஒத்துக்கிட்டு அரசன் பலமாத் தலையாட்டீட்டான்.”

“ஊர்வசி தெரிஞ்சோ தெரியாமயோ மாட்டிக்கிட்டா. வெளையாட்டு வெனையாப் போச்சு. அவ சம்மதிச்சாளா.”

“வேற வழியில்லையே. சாமர்த்தியமாக் கணக்குப்பண்ணி அந்தப்புரத்துக்குத் தள்ளீட்டுப் போயிட்டான்.”

“ரெம்பச் சாமர்த்தியந்தான்.”

“ரெண்டு பேருக்கும் தடபுடலாத் திருமணம் நடந்தது. ஊர்வசிக்கு அரண்மனச் சொகபோகம் புதுசு. சந்தோசமாக் குடும்பம் நடத்தி நெறையக் கொழந்தைகளப் பெத்துக்கிட்டா.”

“அரசன் வெளையாடித் தீத்துட்டான்.”

“ஊர்வசியில்லாம இந்திரனோட அமராவதி நகரமே வெறிச்சோடிப்போச்சு. இந்திரனுக்கு அவளோட பிரிவத் தாங்க முடியல.”

“அதான பாத்தென். அதுவரைக்கு வுட்டுவச்சதே பெரிசு.”

“பொறுமையெழந்து கந்தர்வகளக் கூப்புட்டு ஒடனே போய் ஊர்வசியக் கையோட கூட்டீட்டு வாங்கடான்னு வெரட்னான்.”

“அங்க அப்படி. இங்க எப்படி.”

“ஊர்வசியோட செல்லப்பிராணிகளக் கட்லுக்கடியில வச்சுக் கண்ணுங்கருத்துமாக் கவனிச்சுக்கிட்டான் மன்னன்.”

“முக்கியமான கடமையாச்சே. நாட்டு நிருவாகம் ஒழுங்கா நடக்குது.”

“கந்தர்வர்கள் பூலோகத்துக்கு வந்து ஒரு வழியா ஊர்வசியத் தேடிக் கண்டுபுடிச்சிட்டாங்க. அப்ப அவ பள்ளியறையில சயனத்துலருந்தா. அரசன் அவளுக்குப் பக்கத்துல கெறங்கிக் கெடந்தான். மொகத்துக்கு மொகம் அடையாளங் காணமுடியாற இருட்டு.”

“வெளிச்சமிருந்தா ஆடுகள லேசாக் கண்டுபுடிச்சிறலாம்.”

“ஆடுக சிணுங்கிற சத்தங் கேட்டுக் கண்டுபுடிச்சிட்டாங்க.”

“போச்சுடா.”

“இதுதான் தருணம்னு கட்லுக்கடியில கெடந்த ஆடுகள அள்ளீட்டுப் போயிட்டாங்க. இத ஊர்வசி ஓரக்கண்ணால பாத்துக்கிட்டா. அய்யோ என் செல்லங்க பறிபோயிருச்சே. திருடனப் புடிங்களேன்னு கூச்சல் போட்டா.”

“அய்யாவுக்கு என்னாச்சு. ஒதறலெடுத்துருக்குமே.”

“முழுச்சுக்கிட்டான். ஒடனே கட்லுலருந்து குதிச்சு திருடங்களப் புடிக்க ஓடுனான். இடுப்புல ஆடையில்லாறது அந்த அவசரத்துல தெரியல.”

“நல்ல கூத்துத்தான். அம்மணக் கூத்து.”

“அந்தச் சமயம் பாத்து இந்திரன் இடி இடிச்சு மின்னல் மின்னச் செஞ்சான்.”

“அய்யா சும்மாருக்கமாட்டாரே. எப்படியாச்சும் ஊர்வசியக் கொண்டுவந்துறணும்.”

“மின்னல் வெளிச்சத்துல அரசனோட நிர்வாணக் கோலம் வெட்டவெளிச்சமாயிருச்சு.”

“அப்படிப் போடு.”

“நிர்வாணத்த ஊரே பாத்துருச்சு.”

“இப்ப ஊர்வசி பாடு திண்டாட்டந்தான்.”

“மன்னன் அவளோட நிபந்தனைய மீறீட்டான். இதுதான் சாக்குன்னு அவ மன்னனப் பிரிஞ்சு அமராவதிக்குப் போயிட்டா.”

“அமராவதியில நாட்டியம் பாட்டுன்னு அமர்க்களப்பட்டுருக்குமே.”

“ஊர்வசி இல்லாற வாழ்க்க மன்னனுக்குக் கசந்தது. வெறுப்பு தலைக்கேறி நாட்ட ஆளுற ஆர்வமே போச்சு.”

“பரிதாபமான நெலமதான்.”

“முனிவர்களக் கூட்டித் தன்னோட புள்ளைகள்ல ஒழுக்கமான ஒருவனத் தேர்ந்தெடுத்து அரசனாக்கீட்டான்.”

“விடுதல கெடச்சது.”

“சனங்க பலமாதிரி பேசிக்கிட்டாங்க.”

“எப்படி.”

“ராணி பிரிஞ்சு போனத அவனால தாங்க முடியல. பித்துப்புடிச்சதுபோல ஆயிட்டான். ராணியத் தேடிக் காடு வனம் நதிக்கரையின்னு சுத்தித் திரியிறான்னு பேச்சு.”

“அம்மணமாவா.”

“அப்படித்தான் இருக்கமுடியும். அவன் வீடு திரும்பவேயில்ல. மரவுரி எலதழன்னு அம்மணத்த மறச்சுக்கிட்டதாவும் பேச்சு.”

“அதான பாத்தென்.”

“இன்னொரு கதையும் அடிபட்டது.”

“அதென்ன.”

“ஊர்வசிக்கு ராசாமேல மறக்கமுடியாற பிரியமாம். அதனால அவனக் கந்தர்வனா மாத்தி அமராவதிக்குக் கூட்டீட்டுப் போயிப் பக்கத்துலயே வச்சுக்கிட்டாளாம். அவ நாட்டியத்துக்குப் போற எடத்துக்கெல்லாம் கூட்டீட்டுப் போயிருவாளாம். அவன் பாட இவ ஆட கத நடக்குதாம்.”

“இதெல்லாம் இந்திரனுக்குத் தெரியாதா. கோவக்காரனாச்சே.”

“தெரியாதுன்னுதான் சொல்லிக்கிட்டாங்க.”

“எப்படியோ கத நடந்தாச் சரி.”

“நம்ம வம்சத்துல இதப் போல எத்தனையோ மனுசங்க உண்டு. அவங்க கதையப் பெறகு சொல்றென்.”

“நம்ம வம்சம்னு சொல்லிக்கிறதுக்கே வெக்கமாருக்கு மச்சான்.”

“நம்ம மட்டும் ஒழுங்காக்கும். பல்லுல நாக்குப்போட்டுப் பேச வந்துட்டான் பெரிசா. திருட்டு நாயி.”

"நம்ம கதையே வேற மச்சான்."

"அதப் பெறகு வச்சுக்கிருவொம்."

பொழுது சாய்ந்துவிட்டது. தடாகக் கரையிலிருந்து எழுந்து இருவரும் புறப்பட்டனர்.

"மச்சான் இதென்ன வனமா சமுத்தரமா. சுத்திப் பாக்கிறதுக்கே நாலஞ்சு நாளு ஆகும் போலருக்கே."

"எப்படியும் பாத்துத்தான ஆகணும். காண்டவவனமா சும்மாவா."

"அதுவரைக்கும் எங்கூட இருப்பயா."

"அதுக்கு மேலயும் இருப்பண்டா. முக்கியமான வேலைய முடிக்காமப் போகமாட்டென்."

"அப்படியென்ன முக்கியமான வேல மச்சான்."

"பெறகு சொல்றென். வாய மூடிக்கிட்டு வா."

86

கிருஷ்ணனும் அர்ச்சுனனும் காண்டவவனத்தைச் சுற்றிப் பார்க்கும்போது ஒரு மர நிழலில் அமர்ந்து கால் கடுப்பைத் தளர்த்திக்கொண்டனர்.

"யது வம்சத்தப் பத்தி இன்னொரு கதைய எடுத்துவுடட்டுமா மாப்பிள."

"ஓங்கிட்ட இல்லாற கதையா."

"விருசபர்வன்னு ஒரு அரசன் இருந்தான். அவனுக்குத் தானவராசன்னு இன்னொரு பேரும் உண்டு. அசுரர்களுக்கு அரசன்."

"சரி."

"சுக்கிரர்ன்னு ஒரு முனிவர். அசுரங்களுக்குக் குரு."

"ரெண்டு பேருஞ் சேந்து சனங்களப் படுத்தியிருப்பாங்களே."

"அரசன் மக சர்மிஷ்ட சுக்கிரர் மக தேவயானி. நெருக்கமான தோழிக. சேந்தே வெளையாடுவாக. குளிப்பாக."

“அப்படியொரு நெருக்கம்.”

“குலங்கோத்தரம்னு பேச்சு வந்தா ஒருத்தருக்கொருத்தரு வுட்டுக்குடுக்க மாட்டாக.”

“எங்கயும் நடக்கிறதுதான.”

“ஒரு சமயம் ரெண்டு பேரும் ஒரு கொளத்துல குளிச்சுக் கரையேறும்போது சர்மிஷ்ட அவசரத்துல தேவயானியோட ஆடைய எடுத்து உடுத்திக்கிட்டா. இது தேவயானிக்குப் புடிக்கல. கண்டமானக்கிப் பேச ஆரம்பிச்சுட்டா.”

“குடி முழுகிப்போச்சாக்கும்.”

‘அடியே கூறுகெட்டவளே எங் குலமென்ன கோத்தரமென்ன. ஒரு அந்தணரு வீட்டுப் பொண்ணோட ஆடையத் தொடலாமா. அத உடுத்துற அளவுக்கு அம்புட்டுத் திமிரா. எந் தகப்பனாரு ஓங்கப்பனுக்குக் குருவாக்கும். அவர வணங்கிக் குடும்பம் நடத்துற அரசன் மக நீ. என் ஆடையத் தொட்டுப் பாக்கக்கூட அருகதையிருக்கா ஒனக்கு. பிச்சக்கார நாயி.”

“ஆரு பிச்சக்காரின்னு நெனச்சுப் பாருடி. எங்ககிட்டப் பிச்சையெடுத்துத்தான் ஓங்க பெழப்பு நடக்குது. அது தெரியுமில்ல. இழிகுலத்துல பெறந்த கழுத பெரும பேசுறதப் பாரு. நீயெல்லாம் உயிருவச்சு இருக்கலாமா.”

“பேச்சு முத்திக்கிருச்சு.”

“தேவயானி உடுத்தியிருந்த ஆடைய உருவிக்கிட்டு அவள இழுத்துட்டுப் போயிப் பெறந்த மேனியாப் பாழுங்கெணத்துக்குள்ள தள்ளீட்டுச் சர்மிஷ்ட வீட்டுக்குப் போயிட்டா.”

“அசுரனுக்குப் பெறந்த பொண்ணாச்சே. தேவயானிய வுட்டுவச்சதே பெரிசு.”

“தேவயானி கெணத்துக்குள்ள அம்மணமாக் கெடந்து தவிச்சா. அழுதுட்டே சத்தங்குடுத்தா.”

“பாவம். வெளிய வந்துட்டாளா.”

“அந்தப் பக்கமா வந்த சந்திரவம்சத்து யயாதி மன்னன் பொண்ணோட கூக்குரலக் கேட்டுக் கெணத்த எட்டிப்பாத்தான். தேவயானி இருந்த கோலத்தக் கண்டு வருத்தப்பட்டான். தன்னோட மேலாடைய உள்ள போட்டு உடுத்திக்கிறச் சொன்னான். வலது கைய நீட்டித் தூக்கி அவளக் காப்பாத்துனான்.”

“முனிவர் பொண்ணு பெழச்சுக்கிட்டா.”

“அவ அப்பயே முடிவுக்கு வந்துட்டா. நேரடியாவே அரசனப் பாத்துக் கேட்டா.”

‘அரசே நீங்க எங் கையப் புடிச்சுத் தூக்கிவுட்டதால என்ன மணந்துகொள்ளணும். அதும்போக என்ன நிர்வாணக் கோலத்துல பாத்துட்டீங்க. அதனால நான் இன்னொருத்தருக்கு மனைவியாகிறது மொறையில்ல.”

“யயாதிக்கு யோசன. அவளோ அந்தணப் பொண்ணு. ஒசந்த சாதி. அவளக் கைப்புடிக்கிறது மொறையில்லதான். ஆனாலும் அவளோட அழகுல சொக்கிப்போனான்.”

‘பொண்ணே எனக்குச் சம்மதம். போதுமா.’

“வீட்டுக்குத் தாமதமா வந்த தேவயானி அப்பங்கிட்ட நடந்த கதையச் சொல்லி அழுது மொறையிட்டா.”

“முனிவருக்கு மூக்குக்கு மேல கோவம் வந்துருக்குமே.”

“பொறுமையெழந்துட்டாரு.”

‘இந்த அரசனுக்குக் குருவாருக்கிறது மகாக் கேவலம். அத வுடப் பிச்சையெடுத்துப் பெழைக்கலாம்.’

“நாட்டவுட்டுக் கௌம்பி நடையக் கட்டீட்டாரு. சேதியறிஞ்ச அரசன் அவரத் தேடி வந்து தடுத்து மன்றாடுனான். முனிவர் திட்டவட்டமாச் சொல்லீட்டாரு.”

‘நான் இந்த நாட்ல இருக்கணும்னா எம் பொண்ணு விருப்பப்படி நடந்துக்கிறணும்.’

‘விருப்பமென்ன. சொல்லுங்க குருவே.’

‘ஒம் மக எம் மகளுக்குப் பணிப்பொண்ணாருக்கணும். மணமாகி எங்க போனாலும் கூடவே போய்த் தொண்டு செய்யணும். இதுக்குச் சம்மதமா.’

‘சம்மதம் குருவே.’

“முனிவர் ஆசியோட யயாதி தேவயானியக் கைப்புடிச்சான். தேவயானி கணவனோட அரண்மனைக்குப் போகும்போது சர்மிஷ்டையும் பணிப்பொண்ணாப் பின்னால போனா. யயாதியும் தேவயானியும் சந்தோசமாக் குடும்பம் நடத்துனாக. சர்மிஷ்ட அவமானத்துல வெந்து நொந்து புழுங்கிக்கிட்ருந்தா.”

“புழுக்கம் இருக்கத்தான செய்யும்.”

“ஒரு சந்தர்ப்பத்துல யயாதி தற்செயலா சர்மிஷ்டையச் சந்திச்சுக்கிட்டான். அவள மோகத்தோட பாத்தான். அவளுக்குத் தேவயானியப் பழிவாங்குற நெனப்பு.”

“கண்டதுங் காதலா.”

“ரெண்டு பேருக்கும் நெருக்கம் அதியமாகி ரகசியமாத் திருமணஞ் செஞ்சுக்கிட்டாக. தேவயானிக்கு ரெண்டு புள்ளைக. யது துருவசு. சர்மிஷ்ட கமுக்கமா மூணு பெத்துக்கிட்டா. துருக்கியு அனு பூரு.”

“ஒரு நா சர்மிஷ்டையோட புத்திரங்க வெளையாடுறபோது தேவயானி பாத்துக்கிட்டா.”

‘அடே நீங்க யாரு. ஒங்கம்மா பேரு என்ன.’

‘சர்மிஷ்ட.’

“தேவயானி கொதிச்சுப்போயிட்டா. அப்படியா சங்கதி. அப்பன் மொகத்த அப்படியே உரிச்சு வச்சிருக்குதே. சந்தேகமே இல்லன்னு உறுதிசெஞ்சுக்கிட்டா.”

“மொதச்சண்ட யாரோட நடந்தது.”

“சண்டபோடல. நேர அப்பங்கிட்டப் போயி அழுதா. அவரு யயாதியச் சபிச்சிட்டாரு.”

‘நீ கெழவனாகி ஆண்மைய எழந்துருவ.’

“சாபம் ஒடனே பலிச்சது.”

“படு கெழவனாயிருப்பான்.”

“முனிவருக்குச் சந்தோசமில்ல.”

“ஏன் மச்சான்.”

“சாபத்தால தன் மகளுக்குத்தான் பாதிப்புன்னு ஒணந்துட்டான். மக பெழப்புக் கெட்டுப்போயிருமே.”

“ஆமாமா. முனிவங்களே இப்படித்தான். முன்னப்பின்ன யோசிக்காம வரத்தக் குடுத்துப்புறது பெறகு குத்துதே கொடையிதேன்னு அடிச்சுக்கிறது.”

“ஆனா இட்ட சாபத்தத் திரும்பப் பெற முடியாது. மாத்தத்தான் முடிஞ்சது.”

‘ஓனக்குப் பதிலா ஓம் புத்திரன் யாராச்சும் சாபத்த ஏத்துக்கிட்டா ஓன்னோட எளமையும் ஆண்மையும் திரும்பக் கெடச்சுரும்.’

“யயாதி தன் புள்ளைகளக் கூப்புட்டான்.”

‘மக்கா நான் இன்னும் கொஞ்சக் காலம் சந்தோசமா வாழ ஆசப்படுறென். யாராவது ஒருத்தன் என்னோட முதுமைய வாங்கிக்கிட்டு ஓங்க எளமையக் கடங் குடுத்து ஓதவ முடியுமா. எனக்கு அலுத்துப் போனதும் திருப்பித் தந்துறென்.’

“நாலு புள்ளைக ஆளாளுக்கு ஒரு சாக்குச் சொல்லித் தப்பிச்சிட்டாங்க. கடைசி மகன் பூரு மாட்டிக்கிட்டான். வெள்ளந்தியானவன்.”

“அப்பச் சரி.”

“புள்ளையிட்டருந்து எளமைய வாங்கிக்கிட்டுத் தன்னோட முதுமைய மகங்கிட்டத் தள்ளீட்டான்.”

“அவனெல்லாம் ஒரு அப்பன். யாரு எக்கேடு கெட்டா எனக்கென்ன. தான் மட்டும் மனைவியோட சந்தோசமாருக்கணும். சுயநலம் புடிச்ச பய.”

“யயாதி எளம முறுக்குல வாழ்க்கைய அனுபவிக்கப்போற சந்தோசத்துல சர்மிஷ்டையிட்ட வந்தான். அவ மூஞ்சிலறஞ் சமாதிரி வெரட்டியடிச்சுட்டா.”

“அதென்ன மச்சான். அவனுக்குப் பொண்டாட்டிதான.”

“அதுக்கு அவ என்ன காரணஞ் சொன்னா தெரியுமா.”

“என்ன சொன்னாளாம்.”

“நான் பெத்த புள்ளையோட எளமைய வாங்கிக்கிட்டுத்தான எங்கிட்ட வாற. அப்படின்னா எம்புள்ளையோட படுக்கிறமாதிரியில அர்த்தம். அந்தப் பாவத்தச் செய்யமாட்டென். வேற எவளயாச்சும் தேடிப் போன்னு சொல்லிக் கதவச் சாத்தீட்டா.”

“செருப்பால அடிக்காறதுதான் குத்தம். அவ பொம்பள.”

“அய்யா தேவயானி காலுல வந்து வுழுந்தான். பெரிய மனசு பண்ணி அவ ஏத்துக்கிட்டா.”

“அவளோட கூத்தடிச்சுருப்பானே.”

“தேவயானி அவனுக்கு ஒரு பொண்ணப் பெத்தா. பேரு மாதவி.”

“எளமையப் பறிகுடுத்த மகன் ரெம்பச் சங்கடப்பட்டான். கம்புத் தொணையில தும்மிக்கிட்டும் இருமிக்கிட்டும் காலத்தக் கடத்துனான். அப்பனுக்குச் சொகபோகம் அலுத்துப்போச்சு. மகனுக்கு எளமையத் திருப்பிக் குடுத்துட்டுத் தன்னோட மூப்ப வாங்கிக்கிட்டான்.”

“திருப்பித்தர மனசு வந்ததே. அது பெரிய தியாகம்.”

“யயாதி தளந்துட்டான். தனக்கு எளமையக் கடங்குடுத்து இல்லற வாழ்க்கைக்கு ஒதவுன எளையவன் பூருவுக்குப் பட்டஞ் சூட்டி வச்சான்.”

“மூத்தமகன் யது அதான் தேவயானி பெத்த புள்ள. அதுக்குச் சம்மதிச்சானா.”

“அதெப்படிச் சகிச்சுக்கிற மனசு வரும். கோவிச்சுக்கிட்டுத் தெக்குச் சீமையில மதுரைக்குப் போனான். அது நாகர்களோட ராச்சியம். அங்க நாகர் தலைவனுக்கு அவனப் புடிச்சுப்போச்சு. அவன் பேரு தும்ராவர்ணன். அவனோட புத்திரிகள யதுவுக்குக் குடுத்து மருமகனாக்கிக்கிட்டான். அதோட மதுரைக்கு அரசனாவும் ஆக்கீட்டான்.”

“குடுத்துவச்சவன்.”

“அவனோட மனைவிக நெறையாப் புள்ளைகளப் பெத்துப்போட்டாக. அதுல அந்தகர் போஜர் விருஷ்ணின்னு வம்சங்க கௌச்சுக்கிருச்சு. மொத்தமா அவங்கதான் யது வம்சத்து யாதவங்க.”

“அப்படியா சங்கதி. அந்த யாதவக் குலத்துலதான் நீயும் பெறந்தயா மச்சான்.”

“நான் பெறந்தப் பெறகுதாண்டா யாதவக் குலத்துக்கு நல்ல காலமே பெறந்தது. இதுக்குக் காரணம் யாருன்னு நெனச்ச.”

“நாந்தான்னு மார்தட்டிக்கிருவயே வெக்கமில்லாம. அந்தப் பெருமையக் கொஞ்சம் கட்டிவையிடா அண்டங்காக்கா.”

“பூரு வம்சத்துலருந்துதான் கவுரவரும் பாண்டவரும் கௌச்சாங்க.”

“அப்படிப்போடு. யோக்கியன் வயித்துல யோக்கியந்தான் பெறப்பான்.”

“யாரு யோக்கியன்னு ஒனக்கே தெரியும்.”

“ஆடு மாடு திருடுற கூட்டம் நீங்களா நாங்களா.”

“ஆமா நாங்கதாண்டா. போதுமா.”

இருவரும் ஒரு மூச்சு மல்லுக்கட்டி ஓய்ந்தனர்.

87

காண்டவவனத்தைச் சுற்றிப்பார்க்க அர்ச்சுனனுக்கு மலைப்பாக இருந்தது. அதைக் கவனித்த கிருஷ்ணன் இன்னொரு கதையளந்தான்.

“அடே அச்சு நம்ம வம்சத்துல யயாதின்னு ஒரு மன்னன் இருந்தான்னு நேத்துச் சொன்னனே ஞாபகமிருக்கா.”

“யாரு தன்னோட முதுமையக் குடுத்துப் பெத்த புள்ளையிட்ட எளமையக் கடன் வாங்கிக் கூத்தடிச்சானே அவந்தான.”

“அவனேதான்.”

“அவனுக்கென்ன இப்ப.”

“அவன் இன்னொரு கூத்துப் பண்ணுனான்.”

“அதென்ன மச்சான்.”

“ஒரு நா ஒரு முனிவர் யயாதியத் தேடி வந்தாரு. அவன் பேரு கலவன். மன்னங்கிட்ட வந்து நின்னு தலையச் சொறிஞ்சாரு.”

‘மன்னா எனக்கொரு விண்ணப்பம் வேணும்.’

‘மாமுனியே ஒங்களுக்கு என்ன வேணும்.’

‘எங்க குருவுக்குப் பரிசளிக்கிறதுக்கு எண்ணூறு குதிர வேணும்.’

“மன்னன் கேட்டான்.”

‘குரு யாரு.’

‘விசுவாமித்திரர்.’

‘பெரிய முனிவாரச்சே. குடுங்க குடுங்க.’

‘கருப்புக் காதுள்ள வெள்ளக் குதிர மேல அவருக்கு மெத்தப் பிரியம். அப்படிப்பட்ட குதிர எங்கிட்ட ஒண்ணுகூட இல்ல. நீங்கதான் குடுத்து ஒதவணும் மன்னா.’

‘எங்கிட்டயும் அப்படிக் குதிர இல்லையே.’

“மன்னனுக்குத் தர்மசங்கடமாப் போச்சு. இதுக்கு வேற வழியென்ன. முனிவர வெறுங்கையோட திருப்பியனுப்பவும் முடியாது. சிக்கலுக்கு ஒரே வழிதான் தெரிஞ்சது.”

“நேர்வழியா குறுக்குவழியா.”

‘மாமுனியே இதோ என்னோட மகள எடுத்துக்கங்க. இவ பேரு மாதவி.’

‘எளவரசிய எப்படி அரசேஞ்.’

‘ஒவ்வொருத்தருக்கும் ஒரு கொழந்த பெத்துக்கிறவரைக்கும் அவங்ககிட்ட இருக்கட்டும். அதுக்கீடா அவங்ககிட்டருந்து எரநூறு குதிரைகள வாங்கிக்கங்க. நாலு பேருட்ட இருந்தா மொத்தம் எண்ணூறு தேறுமில்லையா. அப்ப ஒங்க குருவுக்குப் பரிசு குடுத்துறலாம்.’

“இது நல்ல யோசன.”

“முனிவர் மாதவிய அழச்சிட்டுப் பூலோகத்துக்குப் போனாரு. மூணு மன்னர்கள் குதிரைக்கீடா அவள ஏத்துக்கிட்டாங்க. அயோத்தி அரசன் அரியசுவன் காசி அரசன் திவோதாசன் போஜ நாட்டு அரசன் உசீதரன். அவ ஆளுக்கொரு கொழந்தையப் பெத்துக் குடுத்தா.”

‘மச்சான் அவன் மன்னனா பொண்ணுகள விக்கிற கள்ளனா.”

“ஒரு அந்தணர் வந்து கேட்டாக் குடுத்தாகணும். இதுதான் நெறி.”

“நல்ல நெறி. பாழாப் போன தர்மம்.”

“முனிவருக்கு அறு நூறு குதிர தேறுச்சு. விசுவாமித்திரரச் சந்திச்சு வணங்குனான்.”

‘குருவே ஒரு வழியா அறுநூறு குதிரகளத் தேத்தீட்டென். இனி எரநூறுதான் வேணும். எனக்கொரு யோசன தோணுது. எங்கிட்ட இருக்கிற குதிரைகள வாங்கிக்கங்க. மாதவி மூலம் நீங்க ஒரு மகனப் பெத்துக்கங்க. அது எரநூறு குதிரைக்கு ஈடாயிருமே.’

“விசுவாமித்திரர் குதிரையையும் மாதவியையும் ஏத்துக்கிட்டாரு.”

“அதுலயும் அவருக்குச் சின்ன மனத்தாங்கல். சீடனக் கடிஞ்சுக்கிட்டாரு.”

“இத மொதல்லயே சொல்லியிருந்தா அவ எங்கூடவே இருந்து நாலு கொழந்தைகளையும் பெத்துருக்கலாமே. அலச்சலும் மிச்சம். காலமும் மிச்சம்.”

“இப்படித்தான் சின்ன முனி பெரிய முனிக்குப் பரிசு குடுத்து முடிச்சாராக்கும்.”

“பிழிஞ்சு துப்புன கரும்புச்சக்கையா மாதவி தகப்பங்கிட்ட வந்து வுழுந்தா. மன்னன் மகளுக்கு ஒரு யோசன சொன்னான்.”

“யோசனையா. மகள இன்னுமொரு கூத்துக்கு வுடலாம்னா.”

‘மகளே நீ மொறையா இன்னொருத்தனத் தேடிக்கிட்டுச் சந்தோசமா இருக்கலாமே. ஒனக்கு ஒரு தொண வேணுமில்ல.’

“அதுக்கு ஒத்துக்கிட்டாளா.”

“அவளுக்கு அதுல நாட்டமில்ல.”

‘அய்யனே எனக்காக அஞ்சாவது கணவரத் தேடவேணாம்.’

“பெறகென்ன அவ மாடா மனுசியா.”

“மாதவி சன்னியாசினியாகிக் காட்டுக்குப் போயித் தவமிருந்தா.”

“பாவம் அவ பெழப்பு அப்படியாகிப்போச்சா.”

“யயாதி வயசு முத்தி நட தளந்து நடமாட்டமில்லாமக் கெடந்தான். மேலோகம் கூட்டிக்கிருச்சு. அய்யா நேர சொர்க்கத்துக்குப் போயிச் சேந்துட்டாரு.”

“குடுத்துவச்சவன்.”

“சொற்பக் காலந்தான் சொர்க்க வாசம். அங்கருந்து வெரட்டியடிச்சிட்டாங்க. காரணங்கேட்டதுக்குச் சொன்னாங்க.”

‘யயாதியே ஒன்னோட புண்ணியங்கள எழந்துட்டயே.’

“ஓகோ அந்தக் கணக்கு அப்படிப் போகுதோ.”

“அவன் பூமியில வந்து பொத்னு வுழுந்தான். அந்த எடம் வனாந்தரம். அங்கதான் அவன் மக மாதவி தவஞ் செஞ்சுக்கிட்டுருந்தா. பழுத்த சன்னியாசினி. ஓடிப்போயி அவளப் பாத்துப் பேசினான். அவன் நெலைமையக் கண்டு அவளுக்கு ரெம்ப வருத்தாமாப்போச்சு.”

‘அய்யனே என்னாச்சு ஓங்களுக்கு.’

‘புண்ணியங்கள எழந்துட்டென் மகளே. அது கெடச்சாத்தான் மறுபடி சொர்க்கத்துக்குப் போக முடியும்.’

“அப்ப அவளோட நாலு புள்ளைகளும் மன்னர்களாருந்தாங்க. அவ அவங்களக் கூப்புட்டுவச்சுப் பேசுனா.”

‘ஓங்க பாட்டனாரு பூலோகத்துக்கு வந்துட்டாரு. அது தெரியுமா மக்கா.’

“நாலு பேரும் யயாதிமேல இன்னும் காட்டமாத்தான் இருந்தாங்க.”

‘அவரு எங்கருந்தா எங்களுக்கென்ன. அதுக்கு நாங்க என்ன செய்ய முடியும்.’

‘மக்கா ஓங்க புண்ணியத்துல நாலுல ஒரு பங்கு அவருக்குக் குடுங்க. அவரு மறுபடியும் பழைய எடத்துக்குப் போயிருவாரு. அங்க போயிச் சந்தோசமா இருக்கட்டும்.’

“அவங்க பொறுமையெழந்துட்டாங்க.”

‘பெத்த மகள ஒரு போகப்பொருளா நெனச்சு ஒவ்வொரு மன்னருட்டயும் அனுப்பிவச்சு ஆதாயந் தேடிக்கிட்ட அற்ப மனுசனுக்கு ஒதவி செய்யிங்கடான்னு சொல்றயே. ஒனக்கு எப்படிம்மா மனசு வந்தது. சொந்த மகனோட எளமையக் கடன்வாங்கிச் சொகத்த அனுபவிச்ச புண்ணியவாளனாச்சே. அப்பேர்பட்ட மனுசன எப்படிச் சொர்க்கத்துக்குள்ள நொழையவுட்டாங்களோ.’

“மாதவி புள்ளைகளச் சமாதானாப்படுத்துனா.”

‘அவரு எனக்கு அப்பன். நான் ஓங்களுக்குத் தாயி. பெத்தவங்கிற உரிமையில ஓங்களக் கேக்கென். அவரு தன்னோட வாழ்க்கையே முக்கியம்னு வாழ்ந்து முடிச்சிட்டாரு. மத்தவங்களப் பத்திக் கவலப்படல. ஓங்க கோவம் புரியிது. என்ன செய்றது. அவரு தப்புச் செஞ்சது செஞ்சதுதான். கோவத்தால நமக்குத்தான் எழப்பு. மன்னிப்புத்தான் மகத்தான மருந்து மக்கா.’

“தாயோட வார்த்தைகளால தெளிவடஞ்ச புத்திரங்க அவங்கவங்க பங்குக்குப் புண்ணியத்த அள்ளிக்குடுத்தாங்க. மாதவி யயாதியச் சந்தோசமாச் சொர்க்கத்துக்கு அனுப்பிவச்சா. மகளப் பாத்துத் தகப்பனுக்கு வெக்கமான வெக்கம். கண்ணீரால நன்றி சொல்லீட்டு மேலோகத்துப் போயிக் கடவுளரோட வாழ்ந்துவந்தான்.”

“அந்த மனுசிக்குக் கோயில் கட்டிக் கும்புடணும் மச்சான்.”

88

காண்டவவனத்தை இன்னும் சுற்றிப் பார்த்து முடித்த பாடில்லை. சில பகுதிகள் எஞ்சியிருந்தன. கிருஷ்ணனிடம் கைவசம் இன்னொரு கதையிருந்தது.

“மாப்பிள அந்தக் காலத்துல நம்ம மூதாதையருல ஒருத்தன் பண்ணுன கூத்தக் கேளு.”

“ஒருத்தன் மட்டுந்தானா பண்ணுனான். சரி சொல்லு. என்னன்னு தெரிஞ்சுக்கிருவொம்.”

“சூரிய வம்சத்துல கவுசிகன்னு ஒரு மன்னன் இருந்தான். அவனுக்கு ஒரு ஆச உண்டு.”

“ஆசையில்லாம எந்தப் பயதான் இருந்தான். அது இல்லன்னாத்தான் ஆச்சரியம்.”

“அதச் சொல்லு. எப்படியாச்சும் முனிவராயிறணும். அதுதான் அவனோட ஆச.”

“ஆசையப் பாருடா.”

“தவமிருக்க முடிவு செஞ்சான். அது வெற்றியடஞ்சிட்டா கடவுளவிடக் கூடுன அதிகாரம் கெடைக்குமே.”

“அதும் அப்படியா. தவமிருந்து ஆதாயம் அடஞ்சு அடாவுடி பண்ணுறதே இவங்களுக்குப் பெழப்பாப் போச்சு.”

“சொத்துச் சொகங்களையெல்லாம் வுட்டுட்டுக் காட்டுக்குப் போயிக் கடுமையாத் தவமிருந்தான்.”

“பெறகென்னாச்சு.”

“இந்திரனுக்கு அச்சக் காய்ச்சல் புடிச்சிருச்சு. ஏதேது நம்ம தலையில கைவச்சுருவானோன்னு பதறிப்போயி மன்னனோட தவத்தக் கலைக்கத் திட்டம்போட்டான்.”

“அதுல அவன் சூராதி சூரனாச்சே. பெரிய திட்டமோ.”

“மேனகைய அனுப்பிவச்சான். அவ அமராவதி நகரத்துலயே பேரழகி.”

“பேரழகி கீழ எறங்கி வாறா......”

“அவ அரசனுக்கு முன்னால சிருங்கார நடனமாடுனா. அரசன் அவளோட அழகுலயும் நடனத்துலயும் மனசப் பறிகுடுத்துட்டான். மயக்கந் தெளிஞ்சபாடில்ல. அவள எப்படியும் அடஞ்சாகணும்னு குறியாயிருந்தான். பெறகென்ன தவமாவது ஒண்ணாவது. தன்னையே எழந்து தவத்த மறந்துட்டான்.”

“மேனக கெடச்சுக்கிட்டா. திருவிழாக் கொண்டாட்டந்தான்.”

“அவங்களுக்கு ஒரு பெண் கொழந்த பெறந்தது. அதக் காட்லயே அனாதையா வுட்டுட்டாங்க.”

“அதென்ன கிறுக்கு. கொழந்தையிருந்தாக் கூத்தடிக்க முடியாதுன்னா.”

“தவத்துல தோத்துப்போன வெறுப்பு மன்னனுக்கு. நோக்கம் நெறவேறீட்ட திருப்தி அவளுக்கு.”

“கொழுப்பாக்கும். கொழந்தையக் கைகழுவீட்டாக.”

“அனாதக் கொழந்தைய சகுன்னு ஒரு பறவக் கூட்டம் எடுத்துப் பாதுகாத்துச்சு. கொழந்த அதுகளோட செறகு நெழல்ல வளந்துச்சு.”

“பாவமில்லையா மச்சான்.”

“நல்ல வேளைக்கு அது கண்வர்ன்னு ஒரு முனிவர் கண்ணுல பட்டுச்சு. அத எடுத்துட்டுப்போயித் தன்னோட பொறுப்புல வளத்தாரு. பொண்ணு பேரு சகுந்தல. நல்ல அழகி.”

“அத ஒருத்தன் கையில புடிச்சுக் குடுத்துட்டா நல்லது.”

“ஒரு நாள் துஷ்யந்தன்னு ஒரு மன்னன் காட்டுக்கு வேட்டையாட வந்த சமயம் மரியாதைக்காகக் கண்வரோட ஆசிரமத்துக்கு வந்தான். அவன் புரூரவ மன்னனோட வம்சம்.”

“நம்ம வம்சந்தானா.”

“அந்த நேரம் முனிவர் யாத்திர போயிருந்தாரு. சகுந்தல மட்டும் இருந்தா.”

“மன்னனுக்கு இருப்புக்கொள்ளாதே.”

“ரெண்டுபேரும் போட்ட பேச்சுப்பழக்கத்துல நெருக்கமாயிருச்சு.”

“கிட்ட நெருங்கீட்டாக.”

“மரங்களச் சாட்சி வச்சு கந்தர்வ மணம் செஞ்சுக்கிட்டாக.”

“புது மாப்பிள பெறகு என்ன செஞ்சாரு.”

“கொஞ்ச நாள் ஆசிரமத்துலயே தங்கியிருந்தான். முனிவர் இன்னும் வீடு திரும்பல. மன்னன் சகுந்தலைய அங்கயே வுட்டுட்டுத் தான் மட்டும் நாடு திரும்புனான்.”

“முனிவர் திரும்பி வந்தாரா இல்ல ஓரேயடியாய்த் தீர்த்த யாத்திர போயிட்டாரா.”

“திரும்பி வாறதுக்குப் பல நாளாச்சு. நெலமைய அறிஞ் சுக்கிட்டாரு. மகளோட வயித்துல கரு வளர்றதையும் தெரிஞ் சுக்கிட்டாரு. மன்னனோட வாரிசாச்சே. தந்தையும் மகளும் அரசன எதிர்பாத்து ஆவலாக் காத்துருந்தாக.”

“மன்னன் வந்தானா இல்ல எல்லாம் மறந்துட்டானா.”

“மாசக்கணக்காச்சு. அவன் வந்தபாடில்ல. சகுந்தல ஆண் கொழந்த பெத்தா. பேரு பரதன். தாயி சூரிய வம்சம் தந்தை சந்திர வம்சம்.”

“கொழந்த அப்பன் மொகத்தப் பாக்கல. பாவந்தான்.”

“அப்பன் யாருன்னு கொழந்த கேக்குறதுக்கு முந்தி தாயையும் புள்ளையையும் ஒடையவங்கிட்ட ஒப்படச்சாகணுமேன்னு முனிவருக்கு நெனப்பு.”

“நியாயந்தான.”

“மகளோட பேசினாரு. மன்னருட்டருந்து தகவல் வாறவரைக்கும் நம்ம காத்துருக்க வேணாம். நாமே போவொம். கொழந்த மொகத்தக் காட்டலாம்னு சொன்னாரு. எனக்கும் அப்படித்தான் தோணுதுன்னு மகளுஞ் சொன்னா. தன் வாழ்நாளிலயே மொதல் மொறையா ஆசிரமத்தக் கடந்து வனந்தாண்டித் துஷ்யந்தகிட்டப் போயிக் கொழந்தையப் பத்திப் பேசுனா.”

“ரெண்டு பேரையும் ஏத்துக்கிட்டானா.”

“நம்ம திருமணத்துக்குச் சாட்சி உண்டான்னு நக்கலாக் கேட்டான். மரங்கதான் சாட்சின்னு அவ அழாக் கொறையாச் சொன்னா. சபையில இருந்தவங்க ஏளனமாச் சிரிச்சாங்க. அவ குமுறீட்டா.”

“பெத்த தாயாச்சே.”

"நான் மாலையிட்ட கணவனத் தேடி வரல மன்னா. எம் மகனுக்குத் தந்தைய அடையாளங் காட்டவே வந்தென். ஒரு தாயாருந்து எங் கடமையச் செஞ்சு முடிச்சிட்டென். இனி நீங்கதான் தந்தையாருந்து அவன வளத்து ஆளாக்கணும்னு மண்டையில ஒறைக்கிற மாதிரி சொன்னா."

"அப்பயாச்சும் புத்தி வந்ததா."

"மன்னன் அவளோட பரிதாபமான நெலமையறிஞ்சு மனசு எரங்கினான். தாயையும் புள்ளையையும் ஏத்துக்கிட்டுப் பரதனத் தன்னோட வாரிசா அறிவிச்சான். எல்லாம் நல்லபடியா முடிஞ்சது."

"அவன் மனுசன்."

89

அர்ச்சுனனுக்குள் இன்னும் ஒரு ஐயம் எஞ்சியிருந்தது.

"பரதன் வாரிசான கத இப்படி. அவனுக்கு வாரிசு வந்த கதையிருக்கணுமே. அதென்ன மச்சான்."

"பரதன் கெட்டிக்காரன். அரசு நிருவாகத்துல கைதேர்ந்தவன். பெரிய சக்கரவர்த்தியாயிட்டான். இந்தத் தேசம் முழுக்க அவன் கட்டுப்பாட்டுக்கு வந்துருச்சு. அதனால இந்தத் தேசத்துக்கே பாரத வருசம்னும் பாரத நாடுன்னும் பேராகிப்போச்சு."

"ஓகோ அவ்வளவு அறிவாளியா."

"அவனுக்கு மூணு மனைவி. அப்பப்ப அவுகளுக்குப் பெறக்கிற கொழந்தைகளப் புருசங்கிட்டப் பெருமையாக் குடுப்பாக. அவன் வாங்கிப் பாத்துட்டு இது என் சாயல்ல இல்ல. இதோட நடவடிக்க என்ன மாதிரி இல்ல. அப்படின்னு சொல்லித் திருப்பிக் குடுத்துருவான்."

"பரதனா....."

"அதாவது மனைவிக நம்பிக்கத் துரோகஞ் செஞ்சிட்டாங்கன்னு அவனுக்குள்ள ஒரு உறுத்தல். இல்ல அந்தக் கொழந்தைகளுக்கு வாரிசாகத் தகுதியில்லன்னும் முடிவு செஞ்சுக்கிருவான். மனைவிகளுக்கு ஒரே பயம். பெத்த புள்ளைகளையெல்லாம் காட்லயோ வனத்துலயோ அனாதையா வுட்டுட்டு வந்துருவாக."

"கொழந்தைக பாவம் மச்சான். இவுக பெழப்புத்தான் பெரிசாப்போச்சு. அதுக எங்கெங்க அலஞ்சு திரிஞ்சதுகளோ. அதுக பாடு என்னாச்சோ."

"ஆக பரதனுக்கு வாரிசே இல்லாமப் போச்சு. அவனுக்கும் வயசாச்சு. எப்படியாவது வாரிசு வேணுமே."

"அதுக்கு என்ன ஏற்பாடு செஞ்சான்."

"வாரிசு வேணும்னு யாகஞ்செஞ்சான். யாகம் முடிஞ்சதும் மேலருந்து தேவருக கூட்டமா வந்து இவந்தான் ஓம் மகன்னு ஒரு சின்னப் பையனக் குடுத்துட்டுப் போயிட்டாங்க. அவன் பேரு விடதன்."

"இதென்ன புதுக் கத மச்சான்."

"கத எப்படிப் போகுதுன்னு பாரு. பிரகஸ்பதின்னு ஒரு முனிவர் இருந்தாரு. காமப்பித்துப் புடிச்சவர். ஒரு நாள் பித்தம் தலைக்கேறி கண்ண மறச்சிருச்சு. தன்னோட தம்பி உடத்தியனோட மனைவியிட்டப் போயி வம்பு பண்ணி வலுக்கட்டாயமா அவள அனுபவிச்சதுல பெறந்ததுதான் விடதன்."

"முனிவருக்கு வம்புதான."

"அந்தக் கொழந்த பெறந்ததும் ரெண்டு பேரும் கைவுட்டுட்டாக."

"காரணமில்லாமயாஞ்.."

"முனிவரப் பாத்துப் பையன் கேட்ருக்கான். இப்படிக் கேடுகெட்ட கொணத்த வச்சுக்கிட்டு எப்படி ஒன்னால பெரிய மனுசனாத் திரியமுடியிதுன்னு. அன்னியமான கொழந்தைய வயித்துல தாங்கிக்கிட்ட வேதனையில தாயும் கைவுட்டுட்டா."

"அந்த அறிவுகெட்ட முனிவரத் தாடியில தீயவச்சுக் கொளுத்தி அந்த எடத்துலயே சாகடிச்சிருக்கணும் மச்சான். நான் இருந்துருந்தா அதத்தான் செஞ்சிருப்பென்."

"நீ பெரிய யோக்கியன். வாய மூடுடா களவாணிப் பயலே."

"நான் ஒன்னோட சேந்தவனாச்சே."

"கதையக் கேளு. சகுந்தல பெழப்புத்தான் விடதனுக்கும். அவனத் தேவருகதான் எடுத்து வளத்தாங்க."

"நல்ல எடத்துலதான் ஒப்படச்சிருக்காங்க."

"விடதன் வளந்து பெரியாளாயிட்டான். பரதன் அவனையே வாரிசாக்கிப் பட்டஞ் சூட்டிவச்சான்."

“சொந்தக்காரங்க வேடிக்க பாத்துக்கிட்டுச் சும்மாருக்க மாட்டாங்களே.”

“அவன் எதையும் கண்டுக்கிறல. அவனப் பொறுத்தமட்ல அரச பதவிக்குத் தகுதிய மட்டுந்தான் வச்சு முடிவுசெஞ்சான். ரத்த ஒறவையோ வேற ஒறவையோ கணக்குல எடுத்துக்கிறக் கூடாது. அதனால அவனச் சனங்க எல்லாரும் கொண்டாடுனாங்க.”

“மச்சான் நம்ம வம்சத்துல இப்படியும் ஒரு நல்ல மனுசன் இருந்துருக்கானே. அத நெனச்சாப் பெருமையாருக்கு.”

90

கிருஷ்ணனும் அர்ச்சுனனும் ஒரு வழியாகக் காண்டவவனத்தைச் சுற்றிப்பார்த்து விட்டு வனத்தருகே மரத்தடியில் உட்கார்ந்து ஆசுவாசமாகப் பேசிக்கொண்டிருந்தனர்.

எதிரில் ஒரு அந்தணன் வந்தான். அவர்கள் எழுந்து வணங்கினர். அர்ச்சுனன் கிருஷ்ணனைக் கண்களால் கேட்டான்.

“யாராருக்கும். மேனி மின்னுதே.”

கிருஷ்ணன் உதட்டைப் பிதுக்கினான்.

“தெரியலையே. வித்தியாசமாருக்காரு.”

அந்தணன் மிகவும் தளர்ந்திருந்தான். முகத்தில் பசிக்கிறக்கம் அப்பியிருந்தது.

“நான் அக்கினி. எனக்குத் தீராப் பசி. இந்த வனத்த எரிச்சா வளமான சாப்பாடு கெடைக்கும். என்னால எரிக்க முடியல.”

“அப்படியா.”

“தட்சகன் இங்கதான் குடியிருக்கான். அவன் இந்திரனோட நண்பன். காடே அவன் பாதுகாப்புலதான் இருக்குது. காட்ட எரிக்க ஆரம்பிச்சா இந்திரன் மழ பொழியச் செஞ்சு நெருப்ப அணச்சுறான். ஏழு தடவ முயற்சி செஞ்சு தோத்துட்டென். நீங்கதான் எம் பசியப் போக்கணும்.”

கிருஷ்ணன் அர்ச்சுனனின் காதைக் கடித்தான்

“ஏல மூச்சுக்காட்டாம இரு. இதுதான் நல்ல சந்தர்ப்பம். வனத்த அழிக்க வசதியாப்போச்சு.”

“மச்சான் இதுதான் ஒந் திட்டமா.”

கிருஷ்ணன் திட்டமிட்டிருக்கும் மணிமண்டபம் மனசிலாடியது. அந்தணனுக்கு இரண்டு நாள் தவணை சொல்லிவிட்டு அவர்கள் வீடு திரும்பினர்.

கிருஷ்ணன் தருமனிடம் பக்குவமாகக் கூறினான்.

“யுதிஷ்டிரா காண்டவவனத்த அழிச்சாத்தான் நம்ம நெனைக்கிறபடி அழகா நாகரிகமா கட்டடங்களக் கட்டமுடியும். அது எடஞ்சலாருக்கு.”

“வேற வழி எதுவும் இல்லையா கிருஷ்ணா.”

“ஒரு காட்ட அழிக்காம ஒரு வயலையோ பண்ணையையோ தோட்டத்தையோ நகரமாக்க முடியாது மச்சான்.”

வனத்தை அழிப்பதென்று பாண்டவர் முடிவுசெய்தனர். அர்ச்சுனன் இதில் ஆர்வங் காட்டவில்லை.

தருமனைத் தவிர மற்றவர்கள் வனத்தையடைந்தனர். அக்கினி அதே அந்தணக் கோலத்தில் காத்திருந்தான். வனத்தைப் பார்த்து அடிக்கடி நாக்கைச் சப்புக்கொட்டினான்.

எரிப்பு வேலை மும்முரமானது. அக்கினி வனத்தை உண்ணத் தொடங்கினான்.

வனத்தைச் சுற்றிலும் நெருப்பு பற்றிப் படர்ந்தது. மரம் செடி கொடி புல் புதர் என்று எல்லா உயிரினங்களும் நெருப்பில் வெந்து கருகின. விலங்குகளின் அபயக் குரல்கள் எங்கும் எதிரொலித்தன. மேலே பறந்த பறவைகளைத் தீ நாக்கு வளைத்துப் பிடித்து விழுங்கியது. பல உயிரினங்கள் கூக்குரலிட்டு அழுது தப்பிக்க முயன்றன. கிருஷ்ணன் ஆணையிட்டான்.

“ஒண்ணு வுடாம எல்லாத்தையும் கொளுத்துங்க.”

அர்ச்சுனன் சற்று வருத்தத்துடன் கேட்டான்.

“அதுகள ஏன் கொல்லணும் மச்சான். பாவம் பெழச்சுப் போகட்டுமே.”

“இந்த வனம் பாண்டவருக்குச் சொந்தமானது இதுமேல இனிமே யாரும் உரிம கொண்டாட முடியாது. ஒங்களோட சொத்து. அத நெனச்சுப் பாருடா. நாகரிகத்துக்குத் தக்க மாட

மாளிக எழுப்பணும்னா எல்லாச் சொமையையும் தாங்கித்தான் ஆகணும். ஏச்சும் பேச்சும் வாங்கிக் கெட்டித்தான் ஆகணும். "

"ஒரு அழகான வனத்த அழிக்கிறது பெரிய பாவம் மச்சான். அழிச்சொழிக்கிற கொடுமைக்கு முடிவே இல்லையா."

"பேராச போதும்னு மனசுக்கு எப்பத் தோணுதோ அப்ப நிறுத்திக்கிற வேண்டியதுதான்."

"எனக்கு இப்பயே தோணுது. நிறுத்திக்கிறலாமா."

"ஏல ஒனக்கென்ன பித்துப் புடிச்சிருச்சா. நடுவழியில நிறுத்துனா காரியங் கெட்டுப்போகும். வனம் எரிஞ்சும் எரியாம வுட்டுட்டா மூளிக்கோலத்துல நல்லவாருக்கும். மத்தவங்க அசிங்கமாப் பேசுவாங்க. ஒண்ணு பூண்டோட பொசுக்கித் தரமட்டமாக்கணும். இல்ல உள்ளபடி வுட்றணும்."

"நாந்தான் மொதல்லயே சொன்னனே மச்சான். கேக்கமாட்டங்கயே. மிருகங்க நம்மள என்ன செய்யிது. அதுக ஒரு பக்கம் குடியிருந்தா நம்ம ஒரு பக்கம் இருந்துட்டுப்போறொம்."

"ஏல பஞ்சப் பரதேசி ராசா குடும்பம்னாத் தோரணையா ஆடம்பரமா சகல வசதியோட இருக்கணும். அப்பத்தான் சனங்ககிட்ட மதிப்பும் மரியாதையும் இருக்கும். அத மொதல்ல தெரிஞ்சுக்கோ. சத்தங்காட்டாம எம் பின்னால வா."

கிருஷ்ணனும் பாண்டவரும் தேரில் ஏறி நெருப்புப் பற்றியெரியும் வனத்தை வலம்வந்தனர். தருமன் செல்லவில்லை. தப்பிச் செல்ல முயன்ற மான் சிங்கம் குரங்கு பாம்பு கிளி போன்ற உயிரினங்களைக் கொன்று குவித்தனர். ஒரு தேனீக் கூட்டம் எறும்புக் கூட்டத்தைக்கூட விட்டுவைக்கவில்லை.

நாகர்கள் அரக்கர்களின் பாடு பெரிய சோகம். பலர் நெருப்பில் எரிந்து மாண்டனர். பாண்டவரின் ஆயுதங்களுக்குப் பலியானோர் ஏராளம்.

நெருப்பின் வெப்பத்தில் தடாகங்கள் கொதித்தன. நீர் வாழ் உயிரினங்கள் செத்து மிதந்தன.

நாகர்கள் தங்கள் நண்பன் இந்திரனைக் கூவியழைத்தனர். உடனே அவன் காண்டவவனத்துக்கு வந்தான். வனம் இன்னும் முழுவீச்சில் எரிந்துகொண்டிருந்தது. அக்கினியின் கோர விளையாட்டைப் பார்த்து மனங் கலங்கினான். அக்கினி மீது ஆறாக் கோவம்.

மேகங்களை ஏவி இடியுடன் மழைபெய்யச் செய்தான். கிருஷ்ணனின் ஆணைப்படி பாண்டவர் அம்புகளால் தடுப்பு உண்டாக்கினர். ஒரு மழைத் துளிகூட விழவில்லை. நெருப்பு காடு முழுக்கப் பரவியது.

இந்திரன் பாண்டவருடன் போர் தொடுத்தான். அவனுக்கு உதவ வந்த தேவர் யட்சகர் ராட்சதர் அனைவரும் தோற்றோடினர். இந்திரன் பின்வாங்கிவிட்டான். அடுத்து மந்தர மலைச் சிகரத்தைத் தூக்கி அர்ச்சுனன்மீது போட்டான். அர்ச்சுனன் அதை அம்புகளால் வெட்டியெறிந்தான். மலை சிறு துண்டுகளாகி வனத்தில் சிதறி விழுந்தன.

கிருஷ்ணனின் சக்கரம் சுழன்று சென்று ஏராளமான பாம்புகளையும் விலங்குகளையும் சங்கரித்துவிட்டுத் திரும்பும் அற்புதத்தைப் பார்த்து அர்ச்சுனன் திகைத்து நின்றான். பிண்டமுஞ் சதையுமாகத் துடிதுடித்துச் சாகும் உயிர்களைப் பார்க்கச் சகிக்கவில்லை. கலங்கினான்.

ஒரே ஒரு அரக்கன் மட்டும் எப்படியோ நெருப்பிலிருந்து தப்பிப் பிழைத்து வந்து கிருஷ்ணனிடம் கெஞ்சினான்.

“அய்யா என்ன வுட்ருங்க. எம்பேரு மயன். அரக்கர்களோட கட்டடக் கலைஞன்.”

கிருஷ்ணன் தெம்பானான்.

“வா வா ஒன்னத்தான் தேடிக்கிட்ருக்கென்.”

“என்ன செய்யணும் சொல்லுங்கய்யா. ஓங்க உத்தரவுக்குக் காத்துருக்கென்.”

கிருஷ்ணன் கரிந்து கிடந்த காண்டவவனத்தைப் பார்த்துக் கைகாட்டினான்.”

“அதோ அந்த எடந் தெரியிது பாரு. அதுல எல்லாரும் அசந்துபோற மாதிரி பெரிய மணிமண்டபம் கட்டணும்.”

“கவலைய வுடுங்கய்யா. அழகான மண்டபம் அமைச்சுக் குடுத்துறென்.”

“சரி ஒடனே அதுக்கான ஏற்பாடுகளச் செய். சொணங்கக் கூடாது.”

மயன் போய்விட்டான். அப்போதுதான் அர்ச்சுனன் தன் உடம்பில் நசநசப்பை உணர்ந்தான். எங்கும் குருதியும் கொழுப்புமாக அப்பிய கோலம். மற்றவர்களும் அதே கோலத்தில் காட்சியளித்தனர். சிவந்த உருவங்கள்.

அர்ச்சுனன் கிருஷ்ணனை வருத்ததுடன் பார்த்தான்.

"நமக்கு இதெல்லாம் தேவதானா."

"ஒனக்கு எப்பத்தாண்டா நல்ல புத்தி வரப்போகுதோ தெரியல."

"சிரிக்காத. இந்தக் கோலத்தப் பாக்கச் சகிக்கல."

பெரிய கரிய துப்பட்டியாக விரிந்துகொண்டே போகும் வனத்தையே வெரித்துக்கொண்டிருந்தான் அர்ச்சுனன்.

91

கரிந்துபோன காண்டவவனம் எரிந்து முடியப் பதினைந்து நாளாயிற்று. நெருப்பின் வெக்கை தாளாது தப்பியோடிய நான்கு சாதகப் பறவைக் குஞ்சுகளைக் கிருஷ்ணன் கவனித்துவிட்டான். அர்ச்சுனனை அவசரப்படுத்தினான்.

"அடே அச்சு அங்க பாரு குருவிக் குஞ்சுக ஓடுது. பறக்க முடியலையோ. அதுகளப் புடிடா."

அர்ச்சுனன் ஒரே அம்பினால் குஞ்சுகளை மறித்து நிறுத்தினான். அவை தடுப்பைத் தாண்ட முடியாமல் மிரட்சியில் திரும்பிப் பார்த்தன. அவன் ஓடிப்போய் அவற்றை அள்ளி வந்தான். ஆளுக்கு இரு குஞ்சுகளாக மடியில் வைத்துத் தடவினர். அவற்றின் அச்சமும் நடுக்கமும் தணிந்தது.

அர்ச்சுனன் மனசு இளகி இரங்கியது.

"பாவம் சாதகப்பறவக் குஞ்சுக. நெருப்புக்குத் தப்பிச்ச மிச்ச சொச்சம். இன்னும் செறகு மொளைக்கல."

"மொளச்சிருந்தாப் பறந்துபோயிருக்குமே."

மூத்த குஞ்சு மனிதக் குரலில் அழுது அரற்றியது.

"செறகு மொளச்சாக்கூடப் பறக்கக் கத்துக்கிறவரைக்கும் எங்கள உயிரோட வுட்டுவப்பாகளான்னு தெரியலையே."

மற்றொரு குஞ்சின் குரலில் விசாரம் கசிந்தது.

“பாவிக பச்சப் பசேல்னு இருந்த வனத்த இப்படிக் கரிக்காடாக்கீட்டாகளே. அவுக வெளங்குவாகளா.”

கிருஷ்ணன் அதிர்ந்துபோனான். அர்ச்சுனன் சிலையானான்.

“ஓங்களுக்கு மனுசங்க மாதிரி பேசத் தெரியுமா.”

அவர்கள் காண்டவவனத்தை எரித்த கதையைச் சொல்லவில்லை. சாதுரியமாகச் சமாளித்துவிட்டனர்.

“அய்யா நாங்களும் மனுச வம்சந்தான். விதி எங்க வாழ்க்கையில வெளையாடீருச்சு. நாங்க யாரோட சேந்து வாழ முடியும்னு தெரியல. மனுசரோடயா பறவைகளோடயா. யாராச்சும் சேத்துக்கிறணுமே. ரெண்டுங்கெட்ட பெழப்பாப் போச்சு.”

கிருஷ்ணன் மடியிலிருந்த மூத்த குஞ்சைத் தட்டிக்கொடுத்தான்.

“நாங்க இருக்கொம் கவலப்படாதங்க. எம் பேரு கிருஷ்ணன். யது வம்சம். அவன் பாண்டவராசன் அர்ச்சுனன். ஓங்க பூர்வீகம் என்ன.”

குஞ்சு உடலை உதறிக்கொண்டு சொந்த வரலாற்றைச் சோகம் பொங்கச் சொல்லத் தொடங்கியது.

“மந்தபாலருன்னு ஒரு மகரிசி இருந்தாரு. அந்தணர் குலம். வேத சாத்தரம் படிச்சுத் தேர்ந்த மகான். கடுமையாத் தவமிருந்து பிதிர்லோகத்துக்குப் போயிட்டாரு. ஆனாலும் அவரு மனசில ஒரு கொறையிருந்தது.”

“அதென்ன கொற.”

“நான் செஞ்ச தவத்துக்கேத்தபடி பலன் கிட்டலயே ஏன்னு தேவர்களப் பாத்துக் கேட்டாரு. மனுசராப் பெறந்தவங்களுக்கு மூணு கடமையுண்டு. சாத்தரங்களக் கடப்புடிக்கணும். பிரம்மச்சரியத்தக் காப்பாத்தணும். சந்ததிய உண்டாக்கணும். நீர் ரெண்டு வெரதங்கள நெறவேத்தீட்டீர். சந்ததிய உருவாக்கலையே. அதுதான் காரணம்னு சொன்னாங்க.”

அர்ச்சுனன் ஆவலுடன் கேட்டான்.

“மாமுனி பெறகு என்ன செஞ்சாரு.”

குஞ்சு தொண்டை விக்கலைச் சீராக்கிக்கொண்டது.

“அவரு சிந்திச்சுப் பாத்தாரு. பறவதான் அதிகமா குஞ்சு பொரிக்குது. அதனால சாதகப் பறவையாப் பெறவியெடுத்தாரு. ஜரிதைங்கிற பெண் பறவையோட சேந்து குடும்பம் நடத்துனாரு.

ஜரித நாலு முட்டையிட்டு அட காத்தது. குஞ்சு பொரிக்கிறதுக்குள்ள லபிதைங்கிற வேற ஒரு பறவையத் தேடிப் போயிட்டாரு.”

“அது வேறயா. ஜரித பாடு சங்கடந்தான்.”

“அது நாலு குஞ்சுகளப் பொரிச்சது. அதான் நாங்க.”

“சரி.”

“எம் பேரு ஜரிதாரி. அடுத்தவன் சாரிஸ்ருக்குவன். மூணாவது தம்பி தம்பமித்திரன் கடக்குட்டி துரோணன். எங்கம்மாவுக்கு எங்க மேல அளவுக்கு மிஞ்சின பாசம். அன்பா ஆதரவா எங்கள வளத்தா. இங்கயே குடியிருந்தொம். அம்மா கஸ்டப்பட்டு எர தேடி எங்களுக்குக் குடுப்பா. சில நாள் பட்னியாக்கூடக் கெடந்துருக்கா.”

“அடடா.”

“ஒரு நாளு இந்த வனத்துல தீப்பத்தி எரியிதுன்னு பேச்சு வந்தது. நெசந்தான். பொகையாக் கெளம்பி வந்தது. நாங்க காட்டுக்குள்ள மாட்டிக்கிட்டு முழிச்சொம். நாலு பக்கமும் நெருப்பு பத்திக்கிருச்சு. எங்கம்மா அழுது பொலம்புனா. நெருப்புலருந்து எங்களக் காப்பாத்தியாகணுமே. செறகு மொளைக்காற குஞ்சுகளத் தூக்கிக்கிட்டுத் தப்பிக்கவும் முடியாது. அதுகள வுட்டுட்டுப் போகவும் முடியாது. எந்தப் புள்ளைய வுடுறது எதக் காப்பாத்துறதுன்னு மனக் கொழப்பம். பாவி மனுசன் புள்ளைகளத் தவிக்கவுட்டுட்டுப் போயிட்டீரேன்னு அழுதா.”

“இக்கட்டான நெலம.”

“எங்களச் செறகுக்குள்ள மறச்சுக்கிட்டுத் தீயில வெந்து சாகப்போறன்னு துடிச்சுப்போயிட்டா. எங்களுக்கு அழுக தாங்க முடியல. எம்மா மொதல்ல நீ தப்பிச்சுப் போயிரு. நாங்க செத்தாலும் கவலையில்ல. நீ செத்துட்டா நம்ம வம்சத்துக்கு வேற சந்ததிய உண்டாக்க முடியாதுன்னு சொல்லிப்பாத்தொம். அவ போகல.”

“புள்ளீகள வுட்டுட்டுப் போக பெத்த மனசு கேக்குமா.”

“அவ கண்ணுல ஒரு எலி வள தட்டுப்பட்டுச்சு. மக்கா நானோ வாழ்ந்து முடிஞ்சிட்டென். நீங்க வாழவேண்டியவுக. அந்தா தெரியிது பாரு எலி வள அதுக்குள்ள மொழஞ்சு பத்தரமா இருந்துக்கங்க. நான் அத மண்ணு வச்சு மூடீறென். உள்ள நெருப்பு வராது. காடு எரிஞ்சு முடிஞ்சப் பெறகு மண்ணத் தோண்டி ஒங்களக் காப்பாத்தீருவென். பெத்த தாயி சொல்றதக் கேளுங்கய்யான்னு அம்மா சொன்னா.”

"எம்மா எம்மா வளைக்குள்ள இருக்கிற எலி எங்களக் கொன்னு தின்னுட்டா என்ன செய்றது. அதக்காட்டித் தீயிலயே வெந்து செத்துருவம்னு நாங்க சொன்னொம்."

"அதுக்குள்ளருந்த எலிய ஏற்கெனவே பருந்து தூக்கீட்டுப் போயிருச்சு. நான் கண்ணாலப் பாத்தென் மக்கா. நீங்க பயப்படாமப் போயி ஒளிஞ்சுக்கங்க எங் கண்ணுகளான்னு அம்மா சொன்னா."

"அம்மா பேச்சக் கேட்டீகளா."

"மனசில்லாம வளைக்குள்ள ஒளிஞ்சுக்கிட்டொம்."

"நல்லாதாப் போச்சு."

"உயிரக் கையில ஏந்திக்கிட்டு நடுங்கிப்போயிக் கெடக்கொம். அக்கினி தேவனே எங்களக் காப்பாத்தும்னு வேண்டிக்கிட்டொம். நெருப்பு எரிஞ்சு நெருங்கி நெருங்கி வாறதும் மரங்க எரிஞ்சு வுழுகுறதும் மிருகங்களும் பறவைகளும் அலறுற சத்தமும் கேக்கக் கேக்கப் பதறி அழுதுட்டொம்."

மனசு கனத்திருந்த கிருஷ்ணன் வாய் திறக்கவில்லை. அர்ச்சுனனுக்குப் பேச்சு திக்கியது.

"அம்மா கதி என்னாச்சு."

"அவ நெருப்புல்லாற எடந்தேடிப் போயித் தப்பிச்சிட்டா."

"தகப்பன் என்ன ஆனாருன்னு தெரியலையா."

"அவருக்கு எங்கமேல கவலையா இருந்துருக்கும் போலருக்கு. எம்புள்ளீக என்ன செய்துகளோ. பெத்த தாயி என்ன ஆனாளோன்னு கவலையில தவிச்சிருக்காரு."

"இருக்காதா பின்ன."

"புதுப் பொண்டாட்டிக்குப் பொறாம பத்தி எரிஞ்சிருக்கு. எம் மேல பிரியமில்ல. அந்தப் பொண்டாட்டிதான் பெரிசாப் போயிட்டாளா. நீரு அவகிட்டயே போயிரும்னு பொரிஞ்சு தள்ளீட்டா."

"சக்களத்திச் சண்ட. இவருக்கு அது மண்டையில ஒறைக்கலையா."

"நீ ஒன் வழியப் பாத்துக்கோ. நான் என் வழியப் பாத்துக்கிறன்னு சொல்லீட்டு வந்துட்டாரு."

“முனிவருக்கு நல்ல புத்தி வந்துருச்சு.”

“நெருப்பு அணையிறதுக்கு ரெம்ப நாளாச்சு. அத்தன நாளும் நாங்க மூச்சு முட்டிப் பட்னி கெடந்தொம். எங்கம்மா ஓடியாடித் திரிஞ்சு நாங்க ஒளிஞ்சிருந்த எடத்த எப்படியோ கண்டுபுடிச்சிட்டா. எம் புள்ளைகளுக்கு என்னாச்சோ ஏதாச்சோன்னு பொலம்பிக்கிட்டே மண்ணு மூடியிருந்த வளையத் தோண்டுனா. எங்களுக்குச் சந்தோசம் தாங்க முடியல. எங்களப் பாத்து மக்கா ஓங்கள இத்தன நாளாப் பட்னிபோட்ட பாவி நான்னு சொல்லி வாரியணச்சுக்கிட்டா. எம்மா நீ மட்டும் தெனமும் சாப்புட்டுத் தெம்பாருக்கயோன்னு கடக்குட்டித் தம்பி கேக்கவும் அவளுக்குக் கண்ணீர அடக்க முடியல. எல்லாரும் அழுதொம்.”

கிருஷ்ணனும் அர்ச்சுனனும் கண்கலங்கிவிட்டனர். அர்ச்சுனன் தன் கையிலிருந்த குஞ்சுகளை இரு விரல்களால் இதமாக நீவிக்கொண்டே கிருஷ்ணனை விசாரமாகப் பார்த்தான். கண்களின் கேள்விக்குக் கண்ணனால் பதில்சொல்ல முடியவில்லை. அவர்கள் உதிர்த்த கண்ணீர்த் துளிகளில் குற்றவுணர்வு கனத்திருந்தது. அர்ச்சுனன் மூத்த பிள்ளையிடம் திரும்பினான்.

“தகப்பனாரு என்ன ஆனாருய்யா.”

“ஒரு வழியாத் தேடிப் புடிச்சு எங்ககிட்ட வந்துசேந்துட்டாரு. அம்மாவுக்கும் அவருக்கும் வாக்குவாதம் ரெம்ப நேரம் நடந்தது. நாங்க சமாதானப்படுத்துனொம். அம்மா அவரச் சேத்துக்கிறச் சம்மதிச்சிட்டா. கொலஞ்சு கெடந்த குடும்பம் கூடிக்கிருச்சு.”

“அவங்களக் காணுமே.”

“முந்திப் போயிட்டாக. தங்குறதுக்கு எடம் பாத்துட்டு வந்து எங்களக் கூட்டீட்டுப் போவாக. அதுவரைக்கும் நாங்க பக்கத்துக் காட்ல எர பெறக்கிக்கிட்டு எச்சரிக்கையா வெளையாடணும். அங்கயும் யாராச்சும் நெருப்புக் கொளுத்தீறக் கூடாது. எங்க பாடு அவ்வளவுதான். பறந்து திரியிறவரைக்கும் பத்தரமா இருக்கணுமில்ல.”

குஞ்சுகளின் காய்ந்த சிரிப்பு அர்ச்சுனனின் நெஞ்சைப் பிறாண்டியது.

“அமைதியா இருக்கவுட மாட்டாங்காகளே. புல்லுப் பூண்டெல்லாம் கொளுத்தி என்ன புண்ணியம் கெட்டப்போறாகளோ. இப்படியே எல்லாக் காடுகளையும் அழிச்சுட்டுச் சுடுகாட்லயா குடியிருப்பாக.”

குஞ்சுகள் அவர்களின் மடியிலிருந்து இறங்கி பசிக்கிறக்கத்திலும் குடுகுடுவென நடக்க ஆரம்பித்தன. அவர்கள் சற்று நேரம் பேச்சற்று அமைதியாக இருந்தனர். பிரமிப்பிலிருந்து மீண்ட கிருஷ்ணன் கூறினான்.

“அடே அச்சு அதுகளுக்கு இருக்கிற நம்பிக்கையப் பாத்தயாடா. அதுதாண்டா வாழ்க்க. எத்தன போராட்டம் கண்டம் வந்தாலும் தைரியமா எதுத்து நிக்கணும்.”

“மச்சான் இதுகளாச்சும் பெழச்சுக்கிருச்சு. எத்தன உயிரு தீயில வெந்து கருகியிருக்கும். எண்ண முடியுமா. பசுஞ்சோலையா இருந்த வனம் பட்டுப்போயி கரிக்காடாயிருச்சே. எத்தன உயிருகள வெரட்டி வெரட்டி வெட்டிச் சாச்சொம். இந்தப் பாவம் நம்மளச் சும்மா வுடாது. எங்க போயித் தீர்த்தமாடுனாலும் தீராது. எவ்வளவு பாவந் தீரப்போகுதோ எவ்வளவு கருமஞ் சேரப்போகுதோ.”

அப்போது முகமெங்கும் சிரிப்பாக அக்கினி புடைத்த வயிற்றைத் தடவிக்கொண்டே அங்கே வந்தான். பெரிய ஏப்பம் விட்டான்.

“எனக்குத் திருப்தியாருக்கு. இந்த நேரத்துல ஓங்களுக்கு என்ன வரம் வேணும். கேளுங்க.”

அர்ச்சுனன் தன் விருப்பத்தைத் தெரிவித்தான்.

“ஓங்ககிட்ட இருக்கிற அஸ்திரங்களத் தந்தாப் போதும்.”

சில ஆயுதங்கள் கிடைத்தன. அக்கினி கிருஷ்ணனைப் பார்த்தான்.

“கிருஷ்ணனுக்கு என்ன வேணுமோ.”

கிருஷ்ணன் சிறிதும் தயங்கவில்லை.

“நானும் அர்ச்சுனனும் எப்போதும் வுட்டுப் பிரியாற நண்பர்களாருக்கணும். இதுதான் நான் கேக்கிற வரம்.”

அக்கினி நெகிழ்ந்துபோனான்.

“ஓங்க நட்பு இண்ணைக்குப் போல எண்ணைக்கும் நெலச்சிருக்கும்.”

அக்கினி விடைபெற்றான். அர்ச்சுனன் உடல் நடுங்க நன்றிப் பெருக்கில் கிருஷ்ணனின் கரங்களைப் பற்றிக்கொண்டான்.

“மச்சான்......”

“அட பிச்சக்காரப் பயலே. அதக் காட்டி வேறென்னடா வரம் வேணும். நம்ம எண்ணைக்கும் போல இப்படியே இருந்தாப் போதுண்டா. அதுதான் நிம்மதி.”

“எங்கயாச்சும் ஆச தீரக் குளிக்கணும் மச்சான். அப்பத்தான் அலுப்புத்தீரும். அழுக்கும்போகும்.”

மாப்பிள்ளை அழுக மச்சான் தேற்ற நீர் நிலை தேடி நடக்கத் தொடங்கினர்.

92

பாண்டவர் ராஜசூய யாகம் நடத்துவது உறுதியாகிவிட்டது. அந்த நெருக்கடியான நேரத்தில் அது தேவையாக இருந்தது. அதில் கிடைக்கும் வருமானத்தைக் கொண்டு காண்டவப்பிரஸ்தத்தை வளப்படுத்திவிடலாம். நிலைமையை எடுத்துரைத்து கிருஷ்ணன் தருமனைச் சம்மதிக்கவைத்தான்.

இனிப் பின்வாங்கும் பேச்சுக்கே இடமில்லை. தடைகளைத் தகர்த்து வெற்றிகரமாக முடித்தாகணும். தருமனுக்கு இதே சிந்தனை. தம்பியர் தோள்கொடுக்க முன்வந்தனர். அவர்கள் திக்கெங்கும் சென்று கப்பந் திரட்டி வரத் திட்டமிட்டனர்.

அர்ச்சுனன் வடதிசை சென்றான். செல்லும் வழியெல்லாம் சிறப்பான வரவேற்பு காத்திருந்தது. மன்னர்கள் கப்பங்களைக் கொட்டிக் குவித்தனர். மறுத்தோரை எதிர்த்துப் பணியவைத்தான். எங்கும் வெற்றிக் கொண்டாட்டம் விண்ணை முட்டியது. அவன் அள்ளி வந்த பொன்னுக்கும் பொருளுக்கும் அளவில்லை.

கீழ்த்திசை சென்ற பீமனைப் பல மன்னர்கள் படைகொண்டு எதிர்த்தனர். அவர்களுடன் போரிட்டு வென்றான். சேதி நாட்டு மன்னன் சிசுபாலன் போன்றோர் மனமுவந்து வாரி வழங்கினர். பீமன் பெருமிதத்தில் திரும்பினான்.

தென் திசையில் சகாதேவனுக்கு எதிர்ப்புக் குறைவு. சோழ வளநாடு சென்றான். ரத்தினங்கள் குவிந்தன. பாண்டிய நாடு சென்றான். பாண்டிய மன்னன் பரவசத்தில் வரவேற்றான். அவன் அள்ளிக் கொடுக்காத பரிசில்லை.

நகுலன் மேல்திசையிலிருந்து பொருட்களை ஒட்டகங்களில் பொதியேற்றிக்கொண்டு திரும்பினான். அவன் வென்ற நாடுகள் பல.

சகாதேவன் பீமண்ணாவின் மகன் கடோத்கஜனை வரவழைத்து இலங்கைக்கு அனுப்பினான். கடோத்கஜனின் பூர்வீகமறிந்த இலங்கை வேந்தன் பரிசுகள் பலவற்றை வழங்கினான். அவற்றைச் சித்தப்பனிடம் ஒப்படைத்துவிட்டுக் கடோத்கஜன் விடைபெற்றான்.

தருமன் நிறைந்த மனசுடன் தம்பியரைப் பாராட்டினான்.

"எனக்குத் தம்பிமாரு தொணையிருக்கக் கவலையே இல்ல. யாகம் செறப்பா நடக்கட்டும்."

கடோத்கஜனின் உதவி பற்றித் தம்பியரைக் கேட்டறிந்த பீமனின் மார்பு பெருமிதத்தில் விம்மியது. மனசு மகனையும் மனைவியையும் பார்க்கத் துடித்தது. கண்கள் கசிந்தன. ஆலமரத்திலிருந்து பால் வடிவது மாதிரி.

இனிமேல் தடையேதுமில்லை. ராஜசூயம் வெற்றிகரமாக நடக்கும். அனைவரும் அந்த முனைப்பிலேயே செயல்பட்டனர்.

கிருஷ்ணனின் ஆலோசனைப்படி தருமன் யாகப் பணிகளைத் தொடங்கினான். வேள்வியில் கலந்துகொள்ள வெகு தொலைவிலிருந்தெல்லாம் முக்கியமானோர் வந்திருந்தனர். அந்தணர் குழாமுடன் வியாசன் முன்னரே வந்துவிட்டான். நகுலன் அஸ்தினாபுரம் சென்று பீஷ்மன் துரோணனுடன் கவுரவரையும் அழைத்து வந்தான். சுபலன் சகுனி அசலன் விருட்சகன் கர்ணன் சல்லியன் சோமதத்தன் பூரு சலன் பூரிசிரவன் அஸ்வத்தாமன் கிருபன் ஜெயத்ரதன் துருபதன் சால்வன் குந்திபோஜன் பலராமன் சிசுபாலன் விராடன் கடல் நாட்டரசன் பகதத்தன் இன்னும் ஆந்திர திராவிட காஷ்மீர நாட்டு மன்னர்கள் என ஏராளமானோர் யாகசாலையை அலங்கரித்தனர்.

துவாரகையிலிருந்து கிருஷ்ணன் பல யாதவர்களை அழைத்து வந்திருந்தான். அவர்கள் பெருமளவில் பொருட்குவியலைக் கொண்டுவந்தனர்.

தருமன் கிருஷ்ணனுக்குத் தனி ஆசனமளித்தான். கிருஷ்ணன் அகமகிழ்ந்து அதில் அமர்ந்துகொண்டான். பீஷ்மன் தருமனிடம் விளக்கினான்.

"யுதிஷ்டிரா விருந்தினருக்கு அவரவர் தகுதிப்படி மரியாத செய்யணும். ஆசாரியன் ரித்விக்கு சம்பந்தி ஸ்நாதகன் நண்பன்

அரசன் ஆகிய ஆறு பேரும் பூஜைக்குரியவங்க. அவங்களுக்குத் தனித் தனியா மரியாத செய்யணும்."

"மொத மரியாத யாருக்குச் செய்யணும் பிதாமகரே."

"அவங்களுக்குள்ள வலிமையும் தகுதியும் கொண்டவங்களே மொத மரியாதைக்கு ஏத்தவங்க."

"அந்தத் தகுதி யாருக்கு இருக்குதுன்னு சொல்லுங்க.'

"இதுலென்ன ஐயம். கிருஷ்ணந்தான். அவனவிடப் பலத்துலயும் கொணத்துலயும் மேலானவங்க யாருமில்லையே."

உடனே சகாதேவன் கிருஷ்ணனுக்குப் பசு அர்க்கியம் மது பர்க்கம் ஆகியவற்றைக் கலந்து முதல் மரியாதை செய்தான். கரவொலி அங்கீகரித்தது. கிருஷ்ணன் புன்னகை பூத்த இன்முகத்துடன் மரியாதையை ஏற்றுக்கொண்டான்.

நடந்தது சிசுபாலன் மனசுக்கு ஒப்பவில்லை. யாதவர்களுக்கு முதல் மரியாதையா. கூடவே கூடாது. வாய்க்கு வந்தபடி வசைமாரி பொழிந்தான்.

"எடையனும் மடையனும் சேந்து கூத்தடிக்கிறதப் பாக்கச் சகிக்கல. எந் தலவிதியா. இத நடத்துறதுக்கு ஒரு தாடிக்காரத் தடியன். அசிங்கமாருக்கு."

சகாதேவன் கொதித்துப்போனான். காலைத் தூக்கிச் சிசுபாலனை நோக்கியபடி முறைத்துப் பார்த்து உதட்டைக் கடித்து நறநறத்தான்.

"என் அண்ணன்மாரு இருக்காங்களேன்னு பொறுமையாருக்கென். இல்லன்னா நடக்கிற கதையே வேற. தூக்கிப்போட்டு மிதிச்சுருவென்."

சிசுபாலனுக்குப் பெருத்த அவமானம். தருமனை நோக்கினான்.

"யுதிஷ்டிரா நீ தாடிக்காரப் பீஷ்மன் பேச்சக் கேட்டுக்கிட்டு ஆட்டம்போடுற. நீயே ஒரு ஈனப் பெறவி. கள்ளத் தகப்பனுக்குப் பெறந்தவன். தாடிக்காரனோ பள்ளத்துல ஓடுற கங்கா பெத்துப்போட்டவன். அவன் வார்த்ததான ஒனக்கு மந்தரம். போயும் போயும் ஒரு எடையனுக்குப் பூசையா. பூசை செய்றவனுக்கும் அத ஏத்திக்கிறவனுக்கும் ஒரு தகுதி தராதரம் வேணாமா."

சகாதேவன் வில் நாணில் பூட்டிய அம்பாகத் தருமண்ணாவின் ஆணையை எதிர்பார்த்துப் பொறுமையிழந்து நின்றிருந்தான். சிசுபாலன் சபையினரைப் பார்த்தான்.

“சபையோரே ஓங்களத்தான். ஏன் இப்படி பதுமைகளப் போல உக்காந்துருக்கீங்க. இங்க நடக்குற கூத்து ஓங்க கண்ணுக்குத் தெரியலையா. வெக்கக்கேடு. பீஷ்மனுக்குத்தான் புத்தி மட்டம். தர்மம் தர்மம்னு பீத்திக்கிற தருமனுக்குப் புத்தி எங்க போச்சு. தெரியாமத்தான் கேக்கென். இந்தக் காரியத்த அவன் செய்யலாமா. தர்மம் ரெம்ப ஆழமானதாக்கும். அது இவங்க புத்திக்கெல்லாம் எட்டாது.”

சகாதேவன் பீஷ்மனையும் பெரியண்ணாவையும் மாறி மாறிப் பார்த்தான். அவர்கள் புன்னகை மாறாமல் அமர்ந்திருந்தனர். சிசுபாலனின் இளக்காரம் எல்லை தாண்டியது.

“நீங்களே சொல்லுங்க. அரசனா இல்லாற கிருஷ்ணன் எப்படி மரியாதைக்குத் தகுதியுடையவனாக முடியும். இவன் என்ன வயசுல மூத்தவனா. தகப்பன் இருக்கும்போது இவன் எப்படி ஒத்துக்கிறலாம்.”

சபையில் மூச்சுப் பேச்சில்லை. கிருஷ்ணன் தகுதியற்றவன் என யாரும் தடுத்துப் பேச முன்வரவில்லை. சிசுபாலன் தருமனைக் கேட்டான்.

“கிருஷ்ணன் பெரிய ஆசாரியன்னு நெனப்போ. அவனவிட மேலான துரோணர் இருக்கிறது தெரியலையா. யாகத்த நடத்திவைக்கிற ரித்விக்குன்னு நெனச்சயோ. அவரவிடச் சிறந்த வியாசர் இருக்காரே. மரியாதைக்குரிய அசுவத்தாமன் துரியன் சல்லியன் துருபதன் கிருபர் இருக்க இவனுக்கு மட்டும் தனி மரியாதையா. தருமா நீ அறவழியில நின்னு இந்த நாட்ட ஆளக்கூடியவங்கிற மரியாதையிலதான் வந்தொம். மொத மரியாதைய எதுக்கும் தகுதியில்லாற கிருஷ்ணன் ஏத்துக்கிட்டது மகாத் தவறு. ஜராசந்தன அநியாயமாக் கொன்ன பாவிக்கு மொத மரியாத ஒரு கேடா. சீச்சீ.......”

தருமனுக்குப் பெரிய வருத்தம்.

“என்னப்பா இது. சின்னப்புள்ள மாதிரி நடந்துக்கிற. பிதாமகர் பெரியவரில்லையா தர்மம் அறிஞ்ச மனுசனப் புண்படுத்தக் கூடாது. கிருஷ்ணனுக்கு மரியாத செஞ்சது தப்புங்கயா.”

பீஷ்மன் நொந்து பேசினான்.

“தருமா கிருஷ்ணன் எவ்வளவு பெரிய மனுசன். அவனுக்கு மரியாத செஞ்சதுல தப்பே இல்ல.”

சிசுபாலன் கோவத்தில் துடித்தான். இதைக் கண்ட சகாதேவன் வெடித்தான்.

“‘சிசுபாலா கிருஷ்ணனுக்குப் பூச செஞ்சது சரிதான். இது ஒனக்குப் பொறுக்கலன்னா சேனையோட சண்டைக்கு வா. வாறவன் அத்தன பேரும் எங் காலால மிதிபட்டே சாவான்.”

அனைவரின் முன்னிலையிலும் காலைத் தூக்கிக் காட்டினான். சிசுபாலன் பொறுமையிழந்தான்.

“வாடா பொடிப்பயலே. நீயா நானான்னு போட்டுப் பாத்துருவொம்.”

அரசர்கள் அனைவரும் ஆலோசனை நடத்தினர். தமக்கு மரியாதை கிடைக்கவில்லையே என்ற வெறுப்பில் சிசுபாலன் தலைமையில் பாண்டவரை எதிர்த்துப் போர்தொடுக்க முடிவுசெய்தனர்.

தருமனுக்குக் கவலை. யாகம் நல்லபடியாக நடக்கணுமே. பீஷ்மன் தைரியஞ் சொன்னான்.

“கவலப்படாத தருமா. எல்லாம் சந்தோசமா நடக்கும்.”

தருமனும் பீஷ்மனும் எவ்வளவோ எடுத்துச்சொல்லியும் சிசுபாலன் கேட்பதாயில்லை. கிருஷ்ணனை அவமானப் படுத்துவதிலேயே குறியாக இருந்தான். வேறு வழியில்லை. இரு புறமும் போருக்குத் தயாராயினர். சிசுபாலன் கொக்கரித்தான்.

“இந்தப் பீஷ்மன் எனக்கு ஒரு எதிரியா. வயசான காலத்துல சண்டைக்கு நிக்கிறதப் பாரு. யாகப் பசுவப்போல ஒன்னக் கொல்றனா இல்லையான்னு பாரு.”

கிருஷ்ணனும் போருக்குத் தயாரானான்.

“இவன் எனக்குச் செஞ்சிருக்கிற கொடும கொஞ்சமா நஞ் சமா. மதுரையக் கொளுத்துனான். சகிச்சுக்கிட்டொம். யாதவப் பொண்ண இழுத்துட்டு ஓடுனான். எம் மனைவி ருக்குமணி மேல ஆசப்பட்டான். இவன் எங்க குலத்துக்கே விரோதி. இனிமேலும் இவனோட அட்டூழியங்களச் சகிக்க முடியாது. எங்கையாலதான் இவனுக்குச் சாவு.”

சிசுபாலன் துள்ளிக் குதித்தான்.

“கிருஷ்ணா ஒன்னோட கோவமோ சாந்தமோ என்ன ஒண்ணுஞ் செய்யாது. நீ செஞ்சது தவறுதான்.”

கிருஷ்ணனின் வலிமையையும் ஆற்றலையும் உணர்ந்த பல அரசர்கள் அவையை விட்டு வெளியேறினர். சிசுபாலன் மட்டும் கிருஷ்ணனுடன் போரிடத் தொடங்கினான்.

ஒருவர் மீது ஒருவர் அம்பு மழை பொழிந்தனர். பொறுமையிழந்த கிருஷ்ணன் முடிவுக்கு வந்தான். அவன் ஏவிய சுதர்சனச் சக்கரம் சிசுபாலனின் தலையைத் துண்டித்துக் கதையை முடித்தது.

கிருஷ்ணன் சிசுபாலனின் மகன் துட்டக்கேதுவுக்கு அரசப் பட்டஞ் சூட்டி ஆசீர்வதித்தான். பின்னர் யாக நடைமுறை தடங்கலின்றி நடந்தேறியது. கிருஷ்ணன் மனநிறைவுடன் கிளம்பினான்.

93

களையிழந்து மூளிக்கோலம் பூண்டிருந்த காண்டவவனம் விரைவிலேயே புதுப்பொலிவு பெற்றது. புதிது புதிதாக இனக் குழுக்கள் புகலிடந் தேடி அங்கே வந்து கூடின. குழுக்களுக்கேற்ப கொத்துக் கொத்தாகக் குடியிருப்புக்கள் முளைத்தன.

காற்றில் மிதந்து செல்லும் மண்வாசனையின் அழைப்பில் குடியானவர்கள் சாரை சாரையாக வந்து தடம்பதித்தனர். அவர்களின் கடின உழைப்பில் மக்கிப்போன தழைகளும் எரிந்துபோன பல உயிரினங்களின் சாம்பலும் அடியுரமாகிப் பயிர்கள் அமோக விளைச்சலைத் தந்தன.

செல்வப் பெருக்கில் மக்களிடையே பல கலைகள் ஊற்றெடுத்தன. பாணர் விரலியர் கூத்தர் சூதர் மாகதர் போன்ற குழுக்களின் கூத்தும் இசையும் மாமழையாய்ப் பொழிந்தன. மக்களின் வாழ்க்கையில் துன்பத்திற்கு இடமில்லை.

பெருவேள்வி முடித்து தருமன் பேரரசனாகிவிட்டான். நாடே இறுமாந்திருந்தது. தருமனின் அமைதியும் நிதானமும் சற்றுங் குறையவில்லை. வேள்விக்கு வந்திருந்த விருந்தினர் அனைவரும் தருமனை மனசாரப் பாராட்டி வாழ்த்தி விடைபெற்றனர். அஸ்தினாபுரத்து அரச குடும்பம் மேலும் சில நாள் தங்கியிருந்தது. கிருஷ்ணனும் பலராமனும் உடனிருந்தனர்.

பாண்டவரின் பேரும் புகழும் செல்வச் செழிப்புங் கண்டு துரியோதனன் பொறாமையில் பொருமினான். எரிந்துபோன காண்டவவனத்தில் மயன் அமைத்த மணிமண்டபத்தை அண்ணாந்து பார்க்கும்போதெல்லாம் வயிறு பற்றியெரிந்தது. அதுக்குக் கிருஷ்ணன் வைத்த பெயர் இந்திரப்பிரஸ்தம்.

மண்டபத்தின் அழகை ஆசை தீரக் கண்குளிர நிதானமாகப் பார்க்கும் ஆவலில் அவன் யார் கண்ணிலும் படாமல் பூனைபோல் பதுங்கிப் பதுங்கி உள்ளே நுழைந்தான்.

வானாளவிய மண்டபம். சுற்றிலும் மதிலமைத்த மரங்கள். எங்கும் பச்சைக் கம்பளம் விரித்த புல்வெளி. நிரை நிரையாகப் பூத்துக் குலுங்கும் மலர்ச்செடிகள்.

பெரிய தடாகத்தில் நீர்வாழ் உயிரினங்களும் புள்ளினங்களும் விளையாடித் திரிந்தன. தடாகத்தைச் சுற்றிச் சித்திர வேலைப்பாடமைந்த படிக்கட்டுக்கள். அது தடாகமா தரையா என மயக்கியது.

மண்டபத்துக்குள் பிரம்மாண்டமான சபை. அமராவதியின் இந்திர சபைக்கொப்பானது. சபை நடுவே படிகக் கற்கள் பதித்த படித்தளம் பளபளத்தது. அது நீர்நிலையோ என மருட்டியது.

இப்படியொரு அழகான மண்டபமும் சபையும் நமக்கு வாய்க்கவில்லையே. தருமனுக்குக் கிட்டிய பேரும் புகழும் எனக்குக் கிட்டவில்லையே. இவற்றையெல்லாம் எப்படியாவது அடைந்தாகணும்.

அதன் புறச்சூழலும் உள்ளழகும் கண்டு பிரமிப்பில் மலைத்து நின்றான். அதனுள் அவன் நுழைவதைக் கவனித்த ஒரு பணிப்பெண் பாஞ்சாலியிடம் தெரிவித்தாள். பாஞ்சாலி தோழியருடன் வேறு வாயில் வழியாக மண்டபத்துக்குள் புகுந்து ஒளிந்து நின்று வேடிக்கை பார்த்தாள்.

துரியன் சபை நடுவே படித்தளத்தை உற்றுப்பார்த்தான். நிச்சயமாக நீர்நிலைதான். சுற்றுமுற்றும் பார்த்துவிட்டுக் கீழாடையை ஏறத் திரைத்துக்கொண்டு மெல்ல மெல்ல எட்டுவைத்தான். மேடு பள்ளம் பிடிபடாமல் கீழே விழுந்து எழுந்தான்.

அடுத்து தடாகத்துக்கு வந்தான். பெண்கள் கூட்டம் அவனைப் பின்தொடர்ந்தது. பூசியதுபோல் கிடந்த நீர்ப்பரப்பைக் தரைத்தளமென நினைத்துத் தண்ணீருக்குள் இறங்கித் தடுமாறி விழுந்தான். உடையெல்லாம் நனைந்துவிட்டது. சிரமப்பட்டு எழுந்தான்.

ஒரு மரத்தின் மறைவில் நின்றிருந்த பெண்களின் கேலியும் கிண்டலும் ஏளனச் சிரிப்பும் மொத்தமாகக் கேட்டன. பாஞ்சாலி பாட தோழியர் கைகொட்டி ஆடினர்.

“குருடன் மகன் குருடன்

கொளத்துக்குள்ள வுழுந்தான்

திருதன் மகன் திருடன்

தெணறிப்போயி எழுந்தான்.”

அவனுக்குப் பெருத்த அவமானம். தாளாத வெட்கம். ஈர உடையுடன் இருப்பிடம் திரும்பும்போது அக்கோலத்தைக் கண்ட பீமனும் வேலைக்காரனும் பரிகசிப்பில் நகைத்தனர். இதைக் கவனித்த தருமன் அவர்களைக் கடிந்துகொண்டான்.

துரியோதனனுக்குப் புத்தாடை கிடைத்தது. அதை அணிந்துகொண்டு நடந்தபோதும் அவன் மயக்கந் தெளியவில்லை. வழி தெரியாமல் அரண்மனை வாசலில் முட்டித் தடுமாறி நடந்தான். அங்கே அர்ச்சுனன் நகுலனின் கெக்கலிப்புக் கேட்டது. அவன் அவமானத்தில் வெட்கிக் கூனிக் குறுகிப்போனான். கோவம் தலைக்கேறியது.

இரவெல்லாம் அவன் ஆழ்ந்த மனக்குழப்பத்தில் உறக்கமற்று உழத்தினான். கசப்புக் குமட்டியது. பாண்டவரை விடத் தாழ்ந்துவிட்ட வெறுப்பு வேதனை. அஸ்தினாபுரம் திரும்பியதும் முதல் வேலையாகச் சகுனியைச் சந்தித்துப் பிதற்றினான்.

“மாமா மாமா மாயக்கார மாமா நேத்துப் பாதி நாட்டப் பிரிச்சுக்கிட்டு வந்த தருமன் இண்ணைக்கு உச்சி மலையில உக்காந்துருக்கானே. அவன அண்ணாந்து பாக்கவச்சிட்டீகளே. மனசு குமுறுதே. அவனப் போல நானும் சக்கரவர்த்தியாகணும். இல்ல பாண்டவர ஒழிச்சுக் கெட்டீட்டு இந்திரப்பிரஸ்தத்தக் கைப்பத்தணும். அதுக்கு வழி சொல்லு மாமா. ஒன்னத்தான் நம்பியிருக்கென்.”

சகுனி கள்ளச் சிரிப்பில் மெல்லக் கனைத்துக்கொண்டான். ஓ மருமகன் காதில் ரகசியமாக ஓதினான்.

“மருமகனே சுயோதனா மாமனிருக்க மலைக்கலாமா. ஒன்னச் சிம்மாசனத்துல உக்கார வைக்கிறதுக்குத்தான நாடு வுட்டு நாடு வந்து தவங்கெடக்கென்.”

“மாமா நான் அங்க பட்ட அவமானத்த ஆயுசு முழுக்க மறக்க முடியாது.”

துரியோதனன் நடந்த கதையைக் கூறினான். சகுனி சீறினான்.

“இவ்வளவு கூத்து நடந்ததா. இவங்கள ஒரு கை பாத்துறவேண்டியதுதான்.”

“அவங்க கையி ஓங்கீருச்சே மாமா. எல்லாரும் தருமனுக்குப் பயந்து கப்பங் கெட்றாங்க. அவன் செல்வச் சீமானாயிட்டான். நான் அதலபாதாளத்துல வுழுந்து கெடக்கென். அவமானம் தாங்க முடியலையே. நீர் நெருப்புல பாஞ்சு சாகணும் போலருக்கு. அவங்களுக்குத் தொணையா கிருஷ்ணன் இருக்கான். மத்தவங்க இருக்காங்க. நான் நாதியில்லாம நடுத்தெருவுல கெடக்கென். என் வேதனைய எங்கப்பங்கிட்டச் சொல்லு மாமா.”

“மருமகனே கவல வேணாம். ஒனக்குத் தொணையா துரோணர் கர்ணன் பீஷ்மர் கிருபர் அசுவத்தாமன் இப்படி எத்தனையோ பேரு இருக்காங்க. ஒந் தம்பிமாரு இல்லையா. நான் ஒன்னோடயே இருக்கென். பாண்டவருக்கு விதி வலிமையாருக்கு. நமக்கும் ஒரு நாள் நல்ல வழி பெறக்கும்.”

“அப்படி நெனச்சுத்தான் மனச ஆத்திக்கிறென் மாமா.”

சகுனி இன்னும் கிட்ட நெருங்கிவந்து மருமகனின் கையைப் பற்றிக்கொண்டான்.

“பாண்டவரக் கூண்டோட ஒழிக்கிறதுக்கு ஒரு நல்ல திட்டம் கைவசம் வச்சிருக்கென் மருமகனே.”

“சொல்லு மாமா. அவங்களச் செயிச்சாகணும்.”

“ஒனக்கு ஒண்ணு தெரியுமா. தருமன் சூதாட்டப் பிரியன். பாக்கிறதுக்குச் சாந்தாமாருப்பான். சூதாட்டத்துல எறங்கீட்டான்னு வச்சுக்கோ வெறி கெளம்பீரும். ஆனா அவனுக்குச் சரியா சூதாடத் தெரியாது. அவனே என்னப் பல தடவ சூதாடக் கூப்புட்ருக்கான். நானும் ரெண்டு மூணு தடவ அவனோட ஆடியிருக்கென். அவனச் சூதுக்குக் கூப்புடு.”

“சும்மா எப்படிக் கூப்புடுறது மாமா.”

“மாமன் அப்படிச் சொல்லலயே. நீயும் புதுசா ஒரு மணிமண்டபமோ மாளிகையோ கெட்டித் தெறப்பு விழா நடத்து. அந்தச் சாக்குல பாண்டவருக்கு அழைப்பு அனுப்பு. வந்துதான ஆகணும். ஒரு விழாவுல அரச குடும்பத்துக்காரங்க சூதாடுறது சகஜம். அது ஒரு சடங்கு மாதிரி.”

“வருவாங்கன்னு நம்புறயா.”

“அரச வம்சத்தச் சேந்தவன் கூப்புட்டா வந்துதான் ஆகணும். அதுலயும் அஸ்தினாபுரத்து அரசருங்கிற மொறையில ஓங்க தகப்பனாரு கூப்புட்டா அது அரசாங்க உத்தரவாக்கும். மறுக்க முடியாது.”

“எனக்கும் சரியா ஆடத் தெரியாதே. என்ன செய்றது மாமா.”

“ஒன்ன யாரு ஆடச் சொன்னது. அத நான் பாத்துக்கிறென். இந்தச் சகுனிய மிஞ்சுறதுக்கு மூணு லோகத்துலயும் ஆளு கெடையாது. அதத் தெரிஞ்சுக்கோ மொதல்ல.”

“அப்பச் சரி மாமா.”

“நான் பக்குவமா தந்தரமா தருமனோட சூதாடிச் சொத்துச் சொகம் அத்தனையும் கறந்துருவனா சும்மாவா. மொட்டையடிச்சு உடுத்துன துணியோட ஊர வுட்டு வெரட்றனா இல்லையான்னு பாரு. கத்தியில்லாம ரத்தமில்லாம புத்திய வச்சு நடக்கப்போற யுத்தமாக்கும். இது எப்படியிருக்கு மருமகனே.”

“மாமா இது நல்ல யோசன.”

“இத மொதல்ல ஓங்கப்பங்கிட்ட எடுத்துச் சொல்லு. அப்பயாச்சும் பெத்த புள்ளைக மேல அக்கற வரட்டும். எதுக்கும் நான் ஒரு வார்த்த அவரு காதுல போட்டுவைக்கென்.”

சகுனி அவ்வாறே பேசினான். திருதாஷ்டிரன் மகனை அழைத்துக் கவலையுடன் விசாரித்தான். மகன் அழாக்குறையாகப் பாண்டவர் மீது தனக்கிருக்கும் பொறாமையை வெளிப்படையாகத் தெரிவித்துவிட்டான். சகுனி அருகிலிருந்து நெருப்பை ஊதி ஊதிப் புகையவைத்துச் சூதாட்டத்துக்கு வழியும் சொன்னான். பிள்ளைப் பாசத்தில் கரைந்துபோன தந்தை ஒரு வழியாக ஆட்டத்துக்கு ஒத்துக்கொண்டான்.

அன்று இரவு வெகு நேரம் சகுனி தனது கபடத் திட்டத்தை அசைபோட்டுக்கொண்டிருந்தான்

94

சேக்காளிகளின் கேலியும் கிண்டலும் கடோத்கஜனால் கேட்டு முடியவில்லை.

“ஏலே பான மண்டையங்கிட்டப் பக்குவமாப் பேசுங்க. பெறகு வம்பு வந்து சேரும்.”

“ராசா மகனாச்சே.”

"எண்ணைக்கிருந்தாலும் அங்க போறவந்தான்."

"நாட்ட ஆளப்போற ராசான்னு சொல்லு."

"ஆளப்போற மூஞ்சியப் பாரு."

"அதப் பாத்துத்தான அம்மாக்காரி பீமுக்குட்டன் செல்லக்குட்டன்னு மகுந்துபோறா."

"இவுக பெரிசாக் கனாக் கண்டுக்கிட்ருக்க வேண்டியதுதான். பீமராசா ஒரு தடவையாச்சும் எட்டிக்கூடப் பாக்கலையே."

கடோத்கஜன் மனசு நொறுங்கிப்போகும். அழுகை கூடச் சுரக்கும். அப்பனைப் பார்க்கும் ஆவல் மேலும் வளரும். நெஞ் சில் வரைந்திருக்கும் உருவம் விரிந்து விம்மும்.

இவ்வளவுக்கான பிறகுங்கூட அம்மா கணவன்மீது கொண்டிருந்த பிரியம் கொஞ்சமும் குறையவில்லை. மகனைப் பார்த்ததும் தன்னை மறந்து கற்பனையில் மிதப்பாள். உருண்டு திரண்ட பானை மண்டை. பெருத்துச் செல்லமாகத் துருத்த முயலும் தாழி வயிறு. உத்திரக் கால்கள். விளார் வீசித் திரண்ட கைகள்......ஞ். பீமு மாமுவேதான்.

மகன் நிச்சலனமான நீர் நிலைகளில் தன் உருவத்தைப் பெரிதாகப் பார்த்து அப்போதைக்குச் சாந்தமடைவான். அப்பன்மீது கோவங்கோவமாக வரும். இங்கே ஒரு மனுசி உமது பெயரை உச்சரித்தபடி தவம் பண்ணிக்கொண்டிருக்கிறாளே. அது தெரியவில்லையா. எப்படித் தெரியும். புது வாழ்வும் வசதியும் வந்துவிட்டதில்லையா. ஒரு வனவாசியை நினைப்பதற்கெங்கே நேரம் கிடைக்கப்போகிறது. உம்மோடு சொற்பக்காலமே வாழ்ந்த அனுபவங்களை தேனடையைப் பிட்டு நமட்டியதுபோல் பேசிப்பேசி உருகிப்போவாள். கடைசிக் காலம்வரை அது திகட்டாது.

எனக்கும் கோவந்தான். உம்மை ஒரு முறையாவது சந்தித்துக் கோவத்தைத் தீர்த்தாகணும். உம்முடன் மல்லுக்கட்டி வீழ்த்தி மார்பில் சவாரி வைத்து திட்டித் தீர்த்து அடித்து உதைத்து அழுது சிரித்து அதே மார்பில் சுகமாகப் படுத்து உமது பெருமூச்சைக் கேட்டுக்கொண்டே சந்தோசத்தில் கண்ணயரணும்.

அம்மாவை நச்சரிப்பான்.

"அப்பா நம்மள ஏம்மா பாக்க வரமாட்டடங்காரு."

அவள் தனக்குள் அமைதியைத் தேடிக்கொண்டே மகனைச் சமாதானப்படுத்த முயல்வாள்.

“அவருக்கு நெறைய வேலையிருக்கும் எப்படியும் வருவாரு மகனே.”

“இப்படியே எத்தன நாளைக்குச் சொல்லிக்கிட்ருக்கப்போற.”

“அப்படிச் சொல்லாத செல்லக்குட்டா. ஓம் மொகத்தப் பாத்துத்தான் அவர மறந்துருக்கென்.”

“சரி அவராலதான் வரமுடியல. நம்மளாச்சும் ஒரு தடவ அங்க போயிப் பாத்துட்டு வரலாமில்ல. கூடவே இருக்கச் சொன்னா இருந்துக்கிருவொம். சந்தர்ப்பமில்லன்னா மூச்சுக்காட்டாமத் திரும்பீருவொம். என்ன சொல்றம்மா.”

“சொல்றதுக்கு என்னருக்கு மகனே. மாமுவப் பாக்கணும்னு நானும் ரெம்ப நாளா ஆசைய மனசில அடக்கி வச்சுக்கிட்ருக்கென். இருந்தாலும் எப்படி வலியப் போறது. அவரு வரட்டும்னு ஒரு நம்பிக்கையிலருந்தென். அட என்ன வுடு ஒன்னப் பாக்கவாச்சும் வரலாமில்ல. மனசு அவ்வளவுக்கா கல்லாகிப்போச்சு. ஒன் ஆசைய ஏன் தள்ளிப்போடணும். நம்ம போயிப் பாத்துட்டு வருவொம்.”

கடோத்கஜன் சுதாரிப்படைந்தான். தந்தையப் பார்க்கப்போகும் ஆவலே அவன் நெஞ்சில் மேலோங்கியிருந்தது.

தாமதிக்காமல் பயண ஏற்பாடுகளைச் செய்துகொண்டு தாயும் மகனும் பீமனைப் பார்க்கக் கிளம்பினர். இடும்பி பழையபடி பெண்ணுருவத்துக்கு மாறியிருந்தாள். இந்திரப்பிரஸ்தம் செல்லும் வழியை கடோத்கஜன் ஏற்கெனவே வேடுவரிடம் தெளிவாகத் தெரிந்து வைத்திருந்தான்.

நெடு நேரமாகியும் பயணக் களைப்புத் தெரியவில்லை. மரங்களில் பழங்களைப் பறித்து தடாகங்களில் நீரருந்தி பசி தீர்ந்தது. பயணம் தொடர்ந்தது.

இடையில் அம்மா துவண்டபோதெல்லாம் மகன் அவளைத் தோலில் தூக்கிச் சுமந்து தொலைவைக் கடந்தான். மகன் அவளைச் சுமக்கும்போது அவள் நெஞ்சில் நினைவுச் சுமையேறியது. உருகினாள்.

“இப்படித்தாம்ப்பா மாமுவ நான் சொமந்துருக்கென். வானத்துல மெதந்தே எங்க காலமும் கழிஞ்சது.”

அவர்களின் கடைசி நடையில் எதிரே இந்திரப்பிரஸ்தம் சமீபித்தது. மகனின் முகத்தில் மலர்ச்சி.

“யம்மா யம்மா அங்க பாரு. அரமனக் கோட்ட தெரியிது.”

தன்னையறியாமல் அம்மாவின் முகத்தில் ஒரு பெருமிதம் மலர்ந்தது.

“மாமா கட்ன கோட்டையாக்கும்.”

நெடிதுயர்ந்த கோட்டை மதில்கள். அவற்றின் மீது இடையிடையே கொத்தளங்கள். அவற்றுக்குமுன் ஆயுதமேந்திக் காவலிருக்கும் வீரர்கள். தாயும் மகனும் கோட்டைவாயிலை நெருங்கிவிட்டனர்.

வாயிற்காவலன் வழக்கமான குரலில் அதட்டினான்.

“யாரு நீங்க. இங்க என்ன வேல.”

இடும்பி பவ்வியமாகப் பதில் சொன்னாள்.

“அய்யா நாங்க வனவாசி. சாலிகோத்தரத்துலருந்து வாறொம். பீமராசாவப் பாக்கணும்.”

’அவர ஏன் பாக்கணும்.”

“அவரு எங்களுக்கு வேண்டியவரு.”

“கொஞ்சம் இருங்க. கேட்டுட்டு வாறென்.”

காவலன் நேரே குந்தியைத் தேடி ஓடினான்.

“ராணியம்மா பீமராசாவப் பாக்கிறதுக்கு ரெண்டு பேரு வந்துருக்காக.”

“யாரு. எங்கருந்து.”

ஒரு பொம்பளையும் ஒரு பையனும். சாலிகோத்தரமாம்.”

குந்திக்குள் ஒரு அதிர்வு.

“பீமசேனன் இங்கருக்கானா வெளிய போயிட்டானா.”

“வெளிய போனமாதிரி தெரியலம்மா.”

“ஒடனே அவுகள என்னோட அறைக்குக் கூட்டீட்டு வா.”

காவலன் இருவரையும் அவசரமாக அழைத்து வந்தான்.

இடும்பி வழிநெடுக மாளிகையின் அழகைக் கண்களால் மேய்ந்தபடி முகத்தில் பெருமிதம் ததும்ப மகனுடன் மவுனமாகப் பேசிக்கொண்டாள்.

“ஓங்கப்பனோட மாளிகையாக்கும்.”

குந்தி பதட்டத்துடன் அவர்களை எதிர்பார்த்திருந்தாள். இடும்பி அவள் தோற்றத்தைப் பார்த்து பிரமித்துப்போனாள். சாலிகோத்திரத்தில் கிடைத்ததை உண்டு வயிறு நிரப்பி அரைகுறை ஆடையுடன் தரையில் படுத்துக் காலங்கழித்த குந்திதானா இது. அடேயப்பா அங்கமெங்கும் ஆடம்பர ஆபரணம். விலையுயர்ந்த உடைகள். தெய்வக்கோலம்.

"உள்ள வாங்க."

குந்தி அவர்களை மாளிகையின் வெளியறைக்குள் அழைத்துக் கதவை மூடினாள். இடும்பியை ஒரு மாதிரியாகப் பார்த்தாள்.

"நீ......."

அந்தக் கேள்வி இடும்பிக்குள் உறுத்தியது. இயல்பாகச் சிரித்தாள்.

"சாலிகோத்தரம்........ காடலங்கடி.........."

குந்தி கடோத்கஜனை நோக்கினாள்.

"இது........"

இடும்பியின் மனசில் மீண்டும் ஒரு முள் குத்தியது.

"நம்ம கடோத்கஜன். பீமராசா புள்ள. ஒங்க பேராண்டி. பாண்டவ வம்சத்துக்கு மொதல் சந்ததின்னு சொல்லுவீகளே அந்த வனக்குட்டன்."

குந்தியின் முகம் சிறுத்துக்கொண்டே வந்தது. அதைக் கவனித்த கடோத்கஜனுக்கு அவளைப் பார்க்கப் பிடிக்கவில்லை. குந்தி ஒப்புக்குக் கேட்டாள்.

"ஓகோ கமலபாலிகையா. இவனா வனக்குட்டன். பார்த்து நெறைய நாளாச்சு."

"மூடி முழிக்குமுன்னால காலம் ஓடிப்போச்சு."

குந்தி ஒன்றும் அறியாதவளைப்போல் கேட்டாள்.

"இவ்வளவு தொலவட்டு வந்திருக்கீக. என்ன காரணம்."

கடோத்கஜனின் கண்கள் பீமனைத் தேடித் தவித்தன. ஏமாந்தான். இடும்பி மீண்டும் சிரித்தாள்.

"அப்பாவப் பாக்கணும்னு புள்ள ஆசப்பட்டான். அதான் கூட்டீட்டு வந்தென். ஒரு ரத்தமாச்சே. ஆசையிருக்காதா பின்ன."

குந்தி சமாளித்தாள்.

“ஆமாமா. பீமன் இல்லையே. வெளிய போயிட்டான் போலருக்கு. திரும்புறதுக்கு நேரமாகும். ராத்திரிகூட ஆயிரும். இது பாண்டவரோட தேசமாக்கும். இந்த நகரத்துலயும் நாட்லயும் சத்திரியங்கதான் தங்கமுடியும். சூதர்களுக்கோ மத்தவுளுக்கோ எடமில்ல.”

இடும்பியால் கோவத்தை அடக்கமுடியவில்லை.

“நான் ஒங்க சொத்துச் சொகத்தப் பங்கு கேக்கிறதுக்கு வரலம்மா. பெத்த புள்ளைக்கு அவனோட அப்பாவ அடையாளங்காட்டத்தான் வந்தென்.”

குந்தி குரலை உயர்த்தினாள்.

“ஏன் கேக்கவேண்டியதுதான. புருசனையும் பங்குபோட எண்ணமிருக்கா.”

“அப்படியொரு புருசன் எனக்கு வேணாம்மா. திரும்பிகூடப் பாக்கமாட்டென்.”

“ரெண்டு நாளுல அவனுக்கு அழகான புதுப்பொண்டாட்டி வரப்போறா. அவள ஆவலோட எதிர்பார்த்துக் காத்துருக்கான். ஒன்னச் சீந்தமாட்டான்.”

“பழசெல்லாம் மறந்து பேசுறீக மனச்சாச்சி இல்லாம. எங்க மாமு அப்படிப்பட்டவரில்ல. அவரப் பத்தி எனக்கு நல்லாத் தெரியும். நீங்கதான் அவரு மனசக் கெடுத்துட்டீக. ஒங்களப்போல சந்தர்ப்பத்துக்குத்தக்க பேசுற மனுசரில்ல அவரு.”

“அண்ணைக்கோட ஒங்க கணக்க முடிச்சுட்டுத்தான கௌம்புனொம். பெறகென்ன புதுசா இப்ப வந்து ஒறவு கொண்டாடிக்கிட்டு..........”

“ஒறவு பழசா புதுசான்னு ஒங்க மனசக் கேளுங்க.”

பொறுமையிழந்த கடோத்கஜன் அம்மாவின் கைகளைப் பற்றிக்கொண்டு அழைத்துப்போனான்.

“வாம்மா போவொம். ஒன்னக் கட்டாயப்படுத்திக் கூட்டிவந்தென் பாரு. அதுதான் தப்பு.”

அவனுக்குக் குந்தியைத் திரும்பிப் பார்க்கப் பிடிக்கவில்லை.

குந்தி வெளிவாசலில் நின்றபடி அவர்கள் கோட்டைவாசலைக் கடக்கும்வரை பார்த்துக்கொண்டிருந்தாள்.

இன்னும் கோவம் ஆறாத கடோத்கஜன் கோட்டையை வெறுப்புடன் முறைத்தவாறு ஆதங்கத்தில் திரும்பிப் பார்த்தான்.

"ஒரே ஓதையில இந்தக் கோட்டையை நொறுக்கிக் குமிச்சுறட்டுமா."

இடும்பி தடுத்துவிட்டாள்.

"ஓங்கப்பா கெட்னதச் சேதமாக்கக்கூடாது."

ஆனாலும் அவன் மனசு கோட்டை கொத்தளங்களையும் அரண்மனை மண்டபங்களையும் மயானமாக்கியபின்னரே அமைதியடைந்தது. அப்போது மகன் கைத்துணை தாய்க்குத் தேவையாயிருந்தது.

மதுக்கிறக்கத்தில் அழுகையும் ஆறுதலுமாக இரு குரல்களின் குழறல் தெளிவின்றிக் கேட்கத் தொடங்கியது.

"மகாராணியாம் பெரிய மகாராணி. நான் வனத்துக்கே ராணியாக்கும். இவ சொத்து ஆருக்கு வேணும். காடுகரையெல்லாம் எஞ் சொத்துத்தான். எனக்குச் சேரவேண்டிய சொத்த அனியாயமாப் பறிச்சு வச்சுக்கிட்டு கண்ணுலகூடக் காட்டமாட்டங்காளே. நீ வெளங்குவயா. தொலங்குவயா. நாசாமாப் போயிருவ......."

"சும்மா பொலம்பாம வாம்மா. அண்ணைக்கு எல்லாம் வுட்டுக்குடுத்துட்டு இண்ணைக்கு அழுதுக்கிட்ருந்தா எப்படி."

"கூடப் பெறந்த அண்ணனப் பலி குடுத்து மாமுவக் கைப்புடிச்சென். இண்ணைக்கு இக் கதியாயிட்டனே."

"நான் இருக்கம்மா ஒனக்கு. அப்பாவ எப்படியும் புடிச்சுக் கொண்டுவந்து ஒங் கண்ணு முன்னால நிறுத்துவென். நீ கவலப்படாத."

இரு குழறல்கள் இன்னும் அடங்கவில்லை.

95

விதுரன் பாண்டவரிடம் தூது சென்றான். சூதுக்குத் தருமனின் தம்பி நால்வரும் கடுமையாக எதிர்ப்புத் தெரிவித்தனர்.

இது பற்றிக் கலந்துபேச கிருஷ்ணனும் பலராமனும் இந்திரப்பிரஸ்தத்தில் இல்லை. இரு நாட்களுக்கு முன்னரே துவாரகைக்குக் கிளம்பிவிட்டனர். தருமன் முடிவாகச் சொல்லிவிட்டான்.

“அரசர் அழச்சா நம்ம போயித்தான் ஆகணும். மறுக்கிறது மொறையில்ல.”

பாண்டவர் அஸ்தினாபுரம் வந்தனர். அவர்களுக்காகத் திருதன் கட்டிய புது மாளிகையில் தங்கினர். பாஞ்சாலி பணிப்பெண்களுடன் வந்திருந்தாள். குந்தி விதுரன் வீட்டில் தங்கியிருந்தாள்.

அன்று விளையாட்டு மண்டபத்தில் பார்வையாளர் கூட்டம் நிரம்பி வழிந்தது. பிற நாட்டு மன்னர்கள் முக்கிய பிரமுகர்கள் எனப் பலதிறப்பட்டவர்கள்.

அரங்க மேடையில் சகுனியும் தருமனும் எதிரும்புதிருமாக அமர்ந்திருந்தனர். தருமனுக்குப் பின்னால் தம்பியர் நால்வர். அவர்கள் முகத்தில் வருத்தத்தின் மெல்லிய ரேகை படர்ந்திருந்தது.

சகுனிக்குப் பின்னால் துரியன். அவனைச் சூழ்ந்துகொண்டு தம்பியர். அருகருகே பீஷ்மன் துரோணன் கிருபன் விதுரன் அஸ்வத்தாமன் இன்னும் பலர்.

திருதன் சற்றுத் தள்ளி அமர்ந்திருந்தான். அவனுக்குப் பின்னால் காந்தாரி கவலையுடன் காணப்பட்டாள்.

விதுரன் வீட்டிலிருந்த குந்தி அரங்கத்துக்கு வரவில்லை.

சகுனி கள்ளப் பார்வையில் தருமனிடம் பக்குவமாகக் கேட்டான்.

“பெரிய மருமகனே ஆட்டத்த ஆரம்பிக்கலாமா. அதுக்கு முன்னால நீ தாய வெளையாட்டுக்குச் சம்மதந் தரணுமே.”

தருமன் சந்தேகப் பார்வையில் கூறினான்.

“தவறான மொறையில ஆடி என்ன ஏமாத்திருவீரோன்னு அச்சமாருக்கு.”

“அஞ்சவேணாம் மருமகனே. என்னோட துணிஞ்சு சூதாடு. சூதாடுறது மோசம்னு பயந்தா ஆடவேணாம்.”

“அஸ்தினாபுரத்து அரசர் சூதாட அழச்சப் பெறகு அத மறுக்கிறது மொறையில்ல. மரியாதையும் இல்ல. எனக்கு விதிச்சபடி நடக்கட்டும். நான் இப்ப யாரோட ஆடணும்.”

துரியன் கூறினான்.

"அண்ணா எனக்காக ஆடப்போறது மாமா. பந்தயப் பொருள வைக்கப்போறது நான்."

"தம்பீ ஒருவரு பந்தயம் வைக்கிறதும் மத்தவரு அவருக்காக ஆடுறதும் தவறாத் தெரியிதே........ சரி சரி நான் சம்மதிக்கென். ஆட்டத்தத் தொடங்கலாம்."

பீமன் புழுங்கினான்.

"இது எதுல கொண்டுபோயி வுடப்போகுதோ."

சுற்றியிருந்த பார்வையாளர்களின் ஆர்வமும் கவலையும் போட்டியாளர் மீது ஒருங்கே கவிந்திருந்தன. சூதாட்டம் தொடங்கியது. சகுனி தருமனிடம் தாழ்ந்த குரலில் பேசினான்.

"மருமகனே சூதாட்டத்துல பந்தயம் இல்லன்னா விறுவிறுப்பு இருக்காதுன்னு ஏற்கெனவே நீ எங்கிட்டச் சொன்னது ஞாபகமிருக்கா. இந்த ஆட்டத்துல இரு பக்கமும் பந்தயம் வச்சு ஆடுறது உறுதிதான. ஒனக்குச் சம்மதந்தான. மொதல்ல நீ பந்தயம் வைக்கயா இல்ல நாங்க வைக்கட்டுமா."

"நானே வைக்கென்."

"என்ன பந்தயம். இந்தச் சபைக்குச் சொல்லுய்யா."

"வெலமதிப்பில்லாற என்னோட ரத்தின மாலைய வைக்கென்."

துரியன் விளம்பினான்.

"எங்கிட்ட ரத்தினங்களுக்குக் கொறச்சலில்ல. இதோ எம் பந்தயம்."

சகுனி முகத்தில் குறும்புச் சிரிப்பு. வேட்டை நாய்களைப்போல் தன் கைக்குள் காத்திருந்த பகடைக்காய்களை ஏவி உருட்டினான். அவன் ஆணைப்படி காய்கள் உருண்டன. சந்தோசத்தில் துள்ளினான்.

"செயிச்சாச்சு."

ஆட்டம் களைகட்டியது.

தருமன் சளைக்கவில்லை. அவன் மனசுக்குள் சூதாட்ட நெருப்பு துளிர்க்கத் தொடங்கியிருந்தது.

"இந்தத் தடவ செயிச்சிட்டீரு. இதோ பொற்காசு நெரம்பிய பெட்டிகளும் தங்கக் கட்டிகளும் எம் பந்தயம்."

தாயப்பாச்சிகள் சகுனிக்கு அடிபணிந்தன. அவற்றையும் வென்றான்.

"கவுரவருக்குச் செயம்."

தருமன் மலைக்கவில்லை.

"அதோ நான் ஏறி வந்த தேரு. ஈடிணையில்லாறது."

சகுனியின் வஞ்சகம் தேரையும் விழுங்கிக்கொண்டது.

தருமனுக்குள் சூதுவெறி கொழுந்துவிட்டு எரிந்தது. ஆயிரக்கணக்கான பணிப்பெண்களைப் பணயம் வைத்தான். அடுத்து அதுக்கும் அதிகமான வேலைக்காரர்கள் ஓராயிரம் யானைகள் தேர்கள் குதிரைகள் அத்தனையும் வைத்துத் தோற்றான்.

சகுனியின் வஞ்சகத்தைப் பார்த்து விதுரன் மனம் வெதும்பினான். திருதனிடம் முறையிட்டான்.

"அண்ணா இங்க நடக்கிறதெல்லாம் நல்லதுக்கில்ல. குலநாசத்துல கொண்டுபோயி வுட்ரும். மல உச்சிய மறந்து தேன் மேலயே கவனங்கொண்டு தேனெடுக்கிறவன் பாதாளத்துல வுழுந்து மடியிறதப் போல இந்தச் சூதால பெருத்த அழிவு உண்டாகும்."

துரியன் வெற்றிக்களிப்பில் திளைத்தான்.

"சித்தப்பா என்ன நடக்கப்போகுதுன்னு கொஞ்ச நேரம் பொறுத்துப்பாரும்."

விதுரன் விரண்டான்.

"கொழுப்பெடுத்துத் துள்ளுற காள கொம்ப ஓடிச்சுக்கிறதப் போல இவன் தானே அழிவத் தேடிக்கிறான். ஒடனே சூதாட்டத்த நிறுத்துங்க. கவுரவரக் காப்பாத்துங்க. பொல்லாற சகுனிய அவன் நாட்டுக்கு அனுப்பிவையிங்க."

இதைக் கேட்டு துரியன் கோவத்தில் துடித்தான்.

"ஒங்க மனசு யாரு பக்கம் சாஞ்சிருக்குதுன்னு சொல்லவேண்டியதில்ல. நாங்க பாம்ப மடியில கட்டிக்கிட்டுப் பால் வார்க்கிறொம். நீர் எங்களுக்குச் செய்ற துரோகம் பெரும் பாவம். ஓமக்குப் பாசம் எங்க இருக்குதோ அங்க போயிச் சேந்துக்கிறலாம்."

"துரியோதனா நான் நல்லவனா பொல்லாறவனாங்கிறத நாடே அறியும். வரப்போற பேரழிவ எடுத்துச் சொல்ல வேண்டியது எங் கடம. திருதனோட புள்ளைக தங்களோட தலையில தாங்களே

மண்ண வாரிப் போட்டு அழிவத் தேடிக்கிறக் கூடாது. இதுதான் எங்க கவல."

திருதன் அமைதி காத்தான். துரியன் விதுரனைப் பொருட்படுத்தவில்லை.

சூதிலேயே கவனப்பட்டிருந்த சகுனி தருமனிடம் தந்திரமாகக் கேட்டான்.

"மேற்கொண்டு சூதாடுறதுக்கு ஒங்ககிட்டப் பொருளேதும் உண்டா மருமகனே....."

தருமன் சகுனியிடம் மீண்டும் மோசம்போனான். எப்படியாவது விட்டதைப் பிடிக்கணுமென்ற வெறியில் ஆநிரைகளையும், குதிரைக்கூட்டங்களையும், வெள்ளாடுகளையும் செம்மறியாடுகளையும் பணயம் வைத்து வழக்கம் போல் தோற்றான். அவன் தம்பியர் நால்வரும் பேசாமடந்தைகளாகக் கோவத்தில் பொருமிக்கொண்டிருந்தனர்.

தருமன் ஆட்டத்தைத் தொடர்ந்தான்.

"நாடு நகரம் அந்தணரத் தவிர்த்து மற்ற மக்கள் எல்லாரும் என்னோட சொத்து. அவங்களையும் வைக்கென்."

சகுனி வென்றான். தோல்வியைப் பற்றித் தருமன் சற்றும் யோசிக்கவில்லை. தம்பியரையே பணயம் வைக்குமளவுக்கு வெறி அவனுக்குள் பேயாட்டம் போட்டது.

முதலில் நகுலனையும் சகாதேவனையும் வைத்து ஆடினான். தோற்றான். சகுனி தருமனை அர்த்தத்துடன் பார்த்தான்.

"மருமகனே மாதுரி பெத்த புள்ளைகள வச்சுத் தோத்துட்ட. என்னருந்தாலும் அவங்க மாற்றாந்தாய்ப் புள்ளைகதான. கூடப் பெறந்த தம்பிமார வைக்க விருப்பமில்லையா."

தருமன் சினந்தான்.

"என்ன சொன்னீரு......"

சகுனி நயந்தான்.

"தருமா நீ மூத்தவன். எல்லாம் தெரிஞ்சவன். அது நல்லாத் தெரியும். சூதாட்டத்துல வரம்பு கடந்து பேசுறது வழக்கந்தான். சகஜமா இரு மருமகனே."

தருமன் ஆட்டத்தைத் தொடர்ந்தான். அர்ச்சனனையும் பீமனையும் வைத்து இழந்தான். இறுதியில் தன்னையும் வைத்துத் தோற்றான்.

சகுனி தருமனை வினயத்துடன் பார்த்தான்.

“எல்லாம் எழந்தாச்சு. ஆனாலும் இன்னும் பணயம் வைக்க அரிய பொருளொண்ணு இருக்குதே. அதான் ஒம் மனைவி பாஞ்சாலி. அவள வச்சு நீ எழந்த செல்வம் அத்தனையும் மீட்டுக்கிறலாமே.”

இந்த நிலையிலும் தருமனுக்குச் சூதுவெறி அடங்கவில்லை. பாஞ்சாலியைப் பணயம் வைத்தான்.

சகுனி சத்தமின்றி வென்று தருமனைத் தலைகுனிய வைத்தான். சபை தருமனைத் தூற்றியது

“சீச்சீ எல்லாம் தெரிஞ்ச தருமன் என்ன காரியம் பண்ணீட்டான்.”

விதுரன் தலையில் கைவைத்தபடி தாளாத கவலையில் ஆழ்ந்திருந்தான். எல்லா நடவடிக்கைகளையும் குறுஞ்சிரிப்பில் காதுகளால் கவனித்துக்கொண்டிருந்த திருதன் ஆர்வமேலீட்டால் ஒவ்வொரு உருட்டலின் போதும் கேட்டுக்கொண்டேயிருந்தான்.

“செயிச்சாச்சா.”

அவனது அடிமனசின் கிடக்கைக்குப் பதிலிறுப்பதுபோல் மேடையிலிருந்து துள்ளிக் குதிக்கும் சகுனி கூவும் குரல் வந்தது.

“செயிச்சாச்சு. எல்லாஞ் செயிச்சாச்சு.”

விளையாட்டு வினையாகிப்போன கவலையில் பாண்டவர் அனைவரும் சூழ்நிலைக் கைதிகளாகக் குனிந்த தலை நிமிராமல் இடிந்துபோய் உட்கார்ந்திருந்தனர். துரியன் வெற்றிக் களிப்பில் விதுரனை ஏளனமாகப் பார்த்தான்.

“சித்தப்பா பாண்டவர் கத இத்தோட முடிஞ்சது. இனி கவுரவருக்குப் பொற்காலந்தான். போயி அவங்களோட தருமபத்தினிய இங்க அழச்சுவரச் செய்யிங்க. வீட்டு வேலைக அவளுக்காகக் காத்துருக்கு. வேலைகள முடிச்சிட்டு இங்கயே தாசிகளோட தங்கிக்கிறட்டும்.”

விதுரனுக்குக் கோவம்.

“துரியா இது ஒனக்கு அழகில்ல. அவளப் பத்தின பேச்ச வுடு. பாஞ்சாலியப் பணயம் வைக்கத் தருமனுக்கு உரிமையில்ல. இகழ்ச்சியாப் பேசி அவ மனசப் புண்படுத்தாத.”

துரியன் அருகிலிருந்த தேர்ப்பாகனை அழைத்து ஆணையிட்டான்.

பிரதிகாமியே நீ போயிப் பாஞ்சாலியக் கூட்டி வா. இந்த விதுரன் எப்பயுமே கோழ."

பிரதிகாமி பாஞ்சாலி தங்கியிருக்கும் இடந்தேடிப் புறப்பட்டான்.

96

பாஞ்சாலி வாடிய மலராக ருதுக்கறை படிந்த ஒற்றையாடையில் தனியே அமர்ந்திருந்தாள். எதிரில் நின்ற பிரதிகாமியிடம் ஆவலாகக் கேட்டாள்.

"தேராளியே சூதாட்டத்துல என்ன முடிவாச்சு. நெலம தெரியாமத் தவிச்சுக்கிட்டுருக்கென். எல்லாம் நல்லபடியா முடிஞ் சதா."

"அத ஏன் கேக்க தாயி. தருமனுக்குப் புத்தி கெட்டுப்போச்சு. சூது வெறி கண்ண மறச்சிருச்சு. நாடு நகரம் ஆடு மாடு சொத்துச் சொகம் அத்தனையும் மாயச் சூதுல பந்தயம் வச்சுத் தோத்துட்டான். அதோட வுட்டானா பாவி. மாயக்காரச் சகுனி அவனுக்கு வெறியேத்தி நாட்டுச் சனங்க வேலக்காரன் வேலக்காரி யான குதிர தேரு அத்தனையும் வரிசையா வச்சுத் தோத்துட்டான். தம்பிமாரையெல்லாம் பறிகுடுத்து கடைசியில தன்னையும் எழந்தான். ஒன்னையும் வச்சு எழந்துட்டான். அஸ்தினாபுரம் அரமனையில வேல செய்றதுக்காகத் துரியோதனன் ஒன்னக் கூட்டிவரச் சொன்னான்."

பாஞ்சாலிக்குள் பேரிடியும் குமுறலும் அதிர்ந்தன. சிறிது நேரங் கழித்தே அதிர்ச்சியிலிருந்து மீண்டாள்.

"அய்யா ஒனக்குத் தெரியாறதில்ல. எந்த அரசராவது சொந்த மனைவியப் பணயம் வச்சுச் சூதாடுவாரா. சூதாடுறதுக்கு வேற பொருளே கெடைக்கலையா. தருமனுக்கு மதி கெட்டுப்போச்சு. சகுனியோட சதி செயிச்சிருச்சு. எங் கேள்விக்குப் பதிலென்னன்னு கேட்டுட்டு வா. அவர் தன்னத் தோத்தப் பெறகு என்னத் தோத்தாரா இல்ல என்னத் தோத்தப் பெறகு தன்னத் தோத்தாரா."

பிரதிகாமி குழப்பத்துடன் திரும்பினான். ஆட்ட அரங்கம் முழுவதும் அமைதி நிலவியது. தருமன் அவனைப் பார்வையால் கேட்டான். பிரதிகாமி தயக்கத்தில் சொன்னான்.

"மொதல்ல தன்னத் தோத்தப் பெறகு என்னத் தோத்தாரா இல்ல என்னத் தோத்தப் பெறகு தன்னத் தோத்தாராங்கிறதுக்குப் பதில் கேட்டு வான்னு பாஞ்சாலி சொல்லுது. பதில் சொல்லுங்க அரசே."

தருமனை அவமானம் கவ்வியது. பேச ஒரு வார்த்தைகூடக் கிடைக்காத மௌனத்தில் தலைகுனிந்தான்.

துரியோதனன் சொன்னான்.

"சபையோருக்கு முன்னால பாஞ்சாலி வந்து நின்னு இந்தக் கேள்வியக் கேக்கட்டுமே. அப்பத்தான் அவளோட கேள்வியும் பதிலும் இவங்களுக்குத் தெரியவரும்."

சபை அதை ஆமோதித்தது.

தேர்ப்பாகன் மீண்டும் பாஞ்சாலியிடம் சென்று பேசினான்.

"தாயீ சபையில இருக்கிறவங்க ஒன்ன நேர்ல வரச் சொல்றாங்க. அங்க வந்து அவங்களுக்கு முன்னால ஒன் நெலமைய எடுத்துச் சொல்லணுமாம். துரியோதனன் ஒன்னச் சபை நடுவுல நிறுத்தி அவமானப்படுத்தத் திட்டம்போட்ருக்கான். அது மட்டும் நிச்சயம்."

அச்சமயம் தருமன் திரவுபதியின் நம்பிக்கைக்குப் பாத்திரமான தூதனைச் சைகையால் அருகில் அழைத்து ரகசியமாகக் கூறினான்.

"பாஞ்சாலிய ஒத்தையாடை உடுத்தி அழுத கோலத்துல மாமனாருக்கு முன்னால வந்து நிக்கச் சொல்லு. அவளோட நெலமையறிஞ்சு துரியோதனனத் திட்டுவாரு. சபையோரும் அவன் மேல வசைபாடுவாங்க."

பிரதிகாமியின் இக்கட்டான நிலையை உணர்ந்த துரியன் தம்பியை அழைத்தான்.

"துச்சாதனா பிரதிகாமி பீமனுக்குப் பயப்படுறான். நீ போய்ப் பாஞ்சாலிய இழுத்து வா. நமக்கு அடிமைகளாயிட்ட பாண்டவரால ஒண்ணுஞ் செய்ய முடியாது."

துச்சாதனன் உடனே கிளம்பிச் சென்றான். பாஞ்சாலியை மிரட்டினான்.

"பாஞ்சாலியே நீ இப்பக் கவுரவருக்குச் சொந்தமாயிட்ட. எங்க துரியண்ணா ஒன்னச் சூதாட்டத்துல செயிச்சிருக்கான். ஒடையவன் கூப்புட்டா நீ மறுக்க முடியாது. வெக்கத்த வுட்டுச் சபைக்கு வா."

அப்போதுதான் பாஞ்சாலிக்கு அழுகை வந்தது. தேம்பிக்கொண்டே பாதுகாப்புத் தேடி ஓடி திருதராஷ்டிரனின் அந்தப்புரத்துக்குள் நுழைந்தாள். துச்சாதனன் அவளைத் துரத்தி இடைமறித்து அவளது கலைந்துபோன கருங்கூந்தலைக் கைகளால் பற்றி இழுத்தான். அவளால் விடுபட முடியவில்லை. குமுறினாள்.

"மானங்கெட்டவனே நான் மாதவிடாயில இருக்கென். ஒத்தையாடையோட இருக்கிற என்னச் சபைக்கு இழுத்துட்டுப் போறது நியாயமில்ல. இப்படி ஒம் மனைவிய இழுத்துப் போக அனுமதிப்பயா."

"நீ ஒத்தையாடையோட இரு இல்ல நிர்வாணமாவே இரு. அதப் பத்தி எனக்குக் கவலையில்ல. சூதாட்டத்துல நாங்க செயிச்ச அடிம நீ. அதனால அடிமப் பொண்ணுகளோட நீயும் வந்து சேந்துக்கோ."

அவள் கதறினாள்.

"அறிவுகெட்டவனே பெரியவங்க இருக்கிற சபைக்கு என்னக் கொண்டுபோயி நிறுத்தீறாத. அவங்களுக்கு முன்னால நிக்க முடியாது. இந்தக் கொடுமையக் கண்டு பாண்டவருக கொதிச்சுப்போவாங்க. எங் கதறலக் கேக்க சபையில யாருமே இல்லையா. தர்மமும் ஒழுக்கமும் எங்க போச்சு."

ஒற்றையாடையுடன் சபையில் நின்ற பாஞ்சாலி கணவன்மாரைக் கடைக்கண்ணால் பார்த்தாள். அவர்கள் துயரமே உருவாகக் கூனிக் குறுகி நின்றிருந்தனர்.

துச்சாதனன் அவளை ஏளனமாகப் பேசினான்.

"தாசியே அழாத. ஒம் பாதுகாப்புக்கு நாங்க இருக்கொம்."

கர்ணன் பாஞ்சாலியைப் பார்த்து வார்த்தைகளை வீசினான்.

"கணவரையுஞ் சேத்து நாலு ஆண்களோட ஒரு பொண்ணு இருக்கலாம். இதுதான் விதி. நீயோ அஞ்சு பேருக்கு மனைவி. அதனால நீ வேசிதான். பொது மங்கைதான்."

பீஷ்மன் பாஞ்சாலியைப் பார்த்துக் கூறினான்.

"மகளே தர்மமிங்கிறது மிக நுட்பமானது. மனைவி கணவனுக்குக் கட்டுப்பட்டவ. தருமனே தான் செயிக்கப்பட்டதாகச் சபையில ஒத்துக்கிட்டுக் கவுரவருக்கு அடிமையாயிட்டான். ஒரு அடிம தன் மனைவியப் பந்தயம் வச்சு ஆடுனது சரியா தவறான்னு இப்ப என்னால தெளிவாச் சொல்லமுடியல. தருமன்

வெளுத்ததெல்லாம் பாலுன்னு நம்புற வெகுளியாருக்கான். ஒங் கேள்விக்கு எங்கிட்டப் பதில் இல்ல தாயீ.”

பாஞ்சாலி குமுறி வெடித்தாள்.

“பெரியவங்க நெறஞ்ச சபை இது. எங் கேள்விய ஆராஞ்சு பாத்து நியாயமான பதிலச் சொல்லுங்க. தருமத்தக் கூறாதவங்க பெரியவங்களே இல்ல.”

அவளது அழுகைக்கிடையே துச்சாதனன் அவளைத் தகாத வார்த்தைகளால் திட்டினான்.

“வெக்கங்கெட்ட வேசிக்கு அழுக ஒரு கேடா.”

இதுவரை அமைதி காத்து வந்த பீமன் கொதித்தெழுந்து அண்ணனை இடித்துரைத்தான்.

“சூதாடி வீட்லகூடத் தொண்டுப் பொண்ணுக உண்டு. அவங்களப் பந்தயமா வச்சு ஆட யாரும் துணிய மாட்டாங்க. ஆனா பாஞ்சாலியப் பணயம் வச்சுச் சூதாடீட்ட. அவ துயரத்துக்கும் துன்பத்துக்கும் நீதான் காரணம். அவ படுற பாதரவுக்கு நீயே பொறுப்பு. அவள வச்சு ஆடத் துணிஞ்ச ஒங் கையச் சுட்டெரிக்கப்போறென். அப்பத்தான் எங் கோவந் தணியும். தம்பீ சகாதேவா தீ வட்டி கொண்டுவாடா.”

இதைக் கண்டு அர்ச்சுனன் பதறிப்போனான்.

“பீமண்ணா ஒன் நாவுலருந்து இப்படிப்பட்ட வார்த்தைக வரக் கூடாது. கொடியவங்க முன்னால இப்படிச் சொல்லீட்டயே. எந்தச் சந்தர்ப்பத்துலயும் நம்ம பெரியண்ணாவ மிஞ்சிப் பேசலாமா. யாருக்கும் வுட்டுக்குடுத்துறக் கூடாது. இப்படிப்பட்ட சூழ்நெலையில நம்ம கட்டுக்கோப்பா ஒத்துமையா இருக்கணும். நம்ம செஞ்ச தவறுக்காக எத்தன இன்னல் வந்தாலும் அனுபவிச்சுத்தான் ஆகணும். கருநாகம் சந்திரன விழுங்குன மாதிரி இந்தப் பாழாப்போன சூது தர்மத்த விழுங்கத்தான் செய்யும். இன்னும் நமக்கு எத்தனையோ துன்பமும் துயரமும் இருக்கு. அத்தன கர்மத்தையும் சகிச்சுக்கிட்டு நம்ம அமைதியாத்தான் இருக்கணும். காலம் ஒரு நாள் மாறத்தான் போகுது. அப்பத் தருமம் செயிக்கும். இது என் காண்டீபத்து மேல ஆணை.”

துரியோதனன் பாண்டவரை நடத்திய கொடுமை கண்டு கவுரவரில் ஒரு தம்பி விகர்ணன் மனசு பொறுக்காமல் ஆதங்கப்பட்டான்.

“மன்னர்களே திரவுபதி கேட்ட கேள்விக்குப் பதில் சொல்லுங்க. இல்லன்னா நமக்கு நரகந்தான் மிஞ்சும். துரோணர் இருக்காரு. கிருபர் இருக்காரு. இன்னும் எத்தனையோ பெரியவங்க வந்துருக்காங்க. அத்தன பேரும் ஏன் பதில் சொல்லாம மௌனஞ் சாதிக்கிறீங்க.”

விகர்ணனின் சொல்லுக்கு யாருமே மறுமொழி கூறவில்லை. அவனே பேச்சைத் தொடர்ந்தான்.

“சான்றோர்களே நீங்க பதில் சொன்னாலும் சொல்லலன்னாலும் சூதாட்ட வலையில சிக்கிக்கிட்ட தருமன் பாஞ்சாலியப் பந்தயப் பொருளா வைக்க ஒத்துக்கிட்டான். பாஞ்சாலியோ பாண்டவர் அஞ்சு பேருக்கும் பொதுவானவ. தருமன் தன்னத் தோத்தப் பெறகே இவளப் பந்தயப் பொருளா வச்சு ஆடியிருக்கான். பந்தயம் வைக்கத் தூண்டியவர் சகுனி. பாஞ்சாலியச் செயிச்சது நியாயமானதா எனக்குத் தோணல.”

இதைக் கேட்ட சபையோர் விகர்ணனைப் புகழ்ந்து சகுனியை இகழ்ந்தனர். பேரொலி எழுப்பினர். கர்ணன் கோவத்தில் கொதித்தான்.

“விகர்ணா காட்டுத் தீ போல பெறந்த குலத்தையே அழிக்கத் துணிஞ்சிட்ட. பாஞ்சாலியச் செயிச்சது சரியானதே. ஒனக்கு அறிவும் அனுபவமும் பத்தாது. பந்தயப் பொருளுன்னு சகுனி வார்த்தையாச் சொன்னதத் தருமன் ஒத்துக்கிட்டானே. பெறகு செயிக்கலன்னு எப்படிக் கூறப்போச்சு. எது எப்படியானாலும் என் முடிவான கருத்து இதுதான். ஒருத்திக்கு ஒரு கணவந்தாங்கிறது விதி. இவளுக்கோ பல கணவர்கள். இதனால இவள விலைமகதான்னு சொல்றதுல தவறே இல்ல. இவ ஒத்தையாடையோட இருந்தாலுஞ் சரி ஆடையில்லாம இருந்தாலுஞ் சரி. வேசி வேசிதான். பாண்டவரோட பொருளையும் இவளையும் சகுனி தர்ம வழியில நின்னே செயிச்சிருக்காரு. இதுல சந்தேகமேயில்ல.”

துரியோதனன் துச்சாதனனுக்கு ஆணையிட்டான்.

“தம்பி துச்சா இந்த விகர்ணன் வயசு முதிராற வெவரந் தெரியாற பொடியன். எல்லாம் தெரிஞ்ச பண்டிதன் போலப் பேசுறான். இவன் கெடக்கான் வுடு. நீ போயிப் பாண்டவரோட ஆடைகளையும் பாஞ்சாலியோட ஆடையையும் பறிச்சு வா.”

இதைக் கேட்டதும் பாண்டவர் அணிந்திருந்த மேலாடைகளை வீசியெறிந்துவிட்டுச் சபையில் அமர்ந்தனர். சபை நடுவில் நிர்க்கதியாக நின்றிருந்த பாஞ்சாலியின் ஆடையைப் பலவந்தமாக உரியத் தொடங்கினான் துச்சாதனன்.

ஒற்றையாடையின் ஒரு முனையைத் துச்சாதனன் பற்றி இழுக்க மறு முனையால் பாஞ்சாலி உடலை மூடி மறைக்க இழுபறி தொடர்ந்தது. பாஞ்சாலி ஆடையைச் சற்று நழுவவிட்டாலும் நிர்வாணமாகிவிடுவாள். அக்கோலத்தைத் தவிர்ப்பதிலேயே கவனமாக இருந்தாள். சபையினரை ஒருமுறை பார்த்துவிட்டுத் துச்சாதனனிடம் கர்ஜித்தாள்.

“அடே துச்சாதனா பொண்ணுன்னா ஒனக்கு அவ்வளவு எளக்காரமாப் போச்சா. ஓங்க அடிமத்தனத்துக்கு ஒரு அளவே இல்லையா. அதுக்கு ஒரு விடிவே கெடையாதா. நான் யார் தெரியுமாடா. நெருப்புல பெறந்தவ. வனத்துல வளந்தவ. பாஞ் சால நாட்டு எளவரசி. ஒன்ன விட அதிகமா வித்தைகளக் கத்தவ. சாத்தரங்கள அறிஞ்சவ. நான் கைப்புடிக்காற வாளும் வில்லுங் கெடையாது. இந்தச் சாது மெரண்டாக் காடு கொள்ளாது. சபையோருக்கு மரியாத குடுக்கணுமிங்கிறதுக்காகப் பொறுமையாருக்கென். நான் வெடிச்சா ஒன்னால தாங்க முடியாது. எரிமலையா வெடிக்கிறதத் தவிர வேற வழியில்ல. எங் கேள்விக்கு இந்தச் சபையோரால பதிலளிக்க முடியல. எங் கைப்புடிச்ச புண்ணியவாளங்க வாய்மூடி மவுனிகளாயிட்டாக. வேடன் விரிச்ச வலையில விழுந்த பறவைகளாயிட்டாக. அஞ்சு கணவன்மார் இருக்கிறதால அதிகப் பாதுகாப்புன்னு நம்பியிருந்தென். அந்த நம்பிக்க தவறுன்னு இப்பத் தெரிஞ்சுக்கிட்டென்.”

துரியோதனன் பாஞ்சாலிக்கு எதிரே வந்து தனது இடது தொடையைத் தட்டிக் குதித்தான்.

“தாசியே துருபதன் பெத்த தங்க மகளே. இதோ எந் தொடையில வந்து உக்காரு. ஒன்ன என் அந்தப்புர நாயகியாக்கிக் காலமெல்லாம் வச்சுப் பாதுகாப்பென்.”

துச்சாதனன் துகிலுரியும் முயற்சியை இன்னும் தொடர்ந்தான். பாஞ்சாலியின் சினம் நெருப்பாகி எரியத் தொடங்கியது.

“எங் கேள்விக்குப் பதில் சொல்ல முடியாற சான்றோர் இருந்தென்ன போயென்ன. ஒரு அபலப் பொண்ணு அவமானப்படும்போது எல்லாரும் அமைதி காக்கிறது நியாயமில்ல. என்னக் காக்க கணவர்களாலயும் முடியல. ஓங்க வீட்டுப் பொண்ணுகளுக்கு இப்படியொரு பரிதாப நெலம வந்தா வேடிக்க பாத்துட்டுச் சும்மாருப்பீகளா. விதியையும் தருமத்தையும் ஆராஞ் சுக்கிட்டுருப்பீகளா. நீதி நேர்ம எல்லாமே ஓங்களுக்குச் சாதகமா நீங்களே வகுத்துக்கிட்ட நெறிமொறதான. சபையோர் என்ன மன்னிக்கணும். வாளாவிருக்கிற ஆண்களுக்கு மத்தியில இந்தக்

கயவர்களிடமிருந்து என்ன நானே பாதுகாத்துக்கிறதத் தவிர வேற வழியில்ல."

சபையோரின் பார்வை அவள் மீதே கவிந்திருந்தது.

பாஞ்சாலி வெடித்தாள்.

"கிட்ட வாடா வச்சுக்கிறென்."

சூறாவளிக் காற்றாக இருமுறை சுழன்று உடம்பு முழுக்க மூடிக்கொண்டு ஆடையின் விளிம்பைப் பலங்கொண்ட மட்டும் படக்கென்று சுண்டி இழுத்தாள். நிலைகுலைந்துபோன துச்சாதனன் தட்டுத்தடுமாறி அவள் காலடியில் மண்டியிட்டு விழுந்தான். அவனை ஒரு காலால் எட்டித் தள்ளிவிட்டாள்.

"சீச்சீ பெழச்சுப்போடா மூடனே."

அவனுக்கு அபயமளித்து முழு ஆடையில் உடம்பை மறைத்துக்கொண்டாள். சபையினரைக் காளியின் ருத்திரக் கோலத்தில் கம்பீரமாகப் பார்த்தாள். அவர்களின் கரவொலியில் அரங்கமே அதிர்ந்தது.

பீமன் மகிழ்ச்சியில் துள்ளினான். தம்பியர் அமைதியை உடைத்துக்கொண்டு குதித்தனர். தருமன் இன்னும் தலைகுனிந்த தவத்திலிருந்தான்.

மிரண்டுபோன துரியோதனன் அகல விழித்த ஆந்தையாகப் பாஞ்சாலியை அச்சத்துடன் பார்த்துக்கொண்டிருந்தான். விகர்ணனும் யுயுத்சுவும் பார்வையால் சந்தோசத்தைப் பரிமாறிக் கொண்டனர்.

அதிர்ச்சியிலிருந்து மீளாத பீஷ்மன் அசைவின்றிச் சமைந்திருந்தான்.

சபை நடவடிக்கைகளையெல்லாம் காதுகளால் அறிந்துகொண்ட திருதராஷ்டிரன் ஆடிப்போய்விட்டான். இனிமேலும் வாளாவிருப்பது சரியல்ல. மற்றவர்கள் சாடுவார்களே. அஸ்தினாபுரத்து அரசன் என்ற முறையில் இந்த நிலைமையிலிருந்து விடுபட ஏதாவது வழி செய்தாகணுமே. மக்கள் தூற்றுவார்களே. மூத்தவன் ஒரு பெண்ணை இப்படிச் சித்திரவதை செய்வது நியாயமில்லை. இனிமேலும் தாமதித்தால் பகை வளர்ந்து அஸ்தினாபுரம் விரைவிலேயே அழிந்துவிடும். அவனது அந்தகக் கண்களிலிருந்து கண்ணிர் தாரை தாரையாக வடிந்தது. பாஞ்சாலியைக் கனிவான வார்த்தைகளால் அவளது மனக்காயங்களை ஆற்ற முயன்றான்.

“பாஞ்சாலீ நம்ம குடும்பத்துக்கு மூத்த மருமகளே பாண்டவரோட தருமபத்தினியே ஒனக்கு இந்த அவமானம் நேர்ந்ததுக்காக வருத்தப்படுறென். இத நான் அனுமதிச்சிருக்கக் கூடாது. பாழாப்போன புத்திரப் பாசம் என்னப் பாடாப்படுத்திருச்சு. பாண்டவரும் எம் புள்ளைகதானேங்கிற உண்ம புத்திக்கு எட்டல. போனது போகட்டும். இனிமேலாவது பாண்டவரும் கவுரவரும் அண்ணன் தம்பிகளாருந்து ஒத்துமையா வாழணும். மகளே ஒனக்கு என்ன வரம் வேணும் கேளு.”

பாஞ்சாலி கோவந் தணிந்தாள்.

“எங்களுக்கெல்லாம் பாதுகாவலரே. ஒங்ககிட்ட வரங் கேக்கிற உரிம எனக்குண்டு. நான் கேக்கிற மொத வரம் மாயச் சூதுல மதிமயங்கி இழிவடஞ்ச தருமன் அடிம நெலையிலருந்து விடுபடணும்.”

“வரமளிச்சென் மகளே. அடுத்த வரமென்ன.”

“பீமன் அர்ச்சுனன் நகுலன் சகாதேவன் நாலு பேரும் அடிம நெலையிலருந்து விடுபடணும்.”

“அதையும் தந்தென். மூணாவது வரமென்ன.”

“மூணாவது வரத்துல எனக்கு நாட்டமில்ல அரசே.”

அடிமைத் தளையிலருந்து விடுபட்ட பாண்டவர் தெம்புடன் இந்திரப்பிரஸ்தத்துக்குப் புறப்பட்டனர்.

பாண்டவர் மீது இன்னும் கோவந் தணியாத கர்ணன் அவர்களைப் பார்த்துக் குத்தலாகக் கிண்டலடித்தான்.

“ஓடமில்லாற தண்ணியில தவிச்சுக்கிட்ருந்த பாண்டவருக்கு இந்தப் பாஞ்சாலி கரசேக்கிற கப்பலாயிட்டா.”

இதைக் கேட்ட பீமன் கோவத்தில் உறுமினான்.

“அவன் சொல்றதக் கேட்டீகளா. அனுமதி குடுங்கண்ணா. அவனக் கொன்னுட்டுத் திரும்புறென்.”

தருமனுக்கு நாவெழவில்லை. அர்ச்சுனன் அவனைச் சமாதானப்படுத்தினான்.

“இது தருணமில்ல பீமண்ணா.”

பாண்டவரின் பயணம் தொடர்ந்தது.

97

திருதாஷ்டிரன் பாண்டவரை விடுவித்தது துரியோதனனுக்கு அறவே பிடிக்கவில்லை. எல்லாம் கைகூடிவரும்போது காரியங் கெட்டுப்போயிற்றே. சதா புலம்பிக்கொண்டு திரிந்தான்.

“வெண்ண தெரண்டு வரும்போது தாழிய ஒடச்சிட்டானே குருட்டுக் கெழவன்.”

துச்சாதனன் அண்ணனின் கோவத்துக்குத் தூபமிட்டான்.

“துரியண்ணா நம்ம கஷ்டப்பட்டதெல்லாம் வீணாப்போச்சே. அப்பன் எதிரிகளுக்குத் தொணப் போயிட்டானே. இது கொஞ் சங்கூட நியாயமில்ல.”

சகுனி ஒத்துப்பாடினான்.

“சின்ன மருமகன் சொல்றதுல தப்பே இல்ல.”

துரியோதனன் மற்றவர்களை அழைத்துக்கொண்டு தந்தையிடம் சென்றான். ஒரு நம்பிக்கை நாடகமே நடத்திக் காட்டினான்.

“அப்பா பாண்டவருக்கு நம்ம செஞ்சிருக்கிற தீமைகள அவங்க பொறுக்க மாட்டாங்க. அவங்கள நெனச்சா எனக்கு வயித்தக் கலக்குது. அர்ச்சுனன் அடிக்கடி காண்டீபத்த எடுக்கான். எனக்கென்னமோ அவங்க நம்மள ஒழிக்கிறதுக்குச் சேன தெரட்டப் போயிருப்பாங்கன்னு தோணுது.”

சகுனி தலையாட்டினான்.

“எனக்கும் அப்படித்தான் தெரியிது.”

திருதராஷ்டிரன் துரியோதனனிடம் பக்குவமாகப் பேசினான்.

“மகனே சுயோதனா அவங்களோட நீ ஏன் விரோதம் பாராட்டணும். எப்பயும் அர்ச்சுனங்கிட்ட நட்போட இரு. எல்லாம் நல்லபடியா நடக்கும். அய்யா ஒண்ணு தெரிஞ்சுக்கோ. சூதாடிச் சம்பாரிச்ச சொத்து எண்ணைக்கும் நெலச்சு நிக்காது. அந்த ஆசைய வுட்ருய்யா.”

துரியன் அழுத்தமாகச் சொன்னான்.

“பாண்டவரச் செயிக்கிறதுக்குச் சூதாட்டத்தத் தவிர வேற வழியில்ல. முன்னப்போல இல்லாம இனி ஒரு தடவ நட்போட சூதாடலாம். வனவாசத்த மட்டுமே பந்தயமா வச்சு ஆடுவொம். அதாவது ஆட்டத்துல தோத்தவங்க பனிரெண்டு வருசம் வனவாசமும் ஒரு வருசம் அஞ்ஞாத வாசமும் போகணும். அவ்வளவுதான்.”

சகுனி அதை ஆதரித்தான்.

“நீங்க பெத்த புள்ளைக நாளைக்குத் தெருவுல நிக்கக் கூடாது பாருங்க. கேவலமில்லையா.”

திருதராஷ்டிரனுக்கு ஒன்றும் சொல்லத் தோன்றவில்லை. எப்படியோ மகன் பேச்சில் மயங்கிவிட்டான்.

“பாண்டவர் நெடுந்தூரம் போயிருப்பாங்களே. அவங்கள ஒடனே கூட்டிவாங்க. மறு சூதாட்டத்துக்கு ஏற்பாடு செய்யிங்க.”

காந்தாரி முறையிட்டுத் தோற்றாள்.

“அரசே இது குல நாசத்துக்கு வழி வகுக்கும். மூத்த மகன் அறிவில்லாமப் பேசுறான். கட்ன அணைய ஒடச்ச கதையாயிரும். நீறு பூத்த நெருப்ப ஊதி வளக்கவேணாம்.”

திருதராஷ்டிரன் மிகவும் குழம்பிப்போயிருந்தான்.

“இவனால குல நாசம் வந்தா வரட்டும். இவனோட புடிவாதத்த என்னால தடுக்க முடியாது. எப்படியோ போகட்டும். மறு சூது நடக்க ஏற்பாடு செய்யிங்க.”

பிரதிகாமி பாண்டவரிடம் தூது சென்றான்.

“அரசே நீங்க மறுசூதாடணுமாம். பெரியவரு கூப்புடுறாரு. அதுக்காகவே ஒங்கள கையோட கூட்டிவரச் சொன்னாரு.”

தருமனுக்கு மிகுந்த கவலை.

“விதி மறுபடியும் அழைக்குது. சூதாட்டம் தீமையானதுன்னு அவருக்கு நல்லாவே தெரியும். குருகுலத்துக்குப் பெரியவர் முதியவர். அவரோட கட்டளைக்கு நம்ம கட்டுப்பட்டுத்தான் ஆகணும். என்ன செய்றது. கஷ்டம் வரும்போது புத்தி மழுங்கீருது.”

சத்திரிய தர்மத்துக்கு மதிப்பளித்துப் பாண்டவர் அஸ்தினாபுரம் திரும்பினர்.

பாஞ்சாலிக்கு ஒரு சமாதானம் கிடைத்தது. உரக்கவே கூறினாள்.

“மொதச் சூதாட்டத்துல பறிகுடுத்த நாட்ட மறு சூதாட்டத்துல செயிச்சு மீட்டுக்கிறதே சத்திரிய தர்மம்.”

மற்ற பாண்டவருக்கு மறு ஆட்டத்தில் உடன்பாடில்லை. இருந்தாலும் தருமனை மீறிப் பேசமுடியவில்லை.

சகுனி கர்மமே கண்ணாயிருந்தான். தருமனை நோக்கிக் கண்களை உருட்டினான்.

“இந்த ஆட்டத்துல மருமகப் புள்ளைக்கு அதிகம் வேலவைக்கக்கூடாதுன்னு ஒரே ஒரு பந்தயத்த மட்டும் வச்சிருக்கு. அதுக்குச் சம்மதந்தான.”

“என்ன பந்தயம்.”

“ஆட்டத்துல தோத்தவங்க பனிரெண்டு வருசம் வனவாசமும் ஒரு வருசம் அஞ்ஞாதவாசம் போகணும்.”

“சரி.”

சகுனியின் கபடமறிந்தும் தருமன் மறு சூதாடினான். காய்களை உருட்டிய சகுனி களிப்பில் துள்ளினான்.

“செயிச்சாச்சு.”

தருமன் சகுனியிடம் பரிதாபமாகக் கேட்டான்.

“நாங்க வனவாசம் முடிச்சுத் திரும்புறபோது எங்களுக்குரிய நாட்ட எங்ககிட்ட ஒப்படைக்கிறதுதான் தர்மம். இதுல மறுபேச்சில்ல.”

சகுனி குறும்புப் பார்வையில் குதர்க்கமான வார்த்தைகளை உதிர்த்தான்.

“நல்லபடியா வனவாசத்த முடிச்சிட்டு வாங்க. அப்பப் பாத்துக்கிறலாம். மருமகனே நீங்க ஆண்ட நாடு ஒங்களுக்குத்தான்.”

தோல்விக்குத் தண்டனை கிடைத்துவிட்டது. பாண்டவர் தோலாடையணிந்து காட்டுக்குப் புறப்பட்டனர். பாஞ்சாலியின் கோலத்தைப் பார்த்துத் துச்சாதனன் ஏளனமாகப் பேசினான்.

“செதுக்கிவச்ச செலையே அரகொற ஆடையணிஞ்சு காட்டுக்குப் போயி அல்லல்படத்தான் வேணுமா. இதோ எங்கள்ல ஒனக்குப் புடிச்சவனக் கணவனா ஏத்துக்கிட்டுச் சந்தோசமா வாழலாம். இனிமே நீ பாண்டவர நம்பிப் பயனில்ல.”

இது கண்டு பொறுக்காத பீமன் துச்சாதனனை நெருங்கிப் பிளிறினான்.

“ஒன்னோட சொல்லம்புகளால என் நெஞ்சு பௌந்துருச்சு. அதப்போல ஒரு நாள் ஒன் மார்பப் பௌந்து ரத்தங் குடிச்சுத் தாகந் தணிப்பென். எங்க பாஞ்சாலிய எந்தத் தொடையில உக்காரச் சொன்னானோ துரியோதனன் அதே தொடையைப் பௌந்து அவன் கதைய முடிப்பென். இது சத்தியம்.”

தலைவிரி கோலத்திலிருந்து பாஞ்சாலி கண்களில் அனல் பறக்கச் சூளுரைத்தாள்.

“அடே துச்சா ஒங்கள ஒருபோதும் மன்னிக்கமாட்டென். ஒன் ரத்தத்தத் தோய்க்கிற வரைக்கும் கலஞ்சு கெடக்கிற எங் கூந்தல அள்ளி முடிய மாட்டென்.”

அர்ச்சுனன் சீறினான்.

“எங் காண்டீபம் கர்ணனக் கொல்லும்.”

சகாதேவன் முற்றாத குரலில் முழங்கினான்.

“நான் கெடுமதியாளன் சகுனியைக் கொல்லுவென்.”

பாண்டவர் பெரியோர்களிடம் விடைபெற்றுக்கொண்டனர். காந்தாரி கலங்கினாள்.

“பகவானே இதெல்லாம் பாக்கக்கூடாதுன்னுதான் நான் முந்தியே கண்ணக்கெட்டிக்கிட்டென் போலருக்கு.”

98

நடந்த கதையெல்லாம் விதுரன் சொல்லித்தான் குந்திக்குத் தெரியும். அழுது அரற்றினாள்.

“எம்புள்ளைகள இப்படி அலக்கழிக்காகளே. இதுக்கு முடிவே இல்லையா. எல்லாம் கமுக்கமாத் திட்டம்போட்டு நடந்துருக்கு. நானும் ஒரு மோழையப் பெத்து வச்சிருக்கனே. நடக்கப்போறத கொஞ்சங்கூட எண்ணிப் பாக்காம எல்லாத்துக்கும் தலையாட்டப் போய்த்தான இக்கதியாயிருச்சு. மருமக என்ன பாவஞ் செஞ்சா. அவளச் சபைக்கு இழுத்து வந்து பாடாப் படுத்தியிருக்காகளே.

அவங்க அக்கா தங்கச்சி பொண்டாட்டிமார அவமானப்படுத்துனா சும்மாருப்பாகளா. ஏன் அந்தப் பெரியவருக்குத் தெரியவேணாமா. கண்ணக் கெட்டிக்கிட்டுக் கெடக்காளே காந்தாரி அவளுக்கு உறுத்தலையா. நான் பெத்ததுல மூத்ததுதான் மோழை. எளையதுக காளையாச்சே. அவுகளும் நடந்த அக்கிரமத்தப் பாத்துக் கையக் கெட்டிக்கிட்டுச் சும்மாவா இருந்தாக."

விதுரன் சமாளித்தான்.

"தல இருக்க வாலாடக் கூடாதுன்னு அமைதியா இருந்துக்கிட்டாங்க. அதுலயும் பீமனுக்கு வந்த கோவமிருக்குதே சொல்ல முடியாது. வுட்ருந்தா அவன் ஒருத்தனே எல்லாத்தையும் நொறுக்கிக் குமிச்சிருப்பான்."

"பீமசேனன வுட்டுப்புடிச்சிருந்தா அதான் நடந்துருக்கும். வுடலயே...... அந்த நாசக்காரப் பாவி சகுனி இருக்கிறவரைக்கும் காந்தாரி புள்ளைக சீரழிஞ்சு போவாங்க. இனி அதப் பத்திப் பேசி என்ன செய்ய. எம்புள்ளைக காடு மலையெல்லாம் அலஞ்சு திரியணும்னு தலையில எழுதியிருக்கு. அத யாராலதான் மாத்தமுடியும்."

"மூத்தவந்தான் இந்த நெலமைக்குக் காரணம். அவனால எல்லாரும் கஷ்டத்த அனுபவிக்கப்போறாங்க."

"இந்த நேரம் பாத்துக் கிருஷ்ணன் இல்லாமப் போயிட்டானே. அவன் இருந்துருந்தா இதெல்லாம் நடந்துருக்காது. அங்க அவனுக்கென்ன பிரச்சனையோ. நமக்குக் கெட்டகாலம். அனுபவிச்சுத்தான் தீரணும்."

"அனுபவிச்சாத்தான் மூத்தவனுக்கு அறிவு வரும்."

"நான் ஒடனடியா அவன் மூஞ்சியப் பாக்கணுமே."

"பண்ணுன தப்புக்கு ஒங்க மொகத்துல எப்படி முழிக்கிறதுன்னு தலைய ஓட்டிக்கிட்டு நிக்கான். எல்லாரும் இப்ப வருவாங்க. ஒங்ககிட்ட சொல்லீட்டுப் போகாம எப்படி."

"வரட்டும்.. விதுரா பாஞ்சாலிய என்ன செய்றது. ஒரே யோசனையாருக்கு."

"எனக்கும் அந்த நெனப்புத்தான். நம்மோடயே இருந்துக்கிறட்டுமே."

"பெறந்த வீட்டுக்கு அனுப்புறது மரியாதையில்ல. அவன் அண்ணனுக்குத் தெரிஞ்சாக் காறித் துப்புவான்....... எனக்கு ஒரு யோசன தோணுது."

"எப்படி."

"அவ ஒருத்தியாலதான் இவங்களக் கட்டுப்படுத்தமுடியும். இவ்வளவு காலமும் அவ சாமர்த்தியந்தான் அஞ்சு பேரையும் ஒத்துமையாக் கட்டிப்போட்ருக்கு."

"அது உண்மதான். அதனால..."

"அவங்களோடயே இவளையும் அனுப்பிவச்சிருவொம். அவ இல்லன்னா காட்ல சண்டபோட்டுக்கிட்டுப் பிரிஞ்சுபோற மாடுக மாதிரி செதறிப்போயிருவாகய்யா. பறிகுடுத்த நாட்டத் திரும்பப் பறிச்சு மூத்தவன அரியணையேத்தியாகணும். அது பாஞ்சாலி ஒருத்தியாலதான் முடியும்."

"இளவரசியா இருந்த பொண்ண எவ்வளவு காலத்துக்குக் காட்ல அலக்கழிக்கிறது. அது பெரிய பாவம்."

"வேற வழி தெரியலையே. கிருஷ்ணன் இருந்தா யோசன கேட்டுக்கிறலாம்."

விதுரன் தயக்கத்தில் கூறினான்.

"சரி அப்படியே அனுப்பிவைப்பொம். நெலமைக்குத் தக்க பாத்துக்கிறலாம்...... அதோ அவங்களும் வந்துட்டாங்களே."

பாண்டவர் அருகில் வந்துவிட்டனர். கடைசியாகத் தருமன் தலைகுனிந்தபடி தயங்கித் தயங்கி வந்து சேர்ந்தான்.

"வாங்க மக்கா வாங்க. எல்லாக் கதையும் முடிச்சிட்டுப் பெத்தவளப் பாக்க வாறிகளாக்கும்."

பீமன் வாய் திறந்தான்.

"அம்மா நடக்கக் கூடாதெல்லாம் நடந்துருச்சு. அண்ணனத் தலையில வச்சுக் கொண்டாடி நல்ல பாடம் கத்துக்கிட்டொம். நடந்த கத தெரியுமில்ல."

"எல்லாம் இப்பத்தான் தெரியும். நீங்களே முடிவெடுத்துட்டீக. இதுல நாஞ் சொல்றதுக்கு என்ன இருக்கு."

தருமன் இன்னும் தலைநிமிரவில்லை. திடீரென்று தாயின் காலில் விழுந்து வணங்கி இரு கை கூப்பிப் பிராயச்சித்தம் வேண்டி நின்றான்.

"பின் வெளைவுகளப் பத்தி யோசிக்காம நாஞ் செஞ்சத் தப்புக்கு தம்பிகளும் பாஞ்சாலியும் என்ன நிச்சயமா மன்னிக்கமாட்டாங்க. நீங்கதான் என்ன மன்னிக்கணும்."

அழுகை பொங்கவே மேற்கொண்டு பேச நாவெழவில்லை. கூப்பிய கைகள் விதுரனின் நோக்கிக் கும்பிட்டன.

விதுரன் கண்கலங்கியவாறு அவனை அனைத்து உச்சி முகந்தான். முதுகில் தட்டிக் கொடுத்தான்.

"மகனே வாழ்க்கையில இதெல்லாம் சகஜம். காடுங்கிறது பெரிய குருகுலமாக்கும். அங்க கெடைக்கிற அனுபவந்தான் ஆச்சாரியன். அனுபவம் கத்துக்குடுக்கிற வாழ்க்கைக்கு எதுவுமே ஈடாகாது. தெம்பாப் போயிட்டுவாங்க. ஒத்தும ரெம்ப முக்கியம்."

குந்தி பாஞ்சாலியைத் தனியே அழைத்துச் சென்று தலையை வருடியபடி அன்னியோன்னியமாகப் பேசினாள். அவள் பாண்டவரோடு வனவாசம் சென்றாகவேண்டிய அவசியத்தை பக்குவமாக வலியுறுத்தினாள்.

அத்தையின் பேச்சில் நனைந்த பாஞ்சாலி சம்மதித்துவிட்டாள்.

பாண்டவர் முகத்தில் தெம்பு வந்தது. குந்தியின் மனசில் நம்பிக்கை திரண்டது. விதுரனுக்குத் தருமனிடம் சொல்லிக் கொள்ள ஒரு வார்த்தை இருந்தது.

"யுதிஷ்டிரா அம்மா எங்களோடயே இருக்கட்டுமே. அதான் பாதுகாப்பு."

தருமன் சொன்னான்.

"நானும் அதத்தான் சொல்லணும்னு நெனச்சிருந்தென்."

எல்லோரது முகத்திலும் ஒரு சகஜம் நிலவியது.

பாண்டவர் பாஞ்சாலியுடன் கிளம்பினர்.

தெரு வீதியில் பாண்டவர் தலைகுனிந்து முகத்தை மறைத்துக்கொண்டு நடந்து செல்லும் காட்சியைப் பார்த்து ஊரே அழுது புலம்பியது.

"அண்ணன் தம்பிகளுக்குள்ள இப்படி ஒரு பகையா. அடுக்காது அடுக்காது. இது எதுலதான் கொண்டுபோயி வுடப்போகுதோ."

கவுரவரின் மனைவியர் அனைவரும் கணவன்மாரைக் கண்டபடி திட்டி அழுது அரற்றினர்.

"நாடே நாசமாகப்போகுது."

திருதராஷ்டிரன் மீண்டும் குழம்பினான். இதன் விளைவால் என்ன நடக்கப் போகிறதோ என்ற அச்சம் அவனைத்

தொற்றிக்கொண்டது. பாண்டவர் அனைவரையும் அரண்மனைக்கு அழைத்து வருமாறு விதுரனுக்கு உத்தரவிட்டான். விதுரன் அவர்களைத் தேடிப் போவதற்கு முன் அவர்கள் காட்டுக்குள் சென்று மறைந்துவிட்டனர்.

சஞ்சயன் வந்து திருதனுக்கு அறிவுரை கூறினான்.

"அரசே பாஞ்சாலியச் சபைக்கு இழுத்து வந்து அவமானப்படுத்தி ஆறாப் பகையைத் தேடிக்கிட்டாங்களே. பாண்டவரோட நட்புப் பாராட்றதே நல்லது."

திருதராஷ்டிரன் மிகவும் வருந்தினான்.

"விதுரனும் இப்படித்தான் சொன்னான். பாழாப் போன புள்ளப் பாசம் என் அறிவ மழுக்கீருச்சு. பெரிய தப்புப் பண்ணீட்டென்.

திருதன் மவுனமாக அழுதான்.

99

தருமனும் சகுனியும் அஸ்தினாபுரத்தில் மும்முரமாகச் சூதாடியபோது துவாரகையைக் காக்க யாதவர் கடுமையாகப் போராடிக்கொண்டிருந்தனர். சால்வன் தந்தவக்கிரன் தலைமையில் எதிரிகள் துவாரகையை முற்றுகையிட்டனர். அவர்கள் இருவரும் முன்னர் கிருஷ்ணனால் கொல்லப்பட்ட சிசுபாலனின் நண்பர்கள்.

கிருஷ்ணனின் புதல்வர் பிரத்யும்னன் சாம்பன் சாருதேஷ்ணன் இன்னும் சாத்தியகி அக்ரூரன் பானுவிந்தன் போன்றோரின் துணையுடன் யாதவர் சாகசமாகப் போரிட்டு படைகளை முறியடித்தனர்.

எதிரிப் படைகளில் பலர் அச்சத்தில் தப்பியோடி கடலில் விழுந்து மாண்டனர். இந்தச் சமயத்தில் கிருஷ்ணனும் பலராமனும் இந்திரப்பிரஸ்தத்திலிருந்து துவாரகைக்குத் திரும்பிக் கொண்டிருந்தனர்.

துவாரகை சால்வனின் முற்றுகையிலிருப்பதையறிந்து அண்ணனை அரண்மனைக் காவலுக்கு அனுப்பிவிட்டுக் கிருஷ்ணன் போர்க்களத்துக்கு விரைந்தான். அவன் வருகையால் போர்க்களமே புத்துயிர் பெற்றது.

கிருஷ்ணன் சால்வனின் மாய வித்தைகளையெல்லாம் முறியடித்து அவனையும் தந்தவக்கிரனையும் கொன்றான். எதிரிப்படைகள் புறமுதுகு காட்டி ஓடின.

துவாரகையில் அமைதி நிலவியது. அஸ்தினாபுரமோ அமைதியிழந்து எங்கும் புயல் வீசிக்கொண்டிருந்தது.

வேர்வைக் கோலத்தில் ஓடிவந்த சாத்தியகி கிருஷ்ணனிடம் தகவல் சொன்னான்.

“கிருஷ்ணா பாண்டவங்க சூதுல தோத்துப்போயி அத்தன சொத்துக்களையும் பறிகுடுத்துட்டாங்களாம்.”

கிருஷ்ணன் பதறினான்.

“சூதுவெறியில தருமன் செஞ்ச கூத்துத்தான் இது. பாவி எல்லாரையும் நடுத்தெருவுல கொண்டுவந்து நிறுத்தீட்டானே.”

“அத்த புள்ளைகளுக்குச் சொத்துச்சொகமெல்லாம் தேடிவச்சயில்ல அந்தக் கொழுப்பு சும்மாருக்காது. சகுனியோட சதி வளையில வுழுந்துட்டான்.”

“சகுனி இருக்கிறவரைக்கும் அஸ்தினாபுரம் உருப்படாது.”

கிருஷ்ணன் உடனே அஸ்தினாபுரத்துக்கு விரைந்தான். அவன் போய்ச் சேரும்போது மறு சூதாட்டமும் நடந்து முடிந்துவிட்டது.

பாண்டவர் வனவாசம் கிளம்பிச் சென்றுவிட்டனர். காமியவனத்தின் முகப்பில் திக்கற்றுத் திகைத்து நின்றிருந்த பாண்டவரையும் பாஞ்சாலியையும் கண்டுகொண்ட கிருஷ்ணன் துடித்துப்போனான்.

அவன் வருவதைப் பாஞ்சாலிதான் முதலில் பார்த்துவிட்டாள். அவனை நோக்கி ஓடி இறுகத் தழுவிக்கொண்டாள். பாண்டவரும் சென்று கட்டிப்பிடித்துக்கொண்டனர். அனைவருக்கும் கிருஷ்ணன் ஒரு ஆறுதல்.

பீமன் தெம்பாகச் சொன்னான்.

“போதிய ஆயுதங்க நம்ம கைவசம் இருக்குது. இப்பயே அஸ்தினாபுரத்துக்குப் போயித் துரியன் கூட்டத்த அழிச்சாகணும். அப்பத்தான் மனசாறும்.”

கிருஷ்ணன் சிரித்துக்கொண்டான்.

“ஆட்டத்துல தோத்தா பதிமூணு வருசம் காட்ல வசிக்கிறதா நீங்க ஒப்புக்கொண்டீகதான.”

தருமன் தலையாட்டினான்.

"ஆமா ஒத்துக்கிட்டொம்."

"அப்படின்னா ஓங்க வார்த்தையக் காப்பாத்துறதுதான் நியாயம்."

அர்ச்சுனனுக்கு இன்னும் ஆத்திரந் தீரவில்லை.

"அவங்க எங்களத் தந்தரமாத் தோக்கடிச்சுட்டாங்க. சகுனி கள்ள ஆட்டம் ஆடுனான். வனவாசம் போனாலும் போகலன்னாலும் துரியன் எங்களுக்கு இந்திரப்பிரஸ்தத்த வுட்டுக்குடுக்க மாட்டான். எப்படியும் அதப் பறிச்சாகணும்."

கிருஷ்ணன் பாண்டவரின் கோவத்தைத் தணிக்க முயன்றான்.

"அதப்பத்தி இப்பப் பேசிப் பயனில்ல. பதிமூணு வருசத்துக்கப்புறம் யோசிப்பொம்."

பீமன் தனது முரட்டு வழியைச் சொன்னான்.

"சூதாட்டம் ஆடுனது தருமண்ணா நாங்கல்ல. நாங்க நாலு பேரும் சண்டையிட்டு எங்க சொத்துக்கள மீட்ருவொம்."

கிருஷ்ணன் பீமனைக் கோவத்துடன் நோக்கினான்.

"பீமசேனா ஓனக்கென்ன புத்தி மழுங்கிப்போச்சா. ஓனக்கும் சேத்துத்தான தருமன் சூதாடுனான்."

"ஆமா."

"இந்த நெலமைக்கு அவன் எவ்வளவு பொறுப்போ அந்தளவு ஓனக்கும் இருக்குது. அத மறந்துறாத. சூதாடச் சொல்லி ஓங்கள யாரும் கட்டாயப்படுத்துனாங்களா."

"இல்ல."

"ஓங்க மனைவியப் பணயம் வைக்கச்சொல்லி யாரும் நிர்ப்பந்திச்சாங்களா."

"இல்ல."

"பெறகென்ன பெரிசா நியாயம் பேச வந்துட்ட. எல்லாரையும் வறட்டுக் கவுரவம் புடிச்சு ஆட்டுது. அது ஓங்களப் பின்வாங்க வுடல. நல்ல புத்திய எழந்து மேலும் மேலும் கெடுதலத் தேடிக்கிட்டீங்க. அஞ்சு பேரும் குடுத்த வாக்கக் காப்பாத்த வனவாசத்த அனுபவிச்சுத்தான் ஆகணும்."

பாஞ்சாலி தேம்பினாள்.

"கிருஷ்ணா எனக்கு ஏன் இந்த நெலம ஏற்பட்டது. அதுக்கு நான் எந்த வெதத்துலயாச்சும் பொறுப்பில்லதான."

கிருஷ்ணன் தாய்க்கருணையில் அவளை நோக்கினான்.

"பாஞ்சாலி ஒனக்கு நெனவிருக்கா. ஒஞ் சுயம்வரத்துல தேரோட்டி மகன்னு இழிவாப் பேசிக் கர்ணன நெராகரிச்ச இல்லையா."

"உண்மதான்."

"ஒன் வார்த்தைகளால அவன் மனசு எவ்வளவு புண்பட்டுருக்கும் தெரியுமா. அவன் தன்னிகரில்லாற மாவீரன். அவனுக்கு நீ மாலையிட்டுருந்தா சூதாட்டத்துல ஒன்னப் பணயம் வச்சிருக்க மாட்டான். அந்தணர் வேசத்துல வந்த அர்ச்சுனனத்தான நீ தேர்ந்தெடுத்த. முன்னாலயே அவன் அரசகுமாரன்னு தெரியாதில்லையா."

"தெரியாது."

"ஒனக்குப் பாதுகாப்புன்னுதான அஞ்சு ராச குமாரர்களக் கைப்புடிச்ச. இந்தா பாரு அவங்களால ஒன்னக் காப்பாத்த முடியாமத் திக்குத் தெரியாற காட்ல கொண்டுவந்து நிறுத்தீருக்காங்க. நீ அவமானத்துல தனியா நிக்கிற. ஒன்ன அறியாமயே உருவான இந்தப் பரிதாப நெலமைக்கு நீயும் பெறுப்பேறகத்தான் வேணும் பாஞ்சாலி."

பாஞ்சாலி குற்றவுணர்வில் கதறினாள்.

"நான் மகா பாவி......"

கிருஷ்ணன் அவளை அரவணைத்துக்கொண்டான். அவனாலும் கண்ணீரை அடக்க முடியவில்லை.

"ஒன்னச் சுத்தியிருக்கிறவங்க ஒனக்கு ஒதவியிருக்கலாம். அதுக்கு மாறா ஒன்ன வச பாடுனாங்க. பெரியவங்க எதிர்ப்புத் தெரிவிச்சுருக்கலாம். அவங்களோ விதிமொறைகளுக்குப் பின்னால ஒளிஞ்சுக்கிட்டாங்க. குத்தவாளிகளும் வாய்மூடியிருந்த மவுனிகளும் தக்க தண்டன அனுபவிச்சே ஆகணும். நீ இப்ப அழுகிறதப்போல அவங்களோட மனைவிகளும் அழுவாங்க. இது உறுதி."

பாஞ்சாலி கிருஷ்ணனை ஏறிட்டுப் பார்த்தாள்.

"கிருஷ்ணா எங் கொழந்தைகளோட பாதுகாப்ப நெனச்சாத்தான் கவலையாருக்கு."

"அவங்களப் பத்திக் கவலையே வேணாம். சுபத்திரைக்கும் அவ மகன் அபிமன்னனுக்கும் துவாரகையில அடைக்கலங் குடுத்துருக்கென். அவன் உபபாண்டவரோட சேந்து வளருவான். அவங்கள எம் மனைவிக சொந்தக் கொழந்தைகளப் போலவே வளத்து ஆளாக்குவாங்க. நிம்மதியா வனவாசத்தத் தொடங்குங்க."

இத்தனைக்கும் கிருஷ்ணனும் தருமனும் பார்வையால் சந்தித்துக்கொள்ளவில்லை. கிருஷ்ணனின் கண்களைச் சந்திக்கத் திராணியற்ற தருமன் அவமானத்தில் தலைகுனிந்தபடி உள்ளே குமுறிக்கொண்டிருந்தான்.

பாண்டவர் காமியவனத்துக்குள் புகுந்து மர அடர்த்திக்குள் மறையும்வரை கிருஷ்ணன் சோகத்துடன் பார்த்துக்கொண்டிருந்தான். அர்ச்சுனனின் பிரிவே மிக்க வாட்டியது. மீண்டும் அவன் கண்கள் குளங்கட்டின.

100

அஸ்தினாபுரத்தில் நாசக்காரக் கும்பல் அவசரமாகக் கூடியது. துரியன் துச்சன் கர்ணன் சகுனி நால்வரும் நள்ளிரவுவரை சதியாலோசனை நடத்தினர். துரியோதனனுக்கு அதே கவலை.

"பாண்டவரக் காட்டுக்கு வெரட்டியடிச்சும் நிம்மதியில்லையே. எண்ணைக்கோ ஒரு நாள் திரும்பி வரத்தான்போறாங்க. அத நெனச்சாத்தான் பயமாருக்கு. அவங்க இத்தோட ஒரேயடியாத் தொலஞ்சுபோயிறணும். அப்பத்தான் நிம்மதியாருக்கும். அதுக்கு வழியச் சொல்லுங்க."

சகுனி துச்சாதனனை நோக்கிக் கண்ணடித்தான்.

"ஓகோ மருமகனுக்கு அந்தக் கவலதானா. அவங்க செத்தொழியணும். அம்புட்டுத்தான. மாமன் இருக்கென். கவலைய வுடு."

"காட்டுக்குப் போயி அவங்கள மிருகங்களப் போல வேட்டையாடணும்."

கர்ணனுக்கு இது சம்மதம்.

"அப்படியே செஞ்சாப்போச்சு. நீ கலங்கவேணாம் நண்பா."

துச்சாதனன் துள்ளிக் குதித்தான்.

"அவங்கள வுட்டுவச்சா என்னாளும் சள்ளதான். இப்பயே கௌம்புவொம்."

அவர்களின் திட்டத்தை விதுரன் அனுப்பிய தூதுவன் மூலம் அறிந்த வியாசன் அஸ்தினாபுரம் வந்து திருதராஷ்டிரனைக் கடிந்துகொண்டான்.

"திருதா ஒன்னோட புள்ளைக குரு வம்சத்துக்கு வாங்கி வச்சிருக்கிற அவப் பேரு போதாதா. இப்ப இது வேறயா. எல்லாம் நல்லதாத் தெரியல. காட்ல இருக்கிற பாண்டவர்கள ஓம் புத்திரன் கொல்றதுக்குத் துடிச்சுக்கிட்ருக்கான். ஒரு நாளும் அது நடக்காது. வீணால அவந்தான் மடியப்போறான். விதுரர் பீஷ்மரப் போல பெரியவங்க சொல்றபடி நடந்துக்கிட்டா ஓம் மகன் பெழச்சுக்கிருவான். இல்லன்னா கூண்டோட அழிஞ் சுபோயிருவான். இது நிச்சயம். தன்னோட பெறவிக் கொணத்த மறந்துட்டு பாண்டவரோட ஒத்துமையாருந்தா ஓங் குலந் தழைக்கும். நெலமைய எடுத்துச் சொல்லவேண்டியது என்னோட கடம."

வியாசன் வேதனையில் வேதசாலைக்குத் திரும்பிவிட்டான்.

விதுரனுக்கு அதே வருத்தம்.

"பெரியண்ணா இந்த வெக்கக்கேடான திட்டத்துக்கு நீயும் ஒடந்தையா இருக்கக்கூடாது. காட்ல அலஞ்சு திரியிறது யாரு. ஒன் ரத்தம். தம்பி புள்ளைக. இப்பயும் ஒண்ணுங் கெட்டுப் போகல. நீ நெனச்சா நெலமையச் சரிபண்ண முடியும். ஓம் புத்திரனுக்குப் புத்தி சொல்லு."

திருதராஷ்டிரன் வெறுப்பைக் கக்கினான்.

"தம்பி விதுரா உண்ட வீட்டுக்கு ரெண்டகம் நெனைக்கலாமா. நீ பொதுவானவன். ரெண்டு பக்கமும் பாரபச்சமில்லாமப் பேசு. சகுனி ஒரு பக்கமே சாஞ்சு பெரிய பாவஞ் செஞ்சிட்டான். பாண்டவருக்கு நன்ம செய்ய முடியலையேங்கிற ஆதங்கம் எப்போதுமே எனக்குண்டு. அவங்களும் இவங்களும் நன்ம அடையிற மாதிரி நல்ல ஆலோசனயிருந்தாச் சொல்லு."

"அண்ணா அரசனா இருக்கிறவன் மத்தவங்க பொருளு மேல ஆச வைக்கக்கூடாது. ஆனா நடந்ததென்ன. சகுனியோட திட்டத்தால பாண்டவருக மாயச் சூதுல பொருளெல்லாம் எழந்து நடுத்தெருவுல நிக்காங்க. தர்மப்படி பாண்டவருக்குரிய நாட்டத் திருப்பிக் குடுத்துறச் சொல்லு. இதனால ஒனக்குத்தான் நல்ல பேரு. இல்லன்னா குரு வம்சத்தோட பேரும் புகழும் அழிஞ்சுபோகும். அமைதிக்குச் சமாதானந்தான் ஒரே வழி. எல்லாரும் சந்தோசமா இருக்கலாம்."

திருதராஷ்டிரன் ஆத்திரம் பொங்கச் சீறினான்.

"விதுரா நீ பாண்டவர் பக்கமே பேசுற. ஒனக்கு எம் புள்ளைக பெரிசாத் தெரியல. பாண்டவர்மேல அம்புட்டுப் பாசம் வச்சிருக்கிறவன் இங்க இருக்கலாமா. அவங்ககிட்டயே போயிறலாமே."

விதுரன் பொறுமையிழந்தான்.

"இப்பயே போறென். நீங்க நல்லாருங்க."

அவன் பாண்டவரைத் தேடிக் காமியவனத்துக்குப் புறப்பட்டான்.

சற்று நேரத்துக்கெல்லாம் திருதராஷ்டிரன் தனிமையை உணர்ந்தான். தம்பியில்லாத வெறுமை அவனை வாட்டியது. வருந்திப் புலம்பினான்.

"என்ன காரியஞ் செஞ்சிட்டென். எந் தம்பி நல்லவன். நான் நல்லாருக்கணும்னு பெருந்தன்மையா நெனைக்கிறவன். அவங்கிட்டப்போயிக் கடுமையா நடந்துக்கிட்டனே. தம்பி விதுரா நீ இல்லாம எனக்குக் கொஞ்ச நேரங்கூட இருக்க முடியாதுடா."

சஞ்சயனை அழைத்து அவசரப்படுத்தினான்.

"அடே ஓடிப்போயித் தம்பியக் கையோட கூட்டீட்டு வா. அவனோடதான் திரும்பணும்."

சஞ்சயன் காமியவனத்துக்கு விரைந்தான்.

கங்கைக்கரையில் பெரிய அரச மரத்தடியில் விதுரன் பாண்டவருடன் அளவளாவிக்கொண்டிருந்தான். சஞ்சயன் அவனிடம் சென்று கெஞ்சினான்.

"பெரியவரு தொணையில்லாமத் தனியாக் கெடந்து தவிக்காரு. ஒங்ககிட்டப் பேசுன வார்த்தைகளுக்காக ரெம்ப வேதனப்படுறாரு. நடந்தத மறந்துட்டு என்னோட வாங்க. நீங்க இல்லாம அரமனைக்குள்ள நான் எட்டுவைக்க முடியாது."

தருமன் விதுரனைக் கனிவுடன் பார்த்தான். திருதராஷ்டிரனுக்கும் காந்தாரிக்கும் விதுரன் கண்ணாக இருப்பவன். அவன் இல்லாத வெற்றிடத்தை வேறு எவராலும் நிரப்ப முடியாது.

"பெரியவர் கொணந்தான் ஓங்களுக்குத் தெரியுமே. இந்த இக்கட்டான நெலமையில நீங்க அவரோட இருக்கிறதுதான் நல்லது. தவறத் தட்டிக்கேக்கிறதுக்கும் நல்லது கெட்டத எடுத்துச் சொல்றதுக்கும் ஓங்கள வுட்டா வேற ஆரும் இல்ல. அவருக்கு நீங்க இப்ப ரெம்பத் தேவையாருக்கு. அவரக் கைவுட்டுட்டா நமக்குத்தான் கேவலம். பெரிய மனசு பண்ணிக் கௌம்புங்க. எங்களப் பத்திக் கவல வேணாம். நாங்க எப்படியாவது உருண்டு பெரண்டு எந்திரிச்சுக்கிருவொம்."

தருமன் கண்ணீர் மல்க விதுரனின் கைகளைப் பற்றிக்கொண்டான். அண்ணனின் பலமும் பலவீனமும் விதுரன் நன்கறிவான். பாசப் பிணைப்பில் சிக்கிக்கொண்டு அங்குமிங்குமாக அலைக்கழியும் அந்தகச் சகோதரனை நினைத்து அழுதான். எல்லாரிடமும் விடைபெற்றுக்கொண்டு ஈர நெஞ்சுடன் அஸ்தினாபுரத்துக்குப் பயணித்தான்.

101

பாண்டவர் காமியவனத்திலேயே இன்னொரு காட்டை நெருங்கும்போது பின்னிரவாகிவிட்டது. நல்ல இருட்டு. இடைவழியில் கருத்த உருவம் ஒன்று மலைபோல் மறித்துக்கொண்டு நின்றது. கிட்ட நெருங்க நெருங்க ஒன்று மட்டும் தெளிவாகியது. பெரிய உருவங்கொண்ட ஆள். சிவந்த கண்கள். அவற்றிலிருந்து ஒளி பிரகாசித்தது. அவர்களைக் கண்டதும் கரிய உடம்பை உதறிக்கொண்டு உறுமியது.

பாஞ்சாலி பயத்தில் உடல் நடுங்க ஓடிச்சென்று பீமனைப் பற்றிக்கொண்டாள். தருமன் பதட்டத்தில் கேட்டான்.

"யாருடா நீ. ஒனக்கு என்ன வேணும். எங்கள ஏன் வழிமறிக்கணும்."

அந்த உருவம் கர்ஜித்தது.

"வாங்கடா வாங்க நீங்கதான் பாண்டவரா. நான் கிர்மீரன். பகாசுரனுக்குச் சகோதரன். இடும்பனுக்கு நண்பன். ரெண்டு பேரையும் கொன்ன பீமன் யாருடா. அவனப் பழிவாங்குறதுக்குத்தான் இத்தன நாளாக் காத்துக்கிட்ருக்கென். அவன் ரத்தத்த வச்சுத்தான் செத்தவங்களுக்கு நீர்க்கடன் செய்யப்போறென். இப்பப் பாரு ஒங் கண்ணெதிரிலேயே அவனக் கொன்னு திங்கப்போறென்."

தருமன் தைரியமாகச் சொன்னான்.

"என்னடா மெரட்றயா. ஒன்னால முடிஞ்சதப் பாத்துக்கோ."

இதுக்குள் பீமனும் அர்ச்சுனனும் தயாராகிவிட்டனர்.

பீமன் இலையுதிர்ந்த பெரிய மரமொன்றைப் பிடுங்கிக் கதாயுதமாகக் கையில் பிடித்துக்கொண்டான். உடனே அர்ச்சுனனின் காண்டீப நாணிலிருந்து அச்சுறுத்தும் ஒலி எழும்பியது. பீமன் தம்பியைத் தடுத்தான்.

"பார்த்தா நீ அமைதியா இரு. இவன நான் பாத்துக்கிறென்."

பீமனுக்கும் கிர்மீரனுக்கும் கடும்போர் தொடங்கியது. கிர்மீரனும் ஒரு மரத்தைப் பிடுங்கிக்கொண்டு எதிர்த்துத் தாக்கினான். இரு மரக் கதாயுதங்களும் மாறி மாறி மோதிக்கொண்டன. அந்த ஆயுதங்கள் ஒடிந்து நொறுங்கியதும் கற்பாறைகளைத் தூக்கிப்போட்டு மோதினர்.

பீமன் கிர்மீரனின் இடுப்பைப் பிடித்து மேலே தூக்கிச் சூறாவளியாகச் சுழற்றிக் கீழே எறிந்து கழுத்தைப் பிடித்து நெரித்தான். சற்று நேரத்தில் கிர்மீரனின் கண்கள் பிதுங்கின. மூச்சு நின்றுவிட்டது.

பீமன் அரக்கனைக் காலால் எத்தித் தள்ளினான்.

"நீயும் எம லோகத்துக்குப் போ. அங்க பகாசுரனும் இடும்பனும் இருப்பாங்க. நல்லாப் பாத்துக்கோ."

கிர்மீரனால் அவதிப்பட்டுக்கொண்டிருந்த முனிவர்கள் மகிழ்ச்சியில் பீமனைப் பெரிதும் பாராட்டினர்.

பீமன் கிர்மீரனைக் கொன்ற சேதியறிந்த துரியோதனன் காடு சென்று பாண்டவருடன்

மோதும் திட்டத்தைக் கைவிட்டான்.

கர்ணன் இன்னொரு திட்டத்தை முன்வைத்தான்.

“பாண்டவர் சொத்து அத்தனையும் ஒங் கைக்கு வந்துருச்சு. பசுக்களக் கணக்கெடுக்கிறது போல நாட்டச் சுத்தி வரும்போது அவங்க கண்ணுல தட்டுப்பட்டா எப்படிக் குடியிருக்காங்கன்னு தெரிஞ்சுக்கிறலாமில்ல. எளக்காரமாப் பரிகசிக்கலாமில்ல.”

துரியோதனன் முகத்தில் ஊமைச் சிரிப்பு.

“ஓகோ நம்ம வனத்துக்குப் போயிக் கிண்டலாக் கொக்கரிக்கலாமிங்கயா. அது சரிதான். ஆச தீரத் திரவுபதி மொகத்தப் பாக்கலாம். அதுல ஒரு தனிச் சந்தோசம். பீமன் ஒரு பிச்சைக்காரனப் போல வாழுறதப் பாக்கச் சந்தோசமாருக்கும். சரி கௌம்புவொம்.”

நாசகாரக் கும்பல் பேசி மயக்கித் திருதராஷ்டிரனை மசியவைப்பது அப்படியொன்றும் பெரிய காரியமாக இல்லை.

காட்டை நோக்கிப் பெரும் படையே திரண்டது.

கவுரவர் மனைவியர் பல்லக்குகளில் அமர்ந்திருக்கப் பணியாளர் இசைவாணர் நடனக்கலைஞர் சமையல்காரர் அடிமைகள் என ஒரு கூட்டம் பின்தொடர ஆநிரைகளைக் கணக்கெடுக்குஞ் சாக்கில் அஸ்தினாபுரத்தையும் இந்திரப்பிரஸ்தத்தையும் சுற்றிவந்து கடைசியில் காமியவனத்தை அடைந்தனர். பாண்டவர் இருக்குமிடத்தைத் தெரிந்துகொண்டனர்.

கணக்கெடுப்பு அவர்களுக்கு முக்கியமல்ல. பாண்டவரைக் கிண்டல்செய்து வெறுப்பேற்றணும். அதைக் கண்டு சந்தோசப்படணும். இதுதான் அவர்களின் நோக்கம். வனத்துக்கு வெளியே இருந்துகொண்டு கூடாரங்கள் அமைப்பதும் உணவு வகைகள் சமைப்பதுமாக ஏகக் கொண்டாட்டம். கலைஞர்களின் ஆட்டந்தான் பாட்டுத்தான். அந்த இடமே விழாக்கோலம் பூண்டிருந்தது.

பாண்டவருக்கு யோசனை. திடீரென்று இந்தச் சந்தடி எங்கிருந்து கேட்கிறது. விசாரித்து வருமாறு பீமனை அனுப்பினர். பீமன் எல்லா நடவடிக்கைகளையும் பார்த்துவிட்டுக் கோவத்தில் திரும்பினான்.

“வேற யாருமில்ல. துரியன் கூட்டந்தான். பெரிய பெரிய பாத்தரங்கள்ல மும்முரமாச் சமையல் நடக்குது. எனக்குப் புடிச்ச சாப்பாட்டு வாசன மூக்கத் தொளைக்குது. என்னக் கேலிபண்றதுபோல நடந்துக்கிறாங்க. கொடுமதான் கர்ணன் கையில வில் இருக்கிறதப் பாத்தா வேட்டைக்கு வந்துருப்பாங்களோன்னு தோணுது.”

அர்ச்சுனன் கொதித்தான்.

"நம்மள வேட்டையாடத்தான் வந்துருக்காங்க. நம்மதான் குறி."

தருமன் சமாதானப்படுத்தினான்.

"பேச்ச நிறுத்துங்க. அவங்க நம்ம கோவத்தக் கௌறிக் குளிருக்காயலாம்னு பாக்காங்க. அவங்க வலையில வுழுந்துறாம எச்சரிக்கையாருக்கணும்."

திடீரென்று கவுரவர் பக்கத்திலிருந்து கூக்குரல் உரக்கக் கேட்டது. ஆரவார ஒலிகள் அடங்கிவிட்டன.

நிலைமையை அறிந்து வர நகுலனும் சகாதேவனும் சென்றனர். அங்கே நடக்கும் நடவடிக்கைகளைப் பார்த்து அவர்களுக்கு ஆச்சரியம் ஒரு பக்கம். சந்தோசம் ஒரு பக்கம். ஓடி வந்து நிலைமையைக் கூறினர்.

"துரியனோட கூட்டத்தப் புடிச்சு அத்தன பேரையும் கெட்டிப்போட்டு வாயக்கெட்டி வச்சிருக்காங்க."

தருமனுக்கு உள்ளூர வருத்தம்.

"கொடுமையால்லருக்கு. இது யாரோட வேல."

"எல்லாம் கந்தர்வங்க செஞ்ச வேலதான். எல்லாரையும் கொன்னுபோட்றலாம்னு திட்டம்போலருக்கு."

தருமன் மனசு இரங்கினான்.

"அப்படின்னா நம்ம அவங்களக் காப்பத்தியாகணும்யா."

பாஞ்சாலி அர்ச்சுனன் பீமன் மூவரும் ஒரு மாதிரியாகத் தருமனைப் பார்த்தனர்.

"நம்ம ஏன் காப்பாத்தணும். அவங்க விதிப்படி நடக்கட்டும்."

"ஆதரவில்லாறவங்கள ஆதரிக்கிறதுதான் தர்மம். அவங்கள நம்மதான் காப்பாத்தணும். இல்லன்னா நமக்கும் மத்தவங்களுக்கும் என்ன வித்தியாசம்."

முதலில் தயங்கிய பீமனும் அர்ச்சுனனும் ஆயுதங்களை எடுத்துக்கொண்டு கவுரவர் முகாமுக்குச் சென்று கந்தர்வரை விரட்டியடித்தனர். கவுரவர் அனைவரையும் விடுவித்தனர்.

கவுரவர் தலைகுனிந்தபடி பேச்சடங்கி அஸ்தினாபுரம் திரும்பினர்.

102

காமியவனக் காட்டில் பாண்டவர் சில குகைகளில் வசித்தனர்.

ஒரு நாள் ஐவரும் வேட்டைக்குச் சென்றுவிடவே பாஞ்சாலி தனித்திருந்தாள். அந்தக் குகை வாசலில் சிந்து நாட்டு மன்னன் ஜெயத்ரதன் வந்து நிற்பதைப் பார்த்து அவள் திடுக்கிட்டாள். ஒரு வழியாக அவனை அடையாளங் கண்டுகொண்டாள். இது கவுரவரின் கடைசித் தங்கை துச்சலையின் கணவனல்லவா.

“வாங்கய்யா வாங்க.”

பாஞ்சாலி அவனை வரவேற்று இருக்கையில் அமர்த்தித் தண்ணீரும் பழங்களும் கொடுத்தாள். அவளுக்கு ஒரே யோசனை. என்ன காரணத்துக்காகக் காட்டுக்கு வந்திருப்பார். ஒருவேளை கவுரவரின் நடவடிக்கைகள் தனக்குப் பிடிக்கவில்லையென்று தன்னிலை விளக்கங் கூற வந்திருப்பாரோ. வேறு காரணம் ஏதாவது இருக்குமோ.

“என்னோட கணவருக கொஞ்ச நேரத்துல வந்துருவாங்க. காத்துருந்து பாத்துட்டுப் போங்க.”

ஜெயத்ரதனின் காமப் பார்வை பாஞ்சாலியின் மார்பைக் கூரம்பாகத் துளைத்தது.

“அவங்க வரலன்னா நல்லதுதான். நான் ஒன்னப் பாக்கத்தான் வந்தென்.”

அவன் பாஞ்சாலிக்கு முன்னால் ஒரு பெட்டியை வைத்தான். பெட்டி நிறைய ஆபரணங்களும் ஆடைகளும் வாசனைத் திரவியங்களும் இருந்தன.

“எல்லாம் ஒனக்குத்தான். நீ என் நாட்டுக்கு வந்தா ஒன்ன ஆபரணங்களாலயே அலங்கரிப்பென். தேவத மாதிரி வச்சுக் காப்பாத்துவென்.”

பாஞ்சாலி நெஞ்சில் நெருப்புப் பற்றிக்கொண்டது.

“நான் யாரு தெரியுமாடா. பாண்டவரோட மனைவி. இந்திரப்பிரஸ்தத்து அரசி. இப்படிப் பேச என்ன தைரியம் ஒனக்கு. நாக்க அறுத்துருவென்.”

ஜெயத்ரதன் ஆணவத்தில் சிரித்தான்.

"அட சுமமா இருடி. நீ எந்த நாட்டுக்கு அரசி. ஓங்க நாட்டத்தான் புடுங்கி வெரட்டியடிச்சிட்டாங்களே. அரசியாம் அரசி. நீ ஒரு பிச்சக்காரி. அஞ்சு பேருக்கும் வேசி. அத்தன பேரு கண்ணுக்கு முன்னால ஒன்னத் துகிலுரிஞ்சாங்களே அதெல்லாம் மறந்துட்டயா. நீ என்னோட அரமனைக்கு வா. வப்பாட்டியா வச்சுக்கிருவென். சகல வசதியோட இருக்கலாம்."

அவன் பாஞ்சாலியின் கையைப் படக்கென்று பிடித்து இழுத்துக்கொண்டு போய் தன் தேரில் இருத்தினான்.

"எங் கணவருக ஒன்னக் கொன்னுருவாங்க......ஞ் அய்யோ என்னக் காப்பாத்துங்களேன்........"

ஜெயத்ரதன் அவளுடன் பறந்துவிட்டான்.

பாஞ்சாலியின் அபயக்குரல் வெகு தூரம்வரை கேட்டது. இதை அதிர்ச்சியில் பார்த்துக்கொண்டிருந்த முனிவர்கள் அர்ச்சுனனிடமும் பீமனிடமும் தெரிவித்தனர்.

இருவரும் ஜெயத்ரதனைத் துரத்தினர். சற்று நேரத்துக்கெல்லாம் பிடிபட்டான்.

அர்ச்சுனனின் அம்புகள் ஜெயத்ரதனின் தேர்ச்சக்கரங்களை உடைத்து முடமாக்கின. அவனுக்குப் பீமன் கொடுத்த அடி உதைக்குக் கணக்கில்லை.

நல்ல வேளை. அங்கே தருமன் வந்துசேர்ந்தான். இல்லையென்றால் ஜெயத்ரதன் கதை முடிந்திருக்கும். தருமன் தம்பியரைத் தடுத்தான்.

"அவனக் கொல்லாதங்கய்யா. ஓங்களுக்குப் புண்ணிய மாப்போகுது. துச்சலை யாரு. நமக்கு ஒரே தங்கச்சி. இவன் செஞ்ச குத்தத்துக்காக அவள அறுதலியாக்குறது நியாயமில்ல."

பீமனுக்கு மனசு ஆறவில்லை.

"இவனுக்குச் சாவுதான் தண்டன."

தருமன் ஆற்றுப்படுத்தினான்.

"அப்படிச் சொல்லாதய்யா. மரணமிங்குறது கொடுமையான தண்டன. ஒரு மனுசன் தன் தவற ஒணந்து திருந்துறதுக்குச் சந்தர்ப்பம் குடுக்கணும். மன்னிப்புத்தான் அவனுக்குப் பெரிய தண்டன."

பாஞ்சாலியும் அப்படியே கூறினாள்.

"என்னருந்தாலும் துச்சலை நம்ம வீட்டுப் பொண்ணு. அவள அறுதலிக் கோலத்துல நெனச்சுப் பாத்தாலே வேதனையாருக்கு. இவன வுட்டுருங்க."

மற்றவர்களும் அண்ணனின் வார்த்தைகளை உணர்ந்துகொண்டனர்.

அர்ச்சுனன் கடைசியாக ஜெயத்ரதனுக்கு ஒரு உதை கொடுத்து விரட்டினான்.

"தொலஞ்சு போ."

பீமனுக்கு இன்னும் கோவந் தணியவில்லை.

"இவனச் சும்மா வுட்டா எல்லாம் மறந்துருவான்."

ஜெயத்ரதனைப் பிடித்திழுத்து அவன் தலையில் நாற்று முடிகளை நட்டியதுபோல் ஐந்து முடிக் கொத்துக்களை மட்டும் விட்டுவிட்டு மீதி முடிகளை வேரோடு பிடுங்கி அந்தக் கோலத்துலேயே அனுப்பிவைத்தான்.

அர்ச்சுனன் பீமனிடம் கேட்டான்.

"எதுக்குண்ணா அஞ்சு கொத்து முடிய மட்டும் வுட்டுவச்ச."

"அங்க பாருடா. அவன் தலையில அஞ்சு கொத்தும் என்ன அழகா ஆட்டம்போடுது. அஞ்சும் பஞ்சபாண்டவராக்கும். ஆயுசு முழுக்க நெனச்சுக்கிட்டுருப்பான்."

பீமனின் கடகடத்த சிரிப்பு வனமெங்கும் உருண்டு விலங்குகளை விரட்டியது.

103

வனவாசத்தில் சதா விதியை நொந்து சபித்துக்கொண்டிருந்த பாஞ்சாலி அது பற்றி ஒரு தெளிவில்லாமல் சில காலமாகவே சஞ்சலப்பட்டாள். அன்றொரு நாள் தனித்திருக்கும் சமயத்தில் ஒரு முனிவனை நாடிச் சென்று விளக்கங் கேட்டாள்.

“மாமுனியே என் நெலமைய நெனச்சா மலைப்பாருக்கு. ஒடம்பும் மனசும் சோந்துபோச்சு.”

“கரடுமொரடான காட்டு வாழ்க்க கசந்துபோச்சா பாஞ்சாலி.”

“சுவாமீ மனுசன் எப்பயுமே விதிக்குக் கட்டுப்பட்டவந்தானா. தன் விதிய மாத்திக்கிற முடியாதா.”

“முயன்றால் முடியாறது ஏதுமில்ல மகளே. அன்பாலயும் மனவுறுதியாலயும் புத்திசாலித்தனத்தாலயும் மரணத்தக்கூடச் செயிச்சிறலாம். அப்படிச் செயிச்ச ஒரு பெண்ணோட கதையச் சொல்றென் கேளு.”

“சொல்லுங்க சுவாமீ.”

“அந்தப் பெண் பேரு சாவித்திரி. மன்னன் அசுவபதிக்கு ஒரே மகள். அவ ஒரு மரவெட்டி இளைஞனக் காதலிச்சா. அவன் பேரு சத்தியவான்.”

“காதலுக்குக் கண்ணேது காதேது.”

“அவன் சந்தர்ப்பவசத்தால அந்தத் தொழிலப் பாக்கவேண்டிய கட்டாயம்.”

“ஏன் அப்படி சுவாமீ.”

“உண்மையில அவன் ராச்சியத்த எழந்த ராசாவோட மகன். பெரிய சோகம் என்னன்னா அவன் மாண்டுபோறதுக்கு ஒரு வருசந்தான் இருந்தது. மருத்துவர் கெடுவச்சிட்டாரு.”

“இது அவளுக்குத் தெரியுமா.”

“நல்லாத் தெரியும். அப்படியும் அவனக் கைப்புடிச்சே தீருவன்னு அடம்புடிச்சா. அசுவபதி மன்னனுக்கு அதுல விருப்பமில்ல. இருந்தாலும் மகளோட புடிவாதத்துக்கு முன்னால அவனால ஏதுஞ் செய்யமுடியல.”

“தயக்கத்தோடதான் சம்மதிச்சிருப்பான்.”

“மக கொஞ்ச நாளாச்சும் நிம்மதியாருக்கட்டுமிங்கிற நெனப்பு. திருமணம் நடந்தது. சாவித்திரி அரமனச் சுகபோகங்கள ஒதுக்கித் தள்ளீட்டுக் கணவனோட காட்டுக்குப் போயி வறுமையிலயும் பெருமையாக் குடும்பம் நடத்துனா.”

“எனக்கு அக்காதானோ அவ.”

“சரியா ஒரு வருசம் சந்தோசமாருந்தாக. பெறகு கணவன் உயிர எமன் எடுத்துக்கிட்டான்.”

“அனியாயம்.”

“கணவனோட ஒடம்ப எரிக்கிறதுக்குப் பதிலா உயிரக் கொண்டுபோற எமனுக்குப் பின்னால போனா சாவித்திரி.”

“ரெம்பத் தைரியந்தான்.”

“அவ ஒரு வெறியோட வாறத எமன் பாத்துக்கிட்டான். ஒண்ணுங் கேட்டுக்கிறல.”

“தொடந்து பின்னாலயே போறாளாக்கும்.”

“நீண்ட பயணம். சாவித்திரி சோந்துபோயிருவான்னு எமன் கணக்குப்போட்டான். அது நடக்கல. அவ வுடாப்புடியா நடந்தா.”

“எமன் என்ன செஞ்சான்.”

“எம் பின்னால வராதன்னு தடுத்தான். அவ கேக்கல. எங் கணவர் இருக்கிற எடத்துலதான் நானும் இருப்பன்னு தீர்மானமாச் சொல்லீட்டா.”

“பெறகுஞ்”

“ஒன் விதிய ஏத்துக்கிட்டுத் திரும்பிப் போயி கணவன் ஒடலுக்குத் தீ மூட்டுன்னு சொல்லிப்பாத்தான். அவ கணவனோட உயிரே குறியாருந்தா. அய்யனே எங் கணவரோட உயிரக் குடுத்துட்டா ஒடல எரிக்கவேண்டிய அவசியமில்லன்னு வுடாப்புடியாருந்தா.”

“எமங்கிட்டயே சரிசண்ட போடுறா.”

“எமந்தான் சோந்துபோயிட்டான். ஒரு யோசன சொன்னான்.”

“என்ன யோசன.”

“ஓங் கணவனோட உயிருக்குப் பதிலா ஒனக்கு மூணு வரந் தருவென். அத ஏத்துக்கிட்டுத் திரும்பிப் போயிருன்னு சொன்னான்.”

“வரத்தால கணவன் உயிரு திரும்ப வந்துருமா.”

“சாவித்திரி மனசுக்குள்ள ஒரு கணக்குப் போட்டுப் பாத்து ஒத்துக்கிட்டா.”

“சரியாப்போச்சு.”

‘மொதல் வரம்: என் மாமானாரு எழந்த நாடு திரும்பக் கெடைக்கணும். ரெண்டாவது வரம்: என் மாமனாருக்கு

ஒரு மகன் பெறக்கணும். மூணாவது: நான் சத்தியவானோட கொழந்தைகளுக்குத் தாயாகணும்.'

"எல்லாங் கெடச்சதா."

"எல்லாங் குடுத்தாச்சு. திரும்பிப் போன்னு சொல்லீட்டு எமன் பயணத்தத் தொடந்தான்."

"சாவித்திரி என்ன செஞ்சா."

"அவ காட்டுக்குத் திரும்பல. மறுபடியும் எமனுக்குப் பின்னாலயே போனா."

"கேட்ட வரந்தான் குடுத்தாச்சே. பெறகென்ன."

"எமன் வைதரணி நதிக்கு வந்து சேந்தான். மாண்டவங்களையும் வாழ்கிறவங்களையும் பிரிக்கிற நதி அது. அங்கருந்து திரும்பிப்பாத்தா சாவித்திரி பின்னாலயே வந்துக்கிட்ருக்கா. வேண்டிய வரம் கெடச்சாச்சில்ல. திரும்பிப் போகவேண்டியதானன்னு கடிஞ்சுக்கிட்டான் எமன்."

"போனாளா."

"இல்லையே. மரியாதையோட பணிஞ்சு வணங்கி அய்யனே ரெண்டு வரமும் பலிச்சிருச்சு. மாமானாருக்கு நாடு கெடச்சிருச்சு. அவருக்கு ஒரு மகனும் பெறந்தாச்சு. மூணாவது வரம் எப்படி நெறவேறும்னு தெரியலையே. என்னோட கணவர் காட்ல சடலமாக் கெடக்கும்போது நான் எப்படி அவரோட கொழந்தைகளுக்குத் தாயாக முடியும். அதக் கேக்கத்தான் பின்னாலயே வந்தன்னு அழுதுக்கிட்டே சொன்னா."

"சிக்கல்தான்."

"எமன் அசந்துபோயிட்டான். சாவித்திரியோட சாமர்த்தியத்தையும் புத்திசாலித் தனத்தையும் நெனச்சு மனசுக்குள்ள மெச்சிக்கிட்டான் அர்த்தத்தோட பாத்துச் சிரிச்சான்."

"எமன் என்ன சொன்னானாம் சுவாமீ."

"பெரிய தொறட்டாப் போச்சு. மூணாவது வரம் பலிக்கிறதுக்கு சத்தியவானோட உயிரத் திரும்பக் குடுத்தாகணுமில்ல."

"ஆமா."

"எமனுக்கு வேற வழியே இல்ல. சத்தியவானுக்கு உயிரக் குடுத்துட்டான். சாவித்திரி கேட்ட மூணு வரங்களும் நெறவேறீருச்சு."

“அவ புருசனோட சந்தோசமாத் திரும்பீருப்பா.”

“ஒரு பொண்ணு அனாதையா இருந்துக்கிட்டு ஒரே சமயத்துல விதியவும் மதியவும் எப்படிச் செயிச்சா பாத்தயா. அந்த விடாமுயற்சிய எப்படிப் பாராட்றது.”

“வாழ்க்கையில எத்தன சோதன வந்தாலும் நான் சோந்துபோகமாட்டென் சுவாமீ.”

“அந்த நம்பிக்கையிருந்தாப் போதும் மகளே.”

பாஞ்சாலி இருப்பிடம் திரும்பியபோது அவளுக்குள் சாவித்திரி குடியேறியிருந்தாள்.

104

பாண்டவரின் வனவாசம் நாலு ஆண்டுகளைக் கடந்துவிட்டது. கவுரவரின் தொல்லைகள் இல்லை. பாஞ்சாலி இப்போது தைரியமான வனக்கொடியாக மாறிவிட்டாள். எதையும் சமாளிக்கும் தெம்பு வந்துவிட்டது. ஆரம்பத்தில் இருந்த கோவதாபம் மறைந்து பாண்டவரைப் பாதுகாக்க வேண்டிய கடமையை உணர்ந்தாள்.

கொஞ்ச நாளில் கிருஷ்ணனும் திருஷ்டத்துய்மனும் அவர்களைப் பார்க்க வந்திருந்தனர். அனைவரின் முகத்திலும் சந்தோசக் களை படர்ந்தது. அர்ச்சுனன் துள்ளியோடி இருவரையும் அழைத்து வந்தான்.

“கருத்த மச்சானுக்கும் சின்ன மச்சானுக்கும் இப்பத்தான் வழி தெரிஞ்சதாக்கும்.”

கிருஷ்ணன் சமாளித்தான்.

“அடப் போடா. ஒங்கள அப்பப்பப் பாக்கணும்னு ஆசதான். பாஞ்சாலி மலச்சுப்போயிருவால்ல.”

“அவளாது மலைக்கிறதாவது நாங்கதான் மலச்சுப்போயிக் கெடக்கொம்.”

“ஏன் துரியோதனன் தொந்தரவு குடுக்கானா.”

எல்லாரும் வட்டமாக அமர்ந்துகொண்டனர். பாஞ்சாலி காட்டு உணவு வகைகளைக் கொண்டுவந்து பரிமாறினாள்.

தருமன் கிருஷ்ணனுக்குச் சொன்னான்.

"அவங்களால இப்பத் தொந்தரவு இல்ல. அடங்கீட்டாங்க."

திருஷ்டத்துய்மன் குறுக்கிட்டான்.

"துரியோதனன் அடங்கமாட்டான். சகுனி இருக்கிறவரைக்கும் அடங்கவுடவும் மாட்டான். ஏதாச்சும் சதித்திட்டம் தீட்டிக்கிட்டேயிருப்பாங்க."

பீமன் திமிறினான்.

"வந்தா வரட்டும். நாங்க எதுக்கும் தயாராருக்கொம்."

பாஞ்சாலி அண்ணனிடம் ஆவலாகக் கேட்டாள்.

"திருஷ்டா எம்புள்ளைக எப்படியிருக்காக."

"இப்ப எங்கிட்டத்தான சந்தோசமா இருக்காக. வித்தைகள கத்துக்கிறாக. அபியும் அவுகளோடதான் இருக்கான் கவலப்படாத ."

"பெத்த தாயி எப்படிடா கவலப்படாம இருக்கமுடியும்."

கிருஷ்ணன் அவளைத் தேற்றினான்.

"புள்ளைகளப் பாக்கணுமாக்கும். அடுத்த தடவ வரும்போது எல்லாரையும் கூட்டிவருவொம். இப்பயே அவுகளக் கூட்டி வரணும்னு நெனப்புத்தான். நீங்க என்ன நெலமையில இருக்கீங்கன்னு தெரிஞ்சுக்கிட்டுப் பாத்துக்கிறலாம்ன்னு கௌம்பி வந்துட்டொம்."

தருமன் பேச்சை மாற்றினான்.

"அஸ்தினாபுரத்துல சித்தப்பாவும் அம்மாவும் நல்லாருக்காகளா."

"கொஞ்ச நாளைக்கு முந்திதான் பாத்துட்டு வந்தென். அத்த நல்லாருக்குது. என்னேரமும் ஒங்களப் பத்துன முணுமுணுப்புத்தான்."

"ஆட்சி நிருவாகம் எப்படி நடக்குது."

"சஞ்சயனும் விதுர மாமாவும் தொணைக்கு இருக்காங்கல்ல."

"சகுனி ஒருத்தன் கெடக்கானே. சும்மாருக்கமாட்டான். எதையாச்சும் தூண்டிவுட்டுக்கிட்டேயிருப்பான்."

"அவன் யோசனைப்படிதான் துரியோதனன் மக்களுக்குப் பொன்னும் பொருளும் வாரி எறைக்கான்."

"சனங்க மேல என்ன புதுசா அக்கற வந்துருச்சு."

"அவங்களச் சந்தோசப்படுத்துனாத்தான் ஓங்கள வெறுத்து அவனக் கொண்டாடுவாங்களாம்."

பீமன் உறுமினான்.

"கொண்டாடுங்க கொண்டாடுங்க. எத்தன நாளைக்குன்னு பாப்பொம்."

அர்ச்சுனனும் கிருஷ்ணனும் தனியே பிரிந்து பேசிக்கொண்டனர்.

"மச்சான் இந்த வனத்துலயே அஞ்சாறு வருசம் குடியிருந்தாச்சு. வேற எடத்துக்குப் போகலாம்னு தோணுது. பெரியண்ணனுக்கும் அந்த நெனப்புத்தான்."

"அது சரிதான். பக்கத்துலதான் துவைதவனம் இருக்கு. அதுக்குள்ள கந்தமாதன மலையிருக்கு. குடியிருப்புக்கு ரெம்பத் தோதான எடம். வேண்டியதெல்லாம் கெடைக்கும்."

"அப்ப அவுக எல்லாரையும் அனுப்பிவச்சிருவொம் மச்சான்."

"அவுகள அனுப்பீட்டு நீயென்ன கிழிக்கப்போறயோ."

"எப்படியோ ரெண்டுபேருக்கும் எடையில போர் மூளத்தான் போகுது. காட்ல கண்டதத் தின்னு காலங் கழிக்கிறதவிட இப்பருந்தே சண்டைக்குத் தயாராயிக்கிறணுமில்ல மச்சான். பாஞ்சாலி விதிய நொந்துக்கிறா. பீமண்ணனோ பெரியண்ணன் மேல கோவங்கொண்டாடுறான். என்னால அப்படி முடியாது. ஆயுதமில்லாம வெறுங்கையிட்டாச் சண்டபோடமுடியும். எப்பாடுபட்டாவது கைவசம் ஆயுதங்களச் சேகரிச்சாகணும். துரியன வெரட்டியாகணும்."

"ஓனக்கு அப்படி யோசன ஓடுதோ. அதுஞ் சரிதான். ஒன் இஷ்டம். ஆயுதம் எங்க குமிச்சுக் கெடக்குதுன்னு தெரியல."

"அள்ளீட்டு வந்து சொல்றென்."

"அப்ப நாங்க கௌம்பட்டுமாடா காடோடி."

கிருஷ்ணனும் திருஷ்டத்துய்மனும் விடைபெற்றுக் கொண்டனர்.

பாஞ்சாலியின் ஏக்கப்பார்வைக்குக் கிருஷ்ணன் பதில் கூறினான்.

"ஓம் புள்ளைகளக் கண்டிப்பாக் கூட்டிவருவம்மா."

105

அர்ச்சுனன் அனைவரிடமும் சொல்லிக்கொண்டு ஆயுதச் சேகரிப்புக்காக வடக்கே பனி படர்ந்த சிகரங்களை நோக்கிப் பயணித்தான். ஆறாம் ஆண்டு வாக்கில் பாண்டவர் காமியவனத்திலிருந்து துவைதவனத்திற்கு இடம்பெயர்ந்தனர். பாஞ்சாலி அவர்களுக்கு ஈடுகொடுத்துச் சளைக்காமல் நடந்தாள். கால்களில் அப்படியொரு வைராக்கியம்.

கானகத்தின் வனப்பு அவர்களை மயக்கியது. துக்கந் தணிந்தது. மனசுக்குள் புள்ளிமான்களின் ஒய்யாரத் துள்ளல். பாஞ்சாலிக்கு இணையாக நடந்த நகுலன் இயற்கையின் விந்தைகளை அவ்வப்போது அவள் நெஞ்சில் பதியமிட்டான். புள்ளினங்களின் ஏச்சையும் பேச்சையும் அவளுக்கு விளக்கினான். அவள் முகத்தில் செல்லக் கோவம்.

“நம்மள ஏன் வையணும். வாங்கிக் கெட்டணும்னு தலவிதியா. இருந்தாலும் அதுகளுக்கு வாய் ரெம்பத்தான். இல்லையா நகுல்.”

“நம்ம நடமாட்டத்தக் கண்டுதான் கூச்சல்போடுது. மனுசங்க இங்க வாறது புடிக்கல.”

“எதுக்காம்.”

“வந்தா நம்ம கையி சும்மாருக்காது. அதுகள வேட்டையாடிக் கறி திங்கிறவரைக்கும் ஓயமாட்டொம். அதனால மனுசங்களக் கண்டாலே அதுகளுக்கு வெறுப்பு.”

“அப்ப வைய வேண்டியதுதான்.”

அவள் வெள்ளந்தியாகப் பறவைகளை நோக்கிக் கையாட்டினாள்.

“வாய் வலிக்கத் திட்டுங்க.”

இடையில் சகாதேவன் அவர்களுடன் சேர்ந்துகொண்டான். நகுலன் மெல்ல நழுவினான்.

“சகா பாஞ்சாலியப் பத்தரமாப் பாத்துக்கோ.”

பாஞ்சாலி அவனைச் சீண்டிச் சிணுங்கினாள்.

“எங்கள வுட்டுட்டு எங்கடா போற. வேற முக்கியமான வேல இருக்கா.”

நகுலன் நயந்துகொண்டான்.

"பேச்சுத்தொணைக்கு தம்பி ஒருவனே போதும். நான் இந்த வனத்து மிருகங்களப் பாத்து ரெண்டு வார்த்த பேசீட்டு வாறென்."

"நாங்க மிருகத்துக்கும் கேவலமாப் போயிட்டொம். அப்படித்தான."

"அப்படிச் சொல்லாதம்மா. நம்ம அந்த மிருகங்களோட எடத்துக்கு வந்துருக்கொம். கொஞ்ச நாள் குடியிருக்கப் போறொம். முன்னெச்சரிக்கையா அதுகளப் பாத்துச் சொல்லீட்டா பாதுகாப்பா இருக்கலாமில்ல."

"ரெம்ப அக்கறதான்."

நகுலன் அதுக்கு மேல் அந்த இடத்தில் நிற்கவில்லை.

சகாதேவன் பாஞ்சாலியின் களைத்துச் சோர்ந்த முகத்தைப் பார்த்துச் சொன்னான்.

"பாஞ்சி கொஞ்சநேரம் இப்படி மர நெழல்ல உக்காந்து களைப்பாறிக்கிட்ரு. நான் இப்ப வந்துறென்."

"சகா நீயும் எங்கடா போற. நானுங் கூடவாறென்."

"பாஞ்சி பாஞ்சி பொறுமையா உக்காந்துரும்மா. போனதும் ஓடி வந்துறென்."

அவன் வனத்தில் பூத்திருக்கும் பூக்களைப் பறித்துக்கொண்டு திரும்பினான்.

"அடேயப்பா இவ்வளவு பூவா. என்ன செய்யப்போற."

"எல்லாம் ஒனக்குத்தான்."

அவன் ஒவ்வொரு பூவின் பெயரையும் உச்சரித்தபடி அடர்ந்து விரிந்து கிடந்த அவளது கூந்தல் முழுக்கத் தூவியதுபோல் அடர நட்டி வைத்தான்.

இருவரும் எழுந்து நடையைத் தொடர்ந்தனர். சகாதேவன் அவளை முன்னால் நடக்கவிட்டு அழகுபார்த்தான். அவள் பின்னால் திரும்பிப்பார்த்தாள்.

"சகா ஏன் பிந்திக்கிட்ட."

அவன் மெய்மறந்த லயிப்பிலிருந்து மீளவில்லை.

"சும்மா சொல்லக்கூடாது பாஞ்சி. ஒன் பின்னழகு மயக்குது."

அவள் பொய்யாகச் சிணுங்கினாள்.

“அட சும்மா வாடா.”

அவன் ஒரு கவிதை எடுத்துவிட்டான்.

“இதோ
பசிய புல்வெளியில்
சிறிய பூமரம்
மெல்ல நடை பயில்கிறது
அழகை அள்ளி
அருந்தி மாளவில்லை.”

அவள் பிரியமான சகாவை இழுத்தணைத்துக்கொண்டாள்.

“இண்ணைக்கு ஒனக்கு என்னாச்சு. இதுவரைக்கும் இந்தப் புது மனுசன் எங்க ஒளிஞ்சு கெடந்தான். நான் எளங்கெழவியானப் பெறகு பிரியத்த வாரிக் கொட்றயே. இந்தச் சகாதாண்டா எனக்கு வேணும்...... வாடாத பூக்களப் பாத்துச் சந்தோசப்படுற. எம் மனசுக்குள்ள எத்தன பூ வாடிக் கருகிக் கெடக்குது தெரியுமா.”

“ஒன்ன மாதிரிதான் எனக்கும். கொட்டித் தீத்துக்கிறதுக்கு எத்தனையோ இருக்கு.”

ஆழ் மனத்து உணர்வுகளைப் பகிர்ந்துகொள்ள அவர்களுக்கு அவகாசமில்லை. முன்னால் செல்லும் மூத்தோர் மூவரும் கூப்பிடு தொலைவுக்குச் சமீபித்துவிட்டனர்.

106

வனத்தில் வசிக்கும் சோம்பல் வாழ்க்கை பீமனுக்கு உடன்பாடில்லை. அடிக்கடி பொருமினான்.

“இப்படியே காடளந்துக்கிட்டுத் திரியிறது ஒரு பெழப்பா. நம்ம பறிகுடுத்ததையெல்லாம் எப்ப மீட்டப்போறம்னு நெனச்சா தூக்கம் வரமாட்டங்குது. இந்த மகராசிய அண்ணைக்குச் சபையில இழுத்துப் பறிச்சு மானபங்கப் படுத்தும்போது நம்ம எல்லாரும் தலைய ஓட்டிக்கிட்டுக் கோழையாத்தான இருந்தொம்.

அவளேதான் தன்னக் காப்பாத்திக்கிட்டா. வனவாசத்த இத்தோட நிறுத்திட்டு அஸ்தினாபுரம் போயி அத்தன பேரையும் அடிச்சு நொறுக்கி நமக்குச் சேரவேண்டிய நியாயமான சொத்துக்கள மீட்டுக்கிறதுதான் சரியான வழியாத் தெரியிது."

தருமன் மெல்ல வாய் திறந்தான்.

"அப்படியெல்லாம் பேசப்புடாது பீமசேனா. அது நியாயமில்லய்யா. பொறுமையாத்தான் இருக்கணும். எல்லாம் நம்ம பேராசையினால வந்த வென."

"நியாயம் நேர்மன்னு கெட்டி அழுதழுது நாசமாப் போயி நடுக்காட்ல வந்து கெடக்கொம். இன்னும் எத்தன நாளைக்குத்தான் பொறுத்துப்போறது. தருமண்ணா ஒனக்குக் கோவமே வராதா. அவங்களால பட்ட அவமானமெல்லாம் மறந்துபோச்சா."

திரவுபதி தருமனை ஏளனமாகப் பார்த்தாள்.

"அதெல்லாம் மறந்து ரெம்ப நாளாச்சு. மரத்துக்கூடப் போச்சு."

சகோதர்களும் பாஞ்சாலியும் உள்ளுக்குள் கொதித்துக் கொண்டிருப்பதை தருமன் உணர்ந்துகொண்டான். குற்றவுணர்வில் வெட்கிப்போனான்.

விருகதேஷ்வர முனிவனிடம் சென்று அழுது புலம்பினான்.

"மாமுனியே எங்க குடும்பம் நலிஞ்சு போனதுக்கு நானேதான் காரணம். அத நெனச்சா வேதனையாருக்கு. மனசுக்குள்ள நான் அழுது பொலம்பாற நாளில்ல. இதுலருந்து மீண்டு வர வழி தெரியாமத் தவிச்சுக்கிட்ருக்கென். எல்லாம் இந்த மோசமான சூதாட்டத்தால வந்த வென. அரகொறையாத் தெரிஞ்சுக்கிட்டு ஆடுனதால சகுனி தந்தரமாச் சிரிச்சுக் கழுத்தறுத்துட்டான். பொன்னு பொருளெல்லாம் எழந்து இந்த நெலமைக்குக் கொண்டுவந்து வுட்ருச்சு. சூதாட்டத்தால என்னப்போல கஷ்டத்த அனுபவிச்சவங்க இந்த ஒலகத்துல வேற யாரும் இருக்க முடியாது. அப்படி யாராச்சும் இருக்காங்களா அய்யனே."

முனிவன் தலையாட்டிக்கொண்டான்.

"ஒன்னவிட மோசமாத் துன்பப்பட்டவன் ஒருத்தன் உண்டு."

"அது யாரு மாமுனியே."

"அவன் பேரு நளன். நைடத நாட்டு இளவரசன். அவன விதர்ப்ப நாட்டு இளவரசி தமயந்தி ரெம்ப விரும்புனா. அவளோட

அழகக் கண்டு அனேகம் பேரு கைபுடிக்கத் தயாராருந்தாங்க. அவங்க எல்லாரையும் ஒதுக்குத் தள்ளீட்டு நளனுக்கே மனைவியாயிட்டா.”

“உண்மையான காதல் ரெண்டு பேரையும் சேத்துவச்சிருச்சு.”

“பனிரெண்டு வருசமா அவங்க ஒத்துமையாக் குடும்பம் நடத்துனாங்க. ரெண்டு புள்ளைகளும் பெத்துக்கிட்டாங்க.”

“நிம்மதியான பெழப்பு. சந்தோசத்துக்குச் சொல்லணுமா.”

“ஒங்களுக்குச் சகுனியப் போல அங்க நளனுக்கு ஒரு ஒறவுக்காரன் இருந்தான். பேரு புஷ்கரன். ஒரு நாள் பேச்சுவாக்கில நளனச் சூதாட்டத்துக்குக் கூப்புட்ருக்கான். இவனும் ஒத்துக்கிட்டான்.”

“வெனைய வெலைக்கு வாங்கீட்டான்.”

“ரெண்டு பேரும் ஆடுன ஆட்டத்துல நளன் சொத்துச் சொகம் அத்தனையும் பறிகுடுத்துட்டான். உடுத்துன துணியோட வெளியேறுன்னு புஷ்கரன் வெரட்டியடிச்சிட்டான்.”

“தமயந்தி புள்ளைகளப் பெறந்த வீட்ல வுட்டுட்டு கணவனோட காட்டுக்குக் கௌம்பீட்டா. எவ்வளவோ தடுத்துப்பாத்தும் முடியல. நல்ல காலத்துல ஒங்களோட எப்படிக் கூடி வாழ்ந்தனோ அதே மாதிரி கஷ்ட காலத்துலயும் கூட இருப்பன்னு சொல்லீட்டா.”

“காட்ல கரடுமொரடான பெழப்பு ஆரம்பிச்சிருச்சு.”

“வயித்த நெரப்புறதே பெரும்பாடு. கையில ஆயுதம் இல்லாம வேட்டைக்குப் போகமுடியல. பழக்கப்படாற எடம். எங்க போயிப் பழமுந் தண்ணியும் கொண்டுவாறது. தமயந்தியோ அரமனையவுட்டு வெளியேறாத பொண்ணு. அவளப் பாத்து நளனுக்குப் பரிதாபம். எப்படியும் வயித்துக்கு எர தேடிக் கொண்டுபோயிறணுமிங்கிற வைராக்கியத்துல உடுத்தியிருந்த ஒரே துணியையும் வல விரிச்சுப் பறவைகளப் புடிக்கிறதுக்கு முயற்சி பண்ணுனான். பறவைகளுக்குச் சாமர்த்தியம் ரெம்ப. விரிச்ச துணிய அப்படியே தூக்கீட்டு ஒரேயடியாப் பறந்துபோயிருச்சு.”

“பாவி மனுசன் கெடுத்தானே.”

“நளனுக்கு வெக்கமும் வருத்தமும் தாங்க முடியல. ஒடம்ப மறச்சிருந்த ஒரே துணியவும் பறிகுடுத்தாச்சு. எல்லாம் போச்சே போச்சேன்னு தரையில உருண்டு பெரண்டு அழுதான். நான் தொணையாருக்கென். கவலைய வுடுங்கன்னு தமயந்தி தைரியஞ் சொன்னா. தான் உடுத்தியிருந்த துணியில பாதியக் கிழிச்சு அவனுக்குக் குடுத்தா. அவன் அத வச்சு ஒடம்ப மறச்சுக்கிட்டான்.”

“அப்படிப் போகுது பெழப்பு.”

“தன்னோட முட்டாத்தனத்தால தமயந்தி கஷ்டப்படுறத நளனால சகிக்கமுடியல. குற்றவுணர்வு பாடாப் படுத்துச்சு. ஒரு நாள் தமயந்தி தூங்கும்போது அவளத் தனியா வுட்டுட்டு ஓடிப்போயிட்டான். அப்படியாச்சும் அவ பெறந்த வீட்டுக்குப் போயிருவாங்கிற நம்பிக்கையிலதான் அப்படிச் செஞ்சான்.”

“பெறந்த வீட்டுக்குப் போனாளா.”

“அவ வைராக்கியசாலி. தாய் வீட்டப்பத்தி நெனச்சுக்கூடப் பாக்கல. கணவனக் கண்டுபுடிச்சாகணுமிங்கிற நோக்கத்துல காடெல்லாம் தேடியலஞ்சா.”

“பாவம் தனியாக் கெடந்து தவிச்சுருப்பாளே.”

“எல்லாம் பட்டழுந்தி பைத்தியக்காரி மாதிரி அலஞ்சா. ஒரு நாள் சேதி நாட்டு எளவரசி அவளத் தற்செயலாப் பாத்துக்கிட்டா. அவ்வளவு அலங்கோலத்துலயும் அவ அழகாருந்தா. அரசிக்கு அவளப் புடிச்சுப்போச்சு. தன்னோட கூட்டீட்டுப் போயிட்டா.”

“அப்படியாச்சும் அந்த அபலைக்கு நல்ல பெழப்புக் கெடைக்கட்டும்.”

“தமயந்தி தன்னோட பூர்வீகத்தப் பத்தி யாருட்டயும் எதுவுமே சொல்லிக்கிறல. அவளோட பேரச் சைரந்திரின்னு மாத்திச் சொல்லி அரசிக்கு அந்தரங்கப் பணிவிட செஞ்சு காலத்தக் கழிச்சா.”

கடசியில கணவனப் பாத்தாளா.”

“இல்லையே. ஒரு நாள் அரமனப் பக்கம் வந்த புரோகிதன் தமயந்தியச் சந்திச்சு அவளப் பத்துன உண்மையெல்லாம் கிண்டி கௌஞ்சு தெரிஞ்சு அரசியிட்டச் சொல்லிப்புட்டான். அரசிக்கு இனிமேலும் அவளச் சேடியா வச்சுக்கிறதில மனசில்ல. அவள ரெம்ப வற்புறுத்திப் பெறந்த வீட்டுக்கு அனுப்பிவச்சிட்டா. அங்க தன்னோட புள்ளைக மொகத்தப் பாத்து அவளுக்கு ஆறுதல். இருந்தாலும் கணவன் தொணையில்லையேன்னு வருத்தம் அவள வாட்டுச்சு.”

“அது பெரிய துன்பம்.”

“அவளப் பெத்தவங்களுக்கும் அந்தக் கவலதான். நாடு நகரமெல்லாம் நளனத் தேடச் சொல்லி பர்ணதருங்கிற புரோகிதர அரசன் அனுப்பிவச்சான். அவன எப்படி அடையாளம் கண்டுபுடிக்கிறதின்னு புரோகிதர் தமயந்தியிட்டக் கேட்டாரு.”

“என்ன அடையாளஞ் சொன்னா.”

“நான் ஒரு பாட்டப் பாடிக்காட்றென். அத நல்லா மனசில வச்சுக்கங்க. கங்கை யமுனை சரஸ்வதி நதிக்கர நெடுகப் பாட்ட ஒரக்க பாடிக்கிட்டே போங்க. அதுக்கு எதுப்பாட்டுப் பாட அவரு ஒருத்தருக்குத்தான் தெரியும். யாருட்டருந்து எதுப்பாட்டு வருதோ அவருதான் எங் கணவருன்னு தமயந்தி தெடமாச் சொன்னா.”

“நல்ல அடையாளந்தான்.”

“அவ சொன்னபடியே பர்ணதர் மூணு நதிக்கரையிலயும் காத்துவாக்குல பாடிக்கிட்டே போனாரு.”

“என்ன பாட்டுப் படிசசாராம்.”

‘மாயச் சூதாடி

மயங்கி மதிகெட்டு

நாடிழுந்து நகரிழுந்து

நல்லதொரு வீடிழுந்து

தாயம் உருண்டதுபோல்

தறிகெட்டுப் போனவரே

காயம் ஆறாமல்

கவலை தீராமல்

தாயும் சேயுமிங்கே

தவிக்கிறது தெரியலையா

கைகள் துணையிருக்க

கலங்கவேணாம் எங்கணவா

ஓயாமல் உறங்காமல்

உழைத்துப் பிழைத்திடுவோம்

வழிமேல் விழிவைத்து

வாசலில் காத்திருப்பேன்

என்னவரே வாருமய்யா

எஞ்சோகம் தீருமய்யா’

“எங்கருந்தாவது எதுப்பாட்டு வந்ததா.”

“வரலையே. பாட்டக் கேட்டவங்க அவர ஒரு மாதிரியா மொறச்சுப் பாத்துக்கிட்டே போனாங்க.”

“புரோகிதர் பாடு ரெம்பச் சங்கடந்தான்.”

“ஒரு வழியா அயோத்தி நாடு போயிச் சேந்தாரு. மன்னரோட அரமன வாசலுக்கு வெளிய நின்னுக்கிட்டு தான் அலஞ்சு திரிஞ்ச சோகத்தையும் கலந்து சொகமாப் பாட்டெடுத்து வுட்டாரு.”

‘மாயச் சூதாடி

மதி கெட்டுப் போனவரே.......’

“பாட்டு அரமனைக்குள்ள போயித் தேடுது.”

“பாட்டக் கேட்டு அரமனையே முழிச்சுக்கிருச்சு. எல்லா எடத்துலயும் பாட்டு தெளிவா எதிரொலிச்சது. கொஞ்ச நேரத்துல சமையலறைக்குள்ளருந்து ஏக்கமா எதுப்பாட்டு வந்தது.”

‘சின்னவளே பொன்னவளே

சேந்து வாழச் சொன்னவளே

கண்ணழகுப் பொன்மயிலே

கண்டுகொண்டேன் கண்டுகொண்டேன்

ஓடிவந்து சேந்துருவென்

ஓம்மொகத்தப் பாத்துருவென்.’

“தமயந்திக்கு நல்ல நேரம். கணவன் கெடச்சிட்டான். பாடுனது யாராம்.”

“ஒரு சமையல்காரன்.”

“அப்படியா...... யாராருந்தென்ன. ஆளு கெடச்சதே பெரிசு.”

“பாடுனவன் பேரு பகுகா. குள்ளமா அசிங்கமாருந்தான். பாக்கச் சகிக்கல. நேர விதர்ப்ப நாட்டுக்கு ஓடிவந்து தமயந்தியிட்ட

நடந்த கதையச் சொன்னாரு. அவனப் பாத்தா நளன் மாதிரி தெரியலையேன்னு கூடவே ஒரு சந்தேகத்தையும் கௌப்புனாரு.”

“அதுக்குத் தமயந்தி என்ன சொன்னா.”

“சந்தேகமே வேணாம். அவருதான் நளன். அவரு என்ன இன்னும் நேசிக்கிறதாலதான் எதுப்பாட்டுப் படிக்காரு. வலவீசி விரிச்ச துணியப் பறவைக தூக்கீட்டுப் போனது அவரத் தவிர வேற யாருக்குமே தெரியாது. எங் கணவர எங்களோட சேத்துவையிங்கன்னு அவ கெஞ்சிக் கேட்டுக்கிட்டா.”

“பட்டமுந்துனதுக்குப் பலன் கெடச்சிருச்சு.”

“ஆனந்தமும் துக்கமும் கலந்த கண்ணீருக்கெடையில நளனும் தமயந்தியும் ஒண்ணுசேந்தாங்க. மனைவி கணவன்மேல கொண்டிருந்த ஆழமான காதலக் கண்டு சனங்களுக்குப் பேராச்சரியம்.”

தருமனுக்குப் புதிய தெம்பு வந்தது. விருகதேஷ்வர முனிவனிடம் விடைபெற்றான். முனிவன் ஆசி கூறி வழியனுப்பினான்.

“சூதாட்டத்தில நளன் பறிகுடுத்த நாட்டையும் செல்வத்தையும் மீட்டதப்போல ஒனக்கும் நல்லது நடக்கட்டும் யுதிஷ்டிரா.”

107

அர்ச்சுனன் மலையடிவாரத்தில் நின்றுகொண்டு காடுகளில் வானுயர அடர்ந்து வளர்ந்து நின்ற மரங்களை அண்ணாந்து பார்த்தான். அங்கே ஆழமான அமைதி நிலவியது.

நதிக்கரை தேடிச் சென்று ஒரு கல்லெடுத்து வந்து காட்டுக்குள் நட்டிவைத்தான். அதுவே சிவலிங்கம். அதனருகே அமர்ந்து மலர்கள் தூவிச் சிவனை நோக்கித் தவமிருந்தான்.

தவக்கோலத்தில் சிறிது காலங் கழிந்தது. அவன் தவங் கலையவில்லை. அவனைக் கண்டோர் வியந்தனர்.

எதிரில் ஒரு காட்டுப்பன்றி கனத்த உறுமலுடன் வந்துகொண்டிருந்தது. அந்த உறுமலில் தவங் கலைந்து கண் திறந்தான். பன்றி அவனை நெருங்கிவிட்டது. அவன் தாமதிக்கவில்லை. அம்பெடுத்து அதை நோக்கி எய்தான். குறி

தப்பவில்லை. பன்றியின் உடலில் ஆழப் பாய்ந்து அங்கேயே உயிர்விட்டது.

அர்ச்சுனன் எழுந்து சென்று அதைப் பரிதாபத்தில் பார்த்தான். என்ன ஆச்சரியம். அதன் உடம்பில் ஏற்கெனவே ஒரு அம்பு தைத்திருந்தது.

இப்போது ஒரு வேடன் தன் மனைவியுடன் அவனருகில் தோன்றியிருந்தான். வேடுவச்சி பெருமை பீத்தினாள்.

“இந்தப் பன்றியக் கொன்னது யாரு தெரியுமா. எம் புருசனாக்கும்.”

வேடன் அதை ஆமோதித்துச் சிரித்தான். அர்ச்சுனன் மறுத்தான்.

“இல்லையில்ல. நாந்தான் இதக் கொன்னென். அங்க பாருங்க என்னோட அம்பு. கண்ணுக்குத் தெரியலையா.”

“பொய் சொல்ற. பன்றியக் கொன்னது எம் புருசனோட அம்பாக்கும்.”

வேடன் முடிவாகச் சொன்னான்.

“இவ சொல்றதுதான் சரி. என்னோட அம்பாலதான் அதுக்கு உயிரு போச்சு. வெறும் ஓடம்புலயாக்கும் ஒன் அம்பு பாஞ்சது.”

அர்ச்சுனனுக்குக் கோவத்தில் உடம்பு துடித்தது. வேடனை முறைத்தான்.

“நீ யாருட்டப் பேசிக்கிட்ருக்க தெரியுமா.”

வேடன் கிண்டலாகச் சொன்னான்.

“எப்பயும் நாந்தான் செயிக்கணுமிங்கிற ஆணவத்தோட அலையிற பொடிப்பயன்னு நல்லாவே தெரியும்.”

அர்ச்சுனன் சிலிர்த்துக்கொண்டான்.

“நான் அர்ச்சுனன். துரோணரோட சீடனாக்கும். ஒலகத்துலயே பெரிய வில்லாளி.”

வேடனின் சிரிப்பில் ஏளனம் தொனித்தது.

“ஆகா மிகப்பெரிய வில்லாளியோ. தெரியாமத்தான் கேக்கென். இதுக்கு என்ன அளவுகோல் வச்சிருக்க.”

வேடனின் மனைவி குறுக்கிட்டாள்.

“இது எங்களோட காடு. ஒன்னோட ஊருச் சட்டதிட்டங்களையெல்லாம் அங்கயே கெட்டி வச்சுக்கோ. அற்பப் பொடியனே ஒங் கத இங்க செல்லாது. நீ ஒன் எடத்துல வேணா ராசவா இருக்கலாம். இங்க வந்தா குட்டி நாயிதான். சிங்கத்துக்கு எடங்குடுத்து வால மடக்கிக்கிட்டு ஒதுங்கித்தான் போகணும்.”

அர்ச்சுனன் அவமானம் தாங்காமல் கோவத்தில் வெடித்துவிட்டான்

“அவ்வளவுக்கு எளக்காரமாப் போயிட்டனா. ரெண்டுபேரும் சண்டபோட்டுப்பாப்பொம். யாரு செயிக்காங்களோ அவந்தான் பன்றியக் கொன்னவன். இப்பயே போட்டுப் பாத்துறலாமா.”

வேடன் கேலிப்பார்வையில் சம்மதித்தான்.

“அதுக்கென்ன வெளையாடிப் பாத்துருவொம்.”

நொடியில் சண்டை ஆரம்பித்துவிட்டது. அர்ச்சுனனின் அம்புகள் அத்தனையும் தோற்றன. அடுத்து வாள் சண்டை. அதிலும் வேடனே வென்றான். இறுதியாக நடந்த மல்யுத்தத்திலும் அர்ச்சுனனுக்குத் தோல்விதான். வேடனைத் தோற்கடிக்க வேறு வழியில்லை.

அர்ச்சுனன் சிவலிங்கத்திடம் சென்று இமை மூடி மலர் தூவி முறையிட்டான்.

கண் திறந்தபோது எதிரில் அதே வேடன். அதே சிரிப்பு. அர்ச்சுனன் தூவிய அர்ச்சனைப் பூக்கள் அத்தனையும் வேடன்மீது சொரிந்து உதிர்ந்துகொண்டிருந்தன. கண்ணெதிரில் காட்சியளித்த வேடன் வேறு யாருமில்லை. சிவனேதான். அவன் மனைவி பார்வதி. நந்திதான் காட்டுப் பன்றியாக நடித்தது.

அர்ச்சுனன் அவர்களை வணங்கினான். சிவன் ஆசீர்வதித்தான்.

“ஆயுதங்கள்மீது நீ கொண்டிருக்கும் பற்றை மெச்சுகிறேன். இதோ சகல வல்லமையுள்ள பாசுபத அஸ்திரம். வாங்கிக்கோ. பயபக்தியோடு பயன்படுத்து.”

அர்ச்சுனனின் ஆசை நிறைவேறியது. வலிய ஆயுதம் கைவரப்பெற்ற சந்தோசத்தில் அவனது பயணம் அமராவதியை நோக்கித் தொடர்ந்தது.

இந்திரனின் தேராளி மாதலி அர்ச்சுனனை எதிர்கொண்டு அமராவதிக்குத் தேரில் அழைத்துச்சென்றான். இந்திரனைச்

சந்தித்ததில் அர்ச்சுனனுக்குப் பெருமை. இந்திரனுக்கு அவன் உதவி தேவையிருந்தது.

"அர்ச்சுனா ஒந் தெறமையப் பத்தி நெறையவே கேள்விப்பட்டுருக்கென். அசுரர்களோட தொல்ல தாங்க முடியல. தேவர்களால அவங்களோட சண்டபோட்டு மாளல. ஒன்னோட பாசுபத அஸ்திரத்தால அவங்களச் சுளுவாச் செயிக்க முடியும். அந்த ஒதவிக்காகத்தான் ஒன்ன வரவழச்சென்."

"அதொன்றும் பெரிய காரியமில்ல அய்யனே"

அர்ச்சுனன் தேவர்களுடன் சேர்ந்து அசுரர்களை எதிர்த்துப் போரிட்டு காலகேயர் நிவதகவசர் உட்பட அனைவரையும் வென்று விரட்டியடித்தான்.

இந்திரன் அவனை ஆரத் தழுவிக்கொண்டு சொர்க்கத்துக்கு அழைத்துச்சென்றான். சொர்க்கம் அர்ச்சுனனுக்கு மிகவும் பிடித்துப்போயிற்று. அங்கே கேளிக்கைகளுக்குப் பஞ்சமில்லை. அனைத்துச் சுகங்களையும் அனுபவித்தான். ஆனந்தக் களிப்பில் மிதந்தான்.

கந்தர்வர்களிடமிருந்து நடனம் கற்றுக்கொண்டான். குழலிசைக்கேற்ப அவனது அங்கங்கள் ஆடிப் பழகின. அனைத்து வசதிகளும் அவனை வந்தடைந்தன. சகோதரர்களும் பாஞ்சாலியும் அருகில் இல்லாதது ஒரு குறையாகவே இருந்தது.

தேவகன்னியர் அவனது தேகத்தை ஆராதித்தனர். அங்கங்களை ஆலிங்கனஞ் செய்து அவனைக் காமுற்றனர். அவர்களில் ஊர்வசி அவனை அணுகி தனக்குக் காதலனாக இருக்குமாறு வற்புறுத்தினாள்.

அவன் திட்டவட்டமாக மறுத்தான்.

"அதெப்படி முடியும். நீயோ எங்க மூதாதையருல ஒருத்தரான புரூரவருக்கு மனைவியாயிருந்தவ. அப்படிப் பாத்தா எனக்கு நீ தாய் மாதிரி. அந்த எண்ணத்தக் கைவுட்டும்மா."

தானே வகுத்துக்கொண்ட எல்லைகளைத் தாண்டாத எச்சரிக்கையில் சொர்க்கத்தில் அவன் காலம் சுகமாகக் கழிந்தது. ஆனாலும் அமராவதியில் சேகரிக்க வேண்டிய ஆயுதங்களை அவன் எப்போதுமே மறக்கவில்லை.

108

பாண்டவர் காடு மலை ஆறு வனம் எனக் கால்கடுக்க அலைந்து திரிந்த வலியைத் தணித்துக்கொள்ள காமியவனத்தின் அருகிலுள்ள ராமவனத்தில் தங்கி ஓய்வெடுத்தனர். அப்போது அவர்களின் வனவாசம் பன்னீறாவது ஆண்டை எட்டிவிட்டது.

ராமவனம் பலராமன் சின்ன வயசிலிருந்தே உண்டாக்கி வளர்த்து வளமாக்கிய வனம். கலப்பையால் குளந் தோண்டி நீர் வருத்துக்கு வாய்க்கால் வெட்டி கரை நெடுகப் பல்வகைப் பழமரங்கள் நட்டிப் பராமரித்துப் பாதுகாத்துவரும் சோலை.

அவன் தீர்த்தயாத்திரை வரும்போதெல்லாம் அங்குதான் தங்கித் தவமிருப்பான். அதற்காகச் சிறுகுடில் ஒன்று அமைத்திருந்தான். அவன் நினைவாக ராமவனம் என்று பெயர் விளங்கியது.

பாஞ்சாலிக்கு ராமவனம் மிகவும் பிடித்துப்போயிற்று. பன்னீறாவது ஆண்டை அங்கே கழித்துவிடலாமென்று முடிவுசெய்து தங்கியிருந்தனர். அது முடிந்தால் அஞ்ஞாத வாசம் ஓராண்டுதான்.

பாஞ்சாலிக்கு அர்ச்சுனன் இல்லாத வெற்றிடம் தொடர்ந்து நெருடியது. அச் சமயத்தில் அர்ச்சுனன் அமராவதியிலிருந்து கனத்த ஆயுதச் சுமையுடன் ராமவனம் வந்து சேர்ந்தான். அனைவரும் அகமகிழ்ந்தனர். பீமன் தம்பியைப் பாராட்டினான்.

"பார்த்தா நீதாண்டா சுத்தமான வீரன். கைவசம் ஆயுதம் இருக்கையில பயமில்லடா. கவுரவங்கள உண்டு இல்லன்னு ஒரு கை பாத்துருவொம்."

தருமன் தம்பிக்கு நிலைமையைச் சொன்னான்.

"அய்யா பீமசேனா நமக்கு இன்னும் ஒரு வருசம் இருக்குதுய்யா. அஞ்ஞாத வாசம் முடிச்சப் பெறகு நம்ம வீரத்தக் காட்டலாம்."

ராமவனத்தில் வனவாச வாழ்க்கை அமைதியாக நடந்தது.

ஒரு நாள் பீமன் அர்ச்சுனன் நகுலன் மூவரும் வேட்டைக்குப் போய்விட்டனர். பீமன் புலால் உண்டு நாளாயிற்று. அஸ்தினாபுரத்தில் இருந்த காலத்தில் வனவேடுவர் அட்டியில்லாமல் மாமிசங் கொண்டுவந்து கொடுப்பர். இப்போது அப்படியில்லை. தானே வேட்டையாடினால்தான் உண்டு.

சகாதேவன் பாஞ்சாலியுடன் வனத்தின் அழகைக் கண்டுகளிக்கக் கிளம்பிவிட்டான். அது பாஞ்சாலியின் நெடுநாள் ஆசை. சதா நச்சரித்துக் கொண்டிருந்தாள். வனவுலா கிளம்பியபோது அவள் முகத்தில் சந்தோசத்தைப் பார்க்கணுமே.

பல இடங்களின் இயற்கையழகை அவர்கள் சுதந்திரமாகக் கண்டு களித்தனர். வனத்தின் வனப்பு அவர்களைப் புதர்மறைவில் கொண்டுபோய் நிறுத்தியது. அமர்ந்தனர். கலந்தனர். காமந் தணிந்து நிறைவில் எழுந்தனர்.

அவள் அவனை மடியில் கிடத்தி அங்கங்கமாக வருடி ஆலிங்கனஞ் செய்தாள். அவன் முகத்தில் புதுக் களை பிறந்தது. தனது பலநாள் ஐயத்துக்கு அவனிடம் தெளிவைத் தேடினாள்.

“ஓம் மொகத்துல இந்தச் சந்தோசத்த நான் எண்ணைக்கும் பாத்ததேயில்லடா. என்னேரமும் கனத்த சோகத்தோட இருப்பயே. அதுக்கு என்னடா காரணம்.”

“ஒனக்கு மனசுக்குள்ள சோகங் கனத்துருக்கு. அதச் சிரிப்பால மறச்சிருக்க. எனக்கு மூஞ்சியில வெளிப்படையா அப்பியிருக்கு. இதுதான் வித்தியாசம்.”

“எஞ் சோகம் கெடக்கட்டும் ஒருபக்கம். நான் அஞ்சு பேருக்கும் பொண்டாட்டி. வெளிய சிரிச்சுத்தான் ஆகணும்.”

“நான் உள்ள எப்பயும் அழுதுகிட்டுருக்கென். பெத்த தாயி கண்ணுக்கு முன்னால சிதை நெருப்புல பாயும்போது பாத்துக்கிட்டு அழுகிறதத் தவிர வேற என்ன செய்யமுடியும். அதுக்கு முக்கியக் காரணம் பெரியம்மாதான். அவள அம்மான்னு கூப்புட மனசு வரலையே. அண்ணைக்கு என் நெஞ்சுக்குள்ள பத்திக்கிட்ட நெருப்பு இண்ணைக்குவரைக்கும் அணையாம எரிஞ்சுக்கிட்டுத்தான் இருக்கு. பெறகு சந்தோசம் எங்கருந்து வரும்.”

“ஒன் நெலம புரியிதுடா.”

“ஒண்ணு மட்டும் தெரிஞ்சுக்கிட்டென். அரசியல் சூழ்ச்சியால எங்கம்மா வெந்து போயிட்டா. எல்லாச் சூழ்ச்சியுமே அழிவுலதான் கொண்டுபோய் வுடும். அழிஞ்சும் போயிரும். அது நிச்சயம். நம்ம வம்சமும் அதுலருந்து தப்பமுடியாது.”

பாஞ்சாலியின் கண்ணில் ஈரங் கசிந்தது.

“அடே சகா நீ ஒந் துக்கத்தச் சொல்லி முடிச்சிட்ட. எஞ் சோகம் சொல்லி மாளாதுடா. நம்ம குடும்பத்துல

என்ன ஒரு மனுசியாவே மதிக்கல. ஜடப்பொருளாத்தான் வச்சிருக்காக. பெரிசா சுயம்வரத்துல கைப்புடிச்சிட்டு வந்து ஆத்தாக்காரியிட்ட பெரிய பிச்ச கொண்டுவந்துருக்கன்னு அர்ச்சுனன் பெருமையடிச்சுக்கிட்டான். கொண்டு வந்துருக்கிறது பொண்ணுன்னு தெரிஞ்சும் அந்தப் பிச்சைய அஞ்சு பேரும் பகுந்து சாப்புடுங்கடான்னு ஆத்தா சொல்லீருச்சு. அண்ணைக்கிலருந்து இண்ணைக்குவரைக்கும் அவங்களுக்கு நான் தீனியாகிற பிச்சதானடா. பொண்டாட்டின்னு கொஞ்சுறதுக்குப் பதிலா மாறி மாறிக் கடிச்சுக் கொதறித் திங்கிறாங்க."

"பாஞ்சி என்னையுமா அப்படி நெனச்சுக்கிட்ட."

"ஒன்னப் பத்தித்தான் எனக்குத் தெரியுமே. குந்தி பெத்த புள்ளைகளத்தான் சொன்னென். மூத்தவரு என்ன ஏகபோகமா சொந்தமாக்கிக்கிட்டாரு. என்னேரமும் நான் அவரு கூடவே இருக்கணும். தம்பிமாருக்குத் தாங்குமா. பீமனும் அர்ச்சுனனும் மதுமயக்கத்துல ஒளறிக்கிட்டு வந்து என்னத் தூக்கீட்டுப் போயிருவாங்க. மூத்தவரு கண்டுக்கிற மாட்டாரு. மறுநாளு நாங்க படுக்குறதுக்கு வேற எடந் தேடிப் புடிச்சிட்டு வருவாரு. இந்தக் கததான் நடக்குது. என்னத்தச் சொல்றது."

"ஒன்னோட நான் சந்தோசமாருந்த நாள வெரலுவுட்டு எண்ணியிறலாம். நீ எனக்குப் புள்ளப் பெத்துக்கிறணுங்கிறதுக்காகக் கொஞ்ச நாளு வுட்டுப்புடிச்சிருப்பாக. அதுக்குள்ள அடுத்தவனோட மொற வந்துரும்."

"இதுல கொடும என்னன்னா ஒருத்தனுக்குப் புள்ள கருத்தரிச்சுக்கும்போது அடுத்தவன் மொற வந்துரும். கருவச் சொமந்துக்கிட்டே அவங் கட்லுக்கு மாறியாகணும். இதவிடப் பெரிய கொடும என்னன்னா ஒருத்தனோட புள்ளையப் பெத்து முடிஞ்சதும் அடுத்தவன் காத்துக்கிட்ருப்பான். பேறுகாலக் கவுச்சியோட போயி அவனோட படுக்கணும். புள்ள பெறந்ததுமே தாதிமாருக கடத்தீட்டுப் போயிருவாக. தாய்ப்பாலப் புள்ளைக்கு ஊட்றதா புருசனுக்கு ஊட்றதா. மார்புல கட்டிக்கிருச்சுன்னா அந்த மரண வேதன தாங்க முடியாது."

"மிருக வேட்டைய விடக் கொடூரமால்லருக்கு."

"வேதனையச் சொல்ல முடியாது. கூடவுங் கூடாது. அடுத்த கட்லுக்கு மாறச் சொணங்குனா மாமியாருக்குக் கோவம் பொத்துக்கிட்டு வரும்."

"அடியே பாஞ்சாலி அர்த்தமில்லாமக் கோவப்படாத. நீ மூத்தவனுக்கு மட்டுந்தான் பொண்டாட்டின்னு நெனச்சுக்கிட்டுருக்கயா. அந்த நெனப்புலதான் கொழந்தையக் கையோட வச்சுக்கிறலாம்னு பாக்கயா. அது மட்டும் நடக்காது தாயே. நீ பஞ்சபாண்டவருக்கும் பொண்டாட்டியாக்கும். தாயிங்கிற நெனப்ப மனசிலருந்து அழிச்சிறணும். அடுத்த புருசனுக்கு முன்னால ஒரு கன்னியாத்தான் நிக்கணும். இப்படி ஒடனே உத்தரவு போடும். கன்னிமைங்கிறது புள்ள பெத்துக்கிறாத பருவம். பெறகு எப்படி அடுத்தவருக்கு நான் கன்னியாருக்கமுடியும். அப்படின்னு நான் கேட்டென். அது என்ன ரெம்ப வாஞ்சையாப் பாத்தது."

"யாத்தா நீ பக்குவப்பட்டவ. சொப்பனத்துலருந்து மனசு விடுபட்டுக்கிறதுல்லையா. அதுபோலத்தான். நீ ஒருத்தனோட வாழ்ந்து புள்ள பெத்துக்கிட்டதும். சுயம்வரத்துலருந்து வாற பொண்ணு மாதிரி நெனச்சுக்கிறணும். அப்படின்னு சொன்னது."

"அதுக்கு நீ என்ன பதில் சொன்ன."

"அத்தன ஞாபகங்களையும் என்னால அழிச்சுக்கிற முடியாதுன்னு நாஞ் சொன்னென். அதுக்குக் கோவந் தாங்கமுடியல. அண்ணந் தம்பிகளுக்குள்ள பகையிழுத்து வச்சுருவ போலருக்கேன்னு எரிச்சலோட சொன்னது."

"பெறகு என்னாச்சு."

"ஆகுறது என்ன. மூத்தவருக்கு நடந்த கத முடிஞ்சது. அடுத்து பீமனப்போயி வெரட்டீருக்கு. அவரு வாயி அடங்கிப்போச்சு. அதுக்குப் பெறகு என்ன நடக்கும். தாதிமாருக வந்துருவாக.. பச்சபுள்ளக்காரிய கன்னியா மாத்துறதுக்கு அலங்காரம் பண்ண ஆரம்பிச்சிச்சுருவாக. இதே கததான் எல்லாருக்கும் நடந்தது. அஞ்சு புள்ளைகளையும் பெத்துக்கிட்டென். அதுக்குக் கைம்மாறா என்ன நடுக்காட்ல கொண்டுவந்து நிறுத்திருக்கீங்க."

சகாதேவன் பாஞ்சாலியைப் பரிவுடன் பார்த்தான். இறுக அணைத்துக்கொண்டான். அவளது வெள்ளி இழைகளோடிய கூந்தலை மெல்ல வருடினான்.

"அப்படிச் சொல்லாத பாஞ்சி. ஒனக்குக் கடமையிருக்கு. சபைக்கு முன்னால துச்சாதனன் துகிலுரிஞ்சத மறந்துறாத."

"மறக்கலடா. அதுவரைக்கும் இந்தக் கூட்ல உயிரு தங்கணுமே. மனவாதையும் ஒடம்பு வலியும் தாங்க முடியல. ஒறக்கங்கெட்டு நாளாச்சு. உயிர மாச்சுக்கிறணும் இல்ல தப்பிச்சு ஓடீறணும்.

அதுதான் எனக்கு வழியாத் தெரியிது........ அடே சகா ரெண்டு பேரும் கண்காணாற எடத்துக்கு ஓடிப்போயிறலாமாடா. அவஸ்தையெல்லாம் மறந்து கொஞ்ச நாளாச்சும் நிம்மதியா வாழலாமே."

"இந்த நெருக்கடியில அது எப்படிம்மா முடியும். நமக்கு நல்ல வழி பெறக்கும். கவலப்படாத."

ஒருவருக்கொருவர் கைகளால் ஆறுதல்படுத்திக்கொண்டு எழுந்து பழைய இருப்பிடம் திரும்பினர். பாதை இப்போது மங்கியிருந்தது.

109

ராமவனத்தில் பாண்டவரைச் சந்திப்பதற்காக உறவினர் கூட்டமே திரண்டிருந்தது. கிருஷ்ணன் ருக்குமணி சத்தியபாமாவுடன் வந்திருந்தான். சாத்தியகி கிருஷ்ணன் மகன் பிரத்தியும்னனும் சாம்பனும் உடன் வந்திருந்தனர். சுபத்திரை உபபாண்டவரையும் அபிமன்னனையும் அழைத்து வந்திருந்தாள். சேதி நாட்டிலிருந்து சிசுபாலன் மகன் துட்டக்கேதுவும் வந்திருந்தான்.

தங்கள் வாரிசுகளை அடையாளங்கண்டு பாண்டவருக்குப் பேரானந்தம். பாஞ்சாலி உபபான்டவரை ஆரத் தழுவி உச்சி முகந்தாள். அவளுக்குப் பெரிய ஆறுதல்.

அழுகையும் சிரிப்புமாகப் பெண்கள் பல விசயங்களைப் பகிர்ந்து கொண்டனர்.

உபபாண்டவரும் அபிமன்னனும் அம்பெய்து பழங்கள் பறிப்பதற்காகக் காட்டுக்குள் சென்றுவிட்டனர். நகுலனும் சகாதேவனும் உடனிருந்து அவர்களைக் கவனித்துக்கொண்டனர்.

தருமன் மரத்தடியில் மல்லாந்தபடி வெற்று வானத்தை வெறித்துக்கொண்டிருந்தான்.

வழக்கம்போல் கிருஷ்ணனும் அர்ச்சுனனும் தனியே அமர்ந்து பேச்சுப்பழக்கம் போட்டனர்.

"ஒன்னப் பாத்துப் பேசிச் சரியா ஆறு வருசமாச்சு மச்சான். காமியவனத்துலருந்து வனவாசத்த ஆரம்பிச்சொம். பதினொரு

வருசம் முடிஞ்சது. கடசி வருசத்த ராமவனத்துல கழிச்சுறாம்னு இருக்கொம்."

"பதிமூணாம் வருசம் அஞ்ஞாத வாசம் போகணும். தலமறவு வாழ்க்க. எல்லாருக்கும் அடையாளந் தெரியாம எப்படித்தான் ஒழிஞ்சிருக்கப் போறீகளோ. அத நெனச்சாத்தான் வாதிப்பாருக்கு. அதுலயும் ஒன்னக் கட்டுப்படுத்த முடியாதே."

"நான் அப்படி என்ன செய்யப்போறென்."

"வேட்டைக்குப் போறென் வெளையாடப் போறன்னு கௌம்பீருவ. தண்ணியக் கண்டா கால் குறுகுறுக்கும். குளிச்சாகணும். பீமனுக்கு மானும் மீனும் கெடச்சாப் போதும். தொணைக்குக் கள்ளு வேணும். பெறகு வனவாசமாவது அஞ் ஞாதவாசமாவது. தருமன் ஒங்களச் சாதுரியமா மேய்க்கணும்."

"எப்படியாச்சும் வனவாசத்தத் தாண்டீருவொம். என்ன சொல்ற மச்சான்."

"நீ பாதிக் காலத்துக்குமேல மேலோகத்துக்குப் போயி இருந்துக்கிட்ட. இந்திரன் பத்தரமாப் பாத்துக்கிட்டான். சொமக்க முடியாம ஆயுதங்களக் குடுத்தனுப்பீருக்கான். தம்பி வரக்காணுமேன்னு தவிச்சுக்கிட்ருந்த தருமனுக்குச் சந்தோசந் தாங்க முடியல."

"ஆயுதங்களும் நீயும் கைவசம் இருக்கையில எங்களுக்குப் பயமே இல்ல...... மச்சான் போன மாசம் ஒரு பெரிய கண்டத்துல மாட்டிக்கிட்டொம். தப்பிச்சது பெரும்பாடு."

"கடசிக் காலத்துல கண்டமா. வென ஒன்னாலதான் வந்ததா."

"எப்படி வந்ததுன்னு கேளு. வழக்கம்போல மான் வேட்டைக்குப் போயிருந்தொம். எங்க தேடியும் ஒண்ணுந் தட்டுப்படல. தாகத்துல நாவறண்டு தருமண்ணனுக்கு நட தளந்துருச்சு."

"தருமனும் வந்துருந்தானா. அப்பச் சரி. கருணாமூர்த்தியாச்சே. ஒரு எலி கூடக் கண்ணுல தட்டுப்படாதே."

"தருமண்ணனால நடக்கமுடியல. இடுப்பப் புடிச்சு உக்காந்துட்டான். எங்க சுத்தியும் தண்ணி கொண்டுவாங்க. நாவ நனைக்காம நடக்க முடியாதுய்யான்னு பொலம்புனான்."

"தண்ணி கெடச்சதா."

"அந்தச் சமயம் பாத்து ஒரு முனிவர் வந்துட்டாரு. தருமண்ணங்கிட்ட ஒரு ஒதவி கேட்டாரு."

“அவனே ஏலமாட்டாமக் கெடக்கான். அவங்கிட்ட ஒதவியா.”

“யாகத்துக்காகச் சுள்ளி வெறகு சேகரிச்சுக் கெட்டி இந்த மரத்தடியிலதான் வச்சிருந்தென். அத ஒரு மான் வந்து கொம்புல கோர்த்துத் தூக்கீட்டுப் போயிருச்சு. நீங்கதான் அத மீட்டுத்தரணும். அத முன்னிட்டு என்னோட யாகம் தடபடக் கூடாதேன்னு தவிச்சாரு.”

“தருமனுக்கு மனசு பொறுக்காதே.”

“பீமண்ணன் கடகடன்னு சிரிச்சான். என்ன சிரிப்புன்னு கமுக்கமாக் கேட்டென். மானுக்கே வெறகுக் கெட்டக் கெட்டிவச்ச மாதிரி கொம்பு. அது எப்படி இன்னொரு கெட்டத் தூக்கீட்டுப் போகும். அந்தக் கோலத்த நெனச்சுப்பாத்தென். சிரிப்ப அடக்க முடியலன்னு சொல்லீட்டே அடுத்த சிரிப்ப அவுத்துவுட்டான்.”

“பெறகென்ன நடந்தது.”

“மான் எந்தப் பக்கம் போச்சுன்னு முனிவரக் கேட்டென். அது நெதமும் சாயங்காலம் தண்ணி குடிக்கிற கொளம் நல்லாத் தெரியும்னு சொன்னாரு. வடக்குப் பக்கம் போனா பெரிய ஆலமரம் நிக்கும். அதுக்குப் பக்கத்துலதான் கொளம். தண்ணி ததும்பிக் கெடக்குதுன்னு அடையாளஞ் சொன்னாரு.”

“மறுபடியும் வேட்டதானா.”

“இதென்ன பெரிய காரியம். மானப் புடிச்சு வெறகுக்கெட்டக் கைப்பத்தீட்டு வரணும். அவ்வளவுதான். அதுக்கு ஒராளுப் போதும். நகுலய்யா நீயே போ. அப்படியே குடிக்கிறதுக்குக் கொஞ்சம் தண்ணியுங் கொண்டுவந்துருய்யான்னு தருமண்ணன் சொன்னான். பாக்கப் பாவமாருந்துச்சு.”

“போனானா.”

“அவனத்தான் அனுப்புனொம். போனவன் ரெம்ப நேரமாத் திரும்பி வரல.”

“என்னாச்சு அவனுக்கு.”

“நாங்க மூணு பேரும் பதட்டத்துல அடுத்தடுத்துக் கொளத்துக்குப் போனொம். கடசியா தக்கிமுக்கித் தருமண்ணனும் வந்துட்டான். நாங்க நாலு பேரும் கொளக்கரையில மாண்டு கெடக்கிறதப் பாத்து அண்ணனுக்கு அதிர்ச்சி. இதப் பத்தி யாரையாவது தேடிப் புடிச்சு வெசாரிச்சாகணும். அதுக்கு முன்னால தாகத்தத் தீத்துக்கிட்டாத் தெம்பாருக்குமேன்னு ரெண்டு

கையாலயும் நீரள்ளக் குனிஞ்சான். கொளத்துக்கு நடுவுலருந்து நீரூத்து ஒயரத்துக்குப் பீச்சியடிச்சது. அதுக்கு மத்தியில ஒரு பெரிய நாரை கொளத்துக்குள்ளருந்து எட்டிப்பாக்குது. நெளிஞ்சு வளஞ்சு சுருண்டு கெடக்கிற கழுத்த நீட்டித் தருமண்ணன் மூக்கத் தொடுற மாதிரி வச்சுக்கிட்டு ஒரு அரட்டல் வுட்டது."

"நாந்தான் யட்சன். இந்தக் கொளத்துக்கு அதிபதி. நான் கேக்கிற கேள்விகளுக்குப் பதில் சொல்லீட்டுத் தண்ணியக் குடி. ஒந் தம்பிமாரு நாலுபேரும் நாஞ் சொன்னதக் கேக்கல. செத்துக் கெடக்காங்க. எஞ் சொல்லக் கேக்காறவங்களுக்கு இதான் கதி."

"அண்ணன் நாரையிட்டயே கேட்டான்."

'எந் தம்பிமார இக்கதிக்கு ஆளாக்குனது நீதானா.'

'நானேதான்.'

'சரியான பதில் சொல்லீட்டா அவங்கள உயிர்ப்பிச்சுக் குடுத்துருவயா.'

'மொதல்ல நீ சரியான பதிலச் சொல்லு. அதுக்குப் பெறகு பாத்துக்கிருவொம்.'

"யட்சன் கேள்விகளத் தொடுக்கத் தருமண்ணன் அசராமப் பதில் சொன்னான்."

"எப்படி."

"இப்படி."

'சூரியன் உதிக்கிறதுக்குக் காரணம் யாரு.'

'கடவுள்.'

'அஸ்தமனத்துக்கு......'

'அதோட தருமம்.'

'சத்தியம் எதுல அடக்கம்.'

'வேதங்கள்ல.'

'பெராமணன் எப்படி உருவாகுறான்.'

'வேதங்களப் புரிஞ்சுக்கிறதால.'

'பெராமணன வணக்கத்துக்குரியவராக்குறது எது.'

'மனச அடக்குற வலிம.'

‘சத்திரியன சக்திபடைச்சவனாக்குறது எது.’

‘அவனோட ஆயுதம்.’

‘சத்திரியன உயர்ந்த மனிதனாக்குறது எது.’

‘அவன் செஞ்ச கொடைகள்.’

‘உயிரோட இருக்கிற ஒருவன எறந்தவனாக் கருதுறது எப்ப.’

‘தன் செல்வத்தக் கடவுளோடயும் பிறரோடயும் அவன் பகிர்ந்து கொள்ளாற சமயத்துல.’

‘மிகச் சிறந்த செயல் எது.’

‘அகிம்சை.’

‘எது மன்னிப்பு.’

‘மோசமான எதிரிகளச் சகிச்சுக்கிறது.’

‘எது கருணை.’

‘எல்லாருக்கும் நல்லது கெடைக்கணும்னு விரும்புறது.’

‘மனுசன் எதச் செயிச்சாகணும்.’

‘தன் மனச.’

‘எத ஒருவன் வெலக்குனா செல்வந்தனாகிறான்.’

‘ஆசைய.’

‘மனசுக்குப் பயங்கர விரோதி யார்.’

‘சினம்.’

‘எது மோசமான நோய்.’

‘பேராசை.’

‘எது தருமம்.’

‘ஆதரவத்ததுகளுக்கு ஒதவுறது.’

‘ஒருவன் சரியான பாதைய அறிஞ்சுக்கிறது எப்படி.’

‘தனிமையிலயும் அமைதியிலயும் தன் சொந்த வாழ்க்கையப் பத்தி யோசிக்கிறதே சரியான பாதை.’

“யட்சன் இன்னும் பலப்பல கேள்விகளக் கேட்டான். தருமண்ணன் பொறுமையாப் பதில் சொன்னான்.”

'யுதிஷ்டிரா எனக்குப் பரம திருப்தி...... ஒந் தம்பிமாருல ஒருவன நான் உயிர்ப்பிக்கிறதாருந்தா யாருக்கு உயிரு குடுக்கணும்.'

'இதுலென்ன சந்தேகம் நகுலனுக்குத்தான்.'

'நகுலன் ஒன்னோட பெறந்தவனில்லையே. கூடப் பெறந்தவந்தான ஒன் ஆட்சியக் காப்பாத்துறதுக்குத் தேவை.'

'எந் தந்தைக்கு ரெண்டு மனைவி. நான் குந்திக்கு மூத்த மகன். உயிரோட இருக்கென். அப்பச் சித்திக்கு ஒரு மகனாவது பெழச்சுருக்கணுமில்ல.'

'யுதிஷ்டிரா ஒந் தருமம் உன்னதமானது. நாலு பேரையுமே உயிர்ப்பிச்சுக் குடுக்கென்.'

"அடே அச்சு தருமன் எவ்வளவு பொறுப்பா பொறுமையாப் பதில் சொல்லீருக்கான் பாத்தயா. அதனாலதான் எல்லாரும் பெழச்சுக்கிட்டுக."

"அதெல்லாஞ் சரி. உண்மையிலயே பெரிய மனுசந்தான். ஆனா பாழாப்போன சூது வெறி அப்பறக் குப்புறப் பெரட்டியெடுத்துருச்சே."

"அட மூட முண்டம் ஆசாரியருட்டக் கத்துக்கிறது மட்டும் அறிவில்லடா. வாழ்க்கையில கத்துக்கிற அனுபவந்தாண்டா ஒலகத்துலேயே பெரிய அறிவு."

"நீ சொல்றது சரிதான் மச்சான். பட்டு அழுந்துனப் பெறகுதான் எல்லாம் புரியிது."

"அந்த முனிவரு என்ன ஆனாரு. வெறகுக்கெட்டு என்னாச்சு. முனிவரு கைக்குப் போயிச்சேந்ததா இல்லையா."

"நம்ம குட்டிப்பய சகாதேவன் மானுட்டப் பக்குவமாப் பேசி வெறகுக்கட்ட வாங்கிப் புத்தரமா வச்சிருந்தான்."

"அந்த மானச் சும்மாவா வுட்டான்."

"வெறகுக்கட்டக் குடுத்தா மான வுட்றணுமிங்கிறதுதான ஒப்பந்தம்."

"மானுக்கு நல்ல நேரம். தப்பிச்சிருச்சு. முனிவர் யாகம் நடத்துனாரா என்ன."

"நெருப்ப வளத்து யாகம் நடத்துனாரோ குளிருக்காஞ்சாரோ. யாருக்குத் தெரியும்."

பெண்களின் பேச்சுவார்த்தைக்கிடையில் திருஷ்டத்துய்மனும் பீமனும் ஒரு கொழுத்த மானைக் கொன்று சுமந்து வந்தனர்.

தங்கள் பங்குக்கு உபபாண்டவரும் அபிமன்னனும் பெருமலவில் காட்டு உணவு வகைகளைச் சேகரித்து வந்தனர்.

சுபத்திரையின் மேற்பார்வையில் பெரிய அலவில் சமையல் நடந்தது. பீமன் உதவியாக இருந்தான்.

சற்று நேரத்துக்கெல்லாம் பந்தியில் அமர்ந்து உண்டு பசியாறினர். பேச்சு வார்த்தைகளைப் பிறிதொரு நாளுக்கு ஒத்திவைத்து கிருஷ்ணன் உறவினர்களை அழைத்துச்சென்றான். புதல்வர்களைப் பார்த்த சந்தோசத்தில் பாஞ்சாலி இப்போது மிகப் பாதுகாப்பாக உணர்ந்தாள்.

110

பாண்டவரின் வனவாசம் தென்றலும் புயலுமாக முடிந்தது. பதிமூன்றாவது வருடம் அஞ்ஞாதவாசத்தில் எட்டுவைத்தனர். அடையாளங் காணமுடியாத வேடத்தில் ஓராண்டு மறைந்து வாழணும்.

இப்போது தருமன் முற்றிலும் புதிய மனிதனாக மாறியிருந்தான். எதார்த்த வாழ்க்கையும் தத்துவங்களும் அவனை ஞானவானாக்கிவிட்டன. புதிய அனுபவங்கள் புடம்போட்டதில் புத்தொளி பெற்றிருந்தான். மனிதனின் மதிப்பைத் தெளிவாகப் புரிந்திருந்தான். வாழ்க்கைப் பொறுப்புக்களை அறிந்துணர்ந்தான். மாய மந்திரச் சக்திகளைப் பெறுவதைவிட உலகத்தின் இயக்கத்தைப் புரிந்துகொண்டாலே போதும். மனஅமைதி தானே வருமெனக் கண்டுகொண்டான். செல்வத்தில் வறியவனாக இருந்த அவன் ஆன்மிகப் பலத்தால் செல்வந்தனாகிவிட்டான். பிறரைத் தண்டிப்பதைவிட மன்னிப்பதில்தான் அதிக இன்பம் கிட்டும் என்பதை அறிந்துகொண்டான்.

அஞ்ஞாதவாசத்துக்கு விராட மன்னனின் மச்சதேசம் பாதுகாப்பானதென்று முடிவுசெய்து அந்நாட்டையடைந்தனர்.

நாட்டின் எல்லைப்புறத்தில் மயானத்தனருகே ஆயுதங்களைச் சுருட்டி முடிந்து பெரிய வன்னிமரக் கிளையில் கட்டித்

தொங்கவைத்துவிட்டு அந்தணர்களாக மாறுவேடத்தில் விராட மன்னனின் அரண்மனைக்குச் சென்றனர்.

நற்குணங்கள் கொண்ட விராட மன்னன் அறுவருக்கும் அடைக்கலம் அளித்தான்.

தருமனுக்குப் பிராமண வேடம் பொருத்தமாக அமைந்திருந்தது. மன்னனுக்குச் சதுரங்க விளையாட்டு ஆலோசகனாக மாறினான். பெயர் கங்கன்.

பீமனின் பெயர் வல்லபன். மடப்பள்ளியில் தலைமைச் சமையல்காரன். அவனுக்கேற்ற பதவி.

அர்ச்சுனன் பெயர் பிருகன்னளை. அந்தப்புரத்தில் பேடியாக நுழைந்தான். அங்கே பெண்களுக்கு நாட்டியம் கற்பித்தான்.

நகுலன் குதிரை லாயத்தின் மேற்பாற்வையாளன். பெயர் தாமக்கிரந்தி. சகாதேவன் தந்தரிபாலன் என்ற பெயரில் பசுக்களைப் பராமரித்தான்.

பாஞ்சாலி விராட நாட்டு அரசி சுதேஷ்ணைக்குப் பணிப்பெண்ணானாள். பெயர் சைரந்தரி. பாண்டவர் பிரியமாக மாலினி என்றும் அழைப்பர்.

அவர்களது அஞ்ஞாதவாசம் ஒருவருக்கொருவர் சந்தித்துப் பேசிக்கொள்ள முடியாத மவுன நெருக்கடியில் பல மாதங்களைக் கடந்துவிட்டது. இன்னும் கொஞ்சக் காலந்தான். அது நல்லபடியாக முடியும்வரை நிம்மதியில்லை.

தான் சமைத்த உணவைச் சிறிதளவுகூட உண்ண முடியவில்லையே என்ற ஆதங்கம் பீமனுக்கு. வன்னிமரத்தில் பிணமாகத் தொங்கும் ஆயுதங்களைத் தொட்டுப் பார்க்கக்கூட முடியாமல் காலில் சலங்கை கட்டிக்கொண்டு நடனம் கற்பிக்க வேண்டியுள்ளதே என்ற தவிப்பு அர்ச்சுனனுக்கு. நகுலனுக்கு நாள் முழுக்கக் குதிரைலாயத்தைச் சுத்தப்படுத்துவதிலேயே காலங்கழிந்தது. சகாதேவனுக்குப் பசுக்களுடன் பேச்சுப்பழக்கம் போடவே சரியாக இருந்தது. சைரந்தரி சுதேஷ்ணைக்குப் பணிவிடை செய்து உற்ற தோழியாக மாறிவிட்டாள்.

விராட நாட்டுப் படைத் தளபதி கீசகன். அசுர அம்சம். முரட்டுச் சுபாவங் கொண்டவன். சுதேஷ்ணையின் தம்பி என்பதால் அரண்மனையிலும் அவன் அதிகாரம் கொடிகட்டிப் பறந்தது. அவன் சைரந்தரியின் அழகில் மயங்கினான். கண்மூடித்தனமாகக் காமுற்றான். அக்காளிடம் தன் ஆசையைக் கொட்டித் தீர்த்தான். சைரந்தரியிடமும் புலம்பினான்.

அக்காளுக்குத் தம்பியின் போக்குப் பிடிக்கவில்லை. எவ்வளவோ அறிவுரை கூறியும் அவன் செவிசாய்க்கவில்லை. சைரந்தரியே வேண்டுமென்று பிடிவாதமாக இருந்தான். அவளைச் சந்திக்க ஆவன செய்யுமாறு அதிகாரத் தோரணையில் கட்டாயப்படுத்தினான்.

சுதேஷ்ணைக்குத் தர்மசங்கடம். தம்பி நாட்டின் தளபதியாயிற்றே. ஏற்பாடுசெய்தாள். சைரந்தரியை அழைத்து ஏவினாள்.

"அடியே சைரந்தரி கீசகன் அவனோட மாளிகையில இருக்கான். இதக் கொண்டுபோயிக் குடுத்துட்டு வா."

ஒரு மதுக்கிண்ணத்தைக் கொடுத்தனுப்பினாள்.

"இந்த நேரத்துல தனியாப் போகச் சொல்றீகளேம்மா......"

"போடி ஒண்ணும் ஆகாது."

தனியாகக் கீசகனது அறைக்குப் போனால் என்ன நடக்குமென்று அவளுக்குத் தெரியும். என்ன செய்வது. ராணியின் கட்டளையாயிற்றே.

தம்பிமீது சுதேஷ்ணையின் அக்கறையைக் கண்டு சைரந்தரிக்கு வெறுப்பு. பாதுகாப்பற்ற உணர்வு. கங்கனிடம் சென்று முறையிட்டாள்.

"இந்தக் கொடுமையிலருந்து என்னக் காப்பாத்த மாட்டீகளா."

கங்கன் தீர்மானமாகச் சொல்லிவிட்டான்.

"என்னால எதுவும் செய்யமுடியாதும்மா. நம்மள யாரும் அடையாளங் கண்டுபுடிச்சிறக் கூடாது. கொஞ்ச நாளைக்கு எந்த அவமானத்தையும் சகிச்சுத்தான் ஆகணும்."

"அஞ்சு பேரு தொணையிருந்தும் அனாதையாத் தவிக்கனே."

அவள் அழுது அரற்றினாள்.

கங்கன் சொல்வதும் ஒரு விதத்தில் சரிதான். இருந்தாலும் அவன் உதவிக்கு வரவில்லையே. ஆதங்கத்தை அவளால் தாங்கிக்கொள்ள முடியவில்லை.

பிருகன்னளையும் உதவ முன்வரவில்லை. இருந்தாலும் அவனுக்கு மிகுந்த வருத்தம். இக்கட்டான சூழ்நிலையில் மனைவிக்கு உதவ முடியவில்லையே. இந்நிலையில் காலில் சலங்கை கட்டி நடனமாடுவது ஒரு கேடா.

வல்லபன் உடனே ஒரு திட்டந் தீட்டினான். சைரந்தரிக்குத் தெம்பூட்டினான்.

“சைரந்தரி நீ அஞ்சவேணாம். எல்லாம் நான் பாத்துக்கிறென். தைரியமாப் போ.”

சைரந்தரி புலம்பினாள்.

“நான் பட்ட அவமானத்துக்கு அளவே இல்ல. அண்ணைக்குச் சபையில அத்தன பேருக்கு முன்னால என்ன இழுத்துப்பறிச்சு அவமானப்படுத்துன காமவெறி புடிச்ச கீசகனக் கொன்னாத்தான் எம் மனசு ஆறும். நாளைக்கு அவன் உயிரோடருந்தா நான் நஞ்சக் குடிச்சு உயிர மாச்சுக்கிருவென். கீசகனுக்கு அடிபணியிறதவிட மரணமே மேல்.”

“சைரந்தரி நீ என்ன சொல்றயோ அதையேதான் நானும் செய்யப்போறென். என் திட்டத்தப் பொறுமையாக் கேளு. இங்க ஒரு நடனசாலையிருக்கு. அதுல பகல் நேரம் நடனமாடுற பொண்ணுக ராத்திரி வீட்டுக்குப் போயிருவாக. நாளைக்குக் காலையில கீசகனச் சந்திச்சு அவன் இச்சைக்குச் சம்மதிச்சு ஆச காட்டு. இருட்ல யாருக்கும் தெரியாம அந்த நடனச்சாலைக்கு வரச்சொல்லு. அவன் தனியா வரட்டும். ஒரு கை பாத்துறென்.”

சைரந்தரி ஒரு வழியாக அமைதியானாள்.

கீசகனைத் தனிமையில் சந்தித்து இதமாகப் பேசினாள்.

“தளபதியே ஒங்களத் திருப்திப்படுத்த எனக்கும் ஆசதான். இது யாருக்கும் தெரியக்கூடாது. யாருட்டயும் சொல்லமாட்டன்னு எனக்குச் சத்தியஞ் செஞ்சுகுடுக்கணும்.”

கீசகனுக்குச் சந்தோசம் பிடிபடவில்லை.

“அழகான கன்னியே ஒன் விருப்பப்படி நடந்துக்கிறென். இது சத்தியம். நான் எங்க வரணும்னு சொல்லு.”

“நடன அரங்கு இருக்குதுல்ல......”

“ஆமாமா.”

“அங்கதான் ராத்திரி ஆள் நடமாட்டம் இருக்காது. அங்க நான் காத்துருக்கென்.”

“அது சரியான எடந்தான்.

“இருட்ல அங்க தனியா வாறென். ரகசியமாச் சந்திக்கலாம்.”

கீசகனிடம் பேசிவிட்டு மடப்பள்ளி சென்று வல்லபனைச் சந்தித்தாள். நடந்த கதையைக் கூறினாள்.

இரவில் வல்லபன் மெல்லிய ஆடை அணிந்துகொண்டு சைரந்தரியுடன் நடனச்சாலைக்குச் சென்றான். சைரந்தரியை வெளியே மறைவாக நிறுத்திவிட்டு அவன் மட்டும் உள்ளே நுழைந்தான்.

நல்ல வேளை. கீசகன் வந்திருக்கவில்லை. அங்கிருந்த கட்டிலில் முகந் தெரியாதபாடி முக்காடிட்டு அமர்ந்துகொண்டான்.

கொஞ்ச நேரத்தில் சகல அலங்காரங்களுடன் கீசகன் வந்தான். சுகந்த வர்க்கங்களின் வாசனை கிளர்ந்தது. கட்டிலில் சைரந்தரி அமர்ந்திருப்பதாக எண்ணிக் காம இச்சையில் கட்டிலருகே சென்று ஏதேதோ உளறினான். மது மயக்கம். கட்டிலோரம் உட்கார்ந்து வல்லபனின் உடலை வருடினான்.

“சொன்னபடியே வந்துட்டயே. எஞ் சொக்கத்தங்கமே. அந்தப்புரத்து அழகு ராணி.”

நடனச்சாலையெங்கும் இருள் பரவியிருந்தது. இருட்டுக்குள் துள்ளியெழுந்த வல்லபன் கீசகனை இறுகப் பிடித்துக்கொண்டு அடித்து வீழ்த்தினான்.

“ஏல அறிவுகெட்ட தடிமுண்டம். ஒனக்கு அந்தப்புரத்து ராணி கேக்குதோ. இந்தா வாங்கிக்கோ சொக்கத்தங்கம்.”

கீசகனை அடித்து வீழ்த்தி கை கால் என ஒவ்வொரு அங்கமாக இணுங்கி வீசியெறிந்தான். எலும்புகளை நொறுக்கினான். கடூரமான அலறலுடன் கீசகன் கதை முடிந்தது.

சுதேஷ்ணைக்குச் சைரந்தரி மீது சந்தேகம் வலுத்தது. கீசகனுடன் அவளையும் சேர்த்து எரித்துவிட முடிவுசெய்தனர்.

சைரந்தரி அமைதியாகக் கூறினாள்.

“நான் கந்தர்வர்கள் ஐவரின் மனைவி. எனக்கு நடந்த கொடும தாங்காமத் திடீர்ன்னு ஆகாயத்துலருந்து குதிச்சு வந்து என்னக் காப்பாத்தீட்டாங்க.”

கோவந் தணியாத சுதேஷ்ணை சைரந்தரியை நாட்டை விட்டு வெளியேற்றுவதில் குறியாக இருந்தாள்.

சக்தி வாய்ந்த கந்தர்வர்களைப் பகைத்துக்கொள்ள விராடன் விரும்பவில்லை. சைரந்தரி அரண்மனையிலேயே நீடிக்க உத்தரவிட்டான்.

அப்போதுதான் சைரந்தரிக்கு நிம்மதி வந்தது.

111

கீசகனின் மரணம் அஸ்தினாபுரத்தை அடியோடு உலுக்கிவிட்டது. துரியோதனன் ஆடிப்போனான். நிச்சயமாக இது பாண்டவரின் கைவரிசைதான் அவர்கள் விராடனின் மச்ச நாட்டிலோ அருகிலோதான் தங்கியிருக்கணும்.

ஒற்றர்களை அனுப்பித் தேடினான். அவர்களின் இருப்பிடத்தைக் கண்டுபிடிக்க முடியவில்லை. அவனது நண்பர்கள் யோசனை கூறினர்.

“பாண்டவரோட வலிமையும் வீரமும். நாடறிஞ்சது. அவங்களோட போரிட்டுச் செயிக்கிறதுதான் சரியானது.”

முதலில் விராட மன்னன் மீது போர் தொடுக்கத் திட்டமிட்டனர். துரியோதனனின் ஆணைப்படி திரிகர்த்த நாட்டு அரசன் சுசர்மன் மச்ச நாட்டில் கிழக்கெல்லையைத் தாக்கி விராடனின் ஆநிரைகளைக் கவர்ந்துசென்றுவிட்டான்.

பசுக்களை மீட்க வேறு வழியின்றித் தவித்தான் விராடன். தளபதி கீசகன் இல்லாமல் படையை யார் நடத்திச்செல்வது. அதுக்குத் தகுதிவாய்ந்த வீரன் வேண்டுமே.

கங்கன் வல்லபன் தாமக்கிரந்தி தந்தரிபாலன் ஆகிய நால்வரும் உற்சாகத்துடன் உதவ முன்வந்தனர்.

“கவல வேணாம் அரசே. தொணைக்கு நாங்கருக்கொம்.”

பிருகன்னளை எதையும் வெளிக்காட்டிக் கொள்ளவில்லை. ஆனாலும் விராடனுக்கு யோசனை.

“நம்ம பசுக்களத் தேடி நகரத்த வுட்டுப் போயிட்டா இங்க பொண்ணுக பாதுகாப்பில்லாமத் தவிப்பாகளே.”

விராடனின் மகன் உத்தரன் வீராவேசமாக முழங்கினான்.

“அப்பா அவங்களப் பாதுகாக்க நானிருக்கென். தெம்பாப் போயிப் பசுக்கள மீட்டு வாங்க.”

தன் மகனின் வீரங் கண்டு விராடன் பெருமிதத்தில் பூரித்துப்போனான். அந்தச் சந்தோசத்தில் நான்கு பாண்டவர்

துணையுடன் படைகளைத் திரட்டிக்கொண்டு பசுக்களைத் தேடிச்சென்றான்

அவர்கள் புறப்பட்டுச் சென்ற சிறிது நேரத்துக்கெல்லாம் கவுரவர் படை நாட்டின் வட எல்லையில் முகங்காட்டியது. நிலைமையறிந்த சுதேஷ்ணை அச்சத்தில் அழுது புலம்பினாள்.

"அய்யோ என்ன செய்றது. அவங்க நம்ம நாட்ட அழிச்சுப் பொண்ணுகள அடிமைகளாக் கவர்ந்துட்டுப் போயிருவாங்களே."

உத்தரன் மார்தட்டிக்கொண்டான்.

"கவல வேணாந் தாயே. எதிரிகள எதிர்கொள்ள நான் ஒருவன் போதும். தனியா நின்னு அத்தன பேரையும் வெரட்டியடிச்சுருவென்."

அவன் யுத்தக் கோலத்தில் மாவீரனைப்போல் போருக்குக் கிளம்பினான். அப்போதுதான் நினைவு வந்தது. அடடா தேரோட்ட யாருமில்லையே.

பிருகன்னளை உதவ முன்வந்தாள்.

"இளவரசே ஒங்களுக்குத் தொணையா நான் வாறென். என்னப் பேடின்னு எளக்காரமா நெனைக்கவேணாம். மொறையாப் போர்க்கலையக் கத்துக்கிட்டவ. நல்லாத் தேரோட்டவுந் தெரியும்."

நீ வந்துதான் ஆகணும். ஒன்ன வுட்டா வேற ஆளு கெடையாது."

ஒரு அலி தேரோட்ட ஒரு இளைஞன் போருக்கு வருவதைப் பார்த்துக் கவுரவர் பரிகசித்தனர்.

கவுரவரின் படை கண்டு உத்தரன் நடுங்கிப்போனான். அச்சத்தில் தேரிலிருந்து கீழே குதித்து ஓட எத்தனித்தான். பிருகன்னளையும் குதித்து அவனைப் பிடித்திழுத்து வந்து வலுக்கட்டாயமாகத் தேரில் அமர்த்தினாள். உத்தரன் அரண்டுபோய் அழுதுவிட்டான்.

"என்னால இவங்கள எதுத்துச் சண்ட போட முடியாது. செத்துப்போயிருவென்."

"யுவராசனே நீங்க சண்டபோட வேணாம். ஒழுங்காத் தோரோட்னாப் போதும். மத்தத நான் பாத்துக்கிறென்."

மயானத்தருகே வன்னிமரக் கிளையில் பிணங்களுடன் தொங்கிய ஆயுத மூட்டையை எடுத்து அதிலிருந்து போதுமான

அளவுக்கு ஆயுதங்களைப் பிருகன்னளை எடுத்துக்கொண்டாள். ஆச்சரியத்துடன் பார்த்த உத்தரனுக்குச் சொன்னாள்.

"இதெல்லாம் பாண்டவரோட ஆயுதங்க."

"ஒனக்கெப்படித் தெரியும்."

"நான் அந்தப் பாண்டவருல ஒருவன். குந்திக்கு மூணாவது மகன். அர்ச்சுனன்."

காண்டீபம் ஏந்திக் கம்பீரமாக நின்ற அர்ச்சுனனைக் கண்டு வணங்கினான் உத்தரன்.

"நாம் கவுரவர வெரட்டியாகணும்."

தேர் போர்க்களத்துக்கு வந்தபோது அவர்கள் இடம் மாறி அமர்ந்திருந்தனர்.

கவுரவர் ஏளனத்தில் சங்கூதினர்.

பிருகன்னளை கவுரவரைத் தனியாக எதிர்த்து அம்பு மழை பெய்து துரியோதனன் கர்ணன் பீஷ்மன் துரோணனின் கொடிகளை அறுத்தெறிந்தாள்.

கவுரவப் படைகள் அனைத்தும் தோல்வியில் புறமுதுகிட்டு ஓடின.

பிருகன்னளைக்குள் அர்ச்சுனன் ஒளிந்திருப்பதை அனைவரும் கண்டுகொண்டனர். அந்த நெருக்கடியிலும் துரியோதனனுக்கு அற்பச் சந்தோசம். அஞ்ஞாதவாசம் முடியும் முன்னரே பாண்டவர் மாட்டிக்கொண்டனர். மீண்டும் பதிமூன்று வருசம் காட்டுவாசந்தான் அவர்களுக்குக் கொடுத்துவைத்தது.

பீஷ்மன் அதை ஏற்கவில்லை. பஞ்சாங்கக் கணக்குப் பார்த்து பாண்டவர் அஞ்ஞாதவாசம் முடித்து ஐந்து மாதங்கள் கடந்துவிட்டதை உறுதிப்படுத்தினான்.

"அவங்க ஒப்பந்தத்தக் காப்பாத்தீட்டாங்க துரியோதனா."

இதை எல்லாரும் ஒப்புக்கொண்டனர்.

ஏற்கெனவே அர்ச்சுனன் ஏவியிருந்த அம்புகள் பீஷ்மன் துரோணன் காலடியில் வந்து விழுந்து அவர்களை மயக்கத்தில் ஆழ்த்தியிருந்தன.

அர்ச்சுனனின் கட்டளைப்படி உத்தரன் எதிரிகளின் பக்கம் போய் பீஷ்மன் துரோணனின் மேலங்கிகளைக் கழட்டிக்கொண்டு வந்தான்.

சற்று நேரத்துக்கெல்லாம் மயக்கம் தெளிந்து பீஷ்மனும் துரோணனும் உடை களைந்த கோலத்தில் இருப்பது கண்டு வெட்கமுற்றனர். இந்த அளவுக்காவது அர்ச்சுனன் விட்டுவைத்தானே.

அவமானத்தில் அஸ்தினாபுரம் திரும்பினர்.

112

ஆநிரைகளைச் சுசர்மனிடமிருந்து வெற்றிகரமாக மீட்டுத் திரும்பினான் விராடன். தன் மகன் வடக்கு எல்லையில் தனியனாக நின்று கவுரவருடன் போரிட்டுப் புறமுதுகிட்டு ஓடச்செய்தான் என்ற சேதி அவன் காதுக்கு எட்டியது. அவனுக்குப் பெருமை பிடிபடவில்லை. கங்கனிடம் பீத்திக்கொண்டான்.

“ஒரு சிறுவன் இவ்வளவு பெரிய சாதன செஞ்சிருக்கிறத ஒன்னால நம்ப முடியிதா.”

கங்கன் அமைதியாகச் சொன்னான்.

“பிருகன்னள தொணையிருக்கும்போது கவலையே இல்ல. இளவரசர் நிச்சயம் செயிச்சிருப்பாரு.”

விராடன் அதைப் பொருட்படுத்தவில்லை. ஏளனமாகச் சிரித்துக்கொண்டான்.

அந்தக் குரு வம்சத்துக்காரங்கள இந்தச் சிறுவன் வெரட்டியடிச்சத நெனச்சுப் பாத்தயா. ஆச்சரியமா இருக்குதில்லையா.”

“பிருகன்னள கூட இருக்கும்போது எதிரிக எம்மாத்ரம். தோல்விங்கிற பேச்சுக்கே எடமில்ல அரசே.”

கங்கன் ஒரு பேடியைப் பற்றிப் பெருமையாகப் பேசுவதை விராடனால் சகித்துக்கொள்ள முடியவில்லை. கோவத்தில் தாயக் கட்டைகளைக் கங்கன் முகத்தில் வீசியெறிந்தான். ஒரு கட்டை அவன் மூக்கைத் தாக்கி ரத்தஞ் சொட்ட ஆரம்பித்தது.

சைரந்தரி உடனே ஓடி வந்து ஒரு சொட்டுக்கூட கீழே சிந்திவிடாமல் ரத்தத்தைத் துடைத்துவிட்டாள்.

எதுவுமே நடக்காததுபோல் விராடன் இளக்காரமாகப் பார்த்தான்.

அப்போது உத்தரன் அங்கே பிரவேசித்தான். அவன் கையில் குரு வம்சத்தினரின் மேலங்கிகள் இருந்தன. அவனருகில் வெட்கத்தில் பிருகன்னளை நின்றிருந்தாள்.

அரண்மனையே உத்தரனைக் கொண்டாடியது. வாழ்த்துக்கள் குவிந்தன. பெரிய வரவேற்பு நடந்தது. கூடவே இருந்த உண்மையான வெற்றியாளனை யாருமே கண்டுகொள்ளவில்லை. வெற்றிக் கொண்டாட்டம் இரவு முழுக்க நீடித்தது.

மறுநாள் காலை அரசன் சபை மண்டபத்தில் நுழைந்தபோது அவனுக்குப் பேரதிர்ச்சியும் ஆச்சரியமும் காத்திருந்தன. வலது கரத்தில் வேலும் இடது தொடையில் சைரந்தரியுமாகக் கங்கன் அரியாசனத்தில் கம்பீரமாக அமர்ந்திருந்தான். அவனுக்குப் பின்னால் தம்பியர் நால்வரும் ஆயுதம் ஏந்தியபடி நின்றிருந்தனர். அரசனுக்கு ஆத்திரம் தாங்கவில்லை.

“கங்கனே அரசனுக்கான சிம்மாசனத்துல உக்கார ஒனக்கு என்ன தைரியம். இந்த அடாவடிக்கு அர்த்தமென்ன.”

பிருகன்னளை பதில் சொன்னாள்.

“நான் சொல்றென் அரசே. கங்கன்தான் பாண்டு மன்னனோட மூத்த மகன் யுதிஷ்டிரன். விசித்திரவீரியனுக்குப் பேரன்.”

பாண்டவர் தங்கள் உண்மைக் கோலத்தை வெளிப்படுத்தினர். விராடனையும் சுதேஷ்ணையையும் அச்சம் பிடித்தாட்டியது. நடுங்கும் குரலில் வேண்டினர்.

“அரசே உண்ம தெரியாம ஒங்கள வேலக்காரங்களா நடத்தியதுக்கு எங்கள மன்னிக்கணும்.”

பீமன் அரங்கம் அதிரச் சிரித்துக்கொண்டு நட்புக்கரம் நீட்டினான்.

“நாங்க ஒங்களுக்குப் பணிவிட செஞ்சொம். நீங்க எங்களுக்குச் சோறு குடுத்தீங்க. அவ்வளவுதான்.”

முகத்தில் அச்சம் அகன்ற விராடன் சம்பந்தம் பேசினான்.

“நாங்க செய்த தவறுக்குப் பிராயச்சித்தமா எங்க மக உத்தரையை அர்ச்சுனனுக்குத் திருமணம் செஞ்சு குடுக்க விரும்புறொம்.”

அர்ச்சுனனுக்கு அது ஏற்புடையதாக இல்லை.

"நான் அவளுக்கு நடனங் கத்துக்குடுத்த குரு. அவ என் மகளுக்குச் சமமானவ. அவள என் மருமகளா ஏத்துக்கிறென். எம் மகன் அபிமன்னன அவ மணந்துகொள்ளச் சம்மதிக்கென்."

இந்த மண உறவில் சுபத்திரைக்குப் பூரண சந்தோசம். மாமியாராகும் கற்பனைமிதப்பில் பாஞ்சாலியைத் தேடிச் சென்றாள்.

"வாடி எஞ் சக்களத்தி. இப்பத்தான் ஒனக்கு வழி தெரிஞ்சதா. காரியமில்லாம வரமாட்டயே."

சுபத்திரை அணுக்கமாக அமர்ந்துகொண்டாள்.

"யக்கா யக்கா நம்ம அபிக்கு விராட நாட்டு மன்னன் மக உத்தரையைப் பொண்ணு பேசி முடிச்சிருக்காக. ஒங்கிட்ட ஒரு வார்த்தை கேட்டுக்கிட்டு வரச்சொல்லி அத்த அனுப்பிவச்சது."

"அதான் எல்லாம் பேசி முடிச்சிட்டீகல்ல. ஒப்புக்கு என்னக் கேக்க வந்தயாக்கும்."

"அப்படி இல்லக்கா. என்னருந்தாலும் நீ மூத்தவயில்லையா. மரியாத குடுக்கணுமில்ல."

"ஆமாமா நீங்க குடுத்த மரியாதையெல்லாம் சொமக்க முடியாமக் கெடக்குது. தெரியாமத்தான் கேக்கென். அபி எப்ப நம்ம புள்ளையானான்."

"என்னக்கா அப்படிச் சொல்லீட்ட. ஓம்புள்ள எம்புள்ளன்னு வித்தியாசம் பாத்தா வளத்தொம்."

"ஆமா ரெம்ப ஒத்துமையாத்தான் வளத்தொம். நம்ம புள்ளைகன்னா நான் பெத்த புள்ளைகளப் பத்தியில்ல நெனச்சுப் பாத்துருக்கணும். இதெல்லாம் ஒங்கிட்டச் சொல்லி என்ன செய்ய. இது பெத்த தகப்பனுக்கில்ல தெரிஞ்சிருக்கணும். இல்ல மூத்தவருக்குத் தெரியணும். சரிசரி எல்லாம் முடிஞ்சிருச்சு. இனிப் பேசிக் கசப்ப ஏன் கொமட்டிக்கிறணும். கலியாணம் நல்லபடியா நடக்கட்டும். அஞ்சு சிங்கக்குட்டிகளோட வந்து நிப்பென். நீ சொன்னாலும் சொல்லலன்னாலும் அபி எனக்கும் புள்ளதாண்டி. சந்தோசமாப் போயிட்டு வா."

சுபத்திரை அத்தையைத் தேடித் துள்ளி ஓடினாள்.

அபிமன்னனின் திருமண வேலைகள் மும்முரப்பட்டன. விராட தேசத்தின் முக்கிய நகரமான உவப்பிலாவியத்தில் இருந்துகொண்டு பாண்டவர் வேலைகளைக் கவனிக்க விராடன் ஏற்பாடு செய்தான். உவப்பிலாவியம் பாண்டவருக்குத் தற்காலிகப் பாசறையாயிற்று.

துவாரகையிலிருந்த பலராமனுக்கும் கிருஷ்ணனுக்கும் முதல் மரியாதையாக அழைப்புச் சென்றது. தருமன் பல மன்னர்களையும் வீரர்களையும் அழைத்தான்.

பலராமன் சுபத்திரையையும் அபிமன்னனையும் தன் குடும்பத்துடன் அழைத்துக்கொண்டு உற்சாகமாகக் கிளம்பினான். கிருஷ்ணன் மனைவி மக்களுடன் சென்றான். பல யாதவர்கள் அவனுக்குப்பின் சென்றனர்.

பாஞ்சாலத்திலிருந்து துருபதன் சிகண்டி திருஷ்டத்துய்மனும் வந்திருந்தனர். அஸ்தினாபுரத்திலிருந்து விதுரன் குடும்பமும் குந்தியும் முன்னரே வந்துவிட்டனர். சல்லியன் காசிராஜன் போன்ற பல நட்பு நாட்டு மன்னர்களும் குழுமியிருந்தனர். திருஷ்டத்துய்மனுடன் மூன்று உபபாண்டவரும் சல்லியனுடன் இருவரும் வந்திருந்தனர்.

கிருஷ்ணன் முன்னிலையில் விராடன் மகள் உத்தரையை அர்ச்சுனனுக்குத் தாரைவார்த்துக் கொடுத்தான். திருமணம் சீருஞ் சிறப்புமாக நடந்தது.

அன்று இரவு பெண்கள் கூடிப்பேசி மாளவில்லை. பாஞ் சாலி சுபத்திரையின் சிரிப்பலை இன்னும் ஓய்ந்தபாடில்லை. அந்தப் பக்கமாக வந்த குந்தி அவர்களைப் பார்த்துக் கேட்டாள்.

"சக்களத்திகளுக்குள்ள சண்ட நடக்குறதுதான் வழக்கம். இங்க என்னடான்னா சிரிச்சுக் குணுகிறீகளே. அப்படி என்ன சங்கதியாம்."

பாஞ்சாலி சிரிப்பை அடக்கிக்கொண்டு சொன்னாள்.

"நம்ம அபிக்கு ஊரு ஒலகத்துல இல்லாற பொண்ணு வந்து எறங்கிருச்சாம். ஆத்தாக்காரி பெரிசாப் பீத்திக்கிறா."

"ஆமா இப்ப அதுக்கென்ன. அத இப்பயே கொண்டாடுறாளாக்கும்."

“இல்லத்த எனக்குப் பிந்தி வந்தவ பெரிய மாமியாளாயிட்டாளாம். அந்தப் பெருமையச் சொளகு வச்சுக் கொழிக்கா. யாத்தாடி அவ நடிப்பென்ன நொடிப்பென்ன.”

“மாமியா கொட்டத்த அடக்கக் கொடுமக்கார மருமக வந்துட்டா. கொண்டாட்டாமா திண்டாட்டமான்னு பெறகுதான் தெரியும். நீ கவலப்படாத பெரிய மருமகளே. ஒனக்கென்ன கொறச்சலு. சிங்கக்குட்டி மாதிரி அஞ்சு புள்ளைகளப் பெத்து வச்சிருக்க. அஞ்சு மருமக்க வரப்போறாகளாக்கும். நீ பெரிய சொளகு வச்சுக் கொழி தாயி. ஆனா ஒண்ணும்மா. ஓம் பாடு எப்படின்னு இப்பச் சொல்ல முடியாது.”

இப்போது குந்தியின் கலகலப்பு மருமக்களின் சிரிப்போடு சேர்ந்துகொண்டது.

113

பதிமூன்று வருச வனவாசம் முடிந்து பாண்டவர் தெம்பாயினர். அவர்கள் உருவாக்கிய இந்திரப்பிரஸ்தத்துக்குத் திரும்பிச் செல்ல ஆவலாக இருந்தனர். ஆனால் துரியோதனன் என்ன நோக்கத்தில் இருக்கிறான் என்பதைத் தெரிந்துகொண்டுதான் மேற்கொண்டு செயல்பட முடியும். உவப்பிலாவியத்தில் தங்கிக்கொண்டு காயை நகர்த்தினர்.

பாண்டவர் தங்கள் எதிர்காலத்தைப் பற்றி உரக்கச் சிந்திக்க ஆரம்பித்தனர். அங்கங்கே தூதுவரை அனுப்பிச் சுற்றத்தாரை வரவழைத்துத் தருமன் மந்திராலோசனை நடத்தினான். கிருஷ்ணன் தெளிவாகச் சொல்லிவிட்டான்.

“இதுலென்ன தடையிருக்க முடியும். பாண்டவருக்குப் பாத்தியப்பட்ட பாதி ராச்சியத்தக் குடுத்துறணுமிங்கிற உறுதிமொழிக்குப் பெறகுதான வனவாசம் போனாங்க. இப்பத் தர மறுக்கிறது நியாயமுமில்ல தர்மமுமில்ல. வாக்குறுதியக் காப்பாத்தச் சொல்லிக் கேக்கலாம். இல்லன்னா வலுக்கட்டாயமாப் புடுங்கிறதத் தவிர வேற வழியில்ல. ஏதொண்ணுக்கும் நம்பிக்கையான ஒரு தூதுவன அனுப்பித் துரியோதனனோட பேசிப்பாக்கச் சொல்லலாம்.”

ஆரம்பத்திலிருந்தே போரைத் தவிர்க்கவேண்டும் என்று வலியுறுத்தி வந்த பலராமன் கூறினான்.

"தம்பீ கிருஷ்ணா தாயாதிகளுக்கெடையில போர் நடக்கிறது கொடுமையானது. அதத் தவிர வேற வழியப் பத்திப் பேசச் சொல்லலாமே."

சாத்தியகி கடுமையாக எதிர்த்தான்.

"யாசிக்கிறது கேவலம். போர் ஒண்ணுதான் இதுக்குத் தீர்வு."

துருபதன் அதை ஆமோதித்தான்.

"தூதுவர அனுப்பிப் பட தெரட்டிப் போரிடுறதுதான் நல்ல வழி. பேச்சுவார்த்தையால துரியோதனனச் சம்மதிக்கவைக்க முடியும்னு எனக்கு நம்பிக்கையில்ல."

கிருஷ்ணனும் அதையேதான் வலியுறுத்தினான். தருமன் தனது அபிப்ராயத்தைத் தெரிவித்தான்.

"கிருஷ்ணா எனக்கென்னமோ போர் தேவையில்லன்னு தோணுது. காலமெல்லாம் போராடியே அலுத்துப்போச்சு."

பீமனும் அப்படித்தான் நினைத்தான்.

"வனவாசப் பெழப்புக்கு முடிவே இல்லையா. இனிமே கொஞ்ச நாளைக்காச்சும் ஒரு எடத்துல அமைதியா உக்காந்து காலத்தக் கழிக்கலாமே."

பலராமனுக்கு விரக்தி.

"எல்லாமே தப்புத் தப்பாத் தெரியிது...... எப்படியோ போங்க."

தம்பியுடன் துவாரகைக்குத் திரும்பினான்.

துருபத மன்னன் தன் புரோகிதனைத் தூதுவனாக அஸ்தினாபுரத்துக்கு அனுப்பினான். அந்த முயற்சி வெற்றிபெறவில்லை.

துரியோதனன் தனது முடிவில் தெளிவாக இருந்தான்.

"நீர் சொல்றபடி சந்திரன அடிப்படையா வச்சுப் பாத்தா பதிமூணு வருசம் முடிஞ்சுபோனது உண்மதான். ஆனாலும் சூரியப் பஞ்சாங்கப்படி இன்னும் பதிமூணு வருசம் முடியல. பாண்டவருக மறுபடியும் வனவாசம் போய்த்தான் ஆகணும்."

துரியோதனன் புரோகிதனைத் திருப்பியனுப்பிவிட்டான்.

கவுரவர் சார்பில் திருதராஷ்டிரனின் ஆலோசகன் சஞ்சயன் பாண்டவரிடம் தூது சென்று துரியோதனனின் முடிவைத் தெரிவித்தான்.

"பாண்டவர் இந்திரப்பிரஸ்தத்துக்கு வரவேணாம். அங்க அவங்களச் சீந்துவார் யாருமில்ல. சூதாட்டத்துல அந்த நகரத்தத் தோத்துப்போன பாண்டவரச் சனங்க எப்பயோ மறந்துட்டாங்க."

இதுதான் துரியோதனன் சொல்லியனுப்பிய சேதி.

இதுக்கிடையில் நல்லெண்ணங்கொண்ட சில முனிவர்கள் எடுத்த முன்முயற்சிகளும் தோல்வியுற்றன.

"குரு வம்சம் அழியிறத யாராலயும் தடுக்க முடியாது."

முணுமுணுப்பில் அவர்கள் சென்றுவிட்டனர்.

இறுதியில் தானே நேரில் சென்று துரியோதனனிடம் பேசலாம் என்று முடிவுசெய்து கிருஷ்ணன் அஸ்தினாபுரம் புறப்பட்டான். அதை ஒற்றறிந்த துரியோதனன் அவனை வரவேற்கும் பொருட்டு வழியெங்கும் ஆடம்பரமான உணவு ஏற்பாடுகளைச் செய்திருந்தான்.

கிருஷ்ணன் துரியோதனனின் எந்த வரவேற்பு வசதியையும் ஏற்கவில்லை. திருதராஷ்டிரனின் மாளிகையைத் தவிர்த்து விதுரனின் வீட்டில் தங்கினான்.

"கவுரவரோட நான் நடத்தப்போகும் பேச்சுவார்த்த நல்லபடியா முடிஞ்சாத்தான் அவங்க குடுக்குற ஒணவச் சாப்புடுவென்."

விதுரன் சலித்துக்கொண்டான்.

"ஒரு வழியில அதும் நல்லதுதான் கிருஷ்ணா. அவங்க குடுக்கிற வசதிகள அனுபவிச்சிட்டாப் பின்னால நன்றிகெட்டவங்கிற அவப்பேருதான் கெடைக்கும்...... ஒனக்குத் தெரியுமா கிருஷ்ணா. ஆரம்பத்திலருந்தே நான் அரமன வசதிகள ஒதுக்கி வச்சிட்டென். எந் தோட்டத்துக் கீரைகளையே நானும் எங் குடும்பத்தாரும் உண்டு சீவனம் நடத்துறொம்."

கிருஷ்ணன் முகத்தில் கவலை படர்ந்த சிரிப்பு.

"ஏன் அப்படி மாமா."

“கிருஷ்ணா அடுத்தவங்களுக்கு அடிமையாருந்தா எங்களால சுயமரியாதையோட வாழ முடியாது. என்னோட சுதந்திரத்தையும் கவுரவத்தையும் மதிக்கிறவன் நான். இன்னொரு காரணம். திருதராஷ்டிரன் சொந்தத் தம்பி மக்களையே அவமரியாதையா நடத்துனத நெனச்சா இன்னும் மனசு ஆற மறுக்குது. அப்படிப்பட்ட எடத்துல எந்த மனசோட கை நனைக்கிறது. சொல்லு பாக்கலாம்.”

கிருஷ்ணன் பெருமிதத்தில் விதுரனைக் கைகூப்பி வணங்கினான். அவன் கணகள் உலகப் பற்றற்ற ஒரு உத்தம முனிவனைப் பரவசத்தில் தரிசித்துக்கொண்டிருந்தன.

114

கிருஷ்ணன் குந்தியைச் சந்தித்தான். அவனைப் பார்த்ததுமே குந்தி கண்ணீருகுத்தாள்.

“கிருஷ்ணா எம்புள்ளைகளோட நெலமையப் பாத்தயா. அவங்களுக்கு ஒரு விடிவுகாலமே பெறக்காதா. பெத்தவ மனசு எப்படிப் பதைக்கும்னு பாத்துக்கோ.”

“எல்லாரும் நல்லாருக்காகல்ல. பேரனுக்கும் செறப்பாக் கலியாணத்த முடிச்சுவச்சிட்டயில்ல. பெறகென்ன.”

“அவங்களுக்கு ஒரு வழியத் தேடிக் குடுக்கணுமில்ல. ஆமா...... நீ என்ன யோசனையில வந்துருக்க.”

“பெரிய நோக்கந்தான். ஓம் புள்ளைகளுக்கு நெரந்தரமா ஒரு வழியத் தேடிக் குடுக்கணுமே. மூத்தவன் போர் வேணாம்னு சொல்றான். பீமங்கூட அப்படித்தான் பேசுறான்.”

“அவங்கள வுடு. கவுரவர் பக்கம் எப்படியிருக்காகளாம்.”

“நாளைக்குத்தான் அவங்கிட்டப் பேசப்போறென். சண்டயா சமாதானமான்னு அப்பத்தான் தெரியும்.”

“துரியன் சண்டக்கோழியாத்தான் நிக்கான்னு நெனக்கென்.”

“அவனச் சுத்தியிருக்கிற பெரிய மனுசங்க சரியில்ல. தர்மத்தப் பத்தி வாய் கிழியப் பேசுறாங்க. செயல்ல காட்டறதுக்குத் துப்பில்ல. தர்மவானாக இருக்க ஆசப்படலாம். அப்படியே வாழ்ந்து காட்டணும். அதுக்குத் தெராணியில்ல.”

“அதச் சொல்லு. எல்லாம் வாய் செத்தவங்க.”

“வெவரந் தெரிஞ்ச பிதாமகர் கண்ணுக்கு முன்னால ஒரு பொண்ண அனியாயமாத் துகிலுரியும்போது அவரு தர்மத்தப் பத்தித்தான பேசிக்கிட்டுருந்தாரு. விதுரர் ஒருத்தருதான் காலமெல்லாம் நீதி நேர்மன்னு கவுரவங்களோட மல்லுக்கெட்டிக்கிட்டுருக்காரு.”

“அவரு பேச்சு அம்பலமேறலயே. வைராக்கியசாலி.”

“நேர்மையான மனுசன். மத்தவங்க நாக்கு சந்தர்ப்பத்துக்குத்தக்க பேசும். ஒறைக்குள்ள ஒறங்குற துருப்பிடிச்ச வாளாத்தான் இருப்பாங்க. அதுல ஒரு சொகங் கண்டுட்டாங்க. எப்பயும் நான் அவங்கள நம்புறதில்ல. எல்லாத்துக்கும் போர்தான் தீர்வுன்னு நெனைக்கென்.”

“கிருஷ்ணா எனக்கும் அப்படித்தான் நெனப்பு ஓடுது. மத்தவங்கள அண்டிப் பெழைக்க வேணாம்னு புள்ளைககிட்டச் சொல்லு. காலம் கனிஞ்சிருச்சு. இந்தச் சந்தர்ப்பத்த நழுவவுட்றக் கூடாது. தவறவுட்டா அவங்களையே தியாகம் பண்ணீருவென். பாஞ்சாலி நடக்கிற தடம் பாத்து நடந்தாப் போதும். எல்லாம் அவங்ககிட்ட எடுத்துச் சொல்லுய்யா.”

“கண்டிப்பாச் சொல்றென்.”

“அய்யா அவங்க நாட்டத் தோத்ததப்பத்திக்கூடக் கவலையில்ல. அனுபவிச்ச வனவாசங்கூடப் பெரிசில்ல. அந்த மகராசி பாஞ் சாலி சபையில அத்தன பேருக்கு முன்னால பட்ட அவமானத்த நெனச்சாத்தான் ஈரக்கொலயப் புடுங்குது. நெஞ்சே வெடிச்சிரும் போலருக்குய்யா. அத எப்படி மறக்க முடியும் சொல்லு. அது எல்லாருக்கும் பெரிய அவமானமில்லையா.”

“ஆகப் பெரிய அவமானம்.”

“நீயே சொல்லுய்யா. நான் மகாராசனுக்கு மாலையிட்டவ. ஒரு மன்னனுக்குப் பெறந்த சத்திரி. நான் இருந்த மரியாதையென்ன கவுரவமென்ன. இண்ணைக்கு ஒறவுக்காரன் வீட்ல ஒண்டிக்கிட்டுப் பிச்சச்சோறு சாப்பிட்டுக் காலங் கழிக்கென். இது நான் பெத்த புள்ளைகளுக்குக் கேவலந்தான. தாயப் பிச்சையெடுக்க வுட்டுட்டுத் தருமன் எந்தத் தர்மத்தக் காப்பாத்தப் போறானோ. காலக் கொடும.”

“எல்லாப் பிரச்சனைகளுக்கும் ஒரு விடிவு காலம் பெறக்கும். பொறுத்துருந்து பாப்பொம்.”

“கிருஷ்ணா ஒரு தாயோட கதையச் சொல்றென் கேளு.”

“இந்தத் தாயா வேற தாயா.”

“எந்தத் தாயினாலும் தாயி தாயிதானடா. தாய்ப்பாலு ஒண்ணுதான. ஒரு சமயம் சிந்து தேசத்த எதிரி பறிச்சுக்கிட்டான். அந்த நாட்டு அரசி விதுலை. அவளுக்கு நாட்ட எப்படியும் மீட்டாகணும்னு ஒரே வைராக்கியம். அவ மகன் சோம்பேறி. நாட்ட மீட்றதுல அக்கறையில்லாமப் படுத்துக் கெடந்தான். பெத்தவளுக்கு வந்ததே கோவம். நீ எனக்கும் ஒந் தகப்பனுக்கும் பெறந்தவனான்னு சந்தேகமாருக்கு. எங்கிட்டுக் கெடந்துதான் வந்தயோ. வெக்கம் மானம் சூடு சொரண கோவம் இல்லாறவன் மனுசனா. தின்னு தின்னு ஒடம்ப வளத்து என்ன செய்ய. ஒனக்கும் சொம ஒறவுக்காரங்களுக்கும் சொம. நீயெல்லாம் பூமிக்குப் பாரமா இருக்கணுமாக்கும். பாம்பு வாயில கையக் குடுத்து ஒடனே செத்துத் தொல. இல்ல வீரத்தோட சண்டைக்குப் பெறப்புடு. சவமாக் கெடக்காதஞ்.. அடே நீயென்ன அலியா. சத்திரியன்னா நெருப்பா எரியணுண்டா. பொகஞ்சுக்கிட்ருக்கக் கூடாது. போரிட்டுச் செத்தாச் சனங்க கொண்டாடுவாங்க. சாகப் போறவனுக்கு மருந்து புடிக்காது. கோழைக்குப் போர் புடிக்காது. இப்படியெல்லாம் அந்த வீரத் தாயி பொரிஞ்சு தள்ளீட்டா.”

கிருஷ்ணனுக்குப் பேரதிர்ச்சி. குந்தியின் சுடுசொற்கள் அவன் உடலெங்கும் தகித்தன. ஒரு வித அச்சத்துடன் அவளை நோக்கினான்.

“அந்தத் தாயி சொன்னதையே தாங்க முடியல. இந்தத் தாயி என்ன சொல்லப்போறாளோ.”

“கிருஷ்ணா தருமங்கிட்டச் சொல்லிக்கிறதுக்கு இந்தத் தாய்க்கும் கொஞ்சம் இருக்குது. ஒரு கெணத்துலருந்து இன்னொரு கெணத்துக்குள்ள தூக்கிப்போட்ட மாதிரி யது குலத்துலருந்து குரு குலத்துக்கு வந்தென். பாண்டு மன்னனக் கைப்புடிச்சு நிம்மதியா வாழ்ந்தென்...... அடே தருமா ஒந்தாயையும் மனைவியையும் துன்பப்பட வச்சுக்கிட்டு நீ உயிர் வச்சிருந்து எதுக்கு. ஒந் தாயி தர்மத்தக் காப்பாத்துற சத்திரிங்கிறத மறந்துறாத.”

குந்தியின் கொதிப்பு அடங்கவில்லை. கிருஷ்ணனால் அதைத் தணிக்க முடியவில்லை. தாங்கவும் முடியவில்லை. நெளிந்துகொண்டே விடைபெற்றான்.

115

கிருஷ்ணன் மரியாதை நிமித்தம் திருதராஷ்டிரனைச் சந்தித்துவிட்டுத் துரியோதனனிடம் பேசினான். துரியோதனன் முடிவில் எந்த மாற்றமும் இல்லை.

"நான் இந்திரப்பிரஸ்தத்த வுட்டுக்குடுக்கிற பேச்சுக்கே எடமில்ல. அத நல்லாவே ஆட்சி செஞ்சுவாறென். பாண்டவச் சூதாடிக இங்க வாறத யாரும் விரும்பல. மொதல்ல அதத் தெரிஞ்சுக்கோ."

கிருஷ்ணன் நிலைமையை எடுத்துரைத்தான்.

"இங்க பாரு துரியோதனா நீ குடுத்த வாக்குறுதி அப்படியேதான் இருக்குது. நீ நல்ல மொறையில ஆட்சி செய்றயா இல்லையாங்கிறது முக்கியமில்ல. பாண்டவருக வனவாசம் முடிச்சுத் திரும்பும்போது இந்திரப்பிரஸ்தத்தத் திருப்பி ஒப்படைக்கிறதுதான் மொறையாகும். அவங்க தங்களோட வார்த்தையக் காப்பாத்தீட்டாங்க. நீயும் காப்பாத்து."

"முடியாது."

"அமைதிய முன்னிட்டு அஞ்சு கிராமங்களையாவது குடு. ஒன்னப்போல அவங்களும் கவுரவத்தோட வாழணுமில்லையா. அதுதான் ஒனக்கும் பெரும."

"முடியவே முடியாது."

கிருஷ்ணன் கெஞ்சும் குரலில் கேட்டான்.

"ஒன் அண்ணனுக்காக ஒரு கெராமத்துல அஞ்சு வீடுகளாச்சும் குடு. அவங்க ஒண்டிக்கிறட்டும்."

"நல்லாக் கேட்டுக்கோ. ஊசி மொனையளவு பூமிகூடத் தரமாட்டென்."

கிருஷ்ணனின் உடம்பு கோவத்தில் துடித்தது.

"துரியோதனா நீ வார்த்த தவறீட்ட. தருமத்தக் கொன்னுட்ட. சமாதானத்த நீ விரும்பல. ஆட்சி செய்ற தகுதி ஒனக்கில்ல. ஒன்ன அழிச்சாகணும். அப்பத்தான் அறம் பெழைக்கும்."

கிருஷ்ணன் எழுந்துகொண்டான். துரியோதனன் மீண்டும் அவமானப்படுத்தினான்.

“என்ன மெரட்டிப் பாக்கயா கிருஷ்ணா.”

“காட்டாட்சிக்கும் நாகரிகத்துக்கும் எடையில போர் மூளட்டும். வறண்ட பூமியில ரத்த ஆறு ஓடட்டும்.”

கிருஷ்ணன் அங்கிருந்து வேகமாகச் சென்றுவிட்டான்.

“என்ன தைரியம் இவனுக்கு. இந்த அரவேக்காட்டு எடையனத் தூக்கியெறிங்கடா மொதல்ல.”

துரியோதனனின் கூச்சலைக் கேட்டுச் சபையே அதிர்ந்தது.

“கிருஷ்ணனக் கைதுசெய்றதா. நெனச்சுக்கூடப் பாக்க முடியாது.”

கிருஷ்ணனின் கனல் கக்கும் கண்களைச் சந்திக்க எந்த வீரனுக்கும் துணிச்சலில்லை. அவன் சிங்கமாக உறுமிக்கொண்டு சபையை விட்டு வெளியேறினான்.

தூது தோல்வியுற்றதில் கிருஷ்ணனுக்கு வருத்தமில்லை. எதிர்பார்த்ததுதான். போரை

உறுதிசெய்வதற்கான இறுதி முயற்சி அவ்வளவுதான்.

அவன் அஸ்தினாபுரத்தை விட்டுப் புறப்படுமுன் குந்தியை மீண்டும் சந்தித்தான். அவள் சற்று ஆர்வமாகவே கேட்டாள்.

“காந்தாரி புள்ள என்ன சொல்றான்யா. கொஞ்சமாச்சும் எறங்கி வாறானா.”

“அவனாவது எறங்கி வாறதாவது.”

“பாழாப்போன சூதுல தோத்த குத்தத்துக்காக எம் புள்ளைக இத்தன வருசமா அனாதைகளப்போல அலஞ்சு திரிஞ்சிட்டு வந்தப் பெறகும் இப்படி அடம்புடிக்கானே. வலிய வரவழச்சு வலைக்குள்ள மாட்டவச்சிட்டீகளே. நல்லது கெட்டது பெரியவருக்குத் தெரியவேணாமா. முன்னப்பின்ன யோசிக்கிறதே கெடையாது. புள்ள செய்றதெல்லாம் சரின்னு நம்புறது எல்லாத்துக்கும் தலையாட்றதுக்கா அரியாசனத்துல உக்காந்துருக்கொம். மனசுமா குருடாப் போச்சு. அஸ்தினாபுரத்த அழிக்கிறதுக்குச் சகுனி ஒருத்தனே போதும். காணாக்கொறைக்குக் காந்தாரி ஒருத்தி. வம்படியாக் கண்ணக் கெட்டிக்கிட்டுக் கெடக்கா. கெட்டுன துணிய அவுத்து ஒலகத்தப் பாக்கமாட்டன்னு அடம்புடிக்காளே...... என்னத்தச் சொல்றது. எம்புள்ளைக சோந்து போயிருவாகளே. பாஞ்சாலி பாடுதான் சங்கடம்.”

“அவங்கள நான் சமாளிச்சுக்கிறென். நீ கவலைய வுடு.”

“நீதான் அவங்களுக்கு நல்ல வழி காட்டணும். இனிமேலயாச்சும் ஒரு எடத்துலருந்து குடும்பம் நடத்துறதுக்கு வழி பெறக்கட்டும். விதுரங்கிட்டப் பேசுனயா.”

“எல்லா வெவரத்தையும் சொல்லீட்டென். கலகத்துலதான் வழி பெறக்கும்னா அப்படியே பெறக்கட்டும்னு ரெண்டு வார்த்தையோட முடிச்சுக்கிட்டாரு.”

“அது சரிதான்........ கடைசியா கர்ணனப் பாத்து ரெண்டு வார்த்த பேசலாம்னு எம் மனசில ஓடுது.”

“கர்ணங்கிட்டப் பேசி என்ன செய்ய. பெரியவங்க சொல்லியே துரியோதனன் கேக்கல. கர்ணன் சொல்லியா கேக்கப்போறான்.”

“அதுக்கில்லய்யா. கர்ணன நம்ம பக்கம் சேத்துக்கிட்டா பிரச்சன தீரும்னு தோணுது.”

“எப்படிச் சொல்ற. நடக்கிற காரியமா.”

“அய்யா கர்ணன் எனக்குத் தலப்புள்ளையாக்கும். தருமனுக்கு அண்ணன்.”

“புதுசாருக்கே. இப்படியொரு கதையிருக்குதா.”

“கததான்யா. கன்னிப் பருவத்துல வெளையாட்டுத்தனமா சூரியன வரவழச்சு சூல் உண்டாகிச் சொமந்து பெத்த கன்னிகாபுத்திரந்தான் கர்ணன்.”

அவள் காலமெல்லாம் நெஞ்சின் அடியாழத்தில் பூட்டிப் பாதுகாத்துவரும் உண்மையான அந்தரங்கப் பெட்டகத்தைக் கிருஷ்ணனிடங்கூடத் திறக்கவில்லை. கிருஷ்ணனால் ஆச்சரியத்தை விழுங்க முடியவில்லை.

“அப்படியா. இது முன்னாலயே தெரிஞ்சிருந்தா இவ்வளவு நடந்துருக்காதே. கர்ணன் தைரியத்துலதான் துரியோதனன் துள்ளுறான். கர்ணனப் பிரிச்சுக் கொண்டுவந்துட்டா அடங்கீருவான். என்ன செய்றது. ஏதொண்ணுக்கும் கர்ணங்கிட்டப் பேசிப்பாக்கென்..... இந்த ரகசியம் நமக்குள்ளயே இருக்கட்டும். வேற யாருக்கும் தெரிஞ்சா நெலம விபரீதமாயிரும். அவன் என்ன சொல்றான்னு பாப்பொம்.”

116

கிருஷ்ணன் கர்ணனைத் தேடிப் போனான். கர்ணன் அவனைக் கூர்ந்து கவனித்துவிட்டு எழுந்து வரவேற்றான்.

"வா கிருஷ்ணா வா. என்ன இந்த நேரத்துல என்னத் தேடி வந்துட்ட."

"சும்மாதான்........"

"காரணமில்லாம வரமாட்டயே."

இருவரும் அருகருகே அமர்ந்துகொண்டனர். கிருஷ்ணன் பேச்சை ஆரம்பித்தான்.

"கர்ணா கோவப்படாம நான் சொல்லப்போறதக் கவனமாக் கேளு."

"அப்படியென்ன சொல்லப்போற."

"கர்ணா நீ ஒலகமறிஞ்ச வீரன்."

"அப்படித்தான் சொல்லிக்கிறாங்க. கூடவே சூதபுத்திரனுக்கு இம்புட்டுத் திமிரான்னும் பேசிக்கிறாங்க."

"கவுரவர் தர்மத்துக்கு விரோதமாப் பாண்டவருக்குச் சொந்தமான நாட்ட அபகரிச்சு ஆண்டுக்கிட்ருக்கிறது ஒனக்கு நல்லாவே தெரியும்."

"அதனால........"

"அது தெரிஞ்சும் நீ ஏன் அவங்களோட ஒட்டிக்கிட்ருக்கணும்."

"என்ன செய்யணுமிங்கிற. இப்பப் பாண்டவரோட ஒட்டிக்கிறணுமிங்கயா."

"உண்மையச் சொன்னென். ஒட்றதும் ஒட்டாறதும் ஒன் விருப்பம். அண்ணந் தம்பிகளுக்குள்ள அடிச்சுக்கிறது நல்லதில்ல. மத்தவன் கேவலமாப் பேசுறதுக்கு எடங் குடுக்கக் கூடாது."

"புதுசாவா பேசப்போறாங்க."

"நான் என்ன சொல்ல வாறன்னா...... கவுரவருக்காக நீ ஆயுதம் ஏந்தலன்னா துரியன் போர்தொடுக்க யோசிப்பான். அமைதிக்கு வழி பெறக்கும்."

“கிருஷ்ணா என்னருந்தாலும் துரியன் எனக்கு நெருக்கமான நண்பன். எந்தச் சந்தர்ப்பத்துலயும் அவனக் கைவுடமாட்டென். நம்பிக்க மோசம் பெரும் பாவம். எம் மனசில வுழுந்த காயங்களையெல்லாம் மறந்துறச் சொல்றயா. தேரோட்டி மகனேன்னு ஒலகமே இழிவாப் பேசுனப்ப என்னக் கைவுடாம வீரன்னு கொண்டாடுனவன் அவன். அங்க நாட்டு அரசனா அரியணையேத்தி அழகுபாத்தவன். அந்த உத்தமனத் தவிக்க வுட்டுட்டு வரச்சொல்றயா.”

“அப்படியெல்லாம் சொல்லவரல. குடுத்த வாக்குறுதியக் காப்பாத்த மறுக்கிறவனுக்கு ஒதவுறது தர்மமில்லன்னு சொல்ல வந்தென்.”

“அது அதர்மம்னா அப்படியே இருந்துட்டுப் போகட்டும்.”

கர்ணன் எதுக்கும் மசியவில்லை. கிருஷ்ணன் சற்று அமைதிக்குப் பின் கர்ணனை உற்றுப் பார்த்துவிட்டுக் கடைசி அஸ்திரத்தைப் பிரயோகித்தான்.

“கர்ணா நீ தேரோட்டி மகன்னு யாரு சொன்னது.”

“ஊரு ஒலகமே சொல்லுது. அப்பக் காட்டுவாசிக்குப் பெறந்தனா.”

“நீ பாண்டவரோட மூத்த சகோதரனாக்கும். குந்திக்குத் தலப்புள்ள. சூரியனுக்குப் பெத்த கன்னிகாபுத்திரன். இண்ணைக்குக் குந்தி சொல்லித்தான் தெரியும்.”

“கிருஷ்ணா நீ பொய் சொல்லமாட்ட. ஒன்ன நம்புறென். வெறிச்சோடிக் கெடந்த என் வாழ்க்கைக்கு அடையாளங் கெடச்சிருக்கு. அத நெனச்சாப் பெருமையாத்தான் இருக்கு. நிச்சயமா நான் அனாதையில்ல. ராசகுமாரன்.”

“நீ குந்தியோட கன்னிகாபுத்திரன். நெறிமொறப்படி நீ பாண்டுவோட மூத்த மகன். இனிமே பஞ்சபாண்டவரில்ல. அறுபாண்டவர்.”

தன் தம்பியரோடு ராஜபோகத்தை அனுபவித்து வாழப்போகும் வாழ்க்கையை நினைத்துப் பார்க்கும்போது கர்ணனின் மனசு விம்மியது. அந்தக் கணநேரச் சந்தோசமே போதும். என்ன இருந்தாலும் உற்ற நண்பனைக் கைவிடமுடியாது. அது நம்பிக்கைத் துரோகம்.

கர்ணன் கிருஷ்ணனைத் தீர்மானத்துடன் நோக்கினான்.

“தர்மம் எனக்கு ஒரு பொருட்டே இல்ல. எஞ் சகோதரனோட சண்டபோடுறதாருந்தாக்கூடத் துரியன் பக்கந்தான் இருப்பென். என் விசுவாசத்த யாராலயும் அசைக்க முடியாது.”

கிருஷ்ணன் பேச்சில் இனிப்பைத் தடவினான்.

“கர்ணா ஓம் முடிவுல புடிவாதமா இருக்காத. இப்பயே என்னோட வா. நீ குந்திக்குப் பெறந்த மூத்த மகன்னு பாண்டவருக தெரிஞ்சுக்கிறட்டும். நீ அவங்களோட சேந்துக்கிட்டா எல்லாரும் சந்தோசப்படுவாங்க. பெறகென்ன நீதான் மன்னன். ஊரறிய ஒலகமறிய முடிசூட்டலாம். அஞ்சு தம்பிமாரும் உபபாண்டவரும் ஒனக்குப் பணிவிட செய்யக் காத்துருக்காங்க. பாஞ்சாலி ஒனக்கு மனைவியாயிருவா. பாண்டவரத் தவிர தாய் வழியில யாதவர்களும் ஒன்னச் சொந்தங் கொண்டாடுவாங்க. நானும் என்னச் சேந்த அந்தகர்கள் விருஷ்ணிகள் எல்லாரும் ஒனக்குப் பின்னால நிப்பொம். சூதரும் மாகதரும் ஒன் பெருமைகளப் புகழ்ந்து பாடிக்கிட்டேயிருப்பாங்க. பாண்டு புத்திரா நீ சிந்திச்சு நல்ல முடிவெடு.”

கர்ணன் கிருஷ்ணனைக் குறும்புடன் நோக்கினான்.

“கிருஷ்ணா எல்லாஞ் சொல்லி முடிச்சிட்டயா இல்ல இனியும் இருக்குதா.”

“சொல்லவேண்டியதெல்லாம் சொல்லீட்டென்.”

“கேசவா எப்பயுமே நீ மொறையோட பேசுறவன். அனாவசியமாப் பேசமாட்டன்னு இதுவரைக்கும் ஓம்மேல பெரிய மரியாத வச்சிருந்தென். கொஞ்ச நேரத்துல அந்த நம்பிக்கையத் தகர்த்தெறிஞ்சிட்டயே கிருஷ்ணா. பாண்டவருக்கு நாடு புடிச்சுத் தாறதுதான் ஒன்னோட குறிக்கோள் இல்லையா. அந்த வெறியும் பேராசையும் ஒங் கண்ண மறச்சிருச்சு. அதனாலதான் பாஞ்சாலிய என்னோட படுக்கையறைக்கு அனுப்பத் துணிஞ்சிட்ட. அவ ஓங்கூடப் பெறக்காற தங்கச்சி. அதுக்குமேல ஒன்னக் கடவுளா நெனச்சு வழிபடுற மனுசி. இந்த ஈனத்தனமான காரியத்தச் செய்றதுக்குத் துணிஞ்சிட்டயே. ஏதேது ராசபோகம் வேணாம்னு நான் மறுத்துட்டா துரியோதனன் படுக்கைக்குக்கூட பாஞ்சாலிய அனுப்பத் தயங்கமாட்ட போலருக்கே. இப்படியெல்லாம் பேச ஒனக்கு அசிங்கமாயில்லையா. அண்ணைக்கு மனைவியப் பணயம் வச்சுக் சூதாடுனாங்க. இண்ணைக்கு மனைவி சோரம்போறதுக்கு அனுப்பத் தயாராயிட்டாங்களாக்கும். எல்லாம் ஒன் யோசனதான. இந்த யோசனையெல்லாம் ஒன்னக் கடவுளா மனசில வச்சுக்

கும்புடுற பாஞ்சாலியிட்டச் சொல்றதுக்குத் துணிவிருக்கா. இல்ல துணிவிருக்கான்னு கேக்கென். மரியாதையா எந்திரிச்சுப் போயிரு. அப்புறம் என்ன நடக்கும்னு எனக்கே தெரியாது."

கர்ணனின் கோவப் பார்வை கண்ணனைச் சுட்டெரித்தது. அவமானத்தில் தலையைத் தொங்கப்போட்டுக்கொண்டு அவசரமாகக் கிளம்பிவிட்டான்.

117

கிருஷ்ணனுக்கு மனசு இன்னும் ஆறவில்லை. நேரே குந்தியிடம் சென்று வருத்தப்பட்டான்.

"அத்தே என்னோட சமாதான முயற்சி அத்தனையும் தோத்துப்போச்சு. துரியோதனன் என் வார்த்தைகளக் காதுல போட்டுக்கிறல. திருதராஷ்டிரன் சொந்த மகன் சொல்லுக்குத்தான் கட்டுப்படுறான். கடசியாக் கர்ணனச் சமாதானப்படுத்த முயற்சி செஞ்சென். அதுலயும் தோல்விதான். நாக்கப் புடுங்கிக்கிற மாதிரி கேட்டானே நாலு கேள்வி. அது இன்னும் நெஞ்ச அறுத்துக்கிட்டுருக்கு. அந்த ரணம் எண்ணைக்குமே ஆறாது. வார்த்தைகளால மூஞ்சியில துப்பி அனுப்பீட்டான். நெலம கைமீறிப் போயிருச்சேன்னு மனசு கெடந்து ஒளையிது."

குந்தி மிகத் துயருற்றாள்.

"கிருஷ்ணா ஒங் கடமையைச் செஞ்சு முடிச்சிட்ட. கடைசியா நானே போயி ரத்த ஒறவ முன்னிட்டு அவங்கிட்டப் பேசிப்பாக்கென்."

உடனே கர்ணனைத் தேடிப் புறப்பட்டுவிட்டாள். அவன் கங்கைக்கரையில் கிழக்கு முகமாகத் திரும்பித் தவத்தில் இருந்தான். அந்தியில் தவம் முடிந்ததும் திரும்பி அன்னையைப் பார்த்து அதிர்ந்துபோனான். அவளை வணங்கிவிட்டுக் கேட்டான்.

"நானோ ராதைக்கும் அதிரதனுக்கும் மகன். என்னத் தேடி நீ வரவேண்டிய காரணமென்ன. ஒனக்காக நான் என்ன செய்யணும் தாயே."

குந்தி அழுதுகொண்டே பேசினாள்.

“அப்பபடிச் சொல்லாத கர்ணா. நீ நான் பெத்த மகன். பாண்டவருக்கு மூத்தவன். என் அண்ணன் மகன் கிருஷ்ணன் ஓம் பூர்வீகத்தப் பத்தி முந்தியே தெரிவிச்சிட்டதாச் சொன்னான்.”

“எல்லா வெவரத்தையும் சொன்னான்.”

“ஒன் ரத்த ஒறவ அறிஞ்சப் பெறகும் ஏன் இப்படி நடந்துக்கிற மகனே. அதுதான் எனக்குப் பெரிய வருத்தமாருக்கு. நீ ஒஞ் சகோதரர்கள வெறுத்துத் துரியோதனன அண்டிப் பொழைக்கிறது மரியாதையில்லய்யா. இனிமே ஒன்னச் சூதபுத்திரன்னு சொல்லிக்கிறாத. அரசகுலப் பெருமையோட வாழுறதையே பெத்த தாயி விரும்புறா.”

கர்ணன் மனசு கொஞ்சங்கூடத் தளரவில்லை.

“பெத்த தாயிங்கிற மொறையில நீ எனக்கு எப்பயாச்சும் நன்ம செஞ்சதுண்டா. இத்தன வருசக் காலமா என்ன ஏறிட்டுக்கூடப் பாத்ததுண்டா. என்னப் பாசத்தோட வளத்தவங்க தேரோட்டியும் தேரோட்டி மனைவியுந்தான். அவங்கதான் எனக்குச் சொந்தத் தாயும் தகப்பனும். இப்ப மட்டும் என்ன எம்மேல அவ்வளவு கரிசன. ஒன் ஆதாயம் கருதி இப்ப வந்துருக்க. அப்படித்தான. ரத்த ஒறவ முன்னிட்டு நான் இப்பப் பாண்டவர் பக்கம் சேந்துட்டா வெளி ஒலகம் என்ன மதிக்குமா. காலமெல்லாம் எனக்கு அடைக்கலந் தந்த கவுரவருக்கு நன்றிக் கடன் செலுத்துறது எங் கடம. இதுல மாத்திப் பேசுறதுக்கே எடமில்ல.”

“கர்ணா இந்த முடிவக் கேக்கவா ஒன்னத் தேடிவந்தென்.”

“பாண்டவருல அர்ச்சுனன மட்டுந்தான் கொல்லுவென். இல்ல அவன் கையால மடிவென். மத்த நாலு பேரோட போரிடமாட்டென். அப்படியே போரிட்டாலும் கொல்ல மாட்டென். எப்படிப் பாத்தாலும் குந்தி பேரச் சொல்ல அஞ்சு புள்ளைக மிஞ்சுவாங்க. இல்லையா தாயே.”

குந்தி அழுதுகொண்டே தலைமகனைத் தழுவிக்கொண்டாள்.

“நாலு தம்பிகளுக்கு அபயமளிச்ச. அந்த வாக்குறுதியக் காப்பாத்து மகனே.”

“நிச்சயம் காப்பத்துவென். என்ன நம்பு.”

குந்தி அவனை ஆசீர்வதித்துவிட்டு அழுகை பொங்கக் குலுங்கியபடி வீடு திரும்பினாள். தன் தோல்வியை கிருஷ்ணனிடம் பகிர்ந்துகொண்டாள்.

“நான் பெத்த புள்ள என்னத் தாயா மதிக்கலையே. எவ்வளவோ சொல்லிப்பாத்தென். கேக்கல.”

“அவன் யாரு புள்ளையாருந்தாலுஞ் சரி. துரியோதனன வுட்டு வர மாட்டான்.”

“அந்தளவுக்கு துரியோதனன் மேல பாசம் வச்சிருக்கான். கடசியில எனக்கொரு வரங் குடுத்து வழியனுப்பீட்டான்.”

“என்ன வரம்.”

“அவனுக்கும் அர்ச்சுனனுக்குந்தான் போட்டியாம். மத்தவங்கள வுட்ருவானாம். ஒண்ணு தான் சாகணும். இல்ல அர்ச்சுனன் சாகணும். எப்படிப் பாத்தாலும் குந்திக்கு அஞ்சு புள்ளைக மிஞ்சுவாங்களாம். அப்படி ஒரு கணக்கு வச்சிருக்கான். நான் என்னத்தச் சொல்லட்டும்.”

“நடக்கிறது நடக்கட்டும். எல்லாரு கணக்கும் யுத்தத்துல தீந்துரும்........ அப்ப நான் பெறப்புடுறென். ஓம் புள்ளைகளுக்குச் சொல்ல வேற முக்கியச் சேதி உண்டா.”

“பெரிசாச் சொல்றதுக்கு என்னருக்கு. சோதனைகளக் கண்டு தொவண்டு போகாமருந்தாச் சரி.”

“எல்லாரும் தெம்பாத்தான் இருக்காங்க. பாஞ்சாலி கெட்டிக்காரி. சோந்துபோக வுடமாட்டா.”

“அவங்கவங்க உரிமைக்காகப் போராடணும். வாழப்போறது கொஞ்ச நாளாருந்தாலும் தல நிமிந்து வாழணும். வெக்கத்தோடயும் வேதனையோடயும் வாழக்கூடாது. இதுக்கு மேல என்ன சொல்லக் கெடக்குது. ஒனக்குத் தெரியாறதில்ல. சின்னவன் சகாதேவந்தான் கண்ணுக்குள்ளயே இருக்கான். அவன நல்லாக் கவனிச்சுக்கிறச் சொல்லு. புள்ள வாடிப்போயிருவானே.”

“எல்லாம் எடுத்துச் சொல்றந்த்தே. நீ புழுங்கிக்கிட்டு இருக்கவேணாம்.”

கிருஷ்ணன் கிளம்பிவிட்டான்.

118

துரியோதனனும் கர்ணனும் இணைபிரியாத நண்பர்களாக இருந்தாலும் துச்சாதனன் முதற்கொண்டு தம்பியர் பலர் கர்ணனின் ஆதிக்கத்தை விரும்பவில்லை. துரியோதனனுக்கடுத்த இடம் தனக்குத்தான் என்ற அகந்தையும் தன்னைவிட்டால் வேறுயாருமில்லை என்ற மமதையும் அவனைப் பீடித்திருந்தன. ஆணவத்துடன் நடந்துகொண்டான்.

துச்சாதனனுக்கு தனது இரண்டாம் இடம் ஆட்டங்கண்டுவிடக் கூடாதே என்ற அச்சமும் ஒரு சூதனை அண்ணன் தூக்கிவைத்துக் கொண்டாடுவதும் அவனுக்கு அறவே பிடிக்கவில்லை. கர்ணனின் ஒட்டுறவை வெட்டிவிடவே எண்ணினர்.

துர்மர்சன் புழுங்கினான்.

“கேவலம் ஒரு சூதன் அரமனைக்குள்ள நொழஞ்சு அதிகாரஞ் செய்றத எப்படித்தான் சகிச்சுக்கிட்டுருக்கிறது. இதுக்கு ஒரு வழி பண்ணியாகணும். அந்தப்புரம் வரைக்கு வந்து அரமனப் பொண்ணுகளோட வெளையாடுறானே. பாத்துக்கிட்டுச் சும்மாருக்கமுடியல. எல்லாம் அண்ணனுக்குத் தெரிஞ்சுதான் நடக்குது. அவனோட எளக்காரம்.”

“அது தப்பாச்சே.”

“இப்படித்தான் இருக்குது. கவுரவரோட நெலம.”

கர்ணனின் போக்கு பீஷ்மனுக்கும் பிடிக்காது. இருவருக்குமிடையில் கருத்து வேறுபாடு நிறையவே உண்டு. அர்ச்சுனனைப் பற்றிப் பேச்சு வரும்போதெல்லாம் கர்ணன் இழித்துரைப்பதும் பீஷ்மன் இடித்துரைப்பதும் வழக்கம். எந்தச் சந்தர்ப்பத்திலும் பீஷ்மன் கர்ணனை ஏறிட்டு முகம்பார்த்துப் பேசியதில்லை.

ஒரு சமயம் பீஷ்மனின் வார்த்தைகளால் அவமானமடைந்த கர்ணன் கடுங்கோவத்தில் வசை பாடினான்.

“ஏ அற்பக் கெழவா. திருமணங்கூட முடிக்கத் துப்பில்லாற ஒமக்கு இந்த எளக்காரம் ஒரு கேடா. இதுவரைக்கும் என்ன சாதிச்சுக் கிழிச்சுட்டீரு. ஒம்மோட வீரப்பிரதாபத்தச் சொல்லும் பாக்கலாம்.”

பீஷ்மனும் சீறினான்.

"ராதேயன் மகனே நீ ஒரு கெடுமதியாளன். ஒன்னப் பக்கத்துல வச்சுக்கிறதே தப்பு. கிட்ட அண்டவுடக்கூடாது. ஓங் கபட வார்த்தையில துரியோதனன் கட்டுண்டு கெடக்கான். ஒன்ன அவனவுட்டு வெலக்கி வைக்கிறவரைக்கு யாருக்குமே நிம்மதியில்ல. எண்ணைக்கு நிம்மதி வரப்போகுதோ."

"ஓம்ம வஞ்சகம் தெரியாதாக்கும். இங்க பசப்பிக்கிட்டு அங்க பாண்டவருக்குச் சாமரம் வீசிக்கிட்டுப் பெழப்பு நடத்துறது... இதுவும் ஒரு பெழப்பா நாய்ப் பெழப்பு."

துரியோதனன் இருவரையும் சமாதானப்படுத்தி அனுப்பிவைத்தான்.

"இதென்ன சின்னப்புள்ள மாதிரி பேசிக்கிட்டு. எனக்கு ரெண்டுபேரும் வேணும். நீங்க மொரணிக்கிட்டுருந்தா என் நெலம என்னாகுறது யோசிச்சுப் பாத்தீகளா."

கர்ணன் மீது கவுரவர் கொண்டிருந்த வெறுப்பு விகர்ணனுக்குத் துளியுங் கெடையாது. அவன் முற்றிலும் வேறுபட்டவன். மாறுபட்டவன்.

சிறுவயது முதலே சகோதரர்களுடன் நெருங்கிய உறவில்லாதவன். அவர்கள் கூடி விளையாடும்போது ஆநிரையிலிருந்து தப்பி வந்த கன்றுபோல் தனிமையில் அறிவுப் பயிற்சியில் ஈடுபட்டிருப்பான். அவன் அறிவை மதிப்பவன். அதன்படி நடக்க முயல்பவன். அவனுக்குத் தர்க்க நியாயங்களில் மிகுந்த ஆர்வமுண்டு.

சகோதரர்களுடன் வாயடிப்பதை விட பிறருடன் ஆழமாக விவாதிப்பதில்தான் அவனுக்குச் சந்தோசம். அஸ்தினாபுரத்தில் அரச குமாரனாக உலவுவதை விட புறவெளிகளிலும் ஆளரவமற்ற மலைப்பகுதிகளிலும் ஒரு முனிவனைப் போல் ஏகாந்தியாகச் சுற்றித் திரிவதில் அதிக நாட்டங் கொண்டவன். சூனியவெளியில் ஏகாந்தப் பயணம் சுகமளித்தது.

இளம் பருவத்திலேயே மன ரீதியாகத் துறவறம் பூண்டுவிட்டான். அந்தத் துண்டிப்பு திருதராஷ்டிரன் மீதும் சகோதரர் மீதும் வெறுப்பாக வளர்ந்தது.

அவன் விதுரன் மீது ஆழ்ந்த பாசங்கொண்டிருந்தன. மரியாதையுள்ளவன். விதுரனுக்கும் அவனை ரெம்பப் பிடிக்கும். சொல்லப்போனால் விதுரனே அவனுக்கு ஞானத்தகப்பன்.

சூதக் குடும்பத்தில் ஒருவனாகவே தன்னை இனங் கண்டுகொண்டான். அந்த வீட்டில் கிடைக்கும் உணவு உவப்பானது. விதுரனின் இரு புதல்வர்களும் விகர்ணனும் ஆத்மார்த்தமான நண்பர்கள். உடன் பிறவாச் சகோதரர்கள். மூவரும் பசியை மறந்து சூழல் பாய்விரித்த அமைதியில் அமர்ந்து கால நேரந் தெரியாமல் உரையாடுவர். அரசியலைத் தவிர மற்ற சங்கதிகள் அனைத்தும் உரையாடலில் இடம்பெறும்.

ஆரம்பத்திலிருந்தே விகர்ணனுக்குப் போர் கசப்பானது. அந்த அழித்தொழிப்புக்கும் பேரிழப்புக்கும் காரணந் தேடிக்கொண்டேயிருந்தான்.

குருச்சேத்திரப் போருக்கான ஆயத்த நடவடிக்கைகள் துரிதகதியிலிருந்தபோது விதுரன் விரக்தியில் காடேகிவிட்டான். அவன் புதல்வர்களும் வெளியேறிச் சென்ற இடந் தெரியவில்லை.

சிவையும் கன்னியாவும் ஆதரவின்றித் தவித்தனர். விதுரனுக்கு மூன்றாவது மகனாக வளர்ந்த விகர்ணன் அவர்களுக்கு ஆதரவாக இருந்தான். கொஞ்ச நாளில் அவனும் வெளியேறி சூதப் புத்திரரோடு இணைந்துகொண்டான். மூவரும் இல்லாத தனிமை யுயுத்சுவை மிகவும் வாட்டியது.

அவனும் விகர்ணனும் போரில் கலந்துகொள்ளும் கட்டாயம் வேறு அச்சமூட்டியது. துச்சாதனன் ஏற்கெனவே கண்டிப்பாகச் சொல்லிவிட்டான்.

“ஏலே காடோடிப்பயகளா போர் நெருங்குது. அத நெனச்சா ஒறக்கம் வரமாட்டங்குது. நீங்க என்னடான்னா கவலையில்லாமச் சுத்திக்கிட்டுத் திரியிறீக. விகர்ணன் எங்க போயித் தொலஞ் சாண்டா. கொஞ்ச நாளாவே ஆளக்காணும். நீ பெறவிச் சூதன். அவன் பெறக்காமச் சூதன்.”

யுயுத்சு பவ்வியமாகக் கூறினான்.

“எங்க போயிருக்கான்னு தெரியாதுண்ணா.”

“ஓங்கிட்டச் சொல்லாமப் போகமாட்டானே.”

“இல்லண்ணா.”

“இல்லண்ணா நொள்ளண்ணா. என்ன செய்வயோ தெரியாது. அவன் எங்கருந்தாலும் தேடிப் புடிச்சு இழுத்துட்டு வா. நன்றி கெட்ட பய. ஓடி ஒழிஞ்சாப்புல வுட்ருவனா. வரட்டும் வச்சுக்கிறென்.”

யுயுத்சு காடெல்லாம் தேடிக் களைத்து கடைசியாக விகர்ணனைக் கண்டுகொண்டான். மலையடிவாரத்தில் நெடிதுயர்ந்த நாவல் மரத்தினடியில் விதர்மன் விருகன் விகர்ணன் மூவரும் அமைதியாக உரையாடிக் கொண்டிருந்தனர்.

விதர்மன் எதிரில் நின்ற விகர்ணனை ஆச்சரியத்தில் பார்த்தான்.

"தம்பி ரெம்பச் சிரமப்பட்டு வந்துருக்கயே. வா இப்படி உக்காரு."

விதர்மன் யுயுத்சுவை அருகில் அமர்த்திக்கொண்டான். யுயுத்சு நாவை நனைத்து ஆசுவாசத்தில் வாய் திறந்தான்.

"அத ஏன் கேக்க. நாடே சண்ட மும்மரத்துல கலங்கிக் கெடக்குது. விகர்ணனக் கூட்டி வரச்சொல்லி துச்சண்ணன் என்ன மெரட்றான். ஒறக்கங் கெட்டுப்போச்சு."

விகர்ணன் ஏறிட்டான்.

"நான் இல்லன்னா சண்டையில தோத்துருவாகளோ. எந் தலைமையிலதான் கவுரவப் படைக களத்துக்குப் போகப்போகுதாக்கும்."

விதர்மன் யுயுத்சுவை முதுகில் செல்லமாகத் தட்டினான்.

"தம்பீ வீட்ல கொன்னா கொல. களத்துல கொன்னா வீரமரணம். இதுதான் போர். யாரு செயிக்கிறாங்கிறதெல்லாம் கெடையாது. எல்லார்க்குமே தோல்விதான்."

விருகன் முகத்தில் இனம்புரியாத சலிப்பு.

"நாட்டப் பகடக் காயாக்கிச் சூதாடுறாங்க. சூது வெறி எண்ணைக்குமே கொறையாது. இங்கயும் அந்தக் கூத்துத்தான் நடக்குது."

விதர்மன் சிரித்துக்கொண்டான்.

"விகர்ணா நடக்கிறதெல்லாம் அப்படியே வெளிச்சம் போட்டுக் காட்ற பளிங்கு நீ. போர் ஒரு கசப்புத்தான். கடைசிவரைக்கும் அதக் கொமட்டித்தான் ஆகணும். துக்கந் துயரத்துலருந்து தப்பிக்கமுடியாது."

விகர்ணன் தழுதழுத்தான்.

"நடக்கப்போற பிரளயத்துல நான் கலந்துக்கிறக்கூடாதுன்னு நெனச்சு இங்க வந்தென். விதி ஓட ஓட வெரட்டுது. மனசில

வீரம் இருந்தாத்தான சண்டபோட முடியும். நடக்கிறத நெனச்சா அழுகதான் வருது. இதுல வீரமரணம் ஒரு கேடு. நான் வீரனா மடியிறதவிட ஒரு கோழையாவே செத்துருவென். சரி வா போவொம். நமக்கு எந்தப் பதவி காத்துருக்குதோ."

விகர்ணனும் யுயுத்சுவும் விடைபெற்றுக்கொண்டனர். விதர்மன் புன்னகைத்தான்.

'ஒரு வெதத்துல எல்லாருமே சூதாடிகதான். பகடக் காய்கள அவங்கவங்க மடியில பதுக்கி வச்சுக்கிட்டு தக்க சமயத்த எதிர்பாத்துருக்காங்க. அப்படிப் பாத்தா தருமனும் சகுனியும் ஒண்ணுதான்.'

மலையிலிருந்து மிதந்து வந்த இளங்காற்று ஊதினாற்போல் வீசிப் புழுக்கத்தைத் தணித்தது.

119

தவிர்க்க முடியாத நெருக்கடியில் பாண்டவருக்கும் கவுரவருக்குமிடையே போர் பிரகடனமாகியது. சகாதேவன் குறித்துக் கொடுத்தபடி நாளும் இடமும் துரியோதனனுக்குத் தெரிவிக்கப்பட்டது. துரியோதனன் சகாதேவனைத் தனியாகச் சந்தித்துப் போருக்கான நாளை உறுதிப்படுத்திக்கொண்டான். போர் நிகழுமிடம் குருச்சேத்திரம். சற்றுத் தொலைவுதான். வறண்டு பரந்து கிடக்கும் பொட்டல் நிலம். கிருஷ்ணனின் ஆணைப்படி பீமனும் சகாதேவனும் அலைந்து திரிந்து கண்டுபிடித்த இடம்.

குருச்சேத்திரம் பாண்டவரின் மூதாதையர் குரு மன்னன் உழுது பண்படுத்திப் பயிரிட்டு வந்த பூமி. அதாவது குருவின் பூமி.

ஒரு சமயம் குரு மன்னன் சிவனின் நந்தியையும் எமனின் எருமையையும் ஏரில் பூட்டி உழுதான். தன் சதையையே விதையாக விதைத்துத் தெய்வங்களை மகிழ்வித்தான். குருச்சேத்திரத்தில் யார் வீர மரணமடைந்தாலும் அவர்கள் சொர்க்கத்துக்குப் போவார்கள் என்ற வரம் பெற்றான்.

பரசுராமன் தன் தந்தையைக் கொன்ற எதிரிகளை அழித்து அவர்களது குருதியை ஐந்து மடுக்களில் நிரப்பி வைத்துப் பழி தீர்த்துக்கொண்ட இடமென்று அதுக்கொரு வரலாறு உண்டு. சமந்தபஞ்சகம் என்றும் அதை அழைப்பர்.

போருக்குப் படை திரட்டுவதற்கான பணிகள் முழுவீச்சில் நடைபெற்றன. பாண்டவருக்கு ஆதரவு அளிக்கக் கேட்டுப் பல தூதுவர்களைத் துருபத மன்னன் அனுப்பிவைத்தான். கிருஷ்ணனிடம் நேரில் சென்று ஆதரவு கேட்கச் சொல்லித் தருமன் அர்ச்சுனனைப் பணித்தான்.

அர்ச்சுனன் கிருஷ்ணனிடம் செல்வதை ஒற்றறிந்த துரியோதனன் அவனுக்கு முன்னரே துவாரகைக்குப் போய்விட்டான்.

கிருஷ்ணன் ஆழ்ந்த நித்திரையிலிருந்தான். அவன் படுத்திருந்த கட்டிலின் தலைப்பக்கம் துரியோதனனும் கால்பக்கம் அர்ச்சுனனும் அமைதியாகக் காத்திருந்தனர். கிருஷ்ணன் தன் பக்கந்தான் துணையிருப்பான் என்று இருவர் மனசிலும் நம்பிக்கை ஓடியது.

துரியோதனனின் மகள் லட்சுமணை கிருஷ்ணனின் மகன் சாம்பனை மணந்ததால் அந்த வழியில் துரியோதனன் சொந்தங் கொண்டாடினான். அர்ச்சுனனோ கிருஷ்ணனின் தங்கை சுபத்திரைக்குக் கணவன். அத்தை குந்தியின் மகன். அதனால் கிருஷ்ணன் தனக்கே உதவுவான் என்று அர்ச்சுனன் திடமாக நம்பியிருந்தான்.

நித்திரை கலைந்து கிருஷ்ணன் முதலில் அர்ச்சுனனைப் பார்த்தான் முன்பின் அறியாதவனைப் போல் மரியாதையாகக் கேட்டான்.

“வெகு தொலைவுலருந்து வந்துருக்கயே. என்ன வேணும் அர்ச்சுனா. சகோதர யுத்தம் நடக்கப்போகுது. அதுல நான் யாரு பக்கம்னு என்னப் பங்குபோட வந்துருக்கீக. அப்படித்தான.”

தான் பெறவேண்டிய உதவியை அர்ச்சுனன் தட்டிக்கொண்டு போய்விடுவானோ என்ற அச்சம் துரியோதனனுக்கு.

“நாந்தான் மொதல்ல வந்தென். எங்கிட்டக் கேளு கிருஷ்ணா.”

தூக்கக் கலக்கத்திலும் கிருஷ்ணன் அழகாக அர்த்தமுடன் சிரித்தான்.

“அது முடியாது. நீ மொதல்ல வந்துருக்கலாம். ஆனா நான் அர்ச்சுனனத்தான் மொதல்ல பாத்தென். அதனால அவனக் கேக்கிறதுதான் மொற. அர்ச்சுனா எங்கிட்டருந்து ஒனக்கு என்ன ஒதவி வேணும். நானா நாராயணியா.”

கிருஷ்ணனின் படைக்குப் பெயர் நாராயணி. அதைப் பெறுவது அர்ச்சுனனின் நோக்கமல்ல.

"எனக்கு நீதான் வேணும். போர் நடக்கயில எனக்குப் பின்னால நீ தொணைக்கு நின்னாப் போதும்."

துரியோதனன் நிம்மதிப் பெருமூச்சு விட்டான். நாராயணி தனக்குக் கிடைத்ததில் அவனுக்கு அளவற்ற மகிழ்ச்சி.

கிருஷ்ணனின் நாராயணி வலிமை மிக்க பெரும்படையாகும். பல வில்லாளிகளும் தேராளிகளும் கொண்டது. அதன் தளபதி கிருதவர்மன். அவன் கிருஷ்ணனுக்குக் கொடிவழிச் சொந்தம். இருவருக்குமிடையே பரஸ்பர மரியாதையுண்டு.

ஆரம்பத்தில் கிருதவர்மன் கிருஷ்ணன் மேல் அளவில்லாத பாசமும் பற்றும் கொண்டிருந்தாலும் அது மேலோட்டமானதுதான். உண்மையில் அவனது அடிமனசில் போட்டியும் பொறாமையும் வன்மமும் பகையும் கனன்றுகொண்டேயிருந்தன.

வயதில் சிறிய கிருஷ்ணனை யாதவர் ஒட்டுமொத்தமாகத் தூக்கிக் கொண்டாடுவதில் அவனுக்கு அளவற்ற கோவம். ஒரு முக்கிய எதிரியாகவே கருதினான். குருச்சேத்திரப் போர் அவர்களை வெளிப்படையாகவே பிரித்துவிட்டது. கிருஷ்ணனைப் பழிவாங்குவதற்கு இது சரியான சந்தர்ப்பமெனக் கருதி உற்சாகமடைந்தான்.

அர்ச்சுனனுக்கும் சந்தோசந்தான். திட்டமிட்டுச் செயல்படுத்தும் கிருஷ்ணனின் மூளைதான் அவனுக்குத் தேவை.

பாண்டவருக்கு ஆதரவாகப் படைகள் திரண்டு பல்வேறு பகுதிகளிலிருந்து குருச்சேத்திரத்தை நோக்கிப் பயணிக்கத் தொடங்கின. மத்திர நாட்டு அரசன் சல்லியன் அவர்களில் முக்கியமானவன். பீஷ்மனைப்போல் அவனும் வயது முதிர்ந்தவன். பக்குவம் கனிந்தவன். கிருஷ்ணனுக்கீடான வீரன். தனது வீரத்தைப் பற்றிச் சுயதம்பட்டம் அடித்துக்கொள்வதில் கொஞ்சமும் கூச்சநாச்சமில்லாதவன்.

பெரும் படையுடன் சல்லியன் புறப்பட்டு வருவதை ஒற்றறிந்த துரியோதனன் சல்லியனைத் தன் பக்கம் இழுக்கத் திட்டமிட்டான். அவன் வரும் வழியில் அழகிய மணிமண்டபம் அமைத்து அதில் தங்கச்செய்தான். சல்லியன் துரியோதனனின் வரவேற்பில் குளித்துத் திளைத்தான். இத்தனையும் துரியோதனனின் ஏற்பாடு என்பது சல்லியனுக்குத் தெரியாது. பாண்டவரின் விருந்தோம்பல் என்றே நம்பியிருந்தான்.

சிறிது நேரத்தில் துரியோதனனே நேரில் வந்து சல்லியனைச் சந்தித்தான். எல்லா வசதிகளையும் தனக்குச் செய்து கொடுத்தது

துரியோதனன்தான் என்பதை அறிந்து சல்லியன் பூரித்துப்போனான். துரியோதனன் ஆரத் தழுவிக்கொண்டான்.

“நான் ஒனக்கு என்ன செய்யணும் துரியோதனா.”

“மாவீரரே பாண்டவருக்கு நீங்க என்ன ஒறவோ. அதே ஒறவுதான் எங்களுக்கும். எஞ் சேனைகளுக்குத் தலைவரா இருந்து நீங்க போர நடத்தணும். இதுதான் நான் கேக்கிற வரம்.”

“ஒன் விருப்பப்படி எல்லாம் நடக்கும். நீ போய் வா. நான் தருமன அவசியம் சந்திச்சாகணும்.”

“மாமனாரே எந்தச் சந்தர்ப்பத்துலயும் நீங்க குடுத்த வாக்க மறக்கவேணாம். ஒங்களத்தான் நம்பியிருக்கொம்.”

“குடுத்த வாக்க எப்பயும் மீறமாட்டென். நீ சந்தோசமாப் போகலாம்.”

பிறகு சல்லியன் உவப்பிலாவியத்தில் தங்கியிருந்த தருமனைச் சந்தித்தான். தான் வந்த வழியில் நடந்த கதையைக் கூறினான்.

“யுதிஷ்டிரா நம்ம ஒண்ணு நெனைக்க விதி வேறொண்ணச் செய்யிது. துரியோதனன் குளிப்பாட்ன ஆடம்பர வரவேற்புல மயங்கி அந்தச் சொகத்துல வாக்குக் குடுத்துட்டென். அத மீறுறது மொறையில்ல. பாழாப்போன கள்ளும் மதுவும் புத்திய மழுங்கடிச்சிருச்சு.”

“எது எப்படியிருந்தாலும் போருல பாண்டவரு செயிக்கிறதுக்கு நீங்க ஒதவணும்.”

“அவ்வளவுதான. கவலைய வுடு. மருமகனுக்குத்தான் செயம்.”

இருவரும் சந்தோசமாகவே பிரிந்துகொண்டனர்.

120

தருமனுக்கு ஆதரவாக ஏழு அக்குரோணிச் சேனைகள் திரண்டிருந்தன. அவனுக்குப் பக்கபலமாக யாதவத் தலைவன் சாத்தியகி. சேதி நாட்டு மன்னன் துட்டக்கேது. பாண்டிய நாட்டு மன்னன் மலையத்துவச பாண்டியன். மச்ச தேசத்து மன்னன் விராடன். கேகய நாட்டு விருகத்சத்திரன். ஜராசந்தனின் மகன்

சகதேவன். காம்போஜ நாட்டு மன்னன் நீலன். பாஞ்சால நாட்டு மன்னன் துருபதன். அவன் புதல்வர்கள் சிகண்டி திருஷ்டத்துய்மன் போன்றோரும் அணிவகுத்து நின்றனர்.

அதே சமயம் துரியோதனனுக்கு ஆதரவாகப் பதினொரு அக்குரோணிச் சேனைகள் குவிந்துவிட்டன. இட நெருக்கடி காரணமாக மலை காடு போன்ற வெளியிடங்களிலும் படைகள் தங்கவேண்டிய நிலை.

துரியோதனனுக்கு அளவற்ற மகிழ்ச்சி. தருமனுக்குத் தூதனுப்பி என்னுடன் போரிட்டு மடியச் சம்மதமா. இல்லை பின்வாங்கிக்கொள்ளச் சம்மதமா என்று மிரட்டினான்.

தருமன் அதுக்கும் அஞ்சவில்லை. துரியனுக்குப் பதில் சொல்லி அனுப்பினான்.

"குருச்சேத்திரத்துக்கு வா. அப்ப முடிவு செஞ்சுக்கிறலாம்."

துரியோதனன் பலராமனைச் சந்தித்தான்.

"மச்சான் ஒஞ் சகோதரி சுபத்திரைய என்னால தொணையாக்கிக்கொள்ள முடியல. அது நடந்து முடிஞ்ச கத. போர் நடக்கப்போறது ஒங்களுக்குத் தெரியும். நீங்க எங்க பக்கம் நிக்கணும். அதுவே எங்களுக்குப் பெரும."

எதிர்பாராத வகையில் அங்கே பீமன் வந்துசேர்ந்தான். துரியோதனனைப் பற்றிக் குறைப்பட்டுக்கொண்டான்.

"இதோ இருக்கானே இந்தத் துரியோதனன் மோசமானவன். நியாயப்படி நடக்காறவன். எங்க நாட்டப் பறிச்சுக்கிட்டு ஆண்டு அனுபவிச்சிட்டுருக்கான். பெரிய மச்சான் எங்களோட சேந்து கிருஷ்ணனுக்குத் தொணையாருந்து போரிடுங்க. ஒங்க தம்பி செய்றது சரியானதாத்தான் இருக்கும். இது ஒங்களுக்கே தெரியும்."

இரு வீரர்களையும் பலராமன் பரிதாபமாகப் பார்த்தான். இருவருமே தனக்கு உறவினர்தான். தன்னிடம் கதாயுதப் பயிற்சி பெற்றவர்கள். அன்பும் பாசமும் பொங்க அறிவுறுத்தினான்.

"அடடா ரெண்டு குடும்பங்களுக்குள்ள எத்தன கோவம். எத்தன வெறுப்பு. எல்லாமே ஒரு துண்டு நெலத்துக்காகத்தானா. போனது போகட்டும். ரெண்டு பேரும் நண்பர்களாகுங்க. ஒண்ணாச் சேந்து இந்த ஒலகத்த அனுபவிங்க. நலலாச் சாப்புடுங்க. குடிச்சுக் கும்மாளம் போடுங்க. ஆச தீர ஆடிக் களிங்க. இந்தப்

போர மறந்துருங்க. கேவலம் இது ஒரு சூதாட்டம். இத வுட்டு வெலகி விடுதல பெறுங்க.'

இருவருமே அவனது வார்த்தைகளை உணர்ந்ததாகத் தெரியவில்லை. அவன் முகத்தில் பரிவு ததும்பியது.

"நீங்க வெறுப்பக் கொண்டாடுறதால எந்தப் பயனும் இல்ல. பழிக்குப் பழிங்கிறது துன்பத்துக்கான தீர்வில்ல. அது மேலும் கோவத்தத்தான் தூண்டும். இத மொதல்ல ஒணந்துக்கிட்டா எல்லாம் நல்லபடியா நடக்கும். நான் யாருக்கும் ஆதரவாப் போரிடப் போறதில்ல. நீங்க போகலாம்."

பலராமன் தன் சீடர்களுக்கு அறிவுரை கூறினான்.

"சீடர்களே நீங்க போரிடுறதாருந்தா இடுப்புக்குக் கீழ ஒருவரையும் தாக்கக்கூடாது. எவரையும் முதுகுல குத்தவேணாம். நிராயுதபாணியா நிராதாரவா நிக்கிறவங்களத் தாக்கவேணாம். சமமானவரோட தருமப்படி போரிட்டுச் செயிங்க. அதுதான் புகழத் தேடித்தரும்."

அறிவுரைகளைத் துவாரகையிலேயே விட்டுவிட்டு விரக்தியில் கால் போன போக்கில் நடந்துவிட்டான்.

121

இந்திரப்பிரஸ்தம் தந்த ஏமாற்றம் இடும்பியின் நம்பிக்கையை அடியோடு கருக்கிவிட்டது. இனிமேல் பீமு மாமுவைப் பார்க்கமுடியாது. பேச முடியாது. பார்க்கவிடமாட்டார்கள். மனசை ஒருவாறு தேற்றிக்கொண்டாள்.

வெளிச் சூழல் குடும்பத்துக்குப் பெரிய அச்சுறுத்தலாக இருந்தது. குறிப்பாக பீமுக்குட்டனைக் குறிவைத்துக் கறுவிக்கொண்டிருந்தனர்.

பாதுகாப்பை முன்னிட்டு இடும்பி கமடனை வாழ்க்கைத் துணையாகத் தேடிக்கொண்டாள். சடங்கு சாத்திரமில்லாமல் இணைந்தனர். கமடன் உழைப்பாளி. குடும்பம் பட்டினியை அறிந்ததில்லை.

இடும்பி கமடனுக்கு இரு ஆண்களைப் பெற்றாள். சுங்கன் துங்கன். பீமுக்குட்டனுக்குப் பர்வதனியைத் திருமணஞ் செய்து தனி வீடமைத்துக் குடியமர்த்தினாள். குடும்பத்தில் சந்தோசம் குடியேறியது.

சில காலமே மருமகளாய் இருந்த இடும்பி மாமியாராகிவிட்டாள். இருவரும் விட்டுக்கொடுத்துக் குடும்பம் நடத்தினர். அவர்களுக்குள் எப்போதும் நிரந்தர அன்னியோன்னியம் நிலவியது.

மருமகள் மூன்று புதல்வர்களைப் பெற்றாள். அஞ்சனபர்வன் அஞ்சனவர்மன் மேகவர்ணன். பீமுக்குட்டன் பெரிய தகப்பனாகிவிட்டான். இளங் காளைகளாக வளர்ந்துவிட்ட தம்பியருக்கும் தனயருக்கும் அஸ்திரப் பயிற்சியளித்து மாயவித்தைகள் கற்பித்து வலிய வீரர்களாக உருவாக்கினான். எதையும் சமாளிக்கும் தெம்பு வந்துவிட்டது.

கூட்டு உழைப்பில் குடும்பம் தழைத்துக் கிளைத்ததில் இடும்பிக்கு நிம்மதி. அவளுக்கு ஓய்வு கிடைத்தது. மன ஆழத்தில் அவ்வப்போது பீமுமாமுவின் நினைவுகள் கிளர்ந்து வாட்டின.

குடும்பம் கூடிவரும் சமயத்தில் கமடன் கண்ணை மூடிவிட்டான். வனத்துக்குள் விஷப்பூச்சி கடித்து நஞ்சு முறிவு மூலிகையைத் தேடியலைந்து கிடைக்காமல் உயிர்போய்விட்டது. அது பெரிய சோகம்.

குருச்சேத்திரப் போருக்குப் பாண்டவரிடமிருந்து அழைப்பு வந்தது. சகாதேவன் தூதுவன் மூலம் சொல்லியனுப்பியிருந்தான். பீமுக்குட்டனுக்கு உள்ளூர மகிழ்ச்சி. தகப்பனுக்கு உதவ ஒரு சந்தர்ப்பம். தன் மாய வித்தைகளை விளையாடிக் காட்டலாம். அழைப்பை மறுக்க முடியாது.

சேதியை தாயின் காதில் போட்டான். அவளுக்கு உவக்கவில்லை.

"மகனே சிறுக்குட்டா அண்ணைக்கு அந்தப் பொம்பள பேசுன பேச்செல்லாம் மறந்துருச்சா. ஒவ்வொரு வார்த்தையும் என் நெஞ்சுக்குள்ள அறுத்துக்கிட்டுருக்கு. அவ்வளவு பேசீட்டு இண்ணைக்கு எந்த மூஞ்சியோட ஒதவிக்குக் கூப்புடுறாக. இப்பத்தான் ஒறவு நெனவுக்கு வந்ததாக்கும். பெரிசா உரிம கொண்டாடுறாக."

"அம்மா அண்ணைக்குப் பாட்டி பேசுனதுல ஒரு வார்த்தகூட அப்பா காதுல வுழுந்துருக்காது. அது உறுதி."

"அதெப்படிச் சொல்லுவாக."

"அதனால அப்பாவச் சொல்லிக் குத்தமில்ல."

"எல்லாம் ஒப்புக்குத்தான்."

"பெறகு சொல்றயே. அண்ணைக்குப் பாட்டி எங்கிட்ட என்ன சொல்லுச்சு."

"பேராண்டி வனக்குட்டா பாண்டவ வம்சத்துக்கு நீதான் மொதச் சந்ததி. ஒரு நெருக்கடின்னா நீதான் வந்து ஒதவணும்னு கேட்டுக்கிருச்சு."

"அதுக்கு நான் என்ன சொன்னென்."

"சரின்னு ஒத்துக்கிட்ட."

"அதுக்கு நீ மறுப்புச் சொன்னயா."

"இல்ல."

"அப்ப நீயும் ஒத்துக்கிட்டன்னுதான அர்த்தம்."

"ஆமா."

"அந்த வார்த்தைய நம்ம காப்பாத்தியாகணுமில்லையா."

"அது அண்ணைக்குச் சொன்னது. இப்ப மனசு ஆறமாட்டங்குதுய்யா."

"எப்படியும் அவுகளுக்கு நம்ம ஒதவத்தான் செய்யணும். அப்படியே அப்பாவப் பாத்தமாதிரியும் இருக்கும்.'

"எப்படியோ நீ ஒரு முடிவுக்கு வந்துட்ட. நாஞ் சொன்னாக் கேக்கவா போற. போயிட்டு வா. எல்லாம் நல்லபடியா நடந்தாச் சரி."

பீமுக்குட்டன் சுதாரிப்பானான். அவனுடன் இரு தம்பிகளையும் துணைசேர்த்துக்கொண்டான். அவன் புதல்வர் மூவரும் அவனுடன் வருவதில் பிடிவாதமாக இருந்தனர். மேகவர்ணனை வீட்டுக் காவலுக்கு வைத்துவிட்டு மற்ற இருவரையும் அழைத்துக்கொண்டான். ஆக ஐவர் சேனை அவசரமாகப் பயணத்துக்குத் தயாராகியது.

பீமுக்குட்டன் முக்கிய ஆயுதமான கதாயுதத்தை மறக்காமல் எடுத்துக்கொண்டான். அவன் மாய உருவத்துக்கு மாறித் தரையில் குப்புறப் படுத்துக்கொண்டான். படகு போல் படர்ந்த உடம்பு. கைகள் சிறகுகளாக விரிந்தன. நீண்ட கால்கள் லேசாக வளைந்து வாலாக மாறின. ராட்சதக் கழுகாக உருக்கொண்டான்.

மற்றவர்கள் முதுகில் எதிரெதிராக அமர்ந்துகொண்டனர். கைகளில் வாலைச் சுற்றிக்கொண்டு குரங்குகள் தலைகீழாகத் தொங்கி ஊஞ்சலாடின. கால்களில் கிளிகளின் வரிசை. வௌவால்கள் கீழ்வாக்கில் தொங்கின. தலையில் பலவகையான பறவைகள். இடைவெளிகளில் எலிகள் ஓடித் திரிந்தன. குறுமுயல்கள் கண்களை உருட்டிக் காது விடைப்பில் கூத்தாடின.

மூவர் வழியனுப்ப கழுகு ஆகாயத்தை நோக்கி எழுந்தது. வெண் மேகமொன்று ஓடிவந்து அதைத் தாங்கிக்கொண்டது. கழுகின் குருச்சேத்திரம் பயணம் தொடங்கியது.

பயணத்தில் ஆட்டம் பாட்டத்துக்கு அளவில்லை. கிளிகள் சிறகடித்துப் பாட்டைத் தொடங்கி வைத்தன.

“வானத்துல நீந்தி வாறான்

வனவாசி பெத்த புள்ள

மேகத்துல மெதந்து வாறான்

வீராதி வீரனவன்.”

முயல்கள் கைத்தாளம் போட்டபடி பாட்டை வாங்கிப்பாடின.

“ஆமா........சூராதி சூரனவன்.....”

குரங்குகள் எடுத்துக்கொடுத்தன.

“ஆறு மலகடந்து

ஆழக் கடல்கடந்து

ஊரு பலகடந்து

ஒதவிக்கு ஓடிவாறான்.”

கிளிகள் உச்சத்தில் தொடுத்துக்கொண்டன.

“சின்னஞ்சிறு சேனையுடன்

சீறிவாறான் செல்லக்குட்டன்

பாண்டவரப் பாதுகாக்க

பறந்துவாறான் சின்னக்குட்டன்.”

குருச்சேத்திரம் இரணியவதி நதிக்கரைகளில் வானோக்கிப் பறந்த தேர்க்கொடிகள் அவர்களை வரவேற்றன. கழுகு தாழப் பறக்கப் பறக்க உருவம் சிறுத்து தன் வடிவத்துக்கு வந்தது. பறவைகள் பறந்தன. விலங்குகள் குதித்தோடின.

தந்தையைப் பார்க்கும் ஆவல் பொங்க அந்தரத்தில் நீந்தி வந்த பீமுக்குட்டன் பாண்டவர் பாசறையை நோக்கி வேகமாகத் தரையிறங்கினான்.

122

பாண்டவப் படைகள் தங்கள் தளபதிகளின் கட்டளைக்காகக் காத்திருந்தன. ஏழு தளபதிகளையும் அவர்களுக்குத் தலைமைத் தளபதியையும் நியமிக்கணும்.

கிருஷ்ணனின் ஆலோசனைப்படி திருஷ்டத்துய்மனைத் தலைமைத் தளபதியாக நியமித்தனர். அர்ச்சுனன் விராடன் துட்டக்கேது விருகத்சத்திரன் சாத்தியகி துருபதன் ஆகிய எழுவரும் தளபதிகளாகினர்.

பாண்டவப் படைகள் விண்ணதிரப் பெருத்த ஆரவாரத்துடன் குருச்சேத்திரம் நோக்கிக் கிளம்பின. தருமன் பல வீரர்கள் புடைசூழ கம்பீரமாகப் படைகளுக்கு முன்னால் சென்றான்.

கிருஷ்ணனின் பாஞ்சசன்னிய முழக்கம் விண்ணதிர எதிரொலித்தது. முழக்க ஒளி கேட்டுப் படைவீரர்கள் மெய் சிலிர்த்தனர். நாடி நரம்புகள் புதுத் தெம்பு பெற்றன.

படைகள் குருச்சேத்திரம் போய்ச்சேர்ந்தன. சுடுகாடு தேவாலயம் முனிவர்களின் ஆசிரமங்கள் புண்ணிய நதிகள் ஆகியவை இல்லாத இரணியவதி நதிக்கரையில் அவை தங்க ஏற்பாடு செய்யப்பட்டிருந்தது. தனித்தனியாக ஒவ்வொரு அரசனுக்கும் பாசறைகள் அமைக்கப்பட்டன. தடையின்றி உணவும்

பானங்களும் கிடைக்க வழிவகை செய்யப்பட்டது. கரையோரம் நாண் வில் அம்பு கவசம் போன்ற அனைத்து ஆயுதங்களும் குவிந்து கிடந்தன. அந்தக் குவியலுக்கருகே குடங்குடமாகத் தேனும் நெய்யும் அமர்ந்திருந்தன.

கவுரவர் பக்கம் ஏற்பாடுகள் இன்னும் முனைப்பாக இருந்தன. கவுதம வம்ச ஆசாரியன் கிருபன் பரத்துவாச வம்சக் குரு துரோணன் அவன் மகன் அஸ்வத்தாமன் அங்க தேசத்து மன்னன் கர்ணன் காந்தாரத்துச் சகுனி மத்திர நாட்டு மன்னன் சல்லியன் சிந்து நாட்டு மன்னன் ஜெயத்ரதன் யாதவத் தலைவன் கிருதவர்மன் பாகலிகாவைச் சேர்ந்த பூரிசிரவன் திரிகர்த்தத்திலிருந்து வந்த சுதட்சிணன் கலிங்கத்துச் சிருதயுதன் ஆகிய பதினொரு வீரர்களும் தளபதிகளாகினர்.

பீஷ்மன் தலைமைத் தளபதி பொறுப்பை மகிழ்ச்சியுடன் ஏற்றுக்கொண்டான். அவன் சில நிபந்தனைகளை விதித்தான்.

“பாண்டவரக் கொல்லமாட்டென். கர்ணனும் நானும் ஒரே சமயத்துல போரிடுறது மொறையாத் தெரியல. நானோ அவனோதான் களத்துல நிக்கணும்.”

கர்ணன் அதுக்கு மறுப்புக் கூறவில்லை.

“அரசே பீஷ்மர் உயிரோட இருக்கிறவரைக்கும் நான் போருல ஈடுபடப் போறதில்ல. போர்க்களத்த வுட்டு அவர் போனப் பெறகே கலந்துக்கிருவென்.”

கவுரவர் சேனைகள் களியாட்டம்போட்டுக் கிளம்பின. குருச்சேத்திரத்தை நோக்கி இன்னொரு கடல் இடம்பெயர்ந்து அஸ்தினாபுரத்திலிருந்து வந்துகொண்டிருந்தது. அப்படைகள் இரணியவதி நதியின் மறுகரையில் பாசறை அமைத்துக்கொண்டன.

இரு தரப்பு வீரர்களையும் திருப்திபடுத்தும் பொருட்டு அழகிய கன்னியரையும் குடும்பப் பெண்களையும் கொண்டுவந்து நதிக்கரையில் தனிப் பாசறைகளில் தங்கவைத்தனர்.

போர்மேகம் சூழ்ந்த இருளில் பலராமன் பாண்டவரைத் தேடிவந்தான். போர் மூளும் தருணத்திலாவது உயிர்ச்சேதங்களைத் தடுத்துவிடலாம் என்ற ஆசை அவனுக்கு. பாண்டவத் தரப்பை நோக்கி ஆதங்கப்பட்டான்.

“கிருஷ்ணா இந்தக் கொடுமையான போரால பெரிய நாசம் வரப்போகுது. போருக்குப் பின்னால ஒங்களையெல்லாம் பாப்பனாங்கிறது நிச்சயமில்ல. கவுரவருக பாண்டவருக்குச் சமமானவங்க. சம்பந்திக வெசயத்துல சமமா நடந்துக்கிறனும். துரியோதனனுக்கும் ஒதவக் கடமப்பட்ருக்கொம். நீ என் வார்த்தையை மதிக்காம அர்ச்சுனன முன்னிட்டுப் பாண்டவர் பக்கம் சேந்துக்கிட்ட. இரு பக்கமும் எனக்குச் சமமான பாசம் உண்டு. கவுரவருக அழியப்போறத நான் பாக்க விரும்பல. அந்தக் குல நாசத்துக்கு நான் சாட்சியாருக்கப் போறதில்ல.”

பலராமன் அனைவரிடமும் விடைபெற்றுக்கொண்டான். பந்த பாசங்களிலிருந்து முற்றிலும் விடுதலையடைந்த உணர்வு அவனை எங்கோ உந்தித் தள்ளியது.

விதுரன் போர் ஆயத்தங்களைக்கூடப் பார்க்க விரும்பவில்லை. பலராமனுக்கு முந்தியே காடு சென்றுவிட்டான். அவனுக்காக அமைத்திருந்த பாசறை காலியாகவே இருந்தது.

123

இரணியவதி நதியை அந்தியிருள் மெல்ல மெல்லப் போர்த்திக்கொண்டிருந்தது. பாண்டவரும் கவுரவரும் போருக்கான அனைத்து ஆயத்தங்களிலும் ஈடுபட்டிருந்தனர். துரியோதனன் உற்றாருடன் ஆலோசித்து சகுனியின் மகன் உலுகனைப் பாண்டவரிடம் தூதனுப்பினான்.

“உலுகா நாளையே நான் போருக்குத் தயாருன்னு பாண்டவருட்டச் சொல்லு. யுதிஷ்டிரன் பீமன் அர்ச்சுனன் கிருஷ்ணன் எல்லாரும் களத்துக்கு வந்து கைவரிசையக் காட்டட்டும்.”

உலுகன் பாண்டவர் பாசறையை அடைந்து தருமனைச் சந்தித்தான்.

“யுதிஷ்டிரா நீ சூதாட்டத்துல தோத்ததால பனிரண்டு வருசம் காட்டுக்கு ஓடி ஒளிஞ்சிருந்த. காணாக்கொறைக்கு ஒரு வருசம் தலைமறைவாருந்த. பாஞ்சாலியோட மனக்கவலைய எண்ணிப் பாத்து ஆண்மையோட வீரத்தோட இரு. முடிஞ்சா

பீமன் தன்னோட சபதப்படி துச்சாதனன் ரத்தத்தக் குடிக்கட்டும். ஓங்க பக்கம் நிக்காரே பெரிய அறிவாளி கிருஷ்ணன் அவரும் நாளைக்கு வந்து கைவரிசையக் காட்டட்டும். எங்க பக்கம் இருக்கிற எல்லாருமே மாவீரர்கள்தான். மாபெரும் சேனைப்பலம் உண்டு. போர நாளைக்கே தொடங்கலாம். இதுதான் எங்க துரியோதனன் சொல்லியனுப்பிய சேதி."

தருமன் அமைதியாகக் கேட்டுக்கொண்டிருந்தான். உலுகன் அர்ச்சுனனை ஆணவத்துடன் நோக்கினான்.

"அர்ச்சுனா தற்புகழ்ச்சிய வுட்டுட்டு செயிக்கிறதுக்கான வழியத் தேடு. ஓங்கிட்டக் காண்டீபம் இருக்கிறதையும் கிருஷ்ணன் தொணையிருக்கிறதையும் துரியோதனன் நல்லாத் தெரிஞ்சுக்கிட்டுத்தான் போரத் தொடங்கியிருக்கான். கேவலம் விராடனோட நகரத்துல நீ பேடியாத் திரிஞ்சவந்தான. இனி ஒனக்கு ஆண்மையும் வீரமும் ஏது. இது எங்க துரியோதனன் கணிப்பு."

உலுகனின் குதர்க்கமான பேச்சைக் கேட்டுப் பாண்டவர் வார்த்தைகளைக் கொட்டித் தீர்த்தனர். பீமன் அலறினான்.

"நீ எதிரியோட தூதனாச்சேன்னு ஒன்ன வுட்டுவைக்கொம். நாளைக்கே நாங்க போருக்குத் தயார். ஓங்க துரியோதனங்கிட்டச் சொல்லு. அவன் உண்மையான வீரன்னா நாளைக்குக் களத்துக்கு வந்து எங்களுக்குப் பதில் சொல்லட்டும்."

கிருஷ்ணன் எச்சரித்தான்.

"உலுகா நாளைக்குத் துரியோதனனப் போருக்கு வரச்சொல்லு. நான் நேரடியா ஆயுதமேந்திப் போரிடமாட்டென். அர்ச்சுனனுக்காகச் சாரதியா நிப்பென். அறிவு கெட்ட மூடனே பீமனோட சபதத்தத் துரியோதனன் துச்சமா நெனைக்கான். துச்சாதனனோட ரத்தம் பானமாகப் போறது அவனுக்குத் தெரியாது."

விராடன் துருபதன் போன்ற முதியவர்களும் உலுகனைக் கண்டித்து அனுப்பினர்.

"என்னப்பா இது பக்குவமில்லாமப் பேசிக்கிட்டு. சொல்ல வேண்டியதச் சொல்லீட்டயில்ல. தளும்பாமப் போ."

"தூதுவன்னா அதுக்கொரு தராதரம் வேணும்."

நடந்த கதையெல்லாம் உலுகன் அப்படியே துரியோதனனிடம் ஒப்பித்தான். உடனே துரியோதனன் தன் சேனைகளுக்கு ஆணையிட்டான்.

‘நாளைக்குப் போருக்குத் தயாராகுங்க. சூரியன் உதிக்கிறதுக்கு முந்தியே படைகள் அணிவகுத்து நிக்கணும்.’

124

அஸ்தினாபுரம் அரண்மனை பதட்டத்தில் அரண்டு கிடந்தது. பொழுது விடிந்தும் மனசு விடியாத இருட்டு. நிலைகொள்ளாத திருதராஷ்டிரன் குருச்சேத்திரப் போரின் அன்றாட நடவடிக்கைகளை உடனுக்கூடன் அறிய ஆர்வங்கொண்டான். சஞ் சயனை அழைத்தான்.

“சஞ்சயா எனக்குக் காலும் ஓடல கையும் ஓடல. ஒரு எடத்துல உக்கார முடியல. என்ன செய்வயோ தெரியாது. நாங்க போர் நடவடிக்கைகள அப்பப்பத் தெரிஞ்சாகணும். அதுக்கு வழி பண்ணு.”

சஞ்சயன் பிரமனை வணங்கி ஞானக்கண் பெற்றான். தெய்வீகப் பார்வை கிட்டியது. வசதியாக அமர்ந்து போர்க்களக் காட்சிகளை வர்ணிக்கத் தயாரானான். அவனுக்குப் பின்னால் அமர்ந்திருந்த திருதராஷ்டிரன் சஞ்சயனின் குரலை எதிர்பார்த்துச் செவியைக் கூராக்கிக்கொண்டான். அவனருகில் காந்தாரியும் குந்தியும் விசாரத்தில் அமர்ந்திருந்தனர்.

சஞ்சயன் போர் நடவடிக்கைகளைத் திருதராஷ்டிரனின் மனசில் வார்த்தைகளால் வரையத் தொடங்கினான்.

“மன்னா

காலை வெயில் கதகதப்பாருக்கு. இரணியவதி நதிக்கரைகள்ல இரு தரப்புப் படைகளும் தயாரா அணிவகுத்து நிக்குது. சேனைகள் கிளை நதிகளப் போல போர்க்களத்த நோக்கி மெல்ல நகரத் தொடங்குது. ஒவ்வொரு சேனையையும் அந்தந்தத் தளபதி அதாவது மகாரதி வழி நடத்தீட்டுப் போறான்.

அடேயப்பா வீரர்களோட ஆரவாரஞ் சொல்ல முடியாது. ஒவ்வொரு தளபதியோட தேரு மேலயும் தனித்தனிக் கொடி பறக்குது. அதான் அவங்களுக்கு அடையாளச் சின்னம்.”

“நல்ல அடையாளந்தான்.”

“ஒவ்வொரு வீரர் கையிலயும் வேல் வில் வாள் சூலம்னு வெதவெதமான ஆயுதமிருக்கு. ஒவ்வொரு சேனையும் தனித்தனி வர்ணத்துல ஆடையணிஞ்சிருக்காங்க. ஏயப்பா போர்க்களம் புடிக்காமப் படைகள் சமுத்தரமாப் பெருகிக்கெடக்கு. பாண்டவர் படைகள் மேல்புறத்துலருந்து கீழ்த்திசைய நோக்கி அணிவகுத்து நிக்கிது.”

“அதென்ன சாத்தரம் சஞ்சயா.”

“சூரிய ஒளி மொகத்துல பட்டா ஜொலிப்பாங்களாம். ஜெயிப்பாங்களாம். அப்படியொரு ஐதிகம்.”

“ஓகோ.....”

“எதிர்ப்புறத்துல கவுரவர் படைகள் மேல்திசையப் பாத்து நிக்கிது. கர்ணன மட்டும் காணல.”

“அவன் துரியோதனனுக்கு வலது கையாச்சே. அவன் இல்லாம எப்படி.”

“கர்ணனக் காணாம எல்லாரும் கண்சாடையிலயே பேசிக்கிறாங்க.”

“என்ன காரணம்.”

“களத்துக்கு நான் வந்தா கர்ணன் வரக்கூடாது. அவன் வந்தா நான் வரமாட்டன்னு பீஷ்மர் ஏற்கெனவே தெளிவாச் சொல்லீட்டாராம். பிதாமகர் களத்த வுட்டுப் போன பெறகு நான் களத்துக்கு வாறன்னு கர்ணனும் ஒத்துக்கிட்டானாம்.”

“நானா நீயாங்கிற கததான். இது நல்லதுக்கில்லையே. பெரியவங்கதான் அனுசரிச்சுப் போகணும்.”

“காரணம் வீரர்களுக்குத் தெரியாது. ஒப்புக்கொண்டபடி கர்ணன் களத்துக்கு வரல. பாசறையிலயே தங்கிக்கிட்டானாம். கூண்டுக்குள்ள கெடக்கிற சிங்கம் மாதிரி வெளிய வாற தருணத்துக்காகத் தவிச்சுக்கிட்ருப்பான்.”

“ஒரு வெதத்துல அவன் எடுத்த முடிவு சரியானதுதான் சஞ்சயா.”

“குருவுக்கும் சீடனுக்கும் ஒத்துப்போகல. களத்துல வாக்குவாதம் பண்ணிக்கிட்ருக்க முடியுமா. ஒடனுக்கொடன முடிவெடுத்தாகணுமே.”

“அதச் சொல்லு.”

“இரு தரப்பும் கோயிலுக்குப் போயி காளிய வணங்கி வெற்றிக்காக வேண்டிக்கிறாங்க.”

“போர்த் தெய்வமாச்சே.”

“போர் நடக்கும்போது அனுசரிக்கவேண்டிய விதிமுறைகளப் பத்திப் பேசி முடிவெடுத்து இரு தரப்புத் தளபதிகளும் அதாவது பீஷ்மரும் திருஷ்டத்துய்மனும் ஒப்பந்தம் செஞ்சுக்கிறாங்க.”

“இளஞ்சிங்கமும் கெழச்சிங்கமும் மோதப்போறதுக்கான ஒப்பந்தம்.”

“அதுல பல நிபந்தனைகள்.”

“அப்படியென்ன பெரிய நிபந்தன.”

“காலையிலருந்து மாலை வரைதான் போர் நடக்கும்.

எந்தப் பிராணியும் நேரடியாத் தாக்குனாக்கூட அதக் கொல்லக் கூடாது.

பலரும் சேந்து தனியொரு வீரனத் தாக்கக் கூடாது.

எந்தப் பெண்ணும் களத்துல நொழையக் கூடாது. அப்படியே நொழஞ்சாலும் அவளுக்கெதிரா ஆயுதம் தூக்கக் கூடாது.

இரு வீரர்கள் மோதிக்கிறபோது வேற யாரும் குறுக்கிடக் கூடாது.

தனக்குச் சமமானவரோடதான் போரிடணும்.

தப்பி ஓடுறவர வெரட்டிப் புடிச்சுத் தாக்கக் கூடாது.

ஒரே பிரிவச் சேந்த வீரன் அதே பிரிவச் சேந்த வீரனோடதான் போரிடணும். அதாவது யானக்காரன் யானக்காரனோடயும் குதிரக்காரன் குதிரக்காரனோடயுந்தான் மோதிக்கிறணும்.

தோத்துப்போயிச் சரணடஞ்சவன் தோத்தோடியவன் நிராயுதபாணி....... இப்படிப் பட்டவங்களக் கொல்லக் கூடாது.

போர்த் தளவாடங்களக் கொண்டுவாறவங்களையோ சங்கூதுறவங்களையோ தாக்கக் கூடாது.

“ஒவ்வொரு நாள் போர் முடிஞ்சப்பெறகு ஒவ்வொருவரும் பகையப் பாராட்டாம அன்பா நடந்துக்கிறணும்.”

“எல்லாம் வெவரமான விதிகளாத்தான் இருக்கு. ஆத்தர அவசரத்துல கடப்புடிக்கணுமே. நடக்கப்போற போர்தான் அதத் தீர்மானிக்கணும்.”

"ரெண்டு தளபதிகளும் வீரர்களப் பாத்து ஓங்கிக் குரல் குடுக்காங்க."

'வீரர்களே நீங்க எந்தப் பக்கம் நின்னு போரிடப்போறீங்கன்னு கடைசியாத் தீர்மானிச்சுக்கங்க. ஒரு பக்கத்துல நிக்க விரும்பாறவங்க அடுத்த பக்கத்துக்கு அணி மாறிக்கிறலாம்.'

'போருலருந்து வெலகி நிக்க விரும்புறவங்க களத்த வுட்டு வெளியேறிக்கிறலாம்.'

"கவுரவர் பக்கம் நிக்கிற யுயுத்சு சிறுபறை கொட்டி மொழங்கிக்கிட்டே அணி மாறிப் பாண்டவரோட போய்ச் சேந்துக்கிறான். இன்னொரு தம்பி விகர்ணன் பாண்டவருக்குச் சாதகமாருந்தாலுங்கூட அணிமாறாம அண்ணனுக்கு விசுவாசமா நடந்துக்கிறான்."

"யுயுத்சு சூதபுத்திரன். எப்பயுமே ஒட்டமாட்டான். விகர்ணன் காந்தாரி பெத்த புள்ள. மூத்தவனுக்கு விசுவாசமாத்தான் இருப்பான்."

"களத்துல கண்ணுக்கெட்டியமட்டும் துரியோதனனோட சேனைக பரவிக் கெடக்குது. அதப் பாத்து யுதிஷ்டிரன் மலச்சுப்போயி நிக்கான். மனசிலருக்கிற சஞ்சலம் மொகத்துல தெரியிது. பிதாமகர் வகுத்துருக்கிற வியூகங்களப் பாத்து தன்னறியாம அவனுக்குள்ள ஒரு அச்சம். வியூகங்கள அவ்வளவு எளிதா ஒடச்சுக்கிட்டு முன்னேற முடியும்னு தோணல."

"ஆரம்பத்துலயே மலச்சுப் போயிட்டானா. கத ஒப்பேறுமா."

125

"மன்னா மன்னா

போர்க்களத்துல திடீர்னு பெரிய ஆச்சரியம் நடக்குது."

"சஞ்சயா........"

"யுதிஷ்டிரன் கையிலருக்கிற அத்தன ஆயுதங்களையும் எறக்கி வச்சிட்டு உடுத்துன துணியோட தேருலருந்து எறங்குறான். எறங்கி எதிர்த்தெசையில நடக்க ஆரம்பிக்கான். யாரும் இத எதிர்பாக்கல."

"எங்க போறான் சஞ்சயா."

"எதிராளிக பக்கம் தோரணையா உக்காந்துருக்கிற பிதாமகரக் குறிவச்சு நடக்கான். அவன் நடையில அவ்வளவு தெம்பில்ல. அத கிருஷ்ணன் பாத்துக்கிட்டான். அர்ச்சுனங்கிட்ட ரகசியமாச் சொல்றான்."

'அடே அச்சு அங்க பாருடா. தருமன் வெறுங்கைய வீசிக்கிட்டுப் போறான். சூதாட்டத்துல நடந்த மாதிரி ஒண்ணு கெடக்க ஒண்ணு ஆயிறக்கூடாதே.'

'அதான மச்சான். எனக்கு மனசு கெடந்து அடிச்சுக்கிருது. என்ன நடக்கப்போகுதோ.'

'அதவுந்தான் பாத்துருவமே.'

'என்ன மச்சான். முக்கியமான ஆளு கர்ணனக் காணும்.'

'அது தெரியாதா ஒனக்கு. பிதாமகர் வந்தா கர்ணன் வரக்கூடாதாம். இவன் வந்தா அவரு வரமாட்டாராம். இப்படி அவங்களுக்குள்ள ஒப்பந்தமாம்.'

'அப்படிச் சொல்லு.'

"ரெண்டுபேரும் அவசர அவசரமா தேருலருந்து குதிச்சு அவனுக்குப் பின்னாலயே போறாங்க. தருமன் வாறதத் துரியோதனன் பாத்துக்கிட்டான். அவன் மொகத்துல எளக்காரமும் எக்காளமும் சொல்ல முடியாது."

'நெனச்சென். என்னோட பலத்தக் கண்டு தருமன் கதிகலங்கிப் போயிட்டாண்டோய். தலைய ஓட்டிக்கிட்டு வாறதப் பாத்தாலே தெரியலையா. அய்யா சரணடையத்தான் வாறாரு. கவுரமாத் தோல்விய ஒத்துக்கிட்டு முந்தியே சமாதானமாப் போயிருக்கலாமில்ல. இவ்வளவு ஆட்டமும் ஆர்ப்பாட்டமும் எதுக்கு.'

"துரியோதனனுக்குச் சப்புன்னு போயிருச்சு."

"என்னாச்சு சஞ்சயா."

"தருமன் அவன் மொகத்த ஏறிட்டுக்கூடப் பாக்கல. நேர பிதாமகரப் பாத்துப் போறான். பிதாமகர் மொகத்தப் பாக்கணுமே. போர்க்கோலத்துல சகல ஆயுதங்களோட கனிஞ்ச பழமாத் தேருல உக்காந்துருக்காரு. தருமனப் பாத்ததும் அவரு மனசில ஒரு பதட்டம். அத வெளிக்காட்டிக்கிறல. மொகத்துல குறுஞ் சிரிப்பு தவழுது."

‘யுதிஷ்டிரா நீ எப்படி இந்த நேரத்துல. அதுவும் தனியா... அதோ கிருஷ்ணனும் காண்டீபனும் பின்னாலயே வந்துட்டாங்களே.’

“தருமன் குருவ வணங்குறான்.”

‘பிதாமகரே நீங்கதான் எங்க குலதெய்வம். ஓங்க ஆசீர்வாதம் வேண்டி வந்துருக்கென். ஓங்க ஆசி இருந்தாத்தான் என்னால ஆயுதமேந்திப் போரிட முடியும். எங்க பிதாமகர எதிரியாக்கி ஆயுதங்களால தாக்கப்போறொம். எங்கள மன்னிக்கணும் குருவே.’

“பிதாமகருக்குத் தர்மசங்கடம். பேச்சுத் திக்குது.”

‘யுதிஷ்டிரா நான் துரியோதனன் பக்கமிருந்து போர்புரியப்போறென். கவுரவர் எனக்கு அளவில்லாற பொருள் தந்து அன்பா ஆதரிச்சிட்டு வாறாங்க. நன்றிக் கடனத் தீத்தாகணுமே. அவங்க அள்ளிக் குடுத்த பொருளுக்கு நான் கட்டுப்பாட்டாகணும். இல்லையா யுதிஷ்டிரா.’

“பிதாமகர் தருமனக் கண்ணீர் பொங்க ஆசீர்வதிக்காரு. தருமன் அடுத்து துரோணரச் சந்திச்சுப் பேசுறான். அவர் பேசுறதுக்கு வார்த்த கெடைக்காம நெளியிறாரு.”

‘யுதிஷ்டிரா நானும் கவுரவர் பக்கம் நின்னுதான் போர்புரியப்போறென். அவங்களோட ஒத்தாசையினாலதான் எங் குடும்பத்தக் காப்பாத்த முடிஞ்சது. அசுவத்தாமன வளத்து வீரனாக்குனென். அந்த நன்றிய மறக்க முடியுமா. ஒண்ணு தெரிஞ்சுக்கோ. மனுசன் எப்பயுமே பொருளுக்கு அடிமப்பட்டவந்தான். ஆனா பொருள் யாருக்கும் அடிமையாகிறதில்ல. இதுக்கு மேல என்ன சொல்லட்டும். போய் வா சிஷ்யா.’

“மூணுபேரும் அமைதியாத் தேருக்குத் திரும்புறாங்க. சிறுத்துப்போன மொகத்தோட தெகச்சு நிக்கிற துரியோதனன அவங்க கண்டுக்கிறல.”

“பகை முத்திப் போருல கொண்டுவந்து வுட்ருச்சே சஞ்சயா.”

“இனி மோதித்தான் அடங்கும். இதுதான் நெலம மன்னா.”

126

“அரசே பிதாமகர் படைகளுக்கு நடுநாயகமாகத் தேருல உக்காந்துருக்காரு. அடடா அந்தத் தோரணையே தனி. அவரோட

தேருக்கு மேல பனமரமும் நட்சத்திரங்களும் பொறிச்ச கொடி காத்துல படபடக்குது.

எதிரணியில தருமன். அவனச் சூழ்ந்துக்கிட்டு ஏராளம் படைகள் நிக்கிது. அவனோட கொடியில மின்னுற பிறைச்சந்திரன் எதிரிகளப் போருக்குக் கூப்புட்டுக் கூத்தாடுது. அவனுக்குப் பக்கத்துல அர்ச்சுனன் காண்டீபம் ஏந்தி கணதொடுக்கத் தயாரா நிக்கான். வீரர்கள் ஜெயிக்கிற நம்பிக்கையோட பரபரப்பாக் காத்துருக்காங்க."

"ரெண்டு பக்கமும் சண்டைக்குத் தயாராயிட்டாங்க."

"அர்ச்சுனனோட தேரோட்டி கிருஷ்ணன் கையில ஆயுதமில்லாமக் களத்தப் பார்வையால விழுங்கிக்கிட்டு நிக்கான். அவன் மொகத்துல அப்படியொரு குறுஞ்சிரிப்பு.

அர்ச்சுனன் கொஞ்ச நேரம் கவுரவப் படைகள உத்து உத்துப் பாக்கான். பார்வ மங்கிக்கிட்டே போகுது. தன்னறியாம அவன் கையிலருந்து காண்டீபம் நழுவி வுழுகுது. மனங் கலங்கி வெலவெலத்துத் தேர்த்தட்ல உக்காந்துட்டான். மொகமெல்லாம் வேர்வ அரும்புது. தாடையக் கையிலேந்தியபடி தளந்துபோயி மலங்க மலங்க முழிக்கான். அவனத் திரும்பிப் பாத்த கிருஷ்ணனுக்கு ஒடம்பு படபடக்குது."

'ஏண்டா அச்சு ஒனக்கு என்னாச்சு. நெருக்கடியான நெலமையில ஒரு சத்திரியன் இப்படியா நடந்துக்கிறது.'

"அர்ச்சுனன் திக்கித் தெணறுறான்."

'மச்சான் கண்ணக் கெட்டிக் காட்ல வுட்ட மாதிரி இருக்குது. அப்படிப்பட்ட எடத்துல தேரக் கொண்டுவந்து நிறுத்தீருக்கயே. இது ஒனக்கே நல்லாருக்கா.'

'அடே போர்க்களத்துல நின்னுக்கிட்டுப் பொலம்புறது அவமானம். திடீர்னு ஒனக்கு என்னதான் ஆச்சு.'

'புத்தி பேதலிக்குது மச்சான். சுத்தி நிக்கிற அத்தன பேரும் நமக்கு ஒறவுக்காரங்க. அங்க பாரு. பிதாமகர் துரோணர் கிருபர் மாமன் சகோதரன் நண்பன் மாமனார் இவங்களோடயா சண்டபோடச் சொல்ற. காண்டீபம் ஏந்துற கையி நடுங்குதே. நான் என்ன செய்யட்டும் மச்சான்.'

'ஒன்ன நம்பி எத்தன சேனைக நிக்கிது பாரு. அவங்களுக்கு என்ன பதில் சொல்லப்போற. எதிரிக அத்தன பேரையும் கொன்னு குமிச்சிருவன்னு வாய் கிழியப் பீத்தீட்டு வந்தயே. இப்ப என்னாச்சு.'

‘சொந்தக்காரங்கள அனியாயமாக் கொல்றதால ஆகப்போறது என்னன்னு சொல்லு மச்சான். சண்டையால கெடைக்கிற ஆதாயம் நமக்குத் தேவையில்ல. வீண் பாவந்தான் வந்துசேரும். சொந்த பந்தங்கள அழிச்சிட்டு நம்ம எந்தச் சந்தோசத்தக் கொண்டாடப்போறொம். அண்ணந் தம்பிகளோட மோதிக்கிறத விட நிராயுதபாணியா நின்னு அவங்க கையால சாகிறதே மேல்.’

‘என்னய்யா இது. ஒனக்குள்ள எப்படி இந்தக் கெட்ட கொணம் புகுந்தது. பெரிய அவமானம். இழிவான மனத்தளர்ச்சிக்கு எடங் குடுத்துறாத சாமி. இது ஒந் தகுதிக்கு ஏத்ததில்ல. ஒன்னோட பலவீனம் சிறுமையானது. அத வுட்டுத்தொலச்சிட்டு ஒன் வீரத்தக் காட்டு. மச்சான் சொல்ல மதிச்சு எழுந்திருய்யா.’

‘என்னோட ஆசாரியர்கள அழிச்சிட்டு நான் மட்டும் வாழணுமா. அது நியாயமா. சொல்லு மச்சான். அத விட பிச்சையெடுக்கலாம்.’

“கிருஷ்ணன் சிரிச்சுக்கிட்டே மூச்சுப் புடிச்சு அர்ச்சுனன் காதுல எதையோ ஓதுறான். அவனும் பொறுமையாக் கேட்டுக்கிறான். அதோட சரி. கோவதாபமெல்லாம் அடங்கீருச்சு. அர்ச்சுனன் கிருஷ்ணன் முதுகுல ஒரு பொய்யடி குடுக்கான்.”

‘உண்மையிலயே மாட்டுக்காரன் மாயக்காரந்தாண்டா.’

“எல்லாரையும் பேசியே மயக்கீருவானாக்கும். இல்லையா சஞ்சயா.”

“அவ்வளவுதான். கிருஷ்ணனோட உபதேசத்தக் கேட்டு அர்ச்சுனனுக்கு நரம்பு அத்தனையும் முறுக்கேறீருச்சு. மறுபடியும் காண்டீபம் அவன் கையில ஏறிக்கிருச்சு. நிமிந்து நின்னு கணதொடுக்கத் துடிக்கான். அவன் மொகத்துல அச்சமோ கோவமோ கொஞ்சங்கூட இல்ல.”

“சண்ட மூளப்போகுது.”

“அர்ச்சுனன் தேருமேல வானரக்கொடி நீலவானத்துல நெளிஞ்சு நீந்துது. தேவதத்தத்த எடுத்து ஓங்கி ஊதுறான். அந்தச் சங்குச் சத்தம் வானவெளியில எதிராளிகள நோக்கி மெதந்து போகுது. கிருஷ்ணன் பாஞ்சசன்னியத்த எடுத்து ஊதுறான். அந்தச் சிம்மநாதம் தேவதத்தத்தோட சேந்துக்கிருது. ரெண்டுபேரும் சண்டைக்குக் கூப்புடுறாங்க.”

‘வீரர்களே முன்னேறி வாங்க.’

‘வெற்றி தோல்வியத் தீர்மானிக்கலாம்.’

“களத்துல சகோதர யுத்தம் தொடங்கீருச்சு. இரு தரப்பும் ஈவெரக்கமில்லாம மோதிக்கிறாங்க. இடிமுழக்கம்போலப் பிளிறிக்கிட்டு யானைக மோதிக்கிருது. தாக்குதலச் சமாளிக்க முடியாமப் போராளிகளும் தேராளிகளும் செதறி ஓடுறாங்க. யான மேலருக்கிற வீரர்கள அம்புக தொளைக்குது. அப்படியே கீழ வுழுகுறாங்க. வீரர்கள் கையில இல்லாற ஆயுதங் கெடையாது.”

“கடுமையான சண்டன்னு சொல்லு.”

“சூரியன் உச்சிக்கு வந்து சுட்டெரிக்குது. அந்த வெயிலயும் பொருட்படுத்தாமச் சண்ட தொடந்து நடக்குது.”

“சேதாரம் ரெம்ப இருக்கும்.”

“பொழுது மங்கி இருட்டுது. அந்திக் கருக்கல்ல போர் சன்னஞ்சன்னமா ஓயிது. களம் வெறிச்சோடிப் போச்சு. ரத்தமும் நிணமும் கலந்த செவப்புக் குழம்பு தரையெல்லாம் பூசின கோலம் சகிக்கமுடியல. யுத்தக்களம் ரத்தக்களமா மாறிப்போச்சு. அறுந்தும் அறுபடாற தலைகளோட பொணங்க அங்கங்க குமிஞ்சு கெடக்குது. மலமலையா மாண்டுபோன யானைகள். ஒடிஞ்சுபோன தேருகள்ல கொடிகள் கிழிஞ்சு தொங்குது. மாலைகள் செதஞ்சு செதறிக் கெடக்குது.”

“சஞ்சயா உயிர்ச்சேதத்தப் பத்திக் கொஞ்சம் சொல்லேன்.”

“குறிப்பாச் சொல்லணும்னா பாண்டவர் தரப்புல வீராடனோட புள்ளைக ரெண்டுபேரும் பலியாயிட்டாங்க. சல்லியன் கையால உத்தரன் மாண்டுபோனான். சல்லியன எதுத்த சுவேதனப் பிதாமகர் கொன்னுட்டாரு. சண்ட முழுக்கப் பிதாமகர் வெளையாட்டுத்தான். தள்ளாற வயசிலயும் அவரோட வீரத்தப் பாத்துப் பாண்டவர் மெரண்டுபோயிட்டாங்க.”

“பெரியவரு வைரக்கட்டையாக்கும்.”

ஒருவழியாக முதல் நாள் போர் முடிவுக்கு வந்தது. சஞ்சயனின் வர்ணனையும் முடிந்தது.

திருதராஷ்டிரன் இமைகளை மூடிக்கொண்டான். அவன் முகத்தில் ஆழ்ந்த சிந்தனை படர்ந்தது.

கண்ணிருந்தும் குருடான காந்தாரியின் மனசு இருளில் எதையோ தேடித் துழாவிக்கொண்டிருந்தது. குந்தி குலுங்கிக் குலுங்கி அழுதாள்.

“மக்கா ஒங்க மொகத்த இந்தப் பாவியால பாக்க முடியிதோ என்னமோ. ஒரே கவலையாருக்கு.”

127

சஞ்சயனின் வருணனை தங்கு தடையின்றி வாய்க்காலிட்டது.

"எல்லா ஒறவுகளையுந் தாண்டி குருச்சேத்திரப் போர் ரெண்டாம் நாளும் தொடருது. திருஷ்டத்துய்மன் அமச்சிருக்கிற கிரவுஞ்ச வியூகம் கச்சிதமா இருக்குது. மனுசரக் கொண்டு வரஞ்ச பிரமாண்டமான கிரவுஞ்சப் பறவை அச்சமூட்டுது.

மன்னா

சண்ட ஆரம்பிச்சிருச்சு. ஊதிஊதிச் சண்டைக்குக் கூப்பிடுற சங்குகளுக்குக் கணக்கில்ல. ஒரு பக்கம் வாத்தியங்கள் மொழங்குது. கிரவுஞ்ச வியூகத்துல நின்னுக்கிட்டுப் பாண்டவர் பாணங்கள மழையாப் பொழியிறாங்க. எதிர்த் தரப்புலருந்தும் அம்பு சரஞ் சரமாப் பாயிது. துரியோதனன் ஓடியோடித் தெம்பு சொல்லி உற்சாகமூட்றான்."

'வீரர்களே ஓங்களவிட வல்லவர்கள் யாருமே இல்ல. நம்ம சேனைகளுக்கு முன்னால எதிரிக எம்மாத்தரம். நீங்க மனசு வச்சாப் பாண்டவரச் செயிச்சிறலாம். பிதாமகர் நமக்குத் தளபதியா இருக்கிறவரைக்கும் கவலையில்ல.'

"உக்கிரமான சண்டையில பிதாமகரோட அம்பு கிருஷ்ணன் மார்பத் தாக்கிக் காயப்படுத்தீருச்சு. இத யாரும் எதிர்பாக்கல. ரத்தம் வடியிற காயத்தப் பாத்துக் கிருஷ்ணன் சிரிச்சுக்கிறான். சில வீரர்கள் பேசிக்கிறாங்க."

'அதுக்கென்ன செய்றது. அம்புக்குத் தெரியுமா அர்ச்சுனன் யாரு கிருஷ்ணன் யாருன்னு. சண்டையில போயித் தயவு தாச்சணியம் பாக்க முடியுமா.'

'கிருஷ்ணன் கையில ஆயுதமிருந்தா நடக்கிற கதையே வேற.'

'ஆயுதம் தூக்கமாட்டென். அர்ச்சுனனுக்குத் தேரோட்டியா மட்டுந்தான் இருப்பன்னு வார்த்த குடுத்துட்டுத்தான களத்துல எறங்கீருக்கான்.'

"கிருஷ்ணனனோட நாராயணிப் படைகள் துரியோதனன் பக்கத்துல நின்னுதான் சண்டபோடுறாங்க. அர்ச்சுனன் முணுமுணுக்கான்."

‘என்னருந்தாலும் பிதாமகர் ஒன்னத் தாக்குனது தப்புன்னு தோணுது மச்சான். கையில ஆயுதமே இல்லாம நிக்கிற தேராளியப் போயித் தாக்கலாமா.’

‘அடே பிதாமகர் என்ன நோக்கத்தோட தாக்குனாரோ. காரணம் இருக்குண்டா.’

“அர்ச்சுனனுக்கு வந்ததே கோவம்.”

‘இப்ப நான் என்ன நோக்கத்துல தாக்கப்போறென் பாரு.’

“அவனோட காண்டீபத்துலருந்து பிதாமகர நோக்கி அம்பு பறக்குது. ஒரு அம்புல பிதாமகரோட தேராளி கத முடிஞ்சது. பிதாமகருக்கு ஆத்தரமான ஆத்தரம். குருவுஞ் சீடனும் நடத்துற சண்டையப் பாத்து அத்தன வீரரும் ஆச்சரியத்துல தெகச்சுப்போயி நிக்காங்க.”

“கொடுமதான்.”

“இந்தச் சண்ட ஒரு பக்கமிருக்க. இன்னொரு எடத்துல துரோணருக்கும் திருஷ்டத்துய்மனுக்கும் தீவிரமாச் சண்ட நடக்குது. திருஷ்டத்துய்மனுக்கு வில்லு அறுந்துபோச்சு. தேராளி தாக்குப்புடிக்க முடியாமக் கீழ வுழுந்துட்டான். தேர்க் குதிர நாலும் காலி.”

“தப்புக்கு மேல தப்பு நடக்குது. இவங்களுக்கு ஒப்பந்தம் ஒரு கேடா.”

“ரெண்டுபேரும் கீழ எறங்கிக் கதாயுதத்தால சண்டபோடுறாங்க. திருஷ்டத்துய்மன் சோந்துபோயித் தள்ளாடுறான். அவன் தொவளுறதப் பாத்துப் பீமன் ஒதவிக்கு ஓடிவாறான். கலிங்க நாட்டு மன்னன் கேதுமான் மகன் சக்கரத்தேவன் பலியாகிறான். அடுத்து சிருதயுதன் பேரன் அதாவது கேதுமான் கதையும் முடிஞ்சது. ஆக பிதாமகரும் துரோணரும் உயிர் தப்பீட்டாங்க. துரியோதனனுக்குச் சந்தோசம்.”

“இருக்காதா பின்ன.”

“இன்னொரு எடத்துல ரெண்டு சிங்கக்குட்டிக மோதி வெளையாடுது.”

“அதாரு சஞ்சயா.”

“அர்ச்சுனன் மகன் அபிமன்னனும் துரியோதனன் மகன் லட்சுமணனுந்தான்.”

“சரியான போட்டி.”

"அவங்க அம்புகளப் பரிமாறிக்கிற காட்சி நெஞ்ச அள்ளுது. லட்சுமணனால தாக்குப்புடிக்க முடியல. மகன் பின்வாங்குறதப் பாத்துத் துரியோதனன் ஓடிவாறான். அர்ச்சுனன் சும்மாருப்பானா. தம் புள்ளையக் காப்பாத்துற தவிப்புல வேகமா வாறான். அண்ணந் தம்பி சண்ட போயி அப்பனும் அப்பனும் மோதிக்கிறாங்க. அதுலயும் அர்ச்சுனன் கையிதான் ஓங்கீருக்கு. அவன எதுக்கிறதுக்கு யாருமே இல்ல. அவன் கைவரிசையப் பாத்துப் பிதாமகரே மலச்சுப்போறாரு. துரோணரோட கலந்து பேசுறாரு."

'துரோணரே அர்ச்சுனனும் கிருஷ்ணனும் சேந்தடிக்கிற கொட்டந் தாங்கல. நம்ம படைகள நாசப்படுத்துறாங்க. ஓட ஓட வெரட்றாங்க. கண்ணுக்கு முன்னாலயே நடக்கிற அடாவடியச் சகிக்க முடியல.'

'எனக்கும் அதே சிந்தனதான் பிதாமகரே.'

'ஒரு யோசன தோணுது. பொழுது ஏற்கெனவே மேற்க சாஞ்சு இருட்டப்போகுது. இந்தச் சமயத்துல போர நிறுத்துறதுதான் உசிதம்னு நெனைக்கென். அப்பத்தான் மிஞ்சியிருக்கிறவங்களக் காப்பாத்த முடியும்.'

'இது நல்ல யோசனதான். நம்ம பக்கம் இருக்கிற வீரர்கள் களச்சுப்போயிட்டாங்க. ஆயுதமேந்துறதுக்குத் தெம்பில்ல.'

"பிதாமகர் ஒடனே போர நிறுத்தச் சொல்லி உத்தரவு போடுறாரு."

"அப்பாடா பல உயிரு பெழச்சுக்கிருச்சு."

"மன்னா ரெண்டாம் நாளும் கவுரவருக்குத் தோல்வி மொகந்தான். பாண்டவர் பாசறைக்குத் திரும்புறவரைக்கும் குட்டி அர்ச்சுனனோட பராக்கிரமத்தப் பேசி மாளல."

128

"சஞ்சயா"

"மன்னா."

"இந்தச் சண்ட எப்ப முடியுமோன்னு சஞ்சலமாருக்கு."

“பங்காளிச் சண்டையாச்சே. இண்ணைக்கு மூணாம் நாள். இதோட முடிஞ்சா எல்லாருக்கும் நல்லது.”

“நிம்மதியாருக்கும்.”

“ஆகா சண்ட மூண்டுருச்சே.”

“சஞ்சயா......”

“மூர்க்கமான சண்ட
குமுறுது போர்க்களம்
உருளுது மனிதத் தலை
பிளிறுது யானை
அலறுது குதிரை
மரண வேதனை
ஓடுது ரத்த வெள்ளம்
கலங்குது கண்ணு
பொலம்புது நெஞ்சு
பொங்குது கோவம்.”

“இந்தக் கொடும எத்தன நாளைக்கோ.”

“அரசே துரியோதனன் மும்மரமாருக்கான். பல நாட்டு மன்னரோட சேந்துக்கிட்டு அர்ச்சுனனத் தாக்குறதுலயே குறியாருக்கான். அர்ச்சுனனும் சளைக்கல. இது பீமன் கண்ணுல படுது.”

“இனிமே சண்ட கடுமையாருக்கும்னு சொல்லு.”

“தம்பிக்குத் தொணையாருந்து பீமன் துரியோதனனக் குறிவைக்கான். வச்ச குறி தப்பல. அம்பு மார்புல பாஞ்சு மூர்ச்சையாகித் தேர்த்தட்ல சாஞ்சிட்டான்.”

“எம்புள்ளைக்கு என்னாச்சு.”

“நெலமையறிஞ்சு சாரதி தேரச் சாதுரியமாத் திருப்பி ஓட்றான். துரியோதனன் மயங்கிக் கெடக்கிறதப் பாத்துத் தம்பிமாரு அலறியடிச்சு ஓடி வாறாங்க.”

“மக்கா அண்ணனக் காப்பாத்துங்கய்யா.”

“எல்லாரும் அச்சத்துல செதறி ஓடுறாங்க.”

“அவ்வளவுக்குத் தாக்குப்புடிக்க முடியலையா.”

“துரோணரும் பிதாமகரும் அவமானம் தாங்காமப் பிரயாசப்பட்டு வீரர்களத் தடுத்து நிறுத்துறாங்க.”

“வீரன்னு சொல்லிக்கிறவே வெக்கமாருக்கு.”

“நல்ல வேளைக்கு துரியோதனன் மூர்ச்ச தெளிஞ்சு எழுந்துட்டான். அவனக் கண்டு வீரர்களுக்கு உற்சாகம். திரும்பி வந்து களத்துல குதிக்காங்க. மறுபடியும் சண்ட தொடங்குது.”

“வீரம் வந்துருச்சாக்கும். சாரங்கெட்ட பயக. தானாப் பொங்கி வாறதாக்கும் வீரம்.”

“அப்படியும் பாண்டவர எதிர்கொள்ள முடியல. படைகள் தோல்வியில தொவளுறதக் கண்டு துரியோதனனுக்குக் கலக்கம்.”

“தனிமரமாயிட்டானே.”

“பிதாமகரப் புடிச்சுச் சாடுறான்.”

‘பிதாமகரே இந்த அவல நெலமைய நெனச்சா மனசு பதறுது. ஒங்களப்போல மாவீரர்களுக்குப் பாண்டவர் எம்மாத்தரம். சமமான எதிரியா என்ன. நெலம இப்படியிருக்க நம்ம படைகள் செதறி ஓடுறதுக்கு அர்த்தமென்ன. சொல்லுங்க பாக்கலாம்.’

‘இதுல சொல்றதுக்கு என்னருக்கு சுயோதனா. பாண்டவரோட படை வலிமையானது.’

‘அப்படியில்ல. பாண்டவரோட நீங்க வச்சிருக்கிற பாசந்தான் பெரிசாத் தெரியிது. அவங்களோட போரிடமாட்டன்னு முந்தியே சொல்லியிருக்கலாமில்ல. கர்ணனக் கலந்தாலோசிச்சுத் தக்க ஏற்பாடு செஞ்சிருப்பனே. என்னக் கைவுட்றணும்னு எண்ணமிருந்தா அத இப்பயே சொல்லீருங்க. இல்லன்னா முழுத் தெறமையக் காட்டி ஊக்கத்தோட போரிடுங்க.’

“பிதாமகருக்கு வருத்தமான வருத்தம். தெளிவாச் சொல்லீட்டாரு.”

‘துரியோதனா வீணா என்னப் பழிச்சுப் பேச வேணாம். பாண்டவரப் போருல எவராலயும் வெல்ல முடியாது. இதப் பல முறை எடுத்துச் சொல்லியிருக்கென். என் வார்த்தைகள ஒதுக்கித் தள்ளீட்டு எம்மேல பழி சொமத்துறது நியாயமில்ல. வஞ் சனையில்லாமப் பாண்டவரோட போரிடுவென். இது உறுதி.’

“அரசே அர்ச்சுனன் எதிரிக மேல ஒப்புக்குக் கணதொடுத்துக் கிட்ருக்கான்.”

“அதென்ன சொணக்கம்.”

“கிருஷ்ணன் பாத்துக்கிட்டான். அர்ச்சுனனக் கடிஞ்சுக்கிறான்.”

‘அர்ச்சுனா என்ன காரியம் பண்ணீட்ருக்க. ஒனக்கு என்ன வந்துருச்சு. இந்த நெலம நீடிச்சா பாண்டவர் படையில ஒருத்தங்கூட மிஞ்சமாட்டான். நல்லாத் தெரிஞ்சுக்கோ.’

“பிதாமகர் என்ன செய்றாரு சஞ்சயா.”

“உச்சக்கட்டத்துல போரிடுறாரு. அந்தளவுக்கு அவர எதுத்துத் தாக்க அர்ச்சுனனுக்குக் தயக்கம். பழைய சோர்வுலருந்து இன்னும் விடுபடல.”

“அவங் கொணம் அப்படி.”

“பிதாமகர் கவனத்தக் கிருஷ்ணன் பக்கம் திருப்பி அவன்மேல சரஞ்சரமா அம்புகள ஏவுறாரு.”

“சண்டைய எப்படியும் முடிவுக்குக் கொண்டு வந்துறணுமிங்கிற எண்ணம்.”

“கிருஷ்ணனுக்கின்னா கோவம். சுதர்சன சக்கரத்த வரவழச்சு அதக் கையில ஏந்திக்கிட்டு தேருலருந்து குதிச்சு பிதாமகரத் தாக்க ஓடுறான். அப்பக்கூட அவன் மொகத்துல சிரிப்புத்தான். பிதாமகர் அவனப் பாத்துக்கிட்டாரு. அவரும் சிரிக்காரு.”

‘வா கிருஷ்ணா. இதோ என்னத் தாக்கு. ஓங்கையால மாண்ட பெரும எனக்குக் கெடைக்கட்டும்.’

“நடக்கிற கதைய அர்ச்சுனன் பாத்துக்கிட்டான். ஓடம்பெல்லாம் படபடக்க குதிச்சோடிக் கிருஷ்ணன் காலப் புடிச்சுக்கிட்டுக் கெஞ்சுறான்.”

‘கிருஷ்ணா என்ன இது. என்னோட கடமைய நீ செய்யலாமா. என் அண்ணன் தம்பிக மேலயும் புள்ளைக மேலயும் ஆணையிட்டுச் சொல்றென். கவுரவர நாந்தான் அழிப்பென். இது சத்தியம். ஒனக்கு இது பெருமையில்ல கிருஷ்ணா. ஒனக்கு என்னமும் ஆச்சுன்னா எங்களால தாங்க முடியாதுடா. ஒன்ன வுட்டா எங்களுக்கு வேற கதி யாருருக்காங்க சொல்லு. அத மொதல்ல புரிஞ்சுக்கோ.’

“புது அர்ச்சுனனப் பாத்துக் கிருஷ்ணனுக்குச் சந்தோசம்.”

"கிருஷ்ணன அளக்க முடியாது. எல்லாம் மச்சினன உசுப்பிவுடுற தந்தரமாக்கும்."

"அர்ச்சுனன் அடங்காற வெறியில பிதாமகரோட போரிடுறான். காண்டீபத்து நாணிலருந்து பறக்கிற அம்புகளோட ஒலி களமெல்லாம் அதிருது."

"கைதேர்ந்த வில்லாளியாச்சே."

"பிதாமகர் தன் சீடர்களோட வித்தைகளப் பாத்துப் பெருமப்பட்டுக்கிறாரு."

"நல்ல சண்டதான்."

"தாக்குப்புடிக்க முடியாம கவுரவர் தோல்விப் பயத்துல ஓடுறாங்க."

"கேவலம்."

"அர்ச்சுனன் செயிச்சிட்டான். துரியன் தோத்துட்டான்."

"இண்ணைக்கும் அதே கதிதானா சஞ்சயா."

"அப்படித்தான் அரசே."

129

"சஞ்சயா இண்ணைக்காச்சும் நல்ல சேதி சொல்லுய்யா. அஸ்தினாபுரமே எலையுங் கொலையுமாருக்கு."

"அரசே எல்லாரு பாடும் அப்படித்தான்."

"ராத்திரி முழுக்கக் காந்தாரி அழுது தவிச்சிட்டா. குந்திக்குப் பேச்சு வுழுந்துருச்சு."

"இருக்காதா பின்ன...... இப்போதைக்கு எதும் தெளிவாச் சொல்றதுக்கில்ல. சண்டையில பீமன் கையிதான் ஓங்கியிருக்கு. எங்க பாத்தாலும் அவன் கதாயுதந்தான் துள்ளி வெளையாடுது. கணக்கில்லாம வீரர்களக் கொன்னு குவிக்கான்."

"அவனோட மோதுறதுக்கு ஒருத்தங்கூட இல்லையா வெக்கக்கேடு."

“வல்லவனுக்கு வல்லவன் இல்லாமயா போயிருவான். அதோ அஞ்சு எளங்குட்டிக சேந்து வருது.”

“அஞ்சு குட்டியா. அடையாளந் தெரியிதா சஞ்சயா.”

“வேற யாரு. ஒங்க புள்ளைகதான்.”

“அப்படியா யாராரு.”

“ஜலசந்தன் அக்கிடசேனன் உக்கிரன் வீரபாகு சுலோச்சனன்.”

“ஏறி அடிங்கடா எஞ் சிங்கக்குட்டிகளா. ரெண்டுல ஒண்ணு பாத்துறணும். முழு மூச்சாச் சண்ட நடக்கட்டும் நடக்கட்டும்.”

“அஞ்சு பேரும் பீமனச் சுத்தி வளச்சுக்கிட்டாங்க. சரஞ் சரமா அம்பு மழ பொழியிது. பீமன் அத்தன அம்புகளையும் ஒரே கதாயுதத்தால சமாளிக்கான். ஒண்ணு ரெண்டு அம்பு அவன் ஒடம்புல பாஞ்சாலும் நுனி முறிஞ்சு கீழதான் வுழுகுது.”

“யானத் தோலு. மொரடன்.”

“அஞ்சு புள்ளைகளும் சண்ட போடுறதுக்குத் தெம்பில்லாமச் சோந்துபோயிட்டாங்க. பீமன் கதாயுதத்தால அத்தன பேரையும் அடிச்சே சாய்க்கான்.”

“சஞ்சயா.....”

“அஞ்சு பேரும் அந்த எடத்துலயே துள்ளித் துடிச்சு மாண்டுபோறாங்க........”

“மோசம் போச்சே.......”

“அரசே மூணு பேரும் இப்படி அழுதா எப்படி. மனசத் தேத்திக்கங்க. இன்னும் எத்தன பொணம் சாயப்போகுதோ.”

“தாங்க முடியலையேடா.”

“களத்துல பிரியமான தம்பிக செத்துக் கெடக்கிறதப் பாத்துத் துரியோதனன் துடிச்சுப்போறான். அழுது பொலம்புறான்.”

“மூத்தவன் என்னப் போல பாசக்காரன்.”

“கோவத்துல கொதிச்சுப்போறான். பல வீரர்களச் சேத்துக்கிட்டுப் பீமனக் கொடூரமாத் தாக்குறான். அவனோட அம்பு பாஞ்சு பீமன் மூர்ச்சையாகிக் கீழ சாயிறான்.”

“அப்படிப்போடு.”

“தகப்பனோட நெலமையக் கவனிச்ச கடோத்கஜன் காப்பாத்துறதுக்காகப் பாஞ்சு ஓடுறான். அபிமன்னன் பின்னால

ஓடுறான். கடோத்கஜனோட குட்டிச் சேனையும் அவங்களுக்குத் தொண சேந்துக்கிறது. எல்லாரும் சளைக்காமச் சண்ட போடுறாங்க. அதுலயும் கடோத்கஜனோட மாயப் போரப் பாத்து எல்லாரும் மலச்சுப்போயி வெலவெலத்து நிக்காங்க. ஆனானப்பட்ட பிதாமகருக்கே அச்சம்னாப் பாத்துக்கங்களேன்."

"அவ்வளவுக்குக் கெட்டிக்காரனா."

"மயக்கந் தெளிஞ்சு பீமன் எந்திரிச்சு கடோத்கஜனக் கட்டிப்புடிச்சுக்கிட்டு நான் பெத்த மகனேன்னு பெருமையாச் சொல்லிப் பாராட்றான்."

"எப்படியோ பீமன் தப்பிச்சிட்டான்."

"இந்த நெலம நீடிச்சா கவுரவர் பாடு கஷ்டந்தான்னு பிதாமகர் யோசிச்சுப் பாக்காரு. களச்சுத் தொவண்டுபோன வீரர்களப் பாக்கப் பாவமாருக்கு. அடடா இவங்கள மேற்கொண்டு சண்டையில ஈடுபடுத்துறது உசிதமில்லன்னு முடிவு செஞ்சிட்டாரு. தயங்காமப் போர் நிறுத்தச் சங்கெடுத்து ஊதுறாரு."

"நல்லதாப் போச்சு. பிதாமகர் நெலமயறிஞ்சு நடந்துக்கிட்டாரு."

"பாண்டவர் வெற்றிக் களிப்புல கூத்தடிச்சுக் கும்மாளம் போடுறாங்க. அதுக்குக் காரணமான கடோத்கஜனத் தூக்கிவச்சுக் கொண்டாடுறாங்க."

"கடசிக்குக் கத இப்படியாகிப்போச்சே சஞ்சயா."

"தோல்வியக் கண்டு துரியோதனனுக்குப் பெருத்த சோகம். கண்கலங்கியபடி பிதாமகருட்டப் பொலம்பித் தவிக்கான்."

'பிதாமகரே தோல்வி பயம் என்ன வாட்டுது. ஒங்களப்போல வல்லவர் பலர் நம்ம பக்கம் இருக்கும்போது தெனமும் பாண்டவர் செயிச்சிட்டுவாறாங்களே அதுக்குக் காரணமென்ன.'

"பிதாமகர் புத்தி சொல்றாரு."

'சுயோதனா நான் பல தடவ பொலம்பியிருக்கென். பாண்டவரத் தோக்கடிக்க முடியாது. அவங்களோட வீணாப் போரிட்டு அழிஞ்சுபோறதவிடச் சமாதானமாப் போறதுதான் சாமர்த்தியம். அதுதான் ராசதந்தரம். இந்தத் தடவையும் என் யோசனைய ஏத்துக்கிறமாட்டன்னு எனக்கு நல்லாவே தெரியும். அத மீண்டும் மீண்டும் வலியுறுத்த வேண்டியது எங் கடம. தயக்கம் வேணாம். சமாதானமாப் போயிரு. அதுதான் ஒனக்கும் ஒலகத்துக்கும் நல்லது. தனிமையில் நல்லாச் சிந்திச்சுச் சாதகமான முடிவெடு சுயோதனா.'

“துரியோதனன் கொஞ்சங்கூட எறங்கி வாறதாத் தெரியல.”

‘சமாதானத்தத் தவிர செயிக்கிறதுக்கு வேற வழியிருந்தாச் சொல்லுங்க பிதாமகரே.’

“பீஷ்மர் வெசாரத்துல பெருமூச்சு வுடுறாரு.”

‘இதுதான் ஒம் முடிவுன்னா கவுரவரோட அழிவ யாராலயும் தடுக்க முடியாது.

130

“மன்னா மன்னா அஞ்சு நாளாச்சு சுயோதனனுக்கு மனப்புழுக்கம் கொறஞ்சபாடில்ல. மொகத்துல சந்தோசக்களையே இல்ல. துரோணருட்டப் பொரிஞ்சு தள்றான்.”

‘குருவே நீங்க எப்பயுமே என் நன்மையில அக்கறையுள்ளவர். வல்லமையுள்ள வீரர். நீங்களும் பிதாமகரும் சேந்து பாண்டவரச் செயிக்கமுடியலையே. அதுக்கு என்ன காரணம். உண்மையிலயே முடியாதா. இல்ல விருப்பமில்லையா. அவங்களச் செயிக்கிறதுக்கு வழிதான் என்ன. வழி தெரியாதா இல்ல தெரிஞ்சும் சொல்ல மனசில்லையா.’

“துரோணருக்கு ஒடம்பெல்லாம் கோவத்துல துடிக்குது.”

“எப்ப என்ன பேசணும்னு தெரியவேணாமா. பெரிய மனுசங்கிட்ட நெஞ்சுக்கு நேரப் பேசுனா எப்படி சஞ்சயா.”

“துரோணரு ஆத்தரப்படுறாரு.”

“‘துரியோதனா பாண்டவரோட வீரத்தப் பத்தி ஒனக்கு நல்லாவே தெரியும். அவங்கள நிச்சயமாச் செயிக்க முடியாது. இருந்தாலும் எஞ் சக்திக்குத் தக்கப் போரிடுவென். மனசார ஒனக்கு வஞ்சகஞ் செய்யமாட்டென். என்ன நம்பலாம்.’

“அவர் வீராவேசமா அம்பு தொடுக்க ஆரம்பிச்சுட்டாரு. பாண்டவரோட தடுப்பரணத் தொளச்சுக்கிட்டு உள்ள புகுந்து வெளையாடுறாரு. சாத்தியகி குறுக்க பாஞ்சு அவரத் தடுக்குறான். போர் வலுக்குது.”

“அவன் அவருக்கு எம்மாத்தரம்.”

“அவரச் சமாளிக்க முடியாமச் சாத்தியகி திண்டாடுறான். இதப் பாத்த பீமன் ஓடிவந்து சாத்தியகிக்குத் தொணையா நிக்கான்.”

“பீமன் வந்துட்டானா. இனி மொரட்டுச் சண்டதான். அவனுக்கு ஈடா எவனும் இல்லையே சஞ்சயா.”

“அதுக்குள்ள சல்லியனும் பீஷ்மரும் வந்து துரோணரோட சேந்துக்கிறாங்க. மூணு பேரும் பீமனத் தாக்குறாங்க.”

“நல்ல போட்டிதான்.”

“அப்பப் பாத்து பீமனுக்குப் பாதுகாப்பா அபிமன்னனும் உபபாண்டவரும் ஓடிவாறாக. மீன் குஞ்சுகளப் போல அந்தப் பொடியங்க போர்க்களத்துல நீந்தித் திரியிறதப் பாக்க அழகாருக்குது. கடுமையான சண்டைக்கிடையிலயும் பொடியங்கள ஓரக்கண்ணால பாத்துப் பிதாமகர் சந்தோசத்துல சிரிச்சுக்கிறாரு. மெல்லப் பேசிக்கிறாரு.”;

‘எப்பயுமே பாண்டவ வம்சம் தோக்காது.’

“போர் நடக்கிற போக்கப் பாத்துப் பிதாமகருக்கு மனசில சஞ் சலம். துரியோதனனுக்குப் பயம். எப்படியாவது கவுரவர இந்தச் சண்டையிலருந்து மீட்டாகணுங்கிற எண்ணத்துல பிதாமகர் சங்குல யுத்தத்தத் தொடங்குறாரு.”

“அதென்ன யுத்தம் சஞ்சயா.”

“ஒரு ஒழுங்கு மொறையில்லாமக் கைகலப்புல சண்ட போடணும்.”

“அப்படியொரு சண்டையிருக்கா.”

“மதியவரைக்கும் சங்குல யுத்தம் தொடந்து நடக்குது. இரு பக்கமும் சேதம் ஏராளம்.”

“அடடா.”

“அசுவத்தாமன் கோவத்துல வெறியோட அர்ச்சுனனத் தாக்குறதுக்கு ஓடுறான். அர்ச்சுனன் அசுவத்தாமனப் பாசத்தோட பாக்கான்.”

‘அசுவத்தாமா நீ எங் குருவோட மகன். எனக்குச் சகோதரன் மாதிரி. ஒன்னோட சண்ட போட விரும்பல.’

“அர்ச்சுனன் அங்கருந்து வெலகிப் போயிறான்.”

“குருவோட மகன எப்படிக் கொல்ல மனசு வரும். சின்ன வயசிலருந்து சேந்து வெளையாடுனவங்க. வித்தையக் கத்துக்கிட்டவங்க. கூடப் பெறக்காறதுதான் கொற.”

“சாத்தியகியோட பத்துப் புள்ளைகளும் களத்துல கண்ணுக்குட்டிகளாத் துள்ளிச் சண்டபோடுறாங்க. பூரிசிரவன் அவங்களோட போரிட்டு அத்தன பேரையும் ஈவெரக்கமில்லாமக் கொல்றான்.”

“போருல போயி ஈவெரக்கம் பாக்க முடியுமா. எல்லாம் நடக்கிறதுதான்.”

“சாத்தியகிக்குப் புள்ளைக தன் கண்ணுக்கு முன்னாலயே சாகிறதப் பாத்துத் தாங்க முடியாற ஆத்தரம்.”

“பெத்த வயிறு பத்தி எரியத்தான் செய்யும். எங்க புள்ளைக அஞ்சு பேரப் பறிகுடுத்ததுக்கே காந்தாரி இன்னும் அழுதுகிட்ருக்கா. நான் வைராக்கியத்துல மனச அடக்கிக்கிட்ருக்கென்.”

“சாத்தியகி சபதம் போடுறான்.”

‘அடே பூரிசிரவா நீ என் சென்மப் பகையாளிடா. பத்துப் புள்ளைகளப் பறிகுடுத்துட்டென். ஒன்னப் பழி வாங்காம வுடமாட்டண்டா.’

“சாத்தியகி கொலவெறியில ஓடி பூரிசிரவனத் தாக்குறான். நீயா நானான்னு சண்ட மும்முரமா நடக்குது. பூரிசிரவனச் செயிச்ச பாடில்ல. நெலமையறிஞ்ச பீமன் எடையில புகுந்து சாத்தியகியக் காப்பாத்துறான். துரியோதனன் வந்து பூரிசிரவனப் பாதுகாப்பாக் கூட்டீட்டுப் போறான்.”

“ரெண்டு முக்கியமான உயிரு தப்பிச்சிருச்சு.”

“அரசே நாளைக்கு என்ன கூத்து நடக்கப்போகுதோ.”

“அந்த வெசாரந்தான் சஞ்சயா எனக்கும்.”

131

“மன்னா ஆறாம் நாள் போருக்கு இரு தரப்பும் தயாராகுறாங்க. அவங்க அமச்சிருக்கிற வியூகங்களப் பாத்தாப் பிரமிப்பாருக்கு.”

“அப்படியென்ன வியூகம். வெவரமாச் சொல்லு சஞ்சயா.”

“பாண்டவரோட படை மகர வியூகமெடுத்துருக்கு. அர்ச்சுனனும் துருபதனும் தலையாருக்காங்க. பீமந்தான் மொகம். கழுத்துல தருமன் அபிமன்னன் உபபாண்டவர் கடோத்கஜன் சாத்தியகி நிக்காங்க. பின்புறம் விராடன். எடது வெலாவில திருஷ்டத்துய்மனும் விருகத்சத்திரனும். வலது வெலாவுல திருஷ்டக்கேது சேகிதானன். கால் பக்கம் குந்திபோஜன் சதாநீகன். வால் பக்கம் சிகண்டியும் அரவானும்.”

“இந்தப் பக்கம் எப்படிய்யா.”

“கவுரவர் கிரவுஞ்ச வியூகத்துல நிக்காங்க.”

“பறக்கத் தயாரா நிக்கிது கிரவுஞ்சப் பறவை. எதிரிகள எப்படித் தாக்கி ஈடேறப் போகுதோ.”

“மன்னா போர் தொடங்கீருச்சு. களம் முழுக்கத் துரோணரோட வீர வெளையாட்டுத்தான். பீமன் அவரோட மோதுறான். துரோணரோட சாரதியக் கொன்னு மரணக் கணக்கத் தொடங்கிவைக்கான்.”

“தேராளியக் கொல்லலாமா. அனியாயம். அக்கிரமம். இந்த லச்சணத்துல பெரிசா ஒப்பந்தம் வேற.”

“துரோணரோட லாவகமான சாதுரியமான சண்ட நெஞ்ச அள்ளுது. பாண்டவப் படை கதிகலங்கிச் செதறி ஓடுது.”

“வீரத்துக்கு வயசாவது மூப்பாவது. துரோணர் எண்ணைக்குமே எளவட்டந்தான்.”

“பாண்டவரும் சளைக்கல. சமாளிச்சுக்கிட்டு மூர்க்கமா எதுக்கிறாங்க. பீமனும் அர்ச்சுனனும் சேந்து கவுரவப் படைகள நாசப்படுத்துறாங்க. வியூகங்களெல்லாம் ஒடஞ்சு செதறுது. பிணக் கணக்கு ஏறுது.”

“அப்பத்தான் போர் முடிவுக்கு வரும்.”

“பீமன் துரியோதனாதிகள அழிக்கிறதுலயே குறியாருக்கான். அவங்க நிக்கிற சேனைக்குள்ள புகுந்து வெளாசுறான்.”

“அவனத் தடுத்து நிறுத்துறதுக்கு யாருமில்லையா சஞ்சயா.”

“வியூகம் அவன முழுசா மூடி மறச்சிருச்சு. கவுரவரோட எக்காளம் கேக்குது.”

‘வகையா மாட்டிக்கிட்டான். இண்ணைக்கு நல்ல வேட்டதான்.’

யானத் தடியனக் கொல்லக் கூடாது. உயிரோட புடிச்சுக் கெட்டிப்போடணும்.’

‘தப்பிச்சுப் போறதுக்குள்ள சுத்தி வளச்சுப் புடிங்க.’

“எல்லாருமாச் சேந்து அவனச் சுத்தி வளச்சுக்கிட்டாங்க. அவன் கொஞ்சங்கூடப் பயப்படல. அவனோட காதாயுதத்துக்குப் பல உயிரு பலியாகுது. அவனக் காப்பாத்தத் திருஷ்டத்துய்மன் ஓடி வந்து சாரதியிட்டக் கேக்கான்.”

‘விசோகா என் நண்பனக் காணலயே. நீ ஏன் தனியா நிக்க.’

;கதாயுதத்தத் தூக்கிக்கிட்டுத் தேருலருந்து எறங்கி கவுரவர் சேனைக்குள்ள புகுந்துட்டாரு. பெறகு என்னாச்சுன்னு தெரியல.’

“திருஷ்டத்துய்மன் ஒரு வழியா பீமனக் கண்டுபுடிச்சுட்டான்.”

“பீமனுக்குத் தொண சேந்துருச்சு.”

“ரெண்டு பேரும் தெம்பாச் சண்ட போடுறாங்க. சுயோதனன் பெரும் படையோட எதுத்து நின்னு தாக்குறான். தாக்குப்புடிக்க முடியல. வெரண்டு ஓடுறாங்க.”

“பயந்தாங்கொள்ளிப் பயக. அப்படியென்ன உயிரு வேண்டிக்கெடக்குது.”

“ஒடனே துரோணர் வந்து சுயோதனனுக்குத் தொணையா நின்னு சண்ட போடுறாரு. அந்த வெறியில திருஷ்டத்துய்மனோட சாரதி கதைய முடிச்சுவைக்காரு.”

“துரோணர் செஞ்சது தப்பு.”

“கொஞ்ச நேரத்துல அபிமன்னன் ஓடி வந்து பீமனுக்குத் தொணையா நின்னு சண்ட போடுறான். பீமனுக்குத் தாங்க முடியாற வெறி. சுயோதனனோட சாரதியையும் நாலு குதிரைகளையும் வெட்டிச் சாய்க்கான்.”

“வரமொறையில்லாற சண்ட நடக்குது.”

“அபிமன்னன் போடுற சண்டையப் பாத்து எல்லாரும் அசந்துபோயி நிக்காங்க. பீமனுக்கு அடையாளம் புடிபடல. திருஷ்டத்துய்மங்கிட்டக் கேக்கான்.”

‘திருஷ்டா யார் இது. நம்ம அர்ச்சுனனா.’

“திருஷ்டத்துய்மன் சிரிக்கான்.”

‘சின்ன அர்ச்சுனன். அபிமன்னன்.’

‘அடடா அப்பன மிஞ்சீருவான் போலருக்கே.’

‘அதுலென்ன சந்தேகம். மிஞ்சீட்டான்.’

“அபிமன்னனோட அம்புகளுக்கு அனேகம் பேரு எரையாகிச் சாகுறாங்க.”

“அரசே பாண்டவர் பக்கம் அபிமன்னன வாழ்த்திக் கொண்டாடுறாங்க.”

132

ஆறாம் நாள் இரவு. துரியோதனன் தோல்வி முகத்துடன் பாசறையில் உறக்கமின்றித் துடித்துக்கொண்டிருந்தான். அவன் உடம்பெங்கும் விரவியிருந்த விழுப்புண்களுக்குப் பீஷ்மன் மருத்துவம் செய்தான். நெஞ்சில் பட்ட காயங்கள் ஆறாத வலியில் பீஷ்மனிடம் குமுறி ஆறுதல் தேடினான்.

“பிதாமகரே பாண்டவர் இவ்வளவு பராக்கிரமசாலிகளா இருப்பாங்கன்னு நான் நெனைக்கல. நேத்து நம்ம அமச்சிருந்த மகர வியூகத்தச் சடுதியில பௌந்து நொழஞ்சிட்டாங்களே.”

பீஷ்மன் சிரித்துக்கொண்டான்.

“எதையும் தகர்க்கக்கூடிய வலிம அவங்களுக்குண்டு. அதுக்கு பீமன் ஒருத்தனே போதும். பல யானப்பலங் கொண்டவனாச்சே.”

“அவன் ரெம்பத்தான் என்னத் தும்பப்படுத்தீட்டான். அவனக் கண்டாலே ஒடம்பெல்லாம் நடுங்குது....... பிதாமகரே ஓங்க ஆசீர்வாதம் இருந்தா மட்டுமே அவங்களச் செயிக்க முடியும். இதுதான் நெலம.”

பீஷ்மன் துரியோதனனைச் சாந்தப்படுத்த முயன்றான்.

“நம்ம செயிக்கணும்னுதான் விரும்புறென் பேராண்டி. ஒனக்காக உயிரையும் வுடத் தயாராருக்கென். முழுமூச்சோட சண்டபோட்டுப் பாப்பொம். எப்படின்னாலும் அவங்கள செயிக்கமுடியும்னு தோணல. நம்பிக்கையோட களத்துல எறங்குவொம்.”

துரியோதனனுக்கு ஓரளவு ஆறுதல். படைவீரர்களை உற்சாகப்படுத்தக் கிளம்பிவிட்டான்.

ஏழாம் நாள் காலை. படைகள் இரணியவதி நதியிலிருந்து யுத்தக் களத்துக்குப் புறப்பட்டன. அவை எழுப்பும் புழுதி மண்டலம் மறைய நெடுநேரமானது.

“மன்னா ஏழாம் நாள் போர் தொடங்கீருச்சு. முக்கியமான வீரர்கள் மோதிக்கிறாங்க. துரோணரப் பல வீரர்கள் எதுக்காங்க.”

“சண்ட வலுத்துக்கிருச்சு.”

“விராடன் மகன் சங்கனும் தேராளியும் துரோணரோட அம்பால மாண்டுபோறாங்க. அசுவத்தாமனுக்கும் சிகண்டிக்கும் எடையில பெரிய மோதல் நடக்குது. சிகண்டியோட சாரதிய அசுவத்தாமன் கொன்னுட்டான். சிகண்டி தாக்குப்புடிக்க முடியாமச் சாத்தியகியோட சேந்துக்கிட்டுச் சண்டையிடுறான். சாத்தியகியும் அலம்புசங்கிற அரக்கனும் கடுமையா மோதுறாங்க. அரக்கன் மாயையால எவ்வளவோ வித்த காட்டியும் முடியாமத் தோத்தோடுறான்.”

“அரக்கனும் பயந்தாங்கொள்ளிதானோ.”

“திருஷ்டத்துய்மனுக்கும் துரியோதனனுக்கும் சண்ட மூளுது. துரியோதனன் தோக்கப்போற சமயத்துல சகுனி வந்து கைகுடுக்கான். அடுத்து கிருதவர்மனுக்கும் பீமனுக்கும் கடும்போர் நடக்குது. கிருதவர்மன் தோத்துப் போயி சகுனியிட்டத் தஞ் சமடையிறான். விருஷ்ணி குலத்தச் சேந்த சேகிதானன் வீரத்தோட கிருபரத் தாக்குறான். ரெண்டுபேரும் வெட்டிக்கிட்டுச் சாயப்போற சமயத்துல சேகிதானனப் பீமனும் கிருபரச் சகுனியும் காப்பாத்துறாங்க.”

“எப்படியோ கிருபர் தப்பிச்சிட்டாரு.”

“அபிமன்னனும் துரியோதனன் தம்பி மூணு பேரும் மோதிக்கிறாங்க. அபிமன்னன் அனாசயமாப் போரிட்டு மூணு பேரையும் கொல்லாம வேற எடத்துக்குப் போயிறான்.”

‘ஒங்கள எங்க பீமப்பாவுக்காக வுட்டுவைக்கென். பெழச்சுப் போங்க.’

“பொடிப்பய உயிர்ப்பிச்ச குடுத்துட்டுப் போறானாக்கும்.”

“திருஷ்டக்கேதுவுக்கும் பூரிசிரவனுக்கும் எடையில பெரிய சண்ட மூண்டுக்கிருச்சு. திருஷ்டக்கேதுவோட சாரதி மாண்டுபோறான்.”

"தேராளிகளையே கொல்றாங்களே ஈவெரக்கமில்லாற பாவிக."

"திருஷ்டக்கேது சமாளிக்க முடியாமத் தோத்தோடுறான். பிதாமகருக்கு ரோசம் வந்துருச்சு. முழுமூச்சாச் சண்டையிட்டுப் பாண்டவர் தரப்புல கொத்துக் கொத்தா வீரர்களக் கொன்னு குமிக்காரு. துரோணரும் சளைக்கல. ஏராளமானவங்களச் சாகடிக்காரு."

"இதக் கேக்க ஆறுதலாருக்கு சஞ்சயா."

"அதோட ஏழாம் நாள் போர் முடிஞ்சது அரசே. ரெண்டு பக்கமும் சேதம் அதிகந்தான்."

133

"மன்னா யுத்த பேரிகை மொழங்குது. எட்டாம் நாள் போர் தொடங்கீருச்சு. கவுரவர் கூர்ம வியூகத்துலயும் பாண்டவர் சிருங்காட வியூகத்துலயும் தயாரா நிக்காங்க."

"ரெண்டு பக்கமும் தாந்துபோற மாதிரி தெரியல. என்ன செய்றது. உள்ளதுபோல இருக்கட்டும்."

"எடுத்த எடுப்புலயே சேனைகள் கைகலப்புல எறங்கியாச்சு. கவுரவர் தோள்தட்டித் தொட தட்டிக் கொக்கரிக்காங்க. பிதாமகர் அவங்கள உற்சாகப்படுத்திக்கிட்டே களத்தச் சுத்தி நோட்டம் பாத்துட்டு வாறாரு. அவர் இல்லாற எடமில்ல."

"சஞ்சயா நம்ம புள்ளைக இண்ணைக்காச்சும் செயிப்பாங்களா."

"பிதாமகர் ஆவேசத்தோட சண்டையிடுறதப் பாத்தா அவங்கதான் செயிக்கணும். அவரப் பாத்துப் பீமன் கதிகலங்கீட்டான். குருவ மறிச்சு மோதவேண்டிய நெலம. ஒரே அம்புல குருவோட சாரதியக் கொன்னுட்டான். தேர் தறிகெட்டு ஓடுது."

"மொரட்டுப்பய. ஆனா பலசாலி."

"துரியோதனன் தம்பிமாரு எட்டுப்பேரு ஒண்ணுசேந்து பீமனத் தாக்குறாங்க. கொஞ்ச நேரத்துல பீமன் அத்தன பேரையும் வதச்சுக் கொன்னுட்டான்."

"அய்யோ எட்டுப்பேரும் போயிட்டாங்களா."

“துரியோதனனுக்கு மனசில அச்சம் வாட்டுது. பெருங்கவலையில எதையெதையோ பொலம்புறான். பீமனோட வேகத்தப் பாத்து மத்த வீரர்கள் வெரண்டோடுறாங்க. துரியோதனனால அவங்களத் தடுத்து நிறுத்த முடியல.”

“எல்லாருமாச் சேந்து மூத்தவனத் தவிக்கவுட்டுட்டாங்களே. மீண்டு வருவானோ மாண்டுபோவானோ.”

“துரியோதனன் பிதாமகரத் தேடிப்போயி மொறையிடுறான்.”

‘பிதாமகரே பீமன் ஆடுற பேயாட்டம் தாங்கமுடியல. எந் தம்பிமார வரிசையாக் கொன்னு குமிக்கான். ஒருத்தனாச்சும் மிஞ்சுவானான்னு தெரியல. நீங்களோ ரெண்டு பக்கமும் பொதுவான மனுசரா இருக்கீங்க. என்னத்தச் சொல்றது. எல்லாம் எங் கெட்ட நேரம்.”

“அவனுக்கு ரெண்டு கண்ணுலயும் நீர் கோர்க்குது. பிதாமகர் பக்குவமா நெலமைய எடுத்துச் சொல்றாரு.”

‘துரியோதனா நாங்க ஏற்கெனவே பலமொற சொல்லீட்டொம். நீ காதுல போட்டுக்கிறல. தலைக்கு மேல வெள்ளம் வந்தப் பெறகு வருத்தப்பட்டு என்ன செய்ய. சோதனைகள எதிர்கொள்ளத்தான் செய்யணும். நமக்கு இந்த நாடும் நகரமும் குடுத்துவைக்கல. இதத் தெளிவா ஒணந்துக்கிட்டுப் போர் செய்.’

“துரியோதனன் சொரத்தில்லாமச் சண்ட போடுறான். அதே சமயம் பீமன் போர்க்களத்துல பெருகியோடுற ரத்த ஆத்துல தாண்டவமாடிக்கிட்டுருக்கான். அர்ச்சுனன் கொஞ்சங்கூடச் சளைக்கல. கவுரவர் படைகளப் பெருமளவு சேதப்படுத்துறான். களத்துல இன்னொரு கண்ணுகுட்டி கண்ணு மூக்குத் தெரியாமத் துள்ளி வெளையாடுது. அவன் வெளையாட்டப் பாத்து எல்லாருக்கும் ஆச்சரியம்.”

“அதாரு சஞ்சயா புதுக் கண்ணுக்குட்டி.”

“நாககன்னி உலுபிக்கும் அர்ச்சுனனுக்கும் பெறந்த புள்ள அரவான். மகனே நடக்கப்போறது ஒந் தந்தையோட போரு. அதுக்கு நீ ஏன் போகணும். அவரு பாத்துக்கிருவாரு. நானே ஒன்ன வச்ச சந்தோசத்துல காலத்தக் கடத்தீட்டுருக்கன்னு பெத்தவ எவ்வளவோ சொல்லித் தடுத்துப்பாத்துருக்கா. தகப்பனோட போருல கலந்துக்கிறாம எப்படிம்மா. போய்த்தான் ஆகணும். அது எங் கடமன்னு சொல்லீட்டு நாகர்களத் தொணைக்குக் கூட்டிக்கிட்டு நேரக் களத்துக்கு வந்துட்டான். எங்கயும் அவனப் பத்தின பேச்சாத்தான் கெடக்கு.”

“அர்ச்சுனனுக்கு இன்னொரு அபிமன்னனா.”

“அரவானுக்குத் தொணையாப் பீமன் மகன் கடோத்கஜன் களத்துல நிக்கான். ரெண்டுபேருக்கும் தொணையா கடோத்கஜன் மகன் அஞ்சனபர்வனும் அஞ்சனவர்மனும் இருக்காங்க. பல சந்தர்ப்பத்துல அபிமன்னனும் உபபாண்டவரும் அவங்களோட சேந்துக்கிறாங்க. சகோதரர்களோட சேந்து போரிடுறதுல அரவானுக்கு அவ்வளவு சந்தோசம்.”

“குட்டிச்சேன குதியாளம் போடுது. தாக்குப்புடிப்பாங்களா.”

“அரவானுக்கும் அரக்கன் அலம்புசனுக்கும் மாயச்சண்ட மூண்டுக்கிருச்சு. அடடா கண்கொள்ளாக் காட்சி. பாத்தவங்க கையும் ஓடாம காலும் ஓடாம வெரச்சுப்போயி நிக்காங்க. அலம்புசன் சண்டையில தோத்தோடுறான். இன்னொரு பக்கம் கடோத்கஜன் எதிரிகளக் கொன்னு சாய்க்கான். அவனோட கர்ணகடூரமான கர்ஜனையக் கேட்டாலே கவுரவ வீரர்களுக்கு வயித்தக் கலக்குது. தப்பிச்சாப் போதும்னு உயிரக் கையில ஏந்திக்கிட்டு ஓடுறாங்க. அவங்களத் தடுத்து நிறுத்துறதுக்குப் பிதாமகர் பிரயாசப்படுறாரு. முடியல.”

“கையாலாகாற பயகள வச்சுக்கிட்டு மாரடிக்கவேண்டியதுதான்.”

“பீமன் துரியோதனனோட தம்பிகள வரிசையாக் கொன்னு பழி தீத்துக்கிறான். மிச்சமிருக்கிற தம்பிமாரு பீமன எதுக்கத் திராணியில்லாம செதறி ஓடுறாங்க. துரியோதனன் கொதிச்சுப்போறான்.”

“சஞ்சயா எங்களுக்குக் கொள்ளிவைக்கப் புள்ளைக மிஞ்சுவாங்களான்னு தெரியல. வேதனையாருக்கு.”

“தலைக்குமேல வெள்ளம் போனப் பெறகு கவலப்பட்டு என்ன செய்ய. இனிப்போ கசப்போ ஏத்துக்கிறவேண்டியதுதான். எல்லாரும் தெம்பாருங்க. நாளைக்கு ஒம்பதாம் நாள். நமக்கு நல்லதே நடக்கும்.”

134

போரில் தொடர்ந்து தோல்வியைத் தழுவிய துரியோதனன் அச்சத்தில் துவண்டுபோனான். முக்கியமானவர்களுடன் இரவோடிரவாக மந்திராலோசனை நடத்தினான்.

கர்ணனுக்கு எப்போதுமே பீஷ்மன் மீது காழ்ப்புண்டு. அதை வெளிப்படுத்த இது நல்ல சந்தர்ப்பம்.

“துரியா நம்ம தோல்விக்குக் காரணம் பிதாமகர்தான் இது உறுதி.”

“எத வச்சு இப்படிச் சொல்ற கர்ணா.”

“நீயும் பாத்துட்டுத்தான இருக்க. பாண்டவர் மேல பாசத்தப் பொழியிறாரா சும்மாவா. அந்தப் பாசம் கண்ண மறைக்குது. அதான் சண்டைய இழுத்தடிக்காரு. அவர் போர்க்களத்துல இருக்கிறவரைக்கு இந்த நாடகந்தான் நடக்கும். நம்ம தோத்தோட வேண்டியதுதான்.”

துரியோதனன் அரற்றினான்.

“அவங்க எந் தம்பிகளக் கொல்றதப் பாத்து மனசு கலங்குது. அவங்களச் செயிக்கிறதுக்கு வேற வழியே இல்லையா.”

“ஏனில்ல. பீஷ்மர் ஆயுதங்களப் போட்டுட்டு வெளியேறட்டும். அதுக்குப் பெறகு என்ன நடக்குதுன்னு பாரு.”

“அது நெசந்தான். அவரு வெளியேறீட்டா நீ களத்துல குதிச்சிருவ. எதிரிக அழிஞ்சுபோவாங்க.”

துரியோதனன் உடனே பீஷ்மனைக் கலந்தான்.

“பிதாமகரே ஒங்கள மலபோல நம்பித்தான் களத்துல எறங்குனோம். இன்னும் அவங்களச் செயிச்சபாடில்ல. நீங்க மனசு வச்சா முடியாறது ஒண்ணுமில்ல. மனசு வைக்கலையே. எல்லாம் எங்க நேரந்தான்.”

பீஷ்மன் முகத்தில் எந்தச் சலனமுமில்லை. துரியோதனனின் உள் நோக்கத்தைப் புரிந்துகொண்டான்.

“துரியோதனா எம் போர்த் தெறமையக் கேவலப்படுத்தாத. கடுஞ்சொல்லால என்னச் சுட்டெரிக்காத. நெஞ்சு வலிக்குது.”

“பெறகென்ன பிதாமகரே. ஒங்க உயிர அங்கயும் ஒடம்ப இங்கயும் வச்சுக்கிட்டுத்தான சண்ட போடுறீங்க. ஏனிந்த ஊசலாட்டம்.”

“துரியோதனா என்னோட நேர்மைய அவமதிக்க வேணாம். பாண்டவரோட வலிம தெரியாமப் பொலம்புற. தோல்விப் பயம் ஒன்னப் புடிச்சாட்டுது.”

“பிதாமகரே எனக்கு அச்சமில்ல. ஒண்ணு போர்க்களத்த வுட்டு வெளியேறுங்க. இல்ல கர்ணனுக்கு வழிவுடுங்க. அது

போதும். கர்ணன் களத்துல எறங்குனா பாண்டவர் இருந்த எடந் தெரியாம ஒழிஞ்சுபோயிருவாங்க."

"ஒரு ஆம்பளையா எதுத்து நின்னு அவங்களோட சண்ட போடு. அத வுட்டுட்டு மத்தவங்க மேல பழி சொமத்திக் கொற சொல்ல நெனைக்காத. என்னோட பலமும் பலவீனமும் எனக்கு நல்லாவே தெரியும். நீ என் வீரத்த மெச்சித்தான் நான் வாழணும்னா அப்படியொரு வாழ்க்க எனக்குத் தேவையில்ல."

"ஒங்களக் கொற சொன்னா மூக்கு நுனியில கோவம் வருதே. நம்பிக்கையா நடந்துக்கிட்டா ஏன் கொற சொல்லப்போறொம்."

"நாளைக்கு நான் போர் செய்யப்போறதப் பாரு. பாண்டவரக் கூண்டோட ஒழிப்பென். பெண்ணாருக்கிற சிகண்டிய மட்டும் எதுத்து ஆயுதம் ஏந்தமாட்டென். நாளைக்குச் சந்திப்பொம் துரியோதனா."

பீஷ்மன் தன்னைத்தானே நொந்துகொண்டான்.

'துரியோதனன் இப்படி அவமதிச்சிட்டானே. மரவுரி தரிச்சு எப்பயோ காட்டுக்குப் போயிருக்கணும். குருகுலம் தழச்சுக் கெளைக்கட்டும்னு அக்கறையோட பெருந்தன்மையா இருந்துட்டென். பெரிய புள்ளகளையும் பேரப் புள்ளகளையும் வளத்து ஆளாக்கி வுட்டென். அதிகாரச் சொகமும் அரச போகமுந்தான் என்னக் காட்டுக்குப் போகவுடாமத் தடுத்துருச்சு. மனசு காட்லயும் இல்லாம வீட்லயும் இல்லாம ரெண்டுங்கெட்டான் பெழப்பு. நாதியத்துக் கெடந்த என்ன துரியோதனன் ஆதரிச்சு அரவணச்சான். என்னாளும் அவன அண்டிப் பெழைக்க வேண்டிய நெலம. எனக்குப் பிரம்மச்சரியம் ஒரு கேடு. நானே ஒரு அரவாணிதான். பெண்ணுக்கு முன்னால ஆயுதம் தூக்கமாட்டன்னு பெரிசாச் சொல்லிக்கிறென். ஆனா எந் தம்பிய முன்னிட்டு ஒண்ணுக்கு மூணு பொண்ணுகளத் தொட்டுத் துக்கீட்டு வந்தனே அத எந்த வீரத்துல சேத்துக்கிறது. சிகண்டிக்கும் எனக்கும் என்ன வித்தியாசம். என்னோட நெலம யாருக்கும் வரக்கூடாது.'

135

"மன்னா இண்ணைக்கு ஒம்பதாம் நாள் சண்டையப் பாக்கப்போறொம்."

“கவனமாப் பாத்துச் சொல்லு சஞ்சயா.”

“முத்ததுல ஓடி வெளையாடுற செல்லப்புள்ள மாதிரி போர்க்களத்துல அபிமன்னன் வெளாசிக்கிட்ருக்கான். எல்லாரும் அவனோட வில்வித்தைகள மெய்மறந்து பாத்து ஆச்சரியப்படுறாங்க. தம்பிக்குத் தொணையா நிக்கிற அரவான் துள்ளிக் குதிக்கான்.”

‘ஆகா எங்கப்பா கத்துக்குடுத்த வித்தையாக்கும். எந் தம்பி குடுத்துவச்சவன். எனக்கு அந்தக் குடுப்பின இல்ல.’

“அரவான் தம்பி முதுகுல செல்லமாத் தட்டிக்குடுக்கான்.”

‘அபித்தம்பின்னா அபித்தம்பிதான். அத்தன பேரையும் நொறுக்கிக் குமிச்சிருடா. யார் எவன்னு பாவ புண்ணியம் பாக்காத, நம்மள எதுத்தவனெல்லாம் எதிரிதான்.’

“ரெண்டுபேரும் அலம்புசன ஓரங்கட்டி அம்புகளால அர்ச்சன செய்றாங்க. தாக்குப்புடிக்க முடியாம அரக்கன் தப்பி ஓடுறான்.”

“அரக்கன வெரட்டியடிக்கிற அளவுக்குப் பொடியங்களுக்குத் தைரியம் வந்துருச்சு.”

“இப்பப் பாண்டவர் கவனமெல்லாம் பிதாமகர் மேலதான் இருக்குது. அவரக் குறிவைக்கிறாங்க. எப்படியாவது அவரச் சாச்சாகணும். இல்லன்னா போருல ஒரு முடிவு பெறக்காது.”

“அதான. இழுத்துக்கிட்டே போகுதே.”

“பிதாமகர் எரிமலையாக் குமுறுறாரு. எதுக்க வாற அத்தன பேரையும் அம்பால அடிச்சுச் சாய்க்காரு. பாண்டவர் பக்கம் நெறையப் பேரு செத்துட்டாங்க. ஏராளமானவங்க பீதியில வெரண்டு ஓடுறாங்க. கண்ணெதிரில நடக்கிற சேதாரங்களப் பாத்து நடுங்கித் தப்பிச்சு ஓடுறாங்க. அவங்கள யாராலயும் தடுத்து நிறுத்த முடியல.”

“சஞ்சயா பிதாமகரப் போல நாலுபேரு இருந்தாப் போதும். துரியோதனன் கெலிச்சிருவான்.”

“மன்னா இண்ணைக்குக் கவுரவருக்குத் திருவிழா. பிதாமகரோட வீரதீரத்தால கெடச்ச வெற்றியக் கொண்டாடுறாங்க. அவரப் புகழாற வாயில்ல.”

“ராத்திரி துரியோதனன் தெம்பாத் தூங்குவான். இல்லையா சஞ்சயா.”

“ஆமாமா.”

பாண்டவருக்குத் தூக்கங்கெட்ட இரவு. தங்கள் தரப்பில் அடைந்த தோல்வியை எண்ணி பெருங் கவலைகொண்டனர். தருமன் கிருஷ்ணனைப் பரிதாபமாகப் பார்த்தான்.

“கிருஷ்ணா இப்படியே நெலம நீடிச்சா பிதாமகர் பாண்டவர அழிச்சுத் தொடச்சிருவாரோன்னு அச்சமாருக்கு. அவரு கோவத்துல தொடுக்கிற ஒவ்வொரு பாணத்தையும் பாத்து மனசு பதறுது. என்னோட குறுக்குப்புத்தியால ஆரம்பிச்ச போர இதோட நிறுத்திக்கிட்டா. நல்லதுன்னு நெனைக்கென். எல்லாந் தொறந்து வனவாசம் போயிருவென். நான் செஞ்ச கருமத்தால தம்பிகளும் பாஞ்சாலியும் அனுபவிச்ச துன்பங்கள மறுபடியும் அவங்கமேல சொமத்தி அவங்கள எழக்க விரும்பல. போர் நிறுத்தந்தான் உசிதம்னு தோணுது. என்ன செய்றது கிருஷ்ணா. நீயே ஒரு வழி சொல்லுய்யா.”

“யுதிஷ்டிரா ஒந் தம்பிமாரு பராக்கிரமசாலிகளாக்கும். கவலையே வேணாம். நீ ஆணையிட்டா நான் ஒருவனே பிதாமகரோட போரிட்டுக் கொன்னுருவென். அவர் ஒங்களுக்குப் பகைவருன்னா எனக்கும் பகைவர்தான். அர்ச்சுனன் என்னோட மச்சினன் நண்பன் சீடன்....... எல்லாமே அவந்தான். அவனுக்காக என் உயிரையும் குடுப்பென். பிதாமகருக்கு இறுதிக்காலம் நெருங்கீருச்சுன்னு நெனைக்கென். அவரு அறிவு மயக்கத்துல வேண்டாறதெல்லாம் செஞ்சுக்கிட்டுருக்காரு.”

தருமன் சற்றே ஆறுதலடைந்தான்.

“எப்படியானாலும் போர்க்களத்துலருந்து பிதாமகரத் தூக்கியெறிஞ்சாலொழிய நமக்கு வெற்றி சாத்தியமில்ல.”

“எனக்கும் அப்படித்தான் தோணுது. ஒரு யோசன சொல்லட்டுமா.”

“சொல்லு கிருஷ்ணா.”

“நாளைக்குப் போருல சிகண்டிய முன்னிறுத்துனா அவனப் பொண்ணுன்னு நெனச்சுப் பிதாமகர் ஆயுதமேந்தமாட்டாரு. அந்தச் சமயத்துல நம்ம பின்னாலருந்து அம்புகளச் சரமாரியா ஏவி அவரச் சாச்சிறலாம்.”

“நல்ல யோசன.”

அர்ச்சுனன் கிருஷ்ணனை வெளியே இழுத்து வந்து கோவத்தில் சாடினான்.

“ஏல கருவாயா பிதாமகர் எனக்குப் பாட்டனாருடா. சின்ன வயசில புழுதியில உருண்டு பெரண்டு அவரு மடியில வெளையாடுவொம். அதெல்லாம் எப்படிடா மறக்கமுடியும். அவரப் போயிக் கொல்லத் திட்டம்போடுறயே. ஒனக்குக் கொஞ் சமாச்சும் அறிவிருக்கா. மத்தவங்க யாராச்சும் அவரக் கொன்னு பேரு வாங்கிக்கிறட்டும். எனக்கு அந்தப் பாவம் வேணாம்ப்பா. வெற்றியோ தோல்வியோ அதப் பத்திக் கவலையில்ல. அவர நான் கொல்லவே மாட்டென்.”

கிருஷ்ணன் அதட்டினான்.

“அட முட்டாப் பயலே பிதாமகரக் கொல்லுவன்னு முன்னால வாய் கிழியச் சபதம் போட்டயே. அது ஞாபகமிருக்கா. ஒண்ணு தெரிஞ்சுக்கோ. அவரு உயிரோட இருந்தா ஒரு காலத்துலயும் நம்ம செயிக்கவே முடியாது. விதி என்ன சொல்லுது தெரியுமா.”

“என்ன சொல்லுது.”

“வயசாளி அறிவாளி நல்ல கொணசாலி யாராருந்தாலும் எதிரியக் கொல்ல வந்தா அவனத் தயங்காமக் கொல்லலாம்.”

“அய்யா சாமி ஒன் விதியையும் மதியையும் ஒன்னோடயே வச்சுக்கோ.”

“பிதாமகரக் கொல்ல வேண்டியது ஒங் கடமடா. நான் சொல்றது மண்டையில ஒறைக்குதா.”

சற்றே சிந்தித்த அர்ச்சுனன் முடிவுக்கு வந்து கிருஷ்ணனின் யோசனைக்கு ஒத்துக்கொண்டான்.

“சிகண்டிய முன்னிட்டு நாளைக்குப் பிதாமகர நான் வதைப்பென். இது உறுதி.”

பாண்டவர் நன்றிப்பெருக்கில் அர்ச்சுனனை வாழ்த்திப் புகழ்ந்தனர். மலைபோல் இருக்கும் பெருந்தடை அகன்று வெற்றிக்கு வழிவிடப் போகும் ஆனந்தம்.

136

ஒன்பது நாள் கடந்த பின்பும் போரில் வெற்றி தோல்வி தீர்வாகவில்லை. நிச்சயமற்ற நிலைமையே நீடித்தது. அனைவரும்

உதட்டைப் பிதுக்கிக்கொண்டனர். கிருஷ்ணன் ஓர் ஐயத்தைக் கிளப்பினான்.

“ஒருவேள போர்த் தெய்வம் காளிக்கு ஒரு வீரனப் பலிகுடுத்தா இந்தப் போருல செயிக்கிற வழியக் காட்டீருவாளோ.”

பாண்டவர் சோதிடம் பார்த்தனர். சோதிடன் வழிமுறையைச் சொன்னான்.

“முப்பத்திரண்டு லட்சணங்க இருக்கிற வீரனப் பலியிட்டாக் காரியம் செயமாகும்.”

கிருஷ்ணன் சொன்னான்.

“எனக்கும் அர்ச்சுனனுக்குந்தான் அத்தன லட்சணமுண்டு. மூணாவது ஒருத்தனும் இருக்கான்.”

அர்ச்சுனன் சலித்துக்கொண்டான்.

“இன்னொருத்தன் எங்கருக்கானோ. இந்த இருட்டுக்குள்ள எப்படித் தேடிக் கண்டுபுடிக்கிறது. பேசாம என்னையே பலிகுடுத்துருங்க.”

கிருஷ்ணன் கடிந்தான்.

“அடே இது பேச்சா. இல்ல பேச்சான்னு கேக்கென். நீ போயிட்டா பாண்டவர் படையத்தனையும் அழிஞ்சு நாசமாப் போயிருண்டா. அத நெனச்சுப் பாத்தயா. பொருத்தமானவனத் தேடித்தான் கண்டுபுடிக்கணுண்டா.”

இரவோடிரவாகத் தேடிக் கண்டுபிடித்தனர். வேறு யாருமில்லை. அர்ச்சுனனுக்கு உலுபி பெற்ற அரவான்தான். ஒரு தனிக் கூடாரத்துக்குள் அமைதியாகக் கண்ணயர்ந்திருந்தான்.

கிருஷ்ணன் அவனை மெல்லத் தட்டியெழுப்பினான்.

இமை திறந்த அரவான் இருவரையும் இனங்கண்டு அவசரமாக எழுந்தான். உடல் பதறியது. நாவெழவில்லை. அர்ச்சுனன் வாஞ்சையுடன் கேட்டான்.

“நீ யாருப்பா.”

கிருஷ்ணன் பதில் கூறினான்.

“இவந்தான் அரவான்.”

அர்ச்சுனனுக்குப் புரியவில்லை.

“அரவான்னா.......”

இந்த முறை அரவானிடமிருந்து பதில் வந்தது.

“நாககன்னி உலுபி ஒங்களோட ஒரு நாள் குடும்பம் நடத்திப் பெத்துக்கிட்ட புள்ள.”

அர்ச்சுனன் சற்று யோசனையில் ஆழ்ந்து மீண்டான். நினைவுக்கு எட்டவில்லை. கிருஷ்ணன் அர்ச்சுனன் முதுகைத் தட்டினான்.

“ஓம் புள்ளதாண்டா.”

“ஒனக்கு முந்தியே தெரியுமாடா.”

“நல்லாத் தெரியும்.”

“எங்கிட்டச் சொல்லவே இல்ல.”

“சொன்னா இங்க வந்துருக்க மாட்டயே.”

அர்ச்சுனனுக்குத் தன் உதிரத் துளியை இனங்கண்டுகொண்டதில் உள்ளூரச் சந்தோசம். இளங்கன்றைப் பறிகொடுப்பதில் அவனுக்குக் கிஞ்சித்தும் விருப்பமில்லை. வேதனையே மிஞ்சியது. கண்கலங்கக் கிருஷ்ணனை ஏறிட்டான்.

“மச்சான் இதெல்லாம் என்ன கொடுமடா. நல்லால்ல.”

கிருஷ்ணனுக்கு அர்ச்சுனனின் வருத்தம் புரிந்தது. வலிமையான அஸ்திரத்தை வார்த்தைகளில் ஏவினான்.

“எதுக்குப் புழுங்கித் தவிக்கணும். என்னப் பலிகுடுத்துட்டாக் கவலையில்ல. ஒனக்கு வேற தேரோட்டி கெடைக்காமயா போயிருவான்.”

“ஏல வாய மூடுடா இவனே. மாட்டுக்காரனுக்கு மந்தப் புத்திதான் வரும். இதுக்கு மேல என்னமும் பேசுன அம்புட்டுத்தான். நானே போயி காளிக்கு எந் தலையக் காணிக்க குடுத்துருவென்.”

திகைப்பில் பார்த்துக்கொண்டிருந்த அரவானிடம் கிருஷ்ணன் பக்குவமாக நிலைமையை எடுத்துக் கூறினான்.

“அய்யா உலுபி பெத்த மகனே சண்ட முடிஞ்சபாடில்ல. இண்ணைக்கோ நாளைக்கோன்னு இழுபறியாக் கெடக்குது. இதுல முடிவு கண்டாகணுமேன்னு கவலையாருக்கு. முப்பத்திரண்டு லட்சணமிருக்கிற வீரனக் காளிக்குப் பலிகுடுத்தாச் செயிச்சிறலாம்னு சோதிடன் சொல்றான். அந்தத் தகுதி நம்ம மூணு பேருக்குத்தான் இருக்கு. என்ன செய்றதுன்னு தெரியாம முழிச்சுக்கிட்ருக்கொம்.”

“என்னப் பத்தி ஓங்களுக்கெப்படித் தெரியும்.”

“ரெண்டு மூணு நாளைக்கு முன்னால ராத்திரி நேரம் தனியா உக்காந்து காயங்களுக்கு மருந்து போட்டுகிட்டுருந்ததப் போற போக்குல கவனிச்சென். பக்கத்துக் கூடாரத்துல ஓன்னப் பத்திக் கேட்டென். வெவரஞ் சொன்னாங்க.”

அரவான் திடமாகவே சொன்னான்.

“ஓங்க இக்கட்டான நெலமை நல்லாவே தெரியிது. நீங்க பலியாகணும்னு நெனைக்கிறது நியாயமில்ல. ஓங்கள வச்சுத்தான் போரே நடக்குது. என்னப் போர்க்களத்துல எறங்கவுட்டதே பெரிசு. அந்தச் சந்தோசமே போதும். களத்துல பலியாகிறதும் வீரமரணந்தான. எங்கப்பாவப் பாத்துப் பேசணும்னு ரெம்ப நாளா ஆச. இண்ணைக்குக் கண்குளிரப் பாத்துக்கிட்டென். காளிக்கு என்னப் பலிகுடுக்க முழுச் சம்மதம்.”

கிருஷ்ணன் அரவானைப் பெருமையுடன் நோக்கினான்.

“ஓந் தாயி அழுவாளே........”

“இப்ப மட்டும் சிரிச்சுக்கிட்டாருக்கா. இவரு குடுத்த ஒரு நாளுச் சந்தோசத்தத்தான இனியும் மனசுக்குள்ள அடகாத்து வாறா. நான் களத்துல வீர மரணம் அடஞ்ச சேதி தெரிஞ்சா பெருமப்பட்டுக்கிருவா.”

அரவானின் வறண்ட சிரிப்பு அர்ச்சுனனை வாட்டியது. ஒரு பக்கம் திரும்பிக் கண்ணீருகுத்துக்கொண்டான்.

அரவான் தன் இறுதி விருப்பத்தைத் தெரிவித்தான்

“நானோ பிரம்மச்சாரி. நான் செத்துப்போனா தலமாட்லருந்து அழுகிறதுக்கு தாரம் வேணுமில்லையா. இது ஒரு கொறையா இருக்கக் கூடாது. என்ன சொல்றிக.”

அர்ச்சுனன் ஆடிப்போனான். கிருஷ்ணனை முறைத்தான்.

“இதுக்கு என்ன சொல்ற. ரெண்டுங்கெட்ட வேளையில பொண்ணுக்கெங்க போறது.”

“தேடுனாக் கெடைக்கும் மாப்பிள.”

“எப்படியும் போங்க.”

சாமத்துக்கு மேல் எல்லா இடங்களிலும் வலைவீசிப் பெண்களைத் தேடினர். பெரிய சிரமத்துக்குப் பின் மணமாகாத பெண்ணொருத்தியைக் கண்டுபிடித்தனர். போர்

வீரர்களைத் திருப்திபடுத்துவதற்காகச் சுற்றுப் பகுதிகளிலிருந்து கொண்டுவரப்பட்ட ஏராளமான பெண்களில் ஒருத்தி. அவளிடம் எந்த ஒளிவும் மறைவுமில்லை. தன்னியல்பில் பேசினாள்.

“இதுல எனக்கு எந்த வருத்தமும் இல்ல. ஊரு ஒலகத்துக்கு நான் திருமணமாகாற கன்னி. ஆனா ஒவ்வொரு நாளும் எங்கிட்ட வந்து போற கணவர்களுக்குக் கணக்கில்ல. அதுல இதும் ஒண்ணு. நான் மாட்டன்னா வுடவா போறீக. ஒங்க விருப்பப்படி செய்யிங்க.”

கிருஷ்ணனுக்கு வருத்தந்தான். சமாதானப்பட்டுக்கொண்டான்.

“நாளைக்கு எழுதப்போற அறுதலிக் கணக்கில இதையும் சேத்துக்கிற வேண்டியதுதான்.”

அரவானுக்கு இன்னொரு ஆசை பாக்கியிருந்தது.

“இத்தன நாளா அண்ணந் தம்பிகளோட களத்துல ஆயுத வெளையாட்டு வெளையாடித் திரிஞ்சென். அத மறக்கவே முடியாது. அதனால நான் பலியானப் பெறகும் நடக்கிற சண்டைய முழுசாப் பாக்கணும். கடசியா எங்கப்பா செயிக்கப்போறதக் கண்டு ஆனந்தப்படணும். அவரோட தேவதத்தச் சங்குச் சத்தம் காதுல இனிக்கணும். அதோட வெற்றி மொழக்கத்தக் கேட்டப் பெறகே என் உயிர் பிரியணும்.”

கிருஷ்ணனுக்கு இது பிடிபடவில்லை.

“என்ன ஆச இது. விபரீதமாருக்குதே. அதெப்படி முடியும் மருமகனே.”

“மாமனால முடியாறது எதும் உண்டா. எந் தலைய வெட்டிச் சண்டையப் பாக்கிற மாதிரி ஓயரமான எடத்துல வச்சிருங்க. சண்ட முடியிறவரைக்கும் தலைக்கு உயிரக் குடுத்துருங்க.”

கிருஷ்ணனுக்குத் துக்கம் தொண்டையை அடைத்தது. கரகரத்தான்.

“மருமகன் ஆச கண்டிப்பா நெறவேறும்.”

அரவானுக்கு ஒரு மனக்குறை இருந்தது.

“பெரிசுக ஆட்டம் சீக்கிரமே முடிஞ்சிரும். பெறகு எளசுக வெளையாட்டுத்தான். நான் இப்பத்தான் அண்ணன் தம்பிகளப் பாத்துருக்கென். கடசிவரைக்கும் அவங்களோட சேந்து சண்டபோடணும்னு ஆசையாருக்கு. என்ன செய்றது. எங் கத இப்படி முடியணும்னு எழுதியிருக்கு. குடுத்துவைக்கலையே.”

அரவான் விரும்பியபடி பின்னிரவில் மணமேடையேறினான். கூடாரத்துக்குள் சொற்பச் சடங்குகளுடன் திருமணம் சிறப்பாக நடந்தது.

மணக்கோலத்தில் மலர்ந்திருந்த அவன் முகத்தில் நாளைக் காணவிருக்கும் பிணக்கோலம் மறைந்துவிட்டது.

இரவு முழுக்க அர்ச்சுனன் புரண்டு புரண்டு உழன்றான். உலுபியைப் பல வருடங்களாக எட்டிக்கூடப் பார்க்கமுடியாத குற்றவுணர்வு. மகனைப் பலிகொடுக்கப்போகிற துக்கம். அவனை உறக்கம் அண்டவேயில்லை.

137

உக்கிரப் போர் தொடங்கி ஒன்பது நாள் ஓடிவிட்டது. சேதாரங்களுக்குக் கணக்கில்லை.

வெற்றியைத் தேடி பாண்டவ கவுரவப் படைகள் பத்தாம் நாள் களம் நோக்கி அணிவகுத்தன.

வீரர்களின் உடலெங்கும் ஆறியும் ஆறாமலும் எண்ணற்ற விழுப்புண்கள். காயங்களை மூடிமறைத்திருந்த துணிகளுக்கு மேல் குருதிக் கசிவு. எதையும் பொருட்படுத்தாமல் வீரர்கள் தெம்புடன் காணப்பட்டனர். எதிரிகளை எப்படியும் கொன்றாகணும் போரில் வென்றாகணும் என்ற வெறி.

தளபதிகளின் தேர்களில் அவரவர் இலச்சினைகள் பொறித்த கொடிகள் வரிசையாக விண்ணை நோக்கிப் படபடத்தன. கண்ணுக்குள் அடங்காத அணிவகுப்பு.

தேராளி விசோகன் பீமனைப் போற்றி ஓங்கிய குரலில் பாடினான்.

“பீமசேனன் வாறாண்டா

பீமசேனன் வாறாண்டா

சோமரசம் குடிச்சுக்கிட்டு

சுறுசுறுப்பா வாறாண்டா

கதாயுதம் தூக்கிக்கிட்டு

கடகடன்னு சிரிச்சுக்கிட்டு வாறாண்டா

கவுரவரக் கருவறுக்க

களத்தநோக்கிப் படையெடுத்து வாறாண்டா."

துரியோதனனின் சாரதி பிரதிகாமியிடமிருந்து எக்காளத்தில் எதிர்ப்பாட்டு வந்தது.

"துரியோதனன் வாறாண்டா

துரியோதனன் வாறாண்டா

பெரிய தம்பி சிறிய தம்பி

பின்தொடர வாறாண்டா

அலையடிக்கும் கடலப்போல

ஆர்ப்பரிச்சு மொழங்கிக்கிட்டு வாறாண்டா

சொன்னபடி பாண்டவர

தொலச்சுக்கட்டி வாகைசூட வாறாண்டா."

மொட்டு வெயில் மெல்ல மெல்ல இதழ்விரிக்கும் கதகதப்பில் தேராளிகளின் பாடல்களைக் கேட்டு வீரர்களிடம் புது உற்சாகம் பிறந்தது. மேலும் பல தேராளிகளின் பாடல்களும் தொடுத்துக்கொண்டன.

தேர்ச் சக்கரங்கள் உருளும் கடகடப்பும் சங்குகளின் சிம்ம நாதமும் பாடல்களுக்குப் பக்கவாத்தியம் வாசித்தன. அவ்வப்போது தளபதிகளின் அதட்டலான ஆணைக் குரல்களும் சேர்ந்திசைத்தன.

நிணமும் குருதியும் குழைந்து கொலைக்களத்தில் படிந்திருந்த நீர்ப்படலத்தின் ஈரம் இளம் வெயிலில் உலர்ந்து துப்புரவாகி அன்றையப் போருக்குத் தயாராகக் காத்திருந்தது.

அகற்ற முடியாத பிணங்கள் களத்தின் ஒரு மூலையில் குன்றாகக் குவிந்து கிடந்தன. பிணக்குன்றின் அடிவாரத்தில் உயிர் பிரிந்தும் பிரியாத உடல்கள் துடித்துக்கொண்டிருந்தன. பணியாளர்கள் இரவு முழுக்க அகற்றியும் மிஞ்சிவிட்ட பிணக் குவியல். எப்படியும் அவை பத்தாம் நாள் பிணக் கணக்கில் சேர்ந்துவிடும்.

இரணியவதி நதியில் இப்போது பல பிணங்கள் மிதக்க ஆரம்பித்திருந்தன. இடையிடையே ஊதிப் பருத்த மிருக உடல்களும் அசைந்தன. களத்தின் பிணவாடையுடன் நதியின்

நாற்றமும் சேர்ந்து குமட்டியது. கடலை நோக்கிய நதியின் நிதானப் பயணம் மனசைக் கலங்கடித்தது.

படைகள் களத்தில் குழுமத் தொடங்கின. களம் நிறையவில்லை. படைகள் நிறையவே வற்றிவிட்டன.

பாண்டவர் தங்களுக்கு வெற்றி வேண்டி அரவானைக் காளி கோயிலுக்கு அழைத்துச்சென்றனர். மணக்கோலம் இன்னும் கலையாமல் அவன் புதுப்பொலிவுடன் இருந்தான். அரையிரவு வாழ்க்கை இருபதாண்டு வாழ்க்கையின் இன்பமாக நெஞ்சில் இனித்தது. சற்று நேரத்தில் பலியாகப் போகும் அச்சமோ துக்கமோ முகத்தில் கொஞ்சங்கூடத் தென்படவில்லை.

காளியின் முன்னிலையில் அவன் தலையைக் கொய்து காணிக்கையாக்கினர். அந்தக் குரூரக் கொலையைப் பார்க்க விரும்பாத அர்ச்சுனனின் துக்கம் உடையத் தருணம் பார்த்திருந்தது. முற்றத்தில் தன் சொந்த ரத்தம் சிந்திக் கிடப்பதை ஒரு முறை திரும்பிப் பார்த்தான். துக்கத்தை அடக்கமுடியவில்லை. ஊமையழுகையில் குலுங்கினான்.

அரவானின் விருப்பப்படி அவன் தலையை அருகிலுள்ள வன்னி மரத்தின் உச்சாணிக் கிளையில் பொருத்திவைத்தனர். தலைக்கு ஞானத் திருஷ்டியும் பேசும் சக்தியும் வந்துவிட்டன.

ஆகா எட்டாத உயரத்தில் இருந்துகொண்டு போர்க் காட்சிகளைப் பருந்துப் பார்வையில் தெரிந்துகொள்ளலாம். விரிவாக வர்ணிக்கலாம். ஆனந்தத்தில் அவன் மரத்தடியில் நின்றிருந்த பாண்டவருக்கு வார்த்தைகளை உதிர்த்தான்.

"இனிமே நீங்க போருக்குப் போகலாம். வெற்றி ஒங்களுக்குத்தான்."

அவனது களங்கமற்ற சிரிப்பை அர்ச்சுனனால் கேட்க மட்டுமே முடிந்தது. மகனது தலையை அண்ணாந்து பார்க்கத் திராணியில்லை. தருமனுக்குத் தம்பி முகத்தைப் பார்க்கத் தெம்பில்லை.

கிருஷ்ணனுக்கோ உயிர்ப்பலி ஒரு போர்ச் சடங்கு. அவ்வளவுதான்.

138

அய்யன்மாரே அய்யன்மாரே
அஞ்சாத வீரர்களே
பார்புகழும் வில்லாளி
பாண்டவ ராசனவன்
அர்ச்சுனன் பேருசொல்ல
அவதரிச்ச அரவான்நான்
போர்க்களத்துக் காட்சிகள
பொதுவான சாட்சியாக
உள்ளது உள்ளபடி
சொல்லிவாறென் கேளுங்கய்யா.

பாண்டவர் தரப்புப் படை சிகண்டிக்குப் பாதுகாப்பு வேலியா நிக்கிது. பீஷ்மர இப்படி மொறையில்லாமக் கொல்றதுல எங்கப்பாவுக்கு மனசில்ல. இருந்தாலும் சிகண்டியக் காப்பாத்த வேண்டிய பொறுப்பு அவருக்குண்டு.

கிருஷ்ணங்கிட்ட பொதுவாப் பேசிப்பாக்காரு.

'இதெல்லாம் என்ன மச்சான். மொதல்ல சிகண்டி ஆம்பளையா பொம்பளையான்னு எனக்கே சந்தேகமாருக்கு. அப்படியிருக்க பிதாமகர் கதைய முடிக்கத் திட்டம்போடுறயே. அது பெரிய பாவமில்லையா.'

'ஆம்பளதான்னு நீ நம்புனா ஒந் தேருல ஏத்திட்டுப் போயிச் சண்டபோடு.'

'மச்சான் எந்தேருலயா. அப்ப நீ......'

'நான் ஒனக்குப் பக்கத்துலதான் இருப்பென். கவலப்படாத...... சிகண்டி பொம்பளதான்னு பீஷ்மர் இண்ணைக்குவரைக்கு நம்பிக்கிட்டுருக்காரு. கண்ணுக்கு முன்னால பொம்பள வந்து நின்னா அவரக் கொல்ல ஆயுதம் தூக்கமாட்டன்னு சபதம் போட்டுருக்காரு. அது தெரியுமில்ல.'

'தெரியும் தெரியும். அதச் சாக்கா வச்சுத்தான சதித்திட்டம் நடக்குது.'

'சிகண்டியோட மூஞ்சியப் பாத்ததும் ஏம்ப்பா இப்படி விதிமொறைய மீறிப் பொம்பளையக் கொண்டுவந்து நிறுத்தீருக்கீங்க. இது பொட்டத்தனம் இல்லையான்னு நாக்கப் புடுங்கிக்கிற மாதிரி திட்டத்தான் போறாரு.'

'என்னென்ன வாங்கிக் கெட்டப்போறமோ தெரியல. எம் மூஞ்சியில முழிக்காதடான்னு வெரட்டியடிப்பாரு. அது நிச்சயம்.'

'மாப்பிள அதெல்லாம் காதுல வாங்கிக்கிறக் கூடாது. எப்படியாச்சும் நம்ம செயிச்சாகணும். அத மனசில வச்சு நடந்துக்கோ. அவரச் சாய்க்கிறதுக்கு இதான் நல்ல சந்தர்ப்பம். அவரு களத்துலருந்தா நம்ம ஒரெட்டு முன்னால வைக்க முடியாது. மேரு மலையப் பெரட்டிக் கீழ உருட்டியாகணும். அப்பத்தான் வழி பெறக்கும்.'

'இது அனியாயண்டா மச்சான். அருவமில்லாம ராத்திரிக்கு அவரு கூடாரத்துல தீயக் கொளுத்தீட்டு வந்துறலாமே. இதுக்கு அது எவ்வளவோ மேல்.'

'அது பெரிய வீரம். திருட்டு வீரம்...... அட மடையா அனியாயம் நியாயமெல்லாம் அவரவர் மனசப் பொறுத்தது. இந்தச் சந்தர்ப்பத்த நழுவவுட்டா நம்ம கூண்டோட காணாமப் போயிருவொம். மொதல்ல ஓங் காலக் கைய ஒடிச்சு மொடக்கணும்.'

எங்கப்பா கொஞ்ச நேரம் யோசிக்காரு. பெறகு ஒரு முடிவுக்கு வந்துட்டாரு. தன்னோட தேருல சிகண்டிய ஏத்திக்கிட்டுப் பீஷ்மரக் குறிவச்சு வேகமாப் போறாரு. இன்னொரு தேருல கிருஷ்ண மாமன் பின்னாலயே போறாரு. அவரு மொகத்துல அப்படியொரு சந்தோசம்.

போகட்டும் போகட்டும். சண்டைக்கு ஒரு முடிவு கண்டாகணுமில்ல.

சண்ட இப்ப உச்சக்கட்டத்துல நிக்கிது. பாண்டவர் சிகண்டியச் சுத்தி வேலியா நிக்காங்க. கவுரவர் பீஷ்மருக்குக் காவலிருக்காங்க.

பீஷ்மர் எதப்பத்தியும் கவலப்படல. ஆவேசமாச் சண்டபோடுறாரு. அவரு ஏற்கெனவே தீர்மானிச்சிட்டாரு. அடஞ்சா வெற்றி தோத்தா மரணம். அத மனசில வச்சுக்கிட்டே அம்புகள ஏவுறாரு. அவரோட அம்புகளும் எங்கப்பா தொடுக்கிற பானங்களும் மாறி மாறி மழையாப் பொழியிது. அங்கயும் இங்கயும் பொணங்க கணக்கில்லாமக் குமிஞ்சிருச்சு.

சிகண்டி தொடந்து பீஷ்மர நோக்கி அம்பப் பாய்ச்சிக்கிட்டே இருக்கான். அடர மொளச்ச பயிர் மாதிரி பீஷ்மர் ஒடம்பெல்லாம் அம்பு தச்சிருச்சு. நெறைய அம்பு எங்கப்பாவோட காண்டீபம் தொடுத்தது. சிகண்டி அனுப்புற ஒவ்வொரு கணையும் நெருப்பக் கக்குது. அவனோட வீராவேசத்தப் பாத்து எங்கப்பாவுக்குப் பெரிய ஆச்சரியம். தனக்குத்தானே பேசிக்கிறாரு.

'அடடா இவனோட அடிமனசில பதுங்கிக்கெடந்த அம்பையாக்கும் ருத்திரகாளியா உருவெடுத்துத் தாண்டவமாடுறா. மொகத்துல பழி வெறி கனலா மின்னுது.'

பீஷ்மர் மொகத்துல அதே சிரிப்பு. சிகண்டியோட மூஞ்சியில முழிக்காமயே சொல்றாரு.

'சிகண்டியே நீ அம்பு தொடுத்தாலும் சும்மாருந்தாலும் நான் எதுத்துச் சண்டையிடமாட்டென். நீ பிரமன் படச்ச பெண்ணுதான. என்னப் பொறுத்தமட்ல இந்த நொடிவரைக்கும் நீ பெண்ணுதான்.'

சிகண்டியோட வெறி தலைக்கேறி தகிக்கிது.

'சகலவல்லமை கொண்ட பெரியவரே நான் உம்முடன் போரிடப்போறென். நீர் செத்துத் தொலஞ்சாத்தான் எங்களுக்குச் சந்தோசம். நீர் போரிடாமருந்தாலும் நான் வுடப்போறதில்ல. ஓம்மக் கொன்னே தீருவென். பழைய கடனொண்ணு பாக்கியிருக்குதே. ஞாபகமிருக்கா.'

எங்கப்பா சிகண்டிய அடிக்கடி தூண்டிக்கிட்டே இருக்காரு.

'மச்சான் நீ பிதாமகர் கதைய முடிக்கலன்னா எளக்காரமாப் பேசுவாங்க. பரிகாசம் பண்ணுவாங்க. நெஞ்ச நிமித்திச் சண்ட போடு. தொணைக்கு நானிருக்கென். சமய சந்தர்ப்பம் பாத்து அவர அமபால அடிச்சுச் சாச்சிரு. நெலம மோசமாயிட்டே போகுது.'

துரியப்பாவுக்குக் கலக்கம். பீஷ்மருட்டச் சொல்றாரு.

'நம்ம படைக வெரண்டு ஓடுறதப் பாத்து எனக்கு அச்சாமருக்கு. ஓங்களாலதான் அவங்களக் காப்பாத்த முடியும். வேற நாதி கெடையாது.'

பீஷ்மர் அமைதியாச் சொல்றாரு.

'துரியோதனா எஞ் சக்திக்கு மீறிச் சண்ட போட்டுட்டென். இனி என்னால செய்றதுக்கு ஒண்ணுமே இல்ல. என் மரணந்தான் ஒரே

வழி. நான் யாருக்கும் தடையாருக்க விரும்பல. இண்ணைக்கோட செஞ்சோத்துக் கடனத் தீத்துக்கிறப்போறென்.'

பீஷ்மரோட பரிதாபமான நெலமையக் கண்டு துரோணருக்கு ரெம்ப வருத்தம். மகங்கிட்டச் சொல்லி மனச ஆத்திக்கிறாரு.

'அசுவத்தாமா அர்ச்சுனன் சிகண்டிய முன்னிட்டு பீஷ்மரக் கொல்லத் திட்டம் போட்ருக்கானாம். நம்மால முடிஞ்சளவுக்குப் போரிட்டு அவரக் காப்பாத்தியாகணும்.'

இரு புறமும் கடுமையா மோதிக்கிறாங்க. பீஷ்மரச் சுத்தி நிக்கிற பாண்டவர் படையச் செதறடிக்க முடியல. அந்த நெலமையிலயும் அவர் மனந் தளரல. பாக்கப் பரிதாபமாருக்கு. பீஷ்மர் தருமப்பாட்டப் பொருமுறாரு.

'யுதிஷ்டிரா வெறுப்பு விளிம்புல நின்னுக்கிட்டுத் துரியோதனனுக்குப் பட்ருக்கிற கடனத் தீத்துக்கிட்ருக்கென். நான் மடிஞ்சேயாகணும். தடையாருக்கக் கூடாது...... எனக்கொரு நன்ம செய்வயா.'

தருமப்பாவுக்குப் பதட்டம்.

'சொல்லுங்க பிதாமகரே.'

'அர்ச்சுனன முன்னிட்டு என்னக் கொன்னுரு. எனக்கு அந்தப் பெரும போதும். அமைதியா ஆனந்தமா உயிர வுட்ருவென்.'

'நான் ஒங்களக் கொல்றதா. அந்தக் கொடுமையான பாவத்தச் செய்யமாட்டென்.'

எங்கப்பா வுடாமப் பீஷ்மர் மேல பாணத்தத் தொடுத்துக்கிட்டே இருக்காரு. பீஷ்மர் அம்புகள ஒடம்புல வாங்கிக்கிறாரு. ஒப்புக்கு எதிர்க்கணைகள ஏவுறாரு. அவர் சிகண்டிய ஏறிட்டுக்கூடப் பாக்கல.

எங்கப்பா சிகண்டிய அவசரப்படுத்துறாரு.

'மச்சான் இதான் நல்ல சந்தர்ப்பம். குறி தவறாம அடிச்சுக் கொன்னுரு.'

சிகண்டி தன்னோட வன்மத்தச் சொல்லிச் சொல்லி பீஷ்மரோட மார்புல பத்துப் பாணங்களப் பாச்சுறாரு.

'இந்தப் பாணம் சுயம்வரத்துல நீர் அம்பையத் தொட்டுத் தூக்குனதுக்காக...... இது அவள எச்சில் தாம்பூலம்னு ஏளனமாப்

பேசுனதுக்காக........ இது அவள அந்தப்புரத்துத் தாசின்னு இழிவாப் பேசுனதுக்கு....... இது அம்பையோட தந்தை காசிராசன ஏளனமாப் பேசுனதுக்கு....... இது எங் கடைசிப் பாணம். சனங்க முன்னால எந் தங்கச்சி பாஞ்சாலியத் துகிலுரிஞ்சு அவமானப் படுத்துனதுக்காக. இதோட ஒமக்கும் எனக்குமான கடன் தீந்தது.'

பீஷ்மர் அத்தன அம்புகளையும் அமைதியா ஒடம்புல வாங்கிக்கிறாரு. மனசு தளரன்னாலும் ஒடம்பு ஒத்துழைக்கல. கெழக்கு மொகமாருந்த மனுசன் அப்படியே தேருலருந்து கீழ சாஞ்சிட்டாரு. தரையில தல படாதபடி. அவர் ஒடம்புல பாஞ்ச அம்பு அத்தனையும் இயல்பாகவே முள்படுக்கையாகி அவரத் தாங்கிக்கிருச்சு. படுக்கையில அவர் அமைதியா அயர்ந்துருக்காரு. மொகத்துல கொஞ்சங்கூட வலிச் சுளிப்பில்ல.

களம் முழுக்க ஒரே கூச்சல் கொழப்பம். கூக்குரல். எல்லாரும் அவரப் பாக்க ஓடுறாங்க.

'அய்யோ பிதாமகர் போயிட்டாரே......'

அங்கங்க சோகத்துல சங்குகளோட ஒப்பாரி கேக்குது."

பீஷ்மரச் சூழ்ந்திருந்த வீரர்களோட கண்கள் அழுதழுது வீங்கீருச்சு. மரணப் படுக்கையிலயும் அவர் மொகத்துல அவர் மொகத்துல சந்தோஷங்கொறையல எல்லாரையும் சுத்திப் பாக்காரு.

'வீரர்களே சரதல்பத்தத் தாண்டி எந் தல தொங்குறதக் கவனிச்சீங்களா. ஒரு தலையன கெடச்சாத் தோதாருகும்.'

வீரர்கள் ஓடியாடி மெல்லிசான தலையணைகளக் கொண்டு வந்து குடுக்காங்க.

எதுமே அவருக்கு வசப்படல. கொஞ்சம் எட்டத்துல நின்னு அழுதுக்கிட்டுருந்த பாண்டவருல எங்கப்பாவப் பாக்காரு. அவர் புரிஞ்சிக்கிட்டாரு. காண்டீபத்த ஏந்தி பீஷ்மரோட தலப்பக்கம் மூணு அம்புகளத் தரையில பாச்சி நிறுத்தி அவரோட தலையத் தாங்க வசதியா வைக்காரு. கொழண்டு போயிருந்த தல இப்ப நிமிந்துக்கிருச்சு.

'காண்டீபன் எஞ் சீடனாச்சே.'

சரதல்பத்துல படுத்தபடி துரியப்பாவுக்குப் புத்திமதி சொல்றாரு.

'துரியோதனா ஒஞ் சேனைகளோட நீ அழிஞ்சுபோறதுக்கு முன்னால பாண்டவருட்டக் கொண்டாடுற பகையக் கைவுட்ரு.

எம் மரணத்தோட இந்தச் சண்ட முடியட்டும். ஓம் மேல வுழுந்த பழி போகட்டும். கொஞ்சம் தனியா யோசிச்சுப் பாரு மகனே.'

பீஷ்மரோட வார்த்தைகளத் துரியப்பா சட்டபண்ணல. அவரோட மொகஞ் சிறுத்து எரிச்சல்ல சுளிக்குது. பீஷ்மர் எல்லாம் ஓஞ்சு மெல்ல மெல்லக் கண்ண மூடுறாரு.

அய்யன்மாரே அண்ணனும் தம்பியும் சண்ட போட்டு என்னத்துக்குத்தான் இப்படி அழிஞ்சு போறாங்களோ. மனசு பாரமாருக்குது.

பத்துநாளு போருமுடிஞ்சது அது

பலஉயிரக் காவுகொண்டது

எத்தனதான் சாகப்போகுதோ இனி

எரிஞ்சுசாம்பல் ஆகப்போகுதோ.

நான் பத்தாம் நாள் பிணக்கணக்கில சேந்துருவென். இத மறக்காம எம் மனைவியிட்டச் சொல்லீருங்க. அவ ரெம்பத் தைரியமான பொண்ணு. மறு நாள் காலையில நான் சாகப் போறத அறிஞ்சும் எங்கூடச் சந்தோசமாருந்தாளே. அதே பெரிசு. அவ மகராசியாக்கும்.

அடடா கலியாண முறுக்குல அவ பேரக் கேக்க மறந்துட்டனே. அதனால என்ன. நம்ம வச்சுக்கிற வேண்டியதுதான். அரவான் பொண்டாட்டி அரவாணி. இனிமே அதுதான் அவ பேரு.

அப்படியே எங்கம்மாவுக்கும் காத்துவாக்குல தகவலனுப்பீருங்க. பாவம் அவ மனசு அலபாஞ்சு என்னத் தேடிக்கிட்டுருக்கும்.

எங்கப்பா எதுக்கு எம் மொகத்த ஏறிட்டுக்கூடப் பாக்க மாட்டங்காரு. நான் என்ன தப்புச் செஞ்சென். நாளைக்கு வரட்டும் கேக்கணும்.

ராத்திரி முழுக்க அரவாணியோட ஒப்பாரி கேட்டுக்கிட்டேயிருக்குது.

'நள்ளிரவில் மாலையிட்டு இன்பம்

அள்ளியள்ளித் தந்தவரே

பள்ளியறை மஞ்சத்திலே நல்ல

பாடஞ்சொல்லிப் போனவரே

மணக்கோலம் கலையுமுன்னே என்

மலர்மாலை வாடுமுன்னே
பிணக்கோலம் ஆகலாமா இந்தப்
பேதைமனம் வாடலாமா.'

139

பூகேய நாட்டு மன்னன் வகுசன் மகள் பொன்னுருவி. பெயருக்கேற்ற பொலிவும் வனப்பும் கொண்டவள். உருவிவிட்டதுபோல் சீராகப் பூசிய உடல் வாகு. தனது சுயம்வரத்தில் அங்க நாட்டு மன்னன் கர்ணனைக் கண்டதும் காதல்கொண்டு மாலையிட்டாள். அங்க நாட்டு ராணியாகும் கற்பனையில் புது மாளிகையில் அடியெடுத்து வைத்தாள்.

கணவனின் பூர்வீகம் அறியும்வரை அவளுக்கு வாழ்க்கை இன்பமாக இருந்தது. அவன் தேரோட்டி மகன் என அறிந்த மறுகணமே வெறுப்பு மேலிட அரற்றினாள்.

“போயும் போயும் ஒரு சூதனுக்கா மாலையிட்டேன். பெரிய அவமானம் இழிவு.”

கணவனின் சமாதானத்தையும் பொருட்படுத்தாமல் பிறந்த வீடு சென்றுவிட்டாள். அப்போது அவள் வயிற்றில் கர்ணனின் கரு உயிர்த்திருந்தது. கணவன் மீது அவளுக்குள் வெறுப்பும் வளர ஆரம்பித்தது.

அவள் அழகான ஆண்குழந்தை பெற்றாள். பெயர் விஸ்வகேது. குழந்தை பிறந்த பிறகாவது திரும்பி வந்துவிடுவாள் என்ற நம்பிக்கையில் எதிர்பார்த்திருந்தான் கர்ணன். வரவில்லை. குழந்தையைத் தேடிப்போனான். மனைவி பார்க்க அனுமதிக்கவில்லை. சூதனுக்குப் பிறந்த குழந்தையென அவமானச் சின்னமாகக் கருதினாள்.

உற்ற நண்பனின் தனிமைத் தகிப்பு கண்டு பொறுக்காத துரியோதனன் ஒரு சூத குலப் பெண்ணைப் பேசி அவனுக்கு மணமுடித்துவைத்தான். பெயர் காஞ்சனமாலை. அவள் தாமதிக்காமல் இரு புதல்வர்களைப் பெற்றாள். பெயர் விருசசேனன் விருசத்வஜன்.

பொன்னுருவி தன் புதல்வனுக்குச் சகல வித்தைகளையும் கற்பித்து வீரனாக்கினாள். அதைப்போலவே கர்ணன் இரு புதல்வர்களுக்கும் அஸ்திரப் பயிற்சியும் சாத்திரங்களும் பயிற்றுவித்து ஆளாக்கினான்.

குருச்சேத்திரப் போர் மூண்டது. போரின் வெற்றிக்குத் தூணாகத் துரியோதனன் கர்ணனை நம்பியிருந்தான்.

காஞ்சனை பெற்ற இரு புதல்வர்களையும் போரில் ஈடுபடுத்த கர்ணன் திட்டமிட்டிருந்தான்.

பொன்னுருவி தனக்குத் திலகமிட்டுத் தாம்பூலம் கொடுத்து வழியனுப்பிவிடுவாள் என்ற எதிர்பார்ப்பு தகர்ந்துபோனது. அந்தக் கடமையைக் காஞ்சனை நிறைவேற்றினாள்.

அச்சமயத்தில் போரை முன்னிட்டாவது தன் தந்தையைப் பார்த்துவிடலாம் என்று ஆசைகொண்டிருந்த விஸ்வகேது தாயின் வார்த்தைகளையும் மீறி போருக்கு ஆயத்தமாகிப் புறப்பட்டு வந்துவிட்டான்.

முதன்முதலாகத் தன் மகனை இளைஞனாகப் பார்த்த கர்ணன் முகத்தில் பேரானந்தம். ஆரத் தழுவிக்கொண்டான்.

பீஷ்மனுக்கு அளித்த உறுதிமொழிப்படி அவன் போர்க்களத்தை விட்டு அகன்ற பின்னரே கர்ணனால் களத்தில் இறங்கமுடியும்.

ஆக அதுவரை காத்திருந்த கர்ணன் துடிப்பு மிக்க மூன்று கன்றுகள் பின்தொடர பீஷ்மனைச் சந்திக்கச் சென்றான்.

ஓகவதி நதிக்கரையில் அம்பணைமேல் அயர்ந்திருந்த பீஷ்மனைக் கர்ணன் தன் புதல்வர்களுடன் சந்தித்தான். அவன் மனமுடைந்து போயிருந்தான்.

"எங்களுக்கெல்லாம் குருவே பிதாமகரே நான் ராதையோட புத்திரன் கர்ணன் வந்துருக்கென். இது என் புதல்வர்கள்."

பீஷ்மன் மெல்லக் கண் திறந்து கர்ணனைப் பார்த்தான்.

"வா கர்ணா. போர்க்களப் பிணமாக் கெடக்கிற என் நெலமையப் பாத்தயா. பாண்டவரும் கவுரவரும் ஒத்துமையா இருக்கணுமிங்கிற எண்ணத்துல குடும்பம் கொழந்தைகன்னு காலத்தக் கடத்தீட்டென். எப்பயோ காட்டுக்குப் போயிருக்கணும்."

"அப்படிச் சொல்லாதங்க பிதாமகரே. ஓங்க தியாக வாழ்க்கை எங்களுக்கெல்லாம் நல்ல பாடம். ஓங்கள எங்களால

கிட்ட நெருங்க முடியுமா. ஓங்க காலடியில நின்னுக்கிட்டுத்தான் அண்ணாந்து பாக்க முடியும்.”

பீஷ்மன் முகத்தில் குறுஞ்சிரிப்பு தவழ்ந்தது. கர்ணன் ஆதங்கப்பட்டான்.

“நான் சூதபுத்திரந்தான். அது ஓங்களுக்கு நல்லாவே தெரியும். இவ்வளவு காலமா என்ன ஒதுக்கியே வச்சிருந்தீங்க. அதுக்கு என்னோட பெறப்பு காரணமா இருக்க முடியாது. ஏன்னா ஓங்க அரவணைப்புலதான் நான் வித்தைகளக் கத்துக்கிட்டென். எம்மேல ஓங்களுக்கு என்ன வெறுப்புன்னு இண்ணைக்குவரைக்கும் தெரியாது. “

பீஷ்மன் இருமிக்கொண்டான்.

“கர்ணா ஓம்மேல எனக்கு எப்பயுமே வெறுப்பில்ல. நீங்க எல்லாரும் நிம்மதியா இருக்கணும். அது போதும். நான் சந்தோசமாக் கண்ண மூடுருவென்.”

“பிதாமகரே நான் சூதபுத்திரனா வளந்தென். நீங்க என்ன வீரனாக்கினீங்க. நண்பன் துரியோதனன் என்ன மன்னனாக்கி அரியணையேத்தி அழகுபாத்தான். கவுரவத்தக் குடுத்தான். அவனுக்கு எவ்வளவோ நன்றிக்கடன் பட்ருக்கென். அவனுக்கு மனசளவுலகூடத் துரோகஞ் செய்ய நெனைக்கமாட்டென். பாண்டவர் வல்லவர்கள்தான். இருந்தாலும் அவர்களோட போர் செய்யத் துணிஞ்சிட்டென். நான் ஏதாச்சும் தவறு செஞ்சிருந்தா அதப் பொறுத்து நான் போருக்குப் போக அனுமதிக்கணும் குருவே.”

பீஷ்மன் மெல்லத் தலையசைத்தான்.

“கர்ணா பகையைப் பாராட்ட நெனச்சா நீ போருக்குப் போகலாம். அரச தருமப்படி போர் செய். சமாதான முயற்சியில நான் தோத்துட்டென். போருல ஒரு முடிவு தெரியிறவரைக்கும் எங் கட்டையிலருந்து உயிர் பிரியாது. அஞ்சா நெஞ்சோட போருக்குப் போய் வா மகனே.”

140

நாந்தான் அரவான் பேசுறென்.

கர்ணனுக்கு விடுதல கெடச்ச சந்தோசம் தாங்கமுடியல. பீஷ்மரோட வார்த்தைக்காக இதுவரைக்கும் ஓய்வெடுத்தவரு குகைய விட்டு வெளியேறிச் சிலிர்க்கும் சிங்கம்போலக் களத்த நோக்கி வாறாரு. மூணு குட்டிக பின்னால வருது.

ஆகா அதுதான் கர்ணனா. அவர இதுவரைக்குப் பாத்ததில்லையே. பீஷ்மர் போனாரு. கர்ணன் வந்தாரு. என்ன நடக்கப்போகுதோ. களத்துக்கு வந்த கர்ணன் ஆர்ப்பாட்டமா துரியப்பாட்டப் பீத்திக்கிறாரு.

'நண்பனே பிதாமகர் நம்மையெல்லாம் கைவுட்டுட்டுப் போயிப் படுத்துட்டாரு. நல்ல எண்ணங்கொண்ட மகான். அவரே வுழுந்துட்டாரு. நம்ம எம்மாத்தரம். இருப்பதும் ஒண்ணுதான். இல்லாறதும் ஒண்ணுதான். அர்ச்சுனன எதுத்துச் சண்ட போட யாருக்குச் சக்தி இருக்குது. இனி அந்தக் கவல வேணாம். எதிரிகள அழிச்சு கவுரவரக் காப்பாத்த வேண்டியது எங் கடம. என்னோட நண்பனுக்காக எதையுஞ் செய்வென்.'

கர்ணனோட வீராவேசம் கண்டு கவுரவர் சேனைகள் குதுகலத்தில் களத்துக்குப் பெறப்புடுறாங்க. அவங்களக் காக்க வந்த தலைவனாகக் கர்ணனக் கொண்டாடுறாங்க. துரியப்பா மொகத்துல புதுத் தெம்பு.

'கர்ணா ஒன்னோட வரவுக்காகக் காத்துருந்தென்.'

ரெண்டு பேரும் கட்டித் தழுவிக்கிறாங்க.

'நான் என்ன செய்யணும் நண்பா.'

'பிதாமகருக்கடுத்து யாரத் தலைமைத் தளபதியா நியமிக்கலாம்னு ஒரே யோசனையாருக்குது.'

'இதுலென்ன யோசன. அறிவுலயும் வயசிலயும் மூத்த ஆசான் துரோணர் இருக்கயில மாத்துப் பேச்சுக்கே எடமில்ல. சரிதான.'

'சரியாச் சொன்ன கர்ணா.'

துரோணர் தலைமைத் தளபதியாப் பொறுப்பேத்துக்கிறாரு. தாமதமானாலும் தனக்குத் தகுந்த மரியாதையும் கவுரவமும் கெடச்சதுல அவருக்குச் சந்தோசம்.

இப்பக் கவுரவர் போருக்குத் தயார். அவங்களோட ஆரவாரம் காதப் பௌக்குது. துரியப்பா தருமப்பா மேலயே கண்ணா இருக்காரு. அவரக் கொல்லக் கூடாது. உயிரோட புடிச்சிட்டு வரணும். அதுதான் அவர் திட்டம்.

துரியப்பா துரோணருட்டத் திட்டத்தச் சொல்றாரு.

'குருவே யுதிஷ்டிரன உயிரோட கொண்டுவந்து எம் முன்னால நிறுத்துனா சந்தோசப்படுவென்.'

துரோணருக்கு ஆச்சரியம்.

'துரியோதனா யுதிஷ்டிரனச் செயிச்சு நாட்ட அவங்கிட்ட ஒப்படச்சு சகோதர ஒறவ காப்பாத்த நெனைக்கிற. அப்படித்தான.'

துரியப்பா தன்னோட உள்நோக்கத்தச் சொல்றாரு.

'குருவே சண்டையில யுதிஷ்டிரன் எறந்துட்டா அது எனக்குச் செயமில்ல. அவன் தம்பிமாரு எங்கள அழிச்சிருவாங்க. பாண்டவர் அத்தன பேரும் மாண்டாலுங்கூட எங்களுக்குத் தோல்விதான். கிருஷ்ணன் நாட்டப் பறிச்சுக் குந்தியிடமோ பாஞ்சாலியிடமோ ஒப்படச்சிருவான். எந் திட்டமே வேற. யுதிஷ்டிரன உயிரோட புடிக்கணும். அவனோட மறுபடியும் சூதாடித் தோக்கடிக்கணும். பாண்டவரக் காட்டுக்கு வெரட்டியடிக்கணும்.'

'துரியோதனா தருமனத் தந்தரத்தாலதான் புடிக்கமுடியும். எப்படியும் அவன ஒனக்கு முன்னால கொண்டுவந்து நிறுத்துவென். இது உறுதி.'

இந்தத் திட்டத்த ஒற்றர் மூலமா தருமப்பா தெரிஞ்சுக்கிறாரு. அவருக்கு ஒரு புறம் அச்சம். தம்பிமாருட்டச் சொல்றாரு. எங்கப்பா ஆறுதல் சொல்றாரு.

'தருமண்ணா நான் உயிர வுட்டாவது ஒன்னக் காப்பாத்துவென். துரியோதனன் திட்டம் நடக்காது. நடக்க வுடமாட்டொம்.'

வழக்கம்போல போர் தொடங்குது.

துரோணர் புது உற்சாகத்துல போரிடுறாரு. அபித் தம்பியோட வீர வெளையாட்டக் கண்டு எல்லாருக்கும் அதிர்ச்சி. மலச்சுப்போயி நிக்காங்க. எங்கப்பா வாக்குக் குடுத்தபடி அண்ணனுக்கு வேலியா நின்னு போரிட்டு எதிரிகள வெரட்டியடிக்காரு. பீமப்பா அவருக்குத் தொணையா நிக்காரு. பாண்டவர்தான் செயிக்கப்போறாங்க.

உயிரு பெழச்சவங்க எல்லாரும் போயிட்டு வாங்க. நாளைக்குப் பாப்பொம்.

141

கவுரவரின் நேற்றைய தோல்வி துரோணனின் நெஞ்சில் நெருடியது. போரில் தருமனைப் பிடிக்க முடியாத வெட்கம். துரியோதனனின் முகத்தில் எப்படி விழிப்பது. தீர யோசித்து ஒரு உத்தியைக் கண்டுபிடித்தனர்.

‘தருமனும் அர்ச்சுனனும் சேந்து சண்டையிடக் கூடாது. எடுத்த எடுப்பிலயே பிரிச்சிறணும்.’

‘அர்ச்சுனனத் தனிமப்படுத்தீறணும்.’

“சண்டையச் சாக்குவச்சு அவனக் களத்தவுட்டுக் கடத்தீட்டுப் போயிறணும்.”

“தம்பி தொணையில்லாம அண்ணன் தவிச்சுப்போவான். தப்பிக்கப்பாப்பான்.”

“அந்தச் சமயம் பாத்து அவனப் புடிச்சு இழுத்துட்டு வந்துறணும்.”

துரியோதனன் தெம்பானான்.

“நல்ல திட்டந்தான். அவனத் தந்தரமாப் புடிக்கணுமே.”

திரிகர்த்த நாட்டு மன்னன் சுசர்மன் சுதாரித்தான்.

“துரியோதனா அர்ச்சுனனக் கடத்திக் கொண்டுபோறது எம் பொறுப்பு. அவனக் கொன்ன பெரும எங்களுக்குக் கிட்டட்டும்.”

“அப்படியே செய்யிங்க.”

அய்யன்மாரே

சண்ட தொடங்கி இண்ணைக்கோட பனிரெண்டு நாளாச்சு. இனியும் எத்தன நாளைக்கு இழுத்துக்கிட்டே போகப்போகுதோ.

கவுரவப் படைகள் வாற வருத்தப் பாத்தா ஏதோ பெரிய திட்டத்தோட வந்துருக்காங்கன்னு தோணுது. இத்தன நாளாப் போட்ட திட்டமெல்லாம். என்ன ஆச்சுன்னு கேக்கீகளா. தீட்ன திட்டமெல்லாம் நடந்துருச்சுன்னா நாட்ல சண்டையெதுக்கு சச்சரவெதுக்கு.

அங்க பாருங்க திரிகர்த்த நாட்டு மன்னன் சுசர்மன் எங்கப்பாட்டப் போயிச் சண்டைக்குக் கூப்புடுறாரு.

'அர்ச்சுனா ஒன்னோட தனியாப் போர் செய்ய எனக்கு ஆசையாருக்கு. ஒங் காண்டீபத்தோட கொஞ்சம் வெளையாடிப் பாக்கணும். நீ தயாரா.'

'சுசர்மா நான் எந்த வெளையாட்டுக்கும் இப்பயே தயார்.'

ரெண்டு பேருக்கும் சண்ட மூண்டுக்கிருச்சு. எங்கப்பா ஆவேசத்துல எதிரிகளக் கொன்னு குமிக்காரு. சண்ட போட்டுக்கிட்டே ரெண்டு பக்கத்துப் படைகளும் வெலகித் தொலைவுக்குப் போயிட்டாங்க. தனியாப் போயிச் சண்ட போடுறாங்கன்னா அதுக்கு ஏதோ உள் நோக்கம் இருந்தாகணும். கிருஷ்ண மாமந்தான எங்கப்பாவுக்குச் சாரதி. அவரு இருக்கிற தைரியத்துல சண்ட மும்முரமா நடக்கும். அவங்க திரும்பி வரட்டும். அந்தக் கதைய அப்ப வச்சுக்கிறலாம்.

இங்க போர்க்களத்துல என்னென்னமோ நடக்குது. எங்கப்பாவோட தொணையில்லாமத் தருமப்பா நிர்க்கதியா நிக்காரு. கையில ஆயுதமிருந்தும் இல்லாற மாதிரி தளந்துபோயிட்டாரு. இதப் பாத்துத் துரோணருக்கு ஏகக் கொண்டாட்டம். படையோட போயித் தருமப்பாவக் கண்ணு மூக்குத் தெரியாமத் தாக்குறாரு. அவரோட வாளுக்கு எரையாகி மாண்டுபோன உயிர்களுக்குக் கணக்கேயில்ல.

தருமப்பா மரணப் பயத்துல ஓடித் தப்பிக்காரு. எதுக்க நிக்கிறது குருவாச்சே. துரோணர் பின்னாலயே ஓடுறாரு. இதப் பீமப்பா பாத்துக்கிட்டாரு. ஓடிப் போயித் துரோணர மடக்கி அண்ணனக் காப்பாத்துறாரு.

ஒரு சந்தர்ப்பத்துல துரோணர் பாண்டவருட்டச் சிக்கிக்கிட்டு முழிக்காரு. சுத்தி வளச்சு அவர வெறியோட தாக்குறாங்க. நல்ல நேரத்துக்குக் கர்ணன் வந்து காப்பாத்திக் கூட்டீட்டுப் போறாரு.

சண்ட முழுக்கச் சாத்தியகி கர்ணன் மேலயே குறிவச்சுக்கிட்டுத் திரியிறாரு. சாத்தியகி யாருன்னு கேக்கீகளா. கிருஷ்ண மாமனுக்கு ஒறவுக்காரர். மகாவீரர். நெறையச் சண்டைகளப் பாத்தவர். வில் வித்தையில எங்கப்பா எப்படியோ அதே மாதிரி வாள் வித்தையில் அவர் கெட்டிக்காரர். அவரப் பத்தி நெறையாப் பேசிக்கிட்டாங்க.

ஒரு எடத்துல சாத்தியகியும் கர்ணனும் மோதிக்கிறாங்க. ஒருத்தருக்கொருத்தர் சளைக்காமச் சண்டபோடுறாங்க. சாத்தியகி

ஏவுன பாணத்துல கர்ணனோட வில்லு ஒடிஞ்சு தொங்குது. கர்ணன் தெகச்சுப் போயி நிக்காரு. இதத் துரோணர் கண்டுக்கிட்டாரு. அவரும் செயத்ரதனும் அவசரமாப் போயிக் கர்ணனக் காப்பாத்துறாங்க. தக்க தருணத்துல அவங்க மட்டும் வராம இருந்துருந்தா சாத்தியகி கர்ணனோட கதைய முடிச்சிருப்பாரு.

நேரம் சாயங்காலமாகுது. சுசர்மனோட சண்ட போட்டுக்கிட்டே வெளிய போன எங்கப்பா களத்துக்குத் திரும்புன மாதிரி தெரியல. கிருஷ்ண மாமன் தொணைக்கிருக்கையில அவருக்குப் பயமேயில்ல.

இனிமே வாறதெங்க. சண்ட நேரம் முடிஞ்சிருச்சு. வந்தாப் பாத்துக்கிற வேண்டியதுதான்.

சங்குச் சத்தம் கேக்குது. போர் முடிஞ்சு வீரர்கள் நொண்டிக்கிட்டும் தள்ளாடிக்கிட்டும் பாசறைக்குத் திரும்புறாங்க. பாக்கப் பாவமாருக்கு. எல்லாரு மொகத்துலயும் சவக்கள அப்பியிருக்குது. இண்ணைக்கு முடியும் நாளைக்கு முடியும்னு எதிர்பாத்து ஒவ்வொரு நாளும் வந்து வெறியோட சண்ட போட்டுத்தான் பாக்காங்க. ஒண்ணும் ஆகலையே. சண்ட முடியிறதுக்குள்ள இவங்க கத முடிஞ்சிரும் போலருக்கு.

142

அய்யன்மாரே

இண்ணைக்கென்னமோ துரியப்பா மொகத்துல களையே இல்ல. சோர்வா நடமாடுறாரு. துரோணரால நேத்துத் தருமப்பாவப் புடிக்க முடியல. அந்த வருத்தந்தான். துரோணரத் தனியாக் கூட்டீட்டுப் போயிக் காட்டமாச் சாடுறாரு.

‘குருவே கிட்டருந்த தருமனப் புடிக்க முடியாமக் கோட்ட வுட்டுட்டு இங்க வந்து வீரமா நிக்கிறீங்களே. இது நல்லாருக்கா. ஒங்களுக்கு அவனப் புடிக்கிற எண்ணமே இல்ல. அதான உண்மம. நீங்க சொல்றது ஒண்ணு செய்றது ஒண்ணு. வேதனையாருக்கு.”

துரோணரு மொகஞ்சிறுத்து அவமானத்துல குறுகிப்போறாரு. வீராவேசமாப் பேசுறாரு.

‘சுயோதனா அர்ச்சுனன யாராலயும் செயிக்க முடியாது. அது ஒனக்கே தெரியும். அவனுக்கீடான ஒரு வீரனக் கொல்லுவென். இது உறுதி. ஆனா ஒரு நிபந்தன. அர்ச்சுனனத் தனிமப்படுத்தீறணும்.’

‘நேத்து அந்தக் கததான நடந்தது. இண்ணைக்கு என்ன நடக்குதுன்னு பாப்பொம்.’

சண்ட ஆரம்பிச்சிருச்சு. வழக்கமான ஆரவாரமில்ல. நேத்தப்போல திரிகர்த்த நாட்டுக்காரங்க எங்கப்பாவத் தனியா ஒதுக்கீட்டுப் போயிட்டாங்க. அந்தச் சண்டையப் பத்திக் கவலையில்ல.

துரியப்பாவோட பத்ம வியூகத்த பாண்டவரால ஒடைக்க முடியல. தருமப்பா அபிமன்னனக் கூப்பிட்டுப் பேசுறாரு.

‘மகனே அபி எவ்வளவோ பிரயாசப்பட்டும் எதிரிகளோட பத்ம வியூகத்த எங்களால ஒடைக்க முடியல. தெரியவும் தெரியாது. அந்த வித்த கிருஷ்ணனுக்கும் அர்ச்சுனனுக்குந்தான் தெரியும். அவங்கள வுட்டா ஒனக்கும் பிரத்யும்னனுக்கும் தெரியும். மத்த மூணு பேரும் கிட்டத்துல இல்ல. ஒன்ன வுட்டா வேற கதி இல்ல. இதுதான் நெலமை. தெகச்சுப்போயி நிக்கொம்.’

அபி பக்குவமாச் சொல்றான்.

‘பெரியப்பா என்னால பத்ம வியூகத்த ஒடச்சு ஊடுருவ மட்டுமே தெரியும். அதுவரைக்குந்தான் அச்சுனப்பா கத்துக்குடுத்துருக்காரு. வியூகத்துலருந்து மீண்டுவரத் தெரியாதே.’

பீமப்பா ஆத்திரத்துல தைரியஞ் சொல்றாரு.

‘மகனே நீ சிங்கக் குட்டியாக்கும். வியூகத்துக்குள்ள நொழையிறதுக்கு மட்டும் வழி உண்டாக்கிக் குடு. மத்ததெல்லாம் நாங்க பாத்துக்கிறொம்.’

அபி ஆரவாரத்தில் சபதம் போடுறான்.

‘வியூகத்த ஒடச்சே தீருவென்.’

தருமப்பாவுக்குச் சந்தோசம்.

தேரோட்டி சுமித்திரன் எவ்வளவோ எடுத்துச் சொல்லியும் அபி காதுல போட்டுக்கிறல. சண்டையத் தொடங்குறான்.

கொஞ்ச நேரத்துல துரோணரோட வியூகத்தப் பௌந்துக்கிட்டு உள்ள புகுந்துட்டான். அது யாரு. இந்த அரவானோட ரத்தமாக்கும்.

ஒடனே பாண்டவர் படைகள் வியூகத்துக்குள்ள நொழைய முயற்சி செய்றாங்க. பாவி செயத்ரதன் பெரிய படையோட வந்து அவங்களத் தடுத்து நிறுத்துறான். அவனத் தாண்டி ஒருத்தங்கூட உள்ள போக முடியல. வியூகம் தானா மூடிக்கிருச்சு.

இப்படி மூணு தடவ முயற்சி செஞ்சும் வியூகத்தத் தொளைக்க முடியல. செயத்ரதன் தடுத்து முறியடிக்கான்.

உள்ள போன அபி என்னமா வெளையாடுறான். துரோணரையே எதுத்துத் தெணறடிக்கான்.

அவன் வாற வருத்தப் பாத்துக் கவுரவப் படைகள் கதி கலங்குது.

வியூகத்துக்குள்ள நொழஞ்சிட்ட அபிய நாலுபக்கமும் சுத்தி வளச்சுக்கிட்டாங்க. முன்னும் பின்னுமா ஆறு அதிரதர்கள் கோவத்துல நிக்காங்க. நடுவுல அபி தனி மனுசனா நின்னு வீர்த்தோட சமாளிக்கான். அவன் ஏவுற அம்புகள்ல பொறிப் பறக்குது. கணக்கில்லாம எதிரிக செத்து மடியிறாங்க. நடக்கிற கதையப் பாத்துத் துரியப்பாவுக்குக் கோவம். படைகளோட சேந்துக்கிட்டு அபியத் தாக்குறாரு. அப்பயும் அவன அசைக்க முடியல.

துரியப்பா தொவண்டு போறதப் பாத்து கர்ணன் ஒதவிக்கு வாறாரு. அவரையும் அபி வுட்டுவைக்கல. அவரு மயங்கி வுழுந்துட்டாரு. நல்ல காலத்துக்குத் தேரோட்டி காப்பாத்திட்டான்.

அடுத்து வந்த பெரியவரு சல்லித்தாத்தா கதையும் அப்படித்தான். துச்சாதனனுக்கும் அதே முடிவுதான். துரியப்பா மொலம்பித் தவிக்காரு.

‘நம்ம குருவுக்கு அபிமன்னனக் கொல்ல விருப்பமேயில்ல. அதனாலதான் அந்தப் பொடியன் அவுத்துவுட்ட கண்ணுக்குட்டி மாதிரி களமெல்லாம் செருக்கோட துள்ளித் திரியிறான். ஓடனே அவங் கதைய முடிங்க. அவனக் கொல்லத் துப்பில்ல. நமக்கு வீரப் பிரதாபம் ஒரு கேடா.’

எல்லாரும் அபிய நெருங்கித் தாக்க ஆரம்பிக்காங்க. அப்பயும் அவன் மனந் தளரல. உயிரப் பணயம் வச்சு எதுக்க வந்தவங்களையெல்லாம் அடிச்சுச் சாய்க்கிறான். அவனோட அம்புக்குப் பலியானவங்கள்ல துரியப்பவோட மகன் லட்சுமணனும் ஒருத்தன். அதப் பாத்துக் கவுரவ வீரர்கள் நடு நடுங்கிப் போறாங்க. அழுது கூச்சலிடுறாங்க. மகனப் பலி குடுத்த துரியப்பா அலறியடிச்சு ஓடுறாரு.

‘அபிமன்னனக் கொல்லுங்க. அர்ச்சுனன் மகனக் கொல்லுங்க.’

கர்ணன் மட்டுமே தொடந்து அபியோட சண்டபோட்டுக்கிட்ருக்காரு. அவரோட ஒடம்பெல்லாம் ரத்தஞ் சொட்டுது. தளந்துபோயிட்டாரு.

சகுனியும் தன் பங்குக்கு அபிமேல அம்பு தொடுக்காரு.

கவுரவர் பக்கம் என்ன செய்றதுன்னு தெரியாம முழிச்சுக்கிட்டு நிக்காங்க. அந்த அவசரத்துலயும் கூடிப்பேசி அவனக் கொல்றதுக்குத் திட்டம்போடுறாங்க.

கிருஷ்ண மாமனோட நாராயணிப் படைத் தளபதி கிருதவர்மன் ஒரு யோசன சொல்றாரு.

'தேர்க்குதிரைகளக் கொன்னுட்டா பொடியன் தேரவுட்டுக் கீழ எறங்கித்தான் ஆகணும். அதுக்குப் பெறகு கதையை வச்சுக்கிருவொம்.'

'இது சரியன யோசன.'

மொதக்காரியமா அவனோட தேர்க்குதிரைகளக் கொன்னு சாய்க்கிறாங்க. அடுத்து வில்ல அறுத்துத் தொங்கவுடுறாங்க. தேர்ச் சாரதியக் கொன்னு நிராயுதாபாணியாக்குறாங்க. அப்பயும் தம்பி தளரல. வாளெடுத்து வெளாசுறான். ஏகப்பட்ட தலைகள் களத்துல உருளுது. அவனச் சுத்தி நிக்கிற கவுரவர் பக்கமிருந்து அம்பு மழ பொழியிது. தம்பிக்குத் தொணையா நான் இருந்துருக்கணும். நடக்கிற கதையே வேற.

அபி சக்கராயுதத்தத் தூக்குறான். எதிரிக அதையும் ஒடச்சு நொறுக்குறாங்க. கதாயுதத்த ஓங்குறான். அதும் ஒடஞ்சு போகுது. பாவி துச்சாதனன் வேகவேகமா வந்து அபியோட தலையில கதாயுதத்தால ஓங்கி அடிக்கான். ஏற்கெனவே ரத்தக் கோலத்துல இருக்குற அபி அந்த அடியத் தாங்க முடியாம மயங்கிச் சாயிறான். அவன் சமாளிச்சு எந்திரிக்கிறதுக்கு முன்னால கவுரவர் சுத்தி வளச்சுக்கிறாங்க. ஓநாய்க் கூட்டம் மான் குட்டியக் கடிச்சுக் கொதறுற மாதிரி ஈவெரக்கமில்லாம எந் தம்பிய வதைக்காங்க. கொதறிக் கெடக்கிற அவனோட அபயக் கொரல மட்டுந்தான் வியூகத்துக்கு வெளிய நின்னுக்கிட்டுருந்த தருமப்பாவால கேக்க முடிஞ்சது.

'பெரியப்பாஞ்..பீமப்பாஞ்.. காப்பாத்துங்களேன்.'

யாராலயும் அவனக் காப்பாத்த முடியல. அவன் மாண்டுபோன சேதியறிஞ்ச துரியப்பாவுக்குக் கொண்டாட்டம்.. இருந்தாலும் சொந்த மகன் லட்சுமணன் போயிட்ட சோகந் தாளாமப் பித்துப் புடிச்சது போல அழுகுறாரு.

தருமப்பாவும் தேம்பித் தேம்பிப் பொலம்புறாரு.

'அர்ச்சுனனுக்கும் கிருஷ்ணனுக்கும் என்ன பதில் சொல்லட்டும். எல்லாத்துக்கும் நாந்தான் காரணம். நானேதான்.'

பாவிகளே எல்லாருமாச் சேந்து எந் தம்பிய அணியாயமாக் கொன்னுட்டீகளே. தேருக்குப் பக்கத்துல கடைசித் துடிப்பும் அடங்கி அபி அமைதியா ஒறங்குறான். அவனோட தேர்க்கொடி நாதியத்து நிக்கிது. கொடியில பறக்கிற மான் அம்புக் காயங்களோட காத்துல படபடத்து எங்கப்பாவையும் கிருஷ்ண மாமனையும் தேடித் தவிக்குது.

143

அன்றைக்கு முழுக்க அர்ச்சுனனும் கிருஷ்ணனும் போர்க்களத்துக்கு வெளியே தொலைவில் இருந்தனர். திரிகர்த்தர்களுடன் போரிட்டுத் திரும்பவே நேரம் சரியாக இருந்தது. அர்ச்சுனன் கேட்டான்.

“களத்துக்குப் போயி நெலவரத்தத் தெரிஞ்சுக்கிறலாமா மச்சான்.”

“வேணாண்டா. அந்தப் பயகளோட மல்லுக்கெட்டி மீண்டு வாறதுக்குள்ள போதும் போதும்னு ஆயிப்போச்சுஞ்.”

“அதுலயும் அந்தச் சுசர்மன உயிரோட வுட்டம்னாத் தொந்தரவுதான். அவனையும் மத்த திரிகர்த்தங்க அத்தன பேரையும் கொன்னு குமிச்சமா சும்மாவா.”

“ஒடம்பு அக்கக்கா வலிக்குது. போயிப் படுக்கணுண்டா.......”

இருவரும் நேரடியாகப் பாசறைக்குத் திரும்பும்போது மாலைப் பொழுது கனிந்துகொண்டிருந்தது. பாசறையை நெருங்கிவிட்டனர். வழியெங்கும் மயான அமைதி நிலவியது.

அர்ச்சுனன் துணுக்குற்றான். வழக்கம்போல் வரவேற்கும் வாத்திய இசையும் வாழ்த்தொலியும் கேட்கவில்லையே. ஏதோ விபரீதம் நடந்திருக்கிறது. வழியில் தென்பட்ட சில மனிதர்கள் அவர்களைக் கண்டதும் தலைகுனிந்து சென்றனர்.

இருவரும் தருமனின் பாசறைக்குள் நுழைந்தனர். உள்ளே சவ அமைதி.

அர்ச்சுனன் சுற்றிலும் நோட்டம் விட்டான். நான்கு சகோதரர்களும் முகக் களையின்றிச் சோகமே உருவாக அமர்ந்திருந்தனர். அழுகை வற்றி வறண்டுவிட்ட முகங்கள். அர்ச்சுனனின் கண்கள் அபிமன்னனைத் தேடின.

"அபியக் காணுமே. எங்க போனான்."

கிருஷ்ணன் சமாளித்தான்.

"பதட்டப்படாத பார்த்தா. அவனுக்கு ஒண்ணும் ஆயிருக்காது. ஒங் கூடாரத்துல இருப்பான்."

"தெனமும் இங்க வந்துதான அவனக் கூட்டீட்டுப் போவென்."

"இண்ணைக்கு இங்க வராமப் போயிருப்பான்."

"நிச்சயமா இருக்காது. அவனுக்கு என்னமோ நடந்துருக்குது."

தருமனால் அழுகையைக் கட்டுப்படுத்த முடியவில்லை.

"தம்பீ இண்ணைக்குப் போருல துரோணர எதுத்து எங்களால சமாளிக்க முடியல. அதனால அபிய ஒதவிக்குக் கூப்புடவேண்டியதாப் போச்சு. எதிரியோட பத்ம வியூகத்த ஒடைக்கச் சொல்லி நாந்தான் அவன அனுப்பிவச்சென். எல்லாரும் ஆச்சரியப்படும்படி அவன் பத்ம வியூகத்த ஒடச்சுக்கிட்டு உள்ள புகுந்துட்டான். நாங்க அவனக் காப்பாத்துறதுக்காக எத்தனையோ தடவ முயற்சி செஞ்சொம். வியூகத்துக்குள்ள போகவுடாம செயத்ரதன் தடுத்துட்டான். கவுரவருக அபிய நிராயுதபாணியாக்கி அனியாயமாக் கொன்னுட்டாங்க. நம்ம புள்ளைய எங்களால காப்பாத்த முடியலையே.

அர்ச்சுனன் அலறினான்.

"நான் அவனுக்குப் பத்ம வியூகத்துக்குள்ள நொழையிறதுக்குத்தான கத்துக் குடுத்துருக்கென். வெளிய வாறதப்பத்தி எதுந் தெரியாதே. அனியாயமாப் போயிட்டானே......"

"அதுக்கு நாந்தான் பொறுப்பு. புள்ள உள்ள நொழஞ்சிட்டான்னா பெறகு அவனக் காப்பாத்தீறலாம்னு தெம்பா இருந்துட்டென். படுபாவி செயத்ரதன் கிட்ட அண்டவுடாமத் தடுத்துட்டானே."

தருமனுடன் மற்ற சகோதரர்களும் சேர்ந்தழுதனர். கிருஷ்ணன் அர்ச்சுனனைத் தேற்றினான்.

"அர்ச்சுனா ஒம் மகன் சத்திரிய வீரன். அவன் வீர மரணம் அடஞ்சிருக்கான். அது குருகுலத்துக்குப் பெரும. நீ இப்படி இடிஞ்சுபோயி நிக்கக்கூடாது. சுற்றத்தாரத் தேற்ற வேண்டியது

ஓங் கடமை. அத மனசுல வச்சுக்கோஞ்.. எல்லாரும் தெரிஞ்சுக்கங்க. கோழத்தனமா அழுதுகிட்டுருக்காம நாளைக்குண்டான ஏற்பாடுகளச் செய்யிங்க. நம்ம எப்படியும் எதிரியச் செயிச்சாகணும்."

அர்ச்சுனன் அழுகையைக் கட்டுப்படுத்திக்கொண்டு ஆவேசமாகச் சபதமேற்றான்.

"பழிக்குப் பழி வாங்காம வுடமாட்டென். நாளைக்குள்ள செயத்ரதனக் கொன்னே தீருவென். கொல்லலன்னா நெருப்புல பாஞ்சு எரிஞ்சிருவென். இது சத்தியம்."

கிருஷ்ணனும் அர்ச்சுனனும் சுபத்திரையைத் தேடிச் சென்றனர். அவள் மருமகளுடன் அர்ச்சுனனின் கூடாரத்தில் தங்கியிருந்தாள்.

ஒரு பெண்ணின் அழுகுரல் அவர்களை வரவேற்றது. நிச்சயமாக இது சுபத்திரையின் குரல்தான். விட்டுவிட்டு ஒரு துணைக் குரலும் கேட்டது. இது மருமகள் உத்தரையின் குரலல்லவா.

கிருஷ்ணன் முதலில் கூடார வாசலைத் தாண்டி எட்டுவைத்தான். இரு பெண்களும் ஓடி வந்து அவனைக் கட்டிப்பிடித்துக்கொண்டு உரக்க அழுதனர். அவன் அவர்களை அரவணைத்து ஆறுதல் கூறினான்.

"சுபத்ரா நீ சத்திரிய வீரனோட மனைவி. ஓம் புதல்வன் களத்துல வீரமரணத்தத் தழுவியிருக்கான். வீரனப் பெத்தவ அழக் கூடாது. ஓங் கணவன் பழிக்குப் பழி வாங்கப்போறான். ஓம் மருமகளத் தேத்தி அமைதிப்படுத்து."

"அண்ணா மனசு ஆறமாட்டங்குதே. ஒண்ணே ஒண்ணு கண்ணே கண்ணுன்னு பெத்து வளத்த புள்ளையும் இப்படி எடவழியில போயிட்டானே. மருமக வயித்துல கருவக் குடுத்துட்டுக் காணாமப் போயிட்டானே."

"உத்தர வயித்துல வளர்ற கருவுல அபிமன்னன் பெறக்கப் போறதா நெனச்சுச் சந்தோசப்பட்டுக்கோ."

வெளியே தயக்கத்தில் நின்றிருந்த அர்ச்சுனன் அமைதியாக உள்ளே நுழைந்தான். சுபத்திரையின் முகத்தில் விழிக்காமல் அழுதான்.

அப்போது பாஞ்சாலி அங்கே வந்து சேர்ந்தாள். உத்தரையைக் கட்டிக்கொண்டு அழுதாள். மூவரும் அழுது ஓயட்டுமென்று

விட்டுவிட்டு கிருஷ்ணன் அமைதியாகத் தனது இருப்பிடத்துக்கு நடந்தான்.

சற்றுத் தொலைவுவரை சுபத்திரையின் ஒப்பாரி கேட்டுக் கொண்டிருந்தது.

"தங்க மலையோரம்
தாழம்புத் தேருவரும்
தாழம்புத் தேர்முழுக்க
தாய்மாமன் சீருவரும்
மாமஞ்சீரப் பாக்காம எஞ் செல்ல மகன்
மாண்டுபோன மாயமென்ன.

பச்ச மலையோரம்
பவளமல்லித் தேருவரும்
பவளமல்லித் தேர்முழுக்க
பாட்டனோட சீருவரும்
பாட்டஞ்சீரப் பாக்காம எந் தங்க மகன்
பறந்துபோன மாயமென்ன........"

கிருஷ்ணன் அழுகையை எவ்வளவோ அடக்க முயன்றான். முடியவில்லை.

கொலைக் களத்தின் ஒரு மூலையிலிருந்து சூதனின் துயரந் தோயந்த ஒற்றைக்குரல் பிண வாடையுடன் கலந்து ஒலித்தது.

"ஓநாய்க் கூட்டத்தில்
மானாய்ச் சிக்கிநீ
மாண்டதென்ன மாண்டதென்ன
மன்னனே அபி
மன்னனே.

தேனாள் அன்னையும்
மீனாள் மங்கையும்
தேம்பியழுவது
கேக்கலையா கேக்கலையா
மன்னனே அபி
மன்னனே.

ஆறா மன்னனும்
தேராக் கண்ணனும்
அழுது துடிப்பது
கேக்கலையா கேக்கலையா
மன்னனே அபி
மன்னனே."

நரியின் ஊளை ராகத்தில் பிணக் களத்தின் மற்றொரு மூலையிலிருந்து மாகதர் அனுப்பும் மரணச் சேதி துரியனைத் தேடிச் சென்றது.

"மண்ணாசைப் போரிலே
பொன்னான மைந்தனும்
மண்ணாகிப் போனதைப்
பாக்கலையா பாக்கலையா
அப்பனே பெற்ற
அப்பனே.

கண்ணான தம்பியர்
களமெங்கும் கொலையுண்ட
கண்கொள்ளாக் காட்சிய
காணலையா காணலையா
அண்ணனே பெரிய
அண்ணனே.

மனமெங்கும் உடலெங்கும்

ரணமாகிப் புரையோடும்

பெருங்காயம் எப்போது ஆறுமோ

பேராசை என்றுதான் தீருமோ

தெரியலையே தெரியலையே

துரியனே எங்க

துரியனே.”

கிருஷ்ணன் பொங்கிவரும் கண்ணீரை மண்ணில் சிந்தியவாறு நடையைத் தொடர்ந்தான். தளராத அவன் கால்கள் அன்று தடுமாறின.

144

அய்யன்மாரே

ஒங்களுக்கு நல்லாத் தெரியும். பதிமூணு நாளா இந்தப் போர்க்களத்துல ரத்த ஆறு ஓடுது.

அப்படியும் யாருக்குமே வெறி அடங்குன மாதிரி தெரியல. அவரவர் வன்மம் அவரவருக்கு. அதக் கொண்டாடிப் பழிவாங்கத் துடிக்காங்க. மிஞ்சியிருக்கிறவங்களையாச்சும் காப்பாத்தலாமில்ல. அவங்களும் அழிஞ்சுபோயிட்டா நாடு சுடுகாடாயிரும். நாடாளுறன்னு சொல்லிக்கிட்டு மன்னன் மயானத்தத்தான் ஆளணும். அப்படி என்னதான் சாதிக்கப்போறாங்களோ. அத நெனச்சாலே கொல நடுங்குது.

பதினாலாம் நாளாச்சும் தருமப்பாவப் புடிச்சிறணும்னு துரோணர் புடிவாதமா இருக்காரு. ஒரு நெலையில நிக்காமத் தவிக்காரு.

அவரு அடிக்கடி வியூகத்த மாத்தித்தான் பாக்காரு. காரியங் கைகூடல. ஆனாலும் அவர் மனந்தளரல. படைக்கு முன்னால கம்பீரமா நிக்காரு.

துரியப்பாவோட தம்பி துர்மர்சன் முன்னுக்கு வந்து சவால் வுடுறான்.

‘இண்ணைக்குத் தருமன் எங் கையில சிக்கிச் சாகப்போறான். தப்ப முடியாது.’

எல்லாரும் செயத்ரதன் மேலயே கண்ணாருக்காங்க. எப்படியும் அவன எங்கப்பாட்டருந்து காப்பாத்தியாகணுமே.

எங்கப்பாவோட சங்கு உச்சத்துல ஊதி சண்டைய ஆரம்பிச்சு வைக்குது. அவரு காண்டீபத்த ஏந்தி நிக்கிற தோரணையே தனி. எல்லாம் கிருஷ்ண மாமன் கூட இருக்கிற தெம்புதான்.

எங்கப்பாவும் கிருஷ்ண மாமனும் எடுத்த எடுப்புலேயே செயத்ரதன மூல முடுக்கெல்லாந் தேடிச் சலிக்காங்க. கண்டுபுடிக்க முடியல.

அப்படித் தேடித் தவிக்கிற வழியில வித்தியாசமா ஒரு சண்ட நடந்துக்கிட்ருக்குது. சாத்யகியும் குரு வம்சத்துப் பூரிசிரவனும் நேருக்கு நேர மோதிக்கிட்ருக்காங்க. கையில ஆயுதமில்லாற சாத்யகிய மல்லாக்கச் சாச்சுக் கொல்றதுக்குத் தோது பாத்துட்ருக்காரு பூரிசிரவன். எங்கப்பா கொஞ்சங்கூடத் தாமதிக்காமப் பூரிசிரவன் மேல ஒரு அம்பு வுடுறாரு. அது அவரோட வலது கையத் தறிச்சிருச்சு. கிழ வுழுந்த கைய எடுத்துவச்சுக்கிட்டுப் பேசுறாரு.

‘காண்டீபா இதுதான் நீ போர் செய்ற அழகா. இப்படித்தான் ஒங்க குருமாரு கத்துக்குடுத்துருக்காங்களா. நீயோ பெரிய வில்லாளி. அஸ்திரத் தர்மம் கற்றவன். நான் இன்னொரு வீரனோட சண்டபோட்டுக்கிட்ருக்கும்போது நீ எடையில வந்து என்னத் தாக்குனது எந்த வெத்ததுல நியாயம். இந்தா எங் கைய நீயே வச்சுக்கோ.’

பூரிசிரவன் முறிந்த கையை எங்கப்பாவுக்கு முன்னால வீசுறாரு. எங்கப்பா எதிர்க்கேள்வி கேக்காரு.

‘நீ வாய்கிழியப் பேசுற போர் தர்மம் அபிமன்யுவுக்குப் பொருந்தாதா. ஆறேழு பேரு அவன வதச்சுக் கொன்னீங்களே அப்ப எங்க போச்சு ஒங்க தர்மமும் நியாயமும்.’

அதுக்குள்ள சாத்தியகி சுதாரிச்சுக்கிட்டாரு. கீழ கெடந்த தன்னோட வாள எடுத்துக்கிட்டு ஒரு வீச்சுல பூரிசிரவனோட கழுத்த வெட்டிக் கதைய முடிக்காரு.

நடந்ததெல்லாம் பாத்துத் தெகச்சு நிக்கிற கிருஷ்ண மாமா எங்கப்பாவப் பாத்துச் சொல்றாரு.

‘அடே இது இண்ணைக்கு நேத்துப் பகையில்லடா. தலமொற தலமொறையாப் பொகஞ்சுக்கிட்டுருக்கிற பகையாக்கும். இண்ணைக்குக் கணக்குத் தீத்துக்கிட்டாங்க.’

எங்கப்பாவோட வெள்ளக் குதிரைக மறுபடியும் செயத்ரதனத் தேட ஆரம்பிச்சிருச்சு. கையில சிக்குவாரான்னு தெரியல.

கிருஷ்ண மாமன் துர்மர்சனப் பாத்துத் தேர வுடுறாரு. சண்டையில எவ்வளவோ பிரயாசப்பட்டும் கவுரவரோட வியூகத்தத் தொளைக்க முடியல.

துரோணருக்கும் எங்கப்பாவுக்கும் சண்ட மூண்டுக்கிருச்சு. அவரக் கடந்து போயி செயத்ரதனக் கொல்லணும். அதுதான் எங்கப்பாவோட குறி. துரோணர் தடையாருக்காரே. அவரு எங்கப்பாவப் பாத்துச் சிரிக்காரு.

‘காண்டீபா என்னச் செயிக்காம ஒன்னால செயத்ரதனக் கொல்ல முடியாது.’

குருவும் சீடனும் மாறி மாறி அம்பு மழ பொழிஞ்சுக்கிறாங்க. குருவச் செயிக்க முடியாதுன்னு எங்கப்பாவுக்கு நல்லாவே தெரியும். திடீர்னு குருவுக்கு முன்னால மண்டியிட்டுப் பணிஞ்சு வணங்குறாரு, குரு மொகத்துல குறும்புச் சிரிப்பு.

‘பார்த்தா எதிரிகளச் செயிக்காமப் பின்வாங்குறது வீரனுக்கு அழகில்ல.’

எங்கப்பாவுக்குக் குருவோட நோக்கம் புரிஞ்சுபோச்சு. கவுரவப் படையைத் தாக்கி வெரட்டீட்டு வியூகங்களப் பௌந்து உள்ள புகுந்துட்டாரு.

துரியப்பா மெரண்டுபோறாரு. துரோணருட்ட ஓடி கோவத்துல சாடுறாரு.

‘எங்கள அண்டிப் பெழைக்கிற நீங்க எங்களுக்கே துரோகம்பண்றீகளே. இது நியாயமா. ஓங்கள நம்பித்தான செயத்ரதனக் களத்துல எறக்கிவுட்டுருக்கென். அவன எப்படியாச்சும் காப்பாத்தணும்.’

துரோணர் துரியப்பாவ அனுதாபத்தோட பாக்காரு.

‘சுயோதனா நானோ வயசாளி. அர்ச்சுனன எதுத்து நிக்க எனக்குத் திராணியில்ல. அவனோட நீ போரிடுறதுதான் சரியாருக்கும். என்ன சொல்ற.’

துரியப்பாவுக்கு அவமானமாப் போச்சு. தன்னோட வீரத்தக் கிண்டல்பண்றாரேன்னு தர்மசங்கடம். ரோசம் பொத்துக்கிட்டு வருது. எங்கப்பாகிட்டப் போயிச் சண்டைக்குக் கூப்புடுறாரு.

'பார்த்தா நீயா நானான்னு ஒரு கையி பாத்துறலாம்.

ரெண்டு பேரும் கடுமையா மோதிக்கிறாங்க. துரியப்பாவால ஈடுகுடுக்க முடியல. தோல்விப் பயத்துல தப்பிச்சு ஓடுறாரு.

தடைகளெல்லாம் தகர்த்துக்கிட்டு எங்கப்பா பீமப்பா சாத்தியகி மூணு பேரும் செயத்ரதன நெருங்கீட்டாக. அதப் பாத்துத் துரியப்பாவுக்கு ஒதறலெடுக்குது. மோசம் போச்சேன்னு மனசு கெடந்து அடிச்சுக்கிருது.

சாயங்காலமாயிருச்சு. சண்ட முடியிற நேரம். எங்கப்பா கையில செயத்ரதன் இன்னும் சிக்கினபாடில்ல.

கவுரவர் பக்கம் பெரிய ஆரவாரங் கேக்குது. செயத்ரதனக் காப்பாத்தீட்ட சந்தோசம். அதப் பெரிசாக் கொண்டாடுறாங்க.

எங்கப்பாவுக்குப் பெரிய ஏமாத்தம். கிருஷ்ண மாமங்கிட்டப் படபடக்காரு.

'மச்சான் தோத்துட்டனே. நான் உயிரோட இருக்கக் கூடாது. நெருப்புல பாஞ்சே தீருவென். அதுக்கான ஏற்பாடுகளச் செய்யிங்க.'

கிருஷ்ண மாமன் ஒரு அரட்டல் வுடுறாரு.

'அட முண்டக்கண்ணா ஒனக்கு அறிவிருக்கா. இவரு பெரிசாச் சபதம்போட்டாராம் தோத்துட்டாராம் நெருப்புல பாஞ்சு சாகப்போறாராம். வெக்கமால்ல. மண்ணாங்கட்டி. நீ என்னடா சபதஞ் செஞ்ச. அதச் சொல்லு மொதல்ல.'

'இண்ணைக்குப் போர் முடியிறதுக்குள்ள செயத்ரதனக் கொல்லணும்.'

'போர் முடிஞ்சிருச்சா. போர முடிச்சுவச்சுச் சங்கூதியாச்சா.'

அந்தச் சமயத்துல பொழுதடஞ்சு இருட்டு களத்த முழுக்க மூடியிருச்சு. எல்லாரும் போர் முடியிற சங்குச் சத்தத்த எதிர்பாத்துக்கிட்ருக்காங்க. துரோணரோட சங்குச் சத்தம் இருட்டுக்குள்ள தெளிவாக் கேக்குது. அவரோட அறிவிப்பும் வருது.

'வீரர்களே போர் ராத்திரியும் தொடரும். அஞ்சாமச் சண்டையிடுங்க.'

இப்பக் கிருஷ்ண மாமன் எங்கப்பாட்டக் கிண்டலாக் கேக்காரு.

'கேட்டயாடா. போர் முடிஞ்சிருச்சா.'

'ராத்திரியிலயும் நடக்கப்போகுது.'

'அப்ப விடியிறதுக்குள்ள செயத்ரதனக் கொல்லலாம்.'

'அப்படித்தான் தோணுது.'

'தோணுறதென்ன. அதாண்டா உண்மை. ராத்திரிக்குள்ள அவங் கதைய முடிச்சிரு. முடியலன்னா விடியிறதுக்குள்ள செத்துக்கிறலாம். இல்ல தீயில பாஞ்சுக்கிறலாம்.'

'மச்சான் ராத்திரி வேளையில அவன எப்படிக் கொல்றது.'

'வெளக்கு வெளிச்சத்துலதாண்டா சண்டையே நடக்கப்போகுது. அந்த வெளிச்சத்துல அடையாளந் தெரியாமயா போயிரும்.'

'அவன் சண்டைக்கே தலகாட்டலன்னா என்ன செய்றது.'

'ஒருத்தனோட உருவத்தப் பாக்காமயே அவங் கொரலக் கேட்டு அந்தத் தெசையில குறிவச்சு ஓன்னால மட்டுந்தாண்டா தாக்கமுடியும். இல்லையா.'

'ஆமா மச்சான். எப்படியும் அவனப் பழிவாங்கியே தீருவென்.'

எங்கப்பா உற்சாகத்துல கிருஷ்ண மாமனக் கட்டிப்புடிச்சுக்கிட்டுக் குதியாளம்போடுறாரு.

'மச்சான்னா மச்சாந்தான். கருந் தெய்வமே.'

145

கனத்த இருட்லயும் போர் தொடருது. வீரர்கள் யான மேலயும் குதிர மேலயும் உக்காந்து கையில தீவட்டி ஏந்திக்கிட்டு வெளிச்சங் காட்றாங்க. அந்த வெளிச்சத்துல சண்டமும்மரமா நடக்குது.

துரியப்பா ஒரு ஒழுங்குமொறையில்லாமக் குருட்டு வெறியோட சண்டபோடுறாரு. அவரும் தருமப்பாவும் நேரடியா மோதிக்கிறாங்க. துரியப்பா மூர்ச்சையடையிறவரைக்கும் சண்ட நடக்குது.

துரோணர் இருட்டுக்குள்ள போரிடுறதுல கெட்டிக்காரருன்னு சொல்லிக்கிறாங்க. அது நெசந்தான். அப்படி இல்லன்னா பாஞ் சால நாட்டு மன்னன் துருபதனையும் மச்ச நாட்டு மன்னன் விராடனையும் அவரால அனாயசமாக் கொன்னுருக்க முடியாது. பாவம் வயசாளிக. பாண்டவர் பக்கம் அனேகம் பேரு கண்ணீர் சிந்துறாங்க.

கிருஷ்ண மாமன் கொழம்பிப் போயிருக்காரு. துரோணரப் பாத்துப் பயமாக்கூட இருக்குது. கடைசியில அவருக்கு ஒரு யோசன தோணுது. ஆகா பீமன் மகன் கடோத்கஜன் இருட்ல சண்ட போடுறதுல வல்லவனாச்சே. அவனோட மாய வித்தைகளாலதான் கவுரவர ஒழிக்கணும்.

எங்கண்ணன் வரப்போறான். அவன் சண்டையப் பாக்க ஆசையாருக்கு. கூடருந்து சண்டபோட எனக்குக் குடுத்துவைக்கல.

வேற எங்கயோ சண்டபோட்டுக்கிட்ருந்த எங்கண்ணன் சின்னப் படையோட வேகமா வாறான். பின்னால அவனோட மகன் அஞ்சனபர்வன் அவன் தம்பி அஞ்சனவர்மன் அவனுக்குப் பின்னால ரெண்டு பேரு.

அண்ணன வச்சுத்தான் கர்ணனச் சாய்க்கணும்னு கிருஷ்ண மாமன் திட்டம் போடுறாரு. அவனக் கண்டு துரியப்பாவுக்குப் பயம். அவனோட சண்ட போடுறதுக்கு ஒரு அரக்கன ஏவுறாரு. அவன் பேரு அலம்பலன்.

எங்கண்ணனும் அலம்பலனும் மலைகளப்போல மோதிக்கிறாங்க. அண்ணனுக்குத் தொணையா மகன் அஞ் சனபர்வன் வந்து அச்சமில்லாமச் சண்டபோடுறான். பாவம் பிஞ்சுப்புள்ள.

அவன எதிரிக நெறைய நேரம் வுட்டுவைக்கல. அசுவத்தாமன் ஈவெரக்கமில்லாம அவன வெட்டிச் சாச்சுட்டான். அடுத்தடுத்து அஞ்சனவர்மனும் மத்த ரெண்டுபேரும் துள்ளத் துடிக்க வுழுந்து சாகுறாங்க.

எங்கண்ணனுக்குக் கோவம் கொப்புளிக்குது. சிங்கமாச் சீறிக்கிட்டு எல்லாரையும் எதுத்து வௌாசுறான். மாயச் சண்டையில அலம்பலன் கத முடிஞ்சது.

துரியப்பா தெணறிப்போயி நிக்காரு.

கர்ணனக் கொண்டு எங்கப்பாவக் கொல்லத் திட்டம்போடுறாரு. கர்ணனும் அதுக்கு ஒத்துக்கிறாரு.

கர்ணனுக்கு இந்திரன் குடுத்த வேல் ஒண்ணு ரெம்ப நாளா அவரு கைவசம் இருந்தது. எங்கப்பாவக் கொல்றதுக்காகப் பத்தரமா வச்சிருந்தது. அத இப்ப ஏவியே ஆகவேண்டிய கட்டாயம்.

இந்திர வேல எடுத்து எங்கண்ணனக் குறிவச்சு எறியிறாரு. குறி தப்பல. சரியா எங்கண்ணன் நெஞ்சில பாஞ்சு ரெண்டாப் பொளந்துருச்சு. எங்கண்ணன் வலி தாங்காம ஓங்கிக் கத்துறான். களமே அதிருது. அவனால சமாளிக்க முடியல. நெல தடுமாறித் தள்ளாடுறான். உயிர் போறதுக்கு முந்தி பீமப்பாவ ஒரு தடவ பாக்கணும்னு அவன் மனசு துடிக்குது. முடியல. அவன் தரையில வுழுகப்போற சமயத்துல கிருஷ்ண மாமன் சத்தங்குடுக்காரு.

'பீம புத்திரா நீ பாண்டவர் பக்கம் வுழுந்துறாத. விஸ்வரூபமெடுத்து கவுரவர் பக்கம் சாஞ்சிரு. நெறையப் பேரு நசுங்கி அழியட்டும். வீரமரணத்துலயும் புள்ள தந்தைக்குச் செய்யிற தியாகமாக்கும் இது.'

எங்கண்ணனப் பாக்கணுமே. பூமிக்கும் ஆகாயத்துக்குமா மகா உருவமெடுத்துப் பெரிய மலபோல கவுரவர் பக்கமாச் சாயிறான். வீரர்கள் குதிர தேரு யானன்னு அவன் ஒடம்புக்குக் கீழ சிக்கி நசுங்கிப்போன உருப்படிகளுக்குக் கணக்கேயில்ல. அதப் பாத்தபடியே எங்கண்ணனுக்கு உயிரு பிரியிது.

பீமப்பாவுக்குத் துக்கந் தாங்க முடியல. நூறு யானப் பலங் கொண்ட ஒடம்பு குலுங்கக் குலுங்க அழுது பொலம்புறாரு.

'இடும்பி நீ எங்கம்மா இருக்க. தனியாக் கெடந்து தவிக்கனே. நெஞ்சில இருக்கிற தீய அணைக்கிறதுக்கு நீ இல்லையே. நம்ம புள்ளையும் போயிட்டான். பேரப் புள்ளைகளும் போயிட்டாங்க. நம்ம வம்சமே கருவறுந்து போயிரும்போலருக்கே. அவங்க மாண்டு கெடக்கிற கோலத்தப் பாத்து மனசெல்லாம் வேகுது. துக்கத்தச் சொல்லி ஆத்திக்கிறதுக்கு ஒம் மடியில்லையேம்மா....... ஒனக்குத் தகவல் சொல்லியனுப்பக்கூட ஆளில்லையே. நம்ம புள்ளைக்குத் தொணையாப் போருக்கு வந்த அத்தன பேரும் மாண்டுபோயிட்டாங்க. ஒன்ன வந்து பாக்கிறதுக்கு மனசில தெம்பில்ல தாயி. அது நொறுங்கிக் கெடக்குது. இதுக்கெல்லாம் காரணம் யாருன்னு தேடிக்கிட்ருக்கென்.'

பீமப்பா அழுகிறதக் கிருஷ்ண மாமன் அமைதியாப் பாத்துக்கிட்டே நிக்காரு. பீமப்பா இப்படி மனசு ஒடஞ்சு அழுது அவரு பாத்ததில்ல. ஆறுதல் சொல்லித் தேத்துறதுக்கு மாமனுக்கு ஒரு வார்த்தகூடக் கெடைக்கல. பீமப்பாவ நெனச்சா எனக்கும்

அழுகையா வருது. இடும்பியம்மா கததான் எங்கம்மாவுக்கும். என்ன செய்றது. அழுகைய விழுங்கிக்கிற வேண்டியதுதான்.

கிருஷ்ண மாமனுக்கு ஒரு வெதத்துல சந்தோசம். எங்கப்பாவ அழிக்கிறதுக்காக கர்ணன் வச்சிருந்த இந்திர வேல் இப்ப அவருட்ட இல்ல. அதனால எங்கப்பாவப் பத்தின பயம் போயிருச்சு.

கவுரவரப் பழிவாங்கிற கோவம் பீமப்பாவுக்கு அதிகமாயிருச்சு. எந் தம்பி அபியப் பறிகுடுத்த எங்கப்பாவோட நெலமதான் அவருக்கும்.

செயத்ரதன் களத்துல தட்டுப்படல. காயப்பட்டும் ஊனப்பட்டும் போருக்கு வரமுடியாற வீரர்களோட சேந்துக்கிட்டு ஆட்டம்போடுறதாச் சொல்லிக்கிட்டாங்க. சண்ட முடியிறவரைக்கும் ஒளிஞ்சிருந்து சமாளிச்சிட்டாக் கவலையில்ல. எங்கப்பட்டாருந்து தப்பிச்சிறலாம்.

அவனோட சிரிப்பும் எக்காளமும் அப்பப்பத் தனிச்சுக் கேக்குது. இந்தச் சமயத்துல கிருஷ்ண மாமன் எங்கப்பா காதக் கடிக்காரு.

‘அடே அச்சு ஓங் காண்டீபத்துக்கு வேல வந்துருச்சு. செயத்ரதன் அடிக்கிற கூத்தக் கேட்டயா. இதாண்டா சரியான சந்தர்ப்பம். ஓன் வித்தையக் காட்டு. ஒரே அடியில அவனோட கொட்டம் அடங்கணும்.’

எங்கப்பாவுக்கு உற்சாகம். செயத்ரதனோட சிரிப்பு வாற தெசையப் பாத்துக் குறிவச்சுக் காண்டீபத்துலருந்து பாணத்த ஏவுறாரு. சத்தம் வாற தெசையில பாணம் வேகமாப் பாஞ்சு போகுது. கொஞ்ச நேரத்துல செயத்ரதனோட ஆரவாரம் அடங்கி அலறல் கேக்குது. அதோட அவங் கத முடிஞ்சது.

எங்கப்பா கிருஷ்ண மாமனக் கிண்டலடிக்காரு.

‘சும்மா சொல்லக் கூடாது. மாட்டுக்காரப் பய மண்டையில நெறையத்தான் மூளையிருக்கு.’

எங்கப்பா முதுகில ஒரு அடி வுழுகுது.

‘களவாணிக்குக் கூட்டாளியாச்சே.’

பாண்டவர் பக்கம் ஆரவாரமும் கவுரவர் பக்கம் அழுகையோலமும் கேட்டுக்கிட்டேயிருக்கு. போர் ஓஞ்சிருச்சு. பெரும்பாலான வீரர்கள் தூக்கங் கலக்கத்துல சோந்து போயிக் கீழ வுழுந்து உயிர வுடுறாங்க. இன்னுஞ் சில பேரு மதி மயங்கித்

தங்களோட பக்கத்து வீரர்களையே தாக்கிச் சாகடிக்கிறாங்க. கொடுமதான். மனசு பேதலிச்சிருச்சு. எத்தன பேருதான் பாசறைக்குப் போயிச் சேரப்போறாங்களோ.

நடக்கத் திராணியில்லாற வீரர்கள் சுருண்டு வுழுகுறாங்க. தங்களோட குதிரைகளையும் யானைகளையும் தொணைக்கு வச்சுக்கிட்டு அப்படியே கட்டாந் தரையில அசந்து ஒறங்குறாங்க. பொண நாத்தமடிக்கிற களத்துல செதறிக் கெடக்கிற பிண்டங்களப் பத்தி நெனச்சுப் பாக்க அவங்களுக்கு நேரமில்ல.

146

பதினஞ்சாம் நாள் போர் சொரத்தில்லாம நடக்குது. ஒரு வீரன் மொகத்துலகூட உற்சாகமில்ல.

யானைகளும் குதிரைகளும் நடக்கத் தெம்புல்லாமத் தெணறுது. சாணி போடக்கூடச் சக்தியில்ல. போர் இனியும் முடியாற வருத்தம் எல்லாரையும் வாட்டுது. ஒண்ணு செயிக்கணும் இல்ல செத்து மடியணும். அதான போருக்கு அர்த்தம்.

கிருஷ்ண மாமன் சிந்தனையில மண்டையப் போட்டுக் கொடஞ்சிக்கிறாரு. பாண்டவர் செயிக்கிறதுக்குத் தடையா இருக்கிறவங்க மூணு பேரு. துரோணர் கர்ணன் துரியப்பா. அவங்களச் செயிக்கிறது சிரமம். அதுக்குக் குறுக்கவழித் தந்தரந்தான் சரி.

மாமனுக்குச் சட்னு ஒரு வழி கெடச்சிருச்சு. பெரிய தடையாருக்கிற துரோணர மொதல்ல சாச்சுறணும். அந்தத் தடைய நீக்கிட்டா அடுத்து கர்ணனையும் துரியப்பாவையும் சுளுவாத் தோக்கடிச்சிறலாம்.

வேற வழியில்ல. ஒரு பொய் சொல்லித்தான் ஆகணும். கிருஷ்ண மாமன் முடிவு செஞ்சிட்டாரு. இந்த யோசனைய மாமன் சொன்னதும் பாண்டவர் அசந்துபோறாங்க.

தருமப்பாவுக்கு ஆவேசம் வந்துருச்சு.

‘கிருஷ்ணா இது நியாயமேயில்ல. என்னால அந்தப் பாவத்தச் செய்ய முடியாது.’

மாமன் கோவிச்சுக்கிறாரு.

‘யுதிஷ்டிரா உண்மெ அவ்வளவொண்ணும் புனிதமானதில்ல. முக்கியமானதுமில்ல. ஒரு பொய்யால போர நிறுத்த முடியும்னா அந்தப் பொய்யச் சொல்றதுல தப்பே இல்ல. உணமையத்தான் பேசுவன்னு அடம்புடிக்கக் காரணமென்ன. மத்தவங்களுக்கு நல்லவராக் காட்டிக்கிறவா இல்ல நல்லதச் செஞ்சு புகழடையவா. கண்ணுக்கு முன்னால பாண்டவர் பூண்டோட அழிஞ்சுபோறது சந்தோசந்தானா.’

இறுகிப் போயிருந்த தருமப்பாவோட மனசு தளந்துருச்சு. மொதல் மொறையாப் பொய் சொல்லச் சம்மதிச்சிட்டாரு.

திட்டப்படி பீமப்பா மாளவ நாட்டு மன்னன் இந்திரவர்மனோட யானையக் கதாயுதத்தால அடிச்சுக் கொன்னுட்டாரு. அதோட பேரு அசுவத்தாமன்.

பீமப்பா கூவிக்கிட்டே ஓடுறாரு.

‘அசுவத்தாமனக் கொன்னுட்டேன்....... அசுவத்தாமனக் கொன்னுட்டேன்.......’

அதக் கேட்டுப் போர்க்களமே மெரண்டுபோயி நிக்குது. பீமப்பா அதே பொய்யத்தான் துரோணருட்டச் சொல்றாரு.

துரோணர் துடிச்சுப்போறாரு. தேரவுட்டுக் கீழ எறங்குறாரு. கையிலருந்த ஆயுதம் நழுவிக் கீழ வுழுந்துருச்சு. நடந்தது உண்மதானான்னு உறுதிப்படுத்திக்கிறணும். தருமப்பாட்ட வெசாரிக்கிறாரு. அவரு அத உறுதிப்படுத்துறாரு.

‘ஆமா அசுவத்தாமந்தான் எறந்துட்டான்.’

பெறகு தனக்குள்ள முணுமுணுத்துக்கிறாரு.

‘எறந்தது யானையாக்கும்.’

துரோணருக்குப் போர் புரியிற ஆர்வமே இல்ல. தொவண்டுபோயி அப்படியே தரையில உக்காந்து கண்ண மூடிக்கிறாரு.

சரியான தருணத்த எதிர்பாத்துக்கிட்டுருந்த மாமன் எங்கப்பாவுக்கு உத்தரவு போடுறாரு.

‘அடே அச்சு ஒரே பாணத்துல அவர் கதைய முடிச்சிரு.’

எங்கப்பாவுக்குப் பெரிய சங்கடம்.

'அவரு எல்லாருக்கும் ஆசான். பெராமணரு. அவரக் கொல்றது பாவம் மச்சான்.'

'ஒனக்குப் புத்தி கெட்டுப்போச்சா. அதெல்லாம் தெரியுண்டா. நல்லாத் தெரிஞ்சுக்கோ. அவரு பெறப்பாலதான் பெராமணரு. ஆனா செல்வத்துக்காகவும் அதிகாரத்துக்காகவும் பழிதீத்துக்கிறதுக்காகவும் ஒரு சத்திரியராவே இருந்தாரு. களத்துல அவர் கொன்னு குமிச்ச பொணங்களுக்குக் கணக்குண்டா. அவர் மகன் அசுவத்தாமன் கையில மாண்ட உயிரு கொஞ்சமா நஞ்சமா. தகப்பனும் மகனும் ஆட்டம் போடுறதக் கண்ணால பாத்துட்டுத்தான இருக்க. அவர் களத்துல சத்திரியராகவே மடியிறதுதான் சரி.'

எங்கப்பா தயங்குறதக் கவனிச்சுக்கிட்டுருந்த பாஞ்சால மாமன் ஓடி வாறாரு. வந்ததே சரின்னு கண்ணமூடித் தியானத்திலிருந்த துரோணர் குடுமியப் புடிச்சு வாளால தலையச் சீவுறாரு. அதக் கொண்டுபோயிக் கவுரவருட்ட வீரத்தோட சொல்றாரு.

'இந்தா ஒங்க தளபதியோட தல. எங்கள எதுக்கிறவங்களுக்கு இக்கதிதான். நல்லா நெனவுல வச்சுக்கோ.'

பீமப்பா பாஞ்சால மாமனத் தூக்கிவச்சுக் கொண்டாடுறாரு.

'திருஷ்டா இதாண்டா வீரனுக்கு அழகு. பெரிய பாறாங்கல்லு வழியில குறுக்க நின்னுச்சுன்னா ஓரமா நகத்தி வச்சிறணும். இல்ல ஒடச்சுத் தூக்கியெறிஞ்சிட்டுப் போகணும். பாவ புண்ணியமிங்கிற பேச்சுக்கே எடமில்ல. இன்னும் ரெண்டு தலைக பாக்கியிருக்குதுடா. அதுக கதைய முடிச்சிட்டுப் பெரிசாக் கொண்டாடுவொம்.'

ஆனாலும் எங்கப்பாவுக்குத் தன்னோட ஆசானக் கொன்ன பாஞ்சால மாமன் மேல அளவில்லாற கோவம். வெளிய காட்டிக்கிறல.

பீமப்பா புதுத் தெம்புல கதாயுதத்தத் தூக்கிச் சொழட்டிக்கிட்டுத் தனியாப் போரிட்டுக் கவுரவர வெரட்டியடிக்காரு.

எங்கப்பா அழுதுக்கிட்டே தருமப்பாட்ட ஆத்திரப்படுறாரு.

'தருமண்ணா திருஷ்டத்துய்மன் துரோணர் தலைய வெட்னது கொஞ்சங்கூட மொறையில்ல. தந்தைக்கு வந்த அவமானத்த அசுவத்தாமன் தாங்கமாட்டான். பழிக்குப்பழி வாங்கியே தீருவான். நம்ம நாசமாகப்போறொம். அது உறுதி. தருமவான் நீயும் ஆதாயத்துக்காகப் பொய் சொல்லி நம்ம ஆசானுக்கு வஞ்சகம்

பண்ணீட்ட. காலமெல்லாம் பெரும்பழிய நீ சொமந்தாகணும். ஒன்னத் தருமசீலன் உத்தமன்னு பெருமையா நம்பிக்கிட்டுருந்த ஆசானுக்குத் துரோகஞ் செஞ்சிட்டயே. நமக்கெல்லாம் தகப்பானாருந்த குருவக் கொன்னுட்டொம். நம்ம உயிருவச்சு இருந்தென்ன போயென்ன.'

எங்கப்பாவோட வார்த்தைகளுக்கு யாரும் பதில் சொல்லத் தயாரால்ல. பீமப்பாவுக்கு மட்டும் தம்பி பேச்சு ஒத்துக்கிறல.

'பார்த்தா அசுவத்தாமனுக்குப் பயந்துபோயி இப்படிப் பேசுறன்னு நெனக்கென். நீ பேசுறது அரச நீதிக்கு எதிரானது. நமக்குச் சொந்தமான ராச்சியத்தக் கவுரவர் தரும வழியிலயா பறிச்சாங்க. பல அரசர்கள் முன்னிலையில நம்மள அவமானப்படுத்திக் காட்டுக்கு வெரட்டியடிச்சாங்களே அதெல்லாம் மறந்துருச்சா. அதர்மமே உருவான துரியோதனன் பக்கம் நின்னு நம்ம ஆசான் போர் புரிஞ்சாரு. அதனால அவரக் கொன்னொம். இது அரச நீதிக்கு எதிரானதில்ல. அசுவத்தாமன் மேல பயம் இருக்கும்னா நீ போர வுட்டுத் தாரளமா வெலகிக்கிறலாம். நூறு யானப்பலம் கொண்ட கையி ரெண்டும் எனக்குத் தொணையிருக்கையில நான் யாருக்கும் அஞ்சவேண்டியதில்ல. இந்தப் பூமிய ஒடச்சுப் பௌப்பென். அசுவத்தாமன அழிப்பென். இது உறுதி.'

பாஞ்சால மாமனும் எங்கப்பாவ நிந்திக்காரு.

'அர்ச்சுனா நீ பேசுறது கொஞ்சங்கூட மொறையில்ல. துரோணர் குல தருமப்படியா நடந்துக்கிட்டாரு. இல்லையே. எந் தந்தையக் கொன்னவர நான் கொல்றது எப்படிக் குத்தமாகும். அவரக் கொல்றதுக்குத்தான நான் பெறந்துருக்கென். தந்தையாயிருந்தாலும் குருவாயிருந்தாலும் தன்னக் கொல்ல வாறவனக் கொல்லலாமிங்கிறது யுத்த நியதி. அவனே உண்மையான வீரன். தருமன் பொய்யரில்ல. நானும் அதர்மம் செய்றவனில்ல. இத ஒணராம வார்த்தைகளக் கொட்டீட்டயே. எந் தங்கை பாஞ் சாலிக்காக இதையெல்லாம் சகிச்சுக்கிறென்.'

துரோணர் கொலையை முன்னிட்டுப் பாண்டவ வீரர்களுக்கெடையில ஒரே கொழப்பம். சாத்தியகியும் பாஞ் சால மாமனும் பகைவர்களப் போல வார்த்தைகள வாரி எறச்சுக்கிறாங்க. கிருஷ்ண மாமன் தருமப்பா குட்டிப்பா மூணு பேரும் சமாதானப்படுத்துறாங்க. கோவதாபம் தணிஞ்சது.

தகப்பன எழந்த கோவத்துல கொதிச்சுக்கிட்டுருந்த அசுவத்தாமன் கவுரவப் படைகளத் தெரட்டிக்கிட்டு வந்து பாண்டவரப் போருக்குக் கூப்புடுறான்.

பாண்டவர் எல்லாரும் ஒத்துமையா எதுத்துத் தாக்குறாங்க. கவுரவர் மறுபடியும் பின்வாங்கீட்டாங்க.

இப்படியாக இண்ணைக்குப் போர் முடிஞ்சது.

147

நேற்றுவரை தலைமைத் தளபதியாக இருந்த துரோணன் வீரமரணம் எய்திவிட்டான்.

அந்த இழப்பு படைகளிடையே அகண்ட இடைவெளியை ஏற்படுத்தியிருந்தது. அவர்களை விரக்தியும் சோர்வும் அவநம்பிக்கையும் பீடித்திருந்தன. வெற்றிடத்தை உடனே நிரப்பியாகணும்.

துரியோதனன் தன் தரப்பு மன்னர்களைக் கலந்தாலோசித்தான். அசவத்தாமன் பேசினான்.

“நம்ம பக்கம் வெற்றிக்காகப் பலரோட வீரமரணத்த வெல குடுத்துருக்கொம். பாண்டவரச் செயிச்சபாடில்ல. அதனால நாம சோந்துறக் கூடாது. போர் தொடந்து நடக்கணும். சமாதானம் பேசுறது சரணடையிறதுங்கிற பேச்சுக்கே எடமில்ல. அது வீரனுக்கு அழகுமில்ல. கடசி மூச்சு இருக்கிற வரைக்கும் யுத்தம் நடக்கட்டும். ரெண்டுல ஒண்ணு பாத்தாகணும். கர்ணனுக்கு நிகரான வீரன நான் பாத்ததில்ல. அவந்தான் தளபதி பதவிக்குப் பொருத்தமானவன். அத்தன தகுதியும் அவனுக்குண்டு. உத்தமன். அவன் தலைமையில போரிட்டு நமக்கு வெற்றியத் தேடித் தரமுடியும். அந்த வலிமை அவனுக்குண்டு.”

யாவரும் இதை ஆதரித்தனர். துரியோதனன் மலர்ந்த முகத்துடன் கர்ணனை நோக்கினான்.

“கர்ணா மாவீரர்கள் வகித்த பதவிக்கு நீ முற்றும் தகுதியானவன். அசுவத்தாமனோட கணிப்புல பழுதில்ல. இதுக்கு முந்தி பிதாமகருக்குப் பெறகு துரோணரத் தளபதியாக்கலாம்னு நீ ஆலோசன சொன்ன. இப்ப துரோணருக்குப் பெறகு நீ தளபதியாகணும்னு அசுவத்தாமன் சொல்றான். என்ன பொருத்தம் பாத்தயா. சந்தோசமாப் பதவிய ஏத்துக்கோ. நிச்சயமா நம்ம செயிப்பொம்.”

நன்றிப் பெருக்கில் கர்ணன் தளும்பினான்.

"நண்பா ஒங் கண்ணுக்கு முன்னால பாண்டவரக் கொல்லுவென். இது உறுதி.'

வெற்றி முழக்கத்துக்கிடையில் அந்தணர்களின் ஆசீர்வாதத்துடன் மன்னர்களின் புகழ்மாரியில் நனைந்தபடி கர்ணன் தளபதியானான். போருக்குப் புறப்படும்போது துரியோதனன் முழங்கினான்.

"கர்ணா நீ நீடுழி வாழ்க."

"துரியோதனா ஒனக்காக என் உயிரையும் குடுப்பென்."

கவுரவர் படை கொலை வெறியில் புறப்பட்டது.

இரணியவதி நதியின் இக்கரையில் பாண்டவர் படை அணிவகுத்து நின்றது. கர்ணன் தளபதியான சேதியறிந்த தருமனுக்குச் சற்றுக் கலக்கந்தான்.

"பார்த்தா கர்ணன் சேனாதிபதியாயிட்டான். அவன் தலைமையில மகர வியூகம் அமச்சு கவுரவர் படை களத்துக்குப் போறதப் பாரு. அவங்க படையில கர்ணனத் தவிர பெரிய வீரர்கள் எல்லாரும் போயிச் சேந்துட்டாங்க. அவனையும் செயிச்சிட்டாப் பதிமூணு வருசமா எம் மனசில தச்சிருக்கிற முள்ள எடுத்துறலாம்."

பாண்டவர் படைகள் சந்திர வியூகம் அமைத்துக்கொண்டு தயாராயினர். ஓங்கி இசைக்கும் வாத்தியங்கள் அவர்களை அழைத்துச்சென்றன. ஒரு சிறு வீரனின் வெறிகூடத் தணியவில்லை.

பதினாறாம் நாள் சண்டையில பரபரப்பில்ல. சாவாசமா நடக்குது.

பெரிய பெரிய வீரரெல்லாம் களத்துல நிக்காங்க. வீரம் வெளையாடுது. பீமப்பா சல்லித்தாத்தா அசுவத்தாமன் சாத்தியகி பாஞ்சால மாமன் குட்டிப்பான்னு ஆளுக்கொரு பக்கம் நின்னு அவங்கவங்க தெறமையக் காட்டிச் சண்டபோடுறாங்க.

சண்ட இண்ணைக்கோட முடிஞ்சா எல்லாருக்கும் நல்லது. மிச்சமிருக்கிற உயிருகளையாச்சும் காப்பாத்தலாம். நெலமையப் பாத்தா முடியிறமாதிரி தெரியல.

அங்க பாருங்க ஒரு வித்தியாசமான சண்ட நடக்குது.

கர்ணனும் நகுலப்பாவும் மோதிக்கிறாங்க. கர்ணன் சிரிச்சுக்கிறாரு. நகுலப்பா அம்பு வுடுற லாவகத்தப் பாத்து மெய்

மறந்து நிக்காரு. மேலோகத்துக் கந்தர்வனப்போல அப்படியொரு அழகு. அவரு மேல அம்பெய்றதுக்கு மனசே இல்ல. கை வரல. துள்ளித் திரியிற புள்ளிமானக் கொல்றது பாவம்.

நகுலப்பா வுட்டாப் போதும்னு ஓடித் தப்பிக்காரு. கர்ணன் பின்னால வெரட்டீட்டுப் போகல. நின்ன எடத்துலருந்து பாத்துக்கிட்டே இருக்காரு. மொகத்துல கொஞ்சங்கூடக் கோவந் தெரியல.

பாண்டவருகதான கவுரவருக்கு எதிரிக. அப்படியிருக்க கர்ணன் அவருமேல எரக்கங்காட்றதுக்குக் காரணமென்ன. கண்டிப்பா இருக்கணும். என்னன்னு தெரியலையே.

அந்தா ரெண்டு பெரிசுக சண்ட போடுதுகளே அது யாரு தெரியுமா. தருமப்பாவும் துரியப்பாவும் மும்முரமா அடிச்சுக்கிறாக.

துரியப்பாவால எதுத்து நிக்க முடியாம மூர்ச்சையாகிக் கீழ சாஞ்சிட்டாரு. தருமப்பா அவர ஒண்ணுஞ் செய்யல. அவர நாந்தான் வதச்சுக் கொல்லுவன்னு பீமப்பா சபதம் போட்ருக்காரே. அப்பச் சரி. இண்ணைக்குத் துரியப்பா உயிரு தப்பிச்சது.

148

அன்று இரவு முழுக்கக் கர்ணன் கலக்கத்தில் உழன்றான். நண்பன் துரியோதனன் பெரிய பொறுப்பை ஒப்படைத்திருக்கிறான். அந்த நம்பிக்கைக்குப் பாத்திரமாக நடந்து கொள்ளணும்.

பாண்டவரை வென்று அவனுக்குப் பெருமை தேடித் தரணுமே.

மறு நாள் காலை முதல் வேலையாகத் துரியோதனனைத் தேடிப் போனான். அவனும் பலப்பல குழப்பங்களில் துவண்டுபோயிருந்தான்.

“துரியா நாளைக்குப் போருல நான் எப்படியும் அர்ச்சுனனக் கொல்லுவென். இல்ல அவன் கையால மடிவென். அர்ச்சுனனுக்கு நல்ல தேரோட்டி அமஞ்சிருக்கான். கிருஷ்ணன் தக்க சமயத்துல ஆலோசன சொல்லி வழிநடத்துறான்.”

“அது உண்மதான்.”

“அவனப் போல நல்ல சாரதி எனக்கும் வாச்சா அர்ச்சுனனச் செயிச்சிருவென்.”

“நானும் அப்பபடித்தான் நெனச்சென்.”

“அந்தப் பதவிக்குச் சல்லியனே பொருத்தமானவருன்னு தோணுது.”

துரியன் உற்சாகப்படுத்தினான்.

“கவலைய வுடு கர்ணா. இண்ணைக்கிலருந்து ஒனக்கு ஒரு மன்னர் தேரோட்டுவாரு. போதுமா.”

கர்ணன் மன நிறைவுடன் போருக்குத் தயாராகினான்.

துரியோதனன் சல்லியனைச் சந்தித்துப் பக்குவமாகப் பேசினான்.

“மாமனாரே மருமகன் ஒங்ககிட்ட ஒரு ஒதவி வேண்டி வந்துருக்கென்.”

“மருமகப்புள்ளைக்கு இல்லாற ஒதவியா. சொல்லு துரியோதனா.”

“ஒங்களுக்குத் தெரியாறதில்ல. கவுரவப் படை முக்கால்வாசிக்கு மேல அழிஞ்சுபோயிருச்சு. அதுக்கு முக்கியக் காரணம் அர்ச்சுனன். அவன் உயிரோட இருக்கிறவரைக்கும் நம்ம ஈடேற முடியும்னு தோணல. அதனால அவன அழிச்சாகணும்னு கர்ணன் நெனைக்கான்.”

“அர்ச்சுனன அழிக்கவா. அது நடக்கிற காரியமா. சரி சரி அது அவனோட நப்பாச. அதுக்கு நான் என்ன செய்யணும்.”

“கிருஷ்ணன் அவனுக்குச் சாரதியாருந்து யோசன சொல்லி அவனப் பாதுகாத்து வாறான். அவனுக்கீடாத் தனக்கும் ஒரு சாரதி வேணும்னு கர்ணன் நெனைக்கான்.”

“அது தப்பில்லையே. பொருத்தமான சாரதிய வச்சுக்கிற வேண்டியதுதான.”

“ஒங்களத்தான் அவன் மனசுல வச்சிருக்கான்.......”

“நானா.......”

“நீங்கதான் வேணும்னு அடம்புடிக்கான்.”

சல்லியன் கொதித்துப்போனான்.

"துரியோதனா இழிகுலத்துல பெறந்தவனுக்கு உயர்குலத்துல பெறந்த மன்னன் தேரோட்றதா. எனக்குப் பெருத்த அவமானம். நான் ஈடிணையில்லாற வீரனாக்கும். எவரையும் வெல்லும் வலிமை எனக்குண்டு. எம் படைகளோட சேந்து தனிச்சு நின்னு போரிட்டுச் செயிச்சுக்காட்டுவென். தனிச்சுப் போரிட எனக்கு அனுமதி குடு. இல்ல எஞ் சொந்த நாடு திரும்ப வழிவுடு."

"மாமனாரு சொல்றது அத்தனையும் உண்ம. ஓங்களப் போயிக் கர்ணனோட ஒப்பிட்டுப் பேசுறதா. மலையெங்க மடுவெங்க. ஓங்க பேரென்ன புகழென்ன. ஓங்க வீரத்துக்கு முன்னால ஒரு கிருஷ்ணனும் அர்ச்சுனனும் எம்மாத்தரம். கவுரவர் நலன முன்னிட்டு நல்ல முடிவெடுத்துச் சொல்லி மருமகனச் சந்தோசமா அனுப்பிவையிங்க."

துரியனின் இனிப்பான புகழ்ச்சியில் சல்லியனுக்கு உச்சி குளிர்ந்தது.

"மருமகனே கிருஷ்ணனுக்கு மேலாக என்னப் புகழ்ந்து பேசுறதக் கேட்டு எனக்குப் பெரும தாங்கல. கர்ணனுக்குச் சாரத்தியஞ் செய்ய எனக்குப் பூரண சம்மதம்."

"நான் பாக்கியவான். மாமானாருக்கு ரெண்டொரு வார்த்த பாக்கியிருக்கு. தேராளியச் சாமானியமா நெனைக்கக் கூடாது. அவனோட கூர்மதிதான் போர் வீரனக் காப்பாத்துற வலிமையான ஆயுதம்."

"நீ சொல்றது உண்ம. வெற்றி நமக்கே. போய்வா மருமகனே."

துரியன் இந்த இனிப்பான சேதியைச் சொல்லக் கர்ணனைத் தேடி விரைந்தான்.

149

அய்யன்மாரே அரவான் பேசுறென்

கர்ணன் தேரு கம்பீரமா வருது. போர்க்களமே பாத்து அசந்துபோயி நிக்கிது. ஆச்சரியமான ஆச்சரியம். சல்லித்தாத்தா தேராளி. கர்ணன் போராளி. கவுரவர் பக்கம் குதுகலம் கூத்தாடுது.

'தேராளியும் போராளியும்

சேந்து வாறாங்க

சேதியறிஞ்ச பாண்டவங்க

சோந்து போறாங்க.'

சல்லித்தாத்தா எப்படித்தான் சம்மதிச்சாரோ. துரியப்பாவுக்குச் சொல்லித் தரணுமாக்கும். இனிக்க இனிக்கப் பேசிக் கவுத்தியிருப்பாராக்கும். சும்மா சொல்லக் கூடாது. கர்ணனோட தளபதித் தோரணையே தனி. வில்லேந்தியிருக்கிற கோலத்தப் பாக்கணுமே. இண்ணைக்குச் சண்ட கடுமையாத்தான் இருக்கும். அதுல சந்தேகமேயில்ல.

கொஞ்ச நேரத்துல சண்ட உச்சக்கட்டத்துக்கு ஏறீருச்சு. எல்லாரும் நீயா நானான்னு அடிச்சுக்கிறாங்க. ஒரு பக்கம் அசுவத்தாமனும் எங்கப்பாவும் தனியா மோதிக்கிறாங்க. அசுவத்தாமன் கையிதான் ஓங்கியிருக்குது. கிருஷ்ண மாமன் எங்கப்பாவத் தூண்டிக்கிட்டே இருக்காரு.

'என்னடா ஒங் காண்டீபமென்ன பழுதாகிப்போச்சா. எதிரி ஒன் ஆசானோட மகங்கிற அனுதாபத்துல எறக்கங் காட்றயா.'

எங்கப்பா புதுப் பெறவியெடுத்த மாதிரி முன்னேறி வெளாசுறாரு. அசுவத்தாமனால நின்னு சமாளிக்க முடியல. சத்தங் காட்டாமப் பின்வாங்குறாரு.

எங்கப்பாவுக்கு அடுத்த குறி மச்ச நாட்டு மன்னன் தண்டாதரன். அவரையும் அவரு தம்பி தண்டனையும் சாகடிக்காரு.

மலையத்துவச பாண்டியன் ஒரு மாவீரன். பீஷ்மர் துரோணருக்குச் சம்மான வில்லாளி. மணலூருலருந்து பாண்டவர் பக்கம் நின்னு சண்டபோட வந்தவரு. அவரோட வீரத்தப் புகழாற ஆளில்ல. அவரும் அசுவத்தாமனும் மோதிக்கிறாங்க. அசுவத்தாமனோட அடாவடியான சண்டையப் பாண்டியனால சமாளிக்க முடியல. மாண்டுபோறாரு.

ஒரு சந்தர்ப்பத்துல திடீர்ன்னு நகுலப்பாவும் குட்டிப்பாவும் கர்ணனுக்கு முன்னால நெஞ்ச நிமித்தி நின்னு சண்டைக்குத்

தயாராகுறாங்க. கர்ணன் வெளையாட்டுப் புள்ளைகளப் பாத்த மாதிரி சிரிச்சுக்கிறாரு. கொஞ்ச நேரங்கூட அவங்களால அவருட்டத் தாக்குப்புடிக்க முடியல. ரெண்டு பேரு வில்லையும் பறிச்சு தூரத்துல விட்டெறிஞ்சு புத்திமதி சொல்லியனுப்புறாரு.

'தம்பிகளா ஓங்களுக்கு அனுபவம் பத்தாது. அதுக்குள்ள வீரமென்ன பெரிய வீரம். ஓங்க தகுதியறிஞ்சு மத்தவங்களோட சண்ட போடக் கத்துக்கங்க. எங் கண்ணுல படாம ஓடிப்போயிருங்க.'

சல்லித்தாத்தா கர்ணன ஒரு மாதிரி பாக்காரு.

'கர்ணா உண்மையச் சொல்லு. அவங்க ரெண்டு பேரையும் எந் தங்கச்சி புள்ளைகன்னு வுட்டுட்ட. அப்படித்தான.'

கர்ணன் அதுக்குப் பதிலேதும் சொல்லல.

அடுத்து யாருன்னு பாத்தா பீமப்பா எதுக்க வந்து நின்னு சண்டைக்குக் கொக்கரிக்காரு. பீமப்பாவா கொக்கா. அது யாருக்கும் அடங்காற யானையாச்சே. சரியான சண்ட நடக்குது. பீமப்பாவால தாக்குப்புடிக்க முடியல. அவரு கையிலிருந்த ஆயுதம் போன எடந் தெரியல. நிராயுதபாணியா நிக்காரு. கர்ணன அலட்சியத்துல எளக்காரமாச் சொல்றாரு.

'பீமசேனா ஒனக்குச் சோறு கண்ட எடந்தான் சொர்க்கம். சண்டையப் பத்தி என்ன தெரியும். மூச்சுக்காட்டாம மறுபடியும் குருகுலத்துக்குப் போயி வித்தைய மொறையாக் கத்துக்கிட்டு வா. அப்ப வச்சுக்கிறலாம்.'

யாருக்கும் தல வணங்காற பீமப்பா இப்பத் தல குனிஞ்சபடி தளந்து நடந்துபோறாரு. பாக்கப் பாவமாருக்கு.

சங்கதிய அமைதியாக் கவனிச்சுக்கிட்டுருந்த சல்லித்தாத்தா கிண்டலாச் சொல்றாரு.

'அண்ணந் தம்பி மூணு பேரையும் ஆயுதமில்லாம வெரட்டியடிச்சது பெரிய சாதனன்னு நெனச்சுக்கிறயா கர்ணா. கெட்டிக்காரன்னா அர்ச்சுனனோட மோதிப்பாரு. அவனச் செயிச்சா ஒனக்கு மால மரியாத செய்வனாக்கும்.'

அதுக்கும் கர்ணன் பதில் சொல்லல.

கண்ணுக்கு எதிர தருமப்பா கவுரவப் படைகள வெரட்டியடிக்கிறதப் பாத்துக் கர்ணனுக்குக் கோவம். அவரோட தேரு தருமப்பா முன்னால போயி நிக்கிது. தேரோட்டறதுல சல்லித்தாத்தா பெரிய சூரர்தான்.

தருமப்பாவுக்கும் கர்ணனுக்கும் சண்ட மூண்டுக்கிருச்சு. தருமப்பா தவிச்சுப் போறாரு. கர்ணனோட கள்ளப் பார்வையில அப்படியொரு எளக்காரந் துள்ளுது.

'தருமா அம்பு ஈட்டி சண்ட சச்சரவு எந்தச் சங்காத்தமும் இனி ஒனக்கு வேணாம். வாய மூடிக்கிட்டு ஓங் கூடாரத்துக்குப் போ. எனக்குத் தேவ அர்ச்சுனனோட உயிருதான். மத்த நாலு பேரப் பத்திக் கவலையில்ல. ஓங்க உயிர ஓங்களுக்குத் தானமாக் குடுத்துருக்கென். எம் மேல எந்தக் கவலையும் வேணாம்.'

இப்பக்கூட சல்லித்தாத்தாவுக்குக் கிண்டல் போகல.

'கர்ணா அர்ச்சுனனுக்குப் பயந்துக்கிட்டுத்தான தருமன வுட்டுட்ட.'

இதுவரைக்கும் பொறுமையாருந்த கர்ணனுக்கு வந்ததே கோவம். கடுப்புன்னாக் கடுப்பு. தனக்குள்ள பொலம்பிக்கிறாரு.

'இந்தக் கெழவன் எனக்கேத்த தேரோட்டின்னு நெனச்சது பெரிய தப்பாப் போச்சே. இவன வச்சுக்கிட்டு ஒரு முடிவும் எடுக்க முடியலையே. காலச் சுத்துன பாம்பாருக்கானே. எப்பத்தான் என்னக் காலவாரிவுடப் போறானோ. பயமாருக்குது.'

தாத்தாவப் பாத்துக் கர்ணன் ஒரு அரட்டல் வுடுறாரு.

'ஏ கெழப் பிண்டமே இதுக்கு மேல ஒரு வார்த்த பேசுன ஒன் நாக்க அறுத்துருவென். வாயப் பொத்திக்கிட்டு ஒழுங்காத் தேரோட்டு. இல்லன்னா நடக்கிற கதையே வேற.'

அவ்வளவுதான் சல்லித்தாத்தா அடங்கிப்போயிட்டாரு.

அங்க பாருங்க வேற மாதிரி ஒரு கத நடக்குது. கர்ணன் போயி எங்கப்பாவுக்கு முன்னால சண்டைக்கு நிக்காரு. எங்கப்பா பயப்படல. கத இப்படியாகிப் போச்சேன்னு கிருஷ்ண மாமன் பதறிப்போறாரு. அடடா இந்த மோதலத் தவிர்த்திருக்கலாமேன்னு அவர் மனசுல நெனப்பு ஓடுது. நெலம இவ்வளவுக்கான பெறகு கர்ணனோட சமாதானமாப் பேசிக்கிட்டுருக்க முடியும். எங்கப்பாட்டக் கடுமையாச் சொல்றாரு.

'அடே பார்த்தா ஒன் பரம எதிரி கண்ணுக்கு முன்னால நிக்கிறதப் பாத்தயா. அவன அடிச்சு வுழுத்தாட்டு. இண்ணைக்கோட சண்ட முடியட்டும்.'

சல்லித்தாத்தா மனசு துள்ளுது.

'கர்ணன் தொலஞ்சான்.'

எல்லாரும் எதிர்பார்த்தது நடக்கல. கர்ணனோட சாகசப் போருக்கு முன்னால எங்கப்பா தெணறிப் போயிட்டாரு. கிருஷ்ண மாமன் எவ்வளவோ தைரியமூட்டியும் ஒண்ணும் ஆகல. எங்கப்பா சோந்துபோயிக் காண்டீபத்தப் பறிகுடுத்துட்டுப் பரிதாபமா நிக்காரு.

தாத்தாவுக்குக் கர்ணனப் பாக்கப் பாக்க மலப்பாருக்கு. பாத்துக்கிட்டேயிருக்காரு. மெய் சிலிர்க்குது. மனசுக்குள்ள பொலம்புறாரு.

'அடடா கர்ணன எவ்வளவு எளக்காரமா நெனச்சிருந்தென். இப்பத்தான் தெரியிது அவன் வீரம். பாண்டவர் அஞ்சு பேரையும் அனாயசமாத் தோக்கடிச்சு அவங்களுக்கு உயிர்ப்பிச்ச குடுத்து வெரட்டியனுப்புன பெருந்தன்மைய என்ன சொல்றது. உண்மையிலயே மாவீரந்தான். இதுவரைக்கும் அவன் சண்டையிட்டத நான் நேர்ல பாத்துக்கிட்டதில்லையே. எத்தன தடவ அவன ஏளனமாப் பேசி அவமானப்படுத்தியிருக்கென். பெரிய தப்புப் பண்ணீட்டென். இனிமேலயும் அவன எடுத்தெறிஞ்சு பேசுறது மடத்தனம். இப்ப ஒரு மாவீரனுக்கு நான் தேரோட்டியா இருக்கிறத நெனச்சாப் பெருமையாருக்கு. இண்ணைக்கிலருந்து நான் கிருஷ்ணனவிட தெறமையான தேரோட்டியா நின்னு கர்ணனுக்குச் சாரத்தியஞ் செய்வென்.'

தாத்தாவோட முடிவு சரிதான். சொன்னபடி நடந்துக்கிறாரு.

போகப் போக தான் ஒரு மன்னங்கிறத மறந்து உண்மையான சாரதியா மாறீட்டாரு. பாண்டவர் பக்கம் மருமக்கமாரு இருந்தும் எதிரணியில சேந்து சண்ட போட்டதுலயுஞ் சரி சாரத்தியஞ் செய்றதுலயுஞ் சரி நடுநெல தவறாம நடந்துக்கிறதா ரெண்டு பக்கமும் அவரப் பாராட்டிப் பேசிக்கிறாங்க.

தருமப்பாவுக்கும் கர்ணனப் பாக்கக் கூச்சம். இப்பக் கர்ணன் அவருக்கு மொரடன் இல்ல. பாசக்கார மனுசன். கண்ணீரு பொங்க பாசறைய நோக்கிப் போறாரு.

கர்ணனுக்கு அவங்கமேல அப்படியென்ன பாசம்னு தெரியலையே. யாரக் கேட்டுத் தெரிஞ்சுக்கிறது. ஒரே கொழப்பமாருக்குது.

150

தருமனால் இனிமேலும் போரிட முடியவில்லை. நெஞ்சு படபடத்தது. முகாமுக்குத் திரும்பினான்.

கர்ணனைப் பற்றிய அச்சம் அவன் மனசில் இன்னும் சஞ்சலப்படுத்திக்கொண்டிருந்தது. நகுலனும் சகாதேவனும் சோர்ந்துபோயிருந்த அவனைப் பாதுகாப்பாக அழைத்துச்சென்றனர்.

அண்ணனைத் தம்பியர் தாங்கிச் செல்வதைக் கவனித்த அர்ச்சுனன் பதைபதைத்தான்.

"மச்சான் அங்க பாரு தருமண்ணாவுக்கு என்னமோ ஆச்சு. தேர அங்க வுடு."

அர்ச்சுனனின் தேர் தருமனின் பாசறைக்குச் சென்றது.

தம்பியைப் பார்த்த மகிழ்ச்சியில் தருமன் ஆவலாகக் கேட்டான்.

"பார்த்தா அந்தத் தேரோட்டி மகனக் கொன்னுட்டயா. அவன எப்படித்தான் கொன்ன. கொஞ்சம் சொல்லுய்யா."

அர்ச்சுனன் சுரத்தில்லாமல் சொன்னான்.

"தருமண்ணா அவன் இன்னும் உயிரோடதான் இருக்கான். ஒனக்கு என்னாச்சோன்னு பாக்கத்தான் ஓடிவந்தென். நான் இப்பயே போறென். போனதும் அவனக் கொன்னுட்டுத்தான் மறுவேல பாப்பென்."

தருமன் கோவத்தில் வெடித்தான்.

"அண்ணன் செத்தானா பொழச்சானான்னு பாக்க வந்தயாக்கும். எம் மேல அவ்வளவு கரிசனையா. அப்படின்னா அவனக் கொன்னுட்டுல்லடா என்னப் பாக்க வந்துருக்கணும். அவனக் கண்டாலே எனக்குக் காலுங் கையும் ஒதறுதுன்னு ஒனக்கு நல்லாவே தெரியும். இது தெரிஞ்சும் அவன வுட்டு வச்சிருக்கயே. ஏன்னா ஒனக்கும் அவனக் கண்டு பயம். அதனாலதான் இங்க ஓடி வந்துருக்க. கையில காண்டீபம் இருக்குது பெரிய பெரிய ஆயுதம் இருக்குதுன்னு பெரிசாப் பீத்திக்கிற மட்டும் தெரியிது. ஒன்னக் கண்டு எனக்கு வெக்கமாருக்கு. தோரணையாப் புடிச்சிருக்கிற காண்டீபத்தக் கிருஷ்ணனுக்குக் குடுத்துட்டு அவனுக்குத் தேரோட்டியா இரு. அவன் ஒன்னக் காப்பாத்துவான்.

நீ எந் தாயோட வயித்துல கருவாகமயே இருந்துருக்கலாம். கருவாயிருந்தாக் கலச்சிருக்கலாம். இந்த அவமானம் வந்துருக்காது."

அர்ச்சுனன் மிகவும் கொதித்துப்போனான். அண்டகாரக் கோவத்தை அடக்க முடியவில்லை. இடைவாளை உருவிக்கொண்டு அண்ணனைத் தாக்க ஓடினான்.

"என்னோட காண்டீபத்தக் கொறசொல்றதுக்கு ஒனக்கென்ன அருகதையிருக்கு."

நகுலனும் சகாதேவனும் தருமன் மீது பாய்ந்து விழுந்து கேடயமாகித் தடுத்தனர்.

கிருஷ்ணனும் அர்ச்சுனன் கையைப் பிடித்துப் பின்னுக்கிழுத்து அரட்டினான்.

"ஒனக்குக் கொஞ்சமாச்சும் அறிவிருக்காடா. ஒரு பெரிய மனுசங்கிட்ட இப்படியா நடந்துக்கிறது."

கிருஷ்ணன் தருமன் பக்கம் திரும்பிக் கடிந்துகொண்டான்.

"யுதிஷ்டிரா ஏன் இப்படிக் கொழந்த மாதிரி நடந்துக்கிற. புத்தியக் கடங் குடுத்துட்டயா. இல்ல போருல அடிச்சிட்டுப் போயிருச்சா. ஒத்துமையா நின்னு எதிரிகள ஒழிக்கிறத வுட்டுட்டு ஒங்களுக்குள்ள அடிச்சுக்கிட்டுக் கெடந்தா வெலக்கிவுடுறது யாரு."

அர்ச்சுனனுக்குக் கோவம் இன்னும் ஆறவில்லை.

"பெறகென்ன மச்சான். தலைக்கு மூத்தவன் தகப்பன் மாதிரி. தம்பிமார அடிமைகளா வச்சு நடத்துறதுக்கு ஒரு அளவில்லையா. எங் காண்டீபத்த அவமதிச்சவன் எவனாருந்தாலும் கொன்னுருவன்னு சபதஞ் செஞ்சிருக்கென். அது ஒனக்கே தெரியும். கூடப் பெறந்த அண்ணனத்தான் கொல்லணும்னு விதிச்சிருந்தா அத யாரால தடுக்கமுடியும். இவனால நாங்க என்ன சொகத்தக் கண்டுட்டொம். சூதாட்டத்துல நாடு நகரம் சொத்துச் சொகம் அத்தனையும் பறிகுடுத்துட்டுத் தம்பிகளையும் பொண்டாட்டியையும் அடகு வச்சு அடிமைகளாக்கினான். யாரு சொல்லத்தான் கேட்டான். அந்தளவுக்குச் சூது வெறி கண்ண மறச்சிருச்சு."

கிருஷ்ணன் விழி பிதுங்க அர்ச்சுனனை முறைத்தான்.

"டேய் வேணாண்டா. பேச்ச வளக்காத. அதெல்லாம் எதுக்கு இப்பக் கௌறிக்கிட்டு."

அர்ச்சுனன் நிறுத்துவதாயில்லை.

“அண்ணைக்குச் சபையில அத்தன பேரு முன்னால பாஞ்சாலிய ஒரு மிருகம் துகிலுரியும் போது அவ கதறிக்கதறி அழுதததெல்லாம் யாரால. அண்ணங்கிற மரியாதையில அத்தனையும் சகிச்சுக்கிட்டு வாய் பேசுற ஊமையா நின்னொம். அண்ணைக்குப் பீமண்ணாவ மட்டும் வுட்ருந்தா நடந்துருக்கிற கதையே வேற. இவனுக்கு எதிரியக் கண்டாத் தொட நடுங்குறதே வழக்கமாப் போச்சு. ஓடி ஒளிஞ்சிக்கிருவான். இவனத் தேடிப் பாதுகாக்கிறதே பெரும்பாடு. இந்த லச்சணத்துல தருமம் நீதி நேர்மன்னு வாய்கிழியப் பேசுறதுல ஒண்ணுங் கொறச்சலில்ல. இவனுக்கு வாளும் வில்லும் ஒரு கேடா. இவனால வனவாசம் அஞ்ஞாதவாசம்னு எத்தன வருசம் சோறு தண்ணியில்லாம அலஞ்சிருக்கொம். அதெல்லாம் நெனச்சா மனசு குமுறுது. இந்த மனுசன் இருந்தென்ன செத்துத் தொலஞ்சென்ன. இனியாவது நாங்க நிம்மதியாருக்கலாம்.”

மனக் குமுறலையெல்லாம் கொட்டித் தீர்த்துவிட்ட அர்ச்சுனன் அமைதியாக அழுதான். தருமனும் அழுதான். தம்பியரும் தேம்பினர். கிருஷ்ணனுக்கும் அழுகை முட்டியது. அடக்கிக்கொண்டு ஆறுதல் கூறினான்.

“என்னடா இது. சிறுபுள்ளத்தனமாருக்குது. நான் பெரிய வீரன்னு சொல்லிக்கிற. ஏன் இப்படி ஒரு கோழையப் போல அழுகிற. சரியோ தப்போ நடந்ததெல்லாம் நடந்துபோச்சு. அந்தப் புண்ணக் கெளறிக்கிட்ருந்தா வலிதான் மிஞ்சும். நமக்குப் பெரிய கடமையிருக்கு. எதிரிகள அழிச்சுப் பறிபோன நாடு நகரங்களக் கைப்பத்துறதுக்குண்டான வழியப் பாப்பொம். ஒன்னோட வார்த்தைகளால எப்பயோ அண்ணன் உயிரக் கொன்னுட்ட. இனிமே கொல்றதுக்கு ஒடம்புதான் இருக்கு.”

அழுதுகொண்டே அர்ச்சுனன் அண்ணனின் கால்களில் விழுந்து வணங்கினான். தருமன் எழுந்து அவனை அணைத்துக்கொண்டான். கோவதாபம் மறைந்தது. சமாதானம் மலர்ந்தது. அனைவரும் மகிழ்ந்தனர்.

பிற்பகலில் மீண்டும் போரிடுவதற்கான தயாரிப்புக்கள் துரிதப்பட்டன.

151

வீராதி வீரர்களே....... என் வார்த்தையக் கொஞ்சம் கேளுங்கய்யா.

வருத்தமாருக்கு........ நாக்குத் தடுமாறுது......

நேத்தோட பதினாறு நாளாச்சு. சண்ட முடிவுக்கு வந்தபாடுல்ல. கர்ணனக் கொன்னாத்தான் சண்ட முடியும். இல்லன்னா இழுத்துக்கிட்டேதான் போகும்னு பாண்டவர் எல்லாரும் கர்ணனக் கொல்றதுலயே குறியாருக்காங்க. அவரக் கொடூரமாத் தாக்குறாங்க. எங்கப்பா கவுரவர் கூட்டங்கள வெரட்டியடிக்காரு. கர்ணன் மகன் விருசசேனன் அவரு அம்புக்கு எரையாயிட்டான். எந் தம்பி அபிமன்னன் சாகும்போது அவரு அனுபவிச்ச சோகத்த இப்பக் கர்ணனும் அனுபவிக்கட்டுமே. அடுத்து கர்ணனோட மகன் விஸ்வகேது பீமப்பா கையால மாண்டான். மூணாவது மகன் விருசத்வஜன் மட்டும் எப்படியோ தப்பிச்சிட்டான். புள்ளைகளப் பறிகுடுத்ததுக்காகக் கர்ணன் கொஞ்சங்கூடக் கலங்குன மாதிரி தெரியல. எங்கப்பாவக் கொல்றதுலயே குறியாருந்தாரு.

கடசியில எங்கப்பாவும் கர்ணனும் நேருக்கு நேரச் சந்திச்சுக்கிறாங்க. ரெண்டு பேரும் சளைக்காமப் போரிடுறாங்க. பலராம மாமனோட சீடர்களாச்சே.

எங்கப்பாவுக்குப் பின்னாலருந்து பீமப்பா கவுரவர எதுத்துப் போரிடுறாரு. அந்தச் சமயம் துச்சாதனன் பீமப்பாவ நோக்கிப் பாஞ்சு வந்து கண்மூடித்தனமா மோதுறாரு. பீமப்பாவோட கதாயுத அடி தாங்காமத் துச்சாதனன் தப்பி ஓடுறாரு. பீமப்பா அவர வெரட்டிப் புடிச்சிட்டாரு. பாஞ்சாலியம்மாவத் துகிலுரிஞ்சு துச்சாதனன் கொட்டமடிச்ச சம்பவம் நெனவுக்கு வரவே பீமப்பாவுக்குக் கோவம் தலைக்கேறுது. கீழ வுழுந்து கெடக்கிற துச்சாதனனோட மார்புல காலால அழுத்தி மிதிச்சுக் கூர்மையான கத்தியால குத்திப் பௌக்காரு. அதுலருந்து பீச்சயடிக்கிற ரத்தத்த ருசிச்சுக் குடிக்காரு. வெது வெதுப்பாருக்கு.

பீமப்பா செயிச்ச சந்தோசத்துல கூச்சல் போட்டுக்கிட்டுக் கூத்தாடுறாரு. பெறகு பாஞ்சாலியம்மா போட்ட சபதத்த நெறவேத்துற ஆசையில அம்மாவ அழச்சு வந்து சதா விரிஞ்சு கெடந்த கூந்தலத் துச்சாதனன் ரத்தத்துல தோய்க்கச் சொல்றாரு. ரத்தம் படிஞ்ச கையோட கூந்தல அவரு கோதித் தடவுறாரு.

தடவத் தடவ அம்மாவுக்குள்ள எரிஞ்சுக்கிட்டுருந்த கோவம் அணஞ் சிருச்சு. மொகத்துல சாந்தக் களை படருது. கூந்தல அள்ளி முடிஞ் சுக்கிட்டு குதுகலமா நடந்து போறா. ஒரு வார்த்தகூடப் பேசல.

நடந்த கதையக் கண்ணால கண்டவங்க அத்தன பேரும் பீதியில மெரண்டுபோறாங்க.

கர்ணனையும் பீதி புடிச்சாட்டுது. துரியப்பா மனம் பேதலிச்சுப் போறாரு.

சல்லித்தாத்தா எல்லாருக்கும் தைரியமூட்றாரு.

போர் தொடந்து நடக்குது. எங்கப்பாவும் கர்ணனும் நேரடியா மோதிக்கிறாங்க. சம பலங்கொண்டவங்க சண்டையிடுறதால வெற்றி தோல்விய விரைவில நிர்ணயிக்க முடியாதோன்னு பாத்தவங்க பயப்படுறாங்க. அந்தச் சமயத்துல கர்ணனோட தேரு தரையில கொஞ்சம் அமுங்கிச் சிக்கிக்கிருது. கீழ எறங்கித் தேரத் தூக்கிப் பழைய நெலைக்குக் கொண்டுவரச் சொல்லி கர்ணன் தாத்தவக் கேட்டுக்கிறாரு.

தாத்தா தன்மானத்துல துடிச்சுப்போறாரு.

'கர்ணா நான் ஒன்னவிடத் தாழ்ந்தவனில்ல. நான் ஒரு நாட்டு மன்னனாக்கும். நீ சொல்றபடி செய்றது எனக்கு அவமானம். ஒன்னளவுல பாத்துக்கோ.'

வேற வழியில்ல. கர்ணன் வில்லத் தேருல வச்சிட்டுக் கீழ எறங்கித் தேர்ச் சக்கரத்தத் தூக்கி நகத்தாமத் தேரு ஓடாது. கீழ எறங்குறதுக்கு முந்தி எங்கப்பாவப் பாத்துச் சொல்றாரு.

'காண்டீபா ஆயுதமில்லாற வீரனத் தாக்குறது யுத்தத் தருமத்துக்கு மாறானது. தெரியுமில்ல.'

எங்கப்பா தன்னத் தாக்கமாட்டாருங்கிற நம்பிக்கையில கர்ணன் கீழ எறங்கி முதுகத் திருப்பிக்கிட்டு தேரத் தூக்கி நகர்த்தப் பிரயாசப்படுறாரு. அந்தச் சமயத்துல கிருஷ்ண மாமன் எங்கப்பாவத் தூண்டுறாரு.

'மாப்பிள இந்தச் சந்தர்ப்பத்த நழுவவுடாத. அவனக் கொல்லுடா.'

'மச்சான் ஆயுதமில்லாற அப்பாவியக் கொல்லச் சொல்றயே.'

'ஆமா பெரிய யோக்கியன் பேச வந்துட்டான். அண்ணைக்குப் பாஞ்சாலி இருந்த நெலமையவிட இது ஒண்ணும் மோசமானதில்ல.'

கண்ணுக்கு முன்னால நடந்த அந்தக் கொடுமைய நெனச்சதும் எங்கப்பாவுக்குத் தாங்கமுடியாற கோவம். அவரோட காண்டீபத்துலருந்து கௌம்புற அம்பு கர்ணனோட நெஞ்சில ஆழமாப் பாஞ்சிருச்சு. என்னமோ சொல்றதுக்கு ஒதடு துடிக்குது. அனியாயம்.. அனியாயம்னு சொல்ற மாதிரி தோணுது. கொஞ்ச நேரத்துல துடிதுடிச்சுச் செத்துட்டாரு.

யாருக்கும் சொந்தமில்லாமப் போன அந்தத் தேரோட்டி மகனுக்காக ரெண்டு பக்கத் தேராளிகளும் தேர்கள நிறுத்தி அவருக்கு அஞ்சலி செலுத்துறாங்க. கிருஷ்ண மாமனும் சல்லித்தாத்தாவும் தேரோட்டிங்கிற மொறையில அவங்களோட நின்னு கண்ணீர் சிந்துறாங்க. மாமன யாருமே கண்டுக்கிறல.

எனக்கும் அழுகையா வருது. எங்கப்பாவக் காப்பாத்துறதுக்காக ஒரு அசலான வீரன அனியாயமாக் கொன்னுட்டீகளே. மனசு ஆறமாட்டங்குதே.

துரியப்பாவுக்குத் துக்கம் சொல்ல முடியாது. தம்பிமாரும் தாம் பெத்த புள்ளையும் சாகும்போதுகூட இவ்வளவு வருத்தபட்டதில்ல. கர்ணனப் பறிகுடுத்தது மனசுல ஆழமாப் பாதிச்சிருச்சு. கதறிக்கதறி அழுது பொலம்புறாரு.

‘இனிமே வெற்றியென்ன வேண்டிக்கெடக்கு. கர்ணனில்லாற வெற்றி.’

தேத்துறதுக்கு ஆளில்லாம அவரு ரெம்ப நேரமா அழுதுக்கிட்டுருக்காரு.

பாண்டவர் தரப்பு வீரர்கள் பாசறையில பரவசக் கூத்தாடுறது தெளிவாக் கேக்குது.

‘கர்ணமல சாஞ்சது

கவலையெல்லாம் ஓஞ்சது

துரியங்கையி ஒடிஞ்சது

தருமங்கையி ஓங்குது.’

எனக்கு ஒறக்கக் கலக்கமாருக்கு. நல்லா ஒறங்கி நாளாச்சு. இண்ணைக்காச்சும் ஒறக்கம் வருமா. தெரியலையே.

152

அய்யன்மாரே அரவாந்தான் பேசுறென்

ரெண்டு பக்கப் படைகளும் வத்திப்போன கொளமாச் சுருங்கிப் போச்சு. சொற்ப வீரர்களே மிஞ்சியிருக்காங்க. துரியப்பா கடசி மூச்சு உள்ளவரைக்கும் போரிட்டு வெற்றியா வீரமரணமான்னு தீர்மானிக்கிறதுல தெடமாருக்காரு. சல்லித்தாத்தாவக் கவுரவர் படைக்குத் தளபதியா நெயமிக்காரு.

கடசி நேரத்துலயாச்சும் இந்தக் கவுரவம் கெடச்சதேன்னு தாத்தாவுக்குச் சந்தோசம். துரியப்பாவுக்கு நன்றி சொல்றாரு.

‘தேராளி மகனுக்குத் தேரோட்ன மன்னனுக்கு இப்பயாவது தளபதி பதவி குடுத்துருக்கயே. இந்த மரியாதையே போதும். ஒனக்கு நான் உண்மையா நடந்துக்கிருவென்.’

தாத்தாவோட தங்கச்சி அதான் சின்னப் பாட்டி மாதுரி பெத்த புள்ளைக நகுலப்பாவும் குட்டிப்பாவும் பாண்டவர் படையில இருந்தாலும் அவங்கள எதுத்துப் போரிடவேண்டிய தர்மசங்கடம். தாத்தாவுக்குப் பாசபந்தமெல்லாம் முக்கியமில்ல. குடுத்த வேலைய ஒழுங்காச் செய்யணும். நம்பிக்க மோசம் பண்ணக் கூடாது. அப்படியே நடந்துக்கிட்டாரு. ரெண்டு பக்கமும் அவருக்கு நல்ல பேரு.

கிருஷ்ண மாமன் எங்கப்பாட்டக் கண்டிப்பாச் சொல்லீட்டாரு.

‘அடே அச்சு துரியோதனனுக்குத் தளபதி யாரு தெரியுமா. ஒங்க மாமன் சல்லியந்தான். சொந்தம்னு பாத்துச் சும்மாருந்துறாத.’

எங்கப்பாவுக்கு வெறுப்பு இன்னுந் தணியல.

‘பிதாமகர் ஆசான் குரு இப்படி எத்தனையோ சொந்தபந்தங்களக் கொன்னு குமிச்சொம். பெத்த புள்ளைகள அனியாயமாக் காவுகுடுத்தொம். இனி மாமன மட்டும் வுட்டுவச்சு என்ன செய்ய. உள்ளபடி நடக்கட்டும்.’

‘அவனும் யுதிஷ்டிரனும் தனியா நின்னு சண்ட போட்டுக்கிறட்டும். நம்ம கிட்டப் போகவேணாம்.’

‘ஏன் மச்சான் தருமண்ணாவுக்கும் மாமந்தான.’

‘காரணம் இருக்குடா. சல்லியனுக்கு வினோதமான கொணம் ஒண்ணு உண்டு. அவனுக்குள்ள ஒரு பெரிய அசுரன் குடியிருக்கான். எதிரியோட பலத்துக்கேற்ப அந்த அசுரனோட பலம் அதியமாகும்.’

‘அதும் அப்படியா.’

‘யுதிஷ்டிரனும் மகா சாது. ஆவேசமாச் சண்ட போடமாட்டான். அதனால சல்லியனுக்குள்ளருக்கிற அசுரக் கொணம் கொறஞ்சுக்கிட்டே வரும். அவனச் செயிச்சு இனிமேலயாச்சும் கணக்க முடிச்சாகணும். பதினெட்டு நாளும் இழுபறியாப் போச்சே. கொஞ்ச உயிரா பலியாயிருக்கு. அத நெனைச்சாலே மனசெல்லாம் பாரமாருக்குது.’

இப்ப நடக்கப் போற கூத்தப் பாருங்க. தருமப்பாவும் சல்லித்தாத்தாவும் கொஞ்சங்கூடக் கோவமில்லாம ஒருவருக்கொருவர் எதிரியா வீரதீரமாச் சண்ட போடணுமிங்கிற நெனப்பே இல்லாமச் சர்வ சாதாரணமா நிக்காங்க.

தாத்தா வெகுளியாச் சிரிச்சுக்கிறாரு.

‘வாப்பா யுதிஷ்டிரா. களத்துல என்ன சிரிப்பு வேண்டிக்கெடக்குதுன்னு பாக்கயா. இண்ணைக்கு நம்ம ரெண்டு பேரும் சண்ட போடணும்னு விதிச்சிருக்கு. அந்த விதிய நெனச்சுத்தான் சிரிச்சுக்கிறென். விதி எப்படி வெளையாடுது பாத்தயா. சொந்த மருமகப் புள்ளைகளுக்கு ஆதரவாச் சண்ட போடணும்னு பெரிசாப் படையத் தெரட்டிக்கிட்டு வந்தென். எடையில துரிய மருமகன் மயக்கி வளச்சுப் போட்டுக்கிட்டான். நான் பண்ணுன மடத்தனத்துக்கு யார நொந்துக்கிறது...... வா சண்டபோடுவொம். சத்தியமா நான் ஒன்னக் கொல்லமாட்டென். முடிஞ்சா நீ என்னக் கொன்னு கணக்கத் தீத்துக்கோ. சந்தோசமாப் போயிச் சேந்துருவென்.’

தருமப்பாவுக்குப் பதில் சொல்ல நாவெழல. தாத்தா எருமமாடு அசபோடுற மாதிரி சாவாசமா அம்பு வுட்டுக் களச்சுப் போறாரு. தருமப்பா ஏனோதானோன்னு ஒரு வேலெடுத்துத் தாத்தாவப் பாத்து வீசுறாரு. அதத் தாத்தா மார்புல சந்தோசமா வாங்கிக்கிறாரு. வேல் தச்சமானக்கிக் கீழ வுழுகுறாரு. அப்ப அவர் வாயிலருந்து ஈனக் குரல்ல வார்த்தைக வருது.

‘யுதிஷ்டிரா ஒங் கையால எனக்குத் தக்க தண்டன கெடச்சிருச்சு. அந்தச் சந்தோசம் போதும். அது பெரும் பாக்கியம்.’

அந்த எடத்துலயே உயிர் பிரிஞ்சிருச்சு. கவுரவர் பக்கத்துப் படைத் தளபதிகளோட மொத்தக் கணக்கும் சல்லித்தாத்தாவோட முடிஞ்சது.

நடந்ததப் பாத்துச் சகுனிக்கு ஒதறலெடுத்தது.

சகுனி கவுரவச் சேனைகளக் கொண்டு பாண்டவர் படையைப் பின்னாலருந்து தாக்குறாரு. பின்புறம் நின்னு கண்ணீர் பொங்க தாய்மாமன் பொணத்த நகுலப்பாவும் குட்டிப்பாவும் வெறிச்சுப் பாத்துக்கிட்ருக்காங்க. அவங்களுக்குத் தருமப்பா உத்தரவு போடுறாரு.

'தம்பிகளே ஒங்க துக்கம் எனக்குப் புரியிது. கண்ணக் கொஞ்சம் தொடச்சுக்கிட்டு அங்க பாருங்க. பின்னாலருந்துக்கிட்டுச் சகுனி கோழத்தனமாத் தாக்குறாரு. நீங்க அவர எதுக்கலன்னா நமக்குக் கெடச்ச வெற்றிக்கு அர்த்தமில்லாமப் போயிரும்.'

ரெண்டு பேரும் கோவத்துல வாள உருவிக்கிட்டுச் சகுனிய நோக்கி ஓடுறாங்க. இதக் கொஞ்சங்கூட எதிர்பாராத சகுனி நெலகொலஞ்சுபோறாரு. இருந்தாலும் சமாளிச்சுக்கிட்டு கடுமையாச் சண்டபோடுறாரு. குட்டிப்பாவோட வாள் சகுனியோட கழுத்தப் பதம்பாக்குது.

குட்டிப்பாவுக்குச் சந்தோசம். தன் தய்மாமன் போனதோட துரியப்பாவோட மாமன் சகுனியும் போயிச் சேந்துட்டாரு. தாத்தா ஒரு வெகுளி. தந்தரத்தால அவரக் குளுப்பாட்டி கவுரவர் பக்கம் இழுத்துக்கிட்டாங்க. சகுனி ஆடுன சூதாட்டந்தான பாண்டவர வனவாசம் அனுப்பிவச்சது.

இதுல பெரிய சோகம் என்னன்னா சகுனி மகன் உலுகனையும் பரிதாபமாக் கொல்றாங்க. பெத்தவரோட பாவத்துல புள்ளைக்குப் பங்கிருக்கணும்.

153

எஞ்சியிருந்த கவுரவப் படைகள் அடியோடு நாசமடைந்தன. துரியோதனன் திணறித் தவித்தான். செய்வதறியாது திகைத்தான். படுகாயமுற்ற அவன் மட்டுமே தப்பினான். களத்தைச் சுற்றி நோட்டம் விட்டான். அச்சுறுத்தும் மரணச் சூனியம். எங்கும் பிணங்கள் சிதறிக் கிடந்தன. அவற்றின் நடுவே தள்ளாடிக் கொண்டு தனிமரமாக நின்றான். பாண்டவரின் எக்காள ஒலியில்

அவன் உடம்பு அச்சத்தில் நடுங்கியது. களத்தில் இருப்பது பாதுகாப்பில்லை என்று உணர்ந்து கையில் கதாயுதத்துடன் கீழ்த்திசையை நோக்கி ஓட ஆரம்பித்தான்.

அச்சமயம் அஸ்வத்தாமன் கிருபன் கிருதவர்மன் துரியோதனன் ஆகிய நால்வரைத் தவிரக் கவுரவப் படையில் வேறு யாரும் உயிர்பிழைக்கவில்லை.

பாண்டவர் தரப்பில் பெரும்பாலான உயிர்ச்சேதங்களுக்குப் பின்னரும் கணிசமான வீரர்கள் தங்கியிருந்தனர்.

மரணப் பயத்தில் ஓடிய துரியோதனன் ஒரு குளத்துக்குள் இறங்கிப் பாறைப் பொந்துக்குள் மூழ்கி மூச்சுப் பிடித்து ஒளிந்துகொண்டான். அவனைப் பாண்டவர் வலைவீசித் தேடினர்.

இதற்கிடையில் அஸ்வத்தாமன் கிருபன் கிருதவர்மன் மூவரும் துரியோதனனைத் தேடியலைந்தனர். அவன் துவைபாயன தீர்த்தம் என்ற குளத்துக்குள் ஒளிந்திருப்பதைச் சஞ்சயன் மூலம் அறிந்தனர்.

அஸ்வத்தாமன் கலங்கினான்.

'நாங்க உயிரோட இருக்கிறது துரியோதனனுக்குத் தெரியாமப்போச்சே. அதனாலதான் அச்சத்துல ஒளிஞ் சுக்கிட்ருக்கான். நாலுபேரும் சேந்து பாண்டவரோட போராடணும்.'

குளத்துக்குள் இருக்கும் துரியோதனனைச் சந்தித்தனர். அவர்களைப் பார்த்துத் துரியோதனனுக்கு ஆறுதல். அஸ்வத்தாமன் அழைத்தான்.

'துரியோதனா வெளிய வா. எதிரிகள வெரட்டியடிப்பொம். இண்ணைக்கு ராத்திரிக்குள்ள எல்லாப் பாண்டவர்களையும் கொல்லாம வுடமாட்டென்.'

மாமிசங்களைச் சுமந்துகொண்டுவந்த வேடர்கள் நீர் அருந்தும் பொருட்டு அக்குளத்துக்கு வந்தனர். அவர்கள் வழக்கமாகப் பீமனுக்கு மாமிசம் கொண்டுவந்து கொடுக்கும் வாடிக்கையாளர்கள். அஸ்வத்தாமனும் துரியோதனனும் பேசிக்கொண்டது அவர்களின் காதில் விழுந்தது. துரியோதனன் பற்றிய செய்திகளைப் பாண்டவரிடம் தெரிவித்தனர்.

கிருஷ்ணனை அழைத்துக்கொண்டு பாண்டவர் அக்குளத்தைத் தேடிச்சென்றனர்.

அவர்கள் சேனைகளுடன் தேடி வருவதைக் கண்ட அஸ்வத்தாமன் மற்ற இருவருடன் ஓடிவிட்டான். துரியோதனன் மீண்டும் நீருக்குள் மூழ்கிக்கொண்டான்.

பாண்டவர் குளத்தையடைந்தனர். தருமன் ஓங்கிக் குரல் கொடுத்தான்.

'துரியோதனா குலநாசம் செஞ்சிட்டு ஏன் கொளத்துக்குள்ள ஒளிஞ்சிருக்க. தைரியமான ஆம்பள இந்தக் காரியத்தைச் செய்வானா. வெளிய வா. மோதிப் பாத்துறலாம்.'

தருமனின் வார்த்தைகள் துரியோதனனுக்குத் தெளிவாகக் கேட்டன.

'யுதிஷ்டிரா நான் ஒண்ணும் ஒழிஞ்சிட்டுருக்கல. இங்க வந்து உக்காந்து ஓய்வெடுத்துட்டுருக்கென். நீங்களும் வந்து எளைப்பாறலாம். நாளைக்குப் போருல சந்திப்பொம்.'

அடுத்த நாள் துரியோதனன் பீமனுடன் கதாயுதப் போர்செய்ய ஒப்புக்கொள்ளப்பட்டது. அதுவரை துரியோதனன் வெளியே தலைகாட்டவில்லை.

குருச்சேத்திரத்தில் ஒரு நல்ல பூமியில் போர் மூண்டது. கதாயுதங்கள் கடுமையாக மோதிக்கொண்டன. சமபலம் வாய்ந்த தனது சீடர்கள் போரிடுவதைக் காண்பதற்காகத் தீர்த்த யாத்திரையிலிருந்து வந்திருந்த பலராமன் அதைக் கண்டு பெரிதும் மகிழ்ந்தான்.

கிருஷ்ணன் நிலைகொள்ளாது தவித்துக்கொண்டிருந்தான். எப்படியாவது இந்தப் போரை முடிவுக்குக் கொண்டுவந்தாகணுமே. அவனுக்கு யோசனையான யோசனை. கடைசியாக ஒரு வழி தென்பட்டது.

துரியோதனனின் தொடையில் அடித்துப் பிளக்குமாறு கிருஷ்ணன் அர்ச்சுனன் மூலம் சைகைசெய்து காட்டினான். அதைப் புரிந்துகொண்ட பீமன் துரியோதனனின் இரு தொடைகளிலும் கதாயுதத்தால் தாக்கினான். அடி தாங்காமல் கீழே விழுந்த துரியோதனன் கூவினான்.

"அதர்மம்.......அதர்மம்......."

தன் ஆசான் பலராமனிடம் முறையிட்டான்.

"ஒஞ் சகோதரனோட சூழ்ச்சியால ஒஞ் சீடன் விதிகள மீறி என்னக் கொல்லப்பாக்கான்."

இது கண்டு பொறுக்காத பலராமன் வெகுண்டெழுந்து தன் கலப்பையால் பீமனைக் கொல்ல வந்தான்.

கிருஷ்ணன் இடையில் வந்து அதைத் தடுத்து நிறுத்திக் கடுங் குரலில் கூறினான்.

“யாரெல்லாம் காட்டுத் தர்பார் நடத்துறாங்களோ அவங்க அந்தத் தர்பார் விதிகளாலயே அழிஞ்சுபோயிருவாங்க.”

கிருஷ்ணனின் வார்த்தைகளிலிருந்த நியாயத்தைப் புரிந்துகொண்டு பலராமன் அமைதியானான். சிறிது நேரத்தில் வெறுப்புற்று அந்தக் களத்தை விட்டு வெளியேறினான்.

“எப்படியோ போங்க. இந்தக் கபடத் தருமத்த என்னால சகிக்க முடியாது.”

மீண்டும் தீர்த்த யாத்திரை கிளம்பிவிட்டான்.

154

தொடைகள் பிளக்கப்பட்ட கோலத்தில் துரியோதனன் மரணத்தை எதிர்பார்த்து நொறுங்கிக்கிடந்தபோதும் அவனது வைராக்கியமும் வீரமும் கொஞ்சங்கூடக் குறையவில்லை. கண்கள் சிவக்க பற்கள் நறநறக்கப் பழிவாங்கும் வெறியில் உறுமிக்கொண்டிருந்தான். இந்த இழி நிலைக்கான காரணங்களை அவன் மனசு தேடித் தவித்தது.

‘சுற்றஞ் சூழ எவ்வளவு மரியாதையா வாழ்ந்தென். கூட்டத்துலருந்து தப்பிய வழிப்போக்கனப் போல நடுக்காட்ல நாதியத்துக் கெடக்கனே. என்னப் பெத்தவங்க கதி என்னாச்சோ.. எந் தங்கச்சி துச்சலை என்ன செய்றாளோ. இவங்களையெல்லாம் தவிக்க வுட்டுட்டு மேலோகம் போகப்போறென்.’

நெருங்கி வரும் மரணத்தைக் கண்ணீர் பொங்க எதிர்நோக்கிக் காத்திருந்தான். அவன் சிதைந்து கிடக்கும் நிலையறிந்த அஸ்வத்தாமன் கிருபன் கிருதவர்மன் மூவரும் அவனைத் தேடி விரைந்தனர். அவன் ரத்தக் கோலத்தில் கிடப்பதைக் கண்டு துக்கம் மேலிடப் பேச்சற்று நின்றனர். அஸ்வத்தாமன் அவனருகில் உட்கார்ந்து அன்பாகப் பேசினான்.

“துரியோதனா ஒன்ன இந்தக் கோலத்துல பாக்கப் பரிதாபமாருக்கு. ஒலகத்துல புண்ணியமிங்கிறதே கெடையாது. நெருங்கிய நண்பர்களும் ஒறவினர்களும் புடை சூழ மன்னனாப்

பூமிய ஆண்டு வந்தவன் நீ. ஒன்ன மண்ணுல கெடத்தீட்டு எல்லாரும் எங்கருந்தாங்க.”

துரியோதனன் கதறி அழுதான்.

“நான் போருல தோத்துட்டு ஓடலடா. பாவிக என்ன வஞ்சிச்சிட்டாங்க. மனசு பொறுக்கலையே.”

அஸ்வத்தாமன் வெகுண்டான்.

‘எந் தந்தைய எதிரிக அநியாயமாக் கொன்னாங்களே அப்பக்கூட நான் இப்படி வருத்தப்படல. ஒன் நெலைமைய நெனச்சா எனக்குத் துக்கம் பொங்குது. கிருஷ்ணன் கண்ணுக்கு முன்னாலயே இண்ணைக்கு ராத்திரிக்குள்ள பாண்டவரையெல்லாம் பழிவாங்கியே தீருவென். நீ அனுமதிக்கணும்.’

மரண வேதனையிலும் துரியோதனன் முகம் மலர்ந்தது. கிருபனை நோக்கினான்.

“குருவே ஒரு ஏனம் நெறையத் தண்ணி கொண்டுவாங்க.”

உடனே தண்ணீர் வந்து சேர்ந்தது.

கிருபன் அஸ்வத்தாமனைச் சேனாதிபதியாக அபிசேகம் செய்துவைத்தான். அஸ்வத்தாமன் மற்ற இருவருடன் பாண்டவர் பாசறையை நோக்கி விரைந்தான்.

துரியோதனன் மனசு சொல்லிக்கொண்டது.

“நான் தோத்துட்டென். ஆனா பாண்டவர் செயிக்கல. நாந்தான் செயிப்பென். எதிரிகளக் கொன்னு குமிப்பென். அந்த வெற்றியக் கொண்டாடீட்டுத்தான் மேலோகத்துக்குப் போவென்.”

அவனது கண்கள் மூடிக்கொண்டன. சற்றுத் தொலைவில் பாண்டவர் பாசறையில் வெற்றிக் கூச்சலும் கும்மாளாமும் நாராசமாக ஒலித்துக்கொண்டிருந்தது.

155

அஸ்வத்தாமனின் தேர் பாண்டவர் பாசறையைச் சமீபிக்கும்போது அந்தி கலங்கி இருள் தெளியத் தொடங்கியிருந்தது. பாசறைக்குத் தொலைவில் தேரையும் குதிரைகளையும் விட்டுவிட்டு

அருகிலுள்ள காட்டில் பாண்டவரின் கண்ணுக்குத் தெரியாமல் மூவரும் ஒளிந்துகொண்டனர். உடலில் ஏற்பட்ட காயங்களின் வலியைக் கஷ்டப்பட்டு அடக்கிக்கொண்டு பதுங்கியிருந்தனர். அருகிலிருந்த ஒரு தடாகத்தில் காயங்களைக் கழுவி நீர் அருந்திவிட்டுப் பெரிய ஆலமரத்தடியில் தங்கிக்கொண்டனர்.

எங்கும் இருள் சூழ்ந்தது. மரத்தில் பறவைகளின் கூச்சலும் கொட்டமும் அடங்கிவிட்டன. அவை உறக்கத்தில் மயங்கியிருந்தன.

சற்று நேரத்தில் இரவு வேட்டையாடும் வலிய பறவைகளின் கடூரமான அடாவடியான அரட்டல் கேட்டது. இரையாகும் எளிய பறவைகளின் அபயக் கூவல் குழறி அடங்கியது.

கிருதவர்மனும் கிருபனும் களைப்பில் அங்கேயே சுருண்டு உறங்கிவிட்டனர். இன்னும் கோவந் தணியாத அஸ்வத்தாமனை உறக்கம் நெருங்கவேயில்லை.

திடீரென்று ஆலமரக் கிளைகளினூடே ஒரு பறவையின் வேட்டைக் குரல் தனித்து ஒலித்தது. அஸ்வத்தாமன் உற்றுக் கவனித்தான். மிகப் பெரிய கோட்டான். கங்குக் கண்களை உருட்டி உருட்டி அவனை முறைத்தது. கொத்திக் கிழிக்கத் தோதான கொக்கியலகு. கூரிய நகங்கள். அதனால் ஓரிடத்தில் அமர்ந்தபடி நாற்புறமும் தலையைத் திருகிப் பார்க்க முடிந்தது. நிம்மதியாக உறங்கிக்கொண்டிருந்த காகங்களை அது ஈவிரக்கமின்றிக் கொல்லத் தொடங்கியது. பல காகங்களின் சிறகுகள் முறிந்து இறகுகள் கீழே உதிர்ந்தன. கொத்திக் குதறிய தலைகள் அறுந்து விழுந்தன. அதைத் தொடர்ந்து பிண்டங்கள்.

கோட்டானின் வேட்டையைக் கவனித்துக்கொண்டிருந்த அஸ்வத்தாமனின் மனசில் ஒரு தீர்க்கமான முடிவு மின்னலிட்டது. அடடா இந்தப் பேராந்தை நல்ல பாடத்தைக் கற்றுத் தந்தது. இந்த மாதிரி நான் எதிரிகளை அழித்தொழிப்பேன். உற்சாகத்தில் துள்ளிக் குதித்தான். உறங்கிக் கொண்டிருந்தவர்களைத் தட்டியெழுப்பினான்.

“அதோ அந்தக் கோட்டானப் பாருங்க. நானும் இப்படித்தான் பாண்டவரக் குத்திக் கொதறிக் கொல்லப்போறென்.”

கிருபனுக்கு உடன்பாடில்லை.

“ஒறங்குறவங்களக் கொல்றது சரியில்ல மருமகனே. தருமமும் ஆகாது.”

“ஒரு பொட்டச்சியக் களத்துக்கு அனுப்புனது மட்டும் தர்மமா. ஆயுதங்களக் கீழ போட்டுட்ட ஒரு மாவீரனக் கொன்னது

தர்மமா. இடுப்புக்குக் கீழ தாக்குனது தர்மமா. பாண்டவர் எந்தக் காலத்துலதான் தர்மத்த மதிச்சாங்க. சொல்லுங்க பாக்கலாம். நம்ம மட்டும் ஏன் தர்மத்தப் புடிச்சுத் தொங்கணும்.

கிருபன் எவ்வளவோ எடுத்துக்கூறியும் அவன் கேட்பதாயில்லை. தன் முடிவில் தெளிவாக இருந்தான்.

"எந் தந்தையக் கொன்ன பாண்டவர ராத்திரி ஒறங்கையில நான் கொல்லப்போறென். அதுக்காக அடுத்த பெறவியில புழுவாவோ பூச்சியாவோ நான் பெறந்தாக்கூடச் சந்தோசமா ஏத்துக்கிருவென். நீங்க ஒண்ணுஞ் செய்ய வேணாம். தொணைக்கு நின்னாப் போதும்."

அஸ்வத்தாமன் யாருமறியாமல் ஒரு கூடாரத்துக்குள் புகுந்தான். கிருபனும் கிருதவர்மனும் அவனுக்குப் பாதுகாப்பாகக் கூடார வாயிலில் காத்திருந்தனர். உள்ளே விலை மதிப்பற்ற படுக்கையில் பாஞ்சால நாட்டு இளவரசன் திருஷ்டத்துய்மன் அயர்ந்து கிடந்தான். அஸ்வத்தாமன் சிங்கமாகப் பாய்ந்து அவன் தொண்டையை அமுக்கிப் பிடித்துக்கொண்டான். திருஷ்டத்துய்மனால் சமாளிக்க முடியவில்லை. அதிர்ச்சியில் செயலிழந்துவிட்டான். அவன் ஈனக் குரலில் குழறுவது மட்டும் கேட்டது.

"ஆசான் மகனே அசுவத்தாமா என்ன ஆயுதத்தால தாக்கு. அத ஒடனே செய். கோழத்தனமா கையால தாக்காத. தாமதிக்காம என்ன மேலோகத்துக்கு அனுப்பு."

அஸ்வத்தாமன் சீறினான்.

"தன் ஆசானக் கொன்னவனுக்கு எந்த லோகமும் கெடையாது. துரோகியே இந்தா வாங்கிக்கோ."

திருஷ்டத்துய்மனின் மர்ம இடத்தில் காலால் ஓங்கி மிதித்து உதைத்தான். அவ்வளவுதான். அவன் விலுவிலுத்து மரணத்தைத் தழுவினான். அவன் தலையைக் கொய்த பின்புதான் வெறியடங்கியது.

அஸ்வத்தாமனின் வெறி தாண்டவமாடியது. கொடுவாளால் வீரர்கள் யானைகள் குதிரைகள் எனச் சகட்டுமேனிக்கு வெட்டிச் சாய்த்தான். போரிட முடியாமல் முடமாகிப் பாசறையில் தங்கியிருந்த வீரர்களையும் விட்டுவைக்கவில்லை. எதிர்த்தவர்களை எளிதில் கொன்று இரவுக்கு விருந்து படைத்தான்.

மற்றொரு கூடாரத்தில் அயர்ந்து உறங்கிக்கொண்டிருந்த உபபாண்டவரைப் பஞ்சபாண்டவர் என நினைத்துக் கண்மூடித்தனமாக வெட்டிக் குமித்தான். அங்கங்கமாகத் தறித்தான். சிகண்டியும் அவன் குறிக்குத் தப்பவில்லை. வெறிக்கு இரையாகினான்.

குருதியில் குளித்திருந்த அஸ்வத்தாமன் வெற்றிக் களிப்பில் கூத்தாடினான்.

"செத்தொழிஞ்சான் பாண்டவன். எம் பழியும் தீந்தது."

கவுரவ வீரர்கள் மூவரும் சேர்ந்து பாண்டவர் முகாமுக்குத் தீ வைத்தனர். நெருப்பிலிருந்து தப்ப முயன்றவர்களைக் கொன்று அதே நெருப்பில் எரித்தனர்.

உபபாண்டவர் ஐவரின் வெட்டுண்ட தலைகளை அஸ்வத்தாமன் கூட்டியள்ளிக் கொண்டுபோய் உயிருக்குப் போராடிக்கொண்டிருந்த துரியோதனனிடம் காண்பித்துப் பெருமையடித்தான்.

"இதோ பஞ்சபாண்டவரோட தலைக. என் நண்பன் துரியோதனனுக்குச் சமர்ப்பணம். பாண்டவரக் கருவறுத்துட்டென்."

தலைகளைப் பார்த்துத் துரியோதனனுக்கு ஐயம்.

"எங்க பாப்பொம் பீமன் தலையக் குடு."

அஸ்வத்தாமன் கொடுத்த ஒரு தலையை வாங்கித் துரியோதனன் கைகளுக்கிடையில் வைத்து அழுத்தினான்.

"இது பிஞ்சுத் தலையாருக்குதே. நிச்சயமா பீமன் தலையில்ல. அசுவத்தாமா யாரக் கொன்ன. உண்மையச் சொல்லு."

தலைகளைக் கவனமாக ஆராய்ந்த கிருபன் தெளிவாகக் கூறிவிட்டான்.

"நிச்சயமா இது பாண்டவரோட தலைகளே இல்ல. அவங்க அம்சத்துலருக்கிற கொழந்தைக."

துரியோதனன் துடித்தான்.

"அசுவத்தாமா வெறி ஒங் கண்ண மறச்சிருச்சு. பாஞ்சாலியோட அஞ்சு கொழந்தைகள அனியாயமாக் கொன்னுட்டயே பாவி."

அஸ்வத்தாமனுக்கு என்ன சொல்வதென்றே தெரியவில்லை. திக்பிரமையில் தலைகுனிந்து நின்றான்.

துரியோதனன் உரக்க அழுதான்.

“ஒனக்கும் கண்ணு குருடாயிருச்சா. கொழந்தைகளக் கொல்ற அளவுக்கு நம்ம தரந் தாழ்ந்துபோகலடா. இது பைத்தியக்காரனோட செயலாக்கும். இவ்வளவு அழுந்தியும் எனக்கு உயிரு போகலையே. குமிஞ்சு கெடக்கிற பொணங்க மேல உக்காந்துதான் பாண்டவன் நாடாளப்போறான். அடே அசுவத்தாமா நான் தோத்துட்டண்டா. ஆனா யாருமே செயிக்கல. அது போதுண்டா எனக்கு.”

அந்த நிம்மதியிலயே அவன் உயிர் பிரிந்தது.

156

இரணியவதி நதிக்கரையில் எரிந்து மடிந்த பாண்டவர் பாசறைகளை நெருப்பு வரைந்த கரிக்கோலம் இளம் வெயிலில் துலாம்பரப்பட்டிருந்தது. ஒரு கூடாரங்கூடத் தப்பவில்லை. யானைகள் குதிரைகள் வீரர்கள் எனக் கரித்துண்டங்களாகச் சிதறிக் கிடந்தன.

வீரர்களைச் சந்தோசப்படுத்தும் பொருட்டு அழைத்து வரப்பட்டுக் கசக்கியெறியப்பட்ட பெண்களின் குடியிருப்புக்களும் சாம்பலாக வெந்து நீந்து கிடந்தன. அவற்றை நெருப்புப் படர்ந்து பற்றிக்கொள்ளும் அவகாசத்தில் பல பெண்கள் தப்பிச் சென்றுவிட்டனர். அரவான் மனைவி அரவாணி அவர்களுடன் தப்பித்தாளா பிழைத்தாளா என்று தெரியவில்லை.

பாஞ்சாலி தன் சகோதரர்கள் சிகண்டியையும் திருஷ்டத்துய்மனையும் தலையற்ற பிண்டங்களைக் கொண்டு அடையாளங் கண்டு அழுது பிதற்றியபடி உபபாண்டவரைத் தேடினாள். அந்தக் கூடாரத்தில் அவர்களைத் தவிர வேறு யாரும் தங்கியிருக்கவில்லை. அதனால் அங்கங்கே அங்கங்கமாகச் சிதறிக்கிடந்த பிஞ்சு உடல்களை இனங்காண அவசியமிருக்கவில்லை.

பாஞ்சாலியும் பாண்டவரும் உயிர் தப்பிவிட்டனர். கிருஷ்ணன் அவர்களைத் தனி இடத்துக்கு அழைத்துச் சென்று வெற்றியைக் கொண்டாடி விருந்து கொடுத்தான். அந்த விருந்து பீமனின் ஆலோசனையின் பேரில் சுபத்திரை சமைத்தது. அனைவரும் சோமரசம் அருந்திய மயக்கத்தில் கால்மாடு தலைமாடாகப் படுத்துக்கிடந்தனர். அங்கயே அன்று இரவு கழிந்தது.

பாண்டவர் தரப்பில் உயிர் தப்பியோர் எழுவர் மட்டுமே. அவர்களில் பாண்டவர் ஐவர். மற்றவர்கள் கிருஷ்ணன் சாத்தியகி.

பாஞ்சாலி கொதித்தாள்.

“எங் கூந்தலக் கோதி முடியிறதுக்கு இவ்வளவு வெல குடுத்துருக்கனே. நான் மகாபாவி....... இந்தக் கொடுமையச் செஞ்ச மிருகம் யாரு.”

நடந்த கதைக்குச் சாட்சியாகச் சமைந்திருந்த திருஷ்டத்துய்மனின் தேரோட்டி அழுகை பொங்கக் கூறினான்.

“என்னத்தச் சொல்லட்டுந் தாயீ. ஒறங்கிக்கிட்டுருந்த வீரர்கள ஈவெரக்கமில்லாம வெட்டிக் கொன்னுட்டானே பாவி அசுவத்தாமன். என்னால ஒண்ணுஞ் செய்ய முடியலையே.”

பாஞ்சாலியின் ருத்திரக் கோலம் அச்சமூட்டியது. கிருஷ்ணனை ஏறிட்டுப் பார்த்தாள்.

“கிருஷ்ணா எனக்குள்ள துக்கம் நெருப்பா எரியிது. இந்தக் கொடுமையச் செஞ்ச அத்தன பேரையும் இழுத்துட்டு வா. இந்த எடத்துலயே தீத்துக்கட்டியாகணும். இல்லன்னா பட்னி கெடந்து செத்துருவென்.”

கிருஷ்ணன் அவளைச் சாந்தப்படுத்தினான்.

“பாஞ்சாலீ பழிவாங்குறது நல்லதில்லம்மா. அசுவத்தாமன் அந்தணர் குலத்துல பெறந்தாலும் அவன் தகப்பன் வளத்த வெதத்துல பேராச புடிச்ச அரக்கனா மாறீட்டான். அவனுக்கு அதிகார ஆச நெறையவே உண்டு. ஆசையிருந்து என்ன செய்ய. எப்படி நெறவேத்தணும்னு தெரியலையே. அவன் அந்தணனுமில்ல சத்திரியனுமில்ல. ரெண்டுங்கெட்டான். அவனக் கொல்றதால ஒண்ணும் ஆகப்போறதில்ல. உயிரோட புடிச்சுக் கொண்டுவாங்க.”

அஸ்வத்தாமனைத் தேடி ஆட்கள் விரைந்தனர். அவன் பகீரதி நதிக்கரையில் ஒளிந்திருப்பதாக வேடுவர் மூலம் பீமனுக்குச் சேதி வந்தது.

பாண்டவரும் கிருஷ்ணனும் கமுக்கமாக நதிக்கரையடைந்து அவனைச் சூழ்ந்துகொண்டு பிடித்துப் பாஞ்சாலியிடம் இழுத்துவந்தனர்.

அவன் முகத்தைப் பார்த்ததும் பாஞ்சாலிக்குத் தன் புதல்வர்களின் நினைவு வந்தது.

அசுவத்தாமனை ஏறிட்டாள். அனல்கக்கும் அவள் பார்வை அவனைச் சுட்டெரித்தது. நீ செஞ்ச பாவத்துக்கு இன்னேரம் நாண்டுக்கிட்டுச் செத்துருக்கனும். ஒறங்குறவங்களக் கொல்றது பொட்டத்தனமாக்கும். ஒரு அரவாணிகூட இதச் செய்யமாட்டான். பெரிய வீரன்னா போருல எங்கண்ணன்மாருட்ட மோதிப் பாத்துருக்கனும். பிஞ்சுப்புள்ளைகளத் துண்டு துண்டாத் தறிச்சுக்கிருயே. நீயெல்லாம் வீரனாக்கும். எம்புள்ளைக போர்க் களத்துல அழுது செத்துருந்தாக்கூட மனசாறிடுமேடா படுபாவி, தாங்கமுடியலையே......

தீர்த்து ஆத்திரத்தை வெளிப்படுத்தி ஓயும்போது அவளுக்குள் எரிந்துகொண்டிருந்த கோவம் சற்றுத் தணிந்திருந்தது.

கிருஷ்ணன் பாஞ்சாலியிடம் கேட்டான்.

“என்ன பாஞ்சாலி கொழந்தைகளக் கொன்னவன் தலையக் கொய்துறலாமா.”

அவள் விரக்தியில் கூறினாள்.

“ஒரு அந்தணனக் கொல்றது பாவம். இவன் பாண்டவருக்குப் பாடஞ் சொன்ன குருவோட மகனாச்சே. இவனக் கொல்லவேணாம். அந்தப் பாவம் நமக்கெதுக்கு. வுட்ருங்க. கொன்னா மட்டும் எம் புள்ளைக திரும்பி வந்துறவா போறாங்க.”

மன்னித்துவிடக் கிருஷ்ணன் தயாராயில்லை.

“அவன் செஞ்ச குத்தங்களுக்கு மரணத்துக்கீடான தண்டனைய அனுபவிச்சே தீரணும்.”

அவனைச் சபித்தான்.

“அசுவத்தாமனே நீ மூவாயிரம் ஆண்டு பூமியில அனாதையா அலஞ்சு திரிவ. தொணையேதுமில்லாமப் பாலைவனங்கள்ல பரிதவிப்ப. நீ குரூரக் குத்தஞ் செஞ்ச கொடியவன். மனுசங்களுக்கு மத்தியில ஒனக்கு எடமில்ல. ரத்தமுஞ் சீழுமா நாறி யாரும் நெருங்க முடியாற பரந்த பாலைவன வெளியில அலஞ்சு அத்தன இன்னல்கலையும் அனுபவிப்ப. இழிவான கொணங்கொண்ட ஈனப் பெறவியே ஓடிப் போ.”

அஸ்வத்தாமன் அழுக்கேறிய உடம்புடன் சாபத்தைச் சுமந்துகொண்டு திக்குத் தெரியாத பயணத்தைத் தொடங்கினான்.

157

அஸ்தினாபுர நகரமே துயரத்தில் மூழ்கிக் கிடந்தது. வீடெங்கும் விதவைகளின் அழுகையோலம். வீதியெங்கும் குழந்தைகளின் கூக்குரல். அலையோசையாகச் சதா அரற்றிக்கொண்டிருந்தன.

அரண்மனையில் பெண்கள் அனைவரும் துக்கந் தாளாமல் தேம்பிக்கொண்டிருந்தனர். அவர்களில் துச்சலையும் ஒருத்தி. பிறந்த வீட்டிலிருந்து பொன்னுருவி வந்திருந்தாள். வெள்ளுடையணிந்த விதவைகளின் விக்கலைக் காந்தாரியாலும் குந்தியாலும் தணிக்க முடியவில்லை. அனைவரும் போர்க்களத்தில் தங்கள் கணவன்மாரையும் சொந்தபந்தங்களையும் பிணக்கோலத்திலாவது பார்த்துவிடத் துடித்தனர்.

திருதாராஷ்டிரன் கழுதைகள் பூட்டிய பல தேர்களில் அவர்களை ஏற்றிக்கொண்டு குருச்சேத்திரத்துக்குக் கிளம்பினான். போருக்கு முந்தியே காடேகிவிட்ட விதுரன் போர் முடியும் சமயத்தில்தான் திரும்பியிருந்தான். அவனும் அண்ணனுக்குத் துணையாகச் சென்றான்.

தேர்ச் சகடங்கள் உருளும் சத்தங் கேட்டவுடன் ஆயிரக்கணக்கான அறுதலிகள் வெள்ளமாகத் திரண்டு திருதராஷ்டிரனைச் சூழ்ந்துகொண்டு உச்சத்தில் அழுகை தொடுத்தனர். தலைவிரி கோலம். வளையலற்ற வெறுங்கைகள். ஒற்றையாடை. அவர்களின் கதறலைக் கேட்கக் கேட்கத் திருதராஷ்டிரனின் மனசு கனத்தது. தன்னைப் பின்தொடர்ந்து வந்த மருமக்கள் பக்கம் திரும்பினான். வெண்மான்களைப்போல் மூளிக்கோலம் பூண்டிருந்த அவர்களின் அழுகையை மட்டும் கேட்க முடிந்தது. அவனால் கண்ணீரை அடக்க முடியவில்லை.

நகரப் பெண்களும் பின்தொடர திருதராஷ்டிரனின் தேர்கள் விரைந்து போர்க்களத்தை அடைந்தன. அது கோரத் தோற்றத்தில் விரிந்து கிடந்தது.

எங்கு பார்த்தாலும் பிணங்கள் பிண்டங்கள் எலும்புகள் தலைகள் கைகள் கால்கள் யானைகள் குதிரைகள் உடைந்த தேர்கள்........ என விதைத்துக் கிடந்தன. குருதியும் நிணமும் கலந்து களத்தில் சிவப்பாடை போர்த்தியிருந்தது. நரிகளும் ஓநாய்களும் கழுகுகளும் காகங்களும் ஊனிரைக்காகக் களத்தைச் சுற்றி வட்டமிட்டன.

சடலங்களை இனங்காண்பதற்காக வெறி பிடித்தவர்களைப் போல் பெண்கள் ஓடி ஓடித் தமது உறவினரைத் தேடி அலைமோதினர். தலைகள் அறுபடாமல் கிடந்த சடலங்களை சடுதியில் அடையாளங் காண முடிந்தது. மற்ற பிணங்களை அறுபட்ட அங்கங்களுடன் பொருத்திப் பார்த்துக் கண்டுபிடிக்க முயன்றனர். ஏமாற்றமடைந்தோர் அதே வெறியில் தேடலைத் தொடர்ந்தனர்.

அடையாளங் கண்டுகொண்ட அறுதலிப் பெண்கள் ஈரம் உலராத ரத்தக் குழம்பின் மீதமர்ந்து கணவரை மடியில் வைத்துச் சோகம் வடியும்வரை ஒப்பாரிவைக்க வாய்த்தது.

அச்சமயம் திரவுபதியும் சுபத்திரையும் தோழியருடன் அங்கே வந்து சேர்ந்தனர்.

செத்து மடிந்த பிறகாவது புத்திரர்களின் முகங்காணத் துடித்த காந்தாரி காலங்காலமாகத் தன் கண்ணை மூடிக் கட்டியிருந்த கருப்புத் துணியைப் பிரித்தெறிந்தாள். இழந்துவிட்ட உலகம் மெல்ல மெல்லத் தெளிந்துவிட்டது. செங்கடலாக விரிந்து கிடந்தது களம். சிதறிக் கிடக்கும் பிணங்களைப் பார்த்துப் பேரச்சத்தில் அலறினாள். மருகியரின் அழுகையை அடையாளம் வைத்துத் தான் பெற்ற பிள்ளைகளின் முகங்களை அங்குமிங்குமாக ஓடி ஓடி இனங்கண்டு அழுதாள். இறுதியில் துரியோதனன் பக்கத்தில் உட்கார்ந்து மருமகள் பானுமதியைக் கட்டிப்பிடித்து நெடுநேரம் அழுது புலம்பினாள்.

“பெரியவனே இக்கோலத்துலதான் ஒங்களப் பாக்கணுமா. நான் பாவி.”

அருகில் நின்றிருந்த கிருஷ்ணன் அவளைத் தேற்ற வார்த்தைகள் தேடித் திணறிக்கொண்டிருந்தான்.

காந்தாரி அழுதோய்ந்து சற்று ஆசுவாசத்தில் கிருஷ்ணனை வெறித்தாள்.

“எம் புள்ளைக நூறு பேரையும் பீமன் அநியாயமாக் கொன்னுட்டானே. மன்னருக்கெல்லாம் மன்னனாக வாழ்ந்த மூத்த மகன் இண்ணைக்குப் புழுதியில கெடக்கான். பதிமூணு வருசமா நாட்டப் பகையில்லாம நல்ல மொறையில ஆண்டவன். இதோ அவன் மனைவி கதறிப் பொலம்புற அழுக கேக்கலையா. எஞ் செல்ல மக துச்சலையும் கணவனப் பறிகுடுத்துட்டுத் தவிக்கிற பரிதாபத்தப் பாரு.”

புலம்பியவாறு மீண்டும் மீண்டும் அழுதாள். தரையில் புரண்டாள். இதுக்கெல்லாம் கிருஷ்ணன்தான் காரணம். அவன் மீதிருந்த கோவம் கொஞ்சங்கூடத் தணியவில்லை. விழி பிதுங்க முறைத்தாள்.

கிருஷ்ணன் சிரித்துக்கொண்டான். ஈரமற்ற சிரிப்பு.

“மாதாவே நீயே நெனச்சுப் பாரு. பல வகையில நீதான் இந்தப் போருக்குக் காரணம். நீ கண்ண மூடிக்கிட்டதால ஒன்னோட கொழந்தைகளப் பத்தின உண்மைகள நீ அறியல.”

“நீ என்ன சமாதானஞ் சொன்னாலும் எம் மனசு ஆறாது. நீ செஞ்ச குத்தத்துக்குத் தண்டன அனுபவிச்சே ஆகணும். குருகுலத்துக்கு ஏற்பட்ட நாசம் ஒரு நாள் யதுகுலத்துக்கும் வந்துசேரும். ஒன்ன நேசிக்கிறவங்களப் பறிகுடுத்து நீயும் வருத்தப்படுவ. ஓம் புள்ளைகளும் பேரக்கொழந்தைகளும் ஏன் ஒன் வம்சமே ஒருத்தருக்கொருத்தர் அடிச்சிக்கிட்டு அழிஞ்சுபோவாங்க. நீ மிருகத்தப் போலச் செத்துப் போவ. இது எஞ் சாபம்.”

அப்போதும் கிருஷ்ணனின் முகத்தில் காய்ந்திருந்த புன்னகை மாறவில்லை.

எல்லாரும் அஸ்தினாபுரம் திரும்பத் தயாராகினர். காந்தாரி மட்டும் களத்தை விட்டு வர மறுத்தாள். பாண்டவர் அவளை வற்புறுத்தினர்.

“அம்மா நேரம் இருட்டீருச்சு. நம்ம அரமனைக்குத் திரும்பலாம். நாளைக்கு மறுபடியும் வந்து பொணங்கள எரிக்கலாம்.”

காந்தாரி அடம்பிடித்தாள்.

“நீங்க போங்க. நான் எங் கொழந்தைகள வுட்டுட்டு வர விரும்பல. களத்துல அவங்க அனாதைகளாக் கெடக்கிறதப் பாத்தா நெஞ்சு வெடிச்சுரும் போலருக்குதே.”

அவளது வலியை எந்த ஆறுதலும் போக்கிவிடாதென்று கிருஷ்ணனுக்கு நன்றாகவே தெரியும். இருந்தாலும் மீண்டும் ஒரு முறை அவளைத் தேற்ற முயன்றான்.

“தாயே வீடு திரும்பு. இதவிடப் பெரிய துக்கமோ சந்தோசமோ வரும்போது இந்த வலி மறந்துரும்.”

காந்தாரி அவனைக் கோவத்தில் ஏறிட்டாள்.

“நான் வரமாட்டேன் கிருஷ்ணா. என்னோட வலி ஒனக்கெப்படித் தெரியும். நீ நூறு கொழந்தைகளுக்குத் தாயா இருந்ததில்லையே. பெத்தவளுக்குத்தான் தெரியும் அந்த வலி.”

குந்தியாலும் அவளைத் தேற்ற முடியவில்லை. விதவை மருமக்கள் அவளைச் சமாதானப்படுத்த முயன்றனர்.

"யத்தே கணவன்மாரப் பறிகுடுத்த நாங்களே மனசக் கல்லாக்கிக்கிட்டொம். நீங்க அமைதியாருங்க. ஓங்களத் தனியாத் தவிக்க வுட்டுட்டு எங்களால எப்படி வீடு திரும்ப முடியும். அப்படின்னா நாங்களும் இங்கயே ஓங்களோட தங்குறொம்."

காந்தாரி ஒருவாறு சமாதானமடைந்து கண்களைத் துடைத்துக்கொண்டாள். மருமக்கள் அவளைக் கைத்தாங்கலாக அழைத்துச்சென்றனர்.

158

கிளைகளரிந்த நெடுமரமாக நின்றிருந்த திருதராஷ்டிரன் போர்க்களத்து நிலைமைகளைக் காதுகளால் உணர்ந்துகொண்டான். அருவியாக அவன் கண்களில் நீர் கொட்டியது.

"பாவி பீமன் கொள்ளிவைக்கப் புள்ளையில்லாம ஆக்கீட்டானே. ஒருத்தனையாச்சும் வுட்டுவச்சிருக்கக் கூடாதா."

அவன் பீமன்மேல் கொண்டிருந்த அளவற்ற கோவம் பழிவாங்கத் துடிக்கும் வன்மமாக மாறியது. பீமனைச் சந்திக்கத் துடித்தான். தேரோட்டியிடம் கேட்டான்.

"பீமன் வந்துருக்கானா."

"காணலயே."

தருமனும் கிருஷ்ணனும் விரைந்து சென்று திருதராஷ்டிரனைப் பணிந்து வணங்கினர். திருதராஷ்டிரன் ஆவலுடன் கேட்டான்.

"பீமன் வரலையா."

"இருக்கானே."

திருதராஷ்டிரனின் அந்தகக் கண்களில் ஏறிச் சிவந்திருந்த கோவத்தையும் வெறியையும் கவனித்த கிருஷ்ணன் அஞ்சினான்.

'இதுல ஏதோ உள் நோக்கமிருக்குது.'

பீமனைத் தனியாக அழைத்துச் சென்று காதில் ஓதினான்.

“பீமசேனா ஓன்னப் பெரியவரு பாக்க ஆசப்படுறாரு. அவர் மனசுக்குள்ள ஏதோ திட்டம் வச்சிருக்காருன்னு தெரியிது.”

“கிருஷ்ணா இந்த நேரம் அவரால என்ன செஞ்சிற முடியும்.”

“என்ன செஞ்சாலும் எச்சரிக்கையாச் சமாளிச்சுக்கோ. வெளிய காட்டிக்கிற வேணாம்.”

பீமன் மெல்ல திருதராஷ்டிரனை நெருங்கிப் பணிந்தான்.

“ஓங்க புள்ள பீமன் வந்துருக்கென்.”

அவன் வாய் சொல்லியது.

“வா பீமசேனா வா.”

அவன் மனசு கறுவியது.

‘வாடா வா. வசமா மாட்டிக்கிட்ட. வச்சுக்கிறென் மகனே. எம்புள்ளைக அத்தன பேரையும் கொன்னது நீதான.”

பீமனைக் கட்டிப்பிடித்து அணைத்துக்கொண்டான்.

அணைக்கும் கைகள் மெல்ல மெல்ல இறுகுவதைப் பீமன் உணர்ந்தான். நூறு யானைப் பலமும் கைகளில் இறங்கி இறுக்கிப் பீமனைத் திக்குமுக்காடச் செய்தது. மரணத்தின் விளிம்பைத் தொட்டுவிட்டான். திருதராஷ்டிரன் முனங்குவது தெளிவில்லாமல் கேட்டது.

“நீ செஞ்ச பாவத்துக்கு இதாண்டா தண்டன. கவுரவச் சந்ததிகளக் கறுவறுத்துட்டயே பாவி. நீ உயிரோட இருக்கக் கூடாது.”

பீமன் புரிந்துகொண்டான். பதிலுக்கு முனங்கினான்.

“பாவஞ் செஞ்சது யாருன்னு நல்லா யோசிச்சுப் பாரு கெழவா. எனக்கும் ஓன்னப் போல நூறு யானப் பலம் உண்டு. ஏன் அதுக்கு மேலயும் உண்டு. இப்பத் தெரிஞ்சுக்கோ குருட்டுச் சவமே. ஓம் மூஞ்சியப் பாக்கக்கூடாதுன்னு கண்ணக் கெட்டிக்கிட்டுக் கெடந்தாளே காந்தாரி அந்தக் கெழவி மொகத்துக்காக ஓன்ன வுட்டுவச்சிருக்கென். இல்லன்னா எப்பயோ ஓங் கதைய முடிச்சிருப்பென். ஓன் ரத்தத்துல பெறந்த யுயுத்சுன்னு ஒரு புள்ள இருக்கானே நெனவிருக்கா. மறந்துருக்குமே. ஏன்னா அவன் சூதபுத்திரன். இவனுக்குக் கொள்ளி ஒரு கேடு.”

பீமன் முழுவலிமையையும் காட்டித் திருதராஷ்டிரனின் தோள்களைப் பற்றி இரு கைகளையும் மடார் என விலக்கிக்கொண்டு விடுபட்டான். இரு தோள் மூட்டுக்களும் கழண்டுவிட்டன.

அதே குரலில் எச்சரித்தான்.

“கடசிக்காலத்துல ஒழுங்காக் காடு போயிச் சேரு. கறி திங்கப் பல்லுல்லாம ஒடச்சுப்புருவென்.”

கிருஷ்ணன் பீமனிடம் கமுக்கமாகக் கேட்டான்.

“தகப்பனும் மகனும் காதோட காதாப் பேசிக்கிட்டுருந்த மாதிரி தெரிஞ்சது.”

பீமன் கைகளை உதறிக்கொண்டான்.

“ஆமாமா. நெறையாப் பேசிக்கிட்டொம்.”

பீமன் சோகத்தை அடக்கிக்கொண்டு மகன் கடோத்கஜன் பேரன்கள் அஞ்சனபர்வன் அஞ்சனவர்மனின் சடலங்களைத் தேடிப் புறப்பட்டான்.

அர்ச்சுனன் மகன் அரவானின் தலை உச்சி மரத்திலிருந்து இறங்கி வந்து உடலுடன் சேர்ந்ததும் பேசும் சக்தியிழந்து தலையில் தங்கியிருந்த உயிர் போய்விட்டது.

அர்ச்சுனனின் கண்கள் அபிமன்னனைத் தேடித் திரிந்தன. சுபத்திரை குந்தி உத்தரை மூவரும் களத்தோரம் ஒதுக்கமாகக் கிடந்த பழைய பிணங்களுக்கிடையில் அவனை அடையாளங்கண்டு அருகிலமர்ந்து அழுதனர். கிருஷ்ணன் அவர்களைத் தேற்றியவாறு கண்ணீர் விட்டான். சுபத்திரை பாஞ்சாலியைக் கட்டிக்கொண்டு அழுதாள். கிருஷ்ணனால் உத்தரையிடம் ஓங்கியழ முடியவில்லை. ஏங்கிப் பெருமூச்சு விட்டான்.

“அக்கா நம்ம ரெண்டு பேருக்குமே சந்ததியில்லாமப் போச்சே. நம்ம அழுது தீத்துக்கிறதவிட வேற என்ன செய்யமுடியும்.”

குந்தி அழுது ஓய்ந்தபின் அவள் கண்கள் அர்ச்சுனனைத் தேடின.

குறிப்பறிந்த அர்ச்சுனன் கிட்ட வந்தான். அவள் மகனின் கைத்துணையில் எழுந்து அவனுடன் தனியே ஒதுங்கினாள்.

“என்னம்மா....”

“கர்ணன் எங்க கெடக்கானோ. அவனப் பாக்கணும் போலருக்கு மகனே. காட்டுய்யா....”

அர்ச்சுனன் குழம்பிய மனசுடன் அவளைக் கர்ணன் கிடந்த இடத்துக்கு அழைத்துச்சென்றான்.

“கடசிக்கு எங் கையாலதான் செத்தாம்மா.”

அங்கே கர்ணனருகில் மகன் விஸ்வகேதுவும் விருசசேனனும் உறங்குவதுபோல் அமைதியாகக் கிடந்தனர். பொன்னுருவியும் காஞ்சனமாலையும் இருபுறமும் அமர்ந்து அழுது அரற்றிக்கொண்டிருந்தனர்.

குந்தி அவர்களருகில் உட்கார்ந்து ஓலமிடாமல் குமுறிக்குமுறி அழுதாள். உருவியிடமும் கர்ணனின் பிறப்பு ரகசியத்தைச் சொல்லவில்லை.

அர்ச்சுனனுக்கு எதுவுமே புரியவில்லை. எதிரியின் பக்கத்தில் அமர்ந்துகொண்டு ஏன் இப்படி அழுகிறாள்.

குந்தி அழுகையை முடித்துக்கொண்டு அர்ச்சுனன் துணையில் நடந்தாள்.

“அப்படி என்ன அவன் மேல கரிசனம்மா.”

“வீரமான புள்ள. எங்கயோ இருக்கவேண்டியவன். இங்க வந்து இவங்களோட சேந்து அநியாயமாப் பலியாயிட்டான். அவன் மொகத்தக் கடசியா ஒரு தடவ பாக்கணும் போலத் தோணுச்சு.”

அவள் தொண்டைக்குள் முட்டிய அழுகையை விழுங்கிக்கொண்டாள்.

அர்ச்சுனன் அவளை ஆச்சரியத்துடன் பார்த்துக்கொண்டே நடந்தான். மேற்கொண்டு அவனுக்கு எதுவும் கேட்கத் தோன்றவில்லை.

களம் முழுக்கச் சிதறிக் கிடந்த பிணங்களைப் பணியாட்கள் கூட்டிக் குவித்துக் கொண்டிருந்தனர். ஏற்கெனவே தனித்தனியாகக் குவிக்கப்பட்டிருந்த பிணங்களுடன் அவற்றையும் கொண்டுபோய்க் கொட்டினர். மலையடிவாரத்தில் கணவாயை மறித்து அடுக்கப்பட்ட பிணங்களையும் எரியூட்ட ஏற்பாடு செய்தனர்.

எரியூட்டப் போதுமான விறகு கிடைக்கவில்லை. உடைந்த தேர்ப்பாகங்களும் சக்கரங்களும் கொடிகளும் எரிக்கப் பயன்படுத்தப்பட்டன. அப்படியும் போதவில்லை. முழுத் தேர்களை நொறுக்கி மரக்கட்டைகளை விறகாகப் பயன்படுத்தினர்.

எதிரிகளாக எதிரெதிரே நின்று போரிட்ட வீரர்களை ஒரே குவியலாக நெருப்பு அரவணைத்துக்கொண்டு ஆரவாரித்து எரிந்தது. அந்த நெருப்புக்குள் அரசன் இளவரசன் வீரன் பணியாள் இப்படி எத்தனையோ பேர் அடக்கம். ஒரு மலையே பற்றி எரிவது போல் பிணக்குவியல் எரியும் நெருப்பொளியில் ஆகாயமே பிரகாசித்தது.

பிண நெருப்பின் பிரகாசத்தில் வனவாசி ஒருவன் தலைதெறிக்கச் சாலிகோத்திரத்தை நோக்கி ஓடினான். அவன் கடோத்கஜனின் நண்பன். தாமதமாகிக்கொண்டிருக்கும் போரின் நிலைமையை அறிந்து வர இடும்பியால் அனுப்பப்பட்டவன்.

அவன் அழுதுகொண்டே ஓடிச் சாலிகோத்திரத்தை அடைந்து கடோத்கஜன் மனைவி பர்வதனியிடம் அலறினான்.

"பர்வதக்கா மோசம் போச்சேஞ்.."

அவள் பதறினாள்.

"என்ன சொல்ற தம்பி."

"என்னத்தச் சொல்லட்டும். சண்டைக்குப் போன அத்தன பேரும் மாண்டு போனாகளே."

அப்போது அங்கே வந்த மேகவர்ணன் சேதியறிந்ததும் படபடத்தான்.

"ஒருத்தங்கூடத் தப்பிக்கலையா."

"இல்லையே மேகா. அஞ்சுபேரும் நெருப்புல வெந்துக்கிட்டுருக்காக. இதுக்குள்ள நீந்து சாம்பலாகியிருப்பாக."

மேகவர்ணன் தாயை நோக்கினான்.

"பாட்டி எங்கம்மா."

"காட்டுக்குப் போயிருக்கு."

பர்வதனியின் ஒப்பாரிக்கிடையே மேகவர்ணனும் தகவலாளியும் இடும்பியைத் தேடிக் காட்டுக்கு ஓடினர். காடெங்கும் தேடித் தவித்து இளைத்துக் களைத்த சமயத்தில் அருகிலுள்ள ஒரு புதர்மறைவில் இடும்பி குரூரமாகக் குதறிக் கிழித்த அலங்கோலத்தில் மாண்டுகிடந்தாள்.

மேகவர்ணன் தொண்டையில் துக்கம் அடைக்க ஏறிட்டபோது தொலைவில் ஒரு கருப்புக் கரடி "நாந்தான்...... நாந்தான்" என்று தலையசைத்துக்கொண்டே நடந்துபோனது.

159

அஸ்தினாபுரத்து அரண்மனைப் பெண்கள் ஒருவருக்கொருவர் ஆறுதல் கூறித்தேற்றிக்கொண்டனர். அனைவரும் சேர்ந்து உயிர் துறந்தவர்களுக்கு நீர்க்கடன் செய்வதற்காகக் கங்கைக்கரையை நோக்கி நடந்தனர்.

இரணியவதி நதிக்கரையில் சற்று நிதானித்துத் தருமன் போர்க்களத்தைக் கடைசியாகத் திரும்பிப் பார்த்தான். பிணக்குவியல்கள் எரிந்து முடிந்த எச்சங்கள் அங்குமிங்கும் தென்பட்டன. தருமன் மனங்கனத்துத் தலைகுனிந்தான்.

இரணியவதி நதி எப்போதும்போல் அமைதியாக நெளிந்துகொண்டிருந்தது. அங்கங்கே மிதந்த மனிதப் பிணங்களும் மிருக உடல்களும் ஆற்றோடு பயணித்தன. அவற்றின் மீது அமர்ந்திருந்த நீர்ப்பறவைகள் பிணங்களைக் கொத்தித் தின்றபடி அவற்றுக்குச் சாரத்தியஞ் செய்தன. வெகு தொலைவுவரை பிணவாடை குமட்டியது. ஒருவாறு கங்கைக்கரையை அடைந்தனர்.

திருதராஷ்டிரனும் பாண்டவரும் நதியில் நீராடி ஈர உடைகளுடன் உயிர் நீத்தவர்களுக்குப் பிதிர்க்கடன் செய்யத் தலைப்பட்டனர். கரையிலிருந்த குந்தி அவர்களை நோக்கி ஓடி நீர் விளிம்பில் நின்றுகொண்டு தருமனிடம் கூறினாள்.

"அய்யா பெரியவனே ஒங்களுக்கெல்லாம் மூத்தவனுக்குக் காரியஞ் செஞ்சிட்டுத்தான்யா மத்தவங்களுக்குச் செய்யணும்."

அவளது வார்த்தைகள் கரையிலிருந்த மற்ற பெண்களை எட்டவில்லை. தருமனும் தம்பியரும் திடுக்குற்றுத் திரும்பினர். விதுரனும் திருதராஷ்டிரனும் கவனப்பட்டனர். தருமன் ஆச்சரியத்தில் கேட்டான்.

"என்னம்மா சொல்ற. எங்களுக்கு மூத்த அண்ணனா. யாரது."

குந்தி அழுதுகொண்டே சொன்னாள்.

"கர்ணந்தான்யா ஒங்களுக்கு மூத்த சகோதரன். எனக்குத் தலப் புள்ள."

அதிர்ச்சியில் அர்ச்சுனன் கேட்டான்.

"அந்தத் தேரோட்டி மகனா."

"தேரோட்டி மகன் இல்லய்யா. சூரிய பகவானுக்கு நான் பெத்த கன்னிகாபுத்திரன்."

அர்ச்சுனனின் உடல் சிலிர்த்து நடுங்கியது. இப்போது அவனுக்கு எல்லாம் புரிந்துவிட்டது. தலையிலடித்துக்கொண்டு அழுதான். அவன் சொட்டுச் சொட்டாக உதிர்த்த கண்ணீர் நதி நீரோடு கலந்தது.

பிதாமகரையும் ஆசானையும் கொன்னதோட மட்டுமில்லாம என் மூத்த சகோதரனையும் கொன்னுட்டனே. நான் மகா பாவி."

பிரமையிலிருந்து விடுபட்ட தருமன் குந்தியிடம் கேட்டான்.

"இது கர்ணனுக்குத் தெரியுமா."

"எல்லாக் கதையும் அவங்கிட்டச் சொல்லீட்டென். அர்ச்சுனனத் தவிர மத்த தம்பிமாரக் கொல்லமாட்டன்னு வாக்குக் குடுத்தான்."

பல சந்தர்ப்பங்களில் போரில் கர்ணன் தங்களைக் கொல்லாமல் விட்டுவிட்டதைப் பாண்டவர் நினைத்துப்பார்த்தனர். மனசில் தாங்கமுடியாத வலி. அனைவரும் கண்ணீர் சிந்தினர்.

அர்ச்சுனன் வெடித்தான்.

"கூடப் பெறந்த அண்ணனோட ரத்தத்துல நனஞ்சுதானா சண்டையில செயிச்சொம். இது படு தோல்வி. ஏம்மா இப்படிப் பண்ணீட்ட. இந்த ரகசியத்த எங்ககிட்ட முந்தியே சொல்லாம மறச்சிட்டயே."

அர்ச்சுனனுக்குக் கிருஷ்ணன் பதில் சொன்னான்.

"அவ சொல்லியிருந்தா நீ அவனோட சண்ட போட்டுருப்பயா. சண்ட போடாமருந்தா கவுரவர் தோத்துப்போயிருப்பாங்களா."

குந்தி பதிலேதும் கூறாமல் அழுதுகொண்டே கரைக்குத் திரும்பினாள்.

பாண்டவர் நீர்க்கடன்களை வரிசையாகச் செய்து முடித்தனர்.

விதுரன் வழக்கம்போல் நடவடிக்கைகளை அமைதியாகப் பார்த்துக்கொண்டிருந்தான். அவன் முகத்தில் விரக்தி வெறுப்பு சோகம்...... எல்லாமே விரவியிருந்தன.

திருதராஷ்டிரன் உரக்கப் பெருமூச்சு விட்டுக்கொண்டே நீருக்குள் முழுக்குப் போட்டு எழுந்தான்.

160

பதினெட்டு நாள் போர் ஓய்ந்துவிட்டது. குரூரச் சண்டை பிணங்கள் எரிப்பு அஸ்தி கரைப்பு அழுகையோலம் உண்ணா நோன்பு....... அத்தனையும் அரங்கேறி முடிந்தாயிற்று. ஒரு மாதம் துக்கமும் அனுசரித்தாயிற்று.

அடுத்து துக்கங்களை மறந்து பாண்டவரில் ஒருவரை அரசனாக அரியணையேற்ற வேண்டிய தருணம்.

அஸ்தினாபுரத்துக்குத் தோரணங்கள் சூட்டி கோலாகலத்தில் பட்டமேற்பு விழா நடத்தணும். குரு வம்சத்தில் சந்தனுவின் கொள்ளுப் பேரனும் விசித்திரவீரியனின் பேரனும் பாண்டுவின் மகனுமான தருமனுக்கு முடிசூட்டணும். அவனுக்கோ அரசாளும் ஆர்வமே அற்றுப்போயிருந்தது.

"நான் ஒரு கொலையாளி. எங் குடும்பத்துல படிஞ்ச ரத்தக் கற எங் கையில ஒட்டியிருக்கு. பிணக்குவியலுக்கு மேல உக்காந்து வெற்றியக் கோப்பையில ஊத்திக் குடிச்சுக் கூத்தடிக்க என்னால முடியாது. அதுக்கு எம் மனசு எடந் தரல. இந்தக் கொண்டாட்டங்களுக்கு என்ன அர்த்தம்னு எனக்கு வெளங்கல."

அவனுக்குள் அழுகை முட்டியது. அர்ச்சுனன் கூறினான்.

"பெரியண்ணா நீ பேசுறது ஆச்சரியமாருக்கு. வாழ்க்க ஒரு வெளையாட்டு மைதானம். அதுல போட்டியிட்டுச் செயிக்கிறதுலதான் அர்த்தமிருக்கு."

பீமன் வாய் திறந்தான்.

"தருமண்ணா முடிஞ்சு போனதப் பத்திப் பேசிப் பலனில்ல. இப்ப உள்ள நெலமைய நெனச்சுப் பாரு. வருங்காலம் நம்ம கண்ணுக்கு முன்னால விரிஞ்சு கெடக்குது. நம்ம உண்ணப் போகும் ஒணவையும் அருந்தவிருக்கும் மதுவையும் எண்ணிப் பாரு. அந்தச் சந்தோசத்துலத்தான் வாழ்க்கையோட அர்த்தமே இருக்குது."

நகுலன் தன் பங்குக்கு நாலு வார்த்தை பேசினான்.

"செல்வத்தப் பெருக்கி அதத் தகுதியானவங்களுக்குப் பகிர்ந்துக்கிறதே வாழ்க்கையோட நோக்கம்."

சகாதேவன் எப்போதும் போல் வாய் திறக்கவில்லை.

பாஞ்சாலியும் பேசாமடந்தையாக அமைதி காத்திருந்தாள்.

எல்லாவற்றையும் அமைதியாகக் கவனித்துக்கொண்டிருந்த விதுரன் முத்தாய்ப்பாகக் கூறினான்.

"எவருமே மரணத்துலருந்து தப்பமுடியாது. அதனால வாழ்க்கைய முழு அளவுக்குப் பயன்படுத்தி அனுபவிச்சு வாழணும். இத எப்பயும் நெனவுல வச்சுக்கங்க. வாழ்க்கையக் கொண்டாடுங்க. அதோட அர்த்தத்த உள்வாங்கி மத்தவங்களோட பகிர்ந்துக்கங்க. அப்பத்தான் மரணம் ஒங்களப் பாதிக்காது."

சார்வாகர் அடுத்தடுத்துக் கூவினர்.

"யுதிஷ்டிரா வாழ்க்கைக்கு எந்த அர்த்தமும் கெடையாது. ஒவ்வொரு கணத்தையும் அனுபவி."

"நாளை என்பது கெடையாது. மரணத்துக்குப் பெறகு வாழ்வு கெடையாது."

"ஆன்மா இல்ல. விதின்னு எதுவும் இல்ல."

"வீடுபேறு கெடையாது. கடவுள் இல்ல."

"அரசனா இருப்பது சந்தோசம்னா அரசனா இரு. இல்லன்னா அந்தப் பதவியத் தொறந்துரு. மகிழ்ச்சி மட்டுமே வாழ்க்கையோட நோக்கம்."

எதுவுமே தருமனைச் சமாதானப்படுத்தவில்லை.

பகல் முழுக்க அரண்மனையின் தாழ்வாரங்களை வெறித்துக்கொண்டும் இரவில் சிந்தனை அழுத்த உறக்கமின்றித் தவித்துக்கொண்டும் படுக்கையில் உழன்றான்.

ஒவ்வொரு இரவிலும் விதவைகளின் அழுகையோலம் கேட்கும். ஓலத்துக்கிடையே கேட்கும் ஒப்பாரி மனசை அறுக்கும்.

"நெருஞ்சிப் பூப்பூக்கும்

நெஞ்சுக்குள்ள காய்காய்க்கும்

நெருஞ்சிமுள்ளு வேதனையும்

நெஞ்சுக்குள்ள தாங்கலையே இந்த

நெஞ்சுக்குள்ள தாங்கலையே."

சற்றுத் தொலைவிலிருந்து பாஞ்சாலியின் ஒப்பாரி தனித்து இசைக்கும்.

"முந்தி விரிச்ச எடம்
மூலையின்னு நெனச்சிருந்தென்
சந்தி தெருவழின்னு
தகப்பங்க சொன்னாங்க ஓங்க
தகப்பங்க சொன்னாங்க."

நெடுநேரங்கழித்தே ஓலம் தேய்ந்தடங்கும்.

161

தருமன் தனக்குள் புலம்பிக்கொண்டிருந்தான்.

என் வலியை யாரும் அறிந்ததாகத் தெரியவில்லையே. என்ன செய்வேன். சந்நியாசியாகி விடணும்போலிருக்கிறது. வனஞ் சென்று அமைதி கண்டாகணும்.

தன் வேதனையைக் கிருஷ்ணனிடம் தெரிவித்தான்.

"கிருஷ்ணா எனக்கு விடுதலையே கெடையாதா."

கிருஷ்ணன் முகத்தில் அதே புன்னகை.

"யுதிஷ்டிரா முற்றுந் தொறந்து நீ முனிவரானாலும் ஒனக்கு அமைதி கிட்டலாம். ஓலகத்துல மத்தவங்களப் பத்தி நெனச்சுப் பாத்தயா. ஒரு சந்நியாசி தன் வாழ்க்கைக்குத்தான் அர்த்தம் தேடுறான். எல்லாரும் அர்த்தத்தக் கண்டுகொள்ள ஒன்னால ஒரு ஓலகத்தையே உருவாக்க முடியும். நீ மன்னனா இரு. மனித குலத்து மேல கருண காட்டு."

"அதுக்கு நாந்தான் வேணுமா."

"நீ சூதாடி வீடெழந்து நாடெழந்து காடு கண்டு மீண்டவன். பதிமூணு வருசம் காட்ல தங்கி அவதிப்பட்டவன். அகங்காரத்தோட கொடுஞ் சக்தியையும் அதர்மத்தோட கொடுமையையும் துரியோதனன் உருவத்துல கண்டவன். ஆசானையே கொல்ல வந்த ஒனக்குத் தருமத்தோட சிக்கல் புரிஞ்சிருக்கும். நீதான் மன்னனாகிறதுக்கு எல்லாத் தகுதிகளுங் கொண்டவன். எல்லாரையும் அரவணைக்கும் ஒரு புது ஓலகத்தப் படைக்க வா."

தருமன் பலவாறு யோசித்தான். கிருஷ்ணனின் வார்த்தைகளுக்கு முன்னால் தோற்றுப்போனான். அரியணையேறச் சம்மதித்தான்.

"அதுதான் விதின்னா அத யாராலதான் மாத்தமுடியும்."

வாழ்த்துமழை பொழிய அனைத்து அலங்காரங்களுடன் அவன் சிம்மாசனத்தில் அமர்த்தப்பட்டான். புது யுகம் பிறந்தது. மக்கள் முகங்களில் மகிழ்ச்சி மலர்ந்தது. நல்லாட்சி செய்வதாகப் பீஷ்மனுக்குக் கொடுத்த வாக்குறுதியைத் தருமன் எப்போதும் மனசில் வைத்திருந்தான். அதுக்கேற்ப நாட்டு நிருவாகத்தைச் சீரமைத்துக்கொண்டான்.

பீமனுக்கு இளவரசுப் பட்டஞ் சூட்டினான். விதுரனை அமைச்சராக்கி அருகில் இருத்திக்கொண்டான். சஞ்சயன் வரவு செலவுக் கணக்குகளைக் கவனித்துக்கொண்டான். நகுலன் சேனைத் தலைவனானான். பகைவர்களை அடக்கி ஒடுக்குவது அர்ச்சுனன் பொறுப்பு. சகாதேவன் மெய்க்காவலனாகிச் சதா அண்ணனருகில் இருந்து பாதுகாத்து வந்தான்.

நகர நிருவாகம் யுயுத்சுவிடம் ஒப்படைக்கப்பட்டது. ஆதியிலருந்தே பாண்டவர் மீது பாசமும் அக்கறையும் கொண்டவன். அவர்கள் பக்கம் சேர்ந்து போர் புரிந்தவன். பாண்டவரின் பாசமான சகோதரன்.

வனவாசக் காலமெல்லாம் பாண்டவருடன் இருந்து வழி நடத்திய முனிவன் தவுமியனைத் தருமன் மறக்கவில்லை. தலைமைப் புரோகிதனாக நியமித்து அவனுக்கு நன்றிக் கடன் செலுத்தினான்.

துரியோதனாதிகளின் சகோதரன் விகர்ணன் முற்றிலும் மாறுபட்டவன். எப்போதும் பாண்டவர் பக்கம் சாய்ந்திருந்தவன், அவ்வப்போது கவுரவர் நடவடிக்கைகளை உளவறிந்து சொன்னவன். சூழ்நிலை காரணமாக அவன் கவுரவர் பக்கம் நின்று வேண்டாவெறுப்பாகப் போரிட்டான். பீமன் அழுதுகொண்டே அவனைக் கொன்றான்.

புத்திர சோகத்திலிருந்து மீளாத திருதராஷ்டிரனையும் காந்தாரியையும் எக்குறையுமின்றிக் கவனித்துக்கொள்ளத் தருமன் ஆட்களை நியமித்திருந்தான். கர்ணனின் மனைவியர் பொன்னுருவி காஞ்சனமாலை இருவருக்கும் தருமன் அடைக்கலந்தந்து ஆதரித்தான். துரியோதனாதிகளின் விதவை மனைவியரையும் ஆதரித்தான்.

குந்தியும் பாஞ்சாலியும் காந்தாரிக்கு மனங்கோணாமல் பணிவிடை செய்தனர். உத்தரை சுபத்திரை இருவரும் உடனிருந்தனர். சித்திராங்கதை தன் மகன் பப்புருவாகனனுடன் பிறந்த வீட்டில் தங்கியிருந்தாள். அவளுக்குத் துணையாக உலுபி உடனிருந்தாள். இருவருக்கும் அது பெரிய ஆறுதல்.

கோலாகலக் கொண்டாட்டங்கள் முடிந்ததும் ஓகவதி நதிக்கரையில் அம்பணை மீது இளங்காற்று தாலாட்ட தியானத்தில் அயர்ந்திருந்த பீஷ்மனைப் பார்க்கச் சென்றான் தருமன்.

பிதாமகரின் உயிர் சாவதானமாகப் பிரிந்துகொண்டிருந்தது.

"பிதாமகரே ஓங்க பேரன் தருமன் தம்பிமாரோட வந்துருக்கென். என்ன அஸ்தினாபுரத்து மன்னனாக்கியிருக்காங்க. ஆசீர்வதிங்க குருவே."

பீஷ்மன் மெல்ல இமைகளைத் திறந்தான். அடர்ந்த தாடிக்குள் மெல்லிய புன்னகை கீறலிட்டது.

"வா மன்னா வா. முதலில் குடிக்கக் கொஞ்சம் தண்ணி குடு."

உடனே அர்ச்சுனன் அம்பைத் தரையில் பாய்ச்ச தண்ணீர் ஊற்றாகப் பீச்சியது. அவன் அள்ளியள்ளிக் கொடுத்துப் பிதாமகரின் தாகத்தைத் தீர்த்தான்.

பீஷ்மனின் முகத்தில் புதிய களை மலர்ந்தது. அந்த மலர்ச்சியில் யுதிஷ்டிரன் என்ற மன்னனுக்குப் பல்வேறு அறிவுரைகள் கூறினான்.

பாண்டவர் பயபக்தியுடன் அவற்றைக் கேட்டுக்கொண்டனர்.

தருமன் உறுதியளித்தான்.

"ஓங்க அறிவுரைப்படியே ஆட்சிசெஞ்சு மக்களோட நல்லெண்ணத்தப் பெறுவென் பிதாமகரே."

பீஷ்மனுக்குப் பேச்சு விழுந்துவிட்டது. கை உயர்த்தி ஆசீர்வதித்தான். சற்று நேரத்தில் அது சாய்ந்து உயிர் பிரிந்தது. ஈமக்கடன்களை தருமன் செய்து முடித்து வழியனுப்பினான்.

ஓகவதி நதியோரம் சரதல்பத்தின் மீது சோகத் துயில் கொண்டிருந்த தன் மகன் காங்கேயன் என்ற பீஷ்மனை அவ்வப்போது வந்து பார்த்து அருகில் அமர்ந்து அரற்றாமல் அழுது கண்ணீரில் தன் துயரை ஆற்றிக்கொள்ளத் தவறியதில்லை கங்காதேவி. தன் மைந்தனின் நெடிய வாழ்க்கை ஒரு வகையில் நிறைவாக முடிந்ததையறிந்து அவளுக்கு நிம்மதி.

தொலைவில் அரற்றிக்கொண்டு செல்லும் ஒரு பெண்குரல் தெளிவின்றிக் கேட்டது.

162

பீஷ்மன் குருவம்சத்தின் மூத்த மனிதன் மூத்த தலைமுறையின் கடைசிப் பிரதிநிதி. அவனது மறைவு ஒரு சகாப்தத்தின் முடிவு. பாண்டவர் அவனைத் தவிர வேறு யாரையும் தந்தை என்று கருதியதில்லை. அவனது பிரிவு அவர்களுக்குப் பேரிழப்பு. அந்தத் துக்கம் சிறிது காலமே நீடித்தது.

அஸ்தினாபுரம் அரண்மனையில் குருவம்சத்தின் ஒரே ஒரு சந்ததி துளிர்த்தது. துக்கம் சந்தோசமாக மாறியது. அபிமன்னனின் விதவை மனைவி உத்தரை ஆண் மகவைப் பெற்றாள். பெண்களுக்குக் குதுகலம் சொல்ல முடியாது. ஆடாமல் அசையாமல் கிடந்த குழந்தை கிருஷ்ணனின் கைக்கு வந்ததும் துள்ளித் துள்ளி அரண்மனையே அதிர அழுதது. சோதனையில் பிறந்த குட்டி இளவரசனுக்குப் பரிட்சித்து என்று பெயரிட்டனர்.

பரிட்சித்தின் பிறப்பு நாடாளும் மன்னன் தருமனுக்கு ஆனந்தமளித்தது. நாட்டுக்குப் பொருளீட்டும்பொருட்டும் அரண்மனைக்குச் சந்ததி பிறந்த சந்தோசத்தைக் கொண்டாடும்பொருட்டும் அசுவமேதயாகம் நடத்தத் தீர்மானித்தனர். அந்த யாகம் அதிகம் பொருளீட்டித்தரும் பெருவேள்வியாகும்.

படைகள் பின்தொடர யாகக் குதிரை ஓராண்டுக்குச் சுதந்திரமாகச் சுற்றித் திரியணும். எதிர்ப்பின்றிச் சுற்றி வரும் நிலங்கள் அத்தனையும் பாண்டவரின் ஆட்சியின் கீழ் வந்துவிடும். குதிரை திரும்பியதும் அரசன் புகழையும் அதிகாரத்தையும் நிலை நாட்டுவதற்கு அடையாளமாகக் குதிரையைப் பலிகொடுத்துவிடணும்.

யாகத்துக்குத் தகுதியான குதிரை பத்திராவதி மன்னன் யுவனஷ்டனிடம் இருப்பதாகத் தெரிய வந்தது. நகுலன் கடோத்கஜனின் மகன் மேகவர்ணன் கர்ணனின் மகன் விருசத்வஜன் ஆகியோருடன் பத்திராவதி சென்று அரசனை அரட்டி மிரட்டி சுழி சுத்தமான ஆண் குதிரையைக் கொண்டுவந்து சேர்த்தான்.

யாகம் தொடங்கியது. சங்கும் முரசும் உச்சத்தில் ஒலிக்க குதிரை கிளம்பியது. அர்ச்சுனன் சேனைகளுடன் பின்தொடர்ந்தான். அவனுக்குத் துணையாக நகுலன் சென்றான்.

குதிரை சம்பகாபுரியை அடைந்தது. அந்நாட்டு அரசன் அம்சத்வஜன் தன் படைகளுடன் எதிர்த்தான். அர்ச்சுனன் அவனை வென்றான்.

குதிரை சம்பகாபுரியைக் கடந்து கவுரிவனத்தை அடைந்தது. அது அம்மனின் புனிதவனம். அதனுள் நுழைந்ததும் அனைத்தும் பெண்களாக மாறிவிடும். மறுபுறம் கடந்ததும் மீண்டும் ஆண்களாகிவிடும்.

அப்படியே பாண்டவரின் ஆண் குதிரை பெண் குதிரையாக மாறிவிட்டது. பின்சென்ற படை நிலைகுலைந்து நின்றது.

பறவைகளின் முணுமுணுப்புக் கேட்டது. நல்ல வேளை நகுலனுக்குப் பறவைகளின் மொழி தெரியும். பறவைகள் பேசுவதை உற்றுக் கேட்டான்.

"மறுபுறமாக வனத்தைக் கடந்துவிடுங்கள். மீண்டும் குதிரை ஆணாக மாறிவிடும்."

அதிலும் ஒரு சிக்கல் வந்தது. வனத்தின் நடுவே பெண்களுக்காக நகரம் ஒன்று இருந்தது. மணமாகும்வரை யாரும் வனத்தைவிட்டு அகலக்கூடாது என்று அவர்கள் சபிக்கப்பட்டிருந்தனர். அவர்களை மணந்துகொள்ள எந்த ஆண் வந்தாலும் வனத்துக்குள் நுழைந்ததும் பெண்ணாக மாறிவிடுவான். இந்தச் சிக்கலில் சிக்கித் தவித்த இளவரசி பிரமிளா வெறுப்பில் யாகக்குதிரையைப் பிடித்துக்கொண்டாள்.

அர்ச்சுனனை நான் மன்னனாக ஏற்றுக் குதிரை இவ்விடத்தைக் கடக்கவேண்டுமென்றால் அவன் தன்னை மனைவியாக ஏற்றுக்கொள்ளணும். இதுவே அவள் விருப்பம்.

பறவைகள் மூலமாக இதையறிந்த நகுலன் இந்தச் செய்தியை அர்ச்சுனனுக்குத் தெரிவித்தான். அர்ச்சுனன் ஒப்புக்கொண்டான்.

பிரமிளா பெண் குதிரையுடன் வனத்திலிருந்து வெளிப்பட்டாள். குதிரை ஆணாக மாறியது. அவளைப் பின்னர் மணந்துகொள்வதாக வார்த்தை கொடுத்துவிட்டு அர்ச்சுனன் அங்கிருந்து கிளம்பினான். அவனுக்கு யாகப் பணி முடியும்வரை அவள் அவனை எதிர்பார்த்துக் கவுரிவனத்தில் காத்திருந்தாள்.

163

சிந்து நாட்டு மாளிகையில் துச்சலை வாடிய கொடியாக வெள்ளுடையில் துவண்டு கிடந்தாள். கண்ணீர் வற்றி கன்னங்கள் காய்ந்துவிட்டன. பேரக் குழந்தை பிஞ்சுக் கனவுகளில் மிதந்தபடி அருகில் அயர்ந்திருந்தான். மகன் சுரதன் மனைவியுடன் வெளியே சென்றிருந்தான்.

துச்சலை பேரனை வருடினாள். அவன் கடைவாயில் வெள்ளைச் சிரிப்பு ஒழுகியது. அவளும் கண் சொருகினாள்...

எங்கும் சூனியவெளி. வெறுமையின் ஓலம். அஸ்தினாபுரம் மாளிகையில் பீறிடும் அறுதலிகளின் அழுகை நெஞ்சையறுக்கிறது.

அரண்மனையில் அங்கொன்றும் இங்கொன்றுமாகச் சொற்பமான ஆண்களே நடமாடுகின்றனர். அந்தப்புரப் பணியாளர் அறவே குறைந்துவிட்டனர். அரச வம்சத்துக்குத் தொண்டு செய்த அரவாணிகளையும் காயடிக்கப்பட்ட ஆண்களையும் காணவில்லை. எங்கும் மரண அமைதி. அபலைப் பெண்கள் தமக்குத் தாமே அழுது ஆற்றிக்கொள்கின்றனர். தேற்றி ஆற்றுப்படுத்த ஆளில்லை.

ஒரு காலத்தில் வண்ண வண்ண மலர்கள் பூத்துக் குலுங்கும் பூங்காவாக அரண்மனை விளங்கியது. என்னேரமும் அவசரக் கதியில் நடமாடும் பணியாளர் கூட்டம். பறவைக் கூச்சலாக சிறிசுகளின் கூச்சலும் ஆரவாரமும் கேட்டுக் கொண்டேயிருக்கும்.

துச்சலை குருவம்சத்தின் ஒரே பெண் வாரிசு. அதே கொடியில் நூறு அண்ணன்மாருக்குத் தங்கை. ஒரே தம்பிக்கு அக்கா. திருதராஷ்டிரனின் வாரிசுகள்.

பெற்றவர்களுக்கு அவள் பிரியமான மகள். தாயைப்போல் கருவண்டுக் கண்கள். அதே முகச் சாயல். பேச்சில் ஒன்றையொன்று முந்திக்கொண்டு வரும் வார்த்தைகள். அதே குரல். குந்தியின் வார்த்தையில் அவள் சின்னக் காந்தாரி.

அரண்மனையெங்கும் அள்ளித்தெளித்த சந்தனக் குழம்பாகத் துள்ளித் திரிவாள். மரக்கிளைகளில் தாவித்திரியும் சிட்டுக்குருவி அவள்.

அண்ணன்மாரின் அரவணைப்பில் பற்றிப் படர்ந்து கொழுந்துவிட்டுக் காற்றிலாடும் அரிய பச்சிலைக் கொடிதான்

துச்சலை. மொட்டாகக் கொம்பரும்பும் இளங்கன்றாக வலம் வருவாள்.

சில சமயம் சில்லென்று பூத்த மஞ்சள் மலர்ச் சிரிப்பில் பணியாளர்களைச் சொகமாகக் குத்தி வேலை வாங்கும் சிறு நெருஞ்சி அவள்.

பாண்டவரும் அவளுக்குப் பாசமுள்ள சகோதரர்களே. அவர்களுக்கு அவள் பெயர் மறந்தே போயிற்று. எப்போதும் ‘அடா’ தான் ‘அம்மா’ தான்.

யுயுத்சுக்கு அவள் ‘துச்சக்கா.’

துரியோதனன் அவளை ‘தாயி’ என்றுதான் அழைப்பான். விகர்ணன் ‘ஏலே’ என்று விளிப்பான். மற்ற அண்ணன்மார்கள் பெயர் சொல்லி அழைக்காமல் அவரவர் விரும்பியபடி அழைப்பர்.

அவளுக்குச் சித்தப்பா விதுரனை ரெம்பப் பிடிக்கும். அண்ணன்மார் விதர்மனுக்கும் விருகனுக்கும் அவள் பாசமுள்ள ‘துச்சுக்குட்டி.’

கர்ணனின் கண்கள்மீது அவளுக்கு ஆரம்பத்தில் ஒரு ஈர்ப்பு இருந்தது. காலப்போக்கில் அது கனிந்து பாசக்கார அண்ணனாயிற்று.

குருதேசத்தில் வந்திறங்கிய சத்தியவதி பாஞ்சாலியைவிட துச்சலைக்கு மரியாதை அதிகம். முக்கியமான பெரியமனுசி.

பீஷ்மன் துரோணன் கிருபன் கிருபி அஸ்வத்தாமன் என அத்தனை பெரிய அரண்மனை வாசிகளிடமும் சொந்தங் கொண்டாடிச் சுமுகமாகப் பழகுவாள். அவர்கள் மீது அன்பான வார்த்தைகளை அள்ளி வீசிக்கொண்டே போவாள்.

குந்தி மீதும் அவளுக்குப் பிரியந்தான். ஆனால் குந்திக்கோ அந்தச் சின்னக் காந்தாரி மீது அச்சம். அதுக்குப் பல காரணங்கள்.

அவளுக்குத் தகப்பனைவிட அதிகம் தனிமை பிடிக்கும். அவளது காலடியோசை கேட்டதுமே அவன் அடையாளங் கண்டுகொள்வான். ‘தாயி துச்சலை’ என்று வாயாற அழைத்து அருகில் இருத்தித் தலையை வருடுவான். தகப்பனிடம் கோழிக் கெக்கரிப்பில் கலகலத்துவிட்டு மாணிக்கப்பரல்களாகச் சிரிப்பைச் சிலம்பிக்கொண்டு பறந்துவிடுவாள்.

அடுத்து காந்தாரியின் அறைக்குள் அவளது கால்கள் சிலுசிலுக்கும். தாயின் முகம் மலரும்.

"துச்சிம்மா வந்துட்டயா. ஒன்னத்தான் நெனச்சுக்கிட்ருந்தென்."

"என்ன நெனைக்கிறது இருக்கட்டும். எம் மொகத்த எப்பப் பாக்கப் போற. புள்ளைகளப் பாக்கணுமிங்கிற ஆசையே கெடையதாம்மா."

தாய் பெருமூச்சைப் பதிலாகத் தருவாள்.

"நீ இப்படித்தான் இருப்ப. ஒன்ன மாத்தவே முடியாது."

துடுக்காக நாலு வார்த்தை பேசிவிட்டு வெடுக்கென்று கிளம்பிவிடுவாள். ஆனாலும் எப்போதும் அவள்தான் தாய்க்குக் கண்ணாக தொடரும் நிழலாக எல்லாமுமாக இருப்பவள். சொல்லப்போனால் அஸ்தினாபுரத்தின் அனைத்து நடவடிக்கைகளும் மகளின் வாயிலாகத்தான் அவளுக்குத் தெரியும்.

அடேயப்பா அவள் பூப்பெய்த போது அஸ்தினாபுரம் நகரமே விழாக்கோலம் பூண்டு கோலாகலத்தில் கொண்டாடியது. அண்ணியரின் உபசரிப்பில் திணறித் திண்டாடினாள். அண்ணன்மாரின் சீர்மழையில் நனைந்தாள்.

மணவாழ்க்கை அவளுக்கு மணக்கவில்லை. சிந்து நாட்டு மன்னன் ஜெயத்ரதனைக் கைப்பிடித்தபோது மகிழ்ச்சி ததும்பியது. மகன் சுரதன் பிறந்தான். நாட்டுக்கு வாரிசு கிடைத்தது. அவள் பாசமெல்லாம் மகன் மீதே கவிந்தது.

கணவன் கூடாத சேர்க்கையால் குணம் மாறி தடம் மாறித் தடுமாறினான். காமத்தைக் கொண்டாடினான். வனவாசத்திலிருந்த பாஞ்சாலியை வலியக் கவர்ந்து சென்றான். துச்சலையை முன்னிட்டு பாண்டவர் அவனுக்கு உயிர்ப்பிச்சையளித்தனர். அதனால் பாண்டவர் மீது பகையை வளர்த்துக்கொண்டான்.

குருச்சேத்திரத்தில் துரியோதனன் பக்கம் நின்று பாண்டவரை எதிர்த்துப் போரிட்டான். மன்னிக்க முடியாத கொடுஞ்செயலால் மரணத்தை விலை கொடுத்து வாங்கினான்.

அண்மையில் இருந்த அஸ்தினாபுரம் வெகுதொலைவுக்குச் சென்றுவிட்டது. இப்போது துச்சலை சிந்து நாட்டின் ராஜமாதா.

தொலைவில் வீரர்களின் எக்காளங் கேட்டது.

"வருகுதே வருகுதே

யாகக்குதிரை வருகுதே

வெற்றிநடை போட்டுக்கிட்டு

வீரமாக வேகமாக

யாகக்குதிரை வருகுதே.”

வீரர்களுக்கு முன்னால் அசுவமேத யாகக் குதிரை வெற்றி நடை போட்டது. பின்னால் அர்ச்சுனனின் வெற்றியை விளம்பிக்கொண்டு குதிரைகளின் குளம்போசை லயம் பிசகாமல் சமீபித்துக்கொண்டிருந்தது.

உறக்கங்களைந்த துச்சலை உற்சாகத்தில் துடித்தெழுந்தாள்.

அரண்மனை வாயிலில் அர்ச்சுனன் காத்திருப்பதாகக் காவலன் ஓடிவந்து கூறினான்.

துச்சலை பேரனை அள்ளியணைத்துக்கொண்டு அவசரத்தில் அர்ச்சுனனை வரவேற்றாள். அவள் முகத்தில் பரவசம் பொங்கியது.

“பார்த்தண்ணா. எல்லாரும் நல்லாருக்காகளா.”

அர்ச்சுனன் தயக்கத்தில் தங்கையை நோக்கினான்.

மருமகப் புள்ளையக் காணுமே.......”

துச்சலைக்குத் தர்மசங்கடம் சமாளித்தாள்.

“மாமன் மொகத்துல முழிக்கிறதுக்குக் கூச்சம் போலருக்கு.......”

“மாமனப் பாக்கக் கூச்சமா கோவமா. பெத்த தகப்பனக் கொன்னவன்மேல கோவம் இருக்கத்தான் செய்யும். என்ன எதுத்துச் சண்ட போடலையே. அதுவே பெரிசு. பாவி துரியோதனனோட பேராசையால ஒறவுக்காரங்களையெல்லாம் இந்தக் கையாலதான் கொன்னு குமிச்சென். அந்தப் பாவத்த எங்க போயித் தீக்கப் போறன்னு தெரியல. ஒம் மொகத்துல முழிக்கவே வெக்கமாருக்கு தாயி.”

துச்சலையால் கண்ணீரை அடக்கமுடியவில்லை.

“பார்த்தண்ணன் அப்படிச் சொல்லக் கூடாது. அவரு செஞ்ச தப்புக்குப் பலன அனுபவிச்சாரு...... எங்களுக்கு ஒங்கள வுட்டா வேற நாதி யாருருக்காக. நடந்தது நடந்து போச்சு. அதக் கிண்டிக் கெளறி மனச வருத்தி என்ன செய்ய.”

அர்ச்சுனன் துச்சலையிடம் குழந்தையை வாங்கிக் கொஞ்சினான்.

"பேரப்புள்ள பேரென்ன."

"இனிமேத்தான் வைக்கணும். தாத்தா வரட்டும்னு காத்துட்ருக்கான்."

"அப்படியா. அங்க சுபத்திரைக்கு ஒரு சுட்டிப் பரிட்சித்து. இங்க துச்சலைக்குக் குட்டிப் பரிட்சித்து. தருமன்னு கூப்புடு தாயி."

துச்சலைக்குத் தாங்கமுடியாத சந்தோசம்.

"பெரியண்ணனப் போல பொறுமசாலியா வருவான்."

அர்ச்சுனன் துச்சலையிடம் குழந்தையைக் கைமாற்றிவிட்டு தன் மார்பில் தவழ்ந்த பவளமாலையொன்றைக் கழற்றிக் குட்டித் தருமனின் கழுத்தில் அணிந்துவிட்டு தங்கையிடம் விடைபெற்றான்.

"மருமகப் புள்ளையத்தான் தொணைக்குக் கூட்டிக்கிறலாம்னு நெனச்செென். பாக்க முடியல. சரி திரும்பிவரும்போது பாத்துக்கிறென். வரட்டுமா தாயி."

துச்சலையின் குளங்கட்டிய கண்களில் குதிரையின் தெம்பான ஓட்டம் தொலைவில் மங்கி மறைந்தது.

கோவதாபங்கள் மறைந்து மீண்டும் உறவு மலர்ந்துவிட்ட நிறைவில் அர்ச்சுனன் பேரனை வாழ்த்திவிட்டு மறைந்தான்.

பாண்டவ வீரர்களின் ஆர்ப்பரிப்பு இன்னும் ஒலித்துக்கொண்டேயிருந்தது.

"வருகுதே வருகுதே

யாகக்குதிரை வருகுதே......"

164

அடுத்து காந்தார தேசம் வந்தது. அங்கே சகுனியின் பிள்ளைகள் சயிந்தவனும் செயனும் அர்ச்சுனனை வரவேற்றனர். அங்கேயும் குருச்சேத்திரப் போரின் கசப்பான அனுபவங்கள் எவரையும் உறுத்தவில்லை.

அர்ச்சுனன் சகுனியின் மைந்தர்களை வாஞ்சையுடன் பார்த்தான்.

"ஓங்கப்பா தாயக் காய்கள வச்சு மாய வித்த காட்டியே மாண்டுபோனாரு. எங்க தருமண்ணா சூது வெறியில கண்ணு மூக்குத் தெரியாமா ஆட்டமாடி எல்லாம் தோத்து நடுத் தெருவுல கொண்டுவந்து நிறுத்துனாரு. அதுலருந்து மீண்டு வாறதுக்கு என்ன பாடு பட்டம்னு ஓங்களுக்கே தெரியும். அப்பாவையும் அண்ணனையும் எழந்து நிக்கிற ஓங்களுக்குத் தெரியாறதில்ல. எக்காரணத்தக் கொண்டும் தாயப் பாச்சிகள தொட்டுக்கூடப் பாக்காதங்க. பெறகு அது தொத்திக்கிட்டு நம்மள ஆட்டங்காண வச்சிரும்."

சயிந்தவன் உறுதியாகச் சொன்னான்.

"கனாவுல கூட அத நெனச்சுப்பாக்கமாட்டொம்."

"நாடும் மக்களுந்தான் நமக்கு முக்கியம். இத எப்பயும் மனசில வச்சுக்கங்க."

"நல்ல மொறையில ஆட்சி செஞ்சு நிம்மதியாருப்பொம்."

"அது போதும். எல்லாரும் சந்தோசமாருங்க. வரட்டுமாய்யா."

யாகக் குதிரை பல நாடுகளை வெற்றி கண்டு பாண்டிய நாட்டுக்குள் நுழைந்தது. அதை இளவரசன் பப்புருவாகனன் பிடித்து நிறுத்திவிட்டான். பாண்டியன் மகள் சித்திராங்கதைக்கும் அர்ச்சுனனுக்கும் பிறந்தவன் அவன். வந்திருப்பது தந்தை என்பதையறிந்து இளவரசன் அவனை வரவேற்றான். இதுவரை தந்தையைப் பார்த்ததில்லை.

மாமனாரின் நாட்டுக்குள் நுழைந்து தன் மனைவியையும் மகனையும் கண்டுகொண்ட மகிழ்ச்சியில் அர்ச்சுனன் மகனைச் சீண்டினான்.

"பப்பு மகனே இந்த வரவேற்பு ஒரு வீரனோட மகனுக்கு அழகில்ல. அப்பனுக்குச் சவால் வுடு. என்னோட மோது. எதுலயும் வுட்டுக்குடுத்துறக் கூடாது."

இருவரும் மாறி மாறி அம்பு மழை பெய்துகொண்டனர். வியப்பில் ஆழ்ந்த எல்லாரும் தனயன் தந்தையை மிஞ்சிவிட்டான் என்று போற்றிப் புகழ்ந்தனர். அந்தப் பாராட்டைக் கேட்டு அர்ச்சுனன் நெகிழ்ந்துபோனான். அந்த நெகிழ்ச்சியில் சில நாட்கள் மனைவி மகனுடன் தங்கியிருந்துவிட்டு அஸ்தினாபுரம் திரும்பினான்.

அஸ்தினாபுரம் மண்ணை மிதித்ததும் குதிரை எக்காளமிட்டு உரக்கச் சிரித்தது. மனிதச் சிரிப்பு. எல்லாரும் வியந்தனர்.

“ஆச்சரியமாருக்கே. குதிர சிரிச்சு நான் பாத்ததில்ல கேட்டதில்லப்பா.”

“தன்னப் பலிகுடுக்கப் போறாங்கன்னு அதுக்குத் தெரிஞ்சுபோச்சோ.”

“அப்படின்னா ஏன் சிரிக்கணும். சிரிச்சுக்கிட்டே என்னமோ பேசிக்கிற மாதிரி தெரியிது.”

நகுலன் அதன் பேச்சையறிந்து வந்து கூறினான்.

“முந்திப் பலிகுடுத்த குதிரைக சொர்க்கத்துக்குப் போனதாம். இது அதுக்கு மேல உள்ள சொர்க்கத்துக்குப் போகப்போகுதாம்.”

தருமனுக்குக் குழப்பந் தீரவில்லை.

“ஓகோ அந்தச் சந்தோசத்துலதான் இப்படிச் சிரிக்குதா. அதென்ன சொர்க்கத்துக்கு மேல இன்னொரு சொர்க்கமா.”

முனிவர்கள் கூறினர்.

“அது சிலருக்கு மட்டும் தெரிஞ்ச ரகசியம். நமக்குத் தெரியாது.”

“ஒருவேள கடவுள் மனசு வச்சா அந்த ரகசியத்தத் தெரிஞ்சுக்கிறலாம்.”

“தெரிஞ்சு என்ன செய்யப்போறொம்.”

தெரிஞ்சிக்கிறதுக்குள்ள மண்ட வெடிச்சிரும் போலருக்கு.”

“ஏன் நீங்க பெரிய சொர்க்கத்துல இப்பயே எடம் புடிக்கப்போறீகளா.”

“அப்படின்னே வச்சுக்கங்க.”

“அப்பச் சரி. நரகம்னு ஒரு ஒலகம் இருக்கிறது தெரியுமில்ல.”

“அத ஏன் கேக்கீரு.”

“சும்மாதான் கேட்டென்.”

“கடசிக்காலத்துல போற எடமே தெரியாது. சொர்க்கத்துக்கு மேல இருக்கிற சொர்க்கத்துல எடம் புடிக்கப் போறராம். அய்யோ கூத்து.”

முனிவர்கள் குதிரையை விட உரக்கச் சிரித்தனர்.

தருமன் குழப்பத்திலிருந்து இன்னும் மீளவேயில்லை.

165

பல நாடுகளை வலம் வந்து வெற்றிவாகை சூடித் திரும்பிய யாகக் குதிரை ஏராளமான பொருட்களை அள்ளிக்கொண்டு வந்து குவித்தது. தருமனின் கருவூலம் நிரம்பி வழிந்தது.

அர்ச்சுனனின் வீரங் கண்டு தருமன் பூரித்துப்போனான். குதுகலத்தில் குளித்த பீமன் ஓடியாடி யாக ஏற்பாடுகளைச் செய்தான். அனைவரும் அவனை மெச்சி வாழ்த்தினர்.

யாகத்துக்குப் பன்னாட்டு மன்னர் தூதர் சிற்பி ஸ்தபதி அந்தணர் புரோகிதர் மாகதர் சூதர் வாத்தியக்காரர்....... விருந்தினருக்குக் கணக்கில்லை. அவர்களுக்குத் தேவையான அனைத்து வசதிகளையும் பீமன் ஏற்படுத்திக்கொடுத்தான்.

யாக சாலை ஒளிமயமாகக் காட்சியளித்தது. தோரண வாயில்கள் தங்கமாக மின்னின. யாகத்தின் பொருட்டு ஏராளமான பசுக்களும் இன்ன பிற விலங்குகளும் முன்னரே கொண்டுவரப்பட்டிருந்தன. நகுலன் அவற்றை நல்ல முறையில் கவனித்துக்கொண்டான்.

அர்ச்சுனன் மகன் பப்புருவாகனன் இரு அன்னையருடன் வந்திருந்தான். அவனுக்குச் சித்திராங்கதை பெற்ற தாயென்றால் அரவானைப் பெற்ற உலுபி மற்ற தாய். அரவானைப் பலி கொடுத்துவிட்ட வேதனையில் அவளுக்குப் பப்புருவாகனின் ஆதரவு ஆறுதலாக இருந்தது.

அவர்கள் அரண்மனையிலிருந்த குந்தி பாஞ்சாலி சுபத்திரை காந்தாரி முதலியோரை வணங்கினர். விதவைகளையும் சந்தித்து சுகதுக்கங்களைப் பகிர்ந்துகொண்டனர். விதுரன் திருதராஷ்டிரனிடம் ஆசி பெற்றனர்.

யாக நாளும் தொடங்கும் நேரமும் ஏற்கெனவே சகாதேவனால் கணிக்கப்பட்டுவிட்டன. திட்டமிட்டபடி யாகம் தொடங்கியது. குதிரை எந்தத் தடையுமின்றி யாக வட்டத்தைச் சுற்றி வந்தது. நூற்றுக் கணக்கில் வீரர்கள் அதைப் பின்தொடர்ந்து ஓடினர். சற்று நேரத்தில் வலம் முடிந்து குதிரை நின்றுவிடும்.

அரண்மனைச் சபையில் குழுமியிருந்த சூதர்களும் மாகதர்களும் அர்ச்சுனனின் வீரப்பிரதாபங்களை உரக்கப் பாடத் தொடங்கினர்.

"பார்த்தனே எங்கள்
பார்த்தனே
எட்டுத்திக்கும் புகழ்விளங்க
வெற்றிவாகை சூடிவந்த பார்த்தனே
பாண்டவரின் பேருசொல்ல
பாரதத்தில் அவதரித்த பார்த்தனே"

"அண்ணன்மீது பாசமுள்ள பார்த்தனே
அனைவரையும் அரவணைக்கும் பார்த்தனே
கண்ணன்மீது நேசமுள்ள பார்த்தனே
காலமெல்லாம் துணையிருந்த பார்த்தனே"

"குருகுலத்தை வாழவைத்த பார்த்தனே
குந்திபெற்ற செல்லமகன் பார்த்தனே
வில்லெடுத்து வீறுகொண்ட பார்த்தனே
விசயனென்று பேரெடுத்த பார்த்தனே."

"பார்த்தனே எங்கள்
பார்த்தனே
பார்த்தனே அன்புப்
பார்த்தனே."

கடந்த ஓராண்டாகவே யாகக் குதிரையின் வெற்றியைப் பாடிக்கொண்டிருந்தனர். அன்றோடு யாகக்கதை முடிந்துவிடும்.

யாகசாலையைச் சுற்றிவந்த குதிரையின் ஓட்டம் நின்றுவிட்டது. அதை யாக சாலைக்கப்பால் அமைந்திருக்கும் பலிபீடத்துக்குக் கொண்டுசென்றனர். சம்பிரதாயப்படி அதை மட்டும் தனியாகப் பலியிடுவதில்லை. வேறு பல விலங்குகளையும் அதனுடன் சேர்ந்து பலியிடுவர். நாற்பத்தெட்டு வகை விலங்குகள். நாய் பூனை கழுதை கோவேறு கழுதை செந்நாய் கீரி பறவைகள்....... இணையிணையாக ஏற்கெனவே பலிபீடத்தருகே காத்திருந்தன.

முதலில் பலியாகப்போவது நாய். அதன் நெற்றியில் ஒருவன் செங்குழம்பால் மூன்றாவது கண் வைத்து அதைப் பலியிட்டான். கழுத்தறுந்து விழுந்த அதன் பிணத்திலிருந்து குருதி பீச்சியடித்துத் தரையில் குளமாகப் பெருகியது.

இப்படியே நாற்பத்தெட்டு வகை விலங்குகளும் துள்ளத் துடிக்கப் பலியாகின. அவற்றின் குருதியை வடித்து ஒரு பாண்டத்தில் பிடித்துவைத்தனர்.

இறுதியில் குதிரைப் பலி. முழு உயிரும் போய்விடாதபடி அதன் கழுத்தில் பொங்கும் குருதியைப் பிடித்துத் தருமனுக்குக் கொடுத்தனர். அவன் அதைப் பருகினான். பின்னர் அவன் உடம்பெங்கும் குருதியைப் பூசினர். சிவப்புக் கோலத்தில் அவன் சிரித்தபோது விகாரமாக இருந்தது. பழைய வெள்ளைத் தருமனைக் காணவில்லை.

அன்று இரவு. குற்றுயிராகக் கிடந்த குதிரையின் அருகே பட்டத்து அரசன் தருமனும் அரசி பாஞ்சாலியும் திகம்பரர்களாக ஒருவரையொருவர் நெருங்காமல் ஓர் இரவும் நெருங்கிப் புணராமல் மற்றொரு இரவும் படுத்திருந்தனர்.

அடுத்த சடங்குக்குத் தயாராக இருந்த பணியாளர்கள் குதிரையின் குறியை ஏந்திப் பிடித்துப் பாஞ்சாலியைப் புணரவைத்தனர். இந்த அஸ்வப்பலிச் சடங்கின் சாந்திக் காரியங்களைத் தருமனின் தம்பியரும் செய்து முடித்தனர்.

உடம்பில் இன்னும் உதிரப்பூச்சுக் குறையாத பாண்டவர் மதுமயக்கத்தில் கூவிக் கூவி வெற்றியைக் கொண்டாடினர். பீமன் தொந்தி குலுங்க ஆடிப் பாடினான்.

"கர்மம் தொலஞ்சது எங்கும்

தர்மம் நெறஞ்சது

வென்றது தெய்வம்

நின்று கொன்றது."

மற்றவர்கள் சுழன்றாடி ஆர்ப்பரித்தனர்.

"காலம் நம்ம கையிலே நல்ல

காலம் நம்ம கையிலே."

சிறிய குருச்சேத்திரக் களமாகச் சிவந்துகிடந்த யாகக்களத்தில் பாண்டவர் நிலைகொள்ளாமல் கூத்தாடினர். மயக்கம் தெளிந்துவிடாமல் அடிக்கடி மதுவை ஊற்றிக்கொண்டனர்.

யாகக் குதிரைக்குள் இன்னும் துடித்துக்கொண்டிருந்த குற்றுயிர் இளையோரின் பாடலைக் கேட்டபடி குலுங்கி அடங்கியது. குறியின் அரைகுறை விரைப்பும் தளர்ந்து துவண்டுபோனது.

166

பாண்டவர் குலக்கொழுந்து பரிட்சித்து மீசை துளிர்த்த இளைஞனாக வளர்ந்துவிட்டான். அவன் வளர்ச்சியில்தான் அஸ்தினாபுரத்தின் எதிர்காலமே அடங்கியிருந்தது. குருச்சேத்திரப் போருக்கும் தருமனின் ஆட்சிக்கும் அவன் வயதுதான்.

தருமன் ஆட்சிப் பொறுப்பில் அமர்ந்து பதினைந்து ஆண்டுகள் மழைத்துளிகளாக உருண்டோடிவிட்டன. அபிமன்னனைப் பரிட்சித்தின் உருவில் பார்த்து உத்தரை ஆறுதலடைந்தாள். முதியோர் நெஞ்சில் படர்ந்திருந்த போர் நினைவுகள் மறையத் தொடங்கின.

திருதனும் காந்தாரியும் தருமனின் அரவணைப்பில் அஸ்தினாபுரத்தில் வாழ்ந்துவந்தனர். தருமன் அவர்களுக்கு ஒரு குறையும் வைக்கவில்லை. காந்தாரியின் வயிற்றுப் பிள்ளையாகவே நடந்துகொண்டான். கடைசிக் காலத்தில் அவர்கள் புத்திரசோகத்தை மறந்து மகிழ்ச்சியாக இருக்கணும் என்பதே அவனது அக்கறையும் விருப்பமும். அவர்களது அபிலாசைகள் அத்தனையும் நிறைவேற்றி வைத்தான். சகல வசதிகளும் செய்துகொடுத்தான். அவர்களைப் பெரிய மன்னராகவும் ராஜமாதாவாகவும் நடத்தினான்.

அதென்னமோ பீமனுக்கு மட்டும் பெரியப்பனைப் பிடிக்கவில்லை. பால்ய வயதிலிருந்தே மனசில் ஒரு வெறுப்பை வளர்த்துக்கொண்டான். ஒரு எதிரியாகவே நினைத்தான். கொஞ்சங்கூடக் கோவந் தணியவில்லை. நாளுக்கு நாள் அவன் மனசில் வன்மம் வளர்ந்துகொண்டேயிருந்தது. அடிக்கடி கறுவிக்கொண்டான்.

"இது அகக்குருடு. பாண்டவர இம்சித்த பாவி. பாஞ்சாலிய இழிவுபடுத்துன பாவிகளோட அப்பன். தானே அழியணும். இல்ல இவன நானே ஒழிச்சுக்கெட்டுவென். பாண்டவர வருசக்கணக்கா வனவாசத்துக்கு அனுப்பிவச்சிட்டு அத்தன சொகங்களையும் அனுபவிச்சவன். இவன அஸ்தினாபுரத்த வுட்டே வெரட்டியடிக்கணும். அப்பத்தான் நிம்மதியா ஒறங்கி எழுந்துருக்கலாம்."

பீமன் அந்தப் பக்கம் போகும்போதும் வரும்போதும் இளக்காரமாகப் பேசிக் கோவத்தைத் தணித்துக்கொண்டான்.

ஒரு முறை இதே கதை நடந்தது. பீமன் மதுமயக்கத்தில் தோள் தட்டிக் கொக்கரித்தான். திருதனுக்கும் காந்தாரிக்கும் தெளிவாகக் கேட்கும்படி நண்பர்களிடம் கூறினான்.

"எங்க பெரியப்பன் பெறவிக் குருடு. பெரியாத்தா கண்ணக்கட்டி தன்னக் குருடாக்கிக்கிட்டா. பெத்த புள்ளைக மொகத்தப் பாத்ததில்ல. அவங்க செத்த பொணமாக்கெடக்கயிலதான் கண்ணத் தொறந்து பாத்தா. நூறு புள்ளைகளும் வில் வித்தையில கெட்டிக்காரங்கதான். ஆனா சின்னக் கொற. குறி வச்ச எடத்துல அம்பு பாயாது. ஒருவேள அவங்களுக்கும் பார்வ பத்தலையோ என்னமோ. நூறு பேரையும் இந்தக் கையாலதான் கொன்னு மேலோகத்துக்கு அனுப்பிவச்சென். எங் கையிரண்டும் இரும்புத் தூணாக்கும். அதுகளுக்குச் சந்தனம் பூசியில்ல பக்குவம் பாக்கென். இனியும் எத்தன பேருன்னாலும் அடிச்சு வுழுத்தாட்றதுக்குப் பலமிருக்கு. மேல அனுப்பி வைக்கவேண்டிய உயிரு ஒண்ணு

பாக்கியிருக்குது. பாவம்னு யோசிச்சுக்கிட்ருக்கென். கெழவி மொகத்துக்காகத்தான் பாவம் பாக்கவேண்டியிருக்கு."

திருதனும் காந்தாரியும் உணவருந்த உட்காரும் சமயமெல்லாம் பீமன் மதுவருந்திவிட்டு நண்பர் கூட்டத்துடன் வந்து குறும்பு செய்வதை வழக்கமாகக் கொண்டிருந்தான். தொடைகளைத் தட்டிக் கைகளைக் கொட்டித் துரியோதனாதிகளைக் கொன்ற கதையை விவரமாகச் சொல்வான்.

மாமிச உணவு உண்ணும்போது திருதன் எலும்புத் துண்டை ஆவலாகக் கடிப்பான். அப்போது வரும் சத்தத்தை ஒட்டுக் கேட்டு வந்து நண்பர்களிடம் கிண்டலடிப்பான்.

"இப்ப வருது பாரு ஒரு சத்தம். அதே மாதிரிதான் துரியோதனன் தொடைய நான் பௌந்தப்பக் கேட்டது."

திருதன் ஒவ்வொரு தடவை கறிச்சாறை உறிஞ்சும்போதும் எழும் ஒலியைக் கேட்டுச் சொல்வான்.

"இந்தா கேக்குது பாரு ஒரு எரச்சல். இப்படித்தான் துச்சாதனன் கடசி மூச்ச வுடும்போது சத்தம் வந்தது."

திருதனுக்கும் காந்தாரிக்கும் உணவு உள்ளே இறங்காது.

அண்ணனின் அவமானத்தைப் பார்த்து விதுரன் வேதனைப்பட்டான். கோவத்தில் கொதித்தான்.

"திருதண்ணா ஒனக்குக் கொஞ்சங்கூட வெக்கமே இல்லையா. மரியாத கெடைக்காற எடத்தவுட்டு ஒடனே போயிரு."

விதுரனின் குரல் வந்த திசையில் திருதன் நிராதாரவாக ஏறிட்டான்.

"இந்த நெலைமையில நான் எங்க போவென் தம்பி."

காந்தாரியின் கண்கள் குளங்கட்டின. விதுரன் வெறுப்பில் சென்றுவிட்டான்.

திருதன் அத்தனை அவமானங்களையும் சகித்துக்கொண்டான். பொறுமையிழந்து அலுத்துப்போன விதுரன் ஒரு நாள் திருதனுக்கு ஒரு கதை சொன்னான்.

"காட்டு வழியில நடந்துவந்த ஒரு மனுசன் தவறிப்போயி ஒரு குழியில வுழுந்துட்டான். பாதாளத்துல வுழுகாம நடுவுலயே ஒரு பெரிய வேருல சிக்கிக்கிட்டுத் தலகீழாத் தொங்குனான். மேல பாத்தா மேகம் கருக்கூடியிருந்துச்சு. சூறாவளி சுழிக்கிற

சத்தங் கேட்டது. குழிக்கு மேல காட்டு யானைக தும்பிக்கையால குழிக்குள்ள தொழாவுறதும் முணுமுணுக்குறதுமா இருந்தது. கீழ பாத்தா கணக்கிலடங்காற பாம்புக சுருண்டு கெடந்தது. அவனத் தாங்கி நின்ன வேரோட ஒரு நுனிய ஒரு எலி கொறிச்சுக்கிட்ருந்துச்சு. அவனுக்கு அதெல்லாம் பெரிசாத் தெரியல. அவன் ஓரக்கண்ணால வேற எடத்தப் பாக்கும்போது ஒரு தேங்கூடு தெரிஞ்சது. அதச் சுத்தித் தேனீக்களா நடமாடுச்சு. தேங்கூட்லருந்து ஒரு சொட்டுத் தேன் அவன் பெறங்கையில வுழுந்தது. அத ஆவலா நக்கிச் சப்புனான். அப்ப அவனப் பயமுறுத்தீட்ருந்த எந்த ஆபத்தும் நெனவில்ல. ஒரு சொட்டுத் தேனோட ருசியே அவன் நெனவுல இருந்துச்சு. இந்தக் கூத்துத்தான் இப்ப ஒனக்கு நடந்துக்கிட் ருக்கு."

திருதராஷ்டிரன் அழாக்குறையாக வேதனைப்பட்டான்.

"தம்பி விதுரா இதுவரைக்கும் நீ எங் கதையத்தான் பாடுன. உண்ம நெலமைய அறிஞ்சுக்கிறதுக்குக் கண்பார்வ ஒரு பொருட்டே இல்ல. அரமனைச் சொகபோகங்களே காரணமிங்கிறத நான் ஒணந்துக்கிட்டென். இனியும் நான் கட்டிப்போட்ட காவல் நாயா அரமனையக் காத்துக்கெடக்க விரும்பல. இப்போதே எனக்கு வெளி ஒலகத்தக் காட்டு விதுரா."

காந்தாரி பக்கம் திரும்பினான்.

"காந்தாரி என்னோட கௌம்பு. இத்தன நாளா அனுபவிச்ச வேதனையையும் அவமானத்தையும் இங்கயே வுட்டுட்டு வெளியேறுவொம்."

அவள் முழுமனசுடன் சம்மதித்தாள்.

"இதத்தான நான் இத்தன நாளாச் சொல்லீட்ருக்கென். இப்பத்தான் வழி பெறந்துருக்கு."

பெரியவர் எடுத்த முடிவு சரி என்றே குந்திக்குத் தோன்றியது. தானும் வெளியேறும் சமயம் வந்துவிட்டது என்று முடிவுசெய்து அவர்களுடன் புறப்பட்டாள்.

யுதிஷ்டிரன் அவளைத் தடுக்க முயன்றான்.

"அவங்களோட நீ ஏன் போகணும்மா."

"இனிமே நான் இருக்கவேண்டிய எடம் காடுதான் மகனே."

"எங்கள வுட்டுப் பிரிஞ்சு போறதுக்குத்தானா கடுஞ் சொல்லால எங்களச் சூடுவெச்சுத் துரியோதனனோட சண்டபோடச் சொன்ன. ஆகமான மனுசரெல்லாம் அழிக்கச் சொன்ன."

“காரணமில்லாமயா ஒன்னப் போருக்குத் தூண்டுனென். நாடு நகரத்தப் பறிகுடுத்துட்டு நீ சோந்து கெடந்த. அதனால ஒன்னத் தட்டியெழுப்புனென். பாண்டு மன்னன் ஆண்ட நாடு அழிஞ்சுபோயிறக் கூடாது. எம் புள்ளைக பசியோட அலக்கழியக் கூடாது. எம் மருமக பாஞ்சாலி இன்னொரு தடவ சபையில அவமானப்படக் கூடாது. அத நெனச்சு நெனச்சு வெந்துபோயிட்டென். நான் எல்லாச் சொகமும் அனுபவிச்சுப் பழுத்தோஞ்ச மரமாயிட்டென். எம் புள்ளைக போரிட்டுச் செயிச்ச நாட்ட நான் ஆண்டனுபவிக்க விரும்பல. நான் வாழ்ந்து சோர்ந்தவ. சோர்ந்து வுழுந்தவ. வுழுந்து எழுந்தவ. மறுபடியும் வாழ்ந்து சோர்ந்தவ....... அங்கமெல்லாம் இத்துப்போயித் தளந்துட்டென். இனி வாழ ஏலாதுய்யா. என்னக் கர்ணனும் அபிமன்னனும் கடோத்கஜனும் அரவானும் மேல கூப்புடுறாங்க. வழியனுப்பு மகனே.”

தருமன் வழியனுப்பினான். விதுரன் கைத்துணையில் திருதனும் குந்தியின் துணையில் காந்தாரியும் காட்டுக்குக் கிளம்பினர். எப்போதும் திருதனுக்குத் துணையாக இருக்கும் சஞ்சயனுக்குத் தனித்திருக்க முடியவில்லை. அவனும் பின்தொடர்ந்தான். எல்லாரும் வனவாசத்தை முழு மனசுடன் ஏற்றுக்கொண்டனர். கங்கைக் கரையோரம் தபோவனம் அமைத்து திருதன் கடுந்தவம் புரிந்தான்.

விதுரனும் தவநிலைக்கு மாறினான். உண்ணாமல் உறங்காமல் நீர்கூட அருந்தாமல் தவமிருந்ததால் அவன் இளைத்துப்போய்விட்டான். தான் எடுத்த முடிவில் திடமாக இருந்தான். அனைவரும் வற்புறுத்தியும் கேட்பதாக இல்லை.

ஒரு நாள் திடீரென அவனைக் காணவில்லை. காட்டுக்குள் தனியாகத் தவம்புரியச் சென்றுவிட்டான் என நினைத்து அவனைத் தேடவில்லை.

167

தருமன் தன் தம்பியருடனும் அரண்மனைப் பெண்களுடனும் திருதராஷ்டிரனையும்

மற்றவரையும் அவ்வப்போது காட்டுக்குள் வந்து சந்திப்பது வழக்கம்.

காந்தாரியின் மருமக்கள் விதவைக் கோலத்திலும் ஆபரணங்கள் அணிந்து சந்தோசமாக வந்து போவதைப் பார்த்துக் காந்தாரியும் குந்தியும் ஆறுதலடைந்தனர்.

மற்றொரு முறை அஸ்தினாபுரத்து அரண்மனைக்காரர்கள் காட்டுக்கு வந்திருந்தபோது விதுரனைக் காணவில்லை.

தருமன் துடித்துப்போனான்.

விதுரன் எலும்புந் தோலுமாக காட்டில் தனியே அலைந்து திரிவதை அரிதாகவே பார்த்ததாக மக்கள் கூறினர்.

தருமன் உடனே விதுரனைத் தேடிக் காட்டுக்குள் ஓடினான். அவனது ஓலம் காடெங்கும் அதிர்ந்தது.

"அய்யனே ஒங்க அன்புக்குப் பாத்தரமான தருமன் வந்துருக்கென்."

இந்தக் கூக்குரல் நிச்சயம் விதுரனுக்குக் கேட்டிருக்கணும்.

தருமனுக்கு முன்னால் சற்றுத் தொலைவில் ஒரு மெலிந்த உருவம் நடந்துபோவதைப் பார்த்தான். அந்த உருவத்தைப் பின்தொடர்ந்தான். அது அருகிலுள்ள மரத்தில் சாய்ந்தது. தருமன் நெருங்கினான். உருவம் மெல்ல மெல்லத் தெளிந்தது. ஆடையணியாத கோலம். முழுக்கப் புழுதி பூசிய உடம்பு. உலகத்தையே உள்வாங்கி எப்போதும் அமைதி தவழும் அதே முகம். விதுரனேதான்.

தருமன் இன்னும் நெருங்கி ஆதங்கத்துடன் கேட்டான்.

"தந்தையே என்னத் தெரியிதா. நாந்தான் ஒங்க யுதிஷ்டிரன்."

விதுரனின் இமைகள் மெல்லத் திறந்தன. உதடுகள் ஒரு வார்த்தைகூட உதிர்க்கவில்லை. முகத்தில் பாசம் பொங்கியது. கண்களில் நீர் கசிந்தது. மீண்டும் இமைகளைச் சாத்திக்கொண்டான். நெற்றியில் ஒரு புதிய கண் திறந்தது. அதிலிருந்து புறப்பட்ட ஒளி மின்னலெனத் தருமனின் நெஞ்சில் பாய்ந்தது.

"மகனே என் சக்திய ஒனக்குத் தாறென்."

"முழு மனசோட ஏத்துக்கிறென் தந்தையே."

தந்தை மகனுக்கு ஆற்றவேண்டிய கடமை முடிந்த நிறைவுடன் விதுரன் இலக்கற்ற ஏகாந்தப் பயணத்தைத் தொடர்ந்தான். திகைத்து நின்ற தருமன் குரல்கொடுத்தான்.

"தந்தையே என்னையும் கூட்டிப் போங்களேன். ஓங்களோடயே இருக்கத்தான் ஆசப்படுறென்."

விதுரன் திரும்பிப் பார்க்கவில்லை. அவனது வலது கை மட்டும் பின்புறமாக அசைந்து வழியனுப்பியது.

"போய் வா மகனே."

மனசு உடைந்துபோன தருமன் விதுரன் விட்டுச் சென்ற அதே மரத்தில் சாய்ந்தபடி நெடுநேரம் அழுதோய்ந்துவிட்டுத் தபோவனத்தை நோக்கி நடந்தான்.

தபோவனத்தில் அனைவரும் அழுது அரற்றினர். திருதன் தருமனைத் தேற்றி அஸ்தினாபுரத்துக்கு அனுப்பிவைத்தான்.

"யுதிஷ்டிரா சந்தோசமாக வீடு திரும்பு. நீ எங்களுக்கெல்லாம் தகப்பன். ஒனக்கு நான் எவ்வளவோ நன்றிக்கடன்பட்ருக்கென். காலமெல்லாம் அது கடனாவே இருக்கட்டும். அந்தச் சொமைய சொகமாச் சொமந்துக்கிட்டே எங் காலத்த முடிச்சுக்கிருவென்."

"அப்படிச் சொல்லாதங்க. ஓங்களுக்குச் செய்யவேண்டியது எங் கடம."

"அய்யா ஒனக்குச் சொல்லவேண்டியதில்ல. இருந்தாலும் கேட்டுக்கிறணும்னு தோணுது."

"சொல்லுங்கப்பா."

"கடக்குட்டி யுயுத்சுவ இப்பப்போல எப்பயும் கவனிச்சுக்கோ. நமக்குன்னு ஒரு பொண்ணு இருக்குது. தொலவுல இருக்காளேன்னு மறந்துறாத. விதுரன் குடும்பத்துல சிவைவும் களம்பனும் எப்பயோ கண்ணமூடிட்டாக கன்னியா தனிச்சுக் கெடக்கா. காடுகரையெல்லாம் அலஞ்சு திரியிற அவ புள்ளைகள கண்டுபுடிச்சு குடும்பமாக்கி வுட்ருய்யா. தாய்க்குத் தொணையாருக்கும். கர்ணன் குடும்பத்த மறந்துறாத. மருமக்கமாரு ஏற்கெனவே பாதுகாப்பாத்தான் இருக்காக. வேறென்ன சொல்றது. ஒனக்குத் தெரியாறதா."

அவன் அந்தகக் கண்களில் ஊறியிருந்த வென்னிரை மொத்தமாக வடித்துக்கொண்டான்.

168

தபோவன முற்றத்தில் அமர்ந்து திருதராஷ்டிரன் காந்தாரி குந்தி சஞ்சயன் நால்வரும் மரம் செடி கொடிகளில் குலுங்கும் பூக்கோலத்தின் அழகைப் பற்றிப் பேசிக்கொண்டிருந்தனர்.

திருதன் சிலாகித்தான்.

"ஆமாமா எனக்குந் தெரியிது. பூக்கள மொய்க்கிற வண்டுக பாடுற ரீங்காரஞ் சொல்லுதே."

பேச்சுக்கிடையில் திருதனின் நாசித் துவாரங்கள் இரு முறை சுளித்து அடங்கின.

"காந்தாரி ஒங்க கண்ணுக்குத் தெரியாறது எங் காதுக்குத் தெரியிதே. விசித்திரமா இல்லையா. காட்ல எங்கயோ நெருப்புப் பொகையிது. காலையிலருந்து பொக நெடி என் நாசியில நமைக்குது. அதோ பறவைகளோட அச்சக் கூச்சல் கேக்குது. அபயக் குரல் அலறுது. நம்ம தங்கியிருக்கிற கரையோரத்துலதான் எங்கயோ நெருப்புப் பத்தியிருக்குது. அத என்னன்னு பாருங்களேன்."

சஞ்சயன் சற்றுத் தொலைவுக்கு ஓடித் திரும்பினான்.

"நீங்க சொன்னது சரிதான் அரசே. கால் யோசன தூரத்துல காட்டுத் தீ பத்தி எரியிது."

காந்தாரியும் குந்தியும் எழுந்து பார்த்தனர். எதிரே கரும்புகை மண்டலம் திரண்டு வந்துகொண்டிருந்தது.

சற்று நேரத்துக்கெல்லாம் புகையின் நடுவே நெருப்புப் பிழம்பின் அரவ நாக்குகள் காட்டை வளைத்துப் பிடித்து விழுங்கி ஏப்பமிட்டபடி நெருங்கிக்கொண்டிருந்தன. திருதன் பதற்றமடையவில்லை. காந்தாரியின் கைகளை வருடினான்.

"இந்தக் கைகதான காலம் முழுக்க என்ன ஒன்னோட சேத்திருந்துச்சு. எப்ப மரணம் சம்பவிக்கும்னு காத்துருக்கிறதும் புள்ளைக வந்து போறதும் பழைய நெனவுகள அசபோட்டுக் கொமட்டிக்கிறதும்... இது எல்லாமே எனக்கு அலுத்துப்போச்சு காந்தாரி. அதோ நெருப்பு என்ன நெருங்குது. என்ன அழைக்குது. நான் போறென். நீங்க மூணு பேரும் நதியக் கடந்து ஒங்களக் காப்பாத்திக்கங்க."

திருதன் எழுந்தான். நெருப்பு வரும் திசையை அவனால் கேட்கவும் நுகரவும் முடிந்தது.

காந்தாரி அவன் கைகளை இறுகப் பற்றிக்கொண்டாள்.

"காலமெல்லாம் ஒங்களப் பத்திப் புடிச்சிருந்த கைகளுக்கு இப்பயும் எப்பயும் பிரிவே இல்ல. நீங்க நடக்கிற பாதையிலயே பின்தொடர்வென்."

குந்தி குமுறினாள்.

"நான் வாழாற வாழ்க்கையா. அனுபவிக்காற சொகமா. எல்லாம் அனுபவிச்சிட்டென். ஒங்களப் பிரிஞ்சு என்னால இருக்கமுடியாது. நீங்களே தஞ்சம்னு வந்தவளத் தனியாத் தவிக்க வுட்றாதங்க. நானும் ஒங்களோட வாறென்."

அவளும் எழுந்து காந்தாரியின் கைகளைப் பற்றிக்கொண்டாள்.

எவ்வளவோ எடுத்துக்கூறியும் சஞ்சயன் கேட்கவில்லை. ஊருக்குத் திரும்ப மறுத்துவிட்டான். ஓடிப்போய் திருதனின் கைகளை இறுகப் பிணைத்துக்கொண்டான்.

"அரசே எண்ணைக்காவது ஒங்கள நான் பிரிஞ்சதுண்டா. நகமுஞ் சதையுமாருக்கிற நம்மள எதனாலும் பிரிக்கமுடியாது. ஒங்களோடதான் எங் கணக்கும் முடியணும். வாங்க எல்லாரும் கெளம்புவொம்."

மூவரும் புறப்பட்டனர். இறுதிக் கணத்தில் திருதனை விதுரனின் நினைவு வாட்டியது.

'தம்பீ விதுரா எங்களக் காட்ல தவிக்கவுட்டுட்டு எங்கய்யா போயிட்ட. ஒங் கொரலக் கேக்காம மனசு என்ன பாடு படுது தெரியுமா. சொல்ல முடியாற அளவுக்கு வலிக்குதுய்யா. இனிமேலும் தாங்காது. அதனால நாங்க நாலு பேரும் நல்ல முடிவெடுத்துட்டொம். இப்ப மரணத்தத் தேடிப் போய்க்கிட்ருக்கொம். கிட்ட நெருங்கீட்டொம். மரணத்துக்கு முன்னால ஒன்னச் சந்திச்சு நாலு வார்தையாச்சும் பேசணும்னு மனசு கெடந்து அடிச்சுக்கிருது.

நீ வரலயே...... எனக்கு நல்லாத் தெரியும். எங்கருந்தாலும் நீ சிரஞ்சீவியா இருப்ப. ஒனக்கு எப்பயும் மரணமில்ல.

இந்த அந்தக மடையனுக்கு அப்பப்பப் புத்தி சொல்லி அஸ்தினாபுரத்த வழிநடத்துனதே நீதான்யா. எனக்குக் கண்ணு குருடு. காதையும் செவுடாக்கிக்கிட்டென். யாரப் பழிவாங்குற வைராக்கியத்துல காந்தாரி கண்ணக் கெட்டிக்கிட்டான்னு தெரியல. வெளி ஒலகத்து நடவடிக்கைகளப் பாத்துருந்தா புள்ளைகளக் கட்டுப்படுத்திக் கட்டுக்கோப்பா வளத்துருக்கலாமே.

புடிவாதமா இருந்துட்டா. ரெண்டு பேரோட கவனிப்பும் இல்லாமப் புள்ளைக காட்டுச் செடியா வளந்துருச்சு. இந்தச் சாக்குல சகுனி ஊட நொழஞ்சு மூத்தவனக் கைக்குள்ள போட்டுக்கிட்டான். அவனோட போதனைக்கெல்லாம் ஆடி குருவம்சம் அழிஞ்சு மண்ணோட மண்ணாகிப்போச்சே. நாதியில்லாம நடுக்காட்டுக்குள்ள கெடக்கிற நெலமையாயிருச்சு.

எனக்கு வாரிசுன்னு சொல்லிக்கிறதுக்குக் கடக்குட்டி சூத புத்திரன் யுயுத்சு ஒருத்தந்தான் இருக்கான். தருமங்கிட்ட தஞ் சமடஞ்சுதுனால அவன் தப்பிச்சான். அவனாச்சும் எனக்குப் பிதிர்க்கடன் செய்யக் குடுத்துவச்சிருக்கே. அதுவே சந்தோசம்.

அனலை முன்னறிவித்தபடி நெருப்பு நெருங்கிக்கொண்டிருந்தது. கனன்று வரும் நெருப்பை அவர்கள் நிமிர்ந்தபடி சமீபித்திருந்தனர்.

குந்தியின் நெஞ்சுக்குள் குமுறிக்கொண்டிருந்த அந்தரங்கப் பேழையும் நெருப்பில் எரிந்துபோகும். அதனுள் புதைந்திருந்த அந்தரங்கங்களும் அவளுடன் கரிந்துவிடும்.

169

எல்லையற்ற வானத்தை இலக்கற்று வெறித்திருந்தான் கிருஷ்ணன். வெகு தொலைவில் கடலுக்கு நடுவே மலைகள் சூழ்ந்த அழகிய துவாரகை நகரம் மனசில் நிழலாடியது.

அங்கே யாதவர்கள் கவலையின்றிக் களிப்புடன் வாழ்ந்த காலமும் உண்டு. எதிரிகளின் இன்னல்கள் கிடையாது. பிறருக்கு அஞ்சத் தேவையில்லாத இனிய வாழ்க்கை.

பாரதத்தைப் பாண்டவரும் பாஞ்சாலர்களும் யாதவர்களும் ஆண்டுவந்தனர். எங்கும் பிணைப்பான ஒற்றுமை நிலவியது.

இயற்கைச் சீற்றங்களால் பாதிப்புக்குள்ளாகாத நகரம் துவாரகை. வெகு காலத்துக்கு முன் நடந்த குருச்சேத்திரப் போரில் நேர்ந்த சேதத்தின் சோகந்தான் இன்னும் நகரெங்கும் கவிந்திருந்தது. அந்த அமைதி யாதவர்களைப் பாதுகாத்து வந்தது. ஓடி ஓடி உழைத்துப் பொருள் தேடவேண்டிய அவசியமில்லை. உடலுக்கும் உள்ளத்துக்கும் கிடைத்த ஓய்வு அவர்களை ஓயாத கேளிக்கைகளில் ஈடுபடுத்தியது. வீண் ஜம்பங்களிலும் விவாதங்களிலும் நாளும் பொழுதும் கழிந்தன.

யாதவர்களின் நந்தவனமாக இருந்த துவாரகை சிதைந்து சீரழிந்து மண்மேடாகிப்போனது. அந்த மயானக் கோலத்தைச் சகிக்க முடியவில்லை. மனசில் உதிரங் கொட்டியது.

கிருஷ்ணன் கண்ணின் ஈரக்கசிவைத் துடைத்துக்கொண்டான். எதிரில் அமர்ந்திருந்த அர்ச்சுனன் அவனது சோகங் கண்டு துடித்துப்போனான்.

“என்ன மச்சான் மொகவாட்டமாருக்க.”

“ஒண்ணுமில்லடா.......”

“ஒண்ணுமில்லன்னா கண்ணு ஏன் கலங்குது. அதான் மனசிலருக்கிறது மொகத்துல தெரியிதே.”

“எங்க பயகளப் பத்தி நெனச்சுப் பாத்தென். அவங்க அடிக்கிற கூத்தும் கும்மாளமும் அட்டூழியமும் பாக்கச் சகிக்கல.”

“ஏன் மச்சான் அப்படி.. ஓம் புண்ணியத்துல நல்லாத்தான இருக்காங்க.”

“அதுதான் எல்லாத்துக்கும் காரணம். குண்டி கொழுத்துருச்சில்ல. அப்பறக் குப்பறப் பாஞ்சு ஆட்டம் போடுறான். ராவும் பகலும் குடிதான். கூத்துத்தான். சண்டைக்குக் கேக்கணுமா. எங்க பாத்தாலும் அடிதடிதான். எங்களால அவங்க வெவகாரத்தத் தீத்துவச்சு முடியல.”

“நெலம அவ்வளவுக்கு மோசமாயிருச்சா.’

அவர்களுக்கு நடுவே மதுக்கலயமும் மான்கறி வறுவலும் தீண்டாப் பண்டங்களாக அமர்ந்திருந்தன. அவற்றைப் புதிதாகப் பார்த்த கிருஷ்ணனின் முகத்தில் விரக்தி படர்ந்திருந்தது.

“அடே நான் குடிய வுட்டு ரெம்ப நாளாச்சுடா.”

“நெசமாத்தான் சொல்றயா.”

“ஆமடா. அதக் கண்டாலே கொமட்டிக்கிட்டு வருது.”

“அத நீயே வுட்டுட்டப் பெறகு நான் தொடுறதுல அர்த்தமில்ல.”

அர்ச்சுனன் மதுக்கலயத்தையும் மான்கறியையும் நதியில் வீசியெறிந்தான். இருவரும் அர்த்தமுடன் சிரித்துக்கொண்டனர்.

“ஒனக்கு ஒண்ணு தெரியுமாடா. நடக்கிற அநியாயத்தப் பாத்துப் பலராமண்ணனே குடிக்கிறத வுட்டுட்டான்.”

“ஆச்சரியமாருக்கே. அவனுக்குக் கள்ளுதான சாப்பாடு. அவனே வுடுற அளவுக்கு எடையங்களோட அட்டகாசம் தாங்கமுடியலையா.”

“அட்டகாசம் கொஞ்சமா நஞ்சமா. அதுலயும் எனக்கு வாச்சிருக்கே ஒரு புள்ள சாம்பவதி பெத்த அழகேந்திரன்.”

“யாரு சாம்பனச் சொல்றயா. அவன் நல்லவனாச்சே.”

“அவன் நல்லவன்னு நீதான் மெச்சிக்கிறனும். அவன் சாம்பன் இல்லடா. வீம்பன். தான் பரம அழகன்னு நெனப்பு. எப்பப் பாத்தாலும் பொம்பளைக தேங்கொளவி மாதிரி அவனச் சுத்திச் சுத்தி வருவாக. அதுகளப் பாத்து அவன் கண்ணச் சொழட்ற சொழட்லயே கெறங்கடிச்சுருவான். இனிக்க இனிக்கப் பேசி மயங்க வச்சுருவான்.”

“அப்பனுக்குப் புள்ள தப்பாமப் பெறந்துருக்கு. நம்ம அடிக்காற கூத்தா.”

“அதச் சொல்லு. வெத ஒண்ணு போட்டா செடி ஒண்ணா மொளைக்கும்.”

“மச்சானுக்கு அதான் கோவமா. வாலிப முறுக்குல எல்லாம் அனுபவிச்சிட்டுத்தான் போகட்டுமே. நீ ஏன் அதக் கண்டுக்கிற.”

“அதுலயும் கள்ளு உள்ள எறங்கீருச்சுன்னா அவன் கொட்டந் தாங்காது. பொட்டச்சிகளோட வாயடிச்சு வம்பளக்கிறதுதான் அவன் வேல. இத்தனைக்கும் வீட்ல பொண்டாட்டியும் புள்ளையும் இருக்கு. அதப்பத்தி அவனுக்குக் கவலையேயில்ல.”

“ஒரு பொண்டாட்டிதான் இருக்கான்னு சந்தோசப்பட்டுக்கோ. நம்மளப் போல ஊரூருக்கு வச்சுக்கிறலயே. அந்தமட்டுக்கு ஓம் மானத்தக் காப்பாத்தியிருக்கானே. அது பெரிய காரியம்.”

“அந்த ஒரு பொண்டாட்டியையும் அவன் செறையெடுத்துட்டு வந்த கததான் ஓனக்குத் தெரியுமே. போயும் போயும் துரியோதனன் மடியில கை வச்சாச் சும்மாருப்பானா. கண்ணுக்கு முன்னால அவன் மகளத் தூக்கீட்டு வாறத வேடிக்க பாத்துக்கிட்ருக்க முடியுமா.”

“அது பெரிய தொறட்டுல்ல.”

“சிக்கலுன்னா ஒரு வெதத்துலயா. பலராமண்ணன் போயித் துரியோதனன் அரட்டி மெரட்டியில்ல புருசன் பொண்டாட்டியக் கூட்டீட்டு வந்தான்.”

"பெரிய மச்சான் புண்ணியங்கட்டிக்கிட்டான்."

"அப்பயும் சாம்பன் சும்மாருந்தானா....... இந்தக் கதையைக் கேளு. ஒரு சமயம் நாரத முனி பிரபாசதீத்தத்துக்கு வந்துருந்த சாக்குல ஒரெட்டு என்னையும் பாத்துட்டுப் போகலாம்ன்னு தோணியிருக்கு. சீடப் புள்ளைகளோட இங்க வந்துட்டாரு. அவரு எல்லாந் தெரிஞ்ச பெரிய அறிவாளியாச்சே."

"ஆமாமா. அவரால மூட்டி வுடவும் தெரியும். கூட்டிவைக்கவும் தெரியும். வாயிதான் அவருக்கு வலுவான ஆயுதம்."

"ஊரு ஒலகத்துல நடக்கிற சங்கதியெல்லாம் ஒரே மூச்சுல கொட்டித் தீத்துருவாரு. அததுக்கு ஆலோசன சொல்வாரு. வழக்கத் தீத்துவப்பாரு. அவரு வந்துட்டா எங்க எடையங்களுக்கு ஒரே கொண்டாட்டந்தான். அவரு திரும்பிப் போறவரைக்கும் வுட்டுப் பிரியமாட்டாங்க."

"எல்லா எடத்துலயும் அந்தக் கததான்."

"அவரு நேர என்னத் தேடி வீட்டுக்கு வந்துட்டாரு. எம் பையன் பிரத்யும்னனோட கூடியிருந்த எல்லா எளவட்டங்களும் வேடிக்க வெளையாட்ட வுட்டுட்டு ஓடி வந்து அவர வணங்குனாங்க. அவரப் பாத்த சந்தோசத்துல நானும் அவசரமா வந்து வணங்குனென். "

"அவரு குளுந்துபோயிருப்பாரே."

"அதான் இல்ல. உள்ளுக்குள்ள சந்தோசம் இருந்தாலும் அத வெளிக்காட்டிக்கிறல. எதையோ பாத்தபடி கசப்பக் கொமட்ன மாதிரி முழிச்சாரு."

"அப்படியென்ன கசப்பு."

"நானும் அந்தப் பக்கம் தற்செயலாத் திரும்பிப் பாத்தென். பாத்தா எம் புத்திரன் சாம்பன் வயசுப் பொண்ணுகளோட கொஞ்சிக் கொலாவிக்கிட்ருக்கான். அக்கம்பக்கம் பாக்குறதுக்குக் கூட அவனுக்கு நேரமில்ல."

"அவ்வளவு மும்மரம். பெறகெங்க நாரத முனியத் திரும்பிப் பாப்பான்."

"கள்ளு மயக்கம் கண்ண மறச்சிருச்சு. பொட்டச்சிகளுக்கு அவன் மேல அவ்வளவு புடிப்பு. ஒவ்வொருத்தியும் அலங்கோலமான நெலையில ஆடையவுந்ததுகூடத் தெரியாம அவன ஆலிங்கனம் செஞ்சுக்கிட்டு அட்டகாசம் பண்றாக. பருத்த மார்பும் கொழுத்த புட்டமும் மின்னலா மினுங்கிற மேனியும்....... அந்த அலங்கோலத்த

என்னாலயே சகிக்கமுடியல. ஒவ்வொருத்தி கையிலயும் மதுக்கிண்ணம்."

"முனிவருக்கு அருவருப்பா இருந்துருக்கும்."

"சாம்பன் அவரக் கண்டுக்கிறவேயில்ல. அவனோட நடவடிக்க அவருக்கு ஆத்ரத்தக் கௌப்பீருச்சு."

"மரியாதக் கொறச்சலா நடந்துக்கிட்டவனத் தண்டிக்காம அவரு மனசு ஒறங்காதே."

"ஊருக்குள்ள பேச்சுப் பழக்கத்தையெல்லாம் முடிச்சிட்டுக் கௌம்பும்போது என்னத் தனியாச் சந்திச்சுப் பேசுனாரு. கிருஷ்ணா ஓங்க குலத்துல ஒரு களங்கம் இருக்குறத நெனச்சாக் கவலையாருக்கு. அப்படின்னு ஒரு வார்த்தைய வுட்டாரு. எனக்கு ஆச்சரியமாப் போச்சு. களங்கமா அப்படியொண்ணும் எங் கண்ணுல படலையேன்னு சொன்னென்."

"அதான பாத்தென். ஒரு வெதையப் போட்டுட்டுப் போனா தானா மொளைக்கப்போகுது."

"நாரதர் சிரிச்சுக்கிட்டாரு. ஓங் கண்ணுல பட்டுருந்தா நான் எதுக்குச் சொல்ல வாறன்னு ஒரு போடு போட்டாரு."

"சரி."

"சாம்பந்தான் அதுக்குக் காரணம்னு அடிச்சுச் சொன்னாரு. அப்பயும் என்னால நம்பமுடியல. சாம்பனா. யதுகுலத்துல அவனுக்கெதிரா எந்த அவச்சொல்லும் இல்லையே. அவங்கிட்ட எல்லாரும் பிரியமாத்தான இருக்காங்க. அப்படின்னு நான் சொன்னென். அவரு கபடமாச் சிரிச்சாரே பாக்கலாம். ஆமாமா. எல்லாருக்கும் பிரியமானவந்தான். ஒன்னோட பதினாறாயிரம் பொண்டாட்டிமாருக்கு இன்னும் பிரியமானவன். ஒனக்குப் பிரியமான பொண்ணுக ஓம் மகனோட ஒறவுக்கு ஏங்குறது பெரிய பாவமில்லையா. அப்படின்னு ஒரு கதையக் கொண்டுவந்தாரு."

"குசும்பப் பாரு. நீ என்ன சொன்ன."

"அது பாவந்தான். ஓங்க வார்த்தைய நம்பமுடியலையேன்னு சொல்லிச் சமாளிச்சென்."

"அதோட ஆள வுடுவாராக்கும்."

"அவருக்கு வந்ததே கோவம். பொண்ணுக மனசப் பத்தி ஒனக்கு அம்புட்டும் தெரியுமோன்னு குதிச்சாரு."

“நீயும் குதிச்சிருப்பயே.”

“அடப் போடா. அவர மொறச்சுக்கிட்டா வம்பு. நான் கட்டிக்கிட்ட எட்டுப் பேரு மேலயும் எனக்குக் கொஞ்சங்கூடச் சந்தேகமில்ல. மத்தவங்களப் பத்தி இப்போதைக்கு எதையும் நம்பமுடியல. அவங்க நடவடிக்கைகளக் கண்காணிச்சாத்தான் ஒரு முடிவு வரும்னு சொல்லீட்டென்.”

“அப்பயாச்சும் பேச்ச வுட்டாரா.”

“ருசு கெடச்சா நம்புவ இல்லையான்னு கிண்டலாக் கேட்டாரு. சந்தர்ப்பம் வரும்போது ஒன்னச் சந்திக்கென். வரட்டுமா கிருஷ்ணான்னு பொசுக்னு சொல்லீட்டு நடையக் கட்டீட்டாரு. நானும் ஆளவுட்டாப் போதும்னு சந்தோசமா வழியனுப்பிவச்செஜ்.”

“அவரு எண்ணைக்கு ஒன்ன மறுபடியும் தேடி வரப்போறாரோ. எச்சரிக்கையா இருந்துக்கோ மச்சான். அவருட்ட மட்டும் வம்பு வச்சுக்கிறாத. வா கௌம்புவொம். அவரு கதையப் பேசுறதுக்கு ஒரு நாள் காணாது.”

170

நாரத முனி பின்பொரு முறை துவாரகைக்கு வந்து தங்கியிருந்தான். அவன் மனசு சதா கறுவிக்கொண்டிருந்தது.

“என்ன அவமானப்படுத்துன சாம்பனச் சும்மா வுடமாட்டென். தண்டிச்சே தீருவென்.”

அதே சமயம் சாரணன் தலைமையில் யாதவ இளைஞர் கூட்டம் நாரத முனியைப் பரிகசிக்கத் திட்டம் வகுத்துக்கொண்டிருந்தது. சாரணன் திட்டத்தைச் சொன்னான். சாம்பனைப் பெண் வேடம் அணியச் செய்து நிறைமாதச் சூலியாக அலங்கரித்து முனியிடம் அழைத்துச்சென்றனர். சாம்பன் கர்ப்பக் கிறக்கத்தில் மூச்சுத் திணறி முகஞ் சுளித்து அபாரமாக நடித்தான்.

எல்லாரும் முனியை வணங்கினர். சாரணன் பவ்வியமாகக் கேட்டான்.

“மாமுனியே இவ பப்புருவோட மனைவி. கர்ப்பமாருக்கா. இவளுக்கு என்ன கொழந்த பெறக்கும்னு பாத்துச் சொல்லுங்க அய்யனே.”

சாம்பன் நாணிக் கோணியபடி வயிற்றுப் புடைப்பைத் தடவிக்கொண்டான்.

முனிக்கு அவர்களின் கெட்ட நோக்கம் புரிந்துவிட்டது. கோவத்தை அடக்கிக்கொண்டு சொன்னான்.

“என்ன கொழந்த வேணும்.”

“நாங்க கேட்டது கெடைக்கவா போகுது. நீங்கதான் கருண காட்டணும்.”

முனியால் சினத்தை அடக்க முடியவில்லை.

“கருணையா காட்டணும். இந்தப் பொண்ணுக்குக் கோரமான இரும்பு ஒலக்கதான் பெறக்கும். கொண்டுபோயி கிருஷ்ணங்கிட்டக் குடுங்க. பேரப்புள்ளைய அள்ளிக் கொஞ்சட்டும்.”

“சுவாமி இதென்ன சாபம்.”

“என்னையா ஏமாத்துறீங்க. இந்தப் பொட்டப்பயலுக்குப் பெறக்கப்போற ஒலக்கையால யாதவக்குலமே அழியப்போகுது.”

முனிவன் யாரிடமும் சொல்லாமல் கொள்ளாமல் நகரைவிட்டுக் கிளம்பிவிட்டான்.

மறு நாள் சாம்பனுக்குத் தொடைவழியாக இரும்புலக்கை பிறந்தது. அவன் அச்சத்தில் மிரண்டுபோனான். நாரத முனியைத் திட்டிக்கொண்டே உலக்கையைச் சுக்கு நூறாக உடைத்து கடலுக்குள் எறிந்துவிட்டான். அப்போதைக்குச் சிக்கல் தீர்ந்தது.

உலக்கைத் துண்டுகள் கடலில் கரையொதுங்கிக் கோரைப் புல்லாக முளைத்தன. அவை வளர்ந்து யாதவர்களைப் பதம் பார்க்கத் தருணம் பார்த்திருந்தன.

எல்லாக் கேடுகளுக்கும் மதுதான் காரணம் என்பதை உணர்ந்த கிருஷ்ணனும் பலராமனும் சேர்ந்து ஒரு புதிய திட்டத்தை உருவாக்கினர். அதன்படி யாதவர்கள் யாரும் கள் சாராயம் அருந்தக்கூடாது. பிற மதுபானங்களையும் தொடக்கூடாது. மீறி நடந்துகொண்டால் சுற்றத்தாருடன் சூலத்தில் ஏறணும்.

இத்திட்டம் ஊர்மக்களுக்குத் தமுக்கடித்து அறிவிக்கப்பட்டது. கொஞ்ச நாள் கட்டுப்பாட்டில் அமைதி நிலவியது. பிறகு மக்கள்

கட்டுப்பாட்டை மீறிவிட்டனர். சண்டை சச்சரவு அதிகரித்தது. மதுமயக்கம் மீண்டும் அடிதடியில் கொண்டுபோய் நிறுத்தியது.

கிருஷ்ணன் மிகுந்த வேதனைக்குள்ளானான். அர்ச்சுனனிடம் விரக்தியில் அரற்றினான்.

“எம் பங்காளிகளப் பத்தி நெனச்சாத்தான் வெறுப்பாருக்கு.”

“ஏன் மச்சான்.”

“சொத்து வேணும் சொத்து வேணும்னு நச்சரிச்சு மனுசன ஒறங்கவுடல. சரி எப்படியும் போங்கன்னு எஞ் சொத்துல பாதியப் பகிர்ந்து குடுத்துட்டென். அப்பயும் அவங்களுக்குத் திருப்தியில்ல. சுடுசொல்லால என்னத் திட்டிக்கிட்டே இருக்காங்க. அத்தனையும் சகிச்சுக்கிட்டு ஊமையாக் காலங் கழிக்கென்.”

“ஒருவேள திட்டித்திட்டி முழுச் சொத்தவும் அமுக்கலாம்னு பாக்காங்களோ.”

“அதெப்படிக் குடுக்கமுடியும். எனக்குன்னு குடும்பம் புள்ள குட்டிகன்னு இருக்காங்கல்ல. வந்தது வரட்டும். பொறுத்துருந்து பாப்பொம்.”

171

நாரத முனிக்கு இன்னும் மனசு ஆறவில்லை. சாம்பனின் அலட்சியத்தை மறக்க முடியவில்லை. தன் பேச்சைக் கிருஷ்ணன் நம்பாத உறுத்தல் வேறு.

யோசித்துப் பார்த்தால் எல்லாரிடமும் கர்வம் இருக்கத்தான் செய்கிறது. கிருஷ்ணனும் இதுக்கு விதிவிலக்கல்ல. மாமனிதன்கூட எப்போதும் மாமனிதனாக இருப்பதில்லை. அவனிடமும் சாதாரண மனிதனுக்குரிய குறைகள் இருப்பது இயல்புதானே.

நாரத முனி பிறிதொரு சமயம் துவாரகைக்குத் திரும்பி வந்தான். ஊரை விட்டுப் புறப்பட்டுப் போவதாகப் போக்குக் காட்டிவிட்டு இடையில் எங்கோ தங்கித் தக்க தருணத்துக்காகக் காத்திருந்தான். இப்போது துவாரகைக்கு வந்ததும் ரைவத மலையின் மேல் அமைந்திருந்த கிருஷ்ணனின் உல்லாசப் பூங்காவுக்குச் சென்றான். செடி கொடிகளும் மரங்களும் பூத்துக் குலுங்கும் அழகான சோலை.

அவன் சற்றுத் தொலைவிலிருந்து உற்றுக் கவனித்தான். அங்கிருந்த தடாகத்தில் கிருஷ்ணன் பட்டத்து ராணிகளோடும் காதல் கிழத்திகளோடும் நீர் விளையாட்டில் திளைத்திருந்தான். அவனைச் சூழ்ந்து அன்னங்களாக நீந்தும் இளம் பெண்கள். சிலர் மது மயக்கத்தில் பிதற்றினர். அவர்களது கும்மாளம் பூங்காவெங்கும் பரவியது.

காதல் கிறக்கத்திலும் மது மயக்கத்திலும் தன்னிலை மறந்து தண்ணீரில் நீந்தும் பெண்களின் ஆடைகள் சீர்குலைந்து அனேகமாக அவிழ்ந்துபோயிருந்தன. நிர்வாண நிலை பற்றிய உணர்வே இல்லாமல் நீந்திக் குளித்தனர்.

நாரத முனியின் மனம் திட்டமிட ஆரம்பித்தது. நகருக்குள் இருக்கும் கிருஷ்ணனின் அரண்மனையை நோக்கி நடந்தான். அரண்மனையை அடுத்த பூங்காவில் சாம்பன் தன் காதலிகள் புடைசூழ நடுவே தாமரையாக மலர்ந்திருந்தான்.

அவனைப் பார்த்ததும் நாரத முனியின் திட்டம் வேலைசெய்யத் தொடங்கியது. நெருங்கிப் போய் நின்றான்.

"சாம்பா ஒனக்கு நான் தொந்தரவு குடுக்க விரும்பல. ஒந் தந்தை இப்ப ரைவத மலப் பூங்காவுல இருக்காரு. ஒன்னச் சந்திக்கணுமாம்."

சாம்பன் அனிச்சையாகத் தன்னிலைக்கு வந்துவிட்டான். முனிவர் பொய் சொல்ல மாட்டாரே. தந்தையின் உல்லாசப் பூங்காவுக்கு விரைந்தான். ஆடவர் எவரும் நுழையமுடியாத அந்தப் பூங்காவில் தன் மகனைப் பார்த்ததும் கிருஷ்ணன் அதிர்ச்சியுற்றான். சாம்பனைக் கண்டதும் ஈரப் பெண்களுக்கு உற்சாகம் கரைபுரண்டது. காமவெறிக் கொந்தளிப்பில் கிருஷ்ணனைப் பொருட்படுத்தாமல் சாம்பனின் அழகைப் பற்றிப் பிரஸ்தாபிக்கத் தொடங்கினர்.

நாரத முனி தன் திட்டத்தின் முதல் படியைத் தாண்டிவிட்டான்.

கிருஷ்ணனின் ராணிகள் ருக்குமணி சத்தியபாமா ஜாம்பவதி மூவரும் திகைப்பில் தலைகுனிந்தனர். அவர்களிடம் எந்தப் பண்பற்ற தன்மையும் தென்படவில்லை.

இதுவரை ஒளிந்திருந்து கவனித்த நாரத முனி கிருஷ்ணனின் முன் பிரசன்னமானான். பெண்கள் அவனை வணங்குவதை விடச் சாம்பனுக்குத் தங்கள் உடலழகைக் காட்டுவதிலேயே அதிக ஆர்வங்கொண்டிருந்தனர். மது மயக்கம் அதுக்கு அனுசரணையாக இருந்தது.

கிருஷ்ணன் கோவத்தில் பெண்களை முறைத்துப் பார்த்தான். நாரதனின் பார்வை கிருஷ்ணனிடம் தெளிவாகச் சொல்லியது.

"பாத்தயா கிருஷ்ணா நான் சொன்னபடி நிரூபிச்சிட்டேன். இனி நீதான் முடிவெடுக்கணும்."

கிருஷ்ணன் வெறுப்புடன் பெண்களைப் பார்த்தபடி சாபச் சொற்களை உதிர்த்தான்.

"நீங்க எனக்கு மனைவிகளாருந்தும் காம வெறியில வேசிகளப்போல பண்பில்லாம நடந்துக்கிட்டீங்க. அதனால நீங்க என் மரணத்துக்குப் பெறகு கொள்ளக்காரங்ககிட்ட அகப்பட்டுச் சீரழிவீக."

சாபம் பெற்ற பெண்கள் கண் கலங்கி அழத் தொடங்கினர். கிருஷ்ணனிடம் மன்னிப்புக் கேட்டுக்கொண்டு அரண்மனைக்கு நடந்தனர். சாபத்துக்குள்ளாகாதவர்கள் ருக்குமணி ஜாம்பவதி சத்தியபாமா இந்த மூன்று ராணிகள் மட்டுமே. பூங்காவெங்கும் நிலவிய பெருஞ்சோகம் அந்த மூவர் மனசிலும் கவிந்திருந்தது.

இப்போது அச்சமும் திகைப்புமாகத் தலைகுனிந்து நின்ற சாம்பனின் பக்கம் கிருஷ்ணன் திரும்பினான். மகனின் அபரிமிதமான அழகு தந்தையின் கோவத்தை மேலும் கிளறியது. பொறாமை தன்னறியாமல் மனசுக்குள் பற்றி எரிந்தது.

"பொண்ணுகளோட மனச வெறிக்குள்ளாக்கின ஒன்னோட அழகு அழியட்டும். தொழுநோய் ஒன்னப் பத்திக்கொள்ளட்டும்."

நடுநடுங்கிய சாம்பன் தந்தையிட்ட சாபமூட்டையைச் சுமந்தவாறு மனைவி லட்சுமணையிடமும் நகர மக்களிடமும் விடைபெற்றுக்கொண்டு கால் போன போக்கில் நடக்கத் தொடங்கினான்.

வெற்றிக் களிப்பில் நாரத முனி கண்களில் குறும்பு துள்ள கிருஷ்ணனிடம் விடை பெற்றுக்கொண்டான்.

"வரட்டுமா கிருஷ்ணா."

172

விதர்ப்ப நாட்டு மன்னன் பீஷ்மகனின் மூத்த மகன் ருக்குமிக்கு ருக்குமவதி என்றொரு பெண் இருந்தாள். அவளுக்குச்

சுயம்வரம் நடந்தது. அப்போது அவள் ருக்குமணியின் மகன் பிரத்யும்னனைச் சந்தித்தாள். அவனது கொள்ளை அழகில் மனசைப் பறிகொடுத்தாள். சொந்த அத்தை மகனாயிற்றே.

ருக்குமி தன் தங்கைமீது கொண்ட பாசத்தால் அவளது விருப்பத்தை நிறைவேற்றினான். பிரத்யும்னன் ருக்குமவதியைக் கைப்பிடித்தான்.

ருக்குமணியின் மகள் சாருமதி கிருதவர்மனின் மகன் பலியை மணந்துகொண்டாள்.

ருக்குமியின் பெண் வயிற்றுப் பேரனான அனிருத்தனுக்கும் மகன் வயிற்றுப் பேத்தியான ரோசனைக்கும் திருமணம் நடந்தது. திருமண விழாவில் கிருஷ்ணன் பலராமன் பிரத்யும்னன் போன்ற பலரும் கலந்துகொண்டனர். திருமணச் சடங்குகள் முறையாக நடந்தேறின. அனைவரும் போஜகடகத்திலிருந்து துவாரகை சென்றனர்.

கேளிக்கைகளுக்குக் குறைவில்லை. சதுரங்கம் சூதாட்டம் போன்ற விளையாட்டுக்களில் விருந்தினர் திளைத்துக் களித்தனர். இந்தச் சந்தர்ப்பத்தில் கலிங்க நாட்டு மன்னன் காளியங்கன் ருக்குமியிடம் வந்து காதில் ஓதினான்.

“பலராமன் சூதாட்டத்துல ரெம்ப ஆர்வமுடையவன். ஆனா சரியா ஆடத் தெரியாது. அவனோட ஆடுனா சுளுவாச் செயிச்சிறலாம். அவன அவமானப்படுத்துறதுக்கு இது நல்ல சந்தர்ப்பம். நழுவவுட்றக் கூடாது.”

ருக்குமி சினேக பாவத்தில் பலராமனைச் சூதாட்டத்துக்கு அழைத்தான். கிருஷ்ணனிடமிருந்து தன் உயிரைக் காப்பாற்றியவன் பலராமன்தான் என்பதை வசதியாக மறந்துவிட்டான். அவனது உள்நோக்கத்தை அறியாத பலராமன் சூதாட்டத்துக்கு ஒத்துக்கொண்டான்.

காளியங்கன் ருக்குமி ஒரு பக்கமும் பலராமன் மறு பக்கமுமாக ஆட்டம் களைகட்டியது. ஆயிரம் லட்சம் கோடிக் கணக்கில் பொன்னைப் பந்தயமாக வைத்துத் தோற்றான் பலராமன். அவன் வெற்றி பெற்றாலுங்கூட எதிராளிகள் அதைத் தோல்வியாகவே அறிவித்து அவனை ஏமாற்றி அவமானப்படுத்தினர். அவர்களின் சுயரூபத்தை அறிந்துகொண்ட பலராமனால் எதையும் செய்ய முடியாத நிலை. சமயம் பார்த்து ருக்குமி பலராமனை ஏளனமாகப் பேசினான்.

“அரச வம்சத்துக்காரங்களுக்குத்தான் ஆயுதமேந்திப் போர் செய்யவும் சொக்கட்டான் ஆடவுந் தெரியும். ஒங்களப் போல எடையங்களுக்குத் தெரியாது. ஆடுமாடு மேய்க்கத்தான் பொருத்தமானவங்க.”

எள்ளி நகைத்தான். பலராமனுக்குக் கோவம் அண்டகாரம் முட்டியது. கைவசம் வைத்திருந்த பரிகம் என்ற ஆயுதத்தால் ருக்குமியின் மண்டையில் ஓங்கி அடித்தான். மண்டை பிளந்து கதை முடிந்தது.

வாயெல்லாம் பற்கள் தெரியக் கேலியாகச் சிரித்த காளியங்கனின் வாயில் பலராமன் கொடுத்த அடியில் பற்கள் அத்தனையும் உதிர்ந்து உதிரங் கொட்டியது. ரத்தக் கோலத்தில் காளியங்கன் தப்பித்து ஓடிய இடந் தெரியவில்லை. மற்றவர்கள் மாயமாக மறைந்துவிட்டனர்.

உடன் பிறந்த அண்ணன் ருக்குமி பலராமனால் கொலையுண்டதில் ருக்குமணிக்குப் பெரிய வருத்தந்தான். இருந்தாலும் அண்ணன் செய்தது பெரிய தவறு. இதை முன்னிட்டுக் குடும்பத்தில் மனக்கசப்பு வந்துவிடக்கூடாது. அவள் கிருஷ்ணனிடம் வாய் திறக்கவில்லை. கிருஷ்ணனும் எதுவும் பேசிக்கொள்ளவில்லை.

173

துவாரகை மதுமயக்கத்தின் உச்சத்தை எட்டியிருந்தது. யாதவக்குல மக்கள் கடற்கரையோரம் கூடி கோலாகலத்தில் குடித்துக் களித்துக் குழறிக்கொண்டு கிடந்தனர். தந்தை மகன் அண்ணன் தம்பி என்ற வரைமுறையில்லாமல் சண்டையிட்டுக்கொண்டனர்.

முன்பொரு காலத்தில் நடந்த குருச்சேத்திரப் போரின் கோரக் கொலைகளுக்குப் பொறுப்பைச் சுமத்தி பரஸ்பரம் சேற்றை வாரி இறைத்துக்கொண்டனர். பாண்டவர் பக்கம் ஒரு சாராரும் கவுரவர் பக்கம் இன்னொரு சாராரும் இரு பிரிவாக நின்று கடும் வாக்குவாதத்தில் ஈடுபட்டனர். கிருதவர்மன் ஒரு தரப்புக்குத் தலைவன். மற்றொரு தரப்புக்குச் சாத்தியகி. வயது முதிர்ந்த பின்னும் அவர்களிடம் வம்புதும்புக்குக் குறைவில்லை.

வாக்குவாதத்தில் விருஷ்ணி அந்தகர் போஜர் போன்ற அனைத்து யாதவப் பிரிவினரும் கலந்துகொண்டனர். சாத்தியகி கிருதவர்மனைப் பார்த்துத் தோள்தட்டி வம்புக்கிழுத்தான்.

“அடே கிருதா பழசெல்லாம் மறந்து போச்சுன்னு நெனச்சயா.”

கிருதவர்மன் துள்ளினான்.

“அதெப்படி மறக்கும். குருச்சேத்திரத்துல அண்ணைக்கு ஒன்ன நானே கொன்னுருக்கணும். பாழாப்போன கிருஷ்ணனாலதான் ஒன்ன வுட்டுவச்சென்.”

“நான் செஞ்சிருக்கவேண்டியத நீ சொல்றயாக்கும்........ அய்யா கூடியிருக்கிற பெரிய மனுசங்களே நல்லாக் கேளுங்க. எந்தச் சத்திரியனாவது ஒறங்குறவங்களக் கொல்லுவானா. நல்லவனுக்கு இந்தக் கேவலமான புத்தி வராது. இது நம்ம குலத்துக்கே அவமானம். பாண்டவர் பாசறைக்குள்ள ராவோட ராவாத் திருடனப் போல போயி வகதொகையில்லாமக் கண்மூடித்தனமாச் சின்னஞ் சிறிசுகளக் கொன்னு குமிச்சீகளேடா பாவிகளா. அத நெனச்சா மனசு ஆறமாட்டங்குது.”

கிருதவர்மன் எதிர்த்துக்கொண்டான்.

“நீ மட்டும் என்ன யோக்கியனோ. நிராயுதபாணியா நின்ன பூரிசிரவன எப்படிக் கொன்னன்னு தெரியுமில்ல. பெரிசாப் பேசவந்துட்டான்.”

“அர்ச்சுனன் மகன் அபிமன்னன் பிஞ்சுப் புள்ள. அவன எப்படிடா கொல்ல ஒங்களுக்கு மனசு வந்தது. அவன் தனியாக் கெடந்து தவிக்கையில ஆந்தைகளப் போல சூந்துக்கிட்டு கதறக் கதற ஈவெரக்கமில்லாமக் கொன்னீகளடா நாசகாரப் பயகளா. அதெல்லாம் மறக்க முடியுமா. திருஷ்டத்துய்மனக் கழுத்த நெரிச்சுக் கொன்னானே அசுவத்தாமன் அந்தக் கொடும நெஞ்சில அப்படியே பதிஞ்சிருக்கு.”

கிருதவர்மன் வாக்குவாதத்தை வளர்த்தான்.

“நீங்க பண்ணுன அநியாயத்த வரிசையாச் சொல்லட்டுமா. ஒரு பொட்டச்சிய அவ பேரென்ன சிகண்டி. அவள முன்னால நிறுத்தி பிதாமகரக் கொன்னீக. இதெல்லாம் எந்த நியாயத்தோட சேத்துக்கிறது. ஆனானப்பட்ட தருமனையே பொய் சொல்லவச்சு குரு துரோணரக் கொன்னீக. ஆயுதமில்லம இருந்த கர்ணன அநியாயமாப் பலிவாங்குனீக. இடுப்புக்கு கீழ தொடையில தாக்கி துரியோதனனச் சித்தரவத பண்ணிச் சாகடிச்சீக.”

கோவம் தலைக்கேறிய சாத்தியகி பாய்ந்து வந்து கிருதவர்மனின் தலையைக் கத்தியால் சீவினான்.

"இதுவரைக்கும் ஒன்ன வுட்டுவச்சதே தப்பு. பாவி ஒழிஞ்சு போ."

கிருதவர்மன் துடிதுடித்து மாண்டான். கிருஷ்ணன் கண்ணுக்கு முன்னாலயே எல்லாம் நடந்து முடிந்துவிட்டது.

சாத்தியகி தன்னை எதிர்த்து வந்த பலரையும் வெட்டி வீழ்த்தினான். எதிர்த் தரப்பினர் சாத்தியகியைச் சுற்றிச் சூழ்ந்துகொண்டு தாக்கினர். இது கண்டு பொறுக்காத ருக்குமணியின் மகன் பிரத்யும்னன் சாத்தியகியைக் காப்பாற்றும் பொருட்டு ஓடிச்சென்று சண்டையில் ஈடுபட்டான். சண்டை வலுத்தது. கண் மூக்குத் தெரியாமல் முரட்டுத்தனமாக மோதிக்கொண்டனர்.

கடற்கரையோரம் கத்திகளாக முளைத்திருந்த கோரைப்புற்களைப் பிடுங்கிக் கோரமாகத் தாக்கிக்கொண்டனர். ஒரு தரப்பினர் பிரத்யும்னனையும் சாத்தியகியையும் குரூரமாக வெட்டிக் கொன்றனர்.

கடற்கரையெங்கும் யாதவர்களின் தலைகளும் பிண்டங்களும் சிதறிக்கிடந்தன.

இந்தக் கோரக் கொலைகளுக்குச் சாட்சியாக நின்றிருந்த பலராமனும் கிருஷ்ணனும் செய்வதறியாது பிரமிப்பில் திகைத்துப்போயினர். கிருஷ்ணன் ரத்தக் கண்ணீர் வடித்தான்.

சண்டையில் தப்பிப் பிழைத்த தாருகன் கிருஷ்ணனின் சேதிகளைத் தாங்கிக்கொண்டு அர்ச்சுனனை அழைத்து வர அஸ்தினாபுரம் விரைந்தான்.

சகோதர யுத்தத்தில் துவாரகைக்கு நேர்ந்த கொடுமையை எண்ணியெண்ணி நெஞ்சு விம்மிய பலராமன் தோளில் கலப்பையைச் சாத்திக்கொண்டு தீர்த்த யாத்திரை கிளம்பிவிட்டான். அவனைத் தேடித் தவித்த கிருஷ்ணனால் கண்டுபிடிக்க முடியவில்லை. வனத்துக்கு விரைந்தான்.

174

பிரபாசதீர்த்தக் கடற்கரையில் துவாரகை யாதவர்கள் பிணங்களாகச் சிதறிக் கிடந்தனர். அலைவாயில் கிடந்த சில தலைகளை உருட்டி உள்வாங்கிக்கொள்ள சுருளலைகள் எத்தனித்தன.

கடற்கரையில் நடந்த கொடூரங்களைக் கேட்டறிந்த வசுதேவன் அங்கே விரைந்து வந்து கொலைக்காட்சிகளைப் பார்த்த கணமே மனமுடைந்து அழுதான். அதிலும் நண்பன் நந்தகோபன் மரணத்தைப் பார்த்ததும் அதிர்ச்சியில் மாண்டுவிட்டான். யாதவப் பெண்கள் கொலையுண்டு கிடந்த தங்கள் உறவினர்களை நினைத்து அழுது பிதற்றினர்.

கடற்கரையில் பிணங்கள் வரிசையாக அடுக்கப்பட்டு எரியூட்டத் தயாராக இருந்தன. சிதையில் கணவர்கள் எரிவதைப் பார்த்து வாழ்க்கையை வெறுத்த பல பெண்கள் நெருப்பில் குதித்து மாண்டனர். இன்னுஞ் சில பெண்கள் வனவாசம் கிளம்பினர்.

தீப்பாய்ந்த ரோகிணியும் தேவகியும் விரைவிலேயே வெந்து நீந்தனர். எசோதையின் ஓங்கிய அலறல் நெஞ்சையறுத்தது.

"மகனே கிருஷ்ணா. ஓம்மொகத்தப் பாக்கணும் போலருக்கு. நீ எனக்குக் கொள்ளிவைக்க வரமாட்டயா."

அவள் உயிரையும் நெருப்பு உள்வாங்கிக்கொண்டது.

அஸ்தினாபுரம் சென்றடைந்த தாருகன் அர்ச்சுனனிடம் அழுது முறையிட்டான்.

"அர்ச்சுனா நான் என்னத்தச் சொல்லட்டும். ஓயாமக் குடிச்சுக் குடிச்சு ஒருத்தன ஒருத்தன் வெட்டிக் குத்தி மாண்டு போயிட்டாங்களே. மிச்ச சொச்சம் இருக்கிற பொண்ணுகளையும் கொழந்தைகளையும் காப்பாத்தச் சொல்லிக் கிருஷ்ணன் அனுப்பிவச்சான்."

அர்ச்சுனனால் அழுகையை அடக்க முடியவில்லை. கண்ணீரால் கேட்டான்.

"இப்பக் கிருஷ்ணன் எங்கருக்கான்."

"நடந்த சம்பவத்தெல்லாம் பாத்து மனசு ஒடஞ்சுபோயி பலராமன் தீர்த்த யாத்திர கௌம்பீட்டான். தானும் காட்டுக்குப் போறதாக் கிருஷ்ணன் சொன்னான்."

"கிருஷ்ணா....... கருத்த மச்சான்....... எங்கடா போன. நான் ஒருத்தன் இங்க கெடக்கிறது நெனவில்லையா."

அர்ச்சுனன் அலறியடித்துக்கொண்டு துவாரகையை நோக்கி விரைந்தான். துவாரகையில் பெண்கள் தங்களைக் காப்பாற்ற அர்ச்சுனன் வருவான் எனக் குழந்தைகளுடன் எதிர்பார்த்துக் காத்திருந்தனர்.

அர்ச்சுனன் துவாரகையை அடைந்துவிட்டான். அவனிடம் அழுது முறையிடாத பெண்ணில்லை. தப்பிப் பிழைத்தவர்களைத் தன்னுடன் அஸ்தினாபுரம் அழைத்துச் செல்ல விரும்பினான்.

எதிர்பாராத வகையில் கடல் சீற்றங்கொண்டு பேரலைகள் ஆங்காரத்துடன் கரைதாண்டித் துவாரகையை நோக்கிச் சென்றன. பெருமழை பெய்தது. நீர்ப்பிரளயத்தில் துவாரகை நகரமே மூழ்க ஆரம்பித்தது. கிருஷ்ணன் குடியிருந்த ஒரே ஒரு மாளிகை மட்டும் தப்பித்துத் தவித்துக்கொண்டிருந்தது.

அர்ச்சுனன் உயிர் பிழைத்த யாதவப் பெண்களையும் குழந்தைகளையும் மீட்டு பாதுகாப்பாகக் குடியமர்த்த நினைத்தான்.

கெட்ட வேளையும் அவர்களைப் பின்தொடர்ந்தது. இடைவழியில் பல பெண்களையும் குழந்தைகளையும் கள்ளர்கள் கடத்திச் சென்றுவிட்டனர். அதில் கிருஷ்ணனின் பல மனைவியரும் உண்டு. அர்ச்சுனனால் அவர்களைக் காப்பாற்ற இயலவில்லை. ஒரு காலத்தில் ஒரே அம்பால் பல உயிர்களை வீழ்த்திய காண்டீபம் சக்தியிழந்துவிட்டது. அதை உதறியெறிந்துவிட்டு விதியை நொந்துகொண்டு வேதனைப் பயணத்தைத் தொடர்ந்தான்.

சூழ்நிலை பேருருவெடுத்து தன்னைச் சிறுமைப்படுத்திவிட்டதாக நினைத்து மண்டியிட்டு அமர்ந்து கட்டுப்படுத்த முடியாமல் அழுதான்.

அழுது ஓய்ந்தபின் சற்று யோசித்தான். காந்தாரியின் சாபத்தினால்தானே துவாரகையும் மக்களும் அழிந்தனர். அந்தச் சாபத்துக்கு மூல காரணம் குருச்சேத்திரப் போரல்லவா. பாண்டவர் தங்களைக் கட்டுப்படுத்திக்கொண்டு சூதாட்டத்தில் நாட்டை இழக்காமல் இருந்திருந்தால் அந்தப் போர் நடந்திருக்காதில்லையா. ஒரு விதத்தில் துவாரகையின் அழிவுக்கு நான்தான் பொறுப்பு. எல்லாத் துயரத்துக்கும் நானே பொறுப்பு. பகவானே என்னை மன்னித்தருளும்.

அவன் எஞ்சியிருந்த யாதவர்களை அழைத்துக்கொண்டு மதுராபுரிக்குப் போனான். அங்கே அவர்களுக்குத் தங்கும் இடம் முதற்கொண்டு சகல வசதிகளையும் செய்துகொடுத்தான். இந்தளவுக்காவது யாதவர்களைக் காப்பாற்ற முடிந்ததே. அந்த மன நிறைவுடன் விடைபெற்றான்.

அப்போது அன்பு நண்பன் கிருஷ்ணனின் நினைவு வந்தது. அழுகையும் வந்தது. பறவைகளிடம் முறையிட்டுக்கொண்டே காட்டில் தேடியலைந்தான்.

"கிருஷ்ணா நீ எங்கருக்கன்னு தெரியலையே........"

175

காடு சென்ற கிருஷ்ணன் கலக்கத்தில் பலராமனைத் தேடியலைந்தான். கடைசியில் பலராமன் ராமவனத்தில் பெரிய மரத்தடியில் தவக்கோலத்தில் இருப்பதைக் கண்டுகொண்டான். ஓடிப்போய் அவனைக் கட்டிப்பிடித்து விசும்பினான்.

"ராமண்ணா எங்களத் தவிக்க வுட்டுட்டு வந்துட்டயே."

அப்போதும் தமையனின் தவம் கலையவில்லை. முகத்தில் மெல்லிய புன்னகை அரும்பியது. ஒரு வார்த்தைகூடப் பேசவில்லை.

கிருஷ்ணன் அண்ணனின் தவத்தைக் கலைக்க விரும்பவில்லை. புன்னகை மாறாத கோலத்தில் அண்ணனின் உயிர் மெல்லப் பிரிந்து வானுலகம் நோக்கிப் பயணித்தது. உடல் அப்படியே மரத்தில் சாய்ந்திருந்தது. அவன் சதா தோளில் தூக்கிச் சுமந்த கலப்பை அருகில் ஓய்ந்து கிடந்தது.

கிருஷ்ணன் அழுகை வடியும்வரை தேம்பினான். தனியாகவே நின்று அண்ணனுக்கு ஈமக் கடன்களைச் செய்து முடித்தான். அவன் பயணம் தொடர்ந்தது.

அவனுக்குள் காந்தாரியின் சாபம் இப்போது அடிக்கடி நெருட ஆரம்பித்தது. தனக்கும் அந்திமக்காலம் நெருங்கிவிட்டதை உணர்ந்தான். யாதவக் குலமும் கவுரவக் குலமும் பூண்டோடு அழிந்துவிட்டதை நினைத்து அழுதான். அழிவைத் தடுக்க மேற்கொண்ட முயற்சியெல்லாம் வீணாயிற்று. அகங்காரமும் ஆணவமும் தலைக்கேறி ஆட்டுவித்து அடங்கிவிட்டன. எல்லா

அழிவுகளுக்கும் நானும் ஒரு காரணம். சொல்லப் போனால் நானேதான் காரணம். அந்தப் பொறுப்பைத் தட்டிக் கழித்துத் தப்பிக்க முடியாது. குற்றம் நெஞ்சைக் குடைந்தது.

பல சமயம் ராதையின் நினைவு மனசை வாட்டியது. அவள் நினைவாக இத்தனைக் காலமும் பாதுகாத்து வைத்திருந்த மூன்று பொருட்களை மறக்காமல் எடுத்து வந்திருந்தான். நீல நிறச் சால்வை. அதுக்குள் பத்திரப்படுத்தி வைத்திருந்த புல்லாங்குழல். அதுக்குத் துணையாக மயில் தோகை.

சால்வை சற்று நைந்திருந்தாலும் நிறம் மங்கவில்லை. மயில் தோகை இற்றுப்போகாமல் அப்படியே நீலமாகச் சிரித்துக்கொண்டிருந்தது. சால்வையை உடல் மறைக்கப் போர்த்திக்கொண்டான். ராதை தீண்டுவது போல் இதமாக இருந்தது. மயில் தோகையை மடியில் வைத்துச் செல்லமாக நீவினான். புல்லாங்குழல் துளைகளில் விரல்கள் பதியும்போது உடலெங்கும் ஒரு பரவசம். பழைய பழைய நினைவுகள் புரண்டு அலையடித்தன. ராதைக்குப் பிரியமான இனிய ராகம் குழலிருந்து புறப்பட்டு இளங்காற்றாக அவளைத் தேடி நீந்தியது. அவன் மெய்மறந்து கண்ணயர்ந்தான்......

விருசபானு என்னும் கோபன் தன் மனைவியுடன் கோகுலத்துக்குத் திரும்பும் வழியில் ஒரு தடாகம் தென்படுகிறது. சற்று ஒதுங்கித் தாகம் தணித்துக்கொள்கின்றனர். கரையோர மர நிழலில் அமர்ந்து ஓய்வெடுக்கின்றனர். குழந்தைச் செல்வமில்லாத குறை இருவருக்குமே உண்டு.

தடாகத்தின் மையத்தில் விரிந்திருக்கும் தாமரை மலருக்கு நடுவில் பள்ளிகொண்டிருக்கும் ஒரு குழந்தையைப் பார்க்கின்றனர். சுற்றிலும் தாமரை இதழ்கள் ஏந்திய பூந்தொட்டிலில் குழந்தை பத்திரமாகப் படுத்திருக்கிறது. கோபன் ஆவலுடன் ஓடிப்போய் குழந்தையை அள்ளி வருகிறான். இன்ப அதிர்ச்சியில் அவன் மனைவி வாங்கி அணைத்துக் கொள்கிறாள்.

"ஆண்டவன் நமக்குக் குடுத்துருக்கிற செல்வம். பெரிய கவல தீந்தது."

குழந்தையின் இரு விழிகளும் அவிந்து உள்வாங்கிப் பிறவிக் குருடாக இருந்தது. அது கண்ணிமைக்கும் அழகில் மயங்கிய அவர்களுக்கு குருடு ஒரு ஊனமாகவே தெரியவில்லை.

தாய் சமாதானப்பட்டுக்கொள்கிறாள்.

“நமக்குக் குடுத்துவச்சது அவ்வளவுதான்.”

குழந்தைக்கு ராதை என்று பெயரிட்டு வளர்க்கின்றனர். எசோதைக்கு ராதை மீது மிகுந்த பிரியம். அவளது அரவணைப்புத் தேடி ராதை அடிக்கடி நந்தகோபனின் மாளிகைக்கு வருவாள்.

கிருஷ்ணன் அவளைவிட ஆறேழு வயது இளையவன். என்றாலும் இருவரும் அன்னியோன்னியமாகப் பழகி விளையாடுகின்றனர். கூட்டாஞ்சோறு உண்கின்றனர். நெருக்கம் அதிகமாகிறது. அவர்களிடையே பிஞ்சுக் காதல் அரும்புகிறது. இன்னும் நெருக்கமாகின்றனர்.

அவனுக்குக் கோகுலச் சிறுமியருடன் சேர்ந்து விளையாடுவதில் மிகுந்த ஆர்வம். ராதையும் அவள் தோழியரும் அவர்களுடன் சேர்ந்து சரி சமமாக விளையாடக் கிருஷ்ணன் அனுமதிக்கிறான். ராதையும் கிருஷ்ணனும் இல்லாத விளையாட்டே கிடையாது.

ராதை கிருஷ்ணனின் நெஞ்சில் செதுக்கிய சிற்பம். மற்றவர்கள் அவன் கண்ணில் வரைந்த ஓவியங்கள். அந்த நெருக்கத்தில் ராதைக்குப் பெருமை. அதனால் தான் மட்டுமே கிருஷ்ணனுக்கு உரியவள் என்ற அகந்தை அவளுக்குண்டு.

அவள் பெரியவளாக வளர்ந்து பருவம் எய்துகிறாள். அவளுக்கு இணைபிரியாத தோழியர் எட்டுப் பேர். அவர்களுக்குத் தலைவி லலிதா. ராதைக்கு மிக நெருக்கமான தோழி. அந்தரங்கங்களைப் பகிர்ந்துகொள்ளப் பொருத்தமானவள். ரகசியங்களைப் பாதுகாப்பதில் அழுத்தமானவள். எட்டுப் பேருமே ராதையுடன் சேர்ந்து கூட்டாஞ்சோறு உண்பதும் ஓடி விளையாடுவதும் வழக்கம். ராதைக்கு லலிதாதான் கண்கள். காடுகரையெல்லாம் அழைத்துச்செல்வாள்.

கிருஷ்ணனின் வேணுகானம் எங்கிருந்து கேட்டாலும் நிலை மயங்கிக் கானம் வரும் திசையை நோக்கி அவள் கால்கள் நடக்கும். லலிதா வழி நடத்த மற்றவர்களும் பின்செல்வர்.

கோகுலப் பெண்களுக்குத் தெரியாமலேயே கிருஷ்ணனும் ராதையும் நீர் விளையாட்டில் களித்திருப்பர். விடியும்வரை ராசலீலை தொடரும்.

ஒரு நாள் இரவு கிருஷ்ணனின் வேணுகானம் தேடி ராதை தோழியருடன் செல்லும்போது வழியில் பெரிய பழுத்த புளியமரத்தடியில் அமர்ந்து சற்று ஓய்வெடுக்கிறாள். செருப்பணியாத பிஞ்சுப் பாதமொன்றில் பழுத்துதிர்ந்து

காய்ந்துவிட்ட புளியம்பழத்தின் மீது தற்செயலாக மிதித்துவிடுகிறாள். பழம் நொறுங்கி அதன் தோடு அவள் பாதத்தில் அழுந்தப் பதிந்து ரத்தம் கசிகிறது.

ராதை பதறிப்போகிறாள். வலியில் லலிதாவிடம் அங்கலாய்க்கிறாள். லலிதா தேற்றி அழைத்துச்செல்கிறாள்.

புல்தரையில் அவளுக்காகக் காத்திருக்கும் கிருஷ்ணனிடம் செல்லமாக அழுது முறையிடுகிறாள். கிருஷ்ணன் புன்சிரிப்பில் அவள் தோளைத் தட்டிக்கொடுத்துக் காயத்துக்கு மூலிகை மருத்துவம் செய்கிறான். சற்று நேரத்தில் அவள் வலி குறைந்து முகவாட்டம் மறைகிறது.

அப்போதுங்கூட அவளுக்குப் புளியமரத்தின் மீது கோவந் தணியவில்லை. மரத்தைச் சபிக்கிறாள்.

"ஏ புளியமரமே என்னக் காயப்படுத்துன ஒனக்குக் கடுமையான தண்டன தரப்போறென். ஓங்கிட்டக் காய்க்கிற பழம் அதிகமா வாடாமலும் முழுக்கப் பழுக்காமலும் கீழ உதுந்திரும்."

வெகு நேர நீர் விளையாட்டு முடிந்ததும் அவள் களைத்துப்போகிறாள். கையுங் காலும் வலிக்கிறது. கிருஷ்ணன் அவளைத் தன் மடியில் வைத்துக்கொண்டு கால் கைகளை இதமாகப் பிடித்து விடுகிறான். இரவு முழுக்கக் கிருஷ்ணன் மடியில் அவள் கண்ணயர்ந்திருக்கிறாள். தோழிகள் காத்திருக்கின்றனர். விடிந்தும் விடியாமலும் மயக்கம் தெளிந்து கோகுலத்துக்கு நடந்து யாருக்கும் தெரியாமல் வீட்டில் படுத்துக்கொள்கிறாள்.

இணைபிரியாது பின் தொடர்ந்து வரும் புல்லாங்குழலிசை அவளுக்குள் இன்னும் ஒலித்துக்கொண்டேயிருக்கிறது.

176

அன்று முழு நிலவு பூத்துக் கிடக்கிறது. யமுனைக் கரையோரம் பாலொளியில் மதுவனம் குளித்துக்கொண்டிருக்கிறது. அங்கங்கே மயங்கிப் படுத்திருக்கும் மணல் திட்டுக்கள். நிச்சலனத்தில் நீர் நிலைகள்.

ஒரு மேட்டில் நிலவை நோக்கிக் கண்ணயர்ந்த கோலத்தில் இளங் கிருஷ்ணன் புல்லாங்குழல் இசைக்கத் தொடங்குகிறான்.

செல்லக் குழலின் பெருந்துளையில் இதழ்கள் குவிந்திருக்க இமை மூடிய சுகத்தில் இசை பிரவகித்துப் பெருகி வெள்ளம் புரள்கிறது.

கோகுலத்தில் கோபரும் கோபியரும் உண்டு உரையாடி உறங்கச் செல்லும் கிறக்கவேளை. புல்லாங்குழலின் வேணுகானத்தில் கட்டுண்டு புல்லரிக்கும் கோபியர் நெஞ்சம் குதுகலிக்கக் கால்கள் நிலைகொள்ளாமல் கானம் வரும் திசையில் நடக்கின்றனர். ஒவ்வொருவரும் பிறருக்குத் தெரியாமல் தான் மட்டுமே தனித்துச் செல்லும் நினைப்பில் அனைவரும் ஒரே பாடலை முணு முணுத்தபடி விரைகின்றனர்.

“கண்ணன் என்னை அழைக்கிறான் மாயக்

கண்ணன் என்னை அழைக்கிறான்

கானகத்தில் மெய்மறந்து

கானம்பாடிக் களித்திருக்க

கண்ணன் என்னை அழைக்கிறான் மாயக்

கண்ணன் என்னை அழைக்கிறான்.”

ஏகாந்தமாகப் படுத்திருக்கும் கிருஷ்ணன் தன்னைச் சூழ்ந்து நிற்கும் கோபியர் கூட்டத்தை நிதானமாகப் பார்வையிடுகிறான். குழலிசை நிற்கிறது. எழுந்து அமர்கிறான்.

“இந்த இருட்டுக்குள்ள கானகந்தேடி வரலாமா கன்னியரே.”

“நீதான கூப்புட்ட கண்ணா.”

“நானா........ எப்படி.......”

“நீ வேற ஒங் கொழலு வேறயா. கானங் கேட்டது. கண்ணனக் காண ஓடிவந்தொம்.”

கிருஷ்ணன் எழுந்து நிற்கிறான். கோபியரைத் தன்னுடன் அழைக்கும் குறும்புப் பார்வையால் அளந்துவிட்டு நடக்கிறான். பித்தேறிய கோபியர் பின்தொடர்கின்றனர்.

“கொழலூது கண்ணா.”

சீங்குழல் துளைகள் மடை திறக்கின்றன.

கோபியரின் கால்கள் மணல் பரப்பில் தள்ளாடித் தடம்பதித்துக் கொண்டாடிக் கூத்தாடுகின்றன. அவர்களுடன் ராதையின் குழாமும் சேர்ந்துகொள்கிறது. கிருஷ்ணன் ஆடிப்பாடிக்கொண்டே அவர்களை அழைத்துச்செல்கிறான்.

"கோபியரே கோபியரே குளிக்க வாருங்க

குள்ளக் குளிரக் குளித்து நெஞ்சம் களிக்க வாருங்க

நெளிந்து வளைந்து நீரில் அளைந்து கோலம் போடுங்க

நெடுந்தொலைவு குடைந்து குடைந்து ஆழந் தேடுங்க."

ஒரு நீர்நிலையருகே புல்தரையில் நின்றுகொள்கின்றனர். கிருஷ்ணன் நீருக்குள் அடியெடுத்துவைத்துக் கோபியரை அழைக்கிறான்.

"குளிக்கலாமே."

கோபியருக்கு வெட்கமான வெட்கம். கிருஷ்ணன் அவர்களை மாறி மாறிப் பார்க்கிறான். பார்வைக் கூர்மையில் பாவையர் முகம் மலர்கின்றனர். கால்கள் அனிச்சையாக நீருக்குள் இறங்குகின்றன. உடலதிர்வில் ஆடைகள் கழல்கின்றன. திரை விலகி அல்குல்கள் அழகு பூத்து ஒளிர்கின்றன. புற்றரவுகள் அணிவகுத்து ஒருசேரப் படமெடுத்தாடும் அதிசயக் கோலம். கோபியர் நிலை மறந்து நிற்கின்றனர். தலைமுதல் கால்வரை வெப்பஞ் சுரந்து பரவுகிறது. தனது இடை தழுவிய உடையை மீன் கூட்டம் உருவிச் சென்றதுகூடத் தெரியாமல் கிருஷ்ணன் மயங்கிப் போயிருக்கிறான்.

அவன் நீருக்குள் ஆனந்த நடனமாட அதுக்கேற்பக் கோபியர் சூழ்ந்தாடுகின்றனர். கோபியர் வரிசையில் ராதையும் கோர்த்திருக்கிறாள். அந்த அபூர்வக் காட்சி கண்டு மதுவனம் பூரிக்கிறது. கிருஷ்ணன் ஈரிரு பெண்களின் கழுத்தில் கைப்பற்றியபடி நடுவில் காலுதைத்து ஆடுகிறான். அந்தத் தீண்டலில் பெண்களின் மெய் கிளுகிளுக்க அவனது தோளைப் பற்றிக்கொண்டு வலம்வருகின்றனர்.

சுற்றாடல் முடிந்ததும் கிருஷ்ணன் பெண்களின் தொடையிடுக்கில் கைகொடுத்துத் தூக்கி ஈரிருவராகத் தோளில் அமர்த்திக்கொண்டு ஆடுகிறான். நீர்க்கிரீடை அலுக்கவில்லை. கோபியர் யாவரும் சுகத்தின் உச்ச நிலையை எய்துகின்றனர். தம்மையறியாமல் கிருஷ்ணனின் உடலை ஆராதிக்கின்றனர்.

ஒருத்தி கைகளை முத்தமிடுகிறாள். இன்னொருத்தி கன்னத்தில் முத்திரை பதிக்கிறாள். சிலர் அவனை ஆலிங்கனஞ் செய்கின்றனர். மீன் கூட்டம் சுற்றி மொய்ப்பது போல் ஆரத்தழுவிச் சேரத் துடிக்கும் ஈர முலைகளின் ஏக்கம் சற்றுத் தணிகிறது.

தரையிறங்கும் மேல்வானம் நோக்கி அம்மண நிலவு நழுவி மேகத் துகிலுக்குள் மேனியை மறைத்துக்கொள்கிறது.

நீருக்குள் மூழ்கிய கிருஷ்ணனை நெடுநேரம் காணவில்லை. கோபியர் பதட்டத்தில் தவிக்கின்றனர். மீன்கள் கவர்ந்து சென்ற ஆடையைத் தேடி அணிந்துகொண்டு அவன் யார் கண்ணிலும் படாமல் நீந்திக் கரையேறிக் காணாமல் போய்விடுகிறான்.

பெண்கள் தமது உடைகளைக் கால்களால் தேடித் துழாவியெடுத்து உடம்பில் சுற்றிக்கொள்கின்றனர்.

“ஆத்தாடி கண்ணனக் காணலையே. எங்க போய்த் தேடுறது.”

“தண்ணிக்குள்ள முங்கியிருப்பானோ.”

“மொதல கடிச்சு விழுங்கியிருக்குமோ.”

“அய்யோ அப்படிச் சொல்லாத. அவ்வளவுதான் நான் செத்துருவென்.”

கானகத்தில் பரவித் தேடுகின்றனர். காணவில்லை.

ஒரு மணற் பரப்பில் நான்கு காலடித் தடங்கள் தென்படுகின்றன. ஒருத்தி கூவி அழைக்கிறாள்.

“அடியே இங்க வாங்களேன்.”

எல்லாரும் தடங்களைப் பார்த்துத் திடுக்கிடுகின்றனர்.

“நாலு தடந் தெரியிதே.”

“அதான. ஒண்ணு கண்ணனோட தடம். அவனேதான் இன்னொண்ணு யாரும்மா......”

“தெரியலையே.”

முன்னும் பின்னுமாகச் சென்ற தடங்களைப் பின்தொடர்கின்றனர். சற்றுத் தூரம் கடந்ததும் இணையாகத் தெரிகின்றன.

இன்னும் தள்ளி ஒரு மணல் திட்டு. அதுக்கப்பால் குறுக்கும்மறுக்குமாகக் குழம்பிக் கிடக்கும் தடங்கள். அங்கிருந்து ஒருவர் மட்டுமே நடந்த சுவடு தெரிகிறது.

அப்போது எங்கிருந்தோ பெண்ணின் ஒற்றைக் குரல் ஓலம் கேட்கிறது. அவர்கள் குரல் வந்த திசை நோக்கி நடக்கின்றனர். அருகே ஒரு மரத்தடியில் அமர்ந்து இளம் பெண்ணொருத்தி கால் முட்டுக்குள் முகம் புதைத்து அழுதுகொண்டிருக்கிறாள்.

“அங்க பாருடி.. யாருன்னு தெரியலையே. என்ன கஸ்டமோ.”

“அய்யோ அது நம்ம ராதை மாதிரி தெரியிதே. அவளேதான்.”

ஓடிப்போய் அடையாளங் கண்டு விசாரிக்கின்றனர்.

“என்ன ஆச்சுடி ஒனக்கு. தனியா உக்காந்து அழுகிற அளவுக்கு என்ன நடந்துச்சு.”

“இவளக் காணுமே. எங்க போயிட்டாளோன்னு அப்பயே எனக்கு மனசில ஓடுச்சு. பாத்தா இந்தக் கோலத்துல உக்காந்துருக்கா.”

ராதை கண்களைத் துடைத்துக்கொண்டாள்.

“நம்ம குளிக்கயில கண்ணன் கிட்ட வந்து என் ஒடம்ப ஒரு மாதிரியாச் சீண்டுனான். எனக்குப் புரியல. ரெண்டு மூணு தடவ நெருங்கி நெருங்கி வந்து அப்படியே செஞ்சான். புரிஞ்சுபோச்சு. சரின்னு சொன்னென். ஆழத்துல தேடிப் புடிச்சு ஒரு துணியக் காலால எடுத்து உடுத்திக்கிட்டென்.”

“அடியே நீ உடுத்தியிருக்கிறது எந் துணிதானா. அப்ப நான் உடுத்தியிருக்கிறது ஒன்னோடதாக்கும். சரியாப்போச்சு.”

“சரி உடுத்திக்கிட்டு......”

“அவனுக்குப் பின்னாலயே நடந்தென்.”

“ஒன்ன மட்டும் கூப்புட்டாங்கிற பெருமையாக்கும். பெறகு என்ன கூத்து நடந்துச்சு.”

“கொஞ்சத் தூரம் நடந்ததும் எனக்குக் காலு வலிச்சிருச்சு.”

“ராணியம்மாவுக்குக் காலு வலிச்சதாக்கும். நெசமாவே வலிச்சதா இல்ல.......”

“வலிக்கல.......”

“அதென்ன பாசாங்கு. சிரிப்பப் பாரு கள்ளச் சிறுக்கி. அவனுக்கும் வலி வந்துருக்குமே.”

“என்னால இதுக்கு மேல நடக்கமுடியாது கண்ணான்னு சொன்னென்.”

“நீ சிணுங்கிறதப் பாத்து ஒம்மேல பிரியத்தப் பொழிஞ் சிருப்பானே.”

“என்னத் தோளு மேல தூக்கிச் சொமந்துக்கிட்டு நடந்தான்.”

“அந்தக் கூத்து வேற நடந்ததா. இருக்கட்டும் அவனப் புடிச்சு வச்சுக்கிறென்.”

“எனக்குச் சந்தோசமாருந்துச்சு. காலாட்டி லேசா அவன் மார்புல ஓதச்சென்.”

“குதிரையச் சாட்டையால அடிக்கிற மாதிரி. ஒனக்குக் கொழுப்புத்தான்.”

“திடீர்னு என்ன நெனச்சானோ தெரியல. என்னத் தோளுலருந்து கீழ போட்டுட்டுத் தப்பிச்சுப் போயிட்டான்.”

“அதான பாத்தென். அவன யாராலயும் ஏமாத்த முடியாது. மாயக்காரனாச்சே.”

ராதைக்கு ஆறுதல் சொல்லி அழைத்துக்கொண்டு போகின்றனர். எங்கு தேடியும் கிருஷ்ணன் கிடைக்கவில்லை. அவர்களது கூவல் மதுவனமெங்கும் எதிரொலிக்கிறது.

“கண்ணா...... கண்ணா...... எங்கருக்க.......”

கிருஷ்ணன் அவர்களை நெடுநேரம் சோதிக்க விரும்பவில்லை. அவர்களுக்கு முன்னால் தோன்றுகிறான். அனைவரும் ஆனந்தத்தில் அவனை மொய்த்து ஆரவாரிக்கின்றனர்.

ராதை மட்டும் தனியே சோகமாக நின்றுகொண்டிருக்கிறாள். தரையில் விழுந்த ஊமை வலி இன்னும் குறையவில்லை. ஒருத்தி கிருஷ்ணனைக் கேட்கிறாள்.

“கண்ணா ராதைய ஏன் அழவச்ச.”

கிருஷ்ணன் முகத்தில் கள்ளச் சிரிப்பு.

“அவளுக்கு அகந்தை ஏறிப்போச்சு. அது கர்வமா மாறியிருச்சு. அதனால அவ இருக்கவேண்டிய எடத்த ஞாபகப்படுத்துனென்.”

“சரியான தண்டனதான்.”

கோபியரின் கலகலப்பு மீண்டும் பூத்துச் சிதறுகிறது. கண்ணன் எதுவுமே அறியாத வெகுளியாகக் குழலூதியபடி தனிவழியே நடக்கத் தொடங்குகிறான். மெல்லிசை தேயும்வரை கோபியர் மெய் மறந்து நின்றுகொண்டிருக்கின்றனர்.

கோகுலத்திலிருந்து கோழிகள் கூவி அழைக்கின்றன. கிருஷ்ணன் கோபியருக்குத் தெரியாமல் நழுவி வேறு வழியில் ராதையைத் தேடிப் பிடித்து இதமாக அணைத்தபடி நடக்கிறான். அவள் முகம் பூத்துச் சிரிக்கிறது. அவனுடன் செல்லமாக நடக்கிறாள். தோழியர் கூட்டம் பின்னால் செல்கிறது.

லலிதா பொய்க்கோவத்தில் ராதையைத் திட்டுகிறாள்.

“கள்ளி சிரிப்பப் பாரு.”

177

ராதையின் பெற்றோருக்கு வயசாகிறது. தளர்ந்துவிடுகின்றனர். பார்வையற்ற மகளைப் பாதுகாப்பாக ஒருவனிடம் ஒப்படைக்க விரும்புகின்றனர். அவளுக்குத் துணை பார்த்து மணமுடித்து வைக்கின்றனர். மணமகன் பெயர் அய்யன். கம்சனின் படையில் போர்வீரன்.

கிருஷ்ணனாலும் ராதையாலும் அதைத் தடுக்க முடியவில்லை. ராதை கிருஷ்ணனை ஏற்கெனவே மனசில் வரித்துக்கொண்டுவிட்டதால் அவள் திருமணத்தை ஒரு பொருட்டாகவே கருதவில்லை. சாதாரணச் சடங்கு. அவ்வளவுதான். எப்போதும் கிருஷ்ணன் நினைவாகவே இருக்கிறாள். எல்லாவற்றையும் புறக்கணித்துவிட்டு அவள் கால்கள் கண்ணனைத் தேடி நடக்கும்.

விரைவிலேயே அவள் கணவன் போரில் வீரமரணம் எய்துகிறான். அந்த இழப்பு அவளைச் சிறிதும் பாதிக்கவில்லை. குடும்பத்திலிருந்து முழு விடுதலை பெற்ற ஆசுவாசம். இந்த நிலைமையில் அவள் கண்ணனுடன் கொண்ட நெருக்கம் மேலும் இறுகுகிறது. வழக்கம் போல் அவனுடன் நீர் விளையாட்டுத் தொடர்கிறது.

ஒரு நாள் ராசலீலை முடிந்து திரும்பும்போது ராதையின் ஒரு கொலுசைக் காணவில்லை. அச்சத்தில் லலிதாவைக் கேட்கிறாள்.

"அடியே லல்லு எங் கொலுசு ஒண்ணக் காணுண்டி. இப்ப என்ன செய்றது. மாமியாக்காரி வறுத்தெடுத்துருவாளே."

லலிதா பரிகசிக்கிறாள்.

"நீ போட்ட ஆட்டத்துக்கு ரெண்டு கொலுசும் காணாமப் போயிருக்கணும். வெறுங் காலோட வீட்டுக்கு நடக்கணும். கிருஷ்ணன் கொழலூதுற சத்தங் கேட்டா ஆத்தாவுக்கு இருப்புக் கொள்ளாதே. கொலுசுத் சத்தம் அவங் காதுல கேக்கணுங்கிறதுக்காகக் குதியாளம் போட்டுக்கிட்டுப் போவயே."

ராதை கெஞ்சுகிறாள்.

"சண்ட போடுறதுக்கு நேரமில்லடி. இப்பக் கொஞ்ச நேரத்துல விடிஞ்சிரும்."

“விடிஞ்சா எல்லாம் வெட்டவெளிச்சமாயிரும். மூச்சுக்காட்டாம உக்காந்துரு. நாங்க போயித் தேடிப் பாத்துட்டு வாறொம். இவளோட பெரிய தும்பமாப் போச்சு.”

தோழியர் எண்மரும் ராசலீலை நடந்த இடத்துக்குப் போய் கொலுசைத் தேடுகின்றனர். அதுவரை கிருஷ்ணன் அங்கேயே காத்திருக்கிறான். அவர்களின் அவசரத்தைப் பார்த்துக் கேட்கிறான்.

“கன்னியரே என்ன செய்றீகளோ.”

லலிதா வெடுக்கென்று பதில் சொல்கிறாள்.

“எல்லாம் ஓன்னால வந்த வென. பாவம் ராதையக் கஸ்டப்பட்டுக் கூட்டிவந்து ஆட்டம் போட்டதுல ஒரு கொலுசு தொலஞ்சுபோயிருச்சு. தலமேல இடி வுழுந்த மாதிரி உக்காந்துட்ருக்கா. இங்கயும் வர முடியாம அங்கயும் போக முடியாமத் தவியாத் தவிச்சுக்கிட்ருக்கா. ஒரேயடியா ஒங்கிட்ட வந்துறணும்னு மூக்கு முட்ட ஆச கெடக்குது. நீதான் ஆட்டுக்குட்டி மாதிரி ஒரு எடத்துல நிக்காமத் தாவீட்டுத் திரியிறயே.”

கிருஷ்ணன் தனக்கே உரிய கள்ளச் சிரிப்பில் எழுந்து வருகிறான்.

“தாயே இதுக்கு மேல அர்ச்சன வேணாம். இதோ வந்து தேடி எடுத்துக் குடுத்துறென்.”

அவன் தேடும் பாவனையில் இடுப்புத் துணிக்குள் ஒளித்திருக்கும் கொலுசை எடுத்து லலிதாவிடம் நீட்டுகிறான். அவளும் சிரித்துக்கொள்கிறாள்.

“நீ பெரிய கள்ளனாச்சே. ஓனக்குத் தெரியாம ஈ எறும்புகூட இங்க நடமாட முடியுமா. ராதையிட்ட இருக்கிற இன்னொரு கொலுச வாங்கி ஒங்கிட்டக் குடுத்துறென். ரெண்டையும் காலுல மாட்டிக்கிட்டு ராவும் பகலும் ஆட்டம் போடு. எசோதையத்தக்கிட்ட வசவு வாங்கிக்கெட்டு.”

கிருஷ்ணனிடமிருந்து கொலுசைப் படக்கென்று பிடுங்கிக்கொண்டு புறப்படுகிறாள்.

மறுநாள் கிருஷ்ணன் ராதையைச் சந்தித்தபோது தனது பழைய விருப்பத்தைப் புதுப்பிக்கிறான்.

“ராதே இந்த வெள்ளாடையில ரெம்ப அழகாருக்க. வானத்துலருந்து எறங்கி வந்த தேவகன்னி மாதிரி. இப்பயாவது ஒஞ் சம்மதத்தச் சொல்லு. நீ எப்பயும் என்னோடதான் இருக்க.

நமக்குப் பிரிவே இல்ல. ஒனக்கு ஏற்கெனவே நடந்த கல்யாணத்த ஒரு கனவுபோல நெனச்சுக்கோ. நமக்குள்ள நடக்கிற திருமணம் ஒரு சடங்குதான். நம்ம ரெண்டு பேரும் எப்பயோ சேந்துக்கிட்டொம். நீயில்லாம என்னாலயும் நானில்லாம ஒன்னாலயும் இருக்க முடியாது. என்னக் கல்யாணம் பண்ணிக்கிட்டு என்னோட அரமனைக்கு வந்துரும்மா. அப்பத்தான் ரெண்டு பேருக்கும் நிம்மதி."

கொட்டித் தீர்க்கவேண்டிய கோவதாபங்கள் எவ்வளவோ இருப்பினும் அவற்றையெல்லாம் மறைத்துக்கொண்டு அவள் அவனிடம் மனசைத் திறக்கிறாள்.

"கண்ணா நானோ அந்தகி. அறுதலி. ஒன்ன விட மூத்தவ. ஒன்னோட அரமனையில காட்சிப் பொருளா இருக்க விரும்பல. எப்போதுமே ஒனக்குப் பிரியமான சினேகிதியாவே இருக்க விரும்புறென். எம் மனசப் புரிஞ்சுக்கடா."

அவன் மார்பில் சாய்ந்துகொள்கிறாள். அவன் தட்டிக்கொடுக்கிறான். அவள் பேச்சைத் தொடர்கிறாள்.

"நீதாண்டா எனக்குக் கண்ணு காது எல்லாம். ஓம் பேரச் சதா உச்சரிக்கிறதுல கெடைக்கிற சொகம் ஒண்ணே எனக்குப் போதுண்டா. ஒன்னோட மானசீகமாச் சேந்து வாழ்ந்து ஒங் காலடியிலயே எங் காலத்த முடிச்சுக்கிருவென்."

இருவரும் மனங் கனத்துத் தனி வழிகளில் பிரிந்து செல்கின்றனர். அந்தப் பிரிவே நிரந்தரமாகிப்போகிறது.

ராதை எங்கு சென்றாள் என்று யாருக்கும் தெரியாது. எங்கெல்லாம் தேடியும் கிடைக்கவில்லை. அவள் சென்ற இடம் உற்ற தோழிகளுக்குக்கூட தெரியாமல் போனது பெரிய சோகம்.

178

...கிருஷ்ணனின் நினைவுச் சரம் அறுந்து குழலிசை வற்றியது. கண்ணோரக் கசிவு வற்றவில்லை. குமுறிக் குமுறி அழுதான்.

"ராதே நீ எங்கருக்க. அங்கயே நானும் வந்துறென்."

மரத்தடியில் மெல்லத் தலைசாய்ந்தான். வலது தொடை மீது இடது பாதத்தை வாகாகக் கிடத்திக்கொண்டு வானத்தை அளந்தபடி மல்லாக்கப் படுத்திருந்தான். பாதம் மெல்ல அசைந்தாடியது.

அச்சமயம் அந்தப் பக்கம் வந்த வேடன் மரத்தை உற்றுக் கவனித்தான். அசையும் பாதம் மட்டும் அவன் கண்ணில் பட்டது. வேட்டை கிடைத்துவிட்ட உற்சாகம். அடடா ஒரு மானல்லவா காதாட்டிக்கொண்டு படுத்திருக்கிறது. விடக்கூடாது.

நஞ்சு தோய்ந்த அம்பை வில்லில் பூட்டி கிருஷ்ணனின் பாதத்தை நோக்கி எய்தான். குறி தப்பவில்லை. உடனே ஒரு அபயக்குரல் உரத்துக் கேட்டது.

"அர்ச்சுனா....... பார்த்தா......"

வேடன் தன் தவறை உணர்ந்துகொண்டான். கிருஷ்ணனிடம் ஓடி தலையிலடித்துகொண்டு அழுது புலம்பினான்.

"சாமீ பெரிய தப்புப் பண்ணீட்டனே. வேட்ட வெறியும் பசியும் கண்ண மறச்சிருச்சே. மனுசரு கால மானோட காதுன்னு நெனச்சுட்டனே. நான் செஞ்ச குத்தத்துக்கு என்ன தண்டன குடுத்தாலும் சந்தோசமா ஏத்துக்கிருவென்."

கிருஷ்ணன் இயல்பாகச் பேசினான்.

"வேடனே நீ தவறு செய்யல. எங் காலம் கனிஞ்சிருச்சு. போய்ச் சேரவேண்டிய வேள. வந்துருச்சு. நீ வருத்தப்படவேணாம்."

வேடன் அவனை வணங்கிவிட்டு மறைந்தான்.

காட்டில் கிருஷ்ணனைத் தேடியலைந்த அர்ச்சுனனுக்கு வேடர்கள் மூலம் தகவல் எட்டியது. அலறிக்கொண்டு ஓடிவந்து கிருஷ்ணனைப் பார்த்து அழுதான்.

"இதெல்லாம் என்ன மச்சான்........"

கிருஷ்ணன் மரண வேதனையிலும் சிரித்துக்கொண்டான்.

"அடே அச்சு மனுசனுக்குப் பெறப்புன்னு ஒண்ணுருந்தா மரணம்னு ஒண்ணுருந்துதான ஆகணும். எனக்கு அது நடந்துருக்கு. காந்தாரி சாபம் பலிச்சிருச்சு. பூமியில மனுசனாப் பெறந்து எல்லாம் அனுபவிச்சாச்சு. மேல போய்ச் சேரவேண்டியதுதான. இதுல அழுகிறதுக்கு என்னருக்கு."

"ஏன் மச்சான் இப்படிப் பேசுற. ஒனக்கு ஒண்ணும் ஆகாது."

“வேடன் அம்பு மூலம் வெசத்த உள்ள ஏத்தீட்டுப் போயிட்டான். அது உசுர வாங்காம வுடுமா. அடே நம்ம எத்தன உசிர அனியாயமாப் பலிவாங்கீருக்கொம். நான் சொல்லுவென். நீ கொல்லுவ. அதுக்காக ஒனக்குக் கெடைக்காற தண்டனையா எனக்குக் கெடச்சிருச்சு. பொறுப்பத் தட்டிக் கழிக்க முடியுமா. ஒரு பாவமுஞ் செய்யாற ராமண்ணா எனக்கு முந்திக்கிட்டான். நான் மேலும் மேலும் பாவஞ் செஞ்சுட்டுக் கெடக்கணுமா. வயசும் ஆயிருச்சு. சந்தோசமாப் போய்ச்சேரவேண்டியதுதான. நீ தெம்பா இரு. வீரனாச்சே........ எங்க குடும்பத்துல தப்பிப் பெழச்சவுக யாராச்சும் கண்ணுக்குத் தட்டுப்பட்டா அவுகளக் காப்பாத்து.”

“என்னத்தச் சொல்லட்டும் மச்சான்.”

கிருஷ்ணன் அர்ச்சுனனின் கையைப் பிடித்துக்கொண்டு கண்ணயர்ந்தான். அர்ச்சுனன் விசும்பினான்.

“மச்சான் என்னக் கைவுட்றாத. தனிமரமாயிருவென்.”

கிருஷ்ணனின் உடம்பெங்கும் நஞ்சு பரவி தலைக்கேறிக்கொண்டிருந்தது. அனேகமாகப் பேச்சு விழுந்து மயங்கித் துவண்டான். தன் குடும்ப நிலைமை பற்றிக் கேட்கவேண்டிய கேள்வி ஒன்று பாக்கியிருந்தது.

“என்னப் பெத்தவங்களும் வளத்தவங்களும் என்ன ஆனாகளோ. அவுகளப் பாக்குறதுக்கு மனசு துடியாத் துடிக்குது.”

அர்ச்சுனன் கதறினான்.

“பாக்கமுடியாதுடா. அவுக எல்லாரும் ஒனக்கு முந்திக்கிட்டாக.”

அவன் தொண்டையில் துடித்த அடுத்த கேள்வி குழறும் குரலில் அர்த்தமற்றுப்போனது.

சற்று நேரத்துக்கெல்லாம் கண் சொருகி அவனது உயிர் அமைதியாகப் பிரிந்தது. அர்ச்சுனன் நிராதரவில் புலம்பினான்.

“ஏண்டா கிச்சு என்ன இப்படி அனாதையாத் தவிக்க வுட்டுட்டுப் போறயே. எனக்கு நல்லது கெட்டது சொல்றதுக்கு நாதியில்லையே. நீயில்லாற தனிம எனக்கு முள்ளாக் குத்துது. என்னையும் கூட்டிக்கடா மச்சான்.”

கிருஷ்ணனுக்கு ஈமக்கடன்கள் செய்யப் புதல்வர்கள் யாருமில்லை. துவாரகைச் சண்டை எல்லாரையும் மொத்தமாகத் துடைத்துவிட்டது. அர்ச்சுனனே தனயனாகவும் தம்பியாகவும் இருந்து சகல சடங்குகளையும் செய்து முடித்தான்.

ருக்குமணி சத்தியபாமா ஜாம்பவதி உட்பட கிருஷ்ணனின் பல மனைவியர் எரியும் சிதையில் பாய்ந்து உயிர் துறந்தனர். சிதை நெருப்பு மேலும் பிரகாசமாகி எரியத் தொடங்கியது.

அர்ச்சுனன் எல்லாம் முடித்துவிட்டு மின்னல் கருக்கிய மரமாக அழத் திராணியற்று அஸ்தினாபுரம் சென்றான்.

179

பாண்டவரும் பாஞ்சாலியும் மெய் கனிந்து உதிரக் காத்திருந்தனர். ஒரு காலத்தில் கருப்பருவியாகப் படர்ந்து கிடந்த பாஞ்சாலியின் கூந்தல் கொண்டைக்குள் சுருண்டு ஒற்றை வெள்ளைப் பூவாகப் பூத்திருந்தது. வெண்முடி வேந்தர்களான பாண்டவரின் சரீரம் தளர்ந்து நிரந்தர ஓய்வை நாடியது.

அர்ச்சுனனின் பேரன் பரிட்சித்து ஆட்சிப் பொறுப்பைப் பெரிய தாத்தா தருமனிடமிருந்து தோள் மாற்றக் காத்திருந்தான். சகல தகுதிகளும் படைத்த வீரன் அவன்.

தருமன் தம்பியருடன் ஆலோசித்தான்.

“தம்பிகளே இவ்வளவு காலமா ஒப்புக்கு அரசனா இருந்துட்டென். முப்பத்தாறு வருசம். கூட்டிக் கழிச்சுப் பாத்தா மக்களுக்கு உருப்படியா எதுவுமே செஞ்ச மாதிரி தெரியல. அரியணையேறக் கொஞ்சமும் தகுதியில்லாறவங்கிறத எப்பயோ ஒணந்துக்கிட்டென். இனிமேலயாச்சும் வாழ்க்கையோட அர்த்தத்தப் புரிஞ்சுக்கிறனும். எளைய சந்ததிக வாழ்க்கைய அனுபவிக்க வழிவுட்டு நம்ம ஓய்வெடுத்துக்கிறலாம். என்ன சொல்றீக.”

அர்ச்சுனன் ஆமோதித்தான்.

“தருமண்ணன் சொல்றது சரிதான். நம்ம வம்சப் பேரு சொல்ல மிஞ்சியிருக்கிற ஒரே ஒரு சந்ததி பரிட்சித்து. அவன் அரியணையேறி மக்களுக்குச் சேவை செய்யட்டும்.”

மற்றவர்களும் ஒத்துக்கொண்டனர். தருமன் பாஞ்சாலியை நோக்கினான்.

“பாஞ்சாலி என்ன சொல்ற.”

அவளும் சம்மதித்தாள்.

"நமக்கு நெரந்தர ஓய்வும் நிம்மதியும் வேணும்னு நானும் அப்பப்ப நெனைக்கிறதுதான்."

பரிட்சித்துக்கு முடிசூட்டி அழகுபார்த்துப் பரிசுப் பொருட்களை மக்களுக்குப் பகிர்ந்தளித்துவிட்டு மரவுரி தரித்த கோலத்தில் ஆறு கிழங்களும் அஸ்தினாபுரத்தை விட்டு வானுலகம் நோக்கிப் புறப்பட்டனர்.

அனைவரும் வற்புறுத்தியபடி சுபத்திரையும் உத்தரையும் பரிட்சித்துக்குப் பாதுகாப்பாக அஸ்தினாபுரத்தில் தங்கிக்கொண்டனர். தவுமியன் கிருபன் யுயுத்சு விருசத்வஜன் ஆகியோரும் பரிட்சித்துக்குத் துணைபுரிந்தனர். பொன்னுருவி காஞ்சனமாலை உட்பட அரண்மனைப் பெண்கள் அனைவரும் அவன் பாதுகாப்பில் பத்திரமாக இருந்தனர்.

அமராவதியைத் தொடும் மலை முகடுகள் சூழ்ந்த வடபகுதியை நோக்கிப் பாண்டவர் நடந்தனர். தருமன் தம்பியரை ஆற்றுப்படுத்தினான்.

"அந்தா தெரியிது பாரு. அதான் மந்தர மல. அதக் கடக்கிறது ரெம்பக் கஷ்டம். உண்மையிலயே தருமம் நம்ம பக்கமிருந்தா ஒரு சேதாரமும் இல்லாம எல்லாத் தடைகளையும் கடந்து கடவுளோட ராச்சியத்துக்குள்ள காலெடுத்து வச்சுருவொம். தெம்பா நடங்க."

நெடும்பயணம் தொடர்ந்தது. உயரே செல்லச் செல்ல பனியிறுக்கத்தில் பாதை குறுகிக் கொண்டே வந்தது.

இமயமலைச் சாரலைக் கடந்து மேருமலைச் சிகரம் தென்பட்டது. கரடுமுரடான பாதை. வரிசைப்படி ஒருவர் பின் ஒருவராக உயர உயர ஏறிக்கொண்டிருந்தனர். மேருமலை ஏறும்போது பாஞ்சாலி மேலும் நடக்கத் திராணியற்றுக் கீழே சாய்ந்துவிட்டாள். அவளது ஈனக்குரலைக் கேட்ட பீமன் அண்ணனிடம் தெரிவித்தான்.

"தருமண்ணா பாஞ்சாலி கீழ வுழுந்துட்டா. அவளால எந்திரிக்க முடியல. தருமந் தவறாத மனுசி சாஞ்சிட்டாளே."

பற்றற்ற நிலையில் பாண்டவரை வழி நடத்திக்கொண்டிருந்த தருமன் சர்வ சாதாரணமாகக் கூறினான்.

"தம்பி அதுக்கு ஒரு காரணமுண்டு. நம்ம எல்லாரையும் விட அவ அர்ச்சுனன் மேலதான் அதிகமாப் பிரியம் வச்சிருந்தா. அதோட பலன இப்ப அனுபவிக்கா."

தருமன் மனசைத் திடப்படுத்திக்கொண்டு திரும்பிப் பார்க்காமல் நடையைத் தொடர்ந்தான். சற்றுத் தூரம் நடந்தவுடன் சகாதேவன் துவண்டு விழுந்தான்.

"அண்ணா தம்பி சகாதேவன் தாக்குப்புடிக்க முடியாம சாஞ்சிட்டான். நமக்கெல்லாம் பணிவிட செஞ்சவன். நல்லவனுக்கு இக்கதியா."

தருமன் முகத்தில் சற்றும் கலக்கமில்லை.

"அவன் நல்லவந்தான். தன்ன மிஞ்சின பண்டிதன் இந்தத் தரணியிலயே இல்லன்னு தம்பட்டம் அடிச்சுக்கிருவான். அந்த அகந்ததான் அவனச் சாச்சிருச்சு."

அடுத்து நகுலன் சாய்ந்தான்.

"அண்ணா நகுலனும் வுழுந்துட்டான்......."

"அதுக்குக் காரணம் இருக்கு தம்பி. தனக்கு நெகரான அழகன் எவனுமே இல்லங்கிற ஆணவம் எப்போதுமே அவன் மனசில உண்டு. அந்தத் தற்புகழ்ச்சிதான் அவன வுழுத்தாட்டியிருச்சு."

மிஞ்சியவர்களின் நடையில் சிறிது நேர மௌனம்.

பீமன் தளர்ந்த குரலில் தருமனுக்குத் தெரிவித்தான்.

"அர்ச்சுனனும் வுழுந்துட்டாண்ணா."

அப்போதும் தருமன் திரும்பிப் பார்க்கவில்லை.

"தனக்கு மிஞ்சின வீரசூரன் எவனும் இல்லன்னு தமுக்கடிச்சவனாச்சே. தன்னால மட்டுந்தான் ஒலகத்தச் செயிக்கமுடியுமிங்கிற அகந்த அவனுக்கு உண்டு. அவன் வுழுகுறதுக்கு வேற காரணம் என்ன வேணும்."

தருமனின் நடையில் சோர்வில்லை. தொய்வில்லை. பீமனால் அண்ணனுக்கு ஈடுகொடுத்து நடக்க முடியவில்லை. விரைவிலேயே அவனும் சரிந்து சாய்ந்துவிட்டான். தம்பியின் முனங்கல் தருமனின் காதில் விழுந்தது.

"நானும் வுழுந்துட்டண்ணா......."

தருமன் திரும்பிப் பார்க்காமலேயே தம்பிக்கு வார்த்தைகளை அனுப்பினான்.

"பீமா நீ பெருந்தீனி தின்னு பலவானா இருந்த. மத்தவங்கள மதிக்கமாட்ட. தற்பெரும வேற. இப்பத் தெரியிதா நீ வுழுந்ததுக்குக் காரணம்."

பந்த பாசங்களை அறுத்துக்கொண்டு உறவுகளைத் துறந்து உறுதியுடன் நடந்த தருமன் அமராவதியை அடைந்து வெளிவாசலில் நின்றான்.

அவனுக்குள் படிப்படியாக வளர்ந்துகொண்டிருந்த திகைப்பு இன்னும் தீர்ந்தபாடில்லை.

180

தருமனை வரவேற்ற வாயிற்காவலர்கள் அமராவதியின் அதிபதி இந்திரனிடம் அழைத்துச்சென்றனர். இந்திரன் அகமகிழ்ந்து வரவேற்றான்.

"தருமனே ஒன் வரவு நல்வரவாகட்டும்."

தருமனுக்குத் திகைப்பு அடங்கவில்லை. சுற்றுமுற்றும் அவன் கண்கள் சுழன்று தேடின. தம்பியரைக் காணவில்லையே. பாஞ்சாலி எங்கே இருக்கிறாள். ஒரு பேராச்சரியம் காத்திருந்தது.

அதோ பிரகாசமான ஒளிவட்டம். நடுவில் தம்பியர் புடைசூழ அழகிய ஆசனத்தில் துரியோதனன் அதே கம்பீரத்தில் வீற்றிருந்தான். அவர்களைச் சுற்றி வீரர்களும் தேவர்களும் துணையிருந்தனர்.

தருமனுக்கு மனசு பொறுக்கவில்லை. தேவர்களிடம் குமுறினான்.

"அய்யன்மாரே இங்கருக்கிற துரியோதனன் பேராச புடிச்சவன். மோசமானவன். கொஞ்சமும் சிந்தனையில்லாறவன். இவனாலதான் ஒறவினர்களையும் நண்பர்களையும் கொல்ல எனக்கு நிர்ப்பந்தம் ஏற்பட்டது. எம் மனைவி பாஞ்சாலிய இழுத்து வந்து சபையில அவமானப்படுத்துனவன் இவன். இவங்க இருக்கிற எடத்துல நான் தங்க விரும்பல. எந் தம்பிமார் எங்கருக்காங்களோ அவங்களோடதான் நானும் இருப்பென்."

தேவர்கள் சமாதானப்படுத்த முயன்றனர்.

"தருமனே பூமியில நடந்தத எண்ணி இங்க வன்மம் பாராட்டக் கூடாது. துரியோதனனத் தூற்றவேண்டாம். பெரிய துன்பம் வந்த காலத்துலயும் அச்சமில்லாம பூமிய ஆண்டவன் அவன். சத்திரியத்

தர்மப்படி வீரசொர்க்கம் அடஞ்சவன். அதனால இங்கருக்கத் தகுதியானவன். அவனோட சேந்து வாழுறதுதான் உத்தமம்.”

“கொடியவனுக்கு வீர சொர்க்கமா. அடுக்காது. எந் தம்பிமாரு சத்தியம் தவறாத வீரங்க. அவங்களுக்கு எந்த ஒலகம் குடுத்துவச்சதோ. அவங்கள நான் ஒடனே சந்திச்சாகணும். திருஷ்டத்துய்மன் சாத்தியகி விராடன் துருபதன் திருஷ்டக்கேது சிகண்டி அபிமன்னன் அரவான் இளம்பாண்டவர் இவங்க எல்லாரும் எங்கருக்காங்களோ அவங்களப் பாத்தாகணும். அவங்க இருக்கிற எடமே எனக்குச் சொர்க்கம்.”

தேவர்கள் அவனுடன் இந்திரனைச் சந்தித்தனர். இந்திரன் ஆறுதலாகக் கூறினான்.

“யுதிஷ்டிரா சொர்க்கத்துல விரோத மனப்பான்மைக்கு எடமில்ல. ஒந் தம்பிமாரு இருக்கிற எடத்துக்கு நீ செல்லத் தடையில்ல.”

தருமன் சமாதானமடைந்தான். இந்திரன் ஒரு தேவதூதனைப் பணித்தான்.

“இவன் விரும்புற எடத்துக்கு அழச்சிட்டுப் போங்க.”

தருமன் தேவதூதனைப் பின்தொடர்ந்தான்.

எங்கும் இருள் சூழ்ந்த மோசமான வழி. கோரக் காட்சிகள் அச்சமூட்டின. தலை மயிர்களும் மாமிசமும் ரத்தமும் கலந்த சேற்றுக்குழம்பு எங்கும் தெளித்துக் கிடந்தது. காட்டு ஈக்கள் கொசுக்கள் பூச்சிகள் புழுக்கள் மொய்த்துத் திரிந்தன. பரவலாக மனிதப் பிணங்கள் அங்கங்கே சிதறிக் கிடந்தன. மூக்கைத் துளைக்கும் முடைநாற்றம் தாங்கவில்லை. இங்கேயும் குருச்சேத்திரக் களந்தானா. தருமன் மலைப்பில் கேட்டான்.

“எந் தம்பிமாரப் பாக்குறதுக்கு இன்னும் எவ்வளவு தூரம் போகணும்.”

“இதுவரைக்குத்தான் ஒன்ன அழச்சு வர எனக்கு இந்திரன் ஆணையிட்ருக்கான். மேற்கொண்டு போகணுமா திரும்பணுமான்னு நீதான் முடிவுசெய்யணும்.”

நாற்றஞ் சகிக்காத தருமனுக்கு அங்கிருந்து திரும்பிவிடலாமா என்று யோசனை ஓடியது. அப்போது தொலைவிலிருந்து உற்சாகக் குரல்கள் கேட்டன.

“தம்பீ........”

“மச்சான்.......”

தருமன் யோசித்தான். எங்கயோ கேட்ட குரல்கள் மாதிரி இருக்கிறதே. மறுபடியும் ஒரு குரல் தனித்து ஒலித்தது.

“தம்பீ.......தம்பீ........”

இதுவரை யாரும் என்னைத் தம்பி என்று அழைத்ததில்லையே. யாராக இருக்கும். அடடா. இது கர்ணனின் குரலல்லவா. அப்படியானால் மற்றக் குரல்கள் யாருடையது.

அண்ணா என்று அழைப்பது சகாதேவனின் மழலைக்குரல்தான். மச்சான் என்று உரிமையோடு அழைப்பது மாவீரன் திருஷ்டத்துய்மனல்லவா.

தன்னையறியாமலேயே அவன் கண்ணீர் சொரிந்தான். தேவதூதனைத் திருப்பியனுப்பிவிட்டான்.

“தூதனே நீ அமராவதிக்குத் திரும்பலாம். நான் இங்க என் உற்றார் ஒறவினரோட வாழத் தீர்மானிச்சிட்டென்.”

அவன் உறவினரைத் தேடிச் சற்றுத் தொலைவு நடந்து நரகத்தை அடைந்தான். அவன் வந்து சேர்ந்ததில் அனைவருக்கும் கொண்டாட்டம். சுற்றத்தைக் கண்டுகொண்ட அவனுக்கும் எல்லையில்லா ஆனந்தம்.

அப்போது பாஞ்சாலியின் கூந்தலிலிருந்து பரவிய நறுமணம் நரகத்தின் நாற்றத்தை அமுக்கியிருந்ததது.

கர்ணன் கேட்டான்.

“தம்பீ அமராவதியிலருந்து எங்களப் பாத்துட்டுப் போகணும்னு வந்தயா.”

தருமன் உண்மையைச் சொன்னான்.

“நீங்க இல்லாற சொர்க்கம் எனக்கு நரகந்தான். ஒங்களோட சந்தோசமா இருக்கணும்னு இங்கயே வந்துட்டென்.”

கர்ணன் சந்தோசத்தில் தலையாட்டினான்.

“நானும் அப்படித்தான் வந்து சேந்தென்....... அப்ப எல்லாருக்கும் இதான் சொர்க்கம்னு சொல்லு.”

அனைவரும் கலகலத்தனர். கலகலப்பு ஓய்ந்ததும் எங்கோ ஒரு மூலையிலிருந்து கள்ளச் சிரிப்பு மெல்ல வந்தது. அவர்களுக்கு ஆச்சரியம்.

அர்ச்சுனன் நினைவுகூர்ந்தான். இது மிகப் பரிச்சயமான குரலாக இருக்கிறதே. குரல் வந்த திசையைத் திரும்பிப் பார்த்தான்.

ஒரு ஓரமாகத் தியானத்தில் அமர்ந்திருந்த கிருஷ்ணனின் உருவம் தெளிவாகத் தெரிந்தது. துள்ளி ஓடிச் சென்று அவனைக் கட்டிக்கொண்டான்.

“மாட்டுக்காரப் பயலே இங்கயாடா இருக்க.”

கிருஷ்ணன் குறும்புக் கண்களைச் சிமிட்டினான்.

“அட பரதேசி எப்பயுமே நீ இருக்கிற எடத்துலதாண்டா இந்த மாட்டுக்காரனும் இருப்பான். எல்லாப் பாவத்துக்கும் நாந்தாண்டா காரணம். ஒங்களுக்கு முந்தியே நரகத்துக்கு வந்து எடம் புடிச்சிட்டென்.”

இருவரும் கைகளைப் பிணைத்துக்கொண்டு மற்றவர்களிடம் வந்தனர். தருமன் ஆச்சரியப்பட்டான்.

“கிருஷ்ணா நீயும் இங்கதானா. எப்ப வந்த........”

“ஒனக்குப் பின்னாலயே வந்துட்டென். ஒன்னப் பாத்த சந்தோசத்துல என்ன யாரும் கண்டுக்கிறல. வைகுண்டத்துல தனியா இருக்கப் புடிக்கல. ராமண்ணங்கிட்டக் கூடச் சொல்லாமக் கொள்ளாமக் கெளம்பி வந்துட்டென். நீங்க இல்லாற எடத்துல எனக்கென்ன வேல....... சரிதானா தருமா.”

இன்னொரு முறை அவர்களின் கலகலப்பு பறவைக் கூச்சலாக நரகமெங்கும் வியாபித்தது.

கிருஷ்ண கர்ண தர்ம பாண்டவரின் நகையொலி பூவுலகில் எதிரொலித்து கங்கைக்கரையில் உறையும் வியாசனின் நெஞ்சில் அதிர்ந்தது. தவங் களைந்த வியாசன் முற்றத்துக்கு வந்து நதியின் படித்துறையை நோக்கினான். மனசைப் பிறாண்டும் அதே அபயக்குரல் கேட்டது.

“மகனே........ மகனே........”

படித்துறைக்கு விரைந்து நீருக்குள் இறங்கினான். அகண்ட கங்கை அவனை அழைத்தபடி சலனமின்றி ஊர்ந்தது. கைகூப்பிக் கண்மூடிக் கங்கைக்குள் கடைசியாக மூழ்கினான்.

கிருஷ்ண துவைபாயனன் தாயைத் தேடி ஆழத்துக்கு வெகு ஆழத்துக்குப் பயணித்துக்கொண்டிருந்தான். ●

ஆசிரியரின் நூல்கள்

நாவல்:-
- பிறகு (1979)
- வெக்கை (1982)
- நைவேத்யம் (1985)
- வாய்க்கால் (1995)
- வரப்புகள் (1995)
- அஞ்ஞாடி (2012)

சிறுகதை:-
- வயிறுகள்
- ரீதி
- நல்ல நாள்
- நொறுங்கல்
- பூமணி கதைகள்

கட்டுரை:-
- ஏலேய்......

திரைக்கதை - உரையாடல்:-
- கருவேலம் பூக்கள்

மொழிபெயர்ப்பு:-
- யானை (போலந்துக் கதைகள்)

பெற்ற விருதுகள்:-
- திருவனந்தபுரம் தமிழ்ச்சங்கம்
- இலக்கியச் சிந்தனை
- சாந்தோம் கலைத்தொடர்பு மையம்
- அமுதன் அடிகள் அறக்கட்டளை
- அக்னி அறக்கட்டளை
- திருப்பூர்த் தமிழ்ச்சங்கம்
- பாரத ஸ்டேட் வங்கி
- விளக்கு அறக்கட்டளை (அமெரிக்கா)
- விஷ்ணுபுரம் வாசகர் வட்டம்
- கீதாஞ்சலி (பிரான்ஸ்)
- ஆனந்தவிகடன்
- கலைஞர் பொற்கிழி
- உலகத் தமிழ்ப் பண்பாட்டு மையம்
- தமிழ்ப் பேராயம் (எஸ்.ஆர்.எம் பல்கலைக் கழகம்)
- தமிழ்நாடு முற்போக்கு எழுத்தாளர் சங்கம்
- சாகித்திய அகாடமி
- எஸ்.ஆர்.வி மேல்நிலைப்பள்ளி